இந்தியாவின் இருண்ட காலம்

இன்றைய இளைய தலைமுறையினரின் கண்களைத் திறக்கும் புத்தகம்.

- பிசினஸ் ஸ்டாண்டர்ட்

நீடித்து நிற்கப்போகும் நூல். இயன்றவரை எல்லா இந்திய மொழிகளிலும் எடுத்துச் செல்லப்படவேண்டிய நூலும்கூட.

- ஃபிரண்ட்லைன்

பிரிட்டிஷ் ஆட்சியில் இந்தியா அனுபவித்த எல்லாத் துயரங்களையும் ஆவணப்படுத்தும் முக்கியமான நூல்.

- டெக்கான் கிரானிகிள்

பிரமிக்க வைக்கும் தகவல்கள். கூர்மையான வாதங்கள். பிரமாதமான நடை. தயக்கமின்றி இதனை அனைவருக்கும் சிபாரிசு செய்யலாம்.

- இந்தியா டுடே

கொடூரமான பிரிட்டிஷ் ஆட்சிமுறையையும் பிரமிப்பூட்டும் இந்திய தேசியப் போராட்டத்தையும் அறிமுகப்படுத்தும் முக்கியமான நூல். விரிவான தரவுகளையும் திறமையான வாதங்களையும் உள்ளடக்கியது.

- ஹஃபிங்டன் போஸ்ட்

சசி தரூர்

திருவனந்தபுரம் மக்களவைத் தொகுதி நாடாளுமன்ற உறுப்பினர். இந்திய அரசின் மனிதவள மேம்பாட்டுத் துறை, வெளியுறவுத் துறை இணை அமைச்சராகப் பணியாற்றியவர். ஐ.நாவின் துணைப் பொதுச்செயலாளராக இருந்தவர்.

நியூ யார்க் டைம்ஸ், வாஷிங்டன் போஸ்ட் போன்ற பல இதழ்களில் இவருடைய கட்டுரைகள் வெளிவந்துள்ளன. சில நாவல்கள் எழுதியுள்ளார். இந்திய அரசியல், கலாசாரம், வரலாறு, சமூகம், அயல்நாட்டுக் கொள்கை ஆகிய துறைகளில் பல நூல்கள் எழுதி இருக்கிறார். உலகம் அறிந்த ஒரு பேச்சாளரும்கூட.

ஜே.கே. இராஜசேகரன்

தினத்தந்தி நாளிதழில் உதவி ஆசிரியராகப் பணியாற்றி வருகிறார். அதன் வணிகப் பகுதியான தி எகனாமிக் டைம்ஸின் பொறுப்பாசிரியர். இது அவருடைய ஏழாவது மொழிபெயர்ப்பு நூல். முன்னதாக, ஷேக்ஸ்பியரின் 'மெக்பெத்', 'பயங்கரவாதம்: நேற்று இன்று நாளை' உள்ளிட்ட நூல்களை மொழி பெயர்த்திருக்கிறார்.

இந்தியாவின்
இருண்ட காலம்

சசி தரூர்

தமிழில்: ஜே.கே. இராஜசேகரன்

கிழக்கு

இந்தியாவின் இருண்ட காலம்
Indiavin Irunda Kaalam

Shashi Tharoor ©

Authorised Tamil translation of "An Era of Darkness" by *New Horizon Media Private Limited* ©

First Edition: December 2017
384 Pages
Printed in India.

ISBN 978-81-8493-884-5
Kizhakku - 1076

Kizhakku Pathippagam
177/103, First Floor, Ambal's Building, Lloyds Road,
Royapettah, Chennai 600 014. Ph: +91-44-4200-9603

Email : support@nhm.in | Website : www.nhm.in

The interleaving pages of this book feature 'Justice', a print by Sir John Tenniel in a September 1857 issue of *Punch* magazine, reproduced with permission from *Punch*.

The author has asserted his moral rights. The views and opinions expressed in this book are the author's own and the facts are as reported by him, which have been verified to the extent possible, and the publishers are not in any way liable for the same.

Kizhakku Pathippagam is an imprint of New Horizon Media Private Limited

The views and opinions expressed in this book are the author's own and the facts are as reported by the author, and the publishers are not in any way liable for the same.

All rights reserved. No part of this publication may be reproduced, stored in a retrieval system, or transmitted, in any form or by any means, electronic, mechanical, photo-copying, recording or otherwise, without the prior permission of the publishers.

வரலாறு மீது கொண்ட காதலில் எனக்கு இணையாகவும்
வரலாறு பற்றிய அறிவில் என்னை மிஞ்சியும் நிற்கும்
என் புதல்வர்கள் இஷான் மற்றும் கனிஷ்க்குக்கு

உள்ளே

முன்னுரை	.....	15
1. இந்தியாவைக் கொள்ளையடித்த கதை	.....	27
2. ஆங்கிலேயர் இந்தியாவுக்கு அரசியல் ஒருமைப்பாட்டை அளித்தனரா?	.....	77
3. ஜனநாயகம், ஊடகம், நாடாளுமன்ற முறை, சட்டத்தின் ஆட்சி	.....	137
4. பிரித்தாளும் சூழ்ச்சி	.....	169
5. அறிவொளி சர்வாதிகாரம் பற்றிய புனைவு	.....	237
6. பேரரசின் எச்சங்கள்	.....	275
7. நிதி நிலை அறிக்கை - ஒரு பிற்சேர்க்கை	.....	327
8. காலனி ஆதிக்கத்துக்குப் பின் உருவான குழப்ப வாழ்க்கை	.....	355
நன்றியுரை	.....	376

கால வரிசைப்படி நூலில் இடம் பெற்றுள்ள முக்கிய நிகழ்வுகள்

1600: பிரிட்டன் அரசவை பட்டயம் மூலம் கிழக்கிந்திய கம்பெனி உருவாக்கப்பட்டது. பிரிட்டிஷ் ஆட்சியின் கீழ் இந்தியாவைக் கொண்டு வருவதற்கான செயல்பாடுகளின் தொடக்கப்புள்ளி.

1613-14: பிரிட்டிஷ் கிழக்கிந்திய கம்பெனி மசூலிப்பட்டினத்தில் தொழிற்சாலை அமைத்தது. வில்லியம் ஹாக்கின்ஸ் தலைமையில் சூரத் நகரில் வர்த்தக நிலையமும் உருவாக்கப்பட்டது. சர் தாமஸ் ரோ, முகலாய மன்னர் ஜஹாங்கீரிடம் முதலாம் ஜேம்ஸ் மன்னரின் தூதர் என்பதற்கான சான்றுகளைச் சமர்ப்பித்தார்.

1615-18: வர்த்தகம் நடத்தவும் தொழிற்சாலைகளை நிறுவவும் ஆங்கிலேயருக்கு முகலாயர்கள் அனுமதி.

1700: முகலாயப் பேரரசர் ஔரங்கசீப் ஆட்சியின் கீழ் இருந்த இந்தியா உலகப் பொருளாதாரத்தில் 27 சதவிகித பங்கு.

1702: பிட் வைரத்தை மெட்ராஸ் ஆளுநர் தாமஸ் பிட் கையகப்படுத்தி, பிறகு ஃபிரான்ஸ் பிரதிநிதி (ரீஜென்ட்) ஆர்லியன்ஸ் பிரபுவிடம் 1,35,000 பவுண்டுக்கு விற்றார்.

1739: பாரசீக நாதிர் ஷா டெல்லியைச் சூறையாடி அதன் அனைத்து பொக்கிஷங்களையும் கொள்ளையடித்தார்.

1751: ஆங்கிலேயரும் ஃபிரெஞ்சுக்காரர்களும் தென்னிந்தியாவைத் தங்கள் கட்டுப்பாட்டுக்குள் கொண்டுவரப் போராடிக் கொண்டிருந்த நேரத்தில் ராபர்ட் கிளைவ் (1725-74) இன்றைய தமிழகத்தின் ஆற்காடு பகுதியைத் தனது 26-வது வயதில் கைப்பற்றினார்.

1757: கிளைவ் தலைமையிலான பிரிட்டிஷார், நவாப் சிராஜ் உத் தவ்லாவை வென்று இந்தியாவின் செழிப்பான பகுதியாக இருந்த வங்காளத்தின் ஆட்சி பீடத்தில் அமர்ந்தனர்.

1765: பலவீனமடைந்த முகலாயப் பேரரசர் இரண்டாம் ஷா அலாம், வங்காளம், பிஹார், ஒரிஸா ஆகிய இடங்களில் இருந்த தன்னுடைய

வருவாய் அதிகாரிகளுடைய பதவிகளில் கிழக்கிந்திய கம்பெனி அதிகாரிகளை அமர்த்தும் அரசாணை ஒன்றைப் பிறப்பித்தார்.

1767: முதல் ஆங்கிலோ-மைசூர் போர் தொடங்கியது. அதில், கிழக்கிந்திய கம்பெனி, மராட்டியர்கள் மற்றும் ஹைதராபாத் நிஜாமின் கூட்டுப்படைகளை மைசூர் ஹைதர் அலி தோற்கடித்தார்.

1771: மராட்டியர்கள் மீண்டும் டெல்லியைக் கைப்பற்றினர்.

1772: ராஜாராம் மோகன்ராய் பிறந்தார் (இறப்பு: *1833*) பிரிட்டிஷார் கல்கத்தாவைத் தங்கள் தலைநகரமாக்கினர்.

1773: வங்காளத்தில் ஒப்பியம் உற்பத்தி மற்றும் விற்பனைக்கான ஏகபோக உரிமையை பிரிட்டிஷார் பெற்றனர். பிரிட்டிஷ் நாடாளுமன்றத்தில் நார்த் பிரபுவின் ஒழுங்குமுறைச் சட்டம் நிறைவேறியது. இந்தியாவின் முதல் கவர்னர் ஜெனரலாக வாரன் ஹேஸ்டிங்ஸ் நியமனம்.

1781: ஹைதர் அலியின் மகன் திப்பு சுல்தான் பிரிட்டிஷ் படைகளை முறியடித்தார்.

1784: கிழக்கிந்திய கம்பெனியை பிரிட்டிஷ் நாடாளுமன்றத்தின் கட்டுப் பாட்டின் கீழ் கொண்டு வரும் வகையில், இந்தியா சட்டத்தை பிட் (இளையவர்) நிறைவேற்றினார். நீதிபதியும் மொழியியல் வல்லுனருமான சர் வில்லியம் ஜோன்ஸ் கல்கத்தாவின் ராயல் ஏஷியாடிக் சொசைட்டியை உருவாக்கினார்.

1787-95: வங்காளத்தின் கவர்னர் ஜெனரலாக இருந்த வாரன் ஹேஸ்டிங்ஸை (*1774-85*), தவறான நடவடிக்கைகளுக்காக பிரிட்டன் நாடாளுமன்றம் பதவி நீக்கம் செய்தது.

1793: காரன் வாலிஸ் பிரபுவின் தலைமையிலான பிரிட்டிஷார் விளைநில வரி வசூலில் 'நிரந்தரத் தீர்வு' முறையை அறிமுகம் செய்தனர்.

1799: திப்பு சுல்தானின் தலைநகர் ஸ்ரீரங்கப்பட்டினத்தை (சேரிங்க பட்னம்) சூறையாடிய 5,000 பிரிட்டிஷ் படை வீரர்களுக்கு எதிரான போரில் அவர் கொல்லப்பட்டார்.

1803: இரண்டாம் ஆங்கிலோ-மராட்டிய போர். இதில் டெல்லியை பிரிட்டிஷார் கைப்பற்றியதுடன், இந்தியாவின் பெரும்பாலான பகுதிகளைத் தங்கள் கட்டுப்பாட்டுக்குள் கொண்டுவந்தனர்.

1806: வேலூர் கலகம் ஈவு இரக்கமில்லாமல் நசுக்கப்பட்டது.

1825: முதல் முறையாக மெட்ராஸில் இருந்து இந்தியத் தொழிலாளர்கள் பெருந்திரளாக ரீயூனியன் தீவுக்கும் மொரீஷியஸுக்கும் இடம் பெயர்ந்தனர்.

1828: ராஜாராம் மோகன்ராய் கல்கத்தாவில் ஆதி பிரம்ம சமாஜத்தைத் தொடங்கினார். சமூக-சமய சீர்திருத்தத்துக்கான முதல் இயக்கமாக அது இருந்தது. இஸ்லாம் மற்றும் கிறித்துவ மதங்களின் தாக்கத்தால் அவர் பல கடவுள் கொள்கை, உருவ வழிபாடு போன்றவற்றை எதிர்த்தார்.

1835: மெக்காலேயின் அறிக்கை இந்தியாவில் மேற்கத்திய கல்வி முறைக்கு வழிவகுத்தது. அரசு மற்றும் நீதிமன்ற அலுவல் மொழியாக ஆங்கிலம் ஆக்கப்பட்டது.

1835: இந்தியாவில் இருந்து 19,000 ஒப்பந்த தொழிலாளர்கள் மொரீஷியஸுக்குச் சென்றனர். 1922 வரை தொடர்ந்து தொழிலாளர்கள் அங்கு அனுப்பப்பட்டனர்.

1837: காளியைக் கும்பிடும் தக் கொள்ளையர்கள் பிரிட்டிஷாரால் ஒடுக்கப்பட்டனர்.

1839: மதபோதகர் வில்லியம் ஹோவிட் இந்தியாவில் பிரிட்டிஷ் ஆட்சியைக் கண்டித்தார்.

1843: சிந்து மாகாணத்தை (இன்றைய பாகிஸ்தான்) பிரிட்டிஷார் கைப்பற்றினர். அத்துடன் வாரிசு நியமன உரிமை பறிப்புக் கொள்கையை (doctrine of lapse) உருவாக்கினர். இதன்படி ஒரு பிராந்தியத்தின் அரசர் வாரிசு இல்லாமல் இறக்கும் பட்சத்தில் அந்தப் பிராந்தியத்தினர் புதிய அரசரை அவர்கள் விருப்பப்படி நியமிமித்துக்கொள்ளும் உரிமை பறிக்கப்பட்டு அந்த மாகாணம் பிரிட்டிஷார் வசம் போய்ச்சேர்ந்துவிடும்.

1853: பம்பாய்-தானே இடையே முதல் ரயில் பாதை அமைக்கப்பட்டது.

1857: 'சிப்பாய் கலகம்' என பிரிட்டிஷார் வர்ணித்த முதல் பெரிய இந்தியப் புரட்சி, டெல்லியும் லக்னோவும் வீழ்ந்த கையோடு சில மாதங்களில் முடிவுக்கு வந்தது.

1858: இந்திய நிர்வாக அதிகாரத்தை கிழக்கிந்திய கம்பெனியிடம் இருந்து பிரிட்டிஷ் மணிமுடியின் சார்பில் எடுத்துக்கொள்வதாக விக்டோரியா மகாராணி பிரகடனம். இந்திய சிவில் சர்வீஸ் பணிகளில் இந்தியர் களுக்கும் வாய்ப்பு.

1858: இந்தியாவில் 200 மைல் நீள முதல் இருப்புப்பாதை நிறைவு.

1860: தென்னாப்பிரிக்காவின் டர்பன் நகரைச் சேர்ந்த எஸ்.எஸ். ட்ரூரோ மற்றும் எஸ்.எஸ். பெல்வெடர் ஆகிய கப்பல்கள் கரும்புத் தோட்டங் களில் வேலை செய்வதற்காக மெட்ராஸ் மற்றும் கல்கத்தாவில் இருந்து முதல் ஒப்பந்த பணியாளர்களைச் சுமந்து சென்றன.

1861: ரவீந்திரநாத் தாகூர் பிறந்தார் (இறப்பு: 1941)

1863: சுவாமி விவேகானந்தர் பிறந்தார் (இறப்பு: 1902)

1866: ஒரிஸா பஞ்சத்தில் குறைந்தபட்சம் 15 லட்சம் இந்தியர்கள் மரணம்.

1869-1948: இந்திய தேசியவாதியும் இந்து அரசியல் போராளியுமான மோகன்தாஸ் கரம்சந்த் காந்தியின் காலம். அவர் அஹிம்சை வழியிலான போராட்ட முறையை வளர்த்தெடுத்தார். அது கிறித்தவ கிரேட் பிரிட்டனை இந்தியாவுக்கு சுதந்திரம் (1947) வழங்க வைத்தது.

1872: இந்தியாவில் பிரிட்டிஷார் முதல் மக்கள்தொகைக் கணக்கெடுப்பு நடத்தினர்.

1876: விக்டோரியா மகாராணி (1819-1901) இந்தியப் பேரரசியாகப் பிரகடனம்.

1876-77 பெரும் பஞ்சத்தை வைஸ்ராய் லிட்டன் பிரபு தவறான முறையில் கையாண்டார்.

1879: ஃபிஜி தீவுக்கு 498 இந்திய ஒப்பந்தக் கூலிகளை ஏற்றிச் சென்ற முதல் கப்பல் 'லியோனிடாஸ்' பயணம். ஏற்கனவே பிரிட்டானிய குடியேற்றங் களுக்கு 3,40,000 இந்தியக்கூலிகள் கொண்டுசெல்லப்பட்டிருந்தனர்.

1885: நடுத்தர வர்க்க அறிஞர்கள் குழு ஒன்று இந்திய தேசிய காங்கிரஸைத் தோற்றுவித்தது. பிரிட்டிஷ் அரசாங்கத்துக்கு இந்திய உணர்வுகளை அறிவிக்கும் குரலாகத் தோன்றிய அந்தக் குழுவில் சில ஆங்கிலேயர் களும் இருந்தனர்.

1889: ஜவாஹர்லால் நேரு பிறந்தார் (இறப்பு: 1964)

1891: பி.ஆர். அம்பேத்கர் பிறந்தார் (இறப்பு: 1956)

1893: சிகாகோவில் நடைபெற்ற உலக மதங்கள் மாநாட்டில் சுவாமி விவேகானந்தர் இந்து மதம் பற்றி அற்புதமான சொற்பொழிவு நிகழ்த்தினார். தேசம் முழுவதும் சுற்றுப் பயணம் மேற்கொண்டு உரையாற்றி அனைவரது கவனத்தையும் ஈர்த்து வெற்றி பெற்றார்.

1896: தேசியத் தலைவரும் மராட்டிய அறிஞருமான பால கங்காதர திலகர் (1856-1920) இந்திய தேசிய உணர்வுகளை வளர்த்தெடுக்க கணேச விஸர்ஜன உற்சவம், சிவாஜி உற்சவம் ஆகிய பண்டிகைகளை முன்னெடுத்தார். பூரண சுயராஜ்ஜியம் (முழு சுதந்திரம்) என முதலில் முழங்கியவர் அவரே.

1897: பிரிட்டிஷ் இந்தியாவில் மற்றொரு பஞ்சம் தலைவிரித்தாடிய போதும் விக்டோரியா மகாராணியின் வைர விழா கொண்டாடப்பட்டது.

1900: பிரிட்டனுக்கு இந்தியத் தேயிலை ஏற்றுமதி மதிப்பு 137 மில்லியன் பவுண்டைத் தொட்டது.

1901: ஹெர்பர்ட் ரிஸ்லி இந்தியாவில் முதல் சாதிவாரி மக்கள்தொகைக் கணக்கெடுப்பை நடத்தினார்.

1903: கர்ஸன் பிரபுவின் மகா டெல்லி தர்பார்.

1905: வங்காளப் பிரிவினை கடும் எதிர்ப்பை உருவாக்கியது. சுதேசி இயக்கமும் அந்நியப் பொருள்கள் நிராகரிப்பும் உருவானது. இந்தியாவின் பிரதான பிரிட்டிஷ் வைஸ்ராயாக இருந்த கர்ஸன் பிரபு பதவி விலகினார்.

1906: பிரிட்டிஷார் தூண்டுதலின் பேரில் முஸ்லிம் லீக் அரசியல் கட்சி உருவானது.

1909: மிண்டோ-மார்லி 'சீர்திருத்தங்கள்' அறிவிப்பு.

1911: டெல்லியில் இறுதி ராஜாங்க தர்பார். இந்திய தலைநகரம் கல்கத்தாவில் இருந்து டெல்லிக்கு மாறியது. வங்காளப் பிரிவினை ரத்து.

1913: இலக்கியத்துக்கான நோபல் பரிசை ரவீந்திரநாத் தாகூர் வென்றார்.

1914: முதல் உலகப்போரில் பங்கேற்பதற்காக இந்தியப் படைகள் ஃபிரான்ஸுக்கும் மெசபடோமியாவுக்கும் விரைந்தன.

1915: தென்னாப்பிரிக்காவில் இருந்த மகாத்மா காந்தி இந்தியா திரும்பினார்.

1916: கோமகதா மாரு சம்பவம். இந்தியர்களின் குடியேற்றத்துக்கு கனடா அரசு தடை விதித்தது. காங்கிரஸுக்கும் முஸ்லீம் லீகுக்கும் இடையே லக்னோ உடன்படிக்கை.

1917: ஃபிஜி, டிரினிடாட் ஆகிய பிரிட்டிஷ் குடியேற்றங்களுக்கு கடைசி பேட்ச் இந்திய ஒப்பந்தத் தொழிலாளர்கள் கொண்டுவரப்பட்டனர்.

1918: ஸ்பானிய விஷக்காய்ச்சல் இந்தியாவில் 1.25 கோடிப் பேரையும், உலக அளவில் 2.16 கோடிப் பேரையும் பலி கொண்டது.

1918: முதல் உலகப்போர் முடிந்தது.

1919: ஜாலியன் வாலாபாக் படுகொலை. அமிர்தசரஸில் ஆயுதங்கள் எதுவுமின்றி கூடிய அப்பாவி மக்களின் பொதுக்கூட்டத்தில் ஜெனரல் டையர் கண்மூடித்தனமான துப்பாக்கி சூடு நடத்த கூர்க்கா படையினருக்கு உத்தரவிட்டார். அதில் ஏறக்குறைய 379 பேர் கொல்லப் பட்டனர். இதனால் அடக்கியாளும் பிரிட்டிஷாரிடம் இருந்து முழு சுதந்திரம் பெற்றாகவேண்டும் என்ற எண்ணம் காந்திக்கு ஏற்பட்டது. மாண்டேக்-செம்ஸ்ஃபோர்டு 'சீர்திருத்தங்கள்' அமல். ரவுலட் சட்டம் அறிமுகம்.

1920: ஒத்துழையாமை, அஹிம்சை ஆகிய அம்சங்கள் கொண்ட சத்யாகிரகக் கொள்கையை காந்தி உருவாக்கினார். கிலாஃபத் இயக்கம் தொடங்கியது.

1922: சவுரி சவுரா கலகத்துக்குப் பின் ஒத்துழையாமை இயக்கத்தை காந்தி கைவிட்டார்.

1927 மற்றும் 1934: ஜூரிகளாகவும் நீதிமன்ற மாஜிஸ்டிரேட்டுகளாகவும் அமர இந்தியர்களுக்கு அனுமதி.

1930: ஜவாஹர்லால் நேரு காங்கிரஸ் கட்சியின் தலைவரானார். லாகூரில் பூரண சுயராஜ்ஜியம் கேட்டுத் தீர்மானம் நிறைவேற்றப்பட்டது. வில் டுராண்ட் இந்தியா வந்தார். பிரிட்டிஷ் ஆட்சியின் அவலங்களைப் பார்த்து அதிர்ச்சி அடைந்தார். மகாத்மா காந்தியின் உப்பு சத்தியாகிரக யாத்திரை.

1935: இந்திய அரசாங்கச் சட்டம்.

1937: 11 இடங்களில் மாகாணத் தேர்தல்கள். எட்டு இடங்களில் காங்கிரஸ் வெற்றி.

1939: இரண்டாம் உலகப்போர் ஆரம்பம். இந்தியா போரில் இறங்குவதாக அறிவிப்பதற்கு முன் வைஸ்ராய் தங்களிடம் கலந்து ஆலோசிக்காததை எதிர்த்து காங்கிரஸ் அமைச்சரவை ராஜினாமா.

1940: பாகிஸ்தானைத் தோற்றுவிக்க அழைப்புவிடுத்து முஸ்லீம் லீகின் லாகூர் தீர்மானம்.

1942: கிரிப்ஸ் மிஷன். வெள்ளையனே வெளியேறு இயக்கம். காங்கிரஸ் தலைவர்கள் சிறையில் அடைப்பு. பிரிட்டிஷாருடன் போரிடுவதற்காக சுபாஷ் சந்திர போஸ் இந்திய தேசிய ராணுவத்தை (ஆசாத் ஹிந்த் ஃபவுஜ்) உருவாக்கினார்.

1945: காங்கிரஸ் தலைவர்கள் விடுதலை. வேவல் பிரபு தலைமையில் சிம்லா மாநாடு.

1946: இந்திய கடற்படையின் கலகம். நாடு தழுவிய அளவில் தேர்தல்கள். பெரும்பாலான முஸ்லிம் தொகுதிகளில் முஸ்லிம் லீக் வென்றது. கேபினட் மிஷன். ஜவாஹர்லால் நேரு இடைக்கால அரசை உருவாக்குதல். ‘நேரடி நடவடிக்கை’ நாளுக்கு ஜின்னா அழைப்பு. கல்கத்தாவில் வன்முறை வெடித்தது.

1947: ஆகஸ்டு 15-ஆம் நாளில் இந்தியா சுதந்திரம் அடைந்தது. பெருவாரி மக்கள் இடப்பெயர்ச்சி மற்றும் கொத்துக் கொத்தான கொலைகளுக்கு மத்தியில் தேசப்பிரிவினை. பிரிட்டிஷார் வெளியேறுதல்.

முன்னுரை

ஆக்ஸ்ஃபோர்டு உரை - இந்தியாவின் எதிர்வினைகள் - விமர்சனங்கள் ஏற்பு - வரலாறு என்பது மன்னிப்புகளுக்கோ பழி தீர்த்தலுக்கோ அல்ல

•

இந்த நூல் சற்றே வழக்கத்துக்கு மாறானவிதத்தில், ஒரு மேடைப் பேச்சில் இருந்து உருவானது.

ஆக்ஸ்ஃபோர்டு ஒன்றியம், 2015 மே இறுதியில், 'பிரிட்டன் தனது முன்னாள் குடியேற்றங்களுக்கு இழப்பீடுகள் வழங்கக் கடமைப் பட்டிருக்கிறது' என்ற கருப்பொருளில் ஒரு விவாதத்துக்கு என்னை அழைத்தது. ஏற்கனவே வேல்ஸில், அந்த வார இறுதியில் ஹே நகர இலக்கியத் திருவிழாவில் நான் பேசுவதற்கு ஏற்பாடு செய்யப் பட்டிருந்தது. வழியில் ஆக்ஸ்ஃபோர்டில் பேசுவது மகிழ்ச்சிகரமாக இருக்கும் என எண்ணினேன். ஏற்கெனவே பத்து ஆண்டுகளுக்கு முன்னால் ஐ.நா. சபை சார்பில் அங்கு ஒருமுறை பேசியிருக்கிறேன். ஆக்ஸ்ஃபோர்டு ஒன்றியத்தில், பழங்கால மர வேலைப்பாடுகள் மிகுந்த அழகிய அரங்கத்தில் நடந்த அந்த விவாதத்தில் அருமையாகப் பேசி என் தரப்பை வெற்றி பெறவைத்தேன். பின் அங்கிருந்து மகிழ்ச்சியுடன் விடை பெற்றேன். ஆனால், அந்தப் பேச்சு பற்றி அதோடு மறந்தும்விட்டேன்.

எனினும், ஜூலை மாத தொடக்கத்தில் ஆகஸ்ஃபோர்டு ஒன்றியம் அந்த விவாதத்தை இணையதளத்தில் வெளியிட்டது. அத்துடன் என்னுடைய உரையின் வீடியோ பிரதியை எனக்கு அனுப்பியது. உடனடியாக நான் ட்விட்டரில் அதற்கான இணைப்பைக் கொடுத்துப் பதிவேற்றினேன். அந்த வீடியோ பதிவிறக்கம் செய்யப்பட்டு சில மணி நேரங்களுக் குள்ளாக நூற்றுக்கணக்கான வலைதளங்களில் ஏற்றப்பட்டது. மேலும் வாட்ஸ்அப் மற்றும் மின்னஞ்சல் வழியாகவும் பகிரப்பட்டது. ஒரு வலைதளத்தில் மிக குறுகிய காலத்தில் 30 லட்சத்துக்கும் அதிகமானோர் பார்த்திருந்தனர். மற்ற வலைதளங்கள் இவ்வாறு புள்ளிவிவரம் எதையும் வைத்திருக்கவில்லை. என்றாலும் ஏராளமானோர் பார்த்திருப்பதாகத் தெரிவித்தன.

வலதுசாரி விமர்சகர்கள்கூட சமூக ஊடகங்களில் என்னை விமர்சித்து 'பரபரப்புச் செய்திகளை'ப் பரப்புவதைக் கொஞ்சம் நிறுத்திவிட்டு என்னுடைய உரையைப் பாராட்டினர். பிரதமர் கலந்து கொண்ட நிகழ்ச்சி ஒன்றில் நாடாளுமன்ற மக்களவை சபாநாயகர் மரபுகளை மீறி என்னைப் புகழ்ந்தார். பின்னர் பிரதமரும் 'சரியான இடத்தில், சரியான கருத்தைப் பதிவு செய்ததற்காக' எனக்கு வாழ்த்துத் தெரிவித்தார். பள்ளிகளிலும் கல்லூரிகளிலும் என்னுடைய பேச்சு மாணவர்களுக்குப் போட்டுக் காட்டப்பட்டது. ஜம்மு மத்திய பல்கலைக்கழகம் நடத்திய ஒருநாள் கருத்தரங்கில் பங்கேற்ற பெரிய அறிஞர்கள் நான் எழுப்பிய சில முக்கிய கேள்விகள் குறித்து விவாதித்தனர். எனது உரைக்கு ஆதரவாகவும் எதிராகவும் நூற்றுக்கணக்கான கட்டுரைகள் எழுதப்பட்டன. நான் அறிந்திராத பலரும் பொது இடங்களில் பல மாதங்கள்வரை என்னிடம் வந்து 'ஆக்ஸ்ஃபோர்டு உரையை' புகழ்ந்தனர்.

எனக்கு இனிய அதிர்ச்சியாக இருந்தது. அதே சமயம் கொஞ்சம் குழப்பத்துக்கும் ஆளானேன். ஆக்ஸ்ஃபோர்டில் நான் மூன்றுக்கு இரண்டு பங்கு பார்வையாளர்களின் ஆதரவைப் பெறும்வகையில் என் கருத்து களை அழுத்தமாக முன்வைத்து என் தரப்பை வெற்றி பெறவைத் திருந்தேன் என்பது உண்மைதான். என்றாலும், அதற்கு முன் இன்னும் சிறப்பாக நான் பல உரைகள் நிகழ்த்தியிருக்கிறேன். அவற்றுக்கெல்லாம் இப்போது கிடைத்த வரவேற்பில் பத்தில் ஒரு பங்குகூடக் கிடைத்திருக்க வில்லை.

மற்றொன்று, நான் புதிதாக எதுவும் சொல்லிவிட்டதாக உண்மையாகவே நினைக்கவில்லை. இள வயதில் இருந்து பிரிட்டிஷ் காலனி ஆட்சி அநியாயங்கள் பற்றி நான் படித்த, கேள்விப்பட்ட விஷயங்களின் அடிப்படையில்தான் என்னுடைய பேச்சு இருந்தது. மேலும் என்னுடைய வாதங்கள் மிக அடிப்படையானவை என்றே எண்ணினேன். அமெரிக்கர் கள் 'இந்திய தேசியவாதம்-101' என்றழைக்கும்படியான அடிப்படை அம்சங்களால்தான் அவை உருவாக்கப்பட்டிருந்தன. இந்திய விடுதலைப் போராட்டத்தை நியாயப்படுத்திய அடிப்படையான வாதங்களே அவை. பத்தொன்பதாம் நூற்றாண்டின் இறுதிப் பகுதியில் ரொமேஷ் சந்தர் தத், தாதாபாய் நௌரோஜி போன்றோரும், இருபதாம் நூற்றாண்டில் ஜவாஹர்லால் நேரு போன்ற பலரும் இதே கருத்துகளைக் கூறியிருக்கிறார்கள்.

ஆனால், என்னுடைய உரை பலரிடம் ஏற்படுத்திய தாக்கத்தைப் பார்த்த போது நான் எதை மிக அடிப்படையானது என்று கருதிக் கொண்டிருந் தேனோ அது அவர்களுக்கு மிகவும் புதிதாக இருப்பதைத் தெரிந்து கொண்டேன். அவர்களில் பெரும்பாலானோர் நன்கு படித்த இந்தியர் களும்கூட. ஏற்கனவே அவர்களுக்குத் தெரிந்த ஒன்றுதான் திரும்பவும் சொல்லப்படுகிறது என்பது போலன்றி, ஏதோ அவர்களுடைய கண்கள் திறக்கப்பட்டது போலவே அவர்கள் வினையாற்றினர்.

இதையெல்லாம் பார்த்த பிறகுதான் என்னுடைய நண்பரும் பதிப்பாளரு மான டேவிட் தாவிதார் என் உரையை நூலாக எழுதத் தூண்டினார். அந்த நூல் பாமரனும் படித்துப் புரிந்து கொள்ளும்படியாகவும் இருக்க வேண்டும்; அதேநேரம் பிரிட்டிஷ் காலனி ஆதிக்கம் தொடர்பான இந்தியாவின் அனுபவம் பற்றிய அடிப்படை உண்மைகளைத் தெரிந்து கொள்ள விரும்புபவருக்கும் பிற எவருக்கும் இது ஓர் அரிய வரலாற்று ஆதாரமாகவும் இருக்கவேண்டும் என்றும் கேட்டுக்கொண்டார். அதன் விளைவே இந்தச் சிறு நூல். அதேநேரம் காலனி ஆதிக்கம் எவ்வாறு பயங்கரமாக மாறியது என்பதை இன்றைய இந்தியர்களுக்கும் பிரிட்டானியர்களுக்கும் விளக்க வேண்டிய தார்மிக உந்துதலும் இந்த நூல் உருவாக ஒரு காரணமே என்பதை எளிதில் புறந்தள்ளவும் முடியாது.

சில முக்கிய அம்சங்களில் இந்த நூல் என்னுடைய ஆக்ஸ்ஃபோர்டு உரையில் இருந்து மாறுபட்டிருக்கிறது. ஒன்று, இந்த நூல் நஷ்ட ஈடுகள் பற்றியதல்ல. எனது அந்த உரை அத்தகைய தொனியில் அமைந்ததற்கு, நான் தனிப்பட்ட முறையில் நஷ்ட ஈடு விஷயத்தில் விருப்பம் கொண்டிருந்தேன் என்பது காரணமல்ல; ஆக்ஸ்ஃபோர்டு ஒன்றியம் அறிவித்திருந்த கருப்பொருள் அது. பிரிட்டிஷ் ஏகாதிபத்தியம் தனது காலனிகளில் வாழ்ந்த குடிமக்களுக்கு இழைத்த அநீதிகள் குறித்து எனக்கு எள்ளளவும் சந்தேகம் இல்லை. ஆனால், ஆண்டுக்கு ஒரு பவுண்டு என்ற அடிப்படையில், 200 ஆண்டுகள் ஆங்கிலேயர் ஆட்சிக்காக, இந்தியாவுக்கு 200 பவுண்ட் அடையாள இழப்பீடு தரவேண்டும் என எனது உரையின் முடிவில் கூறினேன். அந்த பிராயச்சித்தமே முக்கிய அம்சம் என நான் உணர்ந்தேன். பணத்தைவிட 'மன்னியுங்கள்' என்ற ஒற்றை வார்த்தைகூடப் போதுமானதாக இருக்கும்.

இந்திய அரசியல் விமர்சகர் மின்ஹாஸ் மெர்ச்சன்ட் போட்ட கணக்கின்படி, நியாயமான நஷ்ட ஈடு என்பது இன்றைய பணமதிப்பில் 3 லட்சம் கோடி டாலர் என்ற விண்ணை முட்டும் தொகை! இவ்வளவு பெரிய தொகையைத் தருவார்கள் என நியாயமாக யாருமே எதிர்பார்க்கவே முடியாது (2015 நிலவரப்படி இந்தத் தொகை பிரிட்டனின் மொத்த உள்நாட்டு உற்பத்திக்கும் (ஜி.டி.பி) அதிகமானது).

இந்த நூல் ஒட்டுமொத்த பிரிட்டிஷ் காலனி ஆதிக்கம் பற்றியதல்ல. அதில் இந்தியாவின் அனுபவம் பற்றியது மட்டுமே. ஆக்ஸ்ஃபோர்டு ஒன்றியத்தில் உரையாற்றியவர்கள் செய்ததுபோல் பிரிட்டிஷ் காலனி ஆதிக்கத்தின் மொத்த வரலாறையும் விவாதிப்பது மிக விரிவான கனமான நூலை உருவாக்கிவிடும் என்பது ஒரு காரணம். மேலும், அதுபற்றி எனக்கு அதிகம் தெரியாது. ஆனால், இந்திய வரலாறு என்பது எனது மாணவப் பருவத்தில் இருந்து என்னுடைய தேடல் தளமாக இருந்து வந்திருக்கிறது.

அதற்காக, ஆப்பிரிக்காவில் பிரிட்டிஷ் காலனி ஆதிக்க பயங்கரங் களையோ, அடிமை வியாபாரம் என்ற கொடுமையையோ நான் கருத்தில்

கொள்ளவில்லை என அர்த்தம் ஆகாது. அதற்கான நஷ்ட ஈடுகளை நன்றாகவே நியாயப்படுத்த முடியும் (அடிமை முறை ஒழிக்கப்பட்ட போது, அதனால் மனிதாபிமானமற்ற முறையில் நடத்தப்பட்ட ஆண்களுக்கும் பெண்களுக்கும் இழப்பீடுகள் தராமல் அவர்களுடைய உரிமையாளர்களுக்கு ஏற்பட்ட 'சொத்து இழப்பு'க்காக பிரிட்டிஷ் அரசாங்கம் அவர்களுக்கு நஷ்ட ஈடு வழங்கியது!). அந்த பிரச்னைகள் தொடர்பாக தெளிவாகப் பேச வேறு பலர் இருக்கிறார்கள். இந்தியாவில் பிரிட்டிஷ் ஆட்சி என்ற குறிப்பிட்ட கருப்பொருளுக்கு இந்த நூலில் நான் மிக விசுவாசத்துடன் நடந்து கொண்டிருப்பதாக நம்புகிறேன் (இந்த வாக்கியத்தை நான் வேகமாகத் தட்டச்சு செய்கையில் எனது கணினியின் பிழை திருத்தியானது 'British' என்பதற்கு 'Brutish' என்ற மிகச் சரியான பதத்தைப் பரிந்துரை செய்தது!)

என்னுடைய உரையில் இருந்து மாறுபடும்விதத்தில் மூன்றாவதாக ஓர் அம்சம் இந்த நூலில் இருக்கிறது. ஆக்ஸ்ஃபோர்டில் நான் விவாதத்தின் ஒரு பக்கத்தை மட்டுமே வாதிட்டேன். நுட்பங்களுக்கோ எதிர் தரப்புவாதங்களை அங்கீகரிக்கவோ அங்கே அநேகமாக இடம் இருக்கவில்லை. எனினும் பிரிட்டிஷ் ஆட்சியின் கொடுமைகளை விவரிக்கும் ஒரு நூலில் பிரிட்டிஷ் ராஜ்ஜியத்தின் ஆதரவு வாதங்களையும் கருத்தில் கொள்ள வேண்டிய கடமை இருப்பதை உணர்ந்தேன். ஒவ்வொரு அத்தியாயத்திலும் நான் இதைக் கூறி இருக்கிறேன். குறிப்பாக 2 மற்றும் 3 முதல் 7 வரையிலான அத்தியாயங்களிலும் அவை இடம் பெறுகின்றன. இதில், இந்தியாவில் பிரிட்டிஷ் ஏகாதிபத்தியத்துக்கு ஆதரவாக எஞ்சியிருக்கும் வாதங்கள் சிலவற்றைக் கணக்கில் கொண்டிருக்கிறேன். பிறவற்றை விரிவாக மறுத்துப் பேசியிருக்கிறேன்.

காலனிய காலத்து வரலாற்றுப் பதிவுகள் தொடங்கி இந்தியாவில் பிரிட்டிஷார் என்பது தொடர்பாக மிக அண்மையில் வெளிவந்த அறிவார்ந்த நூல்கள்வரை பலவற்றில் இருந்து மேற்கோள்கள் காட்டியிருக்கிறேன். அந்த மூலப் படைப்புகள் பற்றிய குறிப்புகளை புத்தகத்தின் இறுதியில் உரிய மரியாதையுடன் பதிவுசெய்திருக்கிறேன். எனது வாதங்களுக்கு நிபுணர்களின் பின்புலம் போதிய அளவு இருப்பதாக நம்புகிறேன். எனவே, என்னுடன் முரண்படுவோர்கூட என் வாதங்களை மிகுந்த சிரத்தையுடன் கருத்தில் கொள்ள வேண்டியிருக்கும்.

இறுதியாக இந்தப் புத்தகம் ஒரு வாதத்தை முன்வைக்கிறது; வரலாறு நிகழ்வுகளைப் பட்டியலிடவில்லை. இந்தியாவில் பிரிட்டிஷாரின் எழுச்சி, வீழ்ச்சி பற்றி கால வரிசையிலான வரலாற்று வர்ணனைகளை வாசகர்கள் எதிர்பார்த்தால் அது இங்கே இருக்காது. இந்த அறிமுகவுரைக்கு முன்னால் இடம் பெற்றுள்ள பகுதியில் மட்டுமே வரலாற்று நிகழ்வுகளின் வரிசை சுருக்கமாகத் தரப்பட்டுள்ளது. பிரிட்டிஷ் ராஜ்ஜியத்தின் கொடை, பயன்கள் என்று சொல்லப்படுவன பற்றி

திறனாய்வு நோக்கில் ஆராய்ந்து, அவற்றுக்கு எதிரான சான்றுகளையும் வாதங்களையும் முன்வைப்பதே இந்த நூலின் நோக்கம்.

என்னுடைய ஆக்ஸ்ஃபோர்டு உரை எல்லோராலும் ஏற்றுக்கொள்ளப் பட்டுவிடவில்லை. வழக்கின் ஒரு தரப்பின் பிரதிநிதியாக நின்று அங்கே பேசியிருந்தேன். எனவே, பிரிட்டிஷ் பேரரசின் பல அம்சங்கள் ஏற்படுத்திய தாக்கம் இயல்பில் மிக சிக்கல் நிறைந்ததாக அல்லது புரிந்துகொள்ளமுடியாததாக இருந்தது என்பதை ஏற்றுக்கொள்ள வாதப் பிரதிவாதத்தின் எல்லைக்குள் எனக்கு இடம் இருந்திருக்கவில்லை. அதைவிட, அதனால் நன்மை அல்லது தீமைதான் விளைந்தது என பொதுமைப்படுத்துவதுதான் வாத ரீதியில் சரியாக இருந்தது. இந்த நூல் அப்படியானதல்ல. பல விஷயங்கள் தொடர்பாக, அரங்கப் பேச்சில் சாத்தியமாகாத சிக்கலான பகுப்பாய்வும் திடமான சான்றுகளும் புத்தகத்துக்குத் தேவைப்படும் என்ற புரிதலின் அடிப்படையில் இந்த நூல் உருவாக்கப்பட்டுள்ளது. அத்துடன், என்னுடைய உரையின் மீது எழுந்த வேறு பல எதிர்வாதங்களும் இங்கே குறிப்பிடப்படவேண்டும் என்று விரும்பினேன். எந்த ஒரு அத்தியாயத்தின் மையக்கருவுடன் அவை நேரடியாக பொருந்தவில்லை என்றாலும் அவற்றைக் குறிப்பிடுவது அவசியம் என்று கருதி இடம்பெறச் செய்திருக்கிறேன்.

காலனி ஆதிக்கத்துக்குப் பின்னால் இந்தியா சந்தித்துவரும் தோல்விகள் அனைத்தும் காலனி ஆட்சியின் கொடுமைகள் மீது நான் தொடுக்கும் தாக்குதல்களைச் செல்லாக் காசாக்குகின்றன என்பது அந்த விமர்சனங் களில் மிக முக்கியமானது. 'விவாதத்தில் தரூர் வென்று இருக்கலாம். ஆனால் தார்மிக வெற்றி இந்தியாவிடம் இருந்து நழுவிச் செல்கிறது' என 'டைம்' இதழில் ஷிகா டால்மியா எழுதினார். இந்தியாவுக்கு வழங்கப்படும் எத்தகைய இழப்பீடும் திட்டமிட்டுச் செலவழிக்கப் படுமா, உண்மையான பயனாளிகளை முறையாகச் சென்று சேருமா என்பதற்கான சான்று எதுவுமே இல்லை. சுதந்திர இந்திய அரசின் மோசமான நிர்வாகம் அதையே சுட்டிக்காட்டுகிறது என அவர் விமர்சித்தார். ஒரு வலைதள எழுத்தாளர் இன்னும் மேலே போய், 2010-ல் இந்திய உணவுக்கழகத்தின் கிடங்குகளில் ஒரு லட்சம் டன் உணவு தானியங்கள் பாழானதே இந்திய ஆட்சியாளர்களின் திறமையின்மைக்குச் சான்று என்றார். சுதந்திரத்துக்குப் பிறகு இந்தியா வெளிப்படுத்திய கையாலாகாத்தனம் அதற்கு முன்பு வந்த பஞ்சங்களை நியாயப்படுத்தியது போல் இருக்கிறது என்ற தொனியில் அதைக் குறிப்பிட்டிருந்தார்.

ஆக்ஸ்ஃபோர்டில் நான் உரையாற்றிய சமயத்தில் இந்தியா விடுதலை அடைந்து 68 ஆண்டுகள் ஆகியிருந்தது. இதில் 52 வருடங்கள் காங்கிரஸ்தான் ஆட்சி செய்திருக்கிறது. காங்கிரஸ் நாடாளுமன்ற உறுப்பினர் என்றவகையில் மற்றொரு தாக்குதலுக்கும் நான் ஆளாக வேண்டியிருந்தது. அரசியல் விமர்சகர் ஜோனாதன் ஃபோர்மன் பட்டவர்த்தனமாகக் கூறினார்: '60 ஆண்டுகளுக்கும் மேலாக காங்கிரஸ்

கட்சி மிக மோசமான ஆட்சி நடத்தி இருக்கிறது. இத்தனை காலமும் ஆணவமும் ஊழலும் தொடர்ந்து அதிகரித்துக்கொண்டே வந்துள்ளது. சாதாரண இந்தியக் குடிகளிடம் இருந்து பிரிட்டிஷார் எவ்வாறு விலகி நின்றனரோ அதைப்போலவே இவர்களும் விலகி நிற்பதுபோல் தோன்றுகிறது.

நாட்டை ஆண்ட காங்கிரஸ் தலைவர்கள்தான் துக்ககரமான 'இந்து வளர்ச்சி விகிதத்துக்கு' பொறுப்பு. அடிப்படைக் கல்வி மற்றும் எழுத்தறிவை ஆள்வோர் புறக்கணித்தது, சோஷலிசத் திட்டமிடல் மீதான அவர்களுடைய மோகம், 'லைசென்ஸ் ராஜை' ஊட்டி வளர்த்தது, ஒரு சில ஏகபோக வணிகக் குடும்பங்களிடம் மேற்கொண்ட ஊழல் ஒப்பந்தங்கள் இவையெல்லாம் நாட்டைப் பின்தங்கச் செய்தன. *1950-1980* காலகட்டத்தில் தென் கொரியா, ஏன் மெக்ஸிகோ போன்ற நாடுகள்கூடத் தனிநபர் மொத்த உள்நாட்டு உற்பத்தியில் (ஜி.டி.பி) இந்தியாவை மிஞ்சின' என்றார்.

இந்த விமர்சனங்களில் சில உண்மையில் நியாயமானவை. அவற்றுள் சிலவற்றை, அவ்வளவு தீவிரமாகவோ கடுமையாகவோ இல்லை என்றாலும், நான் எனது பிற நூல்களிலே சுட்டிக்காட்டி இருக்கிறேன். ஆனால் ஒருவருடைய தவறு இன்னொருவருடைய தவறை நியாயப் படுத்திவிடாது. அதுபோல், 200 ஆண்டுகள் காலனி ஆதிக்கத்தின் அவலங்களை 60 ஆண்டுகளில் அகற்றிவிடவும் முடியாது. பல அம்சங்களில், குறிப்பாகப் பொருளாதார வளர்ச்சி, எழுத்தறிவு, ஏழ்மை ஒழிப்பு, சராசரி ஆயுள் அதிகரிப்பு, வறட்சியைச் சமாளித்தல் மற்றும் விவசாய பாதிப்புகள் போன்றவற்றில் இந்திய அரசாங்கங்கள், குறிப்பாக காங்கிரஸ் அரசாங்கம், பிரிட்டிஷ் முன்னோடிகளைக் காட்டிலும் சிறப்பாகச் செயலாற்றியுள்ளன. எனினும், வரலாறு என்று வரும்போது இரு வேறு சகாப்தங்களில் நடந்த தவறுகளை ஒப்பிட்டுப் பார்க்கும் தவறை ஒருவர் செய்யக்கூடாது. ஒவ்வொரு காலகட்டமும் அதன் வெற்றிகளுக்காகவும் அத்துமீறல்களுக்காகவும் தனித்தனியாகத்தான் சீர்தூக்கிப் பார்க்கப்பட வேண்டும்.

நஷ்ட ஈடுதான் ஆக்ஸ்ஃபோர்டு உரையின் மையப்புள்ளியாக இருந்தது. விமர்சகர்களைப் பொறுத்தவரை அது எரிகிற தீயில் எண்ணெய் ஊற்றியது போலானது. இழப்பீடு கோருவது இந்தியாவின் பரிதாப நிலையையும் சுயமரியாதைக் குறைபாட்டையும் வெளிப்படுத்துகிறது என ஓர் இந்திய விமர்சகர் வாதிட்டார். இந்த வாதத்தை முன்வைத்த இந்தியத் தரப்பினர், காலனி ஆதிக்கத்தை அடுத்து வந்த காலங்களில் இந்தியா கண்ட தோல்விகளுக்கும் பிரிட்டிஷார்தான் காரணம் என பழியை அவர்கள் மீது சுமத்தினர். இன்னும் சிலர், காலனி ஆதிக்கத்தின் கொடுமைகளுக்காக உண்மையில் நஷ்ட ஈடு பெற வேண்டிய பயனாளிகள் யார் என்பதைக் கண்டறிவது சாத்தியமில்லை என்று கூறினர்.

நிலைமை எதுவாக இருந்தாலும், இத்தனை ஆண்டுகளில் இந்தியாவுக்கு பிரிட்டன் பல்வேறு உதவிகள் மூலம் இழப்பீடு வழங்கி வந்திருக்கிறது. குற்ற உணர்சியினால் அல்ல; அவையனைத்தும் தனது முன்னாள் காலனி குடிமக்கள் மீதான பிரிட்டிஷ் தயாள குணத்தின் அடிப்படையில் ஆனவை என்று சிலர் அடித்துச் சொன்னார்கள். சுதந்திரத்துக்குப் பிறகு பிரிட்டனில் இருந்து இந்தியாவுக்குத் தேவைக்கும் அதிகமாகவே வந்திருக்கிறது. அது வெறும் உதவி மட்டும் இல்லை. ஆக்ஸ்ஃபோர்டில் எனது தரப்பின் பிரதிவாதிகளுள் ஒருவரான வரலாற்று ஆய்வாளர் ஜான் மெக்கன்ஸீ, பிரிட்டிஷ் நிறுவனங்கள் மூலம் இந்தியா அனுபவித்த அவுட்சோர்ஸிங் எழுச்சியின் ஒரு பகுதியை இழப்பீட்டின் ஒரு வடிவமாகவே கருதலாம் எனத் தெரிவித்தார்.

மற்றொரு பிரதிவாதியாக இருந்த சர் ரிச்சர்டு ஆட்டவே, எம்.பி., 'பணக்கார நாடுகள் தாமாக முன்வந்து ஏழை நாடுகளுக்குப் பல உதவிகளை வழங்கி வந்திருக்கும் நிலையில் இன்னும் அதிக இழப்பீடு கோருவது பழைய தாழ்வு மனப்பான்மையைத் தொடர்ந்து பராமரிப்பது போலவே இருக்கிறது' என்றார்.

நிச்சயமாக நான் ஒன்றை சுட்டிக்காட்ட விரும்புகிறேன். நான் அதிகம் கேட்கவில்லை. குறைவாகத்தான் கேட்கிறேன். ஓர் அடையாளமாக ஆண்டுக்கு வெறும் ஒரு பவுண்டு நஷ்ட ஈடு! ஆனால் அதுவும்கூட விவாதத் தலைப்பு அப்படியாக இருந்ததால்தான். பிரிட்டன் தனது குடியேற்ற நாடுகளுக்கு எல்லாம் தார்மிக அடிப்படையில்தான் கடன் பட்டிருக்கிறது; அது நிதி சார்ந்த ஒன்றல்ல என்ற கருத்தை முன்வைக்கவே நான் ஆக்ஸ்ஃபோர்டு இழப்பீட்டு விவாதத்தைப் பயன் படுத்திக் கொண்டேன். மேலும் சுதந்திரத்துக்குப் பின் பிரிட்டன் செய்த உதவிகள் இந்தியாவின் மொத்த உள்நாட்டு உற்பத்தியில் 0.02 சதவிகித அளவுக்கே உள்ளது. இது இந்திய அரசாங்கம் உர மானியத்துக்காகச் செலவிடும் தொகையைவிட மிகக் குறைவானது. உதவிகள் தொடர்பான விவாதத்தில் ஒருவேளை இது மிகப் பொருத்தமான ஒப்புமையாக இருக்கக்கூடும்.

'தங்களுடைய முன்னோர்கள் செய்த பாவங்கள், அத்துமீறல்களுக்கு எல்லாம் இன்று வாழும் பிரிட்டானியர்கள் எந்த வகையிலும் பொறுப்பாக மாட்டார்கள். பழைய தவறுகள் எதிலும் எந்தவிதத்திலும் அங்கம் வகிக்காத அவர்கள் இழப்பீட்டுப் பொறுப்பைச் சுமக்கவேண்டும் என எதிர்பார்க்கக்கூடாது. அதைப் போலவே தங்கள் முன்னோர்கள் அனுபவித்த துயரங்களுக்காக இழப்பீடு பெறுவதற்கு இன்றைய இந்தியர்களுக்கு தகுதி இல்லை' என பலரும் கூறினார்கள். நஷ்ட ஈடு என்பது பாதிப்புக்கு உள்ளானவர்களுக்குத்தான், அவர்களுடைய பேரக் குழந்தைகளுக்கு அல்ல; அதுபோல் தவறிழைத்தவர்கள்தான் இழப்பீடு தரவேண்டும்; அவர்களுடைய பேரப்பிள்ளைகள் அல்ல என்பதே அவர்களுடைய வாதம்.

கேட்பதற்கு நன்றாக இருக்கிறது. ஆனால் பல நாடுகளின் குணாதிசய மாக விளங்கும் தேசிய அடையாளம் மற்றும் பொறுப்புணர்வினை இது புறந்தள்ளுகிறது. வில்லி பிராண்ட் ஜெர்மனி அதிபராக இருந்தபோது, 1970-ல் வார்ஸா கெட்டோவில் (முதல் உலகப்போர் காலத்தில் நாஜிக்களின் கட்டுப்பாட்டில் இருந்த ஐரோப்பிய பகுதியில் யூதர்கள் மிக அதிகமாக இருந்த இடம்) மண்டியிட்டார். ஜெர்மனியின் கொலை வெறியாட்டத்துக்காக போலந்து நாட்டு யூதர்களிடம் மன்னிப்புக் கோரும் வகையில் அந்த நிகழ்வு அமைந்தது. போலந்தில் யூதர்கள் யாரும் இப்போது இருக்க வாய்ப்பில்லை. சோஷலிஸ்ட் என்ற முறையில் நாஜிக்களின் தொல்லைகளுக்கு ஆளான பிராண்ட் எந்தக் குற்றங் களுக்காக மன்னிப்புக் கேட்டாரோ அவற்றுடன் எந்த சம்பந்தமும் இல்லாதவரும்கூட. ஆனால் அவரது வரலாற்றுச் சிறப்பு மிக்க 'வார்ஸா மண்டியிடல்' மூலம், தான் வழிநடத்தும் ஜெர்மானிய மக்களுக்கு இருக்கும் தார்மிகப் பொறுப்பை அங்கீகரித்தார். எனவேதான் நான் நிதி உதவி என்பதைவிட பிராயச்சித்தம் என்பதையே பெரிதும் வலியுறுத்துகிறேன்.

பிராயச்சித்தம் என்பதையும் நிச்சயம் எல்லோரும் ஏற்றுக்கொள்ள மாட்டார்கள். வரலாற்று ஆசிரியர் ஜான் கீ நன்றாகச் சொன்னார்: 'நாடுகள் மற்றும் தனிநபர்களின் நடத்தைகள் எல்லாம் அந்தந்தக் காலநிலை களுக்கு ஏற்றாற்போல்தான் மதிப்பீடு செய்யப்பட முடியும். இன்றைய சட்ட விதிமுறைகளின்படி மதிப்பிட இயலாது. இல்லையென்றால் பண்டைய ரோமாபுரியில் கிறித்தவர்களை சிங்கங்களுக்கு இரையாக்கி யதற்காக நாம் அனைவரும் இன்றைய இத்தாலி அரசாங்கத்தின் மீது பாய வேண்டியிருக்கும்'. வேடிக்கையானது... ஆனால் நியாயமற்றவாதம்.

பிரிட்டிஷ் ராஜ்ஜியம் என்பது முடிந்துபோன பழைய வரலாறு அல்ல. அந்த அனுபவங்களுக்கு உள்ளாகி இன்றும் அதன் நினைவுகளுடன் இருப்பவர்கள் இன்றும் வாழ்ந்துகொண்டிருக்கிறார்கள். ஐ.நா. சபை மக்கள்தொகை பிரிவின் அண்மைக்கால ஆய்வறிக்கை ஒன்றின்படி 80 வயதுக்கு மேற்பட்ட இந்தியர்களின் எண்ணிக்கை 60 லட்சம். பிரிட்டிஷ் ஆட்சி என்பது அவர்களுடைய குழந்தைப் பருவத்தின் பிரிக்க முடியாத அங்கம். இந்த எண்ணிக்கையுடன், காலனி ஆட்சி கதைகளைக் கேட்டு வளர்ந்த, 50 மற்றும் 60 வயதுகளில் இருக்கும் அவர்களுடைய முதல் தலைமுறை வாரிசுகளையும் சேர்த்தால், பிரிட்டிஷ் ஆட்சிக்காலம் பற்றி நன்கு அறிந்த இந்தியர்களின் மொத்த எண்ணிக்கை இப்போது 10 கோடிக்கும் அதிகமாக இருக்கும்.

பிராயச்சித்தம் தாமதம் ஆகிக்கொண்டிருக்கிறது; ஆனால், அதிக தாமதம் ஆகவில்லை. ஒரு நூற்றாண்டுக்கு முன் ஜாலியன் வாலாபாக்கில் நடந்த மன்னிக்க முடியாத படுகொலை சம்பவத்துக்காக 2019-ல் அந்த இடத்தில் மண்டியிட்டு, தன் மக்களின் சார்பாக இந்தியர்களிடம் மன்னிப்புக் கோரும் மனம் ஒரு பிரிட்டிஷ் பிரதமருக்கு வாய்க்கும் என நம்புகிறேன்.

2013-ல் பிரதமர் டேவிட் கேமரூன் அந்தப் படுகொலையை 'மிக வெட்கக் கேடான சம்பவம்' என மென்மையாக வர்ணித்தது, என்னுடைய பார்வையில் மன்னிப்பு கேட்பது ஆகாது. 1997-ல் ராணி எலிசபெத்தும் அவருடைய கணவர் எடின்பரோ கோமகனும் அந்த இடத்துக்கு ஒரு சம்பிரதாய வருகை வந்து, சிறு வருத்தம்கூடத் தெரிவிக்காமல் பார்வையாளர் பதிவேட்டில் தமது கையொப்பங்களை மட்டும் இட்டுச் சென்றதும் அப்படித்தான்.

ஜாலியன் வாலாபாக் பயங்கரம் நிகழ்ந்து நூறாண்டுகள் ஆகிவிட்ட நிலையில் பிற்காலத்தில் வந்த எந்த ஒரு பிரிட்டன் பிரதமரும் அந்த அட்டூழியம் நடந்த காலத்தில் இல்லைதான். மேலும் 2019-ல் இருக்கும் பிரிட்டன் அரசும் நிச்சயமாக அந்த அவலத்துக்குப் பொறுப்பேற்க முடியாதுதான். ஆனால் அதை அனுமதித்த நாட்டின் அடையாளம் என்ற முறையில், தன்னுடைய நாட்டின் கடந்த கால பாவங்களுக்காக அதன் பிரதமர் பிராயச்சித்தம் மேற்கொள்ள முடியும். இதைத்தான் கனடா பிரதமர் ஜஸ்டின் ட்ரூடோ செய்தார். ஒரு நூற்றாண்டுக்கு முன் வான்கூவரில் 'கோமகதா மாரு' கப்பலில் இருந்து இந்தியர்களை இறங்க விடாமல் தடுத்து, அதன் மூலம் அவர்களில் பலரின் மரணத்துக்குக் காரணமாக இருந்த தன்னுடைய நாட்டு அதிகாரிகளின் நடவடிக்கை களுக்காக கனடா சார்பில் மன்னிப்புக் கோரினார். ட்ரூடோ, வில்லி பிராண்ட் ஆகியோரின் அந்த மகத்தான செயலின் எதிரொலியானது பிரிட்டனிலும் கேட்கவேண்டும்.

தொழிலாளர் தலைவர் ஜெரிமி கார்பின் யோசனை தெரிவித்ததுபோல், பிரிட்டன் பள்ளிக்கூடங்களில் காலனி ஆதிக்கத்தின் கொடுமைகள் குறித்து போதிப்பது பிரிட்டனின் மிகச் சிறந்த பிராயச்சித்தமாக இருக்கும். பிரிட்டன் பொதுமக்கள் அனைவரும், பிரிட்டிஷ் பேரரசின் நிஜங்கள் குறித்தும், காலனி குடிமக்களுக்கு அது என்ன மாதிரி இருந்தது என்பது பற்றியும் ஏதும் அறியாதிருப்பது வருந்தத்தக்கது. இன்று அங்கு பிரிட்டிஷ் ஏகாதிபத்தியம் குறித்த ஏக்கம் ஒன்று திரும்பி வந்திருப்பது போல் தோன்றுகிறது. 'இண்டியன் சம்மர்ஸ்' (Indian Summers) தொலைக்காட்சி தொடர் பெற்ற வெற்றி, 'தி ஃபார் பெவிலியன்ஸ்' (The Far Pavilions) மற்றும் 'தி ஜுவெல் இன் தி கிரவுன்' (The Jewel in the Crown) போன்ற, கடந்த கால ஆங்கில ஏக்கங்களின் அடிப்படையில் உருவான தயாரிப்புகளே இதற்கான உதாரணங்களாக இருக்கின்றன.

பிரிட்டன் வாழ் டச்சு எழுத்தாளர் அயான் பருமா கூறியதுபோல் அவை அனைத்தும் 'பிரமாண்டமான, மனதை உருக்கும், கடந்த காலப் பெருமிதங்கள் குறித்த ஆங்கிலேயக் கனவுகளை தற்கால, சின்னஞ்சிறு இங்கிலாந்தின் ஏக்கம் நிறைந்த மனங்களில் விதைக்கும் விதத்தில்' அமைந்திருந்தன. ஆங்கிலேயரின் அந்த ஏக்கங்கள் எல்லாம் காலனி குடிமக்களுக்கு எப்படிக் கொடூரக் கனவுகளாக மாறியிருந்தன என்பதை பிரிட்டன் பள்ளி மாணவர்கள் தெரிந்துகொண்டாகவேண்டும்.

வெறுமனே குற்றத்தை ஒப்புக்கொள்ளும் செயலாக நின்றுவிடாமல் வரலாற்றுப் பொறுப்பு குறித்த அழுத்தமான புரிதலோடு கூடிய தார்மிக ரீதியிலான பிராயச்சித்தமாக அதுவே அமையும்.

இந்தியாவில் பிறந்த பிரிட்டிஷ் எழுத்தாளரான சல்மான் ருஷ்டி சில ஆண்டுகளுக்கு முன் கூறியதையேதான் பருமா பிரதிபலித்தார்: 'தொடர் வீழ்ச்சி, அதிகரிக்கும் ஏழ்மை, உத்வேகம் இழந்த நிலை போன்ற தாட்சரிய இங்கிலாந்தினரின் பின்னடைவுகள் எல்லாம், தொலைந்து போன அந்த சாம்ராஜ்ஜிய கால பெருமிதங்கள் திரும்பக் கிடைக்காதா என்ற ஏக்கத்தை அவர்கள் மனதில் உருவாக்கிவிட்டிருக்கின்றன. ஏகாதிபத்திய சித்தாந்தத்தின் மறு அவதாரம், பிரிட்டிஷ் ராஜ்ஜியம் பற்றிய புனைகதைகளுக்குக் கிடைத்த புகழ் போன்றவை துண்டிக்கப்பட்ட உறுப்பு ஏற்படுத்தும் தவிர்க்கமுடியாத நினைவுகளை ஒருவர் மனதில் விதைக்கின்றன... இன்று, மணிமுடியில் இருக்கும் வைரம் வெறும் பளிங்குக்கல்தான்'.

இன்று தாட்சர் கால பிரிட்டன்கூட இல்லை. ஐரோப்பிய ஒன்றியத்தில் இருந்து இங்கிலாந்து வெளியேறிய பிறகு வரும் காலங்களில் நிலைமை அதைவிட மோசமாகிவிடலாம். அந்தக் கால பிரிட்டிஷ் ஏகாதிபத்தியம் மீதான ஏக்கத்தை காலனி ஆதிக்கத்துக்குப் பின் வந்திருக்கும் பொறுப்பின் மூலம் கட்டுக்குள் கொண்டுவரவேண்டிய தேவை முன்னெப்போதையும் விட இன்று மிக மிக அதிகமாக இருக்கிறது.

அதற்குப் பின் பிரிட்டிஷ் ஆட்சிக்கு இந்தியர்கள் உடந்தையாக இருந்த விவகாரம் இருக்கிறது. இந்திய கட்டுரையாளர் ஆகார் பட்டேல், 'இந்தியாவை பிரிட்டன் கையகப்படுத்துவதை இந்தியர்கள் எளிதாக்கியதுடன், அதை ஊக்குவிக்கவும் செய்தனர்' என்ற உண்மையை நம்மால் ஜீரணிக்கமுடியவில்லை என்று கூறினார். ஆங்கில ஆட்சியில், பெரும்பாலான முறைகேடுகளில் இல்லையென்றாலும், பலவற்றில் இந்தியர்கள் தீவிர கூட்டு வைத்துக் கொண்டிருந்தது உண்மைதான். இந்த நூலில் நான் அது பற்றியும் கூறியிருக்கிறேன். இந்திய அரசர்கள் விஷயத்தில் இது மிகவும் உண்மை. தங்களுடைய செல்வத்தையும் வசதிகளையும் காப்பாற்றிக் கொள்வதற்காக அவர்கள் ஆங்கிலேயருடன் ஒரு விநோத பேரம் செய்துகொண்டனர். அதற்காக தங்கள் கௌரவத்தையும் அடகு வைத்தனர்.

ஆங்கில மணிமுடிக்குத் தங்கள் விசுவாசத்தைக் காட்டிக் கொள்ள இந்த பெயரளவு 'ஆட்சியாளர்கள்' எல்லை கடந்து சென்றனர். இந்த வகையில், கிரிக்கெட் இளவரசர் ரஞ்சித்சிங்ஜி, முதல் உலகப்போர் நடந்தபோது தலைவிரித்தாடிய கொடிய பஞ்சத்துக்கு மத்தியில் பிரிட்டன் அரசு கருவூலத்துக்கு காணிக்கை செலுத்தத் தன்னுடைய விவசாயிகளைக் கட்டாயப்படுத்தினார். அதுமட்டுமல்லாமல், தனது மாகாணம் பஞ்சத்தில் பரிதவித்த சமயத்தில், அங்கு வந்த வைஸ்ராய்க்கு வரவேற்பு அளிக்க வாண வேடிக்கைகளுக்காக முழுதாக ஒரு மாத வருமானத்தையே

காலி செய்தார். இந்திய மேட்டுக்குடியினர் காலனி ஆட்சியுடன் எவ்வாறு சமரசம் செய்துகொண்டனர் என்பதற்கு இந்த சம்பவங்கள் முன்னுதாரணங்களாக விளங்குகின்றன.

ஆங்கிலேய ஏகாதிபத்தியத்தின் ஆதரவாளர்களாக வேறு சில இந்தியப் பிரபலங்களும் இருந்தனர். வங்காள அறிவுஜீவியும் வெளிப்படையான ஆங்கிலேய ஆதரவாளருமான நிராத் சி.சவுத்ரி அவர்களில் முக்கிய மானவர். அவர் தனது நூல்களில் வரிசையாக ஆங்கில ஏகாதிபத்தியத்தால் விளைந்த நன்மைகளைப் புகழ்ந்ததுடன், பிரிட்டிஷார் வெளியேறிய போது தனது ஆழ்ந்த வருத்தத்தையும் வெளிப்படுத்தினார் (இன்னும் சில பிரத்தியேக உதாரணங்களை இந்த நூலின் பிற்பகுதியில் நாம் விவாதிக்கலாம்). பல சாதாரண இந்தியர்களும் பிரிட்டிஷாருடன் இணக்கமாக இருந்தனர். இந்த விஷயத்தில் தங்களுக்கு ஒரு மாற்று வாய்ப்பு இருந்தது என்பதையே பலரும் உணர்ந்திருக்கவில்லை. ஆனால், கொள்ளையன் ஒருவன் உங்கள் வீட்டைச் சூறையாடி, உங்கள் பணம், நகைகளை எல்லாம் கொள்ளையடித்துச் சென்றிருக்கிறான் என்று வைத்துக்கொள்வோம். அந்த அத்துமீறலில் அவனுக்கு இருக்கும் பங்கு, பயத்தாலோ, பொருளாசையாலோ, கவர்ச்சியாலோ அல்லது வேறு நல்ல வழி தெரியாததாலோ அவனுக்குக் கதவை திறந்துவிட்ட அந்த வீட்டு வேலைக்காரனைவிட மிக மிக அதிகம் என்பதை ஒருவர் உணர வேண்டும்.

பிரிட்டிஷார் நமக்கு இழைத்த அநீதியை விவரிக்கும்போதும் எதிர்க்கும் போதும் நாட்டின் இன்றைய நிலைமையில் நமக்கு இருக்கும் பொறுப்பை ஒப்புக்கொள்ள மறுக்கிறோமா? நமது அனைத்துப் பின்னடைவுகளுக்கும் பிரிட்டிஷாரே முழுப்பொறுப்பு என மறைமுகமாகக் கூறுகிறோமா? நிச்சயம் இல்லை. வளர்ச்சிக்கும் முன்னேற்றத்துக்கும் வலுவான நிறுவன கட்டமைப்புகளும், விரிவான பொருளாதார கொள்கைகளுமே தேவை; கடந்த கால அநீதிகளைத் திரும்பத் திரும்ப உச்சாடனம் செய்வது அல்ல என்பதைச் சில எழுத்தாளர்கள் சுட்டிக்காட்டி இருக்கின்றனர். இதில் எனக்கு முழு சம்மதம் என்பதை ஆணித்தரமாகக் கூற விரும்புகிறேன். இன்று செய்ய வேண்டிய சரியான செயல்களுக்கான பொறுப்பில் இருந்து கை கழுவிக் கொள்ளும் நோக்கில் நான் வரலாறைப் பார்க்கவில்லை. அதைவிட, நம் தேசத்தின் இன்றைய நிலைக்கு எது காரணம் என்பதைப் புரிந்து கொள்ளவும், கடந்த காலத்தை அதனளவில் அப்படியே தெரிந்து கொள்வதற்காகவுமே கடந்த கால தவறுகளைப் புரிந்துகொள்ள விரும்புகிறேன்.

கடந்த காலம் என்பது எதிர்காலத்துக்கு வழிகாட்டியாக இருக்கவேண்டும் என்ற அவசியம் இல்லை. ஆனால் நிகழ்காலத்தைப் புரிந்துகொள்ள அது உதவுகிறது. நான் எப்போதும் எழுதி வந்திருப்பதுபோல் வரலாறின் அடிப்படையில் ஒருவர் பழிக்குப் பழி வாங்க முடியாது. வரலாறு என்பது தானே வஞ்சம் தீர்ப்பதாக இருக்கிறது.

இந்த நூல் பற்றி இறுதியாக ஓர் எச்சரிக்கை. நான் இங்கே கூறவிருக்கும் இந்தியாவில் பிரிட்டிஷாரின் ஆட்சி என்ற விஷயத்தில் சொல்லப்படும் 'இந்தியா' இப்போது இல்லை; மூன்று தனி நாடுகளாக பிரிந்துவிட்டது. நான் சொல்ல வரும் அநேக செய்திகள் இன்று சுதந்திர நாடுகளாக இருக்கும் பாகிஸ்தானுக்கும் வங்காளதேசத்துக்கும் கூடப் பொருந்தும். என்னுடைய வாதங்களுடன் உடன்படாத எந்த வெளிநாட்டினரையும் இணைத்துக் கொள்ளும் முயற்சி அல்ல இது. ஆனால் என்னுடைய பிரச்னை அவர்களுடையதும் ஆகிறது என்பதையும், அவர்கள் விரும்பினால் அதை அவர்கள் முன்னெடுக்கலாம் என்பதையும் தெரிவித்துக்கொள்ள விரும்புகிறேன்.

நான் 2016-ஆம் ஆண்டைச் சேர்ந்த இந்தியனாகவே இரண்டு நூற்றாண்டுகளுக்கு முந்தைய இந்தியாவைப் பற்றி எழுதுகிறேன். ஒரு காலத்தில் பிரிட்டிஷ் அரசால் மிகக் கொடூரமாக ஒடுக்கப்பட்ட மண்ணுடன் பூகோளரீதியிலும், தார்மீகரீதியிலும் தொடர்புடையவன் என்ற வகையில் இதை எழுதுகிறேன். இந்தியா என் நாடு. இந்த வகையில் என்னுடைய கோபம் முழுவதும் என் அகம் சார்ந்தது. ஆனால், வரலாற்றிடமிருந்து நான் எதையும் எதிர்பார்க்கவில்லை. அது பற்றிய தெளிவான புரிதலை மட்டுமே விரும்புகிறேன்.

நம் மீது எவ்விதத் தவறும் இல்லை என்பது போன்ற பொய்யான வாதங்களை இந்த நூல் முன் வைக்கவில்லை. அனைத்தும் அறிந்த மேதாவிலாசத்தையும் வெளிப்படுத்தவில்லை. என்னுடைய சில வாதங்களை மதிப்பிழக்கவும் வலுவிழக்கவும் செய்யும் வகையில் எனக்குத் தெரியாத உண்மைகள் இருக்கலாம். எனினும், உங்கள் கரங்களில் தவழும் இந்த நூல் எனது தேசத்தின் அண்மை இறந்த காலம் குறித்து நான் புரிந்துகொண்டவற்றின் சாராம்சத்தை விளக்குகிறது. விடுதலை அடைந்து 70-வது சுதந்திர தினத்தை நோக்கி நாடு சென்று கொண்டிருக்கும் நிலையில், 1947-ல் புதிய திருப்புமுனைக்கு நம்மைக் கொண்டு வந்தது எது என்பதையும், நாம் புனர்நிர்மாணம் செய்ய விரும்பும் இந்தியாவை வடிவமைக்க உதவிய சகாப்தம் எது என்பதையும் ஆராய்வது அர்த்தமுள்ளது. என்னைப் பொறுத்தவரை இந்த நூல் உருவாக அதுவே முதன்மைக் காரணம்.

இந்திய நாவலாசிரியர் அமிதவ் கோஷின் 'தி ஸீ ஆப் பாப்பீஸ்' (The Sea of Poppies) நாவலில் வரும் ஒரு பிரிட்டிஷ் கப்பல் கேப்டன், 'நாம் மனிதர்களைக் கொல்லும்போது ஓர் உயர்ந்த நோக்கத்துக்காக அதைச் செய்யவேண்டியிருக்கிறது என்று பாசாங்கு செய்துகொள்கிறோம். நன்மை செய்வது போன்ற அந்த நடிப்பை வரலாறு ஒருபோதும் மன்னிக்காது. இது சத்தியம்' என்று கூறுகிறான். எனக்குத்தான் எல்லாம் தெரியும் என வரலாறு சார்பாக எழுதுவதாக நான் சொல்லிக் கொள்ள முடியாது. ஆனால், ஓர் இந்தியன் என்ற முறையில் மறப்பதைக் காட்டிலும் மன்னிப்பது மிக எளிதாகத் தோன்றுகிறது.

ஒன்றாம் அத்தியாயம்

இந்தியாவைக் கொள்ளையடித்த கதை

டுரான்ட்டின் ஆவேசம் - ஒரு நிறுவனம் இந்தியாவைக் கைப்பற்றியது - கிழக்கிந்திய கம்பெனி - இந்தியத் தொழில்களை நசுக்குதல் - இந்திய ஜவுளித்துறையை அழித்தவிதம் - சுரண்டல், வரிகள், வைரங்கள் - கிளைவும் பிளாசி போரும் - நவாபுகள் - ஊழல் - வரி வசூல் மற்றும் வளங்களைச் சுரண்டுதல் - நிரந்தர குடியேற்றம் - பேரரசுக்கு இந்தியர்களின் ராணுவப் பங்களிப்பு - நௌரோஜியின் குற்றச்சாட்டு - கப்பல் போக்குவரத்தையும் கப்பல் கட்டுமானத் தொழிலையும் அழித்தல் - இந்திய எஃகுக் கொள்ளை - தொழிற்புரட்சியை இந்தியா தவறவிட்டது - ஸ்காட்லாந்தினரின் வளர்ச்சி

•

1930-ஆம் ஆண்டு. இளம் அமெரிக்க வரலாற்று ஆய்வாளரும் தத்துவஞானியுமான வில் டுரான்ட் முதன் முறையாக இந்தியக் கடற்கரையில் காலடி எடுத்துவைத்தார். பின்னாளில் 11 தொகுதிகள் கொண்ட மகத்தான படைப்பாக மாறிய 'நாகரிகத்தின் கதை' (The Story of Civilization) என்ற நூலை எழுதுவதற்காக அவர் உலகைச் சுற்றி நீண்ட பயணத்தை மேற்கொண்டிருந்தார். இந்தியா வந்த அவர் இங்கு பிரிட்டிஷார் 'பிரக்ஞைபூர்வமாக, திட்டமிட்டு ஏற்படுத்திய ரத்தக்களறிகள்' பற்றிப் படித்து, பார்த்து 'திகைப்பும், ஆத்திரமும்' அடைந்தார். பின் மனித குல நாகரிகம் தொடர்பான தனது ஆராய்ச்சியைச் சற்று ஒதுக்கிவைத்துவிட்டு 'உலக வரலாற்றிலேயே மாபெரும் குற்றமான' பிரிட்டிஷாரின் செயல்பாடுகளுக்கு பகிரங்க கண்டனம் தெரிவித்து உணர்ச்சிகரமான புத்தகம் ஒன்றை எழுதினார். அவருடைய 'இந்தியாவின் நியாயம்' (The Case for India) ஆழமான பரிவையும் அளவுகடந்த கோபத்தையும் வெளிப்படுத்தும் அற்புதமான படைப்பிலக்கியமாக இருக்கிறது. அத்துடன் இந்தியாவில் பிரிட்டிஷார் மேற்கொண்ட வெட்கக்கேடான சுய நலம் மிகுந்த செயல்களுக்கு அவர்கள் முன்வைத்த அனைத்து நியாயப்படுத்தல்களையும் அந்த நூலில் கிழித்துத் தொங்கவிட்டிருக்கிறார்.

டுரான்ட் எழுதியது:

> இந்தியாவை பிரிட்டிஷார் கைப்பற்றியதென்பது ஓர் உயர்ந்த நாகரிகத்தின் மீது ஒரு வணிக நிறுவனம் (பிரிட்டிஷ் கிழக்கிந்திய கம்பெனி) படையெடுத்து அழித்த நிகழ்வுதான். எவ்வித நீதி நெறியுமின்றி, கலை மீதான கவலையின்றி, கொள்ளை லாபம் மீதான

பேராசையுடன், தற்காலிகமாக ஒழுங்கற்று, நிராதரவாக இருக்கும் ஒரு நாட்டை பீரங்கி மற்றும் வாள் கொண்டு அடக்கி, லஞ்சம் கொடுத்து, கொலை செய்து, ஆக்கிரமித்து, திருடி அந்தச் சட்டவிரோத நடவடிக்கைகளைத் தொடங்கினர். ஈவு, இரக்கமற்ற அந்த 'சட்டப்பூர்வ கொள்ளை' தொடங்கி இப்போது (1930) முழுதாக 173 ஆண்டுகள் ஆகிவிட்டன.

ஒரு நிறுவனம் இந்தியாவைக் கைப்பற்றியது

முகலாயப் பேரரசு வீழ்ந்த சமயம். பதினெட்டாம் நூற்றாண்டில் இந்தியா முழுவதும் எண்ணற்ற சமஸ்தானங்களுக்கு இடையில் அதிகாரப் போர்கள் நடந்து கொண்டிருந்தன. இதையும், முகலாயரின் வீழ்ச்சியை யும் தனக்கு சாதகமாகப் பயன்படுத்திக்கொண்டு தமது நெறி பிறழ்ந்த துவேஷத்துடன் பீரங்கிகளைப் பிரயோகித்து பரந்து விரிந்த தேசத்தை பிரிட்டிஷார் அடிபணியச் செய்தனர். ஒரு குறிப்பிட்ட தொகை கொடுத்து நவாபுகளையும் மகாராஜாக்களையும் இடம் பெயர்த்தனர். அவர்களுடைய கஜானாக்களை விருப்பம்போல் காலி செய்தனர். பல்வேறு வழிகளில் (வாரிசு இல்லாமல் ஓர் ஆட்சியாளர் இறக்கும் பட்சத்தில் புதிய அரசரை நியமித்துக்கொள்ளும் உரிமையைப் பறிக்கும் நோக்கில் வாரிசு நியமன உரிமை பறிப்புக் கொள்கை-1840 உள்பட) அவர்களுடைய மாகாணங்களைக் கைப்பற்றினர்.

பல தலைமுறைகளாக உழுது வந்த நிலங்களை விவசாயிகளிடம் இருந்து பறித்துக்கொண்டனர். இன்று உதகமண்டலம் என அழைக்கப்படும் ஊட்டி மலைவாசஸ்தலத்தை (அப்போது 'ஒட்டக்கமன்ட்') நிறுவிய பெருமையை பெற்ற கிழக்கிந்திய கம்பெனி அதிகாரி ஜான் சல்லிவான், ஒவ்வொன்றாக உள்நாட்டு மாகாணங்கள் கவரப்பட்டு வந்த நிலையில் 1840-களில் இவ்வாறு கூறினார்:

'சிறிய அரசுகள் மறைகின்றன. அவர்களுடைய வர்த்தகம் வலுவிழக்கிறது. அவர்களுடைய தலைநகர் அழிகிறது. மக்கள் ஏழ்மை நிலைக்குத் தள்ளப்பட்டுள்ளனர். ஆங்கிலேயர் செழிக்கின்றனர். கங்கைக் கரையில் இருக்கும் வளங்களை எல்லாம் உறிஞ்சி தேம்ஸ் நதிக்கரையில் பிழிந்துவிடும் பஞ்சைப்போல் அவர்கள் செயல்படுகின்றனர்'.

பிரிட்டிஷார் கைப்பற்றிய இந்தியா கற்கால பிரதேசமோ தரிசு நிலமோ அல்ல. மத்திய கால உலகத்தின் ஜொலிக்கும் ஆபரணமாக அது இருந்தது. பரந்து விரிந்த, பல்வேறு தொழில்களால் உருவாக்கப்பட்ட செல்வங்களான அதன் கொடைகளையும் வளங்களையும் பற்றி யார்க்ஷயரில் பிறந்த அமெரிக்க யூனிட்டேரியன் மந்திரியான ஜே.டி. சந்தர்லாண்டு மிகத் தெளிவாக விவரித்தார்:

நாகரிக உலகுக்குத் தெரிந்த ஒவ்வொரு உற்பத்தி பொருள் அல்லது தயாரிப்புகள் அனைத்தும் நீண்ட காலமாகவே இந்தியாவில் தயாரிக்கப் பட்டு வந்திருக்கின்றன. அழகுக்காகவும் உபயோகத்துக்காகவும் புகழப்படும் அந்த பொருள்கள் மனித மூளையாலும், கரங்களாலும் இந்தியாவில் தயாரிக்கப்பட்டுவந்துள்ளன. ஆசியா, ஐரோப்பாவில் இருக்கும் எந்த ஒரு நாட்டையும்விட தொழில்களிலும் உற்பத்தியிலும் இந்திய மிகச் சிறந்த நாடாக இருந்தது. இந்தியாவின் ஜவுளித் தயாரிப்புகள் - கைத்தறிகள் மூலம் நெய்த பருத்தி, கம்பளி, லினன் மற்றும் பட்டு ஆடைகள் நாகரிக உலகத்தில் மிக பிரபலமாக இருந்தன. அதுபோல் இந்தியாவின் எழில் மிகுந்த ஆபரணங்கள், அழகுற அறுத்த விலை மதிப்பற்ற நவரத்னக் கற்கள், மண்பாண்டங்கள், பீங்கான் பாண்டங்கள், செராமிக் பொருள்கள், விதவிதமான, தரமான, பல வண்ண அழகு தரை-சுவர் ஓடுகள், இரும்பு, உருக்கு, வெள்ளி மற்றும் தங்கத்தால் ஆன கலைப்பொருட்கள் உலகப் புகழ் பெற்றிருந்தன.

உலகின் எந்த ஒரு எழிலுக்கும் நிகரான அபாரமான கட்டடக் கலையை இந்தியா கொண்டிருந்தது. அதனிடம் பெரும் பொறியியல் வேலைப் பாடுகள் இருந்தன. பெரிய வியாபாரிகள், பெரு வணிகர்கள், பெரும் வங்கியாளர்கள், நிதியாளர்கள் இருந்தனர். இந்தியா அப்போது கப்பல் கட்டுமானத்தில் தலைசிறந்து விளங்கியதோடு மட்டுமல்லாமல், நிலம், நீர் வழியாக அன்றைய நாகரிக உலகைச் சேர்ந்த அனைத்து நாடுகளுடனும் வணிகமும் வர்த்தகமும் புரிந்து வந்தது. பிரிட்டிஷார் முதன் முதலில் வந்திறங்கியபோது அவர்கள் கண்ட இந்தியா அப்படித்தான் இருந்தது.

பிரிட்டானிய பொருளாதார, வரலாற்று ஆய்வாளரான ஆங்கஸ் மேடிசன் சுட்டிக்காட்டியதுபோல், 18-ஆம் நூற்றாண்டின் தொடக்கத்தில் உலக பொருளாதாரத்தில் இந்தியாவின் பங்கு 23 சதவிகிதமாக இருந்தது. அது அன்றைய மொத்த ஐரோப்பாவின் பொருளாதார பலத்துக்கு நிகரானது (1700-ல் இந்திய பொருளாதாரம் உலகில் 27 சதவிகித பங்கினைக் கொண்டிருந்தது. முகலாய மன்னர் ஔரங்கசீப்பின் கஜானாவுக்கு வரி வருவாயாக மட்டும் 10 கோடி பவுண்டு வந்த சமயம் அது). ஆங்கிலேயர் வெளியேறியபோது உலகப் பொருளாதாரத்தில் இந்தியாவின் பங்கு ஏறக்குறைய 3 சதவிகிதமாகச் சரிந்திருந்தது. காரணம் எளிது: பிரிட்டனின் ஆதாயத்துக்காகத்தான் இந்தியா ஆளப்பட்டது. 200 ஆண்டுகள் பிரிட்டன் கண்ட வளர்ச்சிக்கான நிதி உதவிகள் அனைத்தும் இந்தியாவில் அடித்த கொள்ளைகள் மூலம்தான் கிடைத்தன.

எல்லாமே கிழக்கிந்திய கம்பெனியிடம் இருந்துதான் தொடங்கியது. பட்டு, நறுமணப் பொருட்கள், பிற லாபகரமான இந்திய விளைபொருள் கள் மீது வர்த்தகம் நடத்த, 1600-ல் ராணி முதலாம் எலிசபெத் வழங்கிய அரசுப் பட்டயம் ஒன்றின் மூலம் அந்த கம்பெனி நிறுப்பட்டது. வர்த்தகத்தின் அடுத்தகட்ட முன்னேற்றமாக கிழக்கிந்திய கம்பெனி

நீண்ட இந்திய கடற்கரையில் கண்காணிப்பு மையங்கள் அல்லது 'தொழிற்சாலை'களை நிறுவின. குறிப்பாக கல்கத்தா, மெட்ராஸ், பம்பாயில் அவை அமைக்கப்பட்டன. அடுத்து தன்னுடைய வளாகங்கள், ஊழியர்கள், வர்த்தகம் ஆகியவற்றைப் பாதுகாக்கப் போர் நடவடிக்கை களை மேற்கொள்ள வேண்டிய தேவை எழுந்தது.

அப்படியாக, தொடர் போர்களால் சீரழிந்து கொண்டிருந்த ஒரு மண்ணில் தன் படைபலத்தைப் பெருக்கிக்கொண்டது. கிழக்கிந்திய கம்பெனி தன்னுடைய நோக்கங்களை நிறைவேற்றும் நோக்கில் 'போர் தொடுத்துக் கொள்ளும் உரிமை'யையும் பிரிட்டிஷ் அரசுப் பட்டயம் அளித்திருந்தது. ஆக, ஒரு வணிகச் செயல்பாடு வெகு விரைவில் நாடு பிடிக்கும் நடவடிக்கையாக மாறியது. வர்த்தக நிலையங்கள் கோட்டைகளாக மாறின. வணிகர்கள் இடத்துக்கு ராணுவத்தினர் வந்தனர்.

முதல் பிரிட்டிஷ் வணிக முகவரான வில்லியம் ஹாக்கின்ஸ் தனக்கு உரிய மரியாதை கிடைக்காததுபோல் உணர்ந்தார். அன்றைய இந்திய மன்னர் அவரை எள்ளி நகையாடினார். அவரது சொத்துகள் வெறுத்து ஒதுக்கப் பட்டன. முதல் பிரிட்டன் தூதரான சர் தாமஸ் ரோ, 1615-ல், முகலாய பேரரசர் ஜஹாங்கீரின் அரசவையில், வர்த்தக அனுமதி கேட்டு அதற்கான சான்றுகளைச் சமர்ப்பித்தபோது, அந்த ஆங்கிலேயர் இந்த உலகின் சர்வ வல்லமை படைத்த ஒரு மன்னரின் காலடியில் கூழைக்கும்பிடு போடுபவராகத்தான் இருந்தார். அந்தக் கால முகலாயப் பேரரசு மேற்கே காபூல் முதல் கிழக்கே வங்காளத்தின் கடைக்கோடி வரையிலும், வடக்கே காஷ்மீரில் இருந்து தெற்கே கர்நாடகம் வரையிலும் பரந்து விரிந்திருந்தது.

ஆனால், அதன் பிறகு 150 ஆண்டுகளுக்குள், பாரசீக மன்னர் நாதிர் ஷா 1739-ல் டெல்லியைத் தாக்கி, அதன் செல்வங்களைச் சூறையாடியபோது முகலாய சாம்ராஜ்யம் சரிந்து விழுந்தது. அப்போது முகலாயத் தலைநகர் சூறையாடப்பட்டு, எட்டு வாரங்களுக்கு மேல் தீப்பற்றி எரிந்தது. அரசு கஜானாவில் இருந்த அனைத்தும் வழித்து எடுக்கப்பட்டதுடன், பேரரசரின் அரிய மயில் சிம்மாசனமும், 50 கோடி ரூபாய் மதிப்புள்ள தங்கம், வெள்ளி, ஆபரணங்கள் மற்றும் கலைப்பொக்கிஷங்களும் கொள்ளையடிக்கப்பட்டன. யானைகளும் குதிரைகளும் ஓட்டிச் செல்லப் பட்டன. தெருக்களில் 50,000 பிணங்கள் அநாதையாகச் சிதறிக் கிடந்தன. நாதிர் ஷாவும் அவரது படைகளும் பாரசீகத்துக்குத் திரும்பிய பிறகு, அடுத்த மூன்று ஆண்டுகளுக்கு அந்த நாட்டில் அனைத்து வரிகளும் ரத்து செய்யப்பட்டதாகவும், அந்த அளவுக்குச் செல்வங்களைக் கொள்ளை யடித்துச் சென்றிருந்தனர் என்றும் ஒரு குறிப்பு தெரிவிக்கிறது.

அதன் பிறகு உருவான குழப்பங்களுக்கு இடையில் சமஸ்தான சத்ரபதிகள் தங்கள் பகுதியில் தமது செல்வாக்கை மீட்டெடுத்துக்கொண்டிருந்தனர். மேலும் முகலாயர்களின் பிரதான எதிரிகள் (குறிப்பாக, மராட்டியர்கள்)

டெல்லியில் உள்ள முகலாய மன்னருக்குப் பெயரளவில் விசுவாசம் காட்டிக்கொண்டு, பலர் தம்மைத் தாமே மகராஜாக்கள் என்றும், நவாபுகள் என்றும் அழைத்துக் கொண்டு தங்களுடைய அதிகாரத்தை நிலைநாட்டிக் கொண்டிருந்தனர். 1757-ல், பின்னாளில் லார்ட் கிளைவ் என்றழைக்கப்பட்ட ராபர்ட் கிளைவின் தலைமையின் கீழ் கிழக்கிந்திய கம்பெனி பிளாசியில், ஆளும் வங்காள நவாப் சிராஜ்-உத்-தவ்லாவை வீழ்த்தி வரலாற்றுச் சிறப்பு மிக்க வெற்றியைப் பெற்றது.

நவீன பீரங்கிகள், அதற்கும் மேலாக மோசமான தந்திரங்கள், நவாபின் நெருங்கிய சகாக்களுள் ஒருவராக இருந்து துரோகியாக மாறிய மிர் ஜாஃபர் செய்த உதவிகள் அந்த வெற்றியின் பின்னணியில் இருந்தன. கிழக்கிந்திய கம்பெனி அதற்குக் கைமாறாக அவரையே நவாபின் அரியணையில் அமர்த்தியது. அதே சமயம் வங்காளத்தின் மீதான உண்மையான அதிகாரத்தை ஆங்கிலேயர் பெற்றனர். உடனடியாக கிளைவ் அங்கு கொள்ளை அடித்த 25 லட்சம் பவுண்டை இங்கிலாந்தில் இருந்த கம்பெனி கஜானாவில் சேர்த்தார் (நவாபின் கஜானாவில் இருந்த மொத்த செல்வங்களின் இன்றைய பணமதிப்பு 25 கோடி பவுண்டு).

பலவீனமான இளம் முகலாயப் பேரரசர் இரண்டாம் ஷா அலாம் 1765 ஆகஸ்டு மாதத்தில் வலுக்கட்டாயமாக ஆணை ஒன்றைப் பிறப்பிக்க நிர்பந்திக்கப்பட்டார். அதன் மூலம் வங்காளம், பிஹார், ஒரிசா ஆகிய இடங்களில் இருந்த அவருடைய சொந்த வருவாய் அதிகாரிகளின் இடங்களில் ஆங்கிலேயர் நியமிக்கப்பட்டனர். தன்னகத்தே சொந்த ராணுவத்தையும், தலைவணங்கும் மன்னர்களையும் பெற்றிருந்த பன்னாட்டு நிறுவனம் ஒன்று இப்போது அதிகாரப்பூர்வ வரி வசூல் நிலையமாக மாறியது. இந்தியா இனி ஒருபோதும் பழைய நிலைக்குத் திரும்ப முடியாது.

பிளாசிப் போருக்குப் பின் நூறு ஆண்டுகள் கழிந்த நிலையில், 19-ஆம் நூற்றாண்டின் தொடக்கத்தில், கிழக்கிந்திய கம்பெனி 2,60,000 படை வீரர்களை வைத்திருந்தது. அத்துடன் பிரிட்டன் அரசாங்கம் மற்றும் நாடாளுமன்றத்தின் ஆதரவுடன் (பிரிட்டன் நாடாளுமன்ற உறுப்பினர் களில் பலர் கிழக்கிந்திய கம்பெனியின் பங்குதாரர்களாகவே இருந்தனர்) இந்தியாவின் பெரும்பான்மைப் பகுதிகளைத் தனது கட்டுப்பாட்டின் கீழ் கொண்டு வந்திருந்தது. அதுவரை சுதந்திரமாக இருந்த அல்லது தன்னாட்சி அதிகாரம் கொண்டிருந்த பல மாகாணங்களை வென்று, தன்னோடு இணைத்துக்கொண்டது. பின் லண்டன் வரிசையாக நியமித்த மேட்டுக்குடி கவர்னர் ஜெனரல்கள் மூலம் தன் நிர்வாக அதிகாரத்தை பிரயோகித்தது. நாட்டின் வர்த்தகத்தை நெறிப்படுத்துதல், வரி வசூலித்தல், இந்திய வாழ்க்கைமுறையின் அனைத்து அம்சங்களையும் நசுக்குதல் என தன் ஆதிக்கத்தைச் செலுத்தத் தொடங்கியது.

1803-ல் கம்பெனி படைகள் டெல்லிக்குள் புகுந்தன. அங்கே வயது முதிர்ந்த முகலாய பேரரசர் அரசக் குடையின் கீழ் அஞ்சி நடுங்கியபடி

இருந்தார். டல்ஹௌஸி பிரபு 1847-ல் கவர்னர் ஜெனரலாகப் பொறுப் பேற்று எட்டு ஆண்டுகளில் இந்திய ஆட்சியாளர்களின் வசம் இருந்த 10 லட்சம் சதுர மைல் நிலப்பரப்பின் கால் பகுதியை இணைத்துக் கொண்டார். ஆங்கிலேயருக்கு எதிராக 1857-ல் வெளிப்படையான கிளர்ச்சி ஒன்று வெடித்தது. அதனால் அடுத்த ஆண்டிலேயே இங்கிலாந்து அரசு, கிழக்கிந்திய கம்பெனி பிடித்து வைத்திருந்த பகுதிகளின் நிர்வாக அதிகாரத்தைத் தன்வசம் எடுத்துக்கொண்டது. அதுவரையில் கிழக்கிந்திய கம்பெனிதான் 20 கோடி மக்களின் தலைவிதியை தீர்மானித்துக் கொண்டிருந்தது.

இந்தியர்களின் சமூக, பொருளாதார, அரசியல் வாழ்க்கையை முடிவு செய்வது, சமுதாயம் மற்றும் கல்வி முறைகள் மறுவடிவமைப்பு, ரயில்வே அறிமுகம், பிரிட்டனின் தொழிற்புரட்சிக்கு நிதி உதவி போன்ற வற்றின் மூலம் அதனை செய்து கொண்டிருந்தது. பிரமிக்கத்தக்க, ஈடு இணையற்ற உதாரணமாக இருந்த அதனைப் பின்னாளில், 1970-களில் மார்க்சிஸ்ட்டுகள், 'பன்னாட்டு நிறுவனத்தினரால், பன்னாட்டு நிறுவனத்தின் நலனுக்காக, பன்னாட்டு நிறுவனம் மூலமாக உருவாக்கப் பட்ட ஆட்சி' என மிகுந்த மனவேதனையுடன் குறிப்பிட்டனர்.

கிழக்கிந்திய கம்பெனியின் இயக்குனர்களை 'உயர்ந்த, வலிமையான, மேன்மக்களிலும் மேலான, புகழ்மிக்க போர் வீரர்களின் தளபதியாகவும், நமது விசுவாச ஊழியர்களாகவும், உண்மை நலன் விரும்பிகளாகவும்' வர்ணித்து எல்லாவிதத்திலும் கிழக்கிந்திய கம்பெனி நமது முகலாய அரசின் சலுகைகளுக்குத் தகுதி படைத்தது என முகலாய பேரரசரின் அரச சாசனம் குறிப்பிட்டது. என்றாலும் கண்ணை மூடிக்கொண்டு கையொப்பம் இடுவதைத் தவிர வேறு எந்த அரசுச் சலுகையையும் பிரிட்டிஷார் இந்திய மன்னர்களிடமிருந்து எதிர்பார்க்கவில்லை. இரண்டாம் ஷா ஆலம், அவரது வாரிசுகள் எல்லாரும் கம்பெனியின் கெடுபிடிகளைச் சகித்துக்கொண்டு வாழ்ந்தனர். மொத்தத்தில் அவர்கள் சிறைக்கைதிகளாகவும் ஓய்வூதியதாரர்களாகவும் இருந்தனர்.

வரலாற்றாசிரியர் வில்லியம் டால்ரிம்ப்பிள், 1765-ல் நாராயண் சிங் எனும் ஒரு முகலாய அரச அதிகாரி, 'காலைக்கடன் முடித்துவிட்டுக் கால் கழுவக்கூடத் தெரியாத சொற்ப பிரிட்டிஷ் வர்த்தகர்களின் உத்தரவுக்குக் கீழ்படியவேண்டிய நிலை வந்த பிறகு என்ன கௌரவம் எங்களுக்கு மிஞ்சி இருக்கிறது?' என்று வருந்திக் கூறியதை மேற்கோள்காட்டி இருக்கிறார். ஆனால் 'கௌரவம்' என்பது அவருடைய பேரரசரின் 'விசுவாச ஊழியர்கள் மற்றும் உண்மை நலன் விரும்பிகளுக்கு' பொருந்தாத ஒன்றாகவே இருந்தது. கிழக்கிந்திய கம்பெனி இந்திய நிர்வாகத்தை ஒரு தொழிலாக நடத்தியது. இந்தவகையில் எல்லா நிறுவனங்களையும்போல அதற்கும் ஒரே ஒரு பிரதான குறிக்கோள்தான் இருந்தது. லண்டனில் இருந்த முதலாளிப் பிரபுக்களும் அதையே விரும்பினர்: கொள்ளை லாபம்!

இந்தியத் தொழில்களை நசுக்குதல்: வரி விதிப்பு, ஊழல், 'நவாபுகள்'

பிரிட்டன் அரசாங்கம் கிழக்கிந்தியக் கம்பெனிக்குப் பலவகைகளில் உதவியது. ராணுவம் மற்றும் கப்பற்படையைக் கொடுத்தது. கம்பெனிக்கு ஆதரவான சட்டங்களை இயற்றியது. பல நேரங்களில் கம்பெனி பங்குதாரர்களாக இருந்த நாடாளுமன்ற உறுப்பினர்களின் தூண்டுதலின் பேரில் அவை உருவாக்கப்பட்டன. இங்கிலாந்து வங்கியில் தாராளக் கடன் வசதி தரப்பட்டது. உள்நாட்டு எதிர்ப்பு மற்றும் ஃபிரெஞ்சு, டச்சுக்காரர்கள் போன்ற பிற அந்நியப் போட்டியாளர்களைச் சமாளிக்கும் வகையில் சாதகமான வெளியுறவுக் கொள்கை போன்றவை உருவாக்கித் தரப்பட்டது. ஆனால் அந்த கம்பெனியின் முக்கிய நோக்கம் பொருள் குவிப்பை ஆதாரமாகக் கொண்டிருந்ததால், இந்தியாவுக்கும் சரி, இங்கிலாந்துக்கும் சரி அதன் ஆட்சியின் விளைவுகள் அதனடிப் படையில்தான் இருந்தன.

பிரிட்டனின் தொழிற்புரட்சி என்பது இந்தியாவில் செழித்து வளர்ந்து கொண்டிருந்த உற்பத்தித் தொழில்களின் அழிவின் மூலம் நிர்மாணிக்கப் பட்டது. இந்திய ஜவுளித் தொழில் அதற்கான ஓர் அவல நினைவுச் சின்னமாகவே இருக்கிறது. ஆங்கிலேயர் திட்டமிட்டு இந்திய ஜவுளி உற்பத்தி மற்றும் ஏற்றுமதியை அழித்தனர். இந்திய ஜவுளியின் இடத்தில் இங்கிலாந்தில் தயாரான ஜவுளிகளை கொண்டுவந்தனர். இதில் வேடிக்கை என்னவென்றால், இந்திய பருத்தியைக் கைப்பற்றிக்கொண்டு சென்று, முழுமை அடைந்த உடைகளாகத் திரும்பவும் இந்தியாவுக்கு இறக்குமதி செய்தனர். உலகின் மற்ற பகுதிகளுக்கும் ஏற்றுமதி செய்தனர். கத்தியால் குத்திவிட்டு அந்த இடத்தில் உப்பைத் தேய்ப்பது போன்ற இரட்டைக்கொடுமை.

இந்திய ஜவுளியால் எழுந்த போட்டியை பிரிட்டிஷார் ஒழித்தது நவீன உலகின் முதல் பெரும் தொழில் சிதைவுக்கு இட்டுச் சென்றது. அதற்கு முன் இந்தியக் கைத்தறித் துணிகளுக்கு இங்கிலாந்தில் அதிகக் கிராக்கி இருந்தது. எனவே, *1613*-ல், தென்னிந்தியத் துறைமுக நகரமும் கலம்கரி ஜவுளிக்குப் புகழ் பெற்றதுமான மசூலிப்பட்டினத்தில் கிழக்கிந்திய கம்பெனி தனது முதல் தொழிற்சாலையை நிறுவியது தற்செயலானது அல்ல. வங்காளத்தைச் சேர்ந்த நெசவாளர்கள் பல நூற்றாண்டுகளாக உலகம் அதிகம் விரும்பிய சில ஜவுளி ரகங்களைத் தயாரித்து அளித்திருக்கின்றனர். குறிப்பாக 'காற்றால் நெய்தது' போன்ற, லேசான, சன்னமான மஸ்லின்கள் ஐரோப்பியர்களால் பெரிதும் போற்றப்பட்டன.

பதினெட்டாம் நூற்றாண்டின் இடைப்பகுதி வரையிலும்கூட வங்காளத்தின் ஜவுளிகள் எகிப்து, துருக்கி, மேற்கில் பாரசீகம், ஜாவா, கிழக்கில் சீனா, ஜப்பான் ஆகிய நாடுகளுக்கும், ஐரோப்பாவுக்கும் நன்கு நிலைபெற்ற வர்த்தக வழித்தடங்கள் வாயிலாக ஏற்றுமதியாகிக் கொண்டிருந்தன. *1750*-களில் வங்காளத்தின் ஜவுளி ஏற்றுமதியின் மதிப்பு

மட்டும் ஆண்டுக்கு 1.60 கோடி ரூபாயாக இருந்தது. இதில், இந்தியாவில் இருந்த ஐரோப்பிய வியாபாரிகள் 50-60 லட்சம் ரூபாய் மதிப்புக்கு ஏற்றுமதி செய்து வந்தனர் (அன்றைய பணமாற்று மதிப்பின்படி இந்த தொகை 20 லட்சம் பவுண்டுக்கு இணையானது. வாரத்துக்கு ஒரு பவுண்டு ஈட்டுபவன் பெரும் பணக்காரனாக கருதப்பட்ட ஒரு காலகட்டத்தில் இது எவ்வளவு பெரிய தொகை என்பதைக் கூற வேண்டிய அவசியமில்லை).

அத்துடன், 1753 வரை வங்காளத்தின் பட்டு ஏற்றுமதி மட்டும் ஆண்டுக்கு 65 லட்சம் ரூபாய் அளவுக்கு இருந்தது. அதற்குப் பின் வந்த காலங்களில் அது 50 லட்சம் ரூபாயாகக் குறைந்து போனது. 1757 வரையிலான ஒரு நூறாண்டு காலத்தில் பிரிட்டிஷார் வெறும் வணிகர்களாகத்தான் இருந்தனர்; ஆட்சியாளர்களாக அல்ல. அந்த நிலையில் அவர்களுடைய தேவை காரணமாக வங்காளத்தில் பட்டு மற்றும் ஜவுளி உற்பத்தி 33 சதவிகிதம் அதிகரித்ததாக ம்திப்பீடு செய்யப்பட்டுள்ளது. எனவே, இந்திய ஜவுளித் தொழில் மகத்தான படைப்பாற்றல், புதுமை மற்றும் பெரும் உற்பத்தித் திறன் கொண்டதாக உருவெடுத்தது. ஏற்றுமதி செழித்தது. ஆனால் பிரிட்டிஷ் வர்த்தகர்கள் ஆட்சி அதிகாரத்தைக் கைப்பற்றியபோது அனைத்தும் தலைகீழாக மாறியது.

ஒரே வார்த்தையில் சொல்லவேண்டுமானால் ஆட்சி அதிகாரம் கைக்கு வந்தபோது பிரிட்டிஷார் ஈவு இரக்கமற்றவர்களாக இருந்தனர். ஜவுளி மற்றும் பட்டுத் துணிகளுக்கு பிரிட்டனில் இருந்து கொண்டுவந்த பவுண்டுகளில் பணம் கொடுப்பதை நிறுத்திவிட்டு, வங்காளத்தில் சுரண்டிய வருமானத்தில் இருந்து பணம் கொடுக்க ஆரம்பித்தனர். அதனால் விலைகளை வீழச் செய்தனர். மற்ற வெளிநாட்டு இறக்கு மதியாளர்களையும் கசக்கிப் பிழிந்து ஒற்றை நிறுவன ஆதிக்கத்தை நிலை நாட்டினர். இந்திய ஜவுளிக்கான ஏற்றுமதிச் சந்தைகளைத் துண்டித்து, அதன் மூலம் இந்தியாவின் நீண்ட கால சுதந்திர வர்த்தக இணைப்பு களுக்கு இடையூறு ஏற்படுத்தினர்.

பிரிட்டனின் உற்பத்தி வளரத் தொடங்க, அவர்கள் இன்னும் மேலே சென்றனர். இந்திய ஜவுளி மிகவும் விலை மலிவாக இருந்த காலம் அது. அதனால் பிரிட்டன் ஆடைத் தயாரிப்பாளர்கள் போட்டியிட இயலாமல் இருந்தது. எனவே அவர்கள் இந்திய ஜவுளியை ஒழிக்க விரும்பினர். கிழக்கிந்திய கம்பெனியின் படை வீரர்கள் அந்த உத்தரவைச் சிரமேற் கொண்டு நடத்தினர். வங்காள நெசவாளர்களின் தறிகளை அடித்து நொறுக்கினர். நெசவாளர்களின் கட்டை விரல்கள் முறிக்கப்பட்டதாகவும் சமகாலக் குறிப்பு ஒன்று கூறுகிறது. இது உறுதிப்படுத்தப்படாத தகவல் என்றாலும் பரவலாக நம்பப்பட்டதாக இருந்தது.

கொடூர அழிப்பு நடவடிக்கைகள் மட்டுமல்ல; இந்திய ஜவுளி உயிர் பிழைக்க வாய்ப்பு உள்ள இடங்களில் எல்லாம் 70 முதல் 80 சதவிகிதம் வரை வரிகள், உபரிக் கட்டணங்கள் விதிக்கும் நவீன உத்திகளும் இருந்தன. அதனால் பிரிட்டனுக்கு இந்திய ஜவுளி ஏற்றுமதி

சாத்தியமில்லாது போனது. இதற்கிடையே, புதிய நவீன ஆலைகளில் தயாரான பிரிட்டனின் மலிவான ஜவுளி ரகங்கள் இந்திய சந்தையில் பொதி, பொதியாய் வந்து குவிந்தன. சொற்பக் கூலி வாங்கும் வங்காள நெசவாளர்கள் நெய்யும் துணிகளைவிட அவை விலை மலிவாக இருந்தன. அதேநேரம் இந்தியர்கள் பதிலடியாக பிரிட்டன் சரக்குகளுக்குக் கட்டணம் விதிப்பதற்கு வாய்ப்பில்லாமல் இருந்தது. ஏனென்றால், அரசாங்கத்தையும் துறைமுகங்களையும் பிரிட்டிஷாரே கட்டுப்படுத்தினர். அத்துடன் தங்களுடைய வசதிக்கு ஏற்ப வர்த்தக விதிமுறைகளை உருவாக்கிக்கொண்டனர்.

பதினெட்டாம் நூற்றாண்டு தொடக்கத்தில் உலக வர்த்தகத்தில் இந்தியாவின் பங்கு 25 சதவிகிதமாக இருந்தது. ஆனால் அந்தப் பெருமை அழிக்கப்பட்டது. கிழக்கிந்திய கம்பெனியின் சொந்த நிர்வாக ஜாம்பவானாக இருந்த வில்லியம் பென்டிங்க் பிரபுவே இது குறித்து இவ்வாறு எழுதினார்: ‘பருத்தி நெசவாளர்களின் எலும்புகள் இந்தியச் சமவெளிகளை வெளிறச்செய்தன’.

இந்தியா அப்போதும் பருத்தியைப் பயிர் செய்து கொண்டுதான் இருந்தது. ஆனால், இங்கே விளைந்த பஞ்சு பெரும்பாலும் பிரிட்டனுக்கே அனுப்பப்பட்டது. சொந்தப் பருத்தியில் இருந்து அதிகம் நூற்கவோ நெய்யவோ இந்தியாவால் முடியவில்லை. பெரும் நெசவாளர்கள் எல்லாம் பிச்சைக்காரர்களாகிவிட்டிருந்தனர். இந்தச் சீரழிவு தொடர்பான அவலக்காட்சி ஒன்றை டாக்காவில் தெளிவாகக் காணமுடிந்தது. ஒரு காலத்தில் மஸ்லின் துணி உற்பத்திக் கோட்டையாக இருந்த டாக்காவில், 1760-களில் பல லட்சங்களாக இருந்த மக்கள்தொகை 1820-ஆம் ஆண்டுக்குள் 50,000-ஆகக் குறைந்து போனது (இப்போது வங்காளதேசத்தின் தலைநகராக இருக்கும் டாக்கா மீண்டும் ஜவுளி மற்றும் ஆடை தயாரிப்பில் அமோக வளர்ச்சி கண்டு வருகிறது என்பதை இந்த இடத்தில் குறிப்பிட்டே ஆகவேண்டும்).

இந்தியாவுக்கு பிரிட்டனின் ஜவுளி ஏற்றுமதி அதிகரித்தது. 1830-ஆம் ஆண்டுவாக்கில் அது ஆண்டுக்கு 6 கோடி யார்டுகளைத் தொட்டது (ஒரு யார்டு என்பது மூன்று அடி அல்லது 36 அங்குலம்). 1858-ல் 98.68 கோடி யார்டுகளாக உயர்ந்தது. 1870-ல் 100 கோடி யார்டுகளைத் தாண்டியது. ஆணோ பெண்ணோ அல்லது குழந்தையோ... இந்த ஜவுளி அன்று ஒவ்வொரு இந்தியருக்கும் ஓராண்டில் 3 யார்டுகளுக்கும் அதிகமாக பிரித்துக் கொடுக்கப் போதுமான அளவாகும்.

காலனி ஆட்சியின் வர்த்தகக் கொள்கைகளால் ஏற்பட்ட அழிவு கைவினைத் தொழில் கலைஞர்களை மட்டும் பாதிக்கவில்லை. தொழில் துறையில் பிரிட்டிஷார் கடைப்பிடித்த ஏகபோகக் கொள்கையானது அளவுக்கு அதிகமான இந்தியர்களை விவசாயத்தை நோக்கி விரட்டியது. அது ஏற்கனவே விவசாயம் செய்து கொண்டிருந்தவர்களைப் பாதித்தது. முன்பு கைவினைக் கலைஞர்களாக இருந்தவர்கள் பயிர்த்தொழிலுக்குப்

பெருந்திரளாக வந்ததால் கிராமங்களில் சம்பள விகிதங்கள் சரிந்தன. பல ஊரகக் குடும்பங்களில் பெண்கள் வீட்டில் நூற்பும் நெசவும் செய்து வந்தார்கள். ஆண்கள் வயல்களுக்கு சென்று வேலை செய்து கொண்டிருந்தார்கள். திடீரென இந்த இரண்டு தரப்பினரும் பாதிப்புக்கு உள்ளாயினர். பருவநிலையோ வறட்சியோ அவர்களுடைய விவசாய வேலையைக் குறைக்கும்போது நெசவில் இருந்து வந்து கொண்டிருந்த மாற்று வருமான ஆதாரம் இல்லாமல் போனது. ஆக, ஊரக வறுமை என்பது பிரிட்டிஷார் நடவடிக்கைகளின் நேரடி விளைவாக இருந்தது.

பிரிட்டனின் தொழிற்புரட்சியின் விளைவாக உருவான எந்திரங்களால் ஐரோப்பாவிலும், உலகின் மற்ற பகுதிகளிலும் எப்படி பாரம்பரியக் கைத்தறி நெசவு முறைகள் மறைந்தனவோ, அது போலவே இந்திய ஜவுளித்துறையும் அழிந்தது; கிழக்கிந்திய கம்பெனியின் தவறான கொள்கைகளால் அல்ல என்று ஆங்கிலப் பேரரசின் ஆதரவாளர்கள் கூறுகின்றனர். மேலும், பிரிட்டிஷாரின் சுயநலக்கொள்கைகளுக்குப் பலியாகி இருக்கவில்லை என்றாலும் அடுத்த ஐம்பது ஆண்டுகளில் இந்திய ஜவுளி ஆலைகள் நவீன எந்திரங்களை கொண்டு வந்து உள்ளூர் நெசவாளர்களை அழித்திருக்கும். எனவே, இந்திய நெசவாளர்கள் நவீனத் தொழில்நுட்பத்துடன் ஒத்துப்போகமுடியாததால்தான் வீழ்ந்தார்கள் என்ற வாதமும் முன்வைக்கப்படுகிறது.

ஜவுளி ரகங்களை மலையளவு தயாரித்துக் குவிக்கும் எந்திரங்களுடன் கைத்தறிகள் போட்டியிட முடியாத நிலைமை நாளடைவில் உருவாகி யிருக்கும் என்ற கருத்து நியாயமானதே. ஆனால், முக்கிய ஏற்றுமதி சந்தைகள் இன்று இந்தியாவுக்கு எப்படி வாய்ப்பு அளிக்கின்றனவோ அதைப் போலவே அப்போதும் அந்த சந்தைகள் கைத்தறி ஜவுளிகளுக்கு இடம் கொடுத்திருக்கும். குறைந்தபட்சம், சுதந்திர இந்தியாவில் எந்திரமயமாக்கல் என்பது, பிரிட்டிஷாரின் கண்மூடித்தனமான அமலாக்கத்தின் வாயிலாக அல்லாமல், இயற்கையாகவும், படிப்படி யாகவும் நடைபெற்று இருக்கும். ஒருவேளை, உள்நாட்டு நெசவைப் பாதுகாக்கும் வகையில், இறக்குமதியாகும் ஆங்கில ஆலை ஜவுளிகளுக்கு அதிக வரி விகிதங்களை நிர்ணயித்து எந்திரங்கள் தாமதமாகி இருக்கவும் வாய்ப்பு உண்டு. மேலும், பல இந்திய உற்பத்தியாளர்கள் நிச்சயமாக தாமே புதிய தொழில்நுட்பங்களை இறக்குமதி செய்து தங்கள் நெசவுக் கூடங்களைத் தரம் உயர்த்தி இருப்பார்கள். அப்போது, சம வாய்ப்பு உள்ள ஆடுகளம் ஒன்றில், மேலை நாடுகளுடன் ஒப்பிடுகையில் இந்திய தொழிலாளர்களின் குறைவான சம்பள விகிதங்கள், ஐரோப்பிய போட்டியாளர்களை எதிர்கொள்ளும் ஆற்றலைக் கொடுத்திருக்கும். காலனி ஆதிக்கத்தில் அந்த ஆடுகளம் சமவாய்ப்பு கொண்டதாக இல்லை. அப்படியாக, பத்தொன்பதாம் நூற்றாண்டின் ஜவுளித்துறை சரித்திரம் என்பது இந்திய ஜவுளியின் அழிவையும் அதன் இடத்தை பிரிட்டிஷ் ஜவுளி ஆக்கிரமித்துக் கொண்ட சோகக்கதையையும் கொண்டு எழுதப்பட்டது.

எனினும், 1850-க்குப் பிறகு இந்திய தொழில்முனைவோர்கள் தவிர்க்க இயலாமல் நவீன ஜவுளி ஆலைகளைச் சுயமாக நிறுவத் தொடங்கினார்கள். மேலும் பிரிட்டிஷ் இறக்குமதியுடன் போட்டி போடும் அளவுக்குத் தாமே ஜவுளி ரகங்களை உற்பத்தி செய்ய ஆரம்பித்தனர். அமெரிக்காவில் உள்நாட்டுப் போர் வெடித்தபோது அந்தப் புதிய உலகில் இருந்து பருத்தி வரவு தடைபட்டது. அதனால் இந்தியப் பருத்திக்கு தற்காலிகமாக மவுசு கூடியது. ஆனால், 1865-ல் அமெரிக்க பருத்தி வரவு மீண்டும் தொடங்கிய போது இந்தியா மீண்டும் அவதிப்பட்டது. 1896-ல்கூட இந்தியாவின் மொத்த ஜவுளி பயன்பாட்டில் 8 சதவிகிதத்தை மட்டுமே இந்திய ஆலைகள் உற்பத்தி செய்ய முடிந்தது. எனினும் 1913-க்குள் அது 20 சதவீதமாக உயர்ந்தது. பின்னர், முதல் உலகப்போரில் பிரிட்டனுக்கு ஏற்பட்ட பின்னடைவுகளால் உள்நாட்டுச் சந்தையை இந்திய ஜவுளி உற்பத்தியாளர்கள் மீண்டும் கைப்பற்றினர். 1936-ல் இந்தியாவில் விற்பனையான மொத்த ஜவுளியில் 62 % இந்தியத் தயாரிப்புகளாக இருந்தது. இந்தியாவைவிட்டு ஆங்கிலேயர் வெளியேறத் தொடங்கிய நேரத்தில் (1945-ல்) அது 76 % ஆனது.

ஆனால், காலனி சகாப்தத்தின் பெரும் பகுதி முழுவதும் அபகரிப்பு, ஆக்கிரமிப்பு, படுதோல்வி என்பது போலத்தான் இந்திய உற்பத்தித் துறையின் வரலாறு இருந்தது. இந்திய ஜவுளிக்கு நேர்ந்த கதி பின்னர் அனைத்துப் பிரிவுகளுக்கும் ஏற்பட்டது. சதர்லாண்டு வர்ணித்ததுபோல், மாபெரும் உற்பத்தி மையம் என்ற நிலையில் இருந்து இறங்கி மூலப்பொருள்கள், உணவுப் பண்டங்கள், கச்சா பருத்தி, சணல், பட்டு, நிலக்கரி, ஓப்பியம், அரிசி, நறுமணப் பொருள்கள் மற்றும் தேயிலையை வெளிநாடுகளுக்கு அனுப்பும் சாதாரண ஏற்றுமதியாளராக மாறியது. உற்பத்தி வீழ்ச்சி கண்ட நிலையில், தனது தயாரிப்புகளை ஏற்றுமதிச் சந்தைகள் நிராகரித்ததால், உலகின் சரக்குகள் ஏற்றுமதியில் ஒரு காலத்தில் 27 சதவிகிதமாக இருந்த இந்தியாவின் பங்கு, பிரிட்டிஷ் ஆட்சியில் 2 சதவிகிதமாகச் சரிந்தது. அதே சமயம், வர்த்தகச் சமநிலை தடம் புரண்டு, பிரிட்டனில் இருந்து இந்தியாவுக்கான ஏற்றுமதி வெகுவாக அதிகரித்தது. அதனால் முன்னணி ஏற்றுமதி நாடு பிரிட்டிஷ் சரக்குகளின் இறக்குமதியாளராக மாறியது. இந்தியச் சந்தையில் அந்நாட்டுப் பொருள்கள் வரியின்றி வலுக்கட்டாயமாகக் குவிக்கப் பட்டன. அதே நேரத்தில், பிரிட்டிஷ் சட்டங்கள், நெறிமுறைகள் எல்லாம் தரத்திலும் விலையிலும் நியாயமாகப் போட்டியிட வழியில்லாத இந்தியப் பொருள்களின் குரல்வளையை நெரித்தன.

பதினெட்டாம் நூற்றாண்டின் இறுதிப்பகுதியில் தொடங்கிய இந்தியாவின் தொழிற்சிதைவு பத்தொன்பதாம் நூற்றாண்டில் முடிவுக்கு வந்தது. பின் இருபதாம் நூற்றாண்டில் மெதுவாக நிலைமை மாறியது. பிரிட்டிஷ் ஆட்சியின் கீழ், 1913-ல், இந்திய பொருளாதாரத்தில் (ஜி.டி.பி. எனும் மொத்த உள்நாட்டு உற்பத்தி) தொழில்துறையின் பங்கு 3.8 சதவிகித அளவுக்கே இருந்தது. 1947-ல் பிரிட்டிஷார் வெளியேறியபோது

அது 7.5 சதவீதமாக அதிகரித்தது. அதுபோல், இந்தியாவின் ஏற்றுமதியில் உற்பத்திப் பொருள்களின் பங்கு மெதுவாக உயர்ந்து 1947-ல் அதிகபட்சமாக 30 சதவிகிதத்தை எட்டியது. எனினும், ஆங்கில ஆட்சியின் முடிவில், நவீனத் தொழிற்சாலைகளில், 35 கோடி இந்திய மக்களில், 25 லட்சம் பேர் மட்டுமே வேலை செய்தனர்.

சுரண்டல், வரி விதிப்பு, வைரங்கள்

பிரிட்டிஷ் ஆட்சியின் தீய விளைவுகள் அத்துடன் முடிந்துவிடவில்லை. பிரிட்டிஷ் சுரண்டலின் பிரதான வடிவமாக வரி விதிப்பு (திருட்டுதான் வரி விதிப்பு என்ற முகத்திரை கொண்டிருந்தது) இருந்தது. இந்தியா ஒரு பணம் கறக்கும் பசுமாடாக நடத்தப்பட்டது. லண்டன் கருவூலத்தில் குவிந்துகொண்டிருந்த வருமானத்தை சாத்தம் பகுதியின் ஏர்ல் ஆக இருந்தவர், 'ஒரு (நம்) நாட்டின் வரப்பிரசாதம்... சொர்க்கத்தில் இருந்து வரும் ஒருவகை வெகுமதி' என வர்ணித்தார். 1765 முதல் 1815 வரையிலான காலகட்டத்தில் பிரிட்டிஷார் இந்தியாவிடமிருந்து ஆண்டுக்கு சுமார் 1,80,00,000 பவுண்டுகளைக் கறந்தனர். லண்டனுக்கான ஃபிரெஞ்சு தூதர் கோட் டீ சாட்லெட் இவ்வாறு எழுதினார்: ' ஐரோப்பிய மன்னர்களில் ஒரு சிலரே ஆங்கில கிழக்கிந்திய கம்பெனி இயக்குனர்களைவிடப் பணக்காரர்களாக இருந்தனர்'.

கம்பெனியின் வரி விதிப்பு (பொதுவாக, வருமானத்தில் குறைந்தபட்சம் 50 சதவிகிதம்) மிக மிகக் கடுமையாக இருந்தது. அதனால் பதினெட்டாம் நூற்றாண்டின் இறுதிப்பகுதியில் பிரிட்டிஷ் ஆட்சியின் கீழ் இருந்த மக்கள்தொகையில் ஏறக்குறைய 66 சதவிகிதத்தினர் (மூன்றில் இரண்டு பங்கு) தங்கள் நிலங்களை விட்டே ஓடிவிட்டனர். 'வரி செலுத்தாதவர்கள் கூண்டில் அடைக்கப்பட்டு, கொளுத்தும் வெயிலில் நிறுத்தப்பட்டனர். அதிகரிக்கும் வரிகளைச் சமாளிக்க தந்தையர் தங்கள் பிள்ளைகளை விற்றனர்' என டுரான்ட் எழுதினார். செலுத்தப்படாத வரிகளைச் செலுத்துமாறு மக்கள் சித்ரவதை செய்யப்பட்டனர். நிராதரவாக நின்ற பலிகடாக்களின் நிலங்கள் பிரிட்டிஷாரால் பிடுங்கப்பட்டன. இந்திய வரலாறில் முதல் முறையாக கிழக்கிந்திய கம்பெனி, தன் பரம்பரை வாழ்வாதாரத்தைப் பறிகொடுத்து நிற்கும் நிலமில்லா விவசாயியை உருவாக்கியது.

இதில் விநோதம் என்னவென்றால், கடந்த காலங்களில் இந்திய மன்னர்கள் தங்கள் மாகாணங்களுக்குத் தேவையான நிதியை விவசாயிகளிடம் வரி விதித்து பெறவில்லை. மாறாக பிராந்திய அளவிலும் உலக அளவிலும் இருந்த வர்த்தகக் கட்டமைப்புகளைப் பயன்படுத்தியே பெருமளவு வருமானம் ஈட்டினர். கிழக்கிந்திய கம்பெனியின் பேராசை அந்த விதியின் வெளிப்படையான அத்துமீறலாக இருந்தது.

ஊழல் என்பது அன்றைய இந்தியாவுக்குத் தெரியாதது அல்ல. ஆனால், பிரிட்டிஷ் ஆட்சியில் அது புதிய எல்லைகளை தொட்டது. குறிப்பாக

தங்கள் சக்திக்கு மீறி இந்தியர்கள் கட்டணம் செலுத்த நிர்ப்பந்திக்கப் பட்டனர். எஞ்சியவை லஞ்சம், திருட்டு அல்லது கொலை செய்தும்கூட சம்பாதிக்கப்பட்டது. 'ஆக்ஸ்ஃபோர்டு இந்திய வரலாறு' 1923 பதிப்பு கூறியதுபோல் இந்தியாவில் அப்போது எல்லோருமே, எல்லாமே விற்பனைக்குத் தயாராக இருந்தன.

இந்தியாவில் பிரிட்டிஷ் ஆட்சியின் உறுதியான தொடக்கமாக அமைந்த 1757 பிளாசிப் போரின் வெற்றியாளர் ராபர்ட் கிளைவ் போன்ற காலனி ஆதிக்கவாதிகள் தங்கள் பேராசை மற்றும் ஊழல் குறித்து கொஞ்சமும் வெட்கப்படவில்லை. முதல் முறையாக இங்கிலாந்து திரும்பியபோது ராபர்ட் கிளைவ் இந்தியாவைச் சுரண்டி சம்பாதித்த 2,34,000 பவுண்டை தன் வீட்டுக்கு எடுத்துச் சென்றார் (இன்று 2.30 கோடி பவுண்டுக்கு இணையான தொகை இது. இதன் மூலம் கிளைவ் ஐரோப்பிய பெரும் பணக்காரர்களில் ஒருவரானார்). அவரும், அவருக்குப் பின் வந்தவர்களும் இந்தியாவில் கொள்ளையடித்த பணத்தை வைத்து இங்கிலாந்தில் இருந்த 'ராட்டன் பரோக்களை' (கிரேட் பிரிட்டனில் பழங்காலத்தில் இருந்த சிறிய தொகுதி. அங்கிருக்கும் செல்வந்தக் குடும்பத்தினர் யாருக்குச் சொல்கிறார்களோ அவருக்குத்தான் அந்தப் பகுதி மக்கள் வாக்களிப்பார் கள். எனவே, இந்த தொகுதிகளை ஜனநாயகம் சிதைந்த 'அழுகிய தொகுதி' என்றும் 'பாக்கெட் பரோ' என்றும் மக்கள் பிரதிநிதிகளை மக்கள் வாக்களித்துத் தேர்ந்தெடுக்காமல் 'நியமிக்கும் பரோ' என்றும் சொல்வார்கள்) விலைக்கு வாங்கினர். கொள்ளையைக் குறிக்கும் 'லூட்' (loot) உண்மையில் இந்துஸ்தானி வார்த்தை. அதை அவர்கள் தங்கள் அகராதிகளில் மட்டுமல்லாமல் தங்கள் சுபாவத்திலும்கூட இணைத்துக் கொண்டனர். அதே நேரத்தில், கொள்ளையடிக்க இன்னும் ஏராளமாக இருந்தாலும், அவற்றைத் திருடாமல் விட்ட தங்களுடைய சுயகட்டுப்பாடு குறித்து அவர்கள் பகிரங்கமாக மார்தட்டிக் கொண்டனர்.

இரண்டு ஆண்டுகள் கழித்து 1765-ல் கிளைவ் மீண்டும் இந்தியா வந்தார். அதன் பிறகு இரண்டு ஆண்டுகளுக்குப்பின் இங்கிலாந்து திரும்பினார். அப்போது அவர் 4,00,000 பவுண்டு செல்வத்துடன் (இன்றைய மதிப்பு 4 கோடி பவுண்டு) சென்றார். வருடாந்திரக் காணிக்கையாகப் 'பரிசு'கள் வடிவில் பல கோடி ரூபாய்களைப் பெற்று, தன் மனம் கவர்ந்த ஆபரணங்களை எல்லாம் தனதாக்கி, இங்கிலாந்தில் அவற்றை இந்திய விலையைவிட ஐந்து மடங்கு அதிக விலைக்கு விற்றுப் பெரும் செல்வம் சேர்த்த பிறகு கிளைவ் அறிவித்தார்: 'ஒரு செல்வச் செழிப்பான இந்திய நகரம் என் கருணையின் கீழ் வாழ்ந்து கொண்டிருக்கிறது. அதன் வளமான வங்கியாளர்கள் எனது புன்னகைக்காக ஒருவருக்கு எதிராக ஒருவர் போட்டி போடுகின்றனர். எனக்காக மட்டுமே திறந்திருக்கும் பொக்கிஷ அறைகளில் இரண்டு கையும் கொள்ளாத அளவுக்குத் தங்கத்தையும் ஆபரணங்களையும் அள்ளிக்கொண்டு நடந்தேன். அந்தப் பரந்து விரிந்த நாட்டின் அபரிமிதமான அதிசயச் செல்வங்கள் குறித்து எண்ணும் போதும், நான் என் சிறு நகரத்தில் இருந்து எடுத்தது மிக குறைவுதான்

என்பதை உணரும்போதும் என்னுடைய நிதானத்தை எண்ணி நானே பெரும் வியப்படைகிறேன்'. உண்மையில் இந்தியாவின் கணிசமான பகுதி அவருக்குச் சொந்தமானது என உறுதிப்படுத்தும்வகையில் அவர் அனைத்தையும் செய்த அந்த நேரத்தில் பிரிட்டிஷார் அவர் ஏதோ இந்தியாவைச் சேர்ந்தவர்போல அவரை 'இந்தியாவின் கிளைவ்' (Clive of India) என்று அழைக்கும் அளவுக்குத் துணிவு வரப்பெற்றிருந்தனர்.

இந்திய செல்வங்கள் இங்கிலாந்தில் ஏற்படுத்திய தாக்கத்தை வைத்தே இந்தியாவில் பிரிட்டிஷார் நடத்திய கொள்ளையின் பரிமாணங்களை நன்கு அளவிட முடியும். பத்தொன்பதாம் நூற்றாண்டைச் சேர்ந்த அரசியல்வாதியும் வரலாற்று ஆசிரியருமான தாமஸ் பாபிங்டன் மெக்காலே பிரபு, கிளைவ் சரிதம் பற்றிய கட்டுரை ஒன்றில், கிளைவின் வாழ்க்கை குறிப்புகளுக்கு அப்பால் சென்று அவரது வெற்றியால் உயிரூட்டம் பெற்ற சில ஏகாதிபத்திய சக்திகளுக்கு எதிராகக் கடும் தாக்குதல் தொடுத்தார் (இதனால் மெக்காலே அந்த பிரிட்டிஷ் ஏகாதிபத்தியத்துக்கு எதிரானவர் என்று நினைத்துவிடவேண்டாம். கிழக்கிந்திய கம்பெனியில் அவர் பல்வேறு பொறுப்புகளை வகித்தார். மேலும் அதனை, 'இந்த உலகின் ஈடு இணையற்ற நிறுவனம்' எனவும் வர்ணித்தார்). அவரது தாக்குதல் 'நபாபுகளை' குறிவைத்து இருந்தது. இந்தியாவில் பெரும் செல்வம் சம்பாதித்த பிறகு இங்கிலாந்து திரும்பிய கிழக்கிந்திய கம்பெனி ஊழியர்களை அந்தச் சொல் குறித்தது. கட்டுக் கடங்காத ஊழல் மற்றும் அதிகார துஷ்பிரயோகங்களுக்காக ஆங்கில நாடாளுமன்றத்தால் *1788*-ல் பதவி நீக்கம் செய்யப்பட்ட அன்றைய கவர்னர் ஜெனரல் வாரன் ஹேஸ்டிங்ஸுக்கு எட்மண்ட் பர்க் தெரிவித்த கடும் கண்டனத்தில் 'நபாப்' என்ற வார்த்தையைப் பயன்படுத்தியதில் இருந்து அது பெரும் புகழைப் பெற்றது. அன்று உயர்ந்த இந்தியப் பட்டமாக கருதப்பட்ட 'நவாப்' (அல்லது இளவரசர்) என்பதன் பிழையான உச்சரிப்புதான் "nabob' என்ற சொல் என்பதை மெக்காலே நன்கு அறிவார். மேட்டுக்குடி கலாசாரம், அதிகாரம் போன்றவற்றுடன் தொடர்புடையவர்களாக இருந்த நபாபுகளை அவர் பிரச்னையாக உணர்ந்தார். 'யாரென்று தெரியாத பல (பிரிட்டிஷ்) நபாபுகள் மர்மமான முறையில் தோன்றினார்கள். பெரும் செல்வம் சேர்த்தார்கள். அதை அவர்கள் அநாகரிகமாகக் காட்சிப்படுத்தினார்கள். பின் ஊதாரித்தனமாக செலவு செய்தார்கள்' என மெக்காலே எழுதினார். அது மட்டுமல்லாமல் திடீர் பணக்காரர்களுக்கே உரிய சிறுமைகளையும் படாடோபத்தையும் வெளிப்படுத்தினார்கள்' என்றும் சாடினார். 'அவர்கள் அண்டை மாகாணங்களில், முட்டை முதல் ராட்டன் பர்ரோஸ் வரை அனைத்து பொருள்களின் விலையையும் உயர வைத்தார்கள். அவர்களுடைய வாழ்க்கைமுறை டியூக் (Duke) பிரபுக்களைவிட ஆடம்பரமாக இருந்தது. மேயர் பிரபுவின் கோச்சு வண்டியைவிட அவர்களுடையது பிரமாதமாக இருந்தது. அவர்களுடைய பெரிய மற்றும் நிர்வாக ஒழுங்கற்ற குடும்பங்கள் நாட்டின் பாதி ஊழியர்களைக் கெடுத்தன. ஆனால் மாட

மாளிகைகள், எண்ணற்ற சேவகர்கள், அம்பு, சேனை, அறுசுவை உணவு என எல்லாம் இருந்தும் அவர்கள் இன்னும் கீழ் மக்களாகவே இருந்தனர்' என்றும் கூறினார்.

இந்தியாவில் வாழும் ஒரு பிரிட்டானியராக நீங்கள் இருந்தால் அங்கே பணம் சம்பாதிக்க சிரமப்படவேண்டியதே இருக்காது. 1765-ல், கிழக்கிந்திய கம்பெனி அதிகாரி ரிச்சர்ட் பார்வெல் தனது தந்தையிடம், 'செல்வச் செழிப்புக்கான ஒரு நிச்சயமான பாதை இந்தியா. அங்கு கோடீஸ்வரராக வேண்டுமானால், ஒருவர் (பிரிட்டிஷ்காரர்) கொஞ்சம் போல நிதானமும் (தற்போதைய சூழலில்) முட்டாளாக இல்லாமலும் இருந்தாலே போதும்' என பெருமிதத்துடன் கூறினார். நபாபுகள் பல சமயங்களில் கிழக்கிந்திய கம்பெனி அதிகாரிகளாக இருந்தார்கள். கம்பெனி வேலைகளைச் செய்யும்போது அவர்கள் தங்கள் சொந்தத் தொழிலைக் கவனிப்பதிலும் மும்முரமாக இருந்தனர். தமது ஆளுகைக்கு உட்பட்ட பகுதிகளில் கம்பெனிக்கு இருந்த ஏகபோக உரிமை இந்த அசாதாரண வளர்ச்சிக்குக் காரணமாக அமைந்தது. வணிக அறிவு மிதமாக இருக்கும் நபர்கள்கூட 25 சதவிகித லாபத்தை எட்டிவிட முடிந்தது. அதையும்விடக் கொள்ளை லாபம் என்பதுதான் அன்றைய நடைமுறையாக இருந்தது.

தனது குடும்பத்தின் செல்வச் செழிப்பு என்பது இந்தியாவில் அடித்த கொள்ளையால் உருவானது என்பதை நன்கு புரிந்து வைத்திருந்த கிளைவின் தந்தை இந்தியாவில் தன் மகன் செய்த வேலைகளை உன்னிப்பாகக் கவனித்து வந்தார். பின் 1752-ல் அவர் தன் மகனுக்கு எழுதினார்: 'உன் நடத்தையும் தைரியமும்தான் நம் நாட்டில் அனைவரது பேச்சாகவும் இருக்கிறது. உன்னுடைய செல்வங்களை அதிகரிக்க இதுதான் சமயம். இந்தியாவை விட்டு வெளியேறும் முன் தற்போதைய வாய்ப்பை நன்றாகப் பயன்படுத்திக் கொள்'. கிளைவ் அவ்வாறே செய்தார். நாடாளுமன்றத்தில் தனக்காகவும் தன் தந்தைக்காகவும் இடங்கள் பெற்றார். பியரேஜ் (peerage) பாரன் (Baron) பதவியையும் வென்றெடுத்தார் (அயர்லாந்து பாரன் ஆக ஆனார். எனவேஅவர் அங்கிருந்த தனது கவுன்ட்டி கிளேர் எஸ்டேட் பெயரை 'பிளாசி' என மாற்றினார்). விக் கட்சி அரசியல்வாதியும், நூலாசிரியருமான ஹொரேஸ் வால்போல் எழுதினார்: 'இங்குதான் கிளைவ் பிரபுவின் வைர இல்லம் இருந்தது. இது லெடன்ஹால் வீதி. வங்காளத்தின் ஆட்சியாளர் களாக இருந்த கம்பெனி வியாபாரிகளுக்கு சொந்தமான அரண்மனையின் பாகம்தான் இந்த உடைந்த தூண். சர்வாதிகாரத்தாலும் கொள்ளையாலும் அவர்கள் பல கோடி இந்தியர்களை பட்டினி போட்டனர். தங்களுடைய சொகுசு வாழ்க்கை மூலம் தாய்நாட்டிலும் ஏறக்குறைய பஞ்சத்தையே உருவாக்கினர். மேலும், அந்த ஆடம்பரம் மூலமாக ஏழைகள் ரொட்டித் துண்டுகளைக்கூட வாங்க முடியாத நிலைக்கு ஆளாகும் வரை அனைத்துப் பொருட்களின் விலை உயர்வுக்கும் காரணமானார்கள்!'

பதினெட்டாம் நூற்றாண்டின் இரண்டாம் பகுதியில், கிழக்கிந்திய கம்பெனியில் பணியாற்றிய காக்ரெல் சகோதரர்களான ஜானும் சார்லஸும் கால்ட்உட்ஸ் இதயப் பகுதியில் அசாதாரண இந்திய மாளிகை ஒன்றை நிர்மாணித்தனர். பச்சை வண்ணத்தில், வெங்காய வடிவ உச்சிப் பகுதியைக் கொண்டிருந்த அந்த மாளிகையில், குடை வடிவ மண்டபங்கள் (சாத்ரிகள்), முகலாய பாணி தொங்கு தோட்டங்கள், நாக நீருற்றுகள், ஒரு சூரிய கடவுள் கோவில், சிவலிங்கங்கள் இடம் பெற்றிருந்தன. அந்த மாளிகையைக் காப்பதுபோல் சுற்றிலும் நந்தி சிலைகளும் அமைக்கப்பட்டிருந்தன. மூன்றாவது காக்ரெல் சகோதரரும் கட்டடக் கலைஞருமான சாமுவேல் பெப்பிஸ் காக்ரெல் (அவர் இந்தியாவுக்கு ஒருபோதும் சென்றதில்லை. அவருடைய குழந்தைகள் தான் சென்றனர்) வடிவமைத்த செஸின்கோட் (Sezincote) என்ற அந்த மாளிகை, நபாபுகளின் கொள்ளையால் விளைந்த ஆடம்பரத்தின் நினைவுச் சின்னமாக, சூழ்நிலைக்கு சிறிதும் பொருந்தாமல் இன்றும் நின்று கொண்டிருக்கிறது.

ஆனால், பிரிட்டிஷ் ஏகாதிபத்தியத்தின் பெருமிதத்தை அந்நாட்டுப் பொதுமக்களுக்கு ஊட்டியது உண்மையில் நபாபுகள் அங்கே கொண்டு வந்து சேர்த்த இந்திய வைரங்கள்தான். அவை புதிய பணத்தின் அடையாளமாகவும், ஒரு ஏகாதிபத்திய சக்தியாக பிரிட்டன் உருமாறிக் கொண்டிருப்பதைக் காட்டும் அறிகுறிகளாகவும் இருந்தன. ஆனால் பழைய பணம் புதிய பணத்தின் மீது காழ்ப்பு கொண்டிருந்தது. நல்ல ஆங்கிலேயரின் கைகளை அந்த வைரங்கள் கறைபடுத்துவதை அங்கே பலரும் விரும்பவில்லை. 1790-ல் ஹொரேஸ் வால்போல் இவ்வாறு கிண்டல் செய்தார்: ‘இங்கிலாந்து இன்று என்னவாக இருக்கிறது? இந்திய செல்வங்கள் வந்து குவியும் தொட்டியாக அல்லவா இருக்கிறது’. ‘வங்காள வைரங்களை’ கொண்டு வருவதில் முனைப்பாக இருந்த நபாபுகளைவிட ‘அதிக நேர்மையுடன்’ செயலாற்ற தன் நாடு முன்வர வேண்டும் என வால்போல் விரும்பினார். ‘கிளைவ் பிரபுவின் அனைத்து வைரங்களையும் தனக்குக் கொடுத்தாலும் நபாபுகளைப்போல தன்னால் நடக்க இயலாது’ என்றும் எழுதினார்.

புகழ் பெற்ற கோஹினூர் வைரத்துக்குப் பின்னாளில் கிடைத்த அந்தஸ்தைப்போல, பதினெட்டாம் நூற்றாண்டின் இறுதிப்பகுதி மற்றும் பத்தொன்பதாம் நூற்றாண்டின் தொடக்கத்தில், பிரிட்டன் மணிமுடியின் ஆபரணங்களாகவோ அரசச் சின்னங்களாகவோ நபாபுகளின் வைரங்கள் போற்றப்படவில்லை. மாறாக, அவை பொறாமையை ஏற்படுத்தின. மேலும் உள்நாட்டு பிரிட்டானியர்களின் பணப்பையை காலி செய்த இறக்குமதிகள் என விமர்சிக்கப்பட்டன. மேலும் அவை பிரிட்டிஷ் அரசியலைத் தலைகீழாக மாற்றும் அச்சுறுத்தலாகவும் இருந்தன.

இந்திய வைரங்களை உலகறியச் செய்து, அதன் மூலம் அதை ஏகாதிபத்தியப் பெருமைகளில் ஒன்றாகப் புனிதப்படுத்திய முதல் கிழக்கிந்திய கம்பெனி

ஊழியர் அன்றைய மெட்ராஸ் ஆளுநராக இருந்த தாமஸ் பிட்தான் என்று சொல்லலாம். உலகின் உன்னத ஆபரணமாகக் கருதப்பட்ட வைரம் ஒன்றை 1702-ல் அவர் வாங்கினார் (அதன் விலை 24,000 பவுண்டு என்றும், 99 சதவிகித ஆங்கிலேயர்களால் அன்று நினைத்துக்கூடப் பார்க்க முடியாத தொகை அது என்றும் கூறப்படுகிறது). அந்த 400 கேரட் வைரத்தை பிட் இங்கிலாந்துக்கு அனுப்பினார். அவருடைய கடிதங்களில் அதனை, 'என்னுடைய மிகப் பெரிய ஈடுபாடு' மற்றும் 'எனது எல்லாமும்' என்றும் குறிப்பிட்டார். அவரது வைரம் பாதுகாப்பாக இங்கிலாந்தை வந்தடைந்த பிறகு அவர் தனது ஆளுநர் பதவியை உதறினார். பிறகு தன்னுடைய நாட்டில் பெரிய மலைத்தோட்டம் (எஸ்டேட்) ஒன்றை வாங்கினார். மேலும் நாடாளுமன்றத்தில் ஓர் இடம் பெற பெரும் தொகை ஒன்றை செலுத்தினார். பிரிட்டிஷ் வரலாற்று ஆசிரியர் ஜான் கீ அந்த வைரத்தை சுற்றிச் சுழன்று கொண்டிருந்த பயங்கர வதந்திகள் பற்றிக் கூறி இருக்கிறார். அவற்றுள் ஒன்று, 'அது இந்துக் கடவுள் ஒன்றின் கண்ணில் இருந்து தோண்டி எடுக்கப்பட்டது', அல்லது 'சுரங்கத்தில் இருந்து கடத்தி, அதைத் தன் தொடைக்குள் வைத்து தைத்து மறைத்திருந்த அடிமை ஒருவனிடம் இருந்து கைப்பற்றப்பட்ட வைரம்' என்று கூறுகிறார். 1868-ல் விக்கி காலின்ஸ் எழுதிய 'தி மூன் ஸ்டோன்' (The Moonstone) என்ற நாவலின் தலைப்பு குறிக்கும் கொள்ளையடிக்கப்பட்ட ஆபரணத்தைப்போல பிட் வைரமும் ஒரு காவியம்போல் ஆனது. இந்தியாவில் கொட்டிக் கிடந்த வளங்களின் அடையாளமாக அது இருந்தது. அந்த வளத்தை அபகரிப்பதில் பிரிட்டனுக்கு இருந்த சக்தியின் குறியீடாகவும் இருந்தது. நீங்கள் ஒரு பிரிட்டிஷ்காரராக இருக்கும் பட்சத்தில், இந்தியாவில் அதிகாரத்துடன் இணைந்து உங்களுக்குக் கிடைக்கவிருந்த செல்வச் செழிப்பின் அடையாளமாக அது இருந்தது.

நிலம் என்பது தலைமுறை தலைமுறையாகத் தக்கவைத்துக் கொள்ள முடிந்த சொத்தாக இருந்தது. எனவே,செல்வம் குறித்த பிரிட்டிஷாரின் பாரம்பரியக் கண்ணோட்டம் நில உடமையின் அடிப்படையிலேயே இருந்தது. எனினும் வியாபார வர்க்கத்தின் தோற்றத்தால் இந்த நிலை ஓரளவு மாறியது. ஆனால் பிட் வைரம் அதிரடியான மாற்றுவழி ஒன்றை முன்வைத்தது. அது இன்னும் அதிக சாகசம் நிறைந்ததாக இருந்தது - அதீத லாபத்தைக் கொடுத்தது... அதீதச் சுரண்டல் என்று சொல்ல முடியாத ஒன்று. இந்த வைரங்களுக்குச் சொந்தக்காரர்கள், பாரம்பரிய பாத்தியதை வாயிலாக அல்லாமல் காலனி ஆதிக்க தேடல்கள் மூலம் ஏதோ ஒன்றைப் பெறும் நோக்கத்துடன், தங்கள் பாரம்பரிய செல்வச் சிறையில் இருந்து தப்பித்தனர். இந்தியாவில் இருந்து கொண்டுவந்து, 15 ஆண்டுகள் கழித்து தாமஸ் பிட் அந்த வைரத்தை ஃபிரான்ஸின் ரீஜண்ட் (Regent) ஆர்லியன்ஸ் பிரபுவுக்கு 1,35,000 பவுண்டுக்கு விற்றார். இந்தத் தொகை அந்த வைரத்துக்காக அவர் கொடுத்த விலையைவிட 6 மடங்கு அதிகமாகும். இந்த இமாலயப் பணம் (இன்றைய மதிப்பில் பல கோடிகளுக்கு இணையானது) பிரிட்டிஷ் சமுதாயத்தில் பிட்

குடும்பத்தினருக்குப் புதிய அந்தஸ்தைக் கொடுத்தது. இந்திய வைரம் ஒன்று இவ்வாறு பிரிட்டிஷ் வம்சம் ஒன்றுக்கு பொருளாதார உந்துசக்தியாக அமைந்தது. அதன் மூலம், மிகக் குறுகிய காலத்தில், அந்தக் குடும்பத்தில் இருந்து இரண்டு பிரதம மந்திரிகள் தோன்றினார்கள். பிட்டின் பேரனும், முதலாம் சாத்தம் பகுதியின் ஏர்ல் பிரபுவான வில்லியம் பிட் மற்றும் சாத்தம் பகுதியின் மகன் இளைய வில்லியம் பிட் ஆகியோரே அந்த பிரதமர்கள்.

வேறுவிதமாகக் கூறவேண்டுமானால், பதினெட்டாம் நூற்றாண்டின் இறுதிப் பகுதியில் பிரிட்டனின் இந்தியப் பேரரசு விரிவடைந்து கொண்டிருந்த சமயத்தில் நபாபுகளும் அவர்களுடைய பணமும் பிரிட்டிஷ் அரசியலையே மாற்றிக்கொண்டிருந்தன. ‘கிழக்கிந்திய கம்பெனி ஆண்டுதோறும் புதிய பழக்க வழக்கங்கள், பாணிகள் மற்றும் கோட்பாடுகள் கொண்ட கணிசமான புதிய ரக கனவான்களை தாய்நாட்டுக்குக் கொண்டு வந்துகொண்டிருக்கிறது. அவர்கள் பழைய நாட்டுப்புற கனவான்களின் இடங்களை நிரப்பி வருகின்றனர்’ என ‘தி ஜென்டில்மேன்’ஸ் மேகஸீன்’ பத்திரிகையில் 1786-ல் வெளியான கட்டுரை ஒன்று தெரிவித்தது. இந்தப் புதிய மனிதர்கள் பிரிட்டனையே மாற்றி அமைக்கும் அபாயம் இருந்தது: ‘நமது அரசியலமைப்பு, மாற்றப் படவில்லை என்றாலும், பெரிய அளவில் மாறிக்கொண்டிருப்பது வெளிப்படை’. கிழக்கிந்திய கம்பெனி என்பது சாதாரண வர்த்தக நிறுவனமாக இப்போது இல்லை. மூலப் பட்டயத்தில் இருந்த விதிமுறை களை எல்லாம் தாண்டி அது எங்கோ சென்றுவிட்டிருந்தது. அந்த நிலையில் பிரிட்டனில் இருந்த சில முக்கியஸ்தர்கள் கவலை அடைந்து, எச்சரிக்கை செய்தனர்: தனது இந்திய நடவடிக்கைகளுக்கும் அங்கு குவித்த சொத்துகளுக்கும் விளக்கம் அளிப்பதற்காக நாடாளுமன்றத்தின் முன் ஆஜராகும்படி அவர்கள் கிளைவுக்கு ஆணை பிறப்பித்தனர். ஹேஸ்டிங்ஸைப் பதவி நீக்கம் செய்கையில் பர்க் கடுமையாக விமர்சித்தார்: ‘இன்று பிரிட்டனின் பொதுமக்கள் பிரதிநிதிகள் இந்தியாவில் குற்றம் இழைத்த பிரிட்டிஷாரைத் தண்டிக்கிறார்கள் (தண்டிக்க முடிகிறது). நாளை இந்தக் குற்றவாளிகளே பிரிட்டனின் பொதுமக்கள் பிரதிநிதிகளாக ஆகிவிடக்கூடும்’.

பிட் குடும்ப வாரிசான சாத்தம் ஏர்ல் பிரபுவின் அரசாங்கம் 1766-ல் கிழக்கிந்திய கம்பெனியின் மீது நாடாளுமன்றத்துக்கு இருக்கும் மேலாண்மையை உறுதி செய்ய விரும்பியது. ஆனால் அவரது உடல் நலம் குன்றியதாலும் பல நாடாளுமன்ற உறுப்பினர்கள் உண்மையில் கிழக்கிந்திய கம்பெனியின் பங்குதாரர்களாக இருந்ததாலும் அந்த முயற்சிக்கு முழு வெற்றி கிடைக்கவில்லை. 1773-ல் நார்த் பிரபு ஒழுங்குமுறைச் சட்டம் கொண்டு வந்தார். அதன் மூலம் இந்தியாவில் கிழக்கிந்திய கம்பெனியின் நடவடிக்கைகளை ஓரளவுக் கட்டுப்படுத்த முடிந்தது. ஆனால் அப்போதும்கூட பெரும்பான்மை உறுப்பினர்கள் கம்பெனி மூலம் வரும் ஆதாயத்தைப் பெறுவதில்தான் குறியாக

இருந்தனர். எனவே, கட்டுப்பாடுகளை ஏற்படுத்துவதற்குப் பதில் கம்பெனிக்கு சாதகமான சட்ட திட்டங்களை உருவாக்கினர். இறுதியாக, 1784-ல் இளைய வில்லியம் பிட் இந்திய சட்டம் ஒன்றை நிறைவேற்றினார். இதையடுத்து கட்டுப்பாட்டுக் குழு ஒன்று உருவாக்கப் பட்டது. கம்பெனி தொடர்பான கட்டளைகளைப் பிறப்பிக்கும் அல்லது ஆமோதிக்கும் அதிகாரம் அதற்கு வழங்கப்பட்டது. எந்த நடைமுறைகள் அவரது முன்னோர்களைச் செல்வந்தர் ஆக்கியதோ அவற்றைக் கட்டுக்குள் கொண்டுவருவதற்கான முயற்சிகள் எடுக்கப்பட்டன. எனினும், சீர்திருத்தம் பற்றிய பேச்சுகளுக்கு இடையில், கிழக்கிந்திய கம்பெனியுடன் நேரடி தொடர்பு வைத்திருந்த 29 நாடாளுமன்ற உறுப்பினர்களின் பெயர்களை 'லண்டன் கிரானிக்கிள்' இதழ் அதே ஆண்டில் பட்டியலிட்டது. இவர்கள் தவிர கிழக்கிந்திய கம்பெனியின் பங்குகளைத் தம் வசம் வைத்திருந்தவர்கள் பலர்.

நாடகாசிரியர் ரிச்சர்ட் ஷெரிடன் கிழக்கிந்திய கம்பெனி பற்றிய தன்னுடைய வெளிப்படையான கண்டனம் ஒன்றில் இவ்வாறு இடித்துரைத்தார்: 'கம்பெனியின் செயல்பாடுகளில் தெரு வியாபாரியின் கீழ்மையும் கடற்கொள்ளையனின் அட்டூழியமும் இணைந்திருந்தது... இவ்வாறுதான் அவர்கள் ரத்தக்கறை படிந்த போலி செங்கோலையும் ஒரு வணிகனின் கணக்கு அலுவலகத்தையும் இணைத்தனர். ஒரு கையால் காவலர்போல் தடியைச் சுழற்றிக்கொண்டே, இன்னொரு கையால் அடுத்தவர் பாக்கெட்டில் இருந்து திருடிவந்தனர்'.

தங்கள் செயல்களால் ஏற்படும் தீய விளைவுகள் கிழக்கிந்திய கம்பெனி அதிகாரிகளுக்குத் தெரியாமல் இல்லை. டெய்ன்மவுத் பிரபு 1793 முதல் 1797 வரை, ஜான் ஷோர் என்ற பெயரில் இந்தியாவின் கவர்னர் ஜெனரலாகப் பணியாற்றினார். 1789-ஆம் ஆண்டு தொடக்கத்தில் கிழக்கிந்திய கம்பெனிக்காரர்கள் வணிகர்களாகவும் இந்தியாவின் ஆட்சியாளர்களாகவும் இருந்ததை அவர் தனது குறிப்பு ஒன்றில் சுட்டிக் காட்டினார்: 'முதல் நிலையில் அவர்கள் வியாபாரத்தை பெருக்கினர். அதேநேரம் அதன் வருமானத்தைத் தமது பாக்கெட்டுகளில் போட்டுக் கொண்டனர்'. அவர்களுடைய சுரண்டல் கொள்கைகளில் இருந்த அநியாயத்தையும் இந்தியாவில் இருந்த வளங்கள் எல்லாம் உறிஞ்சப் பட்டு ஐரோப்பாவுக்கு எடுத்துச் செல்லப்பட்டதையும் விவரித்திருந்தார்; கிழக்கிந்திய கம்பெனியின் கொள்ளைகளுக்கு முன்னர் செழித்து வளர்ந்து கொண்டிருந்த இந்திய உள்நாட்டு வர்த்தகம் அதனால் தகர்ந்து போனதையும் அதில் குறிப்பிட்டிருந்தார்.

நம்பிக்கை துரோகம், மோசடி, பேராசைக்கு அநேக உதாரணங்கள் இருக்கின்றன. அதன் மூலம் அவர்கள் உள்நாட்டு மன்னர்களின் செல்வங்களைப் பறித்தனர். மேலும் அவர்களை பதவியில் இருந்து தூக்கி எறிந்துவிட்டு அவர்களுடைய ராஜ்ஜியங்களையே கைப்பற்றினர். பதினெட்டாம் நூற்றாண்டின் இறுதிப் பகுதியில், லஞ்சப் பித்துகொண்ட

பல கிழக்கிந்திய கம்பெனி ஆளுநர்களில் மிகப் பேராசை பிடித்தவராக இருந்த வாரன் ஹேஸ்டிங்ஸைப் பதவி நீக்கம் செய்வதில் பிரிட்டிஷ் நாடாளுமன்றம் தோல்விகண்டது முதல் நாட்டில் உலவி வந்த கதைகளை எல்லாம் மீண்டும் விவரிப்பது சலிப்பையே உண்டாக்கும். ஆனால், இரண்டு உதாரணங்கள் நான் சொல்ல விரும்பும் விஷயத்தை நன்கு விளக்கும். ஹேஸ்டிங்ஸ் தனிப்பட்ட முறையில் பெரும் லஞ்சங்கள் பெற்றார். பின்னர் லஞ்சம் கொடுத்தவர்களுக்கு எதிராகவே போர் தொடுத்தார் (அவருடைய பேராசையை எண்ணி வருந்தி அந்த நடவடிக்கையை எடுத்தாரா அல்லது 'லஞ்சம்' கொடுத்தாலும் 'வாங்கப்பட' முடியாதவர் என்பதைக் காட்ட அப்படிச் செய்தாரா தெரியவில்லை). எனினும் இத்தகைய விஷயங்களில் அவருடைய துணிச்சல் அவரைப் பாராட்டவே தூண்டுகிறது. அவர் முகலாய அவுத் பகுதியின் விதவை பேகம்களைச் சித்ரவதை செய்து அவர்களுடைய செல்வக் குவியலின் கடைசித்துளியைக்கூட விடாமல் உறிஞ்சியபோது, அந்த கையகப் படுத்தலில் 10 லட்சம் ரூபாயை (அன்று ஒரு லட்சம் பவுண்டு என்ற பெரும் தொகை) 'பரிசாக' பெற்றதாக கவுன்சிலிடம் தெரிவித்து, தானே அதை வைத்துக்கொள்ள முறையான அனுமதியும் வேண்டினார். கம்பெனிக்கு வர வேண்டிய ஒரு பெரும் தொகை கை நழுவிச் செல்கிறது என நன்கு தெரிந்தும் அதைப் பொருட்படுத்தாமல் கவுன்சில் உடனடியாக சம்மதிக்கவும் செய்தது.

பிரிட்டிஷ் நாடாளுமன்றத்தில் ஹேஸ்டிங்ஸைப் பதவி நீக்கம் செய்யும் நடைமுறைகள் தொடங்கியவேளையில் பர்க் தனது தொடக்க உரையில் கிழக்கிந்திய கம்பெனியின் 'இதுவரை கேள்விப்படாத கொடூரங்கள், எந்தப் பெயரில் சொல்ல என்ற தீர்மானிக்க முடியாத அளவிலான சூறையாடல், பேராசை, திமிர், கர்வம், குரூரம், துவேஷம் மற்றும் அநாகரிக நடத்தை கொண்டவர்களின் கொடிய குணங்களால் குற்றங்கள் அதிகரித்துவிட்டன' என்றார். பிரிட்டிஷாரால் நியமிக்கப்பட்ட வரி வசூல் அதிகாரிகள் வங்காளப் பெண்களிடம் அத்துமீறி நடந்து கொண்டதை அவர் வலியுடன் விவரித்தார்: 'அவர்களை வெளியே இழுத்து வந்து, நிர்வாணமாக்கி, பொது இடத்தில் நிறுத்தினர். பின் அனைவர் முன்னாலும் அவர்களை கசையால் அடித்தனர். அவர்களுடைய மார்பகக் காம்புகளை மூங்கில் குச்சி முனையின் இடையே சிக்கவைத்து பின் கீழிறக்கி அதை வெட்டி எறிந்தனர்'. இதைக் கேட்ட பர்க்கின் மனைவி பயத்தில் உறைந்து நாடாளுமன்றத்திலேயே மயங்கி விழுந்தார். மன அழுத்தத்துக்கு ஆளாகி இருந்த அவர் பின் அங்கிருந்து எடுத்துச் செல்லப்பட்டார். இறுதியில் ஹேஸ்டிங்ஸ் விடுவிக்கப்பட்டார். எனினும் ஷெரிடனும் சார்லஸ் ஜேம்ஸ் ஃபாக்ஸும் உரத்த குரலில் தொடர்ந்து பல குற்றச்சாட்டுகளை முன்வைத்தனர். அதனால் அந்த வழக்கு விசாரணை பிரிட்டிஷ் பொதுமக்கள் மத்தியில் ஆங்கில ஏகாதிபத்தியம் மீதான நற்பெயரை மீட்க உதவியது. மேலும் அடுத்து இந்தியாவில் ஒன்றரை நூற்றாண்டுகளுக்கு மேல் நடந்த தொடர் கொள்ளைக்கு நியாயம் கற்பித்தது போலவும் அது அமைந்தது.

ஹேஸ்டிங்ஸுக்குப் பிறகு பிரச்னை இன்னும் மோசமடைந்தது. கிழக்கிந்திய கம்பெனி இன்னும் அதிகாரத்தில் இருந்த நிலையில், 1839-ல் மதபோதகர் வில்லியம் ஹோவிட் இவ்வாறு தனது துயரத்தை வெளிப்படுத்தினார்: 'நமது கரங்களில் இந்தியா சுரண்டல், பேராசை மற்றும் கொள்ளைக்களமாக மாறியது. இந்திய மக்களின் மொத்த உடலையும் அது ரணமாக்கியது. அந்தக் காட்சி மனிதகுல வரலாற்றில் பெரும் களங்கமான பகுதிகளில் ஒன்றாக உருவாகி இருக்கிறது... ஆனால், அந்த நடவடிக்கைகளில் எல்லாம் ஒரே குறிக்கோளும் ஒரே ஆர்வமும்தான் இருந்தது. அதிகாரம் பெற்ற சிறு குழு ஒன்றின் பிரத்தியேகக் கொள்ளையால் பெரும் பீதிக்கு ஆளாக்கப்பட்ட, சொல்லப் போனால் சபிக்கப்பட்ட மண்ணாக அது மாற்றப்பட்டது. அரசாங்கத்தின் மிக உயரிய பதவிகளில் இருந்த அதிகாரிகளும் பெரிய அளவிலான ஊழல் நோக்கம் கொண்டிருந்தார்கள். எனவே அவர்களுக்கு கீழே இருந்தவர் களின் ஊழல்களைத் தடுப்பது சாத்தியமில்லாது இருந்தது. சிவில், ராணுவம் அல்லது வணிகம் எதுவாக இருந்தாலும் ஒவ்வொரு மனிதனும் ஒவ்வொரு துறையிலும் குறிப்பிட்ட வகையில் ஆடம்பரப் பரிசுகளைப் பெற்றுக் கொண்டிருந்தார்கள்'.

கிழக்கிந்திய கம்பெனியை மிக உயர்வாக எண்ணிக் கொண்டிருந்தவரும் அதில் பல ஆண்டுகள் பணியாற்றியவருமான மெக்காலே பிரபுகூட மனம் இரங்கி எழுதினார்: 'ஆங்கில அரசாங்கத்தின் தவறான நிர்வாகம் இந்திய சமுதாயத்தை அழிவின் விளிம்புக்கு எடுத்துச் சென்றது. பிரிட்டிஷ் பொருள்களை அதிக விலைக்கு வாங்கி, இந்தியப் பொருட் களைக் குறைந்த விலைக்கு விற்குமாறு மண்ணின் மைந்தர்களை கம்பெனி ஊழியர்கள் கட்டாயப்படுத்தினர். கல்கத்தாவில் இவ்வாறு ஏராளமான செல்வங்கள் துரிதமாகக் குவிக்கப்பட்டன. அதே சமயம் மூன்று கோடி மனிதர்கள் மிகப் பரிதாபகரமான நிலைக்கு தள்ளப் பட்டனர். இதுபோன்ற கொடுங்கோன்மையின் கீழ் அவர்கள் ஒருபோதும் இருந்திருக்கமாட்டார்கள்...' ஒடுக்கப்பட்ட மக்களால் தீய ஆட்சியாளர் களைத் தூக்கி எறிய முடியும் என்றாலும், ஆங்கில அரசை அவ்வளவு எளிதாக அப்புறப்படுத்த முடியாது என்றும் குறிப்பிட்டார். அவருடைய பிற செயல்பாடுகள் குறித்த விமர்சனங்கள் இருக்கவே செய்கின்றன. அவை குறித்துப் பிறகு பார்ப்போம். எனினும் பச்சை ஆங்கிலேயராகவும் பிரிட்டிஷ் பேரரசின் சிற்பிகளுள் ஒருவராகவும் இருந்த அவரது இந்தக் குற்றச்சாட்டுடன் முரண்படுவது சாத்தியமே இல்லை.

வரி வசூல், வளங்களைச் சுரண்டுதல்

இங்கிலாந்து நாடாளுமன்ற பொதுமக்கள் சபையின் விவாதங்களில், இந்தியாவில் இருந்து வரும் வருமானம் பற்றிய புள்ளிவிவரங்கள்தான் ஆதிக்கம் செலுத்தின. கிழக்கிந்திய கம்பெனி அதிகாரிகள் மேற்கொண்ட அனைத்து நடவடிக்கைகளையும் அது நியாயப்படுத்தியதுபோல் இருந்து. அதே சமயம், அதே அளவுக்கு, இங்கிலாந்தின் பெயரில் இந்தியாவில்

நடந்து கொண்டிருந்த அட்டூழியங்கள் குறித்து சமகால பார்வையாளர்கள் அச்சம் அடைந்திருந்தனர்.

பிஷப் ஹீபர் (உருவ வழிபாடு குறித்த அன்னாரின் வெறுப்பு, 'அங்கே இருக்கும் ஒவ்வொரு வசதி, வாய்ப்பும் ஆனந்தம் அடையச் செய்கின்றன / ஆனால் மனிதன் மட்டுமே இழிவான நிலையில் இருக்கிறான்' என்ற மிகப் பிரபலமான வரிகளை எழுதச் செய்தது) 1826-ல் இவ்வாறு எழுதினார்: 'கம்பெனிக்கு சொந்தமான பிரதேசங்களில் உள்ள குடியானவர்கள், உள்நாட்டு மன்னர்களின் குடிமக்களைவிட, மொத்தத்தில் மிக மோசமாகி, ஏழைகளாகி, உணர்விழந்து உள்ளனர்'. வங்காளத்தில் ஒரு நிர்வாகியாக இருந்த எப்.ஜே.ஷோர் 1857-ல் பொதுமக்கள் சபை முன்பாக ஒருவித அசாதாரண ஒப்புதலுடன் சான்றுகளை முன்வைத்தார்: 'சாத்தியமான ஒவ்வொன்றிலும், ஆங்கிலேயர்களின் சொந்த விருப்பங்கள் மற்றும் பலன்களுக்காக இந்திய நாட்டை அடிபணியச் செய்வதே ஆங்கிலேயரின் அடிப்படைக் கொள்கையாக இருந்தது. முடிந்த அளவுக்கு அவர்கள் கசக்கிப் பிழியப் பட்டுவிட்டனர். அடுத்தடுத்து ஒவ்வொரு பிராந்தியமும், நம்முடைய ஆதிக்கத்துக்குள் வந்து விட்ட நிலையில், கடும் சுரண்டலுக்கான களம் ஆக்கப்பட்டுள்ளது; அத்துடன், உள்நாட்டு ஆட்சியாளர்களுக்கு மேல் நாம் நம்முடைய வருமானத்தை உயர்த்தி இருக்கிறோம் என்பது எப்போதுமே நமது பெருமிதமாக இருந்து வருகிறது'. உள்நாட்டு ஆட்சியாளர்களில் பலர் தற்கால ஐ.நா. சபையின் நல்லாட்சி விருதைப் பெற நிச்சயம் தகுதியானவர்கள் அல்லர்தான். ஆனால், ஷோர் ஒப்புக்கொண்டதைப்போல், கிழக்கிந்திய கம்பெனி சந்தேகத்துக்கு இடமின்றி மிக மோசமாக இருந்தது. இத்தகைய அமைப்பில், நேரடியாகத் தாமே ஆட்சி செய்ய பிரிட்டிஷார் விரும்பவில்லை. மாறாகத் தமக்கு உதவக்கூடியவகையில் 'சமஸ்தானங்களின்' ஆட்சியாளர்களை நியமித்தார்கள். அரியணையில் அமர்த்தப்பட்டதற்காகவும், எதிரிகளிடம் இருந்து காப்பதற்காகவும் இந்த ராஜாக்களிடம் பெரும் தொகை 'கட்டணமாக' வசூலிக்கப்பட்டது. மாஃபியாக்களின் நடைமுறைபோல் 'பாதுகாப்பு பணம்' என்ற மோசடியின் ஏகாதிபத்திய வடிவமாக அது இருந்தது. (பிரிட்டிஷார் அதை இன்னும் அழகாக 'subsidiary alliances' கொள்கை என வர்ணித்தனர்). மன்னர்கள் கம்பெனியுடன் கூட்டு வைத்திருந்ததுடன், அவர்களுடைய ராஜ்ஜியங்களில் அவர்களுடைய பாதுகாப்புக்காக நியமிக்கப்பட்டிருந்த பிரிட்டிஷ் காவல்படைகளுக்குப் பணத்தை வாரி வழங்கினர். அவ்வாறு செய்யவில்லை என்றால் அந்தப் படைகள் அவர்களுக்கு எதிராகத் திருப்பிவிடப்படுவார்கள்.

உதாரணமாக, பத்தொன்பதாம் நூற்றாண்டின் தொடக்கத்தில், ஹைதராபாத்தை ஆண்டுகொண்டிருந்த நிஜாம் பிரிட்டிஷ் பாதுகாப்புக்காக மிகப்பெரிய தொகை ஒன்றைத் தருவதற்கு சம்மதித்து கையொப்பமிட நிர்ப்பந்திக்கப்பட்டார் (உதாரணமாக, படைத்தளபதி மாதம் ஒன்றுக்கு

5,000 பவுண்டு என்ற பெரும் தொகை பெற்றார்). பிரிட்டிஷாருக்குச் செலுத்தவேண்டிய அனைத்து கட்டணங்களும் அவரது கஜானாவில் கழித்துக் கொள்ளப்பட்டன. அதன் விளைவாக, கவர்னர் ஜெனரலின் கூட்டாளி ஒருவரால் 1814-ல் உருவாக்கப்பட்ட ஒரு வங்கியிலேயே 24 சதவிகித வட்டிக்கு நிஜாமின் அரசு பணம் கடன் வாங்க வேண்டிய துர்பாக்கிய நிலை உருவானது. இந்த விஷயம் நிஜாமுக்குத் தெரிவதற்கு முன் அவர் அந்த வங்கிக்குப் பல லட்சங்கள் கடன்பட்டிருந்தார். அதனால் ‘வலுவிழந்த மன்னர் அனைவருக்கும் கப்பம் கட்டவேண்டித்தான் வரும்’ என்ற சோகக் குரலே முத்திரை முழக்கமாக ஆனது. இதே போன்ற ஏற்பாடு ஒன்றால், ஆற்காடு நவாப் அதைவிட மோசமான நிலைக்கு வந்தார். கிழக்கிந்திய கம்பெனிக்கு அவர் பட்டிருந்த கடன் அவரது சக்திக்கு மேலே சென்றிருந்தது. எனவே கடன்களைத் திரும்பச் செலுத்த தனது ராஜ்ஜியத்தின் பெரும் பகுதியை பிரிட்டிஷாருக்குத் தாரை வார்க்கவேண்டிய அவலம் நேர்ந்தது.

வரி வசூல் செய்யும் உரிமைகளை கம்பெனி தலைமையிடம் இருந்து பெற்ற பின் பிரிட்டிஷார் இந்திய கிராமப்புற ஏழைகளைக் கசக்கிப் பிழியத் தொடங்கினர். ஒருபுறம், கிராமப்புறங்களில் வரி வசூல் செய்ய அவர்கள் ஒரு சில அதிகாரிகளையே நியமித்திருந்தனர். மறுபுறம், அவர்களால் இந்த இடைத்தரகர்களை முழுதாக நம்ப முடியவில்லை. எனவே, அடுத்தடுத்து உருவான எழுத்துப்பூர்வ விதிகள் வரி வசூல் நடவடிக்கைகளை நிர்வகிக்கத் தொடங்கின. முந்திய காலத்தில், உள்ளூர் தலைவர்கள் உள்ளூர் நிலவரங்களை நன்கு புரிந்துகொண்டிருந்தமையால், பஞ்ச காலங்களிலும், விவசாயம் பொய்க்கும்போதும் உரிய நிவாரணங்களை வழங்கி வந்தனர். அல்லது கடினமான குடும்ப சூழ்நிலைகளில் நிதி உதவி அளித்தனர். அத்துடன் இறப்பு மற்றும் திருமணங்கள் போன்ற நிகழ்வுகளில் அவசரத் தேவைகளை பூர்த்தி செய்தனர். இப்போது பிரிட்டிஷ் வரி வசூல் அதிகாரிகள் சட்டப் புத்தகம் ஒன்றைக் கையில் வைத்துக்கொண்டு அவர்களை ஆண்டனர். அதனால், நெருக்கடியான ஒரு காலத்தில் உள்ளூர் பிரச்னைகளைப் பற்றி புரிந்து கொள்ளமுடியாத நிலை உருவானது. பேச்சுவார்த்தைகளுக்குகூட வழியில்லாமல் போனது. ‘இந்தியாவில் உள்ளூர் பெரிய மனிதர்களுடன் பேச்சுவார்த்தை நடத்த வேண்டிய தேவைகள் எதுவுமின்றி கம்பெனியின் வரி வசூலை நடத்துவதே அந்தப் புதிய முறையின் நோக்கமாக இருந்தது. நேரடிப் பேச்சுவார்த்தைக்கு மாற்றாக எழுதப்பட்ட விதிமுறைகளை நடைமுறைப்படுத்துவதே நோக்கம். அந்த விதிகள் மாதந்தோறும் நொடி பிறழாத துல்லியமான நேரத்தில் நிர்ணயித்த தொகையை செலுத்த நில உரிமையாளர்களை வற்புறுத்தின. அமைதிக்கு எந்தவித ஊறும் விளைவிக்கக்கூடாதென்றும் நிர்பந்தித்தன. ஆனால், அந்த முறையால், பதினெட்டாம் நூற்றாண்டு இந்திய அரசியலுக்கு மிக அவசியமான ஒன்றாக மாறி இருந்த நேரடி பேச்சுவார்த்தைகள் புறக்கணிக்கப்பட்டன. அதன் விளைவாக, ஒரு காலத்தில் செழிப்பாக இருந்த தேசம் ஒன்றின் செல்வங்கள் கைநழுவி, அழிந்து போயின’.

மூன்று வகையான வரி வசூல் முறைகளை பிரிட்டிஷார் கடைப்பிடித்தனர். பெரும்பாலும் கிழக்கு இந்தியாவிலும் மெட்ராஸ் மாகாணத்தின் ஒரு பகுதியிலும் (ஏறக்குறைய 33 சதவிகிதம்) ஜமீன்தாரி முறை இருந்தது. தெற்கே பெரும்பாலான பகுதிகளிலும், வடக்கே சில இடங்களிலும் ரயத்துவாரி முறை பின்பற்றப்பட்டது. மேற்கு இந்தியாவில் மகல்வாரி முறை இருந்தது. 1793-ல் பிரிட்டிஷார், ஜமீன்தாரி முறையின் ஓர் அங்கமாக நில வருவாய் நிரந்தர தீர்வு திட்டம் ஒன்றை அறிமுகம் செய்தனர். இத்திட்டத்தின் கீழ், விளைபொருள்களில் ஒரு பங்கு என்ற பழைய அடிப்படையில் அல்லாது நிலத்துக்குக் குறிப்பிட்ட சதவிகிதக் கட்டணம் என்ற அடிப்படையில் இந்திய விவசாயிகளுக்கு வரி விதிக்கப்பட்டது. இதன்படி, விவசாயம் பொய்த்தாலும்கூட ஒரு விவசாயிக்கு வரி விலக்கு அளிக்கப்பட மாட்டாது. சில சமயங்களில், பிரிட்டிஷார் கோரிய வரியானது நிலத்தின் அசல் மதிப்பு அடிப்படையில் அல்லாது அதன் உச்சபட்ச விளைச்சலின் அடிப்படையில் அமைந்ததால், அதில் கிடைக்கும் மொத்த வருமானத்தையும் மிஞ்சும் அளவுக்கு இருந்தது. ரயத்துவாரி, மகல்வாரி முறைகள் இருந்த இடங்களில் அவர்களுடைய வருமான வரிகள் நிரந்தரமாக ஒரே மாதிரியாக நிர்ணயிக்கப்படவில்லை. காலவாரியாக ஆய்வு செய்யப்பட்டும், உயர்த்தப்பட்டும் வந்தது. அதன் விளைவாக விவசாயிகளின் சுமை இன்னும் அதிகரித்தது. அதைவிடக் கொடுமை என்னவென்றால் அனைத்து இடங்களிலும் காலனி அரசுக்கு விளைபொருளாக அல்லாமல், ரொக்கமாகவே வரி செலுத்த வேண்டி இருந்தது (குடியானவர்கள் ஜமீன்தாரி இடைத்தரகர்கள் வாயிலாகவோ நேரடியாகவோ வரி செலுத்தி வந்தனர்). அந்த நிலையில், 1880 வரை வரி அல்லது வாடகை தொடர்பான பாக்கிகள் எங்கும் இருந்து வந்தது. அதற்குப்பின், 1880 முதல் 1930 வரை கடன் மூலம் இன்னும் பெரிய தொகைகள் அவர்களிடம் இருந்து கறக்கப்பட்டது. இது பற்றி வில்லியம் டிக்பி என்பார் எழுதியது: 'நிரந்தரத் தீர்வு முறைக்கு வெளியே இருந்த மாவட்டங்களில் இருந்த விவசாயிகளுக்குத் தங்கள் தாத்தாக்களைப்போல் ஒரு பாதி அளவும், பாட்டன்களைப்போல் மூன்றில் ஒரு பங்கும் மட்டுமே ஒரு வருடத்தில் சாப்பிடக் கிடைக்கிறது. என்றாலும், இந்த நிஜங்களுக்கு மத்தியில், மிகக் கொடிய முறையில் நில வரி வசூலிக்கப்பட்டது. மேலும் பயிர்களை அறுப்பதற்கு முன்பாகவே அதற்கான வரியைப் பணமாக அரசுக்குச் செலுத்த வேண்டி இருந்தது'.

பிஷப் ஹீபர் 1826-ல் வெளிப்படையாக ஒப்புக்கொண்டார்: 'நாம் செய்வதைப்போல் எந்த ஒரு உள்நாட்டு மன்னரும் வரி கோரவில்லை'. ஆங்கிலக் கல்வி பெற்ற ரொமேஷ் சந்தர் தத் பொருளாதார தேசியவாதத்தை முதலில் முழங்கிய இந்தியர். ஆரம்பத்தில் சில முஸ்லிம் ஆட்சியாளர்களும் மிகக் கடுமையாக வரி விதித்தனர் என்பதை ஒப்புக்கொண்ட அவர், 'வித்தியாசம் என்னவென்றால், முகமதிய ஆட்சியாளர்களால் வரிகளை முழுமையாக வசூலிக்க

முடிந்திருக்கவில்லை. ஆனால், பிரிட்டிஷார் தாம் விதித்த அதிகப் படியான வரியைக் கொடூரமான முறையில் முழுமையாக வசூலித்தனர்'. இந்தியாவில் விதிக்கப்பட்ட நில வரி என்பது வாடகைப் பணத்தில் 80-90 சதவிகித அளவுக்கு இருந்தது. வங்காளத்தில் வசூலிக்கப்பட்ட நில வரி முப்பது ஆண்டுகளுக்குள் 8,17,553 பவுண்டில் இருந்து 26,80,000 பவுண்டாக எகிறியது. பொதுநலன் அல்லது சேவைகள் வடிவில் இந்த வரிகள் அனைத்தும் விவசாயிகளுக்குத் திரும்பக் கிடைத்திருக்குமானால் இந்தக் கெடுபிடி வசூலை ஓரளவு மன்னிக்க முடியும். ஆனால் வசூல் முழுவதும் பிரிட்டிஷ் அரசாங்கத்துக்கு அனுப்பப்பட்டது. 'நிரந்தரத் தீர்வு முறை' இந்திய பொருளாதாரத்தையும் மக்களையும் நசுக்கியது நிரூபணமானது. அதனால் இந்திய விவசாயம் அழிந்தது. கிழக்கிந்திய கம்பெனியின் கீழ் மக்களின் பொதுவான வாழ்க்கை நிலைமைகளும் வரி விதிப்பும் மிகக் கசப்பானதாகவும் பெரும் சுமையாகவும் இருந்தது. எனவே, நான் முன்பே கூறியதுபோல், பலரும் தங்கள் பரம்பரை வசிப்பிடங்களை விட்டு ஓடி, கிழக்கிந்திய கம்பெனியின் ஆதிக்கத்துக்கு அப்பால் உள்ள இடங்களில் தஞ்சம் புகுந்தனர். அதே வேளையில், இந்தியக் குடியானவர்கள் 'சொந்த மாகாணங்களை' விட்டு பிரிட்டிஷ் இந்தியாவுக்குள் இடம் பெயர்வது என்பது அநேகமாகப் பத்தொன்பதாம் நூற்றாண்டு முழுவதுமாக நடந்திருக்கவே இல்லை.

முறையாக வரி செலுத்திக் கொண்டிருந்தவரை இந்தியர்களின் மூட நம்பிக்கைகள், அவர்கள் பின்பற்றிய சமூக நடைமுறைகள் அல்லது ஒருவரை ஒருவர் இழிவுபடுத்தியது பற்றியெல்லாம் கிழக்கிந்திய கம்பெனி கவலைப்படவில்லை. நகரங்களை மேம்படுத்துவது, பாலங்கள், கால்வாய்கள் அமைப்பது, அணைகள் மற்றும் கோட்டை-கொத்தளங்களை நிர்மாணிப்பது போன்ற நோக்கங்களுக்காகத்தான் வரிகள் விதிக்கப்பட்டன. ஆனால், (நாடாளுமன்றத்தில் பர்க் குறிப்பிட்டதுபோல்) அந்தப் பணிகள் எல்லாம் நாளடைவில் மறக்கப் பட்டன. அதே சமயம் வரி விதிப்புகள் தொடர்ந்தன. அந்த நிலையில், பொதுமக்கள் சபை கமிட்டி ஒன்று, 'அரசு அலுவலர்களைப் பொறுத்த வரை மொத்த வரி வருவாய் முறையும் தொடர்ச்சியான பணப் பறிப்பு மற்றும் அநியாயச் சுரண்டலாக உருவெடுத்துவிட்டது' என அறிவித்தது. மேலும், 'அங்கே ஏழை குடியானவனுக்கு (ரயத்) மிஞ்சியது என்ன வென்றால் வரி ஏய்ப்பு, பதுக்கல் போன்றவற்றால் கிடைக்கக்கூடியது மட்டுமே' என்றும் குறிப்பிட்டது.

செல்வந்தர்கள் மற்றும் ஏழை விவசாய வர்க்கத்துக்கு அதுவரை இருந்து வந்த நில உடமைகளை ஒழிக்கும் கூடுதல் அம்சத்தையும் ரயத்துவாரி மற்றும் மகல்வாரி வரி வசூல் முறைகள் கொண்டிருந்தன. அதனால் பல நூற்றாண்டுகளாக மக்களைத் தங்கள் நிலங்களுடன் பிணைத்து வைத்திருந்த பாரம்பரியமும் உறவுகளும் ஒழிக்கப்பட்டன. நாம் ஏற்கனவே பார்த்ததுபோல், பிட்டின் இந்திய சட்டம் 1784-ல் நிறைவேற்றப்பட்டு,

இந்தியாவில் வரி வசூலிக்கும் பிரிட்டிஷ் அதிகாரத்தை முறைப்படுத்தியது. வங்காளத்தில் ஜமீன்தார்களின் பரம்பரை உரிமைகளைப் புறந்தள்ளிய பிரிட்டிஷார் தங்களுடைய கம்பெனி வருமானத்தை அதிகரிக்க அவர்களுடைய தோட்டங்களை ஏலம் விட்டனர்.

கிழக்கிந்திய கம்பெனி பொறுப்பில் இருந்தவரை அதன் லாபங்கள் விண்ணை முட்டும் அளவுக்கு உயர்ந்து சென்றன. அது வழங்கிய லாபப் பங்கும் (டிவிடெண்டு) கற்பனைக்கு எட்டாத வகையில் இருந்தது. அதனால் அந்த கம்பெனியின் பங்குகள் பிரிட்டிஷ் முதலீட்டாளர்கள் அதிகம் விரும்பும் ஒன்றாகின. அதன் தவறான நிர்வாகமும் அடக்கு முறையும் 1857-ல் பெரும் கலகத்தில் வந்து முடிந்தது. இந்திய வரலாற்று ஆய்வாளர்களால் முதல் சுதந்திர போராட்டம் என அது வர்ணிக்கப் பட்டது. ஆனால், அந்த எழுச்சியை பிரிட்டிஷார் 'சிப்பாய் கலகம்' என மிக சாதாரணமாகச் சிறுமைப்படுத்தினர். அதன் பிறகு இங்கிலாந்து மகாராணியின் பரந்து விரிந்த பேரரசின் 'மணிமுடியின் வைரத்தின்' நிர்வாகத்தை பிரிட்டன் முடியாட்சி எடுத்துக் கொண்டது. அதற்கு ஈடாக கம்பெனிக்கு கணிசமான தொகையையும் கொடுத்தது. ஆனால், அதை பிரிட்டிஷ் அரசு தன் கஜானாவில் இருந்து எடுத்துக்கொடுக்கவில்லை. பலி ஆடுகளான இந்திய மக்களுக்கு விதித்த வரியில் இருந்தே வட்டியையும் முதலையும் எடுத்துக்கொடுத்தது.

நிர்வாகம் கை மாறினாலும் நோக்கம் என்னவோ ஒன்றுதான் : பிரிட்டனுக்கு அதிகபட்ச ஆதாயம். இந்திய வளங்களைச் சுரண்டுவது பிரிட்டிஷ் கொள்கையின் மிகத் தெளிவான அங்கமாகத் தொடர்ந்தது. 1860 மற்றும் 1870 ஆண்டுகளுக்கிடையில் இந்தியாவின் மாகாணச் செயலாளராக இருந்த சாலிஸ்பரி பிரபு சுவாரஸ்யமான உருவகம் ஒன்றைப் பயன்படுத்தி இவ்வாறு கூறினார்: 'இந்தியாவை ரத்தம் சிந்தவைப்பதுதான் நோக்கம் என்பதால் அதிக ரத்தம் எங்கு சேகரமாகி இருக்கிறதோ அந்த இடத்தை நோக்கித்தான் ஈட்டியைப் பாய்ச்ச வேண்டும். குறைவாக இருக்கும் இடங்களை விட்டுவிடலாம்...' 'ரத்தம்' என்று குறிப்பிட்டது பணத்தைத்தான். 'அதிக ரத்தம் சேகரமான பகுதிகள்' என்பது 'குறைவான பகுதிகளை' விட மிகப்பெரிய வருவாய் ஆதாரங்களை வழங்கியது (சாலிஸ்பரி பின்னாளில் இங்கிலாந்து பிரதமரானார்).

இங்கிலாந்தில் இருந்த தொழிலாளர் வர்க்கத்துக்கு வேலை வாய்ப்பு களை உருவாக்கித் தரவேண்டும்; பிரிட்டிஷ் தொழிற்சாலைகளின் உற்பத்திப் பொருள்களுக்கான சந்தைகளை உருவாக்கவும் வேண்டும். அதற்கு உலகின் பிற நாடுகளை அடிமைப்படுத்தி ஏகாதிபத்திய சாம்ராஜ்ஜியத்தை நிறுவுவதே ஒரே வழி என்று செசில் ரோட்ஸ் வெளிப்படையாகவே முழங்கினார். இந்தியத் துறவியும் சீர்திருத்த வாதியும் சிந்தனையாளருமான சுவாமி விவேகானந்தர், பிரிட்டிஷாரை 'வணிக இலக்கை மட்டுமே கொண்ட வைசியர்களைப் போன்றவர்கள்' என்று சொன்னார். 'முழு பணத்தாசை கொண்ட அவர்கள் இந்தியாவில்

காணும் அனைத்தின் பண மதிப்பை மட்டுமே பார்த்தார்கள். எந்த வொன்றின் உண்மை மதிப்பையும் புரிந்துகொள்ளவே இல்லை'. வங்காள நாவலாசிரியர் பங்கிம் சந்திர சட்டர்ஜி ஆங்கிலேயர் குறித்து இவ்வாறு எழுதினார்: 'அவர்கள் தங்களுடைய பேராசையைக் கட்டுப்படுத்த இயலாதவர்கள். அவர்களுடைய அகராதியில் இருந்து 'ஒழுக்கம்' (morality) என்ற சொல் மறைந்தே போய்விட்டது'.

•

பத்தொன்பதாம் நூற்றாண்டின் இறுதியில் பிரிட்டனின் மிகப்பெரிய வருவாய் ஆதாரமாகவும் உலகிலேயே பிரிட்டிஷ் பொருட்களை அதிகம் வாங்கும் இறக்குமதியாளராகவும் இந்தியா மாறி இருந்தது. அத்துடன் பிரிட்டனின் சிவில் ஊழியர்கள், ராணுவ வீரர்களுக்குத் தனது சொந்தப் பணத்தில் மிக அதிக சம்பளம் தரும் நாடாகவும் ஆக்கப்பட்டிருந்தது. பச்சையாகச் சொன்னால் நம்மை ஒடுக்குவதற்கு நாமே காசு கொடுத்தோம்.

தாங்க முடியாத அளவிலான வரிச்சுமைகள் நீடித்தன. விவசாய வரிகள் என்பது பெரும்பாலும் மொத்த விளைச்சலில் பாதி அல்லது அதற்கும் மேலும்கூட இருந்தது. அதனால் தனக்கும் தன் குடும்பத்துக்கும் தேவையான உணவைக்கூடப் பெற முடியாத கொடுமைக்கு விவசாயி தள்ளப்பட்டார். பிரிட்டிஷ் ஆட்சி அல்லாத இடங்களில் இருந்ததைவிட வரிகள் இரண்டு அல்லது மூன்று மடங்கு அதிகமாக இருந்ததாக பிரிட்டிஷ் மதிப்பீடுகளே ஒப்புக்கொண்டன. உலகில் எந்த ஒரு நாட்டை விடவும் வரி அதிகமாக இருந்தது என்பதிலும் எந்த மாற்றுக்கருத்தும் இல்லை. ஒவ்வொரு பிரிட்டிஷ் 'பிரஸிடென்ஸி'களும் இந்தியாவில் நியமிக்கப்பட்ட பிரிட்டிஷ் சிவில் ஊழியர்களுக்கும் ராணுவ வீரர்களுக்கும் வணிகர்களுக்கும் செலவழித்தது போலவே 'சேமிப்பு' என்ற வகையிலும் பெரும் தொகைகளை இங்கிலாந்துக்கு அனுப்பின (இருபத்து நான்கு ஆண்டுகள் மட்டுமே பணி புரிந்த ஒரு பிரிட்டிஷ்காரர், அதுவும் இடை நிறுத்தங்கள், நான்கு ஆண்டுகள் 'தாய்நாடு செல்ல விடுப்பு ஆகியவற்றுடன் பணி முடித்தவருக்கு, இந்திய வரிப் பணத்தில் இருந்து தாராளமாக ஓய்வூதியம் வாரி வழங்கப்பட்டது: இந்தியாவில் இருந்து சுமார் 7,500 ஆங்கிலேயர்கள் ஆண்டுதோறும் ஏறக்குறைய 2 கோடி பவுண்டு ஓய்வூதியம் வாங்கினார்கள் என 1920-களின் இறுதிப் பகுதியில் ராம்சே மெக்டொனால்டு மதிப்பீடு செய்தார்).

பிரிட்டனின் வருமானம் எகிறிக்கொண்டிருந்த நிலையில் இந்தியாவின் தேசியக் கடன் பல மடங்கு அதிகரித்தது. இந்தியாவின் மொத்த வருமானத்தில் பாதி நாட்டை விட்டு வெளியே (பெரும்பாலும் இங்கிலாந்துக்கு) சென்றது. இந்தியாவின் பாதுகாப்புப் பணியில் ஈடுபட்டிருந்த பிரிட்டிஷ் இந்திய ராணுவத்துக்கு மட்டுமல்ல; பர்மாவில் இருந்து மெசபடோமியா வரை பிரிட்டிஷ் பேரரசின் மகத்துவத்தை மேலும் வளர்க்கும் நோக்கிலான பரந்து விரிந்த வெளிநாட்டு காலனி

ஆதிக்க தேடுதல் வேட்டைகளுக்கும் இந்திய வரிப்பணமே செலவழிக்கப் பட்டது. உதாரணமாக 1922-ல், இந்திய அரசாங்கத்தின் மொத்த வருமானத்தில் 64 சதவிகிதம் வெளிநாடுகளில் நியமிக்கப்பட்டிருந்த பிரிட்டிஷ் இந்தியப் படைகளுக்காகச் செலவு செய்யப்பட்டது. அந்த நேரத்தில் டுரான்ட் கூறியதுபோல் உலகில் வேறு எந்த ஒரு ராணுவமும் இந்த அளவுக்குப் பொது நிதியின் பெரும் பகுதியைக் கபளீகரம் செய்ததில்லை.*

இந்தியாவில் இருந்து நிதிகள் உறிஞ்சப்பட்டவிதம் உண்மையில் அதிர்ச்சியளிக்கக்கூடியது. சுரண்டலை மறைப்பதற்காக கணக்கு பதிவேடுகளில் 'ஹோம்சார்ஜஸ்', 'இதரவருவாய்கள்' போன்ற மங்கலகரமான வார்த்தைகள் பயன்படுத்தப்பட்டன. அதனால் இந்தியாவின் நிதி ஆதாரத்தில் பெரும் பற்றாக்குறை ஏற்பட்டது. பபல் பேரன் கணக்குப்படி இந்தியாவின் மொத்த தேசிய உற்பத்தியில் (Gross National Product-GNP) 8 சதவிகிதம் ஆண்டுதோறும் பிரிட்டனுக்குக் கொண்டுசெல்லப் பட்டது.

பத்தொன்பதாம் நூற்றாண்டைச் சேர்ந்த இந்திய தேசியவாதியான தாதாபாய் நௌரோஜி பிரிட்டன் ஏகாதிபத்தியம் அறிவித்த கணக்கு வழக்குகளில்கூட தனது 'பிரிட்டிஷ் சுரண்டல் கொள்கையை' உருவாக்கத் தேவையான ஆதாரங்கள் இருப்பதைக் கண்டறிந்தார். எனவே, அவர் நாகரிகமான மொழியில் 'பிரிட்டிஷ் இயல்புக்கு' (un-British) மாறான நடைமுறைகள் மூலம் இந்தியாவை ஏழ்மையில் தள்ளினர் என அவர் காலனிய ஆட்சியாளர்கள் மீது குற்றம்சாட்டியதில் வியப்பேதும் இல்லை. 1835 முதல் 1872 வரை இந்தியா ஆண்டுதோறும் 1.30 கோடி பவுண்டு அளவுக்கு இங்கிலாந்துக்குப் பொருள்களை ஏற்றுமதி செய்தது; ஆனால் அதற்கு இணையான வருமானத்தைப் பெறவே இல்லை என்று குற்றம்சாட்டினார். கிழக்கிந்திய கம்பெனி பங்குதாரர்களின் லாபங்கள், ரயில்வே முதலீட்டாளர்களின் லாப பங்குகள் (டிவிடெண்டு) அல்லது அதிகாரிகளின் ஓய்வூதியம் என எதுவாக இருந்தாலும் பிரிட்டனில் வாழும் மக்களுக்கு இந்தியா செலுத்திய தொகை ஆண்டுதோறும் 3 கோடி பவுண்டு அளவுக்கு இந்தியாவுக்கு நஷ்டத்தை ஏற்படுத்தியது. பிரிட்டனில் இருந்து வந்த சொற்ப முதலீடுகள் ஆங்கில ஏகாதிபத்தியத்தின்

* இந்த வெறுக்கத் தகுந்த சாதனையை இப்போது பாகிஸ்தான் ராணுவமும் பின்பற்றிவருகிறது. உலகிலேயே எந்த ஒரு ராணுவத்துக்கும் இல்லாத அளவுக்கு தேச வருமானத்தின் பெரும் பகுதியை அது விழுங்கிவருகிறது. சில பாகிஸ்தானியர்கள் இதை பிரிட்டனிடம் வாங்கி வந்த வரம் என ஒருவேளை குற்றம் சாட்டக்கூடும்.

நலன்களுக்காகவே செலவிடப்பட்டது. இப்படி வழித்து எடுத்ததால் இந்தியாவின் 'வளங்கள் ஒட்டச் சுரண்டப்பட்டன'; 'வறண்டு போயின'; 'ரத்தம் சுண்டி' உயிரை விடும் நிலைக்குப் போனது. அதன் விளைவாக நாடு பஞ்சம், பசி, வறுமை போன்ற பெரும் துயரங்களுக்கு ஆளானது. இந்திய மக்களின் செல்வ வளம் சரிந்து வருவதையும், பிரிட்டனின் திட்டமிட்ட கொள்ளையையும் பிரிட்டிஷ் எழுத்தாளர் வில்லியம் டிக்பி எடுத்துரைத்தார். 1901-ல் இந்தியாவின் செகரட்டரி ஆஃப் ஸ்டேட்டுக்கு இந்திய வரிகள் வாயிலாகக் கொடுக்கப்பட்ட சம்பளம் 90,000 இந்தியர்களின் சராசரி ஆண்டு வருமானத்துக்கு இணையானது என்ற கொடுமையான நிஜமும் அதில் அடங்கி இருந்ததைச் சுட்டிக்காட்டினார்.

ஆங்கஸ் மேடிசன் தெளிவாக முத்தாய்ப்பு வைத்தார்: 'பெரும் தொகை வெளியேறிக் கொண்டிருந்ததை யாராலும் மறுக்க இயலாது. அது 190 ஆண்டுகளுக்கு நீடித்தது. அந்த நிதி அனைத்தும் இந்தியாவில் முதலீடு செய்யப்பட்டிருந்தால், வருமான உயர்வுக்கு அது பெரும் பங்களிப்பைத் தந்திருக்கும்'. இந்திய வருவாயில் இருந்து அதிகாரப்பூர்வமாகவும் தனிப்பட்ட முறையிலும் இங்கிலாந்துக்குச் சென்று கொண்டிருந்த நிதியில் பிரிட்டிஷ் அதிகாரிகளுக்கு வழங்கப்பட்ட அளவுக்கு அதிகமான ஊதியங்களும் அடங்கி இருந்தது. பிரிட்டிஷ் இந்திய ராஜ்ஜியம் என்பது நாடு விட்டு நாடு வந்தவர்களின் ஆட்சி என்பதால் அவர்களுடைய நிதி சார்ந்த ஆர்வங்கள் அனைத்தும் நிச்சயமாக இங்கிலாந்தில்தான் இருந்தன.

கடந்த காலத்தில் இந்திய நிர்வாகம் ஒன்று அதிகாரத்தில் இருந்திருந்தால், வரிகளின் மூலம் கிடைத்த வருவாய் அனைத்தும் சேமிக்கப்பட்டு உள்நாட்டிலேயே செலவழிக்கப்பட்டிருக்கும். மாறாக அனைத்தும் வெளிநாட்டினரின் கைகளுக்குச் சென்றன. அதை அவர்கள் தங்களுடைய உண்மையான ஆர்வங்கள் எங்கு இருந்ததோ அந்த நாட்டுக்குத் திருப்பிவிட்டனர். பெரும்பாலான சமுதாயங்களில் மேட்டுக் குடியினருக்கான வருமானம் என்பது பொருளாதார வளர்ச்சியின் மிக முக்கிய ஆதாரமாக இருக்கிறது. ஏனென்றால் அவர்கள் அதை உள்ளூர் நலன்களுக்குச் செலவிடமுடிவதால் அது மறைமுகமாக உள்ளூர் தொழில்கள் வளர உதவுகிறது. ஆனால், இந்திய அரசாங்கத்தின் தாராள சம்பளங்களும் மற்ற படிகளும் இங்கிலாந்து மீது அக்கறை கொண்டவர் களுக்கு வழங்கப்பட்டுக் கொண்டிருந்தது. அத்துடன் இந்தியாவில் வெளிநாட்டு பொருள்கள் மோகத்தை விதைத்தது. எனவே பிரிட்டிஷ் நுகர்பொருள்களின் இறக்குமதி அதிகரித்து உள்ளூர் தொழில்கள் கடுமையாக நசுக்கப்பட்டன. அதன் விளைவாக, முன்னாளில் இந்திய மேட்டுக்குடியினருக்குத் தேவையான ஆடம்பர அழகுப் பொருள்கள், கைவினைப் பொருள்களைத் தயாரித்துக் கொண்டிருந்தவர்கள், பட்டு மற்றும் மஸ்லின் நெசவாளர்கள் அனைவரும் புர்ரா சாஹிபுகள் (மற்றும் குறிப்பாக அவர்களுடைய பெருமதிப்புக்குரிய ஆங்கில மேம்சாஹிபுகள்) மத்தியில் தங்களுடைய உற்பத்தி பொருள்கள் மீதான ஆர்வம் அநேகமாக நீங்கிவிட்டதைக் காண நேர்ந்தது.

பத்தொன்பதாம் நூற்றாண்டில் நிகழ்ந்த பிரிட்டிஷ் பொருளாதாரச் சுரண்டல் மூலம் எவ்வளவு பணம் பறிக்கப்பட்டது என்பதை 1901-ல் வில்லியம் டிக்பி கணக்கிட்டார். 418,79,22,732 பவுண்டு என்ற அவருடைய துல்லிய மதிப்பீடு அபாரமாக இருந்தது (அதனால், கசப்பான எதிர்ப்புக்கும் ஆளானது). இந்தத் தொகை இன்றைய பண மதிப்பில் மின்ஹாஸ் மெர்ச்சண்ட் (இந்திய பத்திரிகையாளர் மற்றும் எழுத்தாளர்) கணக்கீடுகளின்படி ஒன்பதில் ஒரு பங்கு என்றாலும் அது பத்தொன்பதாம் நூற்றாண்டுக்கானது மட்டுமே. இருபதாம் நூற்றாண்டில் நிலைமை இன்னும் மோசமானது.

•

இங்கே ஒரு சிறிய இடைச் செருகல். இந்தியாவில் இருந்து இவ்வளவு பணம் வெளியேறியதற்கும் இந்தியாவுடன் எந்த சம்மந்தமும் இல்லாத போர்களுக்காக வெளிநாடுகளுக்கு அடிக்கடி ராணுவப் படைகள் அனுப்பப் பட்டதற்கும் இடையில் நேரடித் தொடர்பு இருக்கிறது. பிரிட்டனின் நலன்களைப் பாதுகாக்கவும், காலனிய சாம்ராஜ்ஜியத்தை விஸ்தரிக்கவும் தேவையான எல்லாமே இந்திய நிதி உதவிகள் மூலமே நடந்தன. குறிப்பாக, ஏழைக் குடியானவர்களின் உழைப்பில் இருந்து உறிஞ்சிய நில வருவாய் அல்லது 'உதவியாளர் கூட்டணி திட்டத்தின்' வாயிலாக பல்வேறு சமஸ்தானங்களில் செய்த வசூல் மூலம் அந்த நிதி அனுப்பப்பட்டது.

பத்தொன்பதாம் நூற்றாண்டிலும், இருபதாம் நூற்றாண்டின் முதல் பத்து ஆண்டுகளிலும் இந்திய ராணுவம் பணி அமர்த்தப்பட்ட வெளிநாடுகளின் பட்டியல் பிரமிக்க வைக்கிறது: சீனா (1860, 1900-01), எத்தியோப்பியா (1867-68), மலேயா (1875), மால்டா (1878), எகிப்து (1882), சூடான் (1885-86), பர்மா (1885), கிழக்கு ஆப்பிரிக்கா (1896, 1897, 1898), சோமாலிலேண்ட் (1890, 1903-04), தென் ஆப்பிரிக்கா (1899, ஆனால், வெள்ளையர் படை மட்டும்) மற்றும் திபெத் (1903). இதில், சில நாடுகளுக்கான படை வீரர்களின் எண்ணிக்கையைக் கண்டிப்பாகக் குறிப்பிட்டுச் சொல்லவேண்டும்: 1856-57-ல் நடந்த சீனப்போரில் 5,787 இந்திய வீரர்கள் பங்கேற்றனர். டியென்ட்சின் உடன்படிக்கை (1857) மற்றும் கான்டன் பகுதி மீதான கட்டுப்பாட்டு அதிகாரத்துடன் அந்தப் போர் முடிவுக்கு வந்தது. 1860-ல் சீனாவுக்கு 11,000 படை வீரர்கள் சென்றனர். பெகிங்கைக் கைப்பற்றி, கட்டுப்பாட்டு அதிகாரம் பெறும் வரை அவர்கள் பணியாற்றினர். அபிசீனியாவில் (எத்தியோப்பியா) சிறைப்பிடிக்கப்பட்டிருந்த பிரிட்டிஷாரை மீட்க 12,000 பேர் அனுப்பப் பட்டனர். 1882 மற்றும் 1896-ல் எகிப்தில் நடந்த கிளர்ச்சியை ஒடுக்குவதற்காக 9,444 வீரர்கள் சென்றனர். அத்துடன் ரூ.14.79 லட்சமும் செலவிடப்பட்டது. கிழக்கு ஆப்பிரிக்காவில் ஏற்பட்ட கலகத்தை அடக்க 1,291 ராணுவத்தினர் நியமிக்கப்பட்டனர். இந்தியத் துணைக்கண்டத்தின் மீதான முழு வெற்றியை நிறைவு செய்யும் வகையில் 1818-ல் சிலோனில்

(ஸ்ரீலங்கா) நடந்த கண்டி போரில் இந்திய பிரிட்டிஷ் ராணுவத்தை பிரிட்டன் பயன்படுத்தியது. 1824-26-ல் நடந்த பர்மியப் போரிலும் இந்திய ராணுவம் ஈடுபடுத்தப்பட்டது. அப்போது போர் அல்லது நோய் காரணமாக ஏழுக்கு ஆறு என்ற கணக்கில் ராணுவ வீரர்கள் மடிந்தனர். பின்னாளில், இரண்டாம் உலகப்போர் காலத்தின்போதுகூட, பிரிட்டன் போரில் ஜெர்மானியப் படையெடுப்புக்கு எதிராக இங்கிலாந்தைத் தீரத்துடன் பாதுகாத்த 'முக்கியமான ஒரு சிலரில்' இந்தியப் போர் விமானிகள் இருந்தனர். அவர்களுள் ஒரு துணிச்சலான சீக்கியரும் இருந்தார். அவர் தனது ஹரிக்கேன் போர் விமானத்துக்கு 'அமிர்தசரஸ்' எனப் பெயரிட்டிருந்தார்.

பத்தொன்பதாம் நூற்றாண்டு இறுதிக்குள் பிரிட்டிஷார் 3,25,000 பேர் கொண்ட நிலையான ராணுவம் ஒன்றை ஏற்படுத்தி இருந்தனர். அதில் மூன்றில் இரண்டு பங்கு வீரர்களுக்கு இந்திய வரிகள் மூலம்தான் சம்பளம் வழங்கப்பட்டது. இந்தியாவில் நியமிக்கப்பட்ட ஒவ்வொரு பிரிட்டிஷ் ராணுவ வீரருக்கும் சம்பளம், இதர வசதிகள், உணவு, இறுதியில் ஓய்வூதியம் என எல்லாமே இந்திய அரசாங்கம்தான் கொடுத்தது; பிரிட்டன் அல்ல. பதவி, சம்பளம், பதவி உயர்வு, ஓய்வூதியம், மற்ற வசதிகள் மற்றும் பொது விநியோக முறைகளில் ஐரோப்பிய ராணுவ வீரர்களுக்கும் இந்திய ராணுவ வீரர்களுக்கும் இடையே பெரும் பாகுபாடுகள் இருந்தன. ஐரோப்பிய ராணுவ வீரர்களுக்கு அதிகாரப்பூர்வமாக வழங்கப்பட்ட பிஸ்கெட்டுகள், அரிசி, மாவு, உலர் திராட்சை பழங்கள், ஒயின், பன்றிக்கறி மற்றும் மாட்டு இறைச்சி அனைத்தையும் இந்தியாதான் உற்பத்தி செய்தது.

இந்தியாவுக்கு அப்பால் பிரிட்டனின் பல்வேறு குடியேற்றங்களில் ஆங்கிலப் பேரரசை நன்கு நிறுவ ராணுவ வீரர்களுடன், இந்தியாவின் தொழில் மற்றும் வணிகத் திறமைகள்தான் உதவின. மலாயா, தென்கிழக்கு ஆப்பிரிக்கா மற்றும் பசிபிக் பகுதிகளின் தோட்ட விவசாயத்தைக் கவனித்துக் கொள்ளவும், உகாண்டாவில் ரயில்வே பணிகளை செய்யவும், தென்கிழக்கு ஆசியாவின் நெற்களஞ்சியமாக பர்மாவை உருவாக்கு வதற்கும் இந்திய தொழிலாளர்கள் பயன்படுத்தப்பட்டனர். இந்திய சில்லரை வியாபாரிகள் மற்றும் வணிகர்கள் தங்களுடைய ஐரோப்பியப் போட்டியாளர்களைக் காட்டிலும் குறைந்த செலவில் வணிகக் கட்டமைப்புகளை ஏற்படுத்தினர். சீன, ஆப்பிரிக்க காலனிகளில் இந்தியர்கள் நிர்வாகப் பொறுப்பில்கூட (கீழ்நிலை பதவிகள்தான்) இருந்தனர். அந்த இந்தியர்களில் பெரும்பாலானோர், பத்தொன்பதாம் நூற்றாண்டில் மிக தொலைவில் இருந்த பிரிட்டிஷ் காலனிகளுக்கு குற்றவாளிகளாகவோ, ஒப்பந்த தொழிலாளர்களாகவோ இடம் பெயர்க்கப்பட்டிருந்தனர். (இது பற்றி நாம் ஐந்தாம் அத்தியாயத்தில் சற்று விரிவாகப் பார்க்கலாம்).

அதே சமயம் ஏகாதிபத்தியத்தின் எந்த ஒரு வெகுமதியோ பலனோ இந்தியாவுக்கு மறுக்கப்பட்டன. பிரிட்டிஷாரின் நலன்களை அதிகரிப்பதற்

காக இந்திய படைகள் செய்த தியாகத்தின் விளைவுகள் இன்றும் எஞ்சி இருக்கின்றன. ஆனால், அவர்களுக்கு அல்லது அவர்கள் விட்டுச் சென்ற குடும்பங்களுக்கு நஷ்ட ஈடு என்ற முறையிலோ இந்தியாவின் நலனுக்காக கணிசமான நன்கொடை என்ற முறையிலோ எதுவுமே தரப்படவில்லை. (இரண்டு உலகப் போர்களில் இந்தியர்கள் ஆற்றிய பங்களிப்பு பற்றி இங்கு நான் குறிப்பிடவில்லை. அதுபற்றியும் பின்னர் விரிவாகப் பார்க்கலாம்.)

•

கிழக்கிந்திய கம்பெனி ஆட்சியில், தார்மிகக் கடமைகளை விடுங்கள், அதிகாரபூர்வ ஒப்பந்தங்களையே பிரிட்டிஷார் உதாசீனம் செய்த விதம், அமைதியை நிலைநாட்ட அவர்கள் கோரிய தொகை எல்லாம் கற்பனைக்கு எட்டாத வகையில் இருந்தன: எவ்வித முகாந்திரமும் இன்றி அவர்களால் தாக்கப்பட்ட வீரம் செறிந்த மன்னர் ஹைதர் அலி அவர்களை 'மோசமான நம்பகத்தன்மையற்ற ஆக்கிரமிப்பாளர்கள்' எனக் கருதினார். 'சாம்ராஜ்ஜிய வெறி மற்றும் பேராசைக்கு முன், இந்த நாள் வரையிலும்கூட, மனித வாழ்வும் மனித நலனும் எவ்வளவு குறைவாக எடை போடப்படுகின்றன. முதல் வங்காளப் படையெடுப்பில் இருந்து நேபாளம் மற்றும் பர்மா படையெடுப்பு வரை நாம் இழைத்த பயங்கரங்கள் மற்றும் வன்முறைகள் பற்றி நாம் எதுவும் கேள்விப்பட வில்லை. ஆனால், 'எவ்வளவு மகத்தான பேரரசை உருவாக்கியிருக்கிறோம்' என்ற புகழுரைகளையே கேட்கிறோம்' என வில்லியம் ஹோவிட் வருந்தி எழுதினார்.*

---

* முதல் உலகப்போரின் போது இந்தியாவின் மகத்தான பங்களிப்புகள் அனைத்தும் இரண்டாம் அத்தியாயத்தில் விவரிக்கப்பட்டிருக்கின்றன. இரண்டாம் உலகப்போர் பற்றிய புள்ளிவிவரங்களும் பிரமிக்க வைப்பவை. போரின் தொடக்கத்தில் (1939), இந்திய ராணுவத்தில் இருந்த வீரர்களின் எண்ணிக்கை 1,94,373. 1945-க்குள் அது 20,65,554 ஆக உயர்ந்தது. இந்தியாவிலும் வெளிநாடுகளிலும் அவர்கள் பணியாற்றினர். விமானப்படை மேலும் ஒரு 29,201 பேரை நியமித்தது. இந்திய கடற்படையில் 30,478 பேர் இருந்தனர். (பாட்டியா, 1977, பக்கம் 234-235). போரில் இந்திய ராணுவ வீரர்கள் ஏராளமானோர் இறந்தனர். 1939 செப்டெம்பர் 1 முதல் 1945 பிப்ரவரி 28 வரை 1,49,225 பேர் மரணம் அடைந்தனர். இந்தியாவின் பொருள் உதவியும் பெருமளவு இருந்தது. ஒரு வேதனைக்குரிய தகவல்: இந்திய எஃகு தொழிலின் கழுத்தை நெறிக்க பிரிட்டன் மேற்கொண்ட முயற்சிகள்: பிரிட்டன் ஏற்றுமதி செய்த எஃகு பொருள்கள் ஒரு முறை கடலில் தொலைந்து போனபோது இந்தியா 7,000 டன் எஃகு தகடு ரோல்களை இங்கிலாந்துக்கு அனுப்பியது.

இந்தியாவின் ஆட்சிப் பொறுப்பை பிரிட்டிஷ் மணிமகுடம் ஏற்றுக் கொண்ட பிறகு காலனி ஆதிக்கத்தை நியாயப்படுத்தும் புதிய மொழி ஒன்று உதயம் ஆனது: அதுதான் இந்திய மக்களின் நன்மைக்காக பிரிட்டன் ஆட்சி செய்யும் என்ற பாசாங்கு. 'ஓர் ஆங்கிலேயன் ஏதேனும் ஒன்றை விரும்பும்போது, அதை அவன் ஒருபோதும் வெளிப்படையாக ஒப்புக் கொள்வதில்லை; மாறாக அவன் விரும்புவதை யார் வைத்திருக்கிறார்களோ அவர்களிடமிருந்து அதை வெல்வது ஏதோ அவனுடைய மதம் முன்வைக்கும் புனிதக் கடமை என்றும் அவனுக்கு இருக்கும் மிகப் பெரிய தார்மிகக் கடமை என்றும் அசைக்க முடியாத தீவிரத்துடன் சொல்வான்' என ஜார்ஜ் பெர்னார்ட் ஷா கடுமையாகச் சாடினார். இந்த பாசாங்கு பற்றி டுரான்ட் மிக கடுமையாக சாடினார்: 'கொள்ளையடிப்பு நடந்து கொண்டிருந்த அதே வேளையில், மிருகத்தனத்துடன் போலித்தனமும் இணைந்துகொண்டது'.

அந்த நிலை அப்படியே தொடர்ந்தது. பிரிட்டிஷார் எதிர்பாராதவிதமாக ஒரு வெற்றிடத்தில் விழுந்ததாகவும், கேம்பிரிட்ஜ் பல்கலைக்கழக வரலாற்று ஆய்வாளரான ஜான் சீலே சொன்னதுபோல் 'என்ன நடந்ததென்றே தெரியாமல் இருந்த நேரத்தில்' அங்கு அவர்களுக்கு இந்தியப் பேரரசு அப்படியே கிடைத்ததாகவும் பிரிட்டிஷார் வேடிக்கை யாகச் சொல்லிக்கொண்டனர் (சீலே தன்னுடைய 'இங்கிலாந்து விரிவாக்கம்' (The Expansion of England) என்ற நூலில், 'இந்தியாவை வென்றது என்பது உண்மையில் வெற்றி என்ற அர்த்தத்தில் சொல்ல முடியாத செயலே' என்று தந்திரமான மொழியில் கூறினார்). ஆனால் நிஜம் இன்னும் கடுமையாகவும் கசப்பானதாகவும் இருந்தது: பெரிய அளவிலான பொருளாதாரச் சுரண்டலை வெறுமனே பொருளாதார திட்டமிடல் மூலமே நடத்திவிடமுடியாது. சக்தி வாய்ந்த அரசியல் மற்றும் பொருளாதார கட்டுப்பாட்டு அதிகாரம் பெற்ற ஒரு குடையின் கீழ்தான் அதைச் செய்யமுடியும் என்ற புரிதல் அவர்களுக்கு இருந்தது. கிழக்கிந்திய கம்பெனியின் விரிவாக்கம் எல்லாம் ஏகாதிபத்திய நோக்கத்துடனான மிகப் பெரிய திட்டத்தின் வாயிலாக எடுக்கப்பட்ட முடிவுகள் என்பதைவிட, அப்போது இந்தியாவில் நிலவிய குழப்பமான சூழல் மற்றும் கம்பெனி அதிகாரிகளின் கழுகுக் கண்களுக்குத் தென்பட்ட அனைத்து வாய்ப்புகளையும் நன்கு பயன்படுத்திக்கொள்ளும் செயல்களாகவேகூட அவை இருந்திருக்கலாம். ஆனால், அவர்கள் எந்தத் தயக்கமும் இன்றி ஒரு கொடூரமான விதி ஒன்றைக் கடைப்பிடித்தனர்.

இந்தியாவில் பிரிட்டிஷ் பேரரசின் விரிவாக்கத்தை நியாயப்படுத்தும் விதத்தில் கிளைவ் கூறியதுபோல், 'நிறுத்துவது ஆபத்தானது. பின்வாங்குவது அழிவு'. நாம் ஏற்கனவே பார்த்ததுபோல், போரிட்டு மடியப் போகிறீர்களா... அடிபணிந்து அதன்மூலம் கிடைக்கும் வசதியான வாழ்க்கையை ஓர் ஓரமாக இருந்து வாழ்ந்துகொள்ளப்போகிறீர்களா என இந்தியாவின் ஒவ்வொரு சமஸ்தான மன்னருக்கும் எச்சரிக்கைவிடுத்து ஒவ்வொரு சமஸ்தானமாக இணைத்துக்கொண்டே விரிந்தது பிரிட்டிஷ்

ஏகாதிபத்தியம். போர் தொடுக்கப்பட்ட நேரங்களில்கூட, அதற்கான செலவுகள் இந்தியர்களிடம் வசூலித்த வரிகள், கட்டணங்கள் மூலமே செய்துகொள்ளப்பட்டன. வேறுவிதமாகச் சொல்ல வேண்டுமானால், பிரிட்டிஷாரால் ஆக்கிரமிக்கப்பட இந்தியர்கள் தாங்களே பிரிட்டிஷாருக்குப் பணம் கொடுத்தனர்.

1839-ல் வில்லியம் ஹோவிட் கடும் கோபம் கொண்டு எழுதினார்: 'கிழக்கிந்திய கம்பெனி இந்துஸ்தானைச் சொந்தமாக்கிக்கொண்ட விதம் மிக அநியாயமானது. மேலும் கிறித்துவத்துக்கே முரணானது என்று கூடக் கருத இடமளிக்கிறது... உள்நாட்டு மன்னர்களிடமிருந்து அவர் களுடைய மாகாணங்களைப் பறிக்கும் இந்த முறையானது நூறாண்டு களுக்கு மேல் தங்கு தடையின்றி நடந்தது. அதுவும்கூட, நியாயம் மற்றும் உரிமை பற்றிய மிக புனித வாக்குறுதிகளுடன் நடந்த அநியாயமாக இருந்தது. மேலும் அதுவரை இல்லாத ராஜாங்க அல்லது மதக் கொடுங்கோன்மைக்கு மேலான சித்ரவதையாக அது இருந்தது'.

ஆனால், கிழக்கிந்திய கம்பெனியின் பிரபல கவர்னர் ஜெனரல் ஒருவரின் வம்சாவளியினரான பெர்டினாண்டு மௌண்ட் கூறியதுபோல் அது முதலாளித்துவத்தின் அடிப்படையான கோட்பாட்டின்படி உருவானது தான்: 'இந்தியாவில் இருந்த பிரிட்டிஷ் ஏகாதிபத்தியம் சில வியாபாரி களால் உருவாக்கப்பட்டது. அதன் அடியாழத்தில் முழுக்க முழுக்க ஒரு வணிக நிறுவனமே. எனவே லாபத்தில் இயங்க வேண்டிய கட்டாயமும் சந்தையின் ஏற்றத்தாழ்வுகளுக்கு ஏற்ப வினையாற்ற வேண்டிய அவசியமும் இருந்தது. அனைத்துக்கும் பின்னால் லண்டன் மாநகரின் துல்லியக் கணக்கீடுகள் இருந்தன'.

1892-ல் பிரிட்டிஷ் பொதுமக்கள் சபைக்கு முதல் இந்தியராக தாதாபாய் நௌரோஜி தேர்வு செய்யப்பட்டார். 'நாடாளுமன்றங்களின் தாய்' எனப்படும் அந்த சபையில் இந்தியத் தரப்பை முன்வைக்க (அயர்லாந்தின் சுயாட்சிக்கு ஆதரவு தெரிவிக்கவும்) முயன்றார். ஆங்கிலேயரின் நல்லியல்புகள் குறித்து அவர் அங்கே நிகழ்த்திய உரைகளுக்கு எவ்வித பலனும் இல்லாமல் போனது. அவர் 'ஏழ்மை மற்றும் இந்தியாவில் அ-பிரிட்டிஷ் ஆட்சி' என்ற தனது நூலில் பிரிட்டிஷாரின் சொந்த வார்த்தைகளைப் பயன்படுத்தியே கடுமையாகக் குற்றம்சாட்டினார்:

> 'வங்காளம் மற்றும் பிஹாரின் சில பகுதிகளில் உள்ள நிலைமைகளை ஆய்வு செய்த பிறகு, திரு.மாண்ட்கோமரி மார்ட்டின் 1835-ல் தனது 'கிழக்கு இந்தியா' நூலில் இப்படி எழுதினார்: 'மிக விநோதமாகத் தெரியும் இரண்டு உண்மைகளைக் குறிப்பிடாமல் தவிர்ப்பது சாத்தியமே இல்லை. முதலாவது, இந்த நாட்டின் செல்வச் செழிப்பு. இரண்டாவது, இந்தக் குடிமக்களின் வறுமை... பிரிட்டிஷ் இந்தியாவில் இருந்து ஆண்டுக்கு 30 லட்சம் பவுண்டு என்ற அளவில் 30 ஆண்டுகளுக்குப் பறிக்கப்பட்ட தொகை, கூட்டு வட்டி விகிதத்தில், 72,39,00,000 பவுண்டு எனும் அசாத்திய அளவை எட்டி இருக்கிறது.

இங்கிலாந்தில் இப்படி நிலையான சுரண்டல் நடைபெற்றால் விரைவில் அதுகூடப் பிச்சைக்கார நாடாகிவிடும். அப்படியான நிலையில், ஒரு தொழிலாளிக்கு தினக்கூலி 2 அல்லது 3 பென்ஸ் என்ற அளவுக்கே இருந்த இந்தியாவில் அதன் விளைவுகள் எந்த அளவுக்குக் கடுமையாக இருந்திருக்கும்...'

மில் எழுதிய 'இந்திய வரலாறு' (தொகுதி 6, பக்கம் 671) கூறுகிறது: 'நாட்டின் வளங்கள் முழுவதையும் காலி செய்யும் சுரண்டல் அது. அந்த விவகாரத்துக்கு ஈடாக எந்த ஒரு வரவும் இல்லை. இந்தியத் தொழில்களின் நாளங்களில் இருந்து ரத்தத்தை உறிஞ்சிய செயல் அது. அதற்குப் பின் அதை மீட்கும் வகையில் அதற்கு எந்த ஊட்டச்சத்தும் கிடைக்கவில்லை'.

சர் ஜார்ஜ் வின்கேட் கூறினார் (1859): 'எந்த நாட்டில் வசூலிக்கப் பட்டதோ, அங்கேயே செலவிடப்படும் வரிகள் எல்லாம் அவற்றின் விளைவுகளைப் பொறுத்தவரை, ஒரு நாட்டில் வசூலித்து மற்றொரு நாட்டில் செலவிடப்படும் வரிகளில் இருந்து முற்றிலும் மாறுபட்டிருக் கின்றன. முதல் அம்சத்தில், மக்களிடம் வசூலிக்கப்படும் வரிகள் அனைத்தும் மீண்டும் அவர்களுக்கே திரும்ப வழங்கப்படுகின்றன. ஆனால், எந்த நாட்டில் வசூலிக்கப்பட்டதோ அங்கே அந்த வரிகள் செலவிடப்படாதபோது அது முற்றிலும் மாறுபட்ட சூழ்நிலையாகி விடுகிறது. அவ்வாறு சேகரிக்கப்படும் மொத்தத்தொகையும் வசூல் நடந்த நாட்டின் ஒட்டுமொத்த இழப்பையும் அழிவையும்தான் காட்டுகின்றன. அதுபோல் அந்தப் பணம் கடலுக்குள் எறிந்த காசுபோல் ஆகிறது. இந்தியாவிடமிருந்து இத்தனை காலம் நாம் பிடுங்கிய வரிகளின் தன்மை இதுதான்'.

லாரன்ஸ் பிரபு, குரோமர் பிரபு, சர் ஆக்லாந்து கோல்வின், சர் டேவிட் பார்பர் போன்றோரும் இந்தியாவின் அதீத ஏழ்மை பற்றிக் குறிப்பிட்டிருக்கின்றனர்.

திரு. எப்.ஜே.ஷோர் கருத்து: 'இந்தியாவின் சுபிட்சமான நாட்கள் எல்லாம் முடிந்துவிட்டன; ஒரு காலத்தில் அதன் வசம் இருந்த செல்வங்களின் பெரும் பகுதி காலி செய்யப்பட்டுவிட்டது. மேலும், ஒரு தவறான ஆட்சியின் வெறுக்கத்தக்க முறை காரணமாக அதனுடைய ஆற்றல்கள் அனைத்தும் முடங்கிவிட்டன. அதில் ஒரு சிலரின் ஆதாயத்துக்காக பல கோடிக்கணக்கான மக்களின் நலன்கள் தியாகம் செய்யப்பட்டுள்ளது. பிரிட்டிஷ் அரசாங்கம் நிறுவிய ஆட்சி முறையின் கீழ் படிப்படியாக நாடும், அதன் மக்களும் அடைந்த ஏழ்மை அவர்களுடைய வீழ்ச்சியைத் துரிதப்படுத்தியது'.

கப்பல் போக்குவரத்தும் கப்பல் கட்டுமான தொழில்களின் அழிவும்

அக்காலத்தில் பல ஆங்கிலேயர்களும்கூட ஒப்புக்கொள்ளும் அளவுக்குக் கொள்ளை என்பது மிக வெளிப்படையாகத் தெரிந்தது. கொடுமை

என்னவென்றால், இந்தியத் தொழில்கள் அழிக்கப்பட்டன. இந்திய வர்த்தகம், கப்பல் போக்குவரத்து மற்றும் கட்டுமானத் தொழில்களுக்கும் அதே கதி நேர்ந்தது. பிரிட்டிஷ் கிழக்கிந்திய கம்பெனியின் வருகைக்கு முன்னால், வங்காளம், மசூலிப்பட்டினம், சூரத் மற்றும் கோழிக்கோடு, கொல்லம் (மலபார் துறைமுகங்கள்) ஆகிய பகுதிகள் செழித்து வளர்ந்து கொண்டிருந்த கப்பல் கட்டுமானத் தொழில்களைக் கொண்டிருந்தன. அத்துடன் இந்திய கப்பல் போக்குவரத்து அரேபியக் கடலுக்கும் வங்காள விரிகுடா கடலுக்கும் இடையே நடந்து கொண்டிருந்தது. 16-ஆம் நூற்றாண்டில் மராட்டியர்கள் கணிசமான எண்ணிக்கையில் ஒரு கப்பல் படையே வைத்திருந்தனர்; சிவாஜி போன்ஸ்லேயின் கப்பல் படை போர்ச்சுக்கீசியர்களின் அச்சுறுத்தலுக்கு எதிராக மேற்கு கடற்கரையைப் பாதுகாத்து வந்தது. மேலும் தெற்கில், முஸ்லிம் குஞ்சாலி மரைக்காயர் கள் கடல் பயணத்தில் சிறந்து விளங்கினர். அது, 16-ஆம் நூற்றாண்டின் இடைப்பகுதியில், தனது முஸ்லிம் வீரர்கள் (மட்டுமேயான) கடற்படையில் சேர்க்கும் வகையில், ஒவ்வொரு மீனவர் குடும்பத்திலும் ஒரு மகனை முஸ்லிமாக வளர்க்கச் சொல்லும்படி கோழிக்கோடு குறுநில மன்னருக்கு (சமுத்திரி) அதுவே உத்வேகம் அளித்தது. 17-ஆம் நூற்றாண்டின் தொடக்கத்தில் வங்காளக் கடற்படையில் தலா 400 முதல் 500 டன் எடை கொண்ட 4,000 முதல் 5,000 வரை கப்பல்கள் இருந்தன. அவை அனைத்தும் வங்காளத்திலேயே கட்டப்பட்டு, அங்கேயே சேவையில் ஈடுபடுத்தப்பட்டு வந்த கப்பல்கள். 18-ஆம் நூற்றாண்டின் இடைப்பகுதிவரை இந்த கப்பல்களின் எண்ணிக்கை அதிகரித்துக் கொண்டே வந்தது. அவை சுமந்து சென்ற சரக்குகள் மற்றும் பொருள் களுக்கு இருந்த மரியாதையும் புகழுமே அதற்கு காரணம். இவ்வாறு செழித்து வளர்ந்து கொண்டிருந்த கப்பல் போக்குவரத்தும் கப்பல் கட்டுமானத் தொழிலும் பிரிட்டிஷாரால் மிக மோசமான முறையில் நசுக்கப்பட்டன.

போட்டியைக் குறைப்பதற்காக 1757-க்குப் பின் கிழக்கிந்திய கம்பெனி மற்றும் பிரிட்டிஷாரின் ஒப்பந்தக் கப்பல்களுக்கு வர்த்தக வழித்தடங் களில் ஏகபோக உரிமை வழங்கப்பட்டது. இந்திய வர்த்தகர்கள் முன்பு பயன்படுத்திய வழித்தடங்களும் அவற்றில் இருந்தன. இந்தியத் துறைமுகங்களுக்கு வந்து சென்று கொண்டிருந்த இந்திய சரக்கு கப்பல் களுக்கு சுங்க வரிகள் விதிக்கப்பட்டன. வெளிநாட்டு கப்பல்களுக்கு இந்தச் சுமை இருக்கவில்லை. இது உள்நாட்டு கப்பல் தொழிலின் கழுத்தை நெரித்தது. எந்த ஒரு வகையிலும் நியாயமற்ற நடைமுறையாக அது இருந்தது. ஆனால், இந்தியாவில் தயாரிக்கப்பட்ட விலை குறைவான சாதாரண பொருள்களை உள்நாட்டு நுகர்வோருக்காகக் கொண்டு செல்லும் வகையில் சிறிய அளவில் உள்நாட்டுக் கடலோர கப்பல் போக்குவரத்துக்கு மட்டும் அனுமதி அளிக்கப்பட்டது.

நெப்போலியப் போர்களால் பிரிட்டிஷ் சரக்கு கப்பல்களுக்குக் கடும் பற்றாக்குறை ஏற்பட்ட நேரங்களில் பிரிட்டிஷ் கப்பல் போக்குவரத்துக்

கொள்கையின் சுயநலம் வெட்ட வெளிச்சமானது (1803-ல் நடந்த போரில் 1,73,000 டன் எடை அளவுக்கு பிரிட்டிஷ் கப்பல்கள் நாசம் செய்யப் பட்டன. அதனால் பிரிட்டிஷ் வர்த்தகத்தை நடத்துவதற்காக லண்டன் அரசாங்கம் 1,12,890 டன் எடை அளவு வெளிநாட்டுக் கப்பல்களைப் பயன்படுத்த வேண்டிய கட்டாயம் ஏற்பட்டது). சுயலாபம் கருதி இந்திய கப்பல்கள் எல்லாம் பிரிட்டிஷ் கப்பல்கள் ஆக்கப்பட்டன. மேலும் இந்திய மாலுமிகள் பிரிட்டன் மாலுமிகளாக அடையாளப்படுத்தப்பட்டனர். அதனால், கடல்வழிப் போக்குவரத்து சட்டங்களின்படி பிரிட்டிஷ் வர்த்தக வழித்தடங்களில் செல்ல இந்திய மாலுமிகள் அனுமதிக்கப் பட்டனர். ஆனால் நெப்போலியப் போர்கள் முடிவுக்கு வந்தவுடன் இந்திய கப்பல்களை நீக்கும்வகையில் கடல்வழிப் போக்குவரத்துச் சட்டங்கள் திருத்தப்பட்டன. அதனால் மறுபடியும் வீழ்ச்சி ஏற்பட்டது.

இருபதாம் நூற்றாண்டின் தொடக்கத்தில் மீண்டும் இதே கதை நடந்தது. வ.உ.சிதம்பரம் பிள்ளை மெட்ராஸில் கப்பல் கம்பெனி ஒன்றைத் தொடங்க அனுமதிக்கப்பட்டார். முதல் உலகப்போர் காலம் வரை அந்த கம்பெனி வெற்றிகரமாகச் செயல்பட்டு வந்தது. அதேநேரம் அவரது வெற்றி அபாயச்சங்கு ஊதியது. அந்த நிலையில், வர்த்தக விதிமுறை களால் மட்டுமே அவரது தொழிலை அழிக்க முடியாது என்று வந்த போது, அவருடைய தேசியவாதக் கண்ணோட்டங்களுக்காக மிக விரைவில் சிறையில் தள்ளப்பட்டார். அதனால் அவரது உத்வேகம் ஒடுக்கப்பட்டதுடன், அவரது நிறுவனத்தின் முதுகெலும்பு முறிக்கப் பட்டது. ஆக, பிரிட்டிஷ் அதிகாரிகளுக்குத் தேவையான நேரங்களில் வேண்டும் என்றே கெட்ட எண்ணத்துடன் பயன்படுத்தப்படுவதும், தேவையில்லை என்றால் ஒழித்துக் கட்டப்படுவதுமே இந்திய கப்பல் தொழிலின் கசப்பான அனுபவங்களாக இருந்தன.

மிக நீண்ட கடற்கரையைக்கொண்ட ஒரு மண்ணில் நெடுங்காலமாகச் செழித்தோங்கிக் கொண்டிருந்த கப்பல் கட்டுமானத் தொழில் மிகச் சிக்கலான, அதேநேரத்தில் மிக சுவாரஸ்யமான கதை ஒன்றைச் சொல்கிறது. கிழக்கிந்திய கம்பெனியின் வருகையை ஒட்டித் தொடக்கத்தில் கொஞ்சம் தேக்கம் கண்டு பின் வீழ்ச்சி கண்ட இந்திய கப்பல் கட்டுமான தொழில், வங்காளத்தில், பதினெட்டாம் நூற்றாண்டின் இறுதி 25 ஆண்டுகளில் புத்துயிர் பெற்றது. பிரிட்டிஷ் தொழில்முனைவோர்களே அதன் பின்னணியில் இருந்தனர். இந்தியத் தொழிலாளர்களைப் பயன்படுத்தி கல்கத்தாவில் தங்கள் கப்பல்களைக் கட்டுவதில் இருந்த அனுகூலங்களை அவர்கள் புரிந்து கொண்டிருந்தனர். கவர்னர் ஜெனரல் வெல்லெஸ்லி, பிரிட்டிஷ் இந்தியத் துறைமுகமான கல்கத்தா, 1800-ஆம் ஆண்டுவாக்கில் மொத்தம் 10,000 டன் எடை அளவு சரக்கு கப்பல்கள் உற்பத்தி செய்யப் பட்டதாகத் தெரிவித்தார். 1801 மற்றும் 1839 ஆண்டுகளுக்கிடையே வங்காளத்தில் மேலும் 327 கப்பல்கள் கட்டப்பட்டன. அவை அனைத்துமே பிரிட்டிஷாருக்குச் சொந்தமானவை.

இந்தியாவில் பிரிட்டிஷார் முன்னெடுத்துச் சென்ற இந்த வர்த்தக நடவடிக்கை முழுக்க முழுக்க தொழில்முறைக் காரணங்களையே கொண்டிருந்தன. மேலும் பலமான பொருளாதார கணக்குகளின் அடிப்படையிலேயே இருந்தன. இந்தியாவின் பணிநேர்த்தியும் கப்பல் கட்டுவதில் நீண்ட பாரம்பரியமும் பிரிட்டிஷ் கப்பல் கட்டுமானத் துறையினரால் பெரிதும் மதிக்கப்பட்டது. அதனால் அவர்கள் தம் சொந்தக் கப்பல்களை நிர்மாணிப்பதில்கூட இந்தியக் கட்டுமானக் கலையின் உத்திகளைப் பின்பற்றினர்.

சமகால பிரிட்டிஷ் ஆய்வாளர் ஒருவர் எழுதியதுபோல், 'இந்திய கப்பல்கள் கம்பீரமும் பயனும் ஒருங்கே கொண்டிருந்ததுடன் பொறுமை மற்றும் நுணுக்கமான வேலைப்பாட்டின் மாதிரிகளாகவும் இருந்தன'. இந்த வகையில், மரம், இரும்பு, பித்தளை (மரக்கப்பல்களைக் கட்டுவதில் கப்பல் ஃபிட்டிங்குகள், மூலநீர் பம்புகள், ஷாப்ட் லைனர்கள், ஆணிகள் என பல்வேறு விதங்களில் உயர் இழுவிசை கொண்ட பித்தளை இன்றியமையாததாக இருந்தது) உள்பட அனைத்து கப்பல் கட்டுமானப் பொருள்களிலும் இந்தியத் தொழிலாளர்கள் நிபுணர்களாகக் கருதப் பட்டனர். அவர்கள் உருவாக்கிய கப்பல்களின் அபார உழைப்பு அவர்களுடைய திறமையை நிரூபித்தது: வங்காளத்தில் கட்டப்பட்ட கப்பல் ஒன்றின் சராசரி ஆயுட்காலம் இருபது ஆண்டுகளுக்கும் அதிகமாக இருந்தது (கப்பல் கட்டுவதில் இந்தியர்கள் பயன்படுத்திய தேக்கு, சால் போன்ற மிக வலுவான மரங்கள் ஒருவேளை அதற்குக் காரணமாக இருந்திருக்கலாம். ஓக், பிர் போன்ற மரங்களையே ஆங்கிலேயர் பயன்படுத்தினர்). ஆனால், ஆங்கிலேயர் கட்டிய கப்பல்கள் 11 அல்லது 12 ஆண்டுகளுக்கு மேல் ஒருபோதும் நீடித்ததில்லை. மேலும் பிரிட்டிஷாரின் கப்பல்களை அடிக்கடி இந்திய துறைமுகங்களில் வைத்து மறுகட்டுமானம் செய்யவும் பழுது பார்க்கவும் நேர்ந்தது.

இந்தியாவில் கப்பல் கட்டுவதற்கான செலவினம் பிரிட்டனைவிட மிகவும் குறைவாக இருந்தது. அது மட்டுமல்லாமல் ஒப்பீட்டளவில் நீண்ட ஆயுள் கொண்டதாக இருந்ததால் பிரிட்டிஷ் தொழில் முனைவோரின் லாப நோக்குக்கு உகந்ததாக இருந்தது. தயாரிப்புச் செலவு குறைவு என்பதால், இங்கிலாந்து கப்பல்களைப் பயன்படுத்தும் நிறுவனங்களைவிட சரக்கு கட்டணங்களை அவர்கள் குறைவாக நிர்ணயிக்க முடிந்தது. ஆக, பிரிட்டிஷ் தொழில்முனைவோர்களுக்கு, 19-ஆம் நூற்றாண்டின் முதல் இருபது ஆண்டுகளுக்குள் இந்தியாவில் கப்பல் கட்டுவது மிக லாபகரமானதாக மாறி இருந்தது. அதேநேரம் அவர்களுடைய சொந்த நாட்டின் கப்பல் கட்டுமானத் துறையில் வேலை யின்மை அதிகரித்துக்கொண்டிருந்தது. அதன் விளைவாக லண்டன் மாநகரின் வேலையில்லாதோர் பட்டியலில் நூற்றுக்கணக்கான கப்பல் கட்டுவோர், சீல் வைப்பவர்கள், மரம் அறுப்போர், இணைப்போரின் பெயர்கள் பதிவாகிக் கொண்டிருந்தன.

அந்த நிலையில், பிரிட்டன் சார்ந்த தொழில்கள் எல்லாம் போட்டியிட இயலாத நிலைக்கு வந்ததால் இந்தியக் கப்பல் கட்டுமானத் தொழிலைத் தடை செய்யும்படி அவர்கள் நாடாளுமன்றத்தில் முறையிட்டனர். அதற்குப்பின், 1831-ல் முதல் முறையாக அவர்களுக்கு சாதகமாக சட்டம் ஒன்று பிறப்பிக்கப்பட்டது. அதன் மூலம் 350 டன் எடைக்குக் குறைவான கப்பல்கள் இந்திய காலனிகளுக்கும் இங்கிலாந்துக்கும் இடையே சென்று வர தடை விதிக்கப்பட்டது. அதன் விளைவாக, லாபகரமான இந்தியா-இங்கிலாந்து வர்த்தகத்தில் இருந்து ஏறக்குறைய 40 சதவிகித வங்காள கப்பல்கள் அகற்றப்பட்டன. 1814-ல் கொண்டு வரப்பட்ட இன்னொரு சட்டம், அமெரிக்கா மற்றும் ஐரோப்பா கண்டத்துடன் மேற்கொள்ளும் வர்த்தகத்தைத் தடுக்கும் வகையில், இந்திய கப்பல்களுக்கு 'பிரிட்டிஷ்-பதிவு கப்பல்கள்' என அறிவிக்கப்படும் உரிமையை மறுத்தது. அப்போதும் இந்திய கப்பல்கள் சீனாவுடன் பெயரளவில் வர்த்தகம் நடத்த முடிந்தது என்றாலும் அந்த மண்டலம் ஆதாயமற்றதாக இருந்தது. அதற்குக் காரணம் முந்தைய நடைமுறைகள் வேறுவிதமாக இருந்ததே. முன்பெல்லாம் கப்பல்கள் கல்கத்தாவில் இருந்து இந்திய சரக்குகளுடன் சீனாவுக்குச் செல்லும். அங்கு தேயிலையை ஏற்றிக் கொண்டு லண்டனுக்கு பயணமாகும். பிறகு பிரிட்டிஷ் சரக்குகளுடன் கல்கத்தாவுக்குத் திரும்பும். லண்டன் பயணம் தடைசெய்யப்பட்ட நிலையில் இந்திய கப்பல்கள் கல்கத்தாவில் இருந்து சீனாவுக்கு மட்டுமே சென்று வர முடிந்தது. சீன சரக்குகளுக்கு இந்தியாவில் எந்தத் தேவையும் இல்லாதிருந்தது (இந்தியர்கள் அப்போது தேநீர் அருந்தப் பழகி இருக்கவில்லை!). எனவே, லண்டன் வழித்தடம் மறுக்கப்பட்ட நிலையில் இந்திய கப்பல்கள் சீனாவில் இருந்து அடிக்கடி காலியாகவே திரும்ப வேண்டியிருந்தது.

இதற்கிடையே இன்னும் ஒரு படி மேலேபோய் இந்திய மாலுமிகள் 'பிரிட்டிஷ் அல்லாதோர்' என அறிவிக்கப்பட்டனர். அத்துடன் இங்கிலாந்துக்குப் பயணிக்கும் கப்பல்களில் அவர்களை பணியமர்த்து வதைத் தவிர்க்கும்படி நிறுவனங்கள் கேட்டுக் கொள்ளப்பட்டன. அதற்குச் சொல்லப்பட்ட இன்னொரு காரணம் என்னவென்றால், இந்திய மாலுமிகளுக்கு இங்கிலாந்து உள்ளூர்வாசிகளின் வரம்பற்ற நடத்தைகள் அறிமுகமாகிவிடும். அதன் மூலம் ஆங்கிலேயர் மீதான மரியாதையும், இந்தியாவில் ஐரோப்பிய கலாசாரம் மீது அவர்கள் வளர்த்துவிட்டிருந்த மோகமும் காணாமல் போகும் அபாயமும் இருந்தது (வர்த்தக நோக்கங்கள் அப்பட்டமாகத் தெரிந்துவிடக்கூடாதென்பதற்காக ஒழுக்கம், இனவாதம் போன்றவற்றை எப்போதுமே பயன்படுத்த முடியும்). அன்றைய காலகட்டத்தில் இந்தியத் துறைமுகங்களில் பிரிட்டிஷ் கப்பல் சிப்பந்திகளுக்குப் பற்றாக்குறை இருந்தது. எனவே, இந்திய மாலுமிகள் பெரிய கப்பல்களில் பணியாற்ற அனுமதிக்கப்பட்டனர். எனினும் அந்தச் சூழ்நிலைகளில், 'பிரிட்டிஷ் பணியாளர்கள் கிடைக்கவில்லை' என ஆளுனர் சான்றிதழ் வழங்கவேண்டும். மேலும், இங்கிலாந்தில் இருந்து

திரும்பும்போது கப்பல் உரிமையாளர் பிரிட்டிஷ் சிப்பந்திகளையே பணியமர்த்தவேண்டும் என்ற சட்டம் இருந்தது. அதனால் பயணச் செலவு கடுமையாக உயர்ந்தது. ஏனென்றால், இரண்டு கப்பல் குழுக்களுக்கு உரிமையாளர் சம்பளம் கொடுக்க வேண்டியிருந்தது. மேலும் பிரிட்டிஷ் ஊழியர்கள் அதிக சம்பளம் கேட்டனர்.

வேறுவிதமாகக் கூறினால், இந்தியாவில் கப்பல்களைக் கட்டி, இங்கிருந்தே அவற்றை இயக்குவதில் பிரிட்டிஷ் கம்பெனிகளுக்கு இருந்த அனுகூலங்கள் மறையத் தொடங்கின. சட்டப்பூர்வ பாகுபாடுகளை வேண்டுமென்றே ஏற்படுத்தும் கொள்கையின் விளைவாக அது இருந்தது. அதனால் ஒரு காலத்தில் செழித்து வளர்ந்து கொண்டிருந்த இந்திய கப்பல் தொழில் சரிந்து விழுந்தது. 1850-ஆம் ஆண்டைத் தொடுவதற்குள் அது காணாமலேயே போயிருந்தது. சிலர் கூறியது போல், மாறி வரும் தொழில்நுட்பங்களுக்கு ஏற்ப இந்தியா தன்னை மாற்றிக் கொள்ளாததால் அந்த கதி நேர்ந்தது என்ற விமர்சனத்துக்கும் இந்திய கப்பல் தொழிலின் அழிவுக்கும் எந்தத் தொடர்பும் இல்லை. நீராவி எந்திர கப்பல்கள் இந்தியக் கப்பல்களை ஓரங்கட்டுவதற்கு முன்பாகவே அழிவு ஆரம்பமாகிவிட்டது. மேலும் நீராவி எந்திர கப்பல்களைக் கட்டுவதிலும் வங்காளம் நல்ல தேர்ச்சி பெற்றிருந்தது; பிரிட்டிஷாரின் புதிய சட்டங்களும் அதன் விளைவாகக் குறைந்து போன சந்தை வாய்ப்புகளும் அந்தத் தொழிலை ஆதாயமற்றதாக்கி இருந்தது என்பதே உண்மை. விக்டோரியா மகாராணி காலத்து அரசியல் விமர்சகர் வில்லியம் டிக்பி கூறியது போல், 'மேலை உலகக் கடல்களின் எஜமானி கீழ்த்திசை கடல்களின் எஜமானியைக் கொன்றுவிட்டாள்'.

இப்படியான ஒடுக்குமுறைகளில் இருந்து மற்ற வணிகத் துறைகளும் தப்பியிருக்கவில்லை. எங்கும் நிறைந்திருந்த பாகுபாடுகளில் ஒன்றும், மிக கடுமையான விளைவுகளை ஏற்படுத்தியதுமான இன்னொன்று எதுவென்றால் நாணய (கரன்சி) உபயோகம். பிரிட்டிஷ் தொழில்களை இந்தியத் தொழில்களில் இருந்து பிரிக்கும் வகையிலும், இரு தரப்புக்கும் கிடைக்கும் வாய்ப்புகளை பிரிட்டிஷாருக்கு சாதகமாக மாற்றியமைக்கும் வகையிலும் அது நடந்தது.

தொழில்களை 'ஸ்டெர்லிங்' (லண்டனில் இருந்து இயங்கும் நிறுவனங்கள்) மற்றும் 'ரூபாய்' (இந்தியாவில் இருந்து இயங்கும் நிறுவனங்கள்) எனவும் பிரித்ததால் எளிதில் கடக்க முடியாத பெரிய இடைவெளி ஒன்று வணிகரீதியில் உருவானது. இதன்படி, ஸ்டெர்லிங் நிறுவனங்களில் பிரிட்டிஷார் மட்டுமே முதலீடு செய்ய முடியும். அதே நேரம் ரூபாய் நிறுவனங்களில் இரு தரப்பு முதலீட்டுக்கும் கதவுகள் திறக்கப்பட்டிருந்தன. மேலும் ஸ்டெர்லிங் நிறுவனங்கள் அதிக லாபம் தரக்கூடிய நுகர்வோர் பிரிவுகள், தேயிலை, சணல் போன்ற துறைகளில் கவனம் செலுத்தின. அதாவது, பிரிட்டிஷார் தமக்கென ஒதுக்கிக்கொண்ட இந்தச் சந்தைகளில் இந்தியர்கள் நுழையப் பெரும் தடைகள் இருந்தன.

மேலும், லண்டன் வாழ் முதலீட்டாளர்கள் முதலீடு செய்வதற்கு முன் எல்லா ஸ்டெர்லிங் நிறுவனங்களும் தம்மை மேற்பார்வையிட பிரிட்டிஷ் நிர்வாக முகவர்கள் (ஏஜெண்டுகள்) வைத்திருக்க வேண்டிய கட்டாயம் இருந்தது. ஆக, இந்திய முதலீட்டாளர்கள் ஓரங்கட்டப்பட்டனர். இவ்வாறு, மிகப் பிந்தைய காலமான 1914-ல் கூட, தேயிலை துறையில் இருந்த 385 கூட்டுப்பங்கு நிறுவனங்களில் 376 நிறுவனங்கள் கல்கத்தாவில் அமைந்திருந்தன. எல்லாமே பிரிட்டிஷாருக்கு சொந்தமான நிறுவனங்கள்! 1915-ல் இந்தியாவில் இருந்த சணல் ஆலைகள் 100 சதவிகிதம் பிரிட்டிஷார் வசம் இருந்ததை அறிஞர்கள் உறுதிசெய்துள்ளனர். 1929 ஆண்டுவாக்கில் அது 78 சதவிகிதமாகக் குறைந்தது என்றாலும் அப்போதும் பிரிட்டிஷாரின் ஆதிக்கம் அமோகமாகவே இருந்தது.

ஏகாதிபத்தியத்தின் வர்த்தகம் மற்றும் பணப்பரிமாற்று முறைகளில் பிரிட்டிஷ் இந்தியா விசேஷமான ஓர் இடத்தை ஆக்கிரமித்துக் கொண்டிருந்தது. 1910 முதல் 1947 வரையிலான காலத்தில் இந்தியப் பொருளாதாரம் பணம் மற்றும் அந்நியச் செலாவணி மாற்று மதிப்புகள் சார்ந்த தொடர் பரிசோதனைகளுக்கு உள்ளானது. அவற்றுள், மற்ற வழக்கமான அம்சங்களுடன், தங்கத்தில் இருந்து ஸ்டெர்லிங் மாற்று அளவீட்டுக்கு மாறியது; ரூபாய் மதிப்பை வேண்டுமென்றே குறைக்கும் வகையில் சர்ச்சைக்குரிய நிலையான மாற்று மதிப்பு முறை; பலவீனமாக இயங்கிக் கொண்டிருந்த வங்கி அமைப்பின் மெதுவான முன்னேற்றம்; இறுதியாக, வரம்புக்குட்பட்ட அதிகாரத்துடன் பாரத ரிசர்வ் வங்கியின் தோற்றம் (1934/35) போன்றவையும் இருந்தன. சர்வதேச, ஏகாதிபத்திய சக்திகளின் தேவை - சப்ளை நிலவரங்களுக்கு ஏற்ப ஆண்டுக்கு சுமார் 20-30 சதவிகித அளவுக்கு விலையில் கடும் ஏற்றத்தாழ்வுகளை இந்தியா அனுபவிக்க வேண்டியிருந்தது. தங்களுக்கு உகந்தவகையில் பிரிட்டிஷார் நிலையான அந்நிய செலாவணி மாற்று மதிப்பு முறைகளைப் பயன்படுத்தினர். இந்திய குடிமக்கள் குறித்து துளியளவு கவலையும் இன்றி, பிரிட்டிஷ் நடப்புக்கணக்கு பற்றாக்குறை (அந்நியச் செலாவணி செலவுக்கும் வரவுக்கும் இடையிலான வித்தியாசம்) மற்றும் பிற உள்நாட்டு நெருக்கடிகளைச் சரி செய்து கொள்வதே அதன் அடிப்படை யாக இருந்தது. இத்தகைய கொள்கைகள் இந்தியப் பொருளாதாரத்தின் உறுதியற்ற நிலைமையை மேலும் மோசமடையச் செய்தது. பிரிட்டிஷ் ராஜ்ஜியத்தின் கீழ் இந்தியர்கள் ஏற்கனவே அனுபவித்து வந்த துயரங்களுடன் அதுவும் சேர்ந்துகொண்டது.

கரன்சி மதிப்பைச் செயற்கையாக ஏற்றி இறக்கும் போக்கு காலனி ஆட்சி முழுவதும் நிலவியது. 1929-30-ல், உலகப் பெரு மந்தத்தின்போது அது மோசமான உச்சத்தை எட்டியது. இந்திய விவசாயிகள் (வட அமெரிக்காவில் இருந்த பசிய புல்வெளிகளைப் போல்) அப்போதும் பயிர் செய்து கொண்டிருந்தனர். ஆனால், உரிய விலை கொடுத்து தானியங்கள் வாங்குவோரை அவர்களால் கண்டுபிடிக்க முடியவில்லை. எனவே வேளாண் விளைபொருள்களின் விலை வீழ்ச்சி கண்டது.

ஆனால், பிரிட்டிஷாரின் வரிப் பசி குறையவில்லை. அத்துடன் இந்தியாவின் பணப் புழக்கத்தைக் குரூரமாகக் கட்டுப்படுத்த முடிவு செய்தனர். இந்தியப் பணத்தின் மதிப்பைக் குறைத்தால் இந்தியாவில் உள்ள தம் சொத்துக்களின் ஸ்டெர்லிங் மதிப்பையும் சேர்த்தே குறைத்து கடும் நஷ்டத்தை ஏற்படுத்தி விடும் என்ற பயமே அதன் பின்னணியில் இருந்தது. எனவே இந்திய ரூபாயின் மதிப்பு 1 ஷில்லிங் 6 பென்ஸ் என்ற அளவில் நிலையாக நிற்க பிரிட்டிஷார் வலியுறுத்தினர். மேலும் செலாவணி மாற்று மதிப்பை மிக அதிகமாக வைத்திருக்கும் நோக்கத்துடன் இந்திய கரன்சி தாள்களையும், நாணயங்களையும் புழக்கத்தில் இருந்து எடுக்க இந்திய அரசாங்கத்துக்கு உத்தரவிட்டனர். அதன் விளைவாக, 1929-ல் இந்தியாவில் புழக்கத்தில் இருந்த மொத்தத் தொகையான 500 கோடி ரூபாய், 1930-ல் 400 கோடி ரூபாயாகக் குறைந்தது. 1938-ல் 300 கோடி ரூபாயாகச் சரிந்தது. இந்தியர்கள் பட்டினி கிடந்தனர். ஆனால் அவர்களுடைய ரூபாயின் மதிப்போ உச்சத்தில் இருந்தது. அதனால் இந்தியாவில் இருந்த பிரிட்டிஷ் சொத்துகளின் மதிப்பு பாதுகாக்கப்பட்டது.

மற்ற காலகட்டங்களில், பவுண்டு ஸ்டெர்லிங்கின் வாங்கும் சக்தியை வலுப்படுத்தவும், உள்ளூர் பணத்தில் சம்பளம் வாங்குபவர்களின் பொருளாதார வலிமையை பலவீனப்படுத்தவும் ரூபாய் மதிப்பை நிலையாகக் குறைத்தே வைத்திருப்பது பிரிட்டிஷ் கொள்கையின் திட்டமிட்ட அங்கமாக இருந்தது. ஆக, பதினேழாம் நூற்றாண்டில் உலகின் மிக வலுவான கரன்சிகளில் ஒன்றாக இருந்த இந்திய ரூபாய், பத்தொன்பதாம் நூற்றாண்டின் இறுதியில் அதன் முந்தைய மதிப்பில் ஒரு சிறிய பின்னமாகக் குறைக்கப்பட்டது. 1895-ல் ஆஸ்கார் ஒயில்டு எழுதிய 'தி இம்பார்ட்டன்ஸ் ஆஃப் பீயிங் எர்னஸ்ட்' (The Importance of Being Earnest) நாடகத்தில் வரும் மிஸ் பிரிசம் என்ற கதாபாத்திரம்கூட இது பற்றிக் குறிப்பிடத் தவறவில்லை. அவள் தன் பணிப்பெண் செசிலியிடம், நான் இல்லாத நேரத்தில் அரசியல் பொருளாதாரம் பற்றி படி. அதில் 'ரூபாயின் வீழ்ச்சி' (Fall of Rupee) என்ற அத்தியாயத்தை ஒருவேளை நீ விட்டுவிடலாம். அது மிகவும் பரபரப்பூட்டுவதாக இருக்கிறது. ஜடத்துவ மான பிரச்னைகளும்கூட உணர்ச்சிகரப் பக்கங்களைக் கொண்டதாகவும் இருக்கின்றன' என்று கூறுகிறாள்.

இந்திய எஃகுக் கொள்ளை

இந்திய எஃகுத் தொழிலின் சோகக் கதையானது காலனிய சகாப்தத்தின் பிந்தைய காலகட்டத்தில்கூட சுரண்டல் எவ்வாறு நீடித்தது என்பதை எடுத்துக் கூறுகிறது. ஆனால், பிரிட்டிஷ் ஏகாதிபத்தியத்துக்கு வக்காலத்து வாங்குபவர்கள், சில நேரங்களில் அதை காலனி ஆட்சியின் அறிவொளி மிகுந்த காலகட்டம் என வர்ணித்திருக்கின்றனர். அந்தக் காலகட்டத்தில் அடக்குமுறையும் சுரண்டலும் நவநாகரிகமாக மாறியிருந்தன என்பது தான் உண்மை.

இந்தியா தனது சொந்த எஃகுத் தொழிலை வளர்ப்பதை பிரிட்டிஷார் முழுமையாக எதிர்த்தனர். எஃகுத் தொழிலில் இந்தியா உலகிலேயே நிச்சயமாக ஒரு முன்னோடியாக இருந்தது. 'வூட்ஸ்' என திரித்து அழைக்கப்பட்ட ஒருவகை உயர் வெப்ப உலை எஃகு (கன்னடச் சொல்லான 'உக்கு' ஆங்கிலத்தில் 'வூக்' எனத் திரிந்து பின்னர் 'வூட்ஸ்' என மாறியது) பதினாறாம் நூற்றாண்டின் தொடக்கத்தில் நம் நாட்டில் தயாரிக்கப்பட்டது. சர்வதேச அளவில் இந்திய எஃகு மிக உயர்வானது என்றும் புகழ் பெற்றது (பனிரெண்டாம் நூற்றாண்டில் அரேபியர்கள் இந்திய நடைமுறைகளின் அடிப்படையில் அமைத்த எஃகுத் தொழிற்சாலை உலக பிரசித்தி பெற்ற டமாஸ்கஸ் எஃகைத் தயாரித்து அளித்தது). இந்தியாவில் செய்த வாள்கள் அதிசயிக்கத்தக்க வகையில் உறுதி மிகுந்தவையாக இருந்தன. இந்தியாவில் பிரிட்டிஷ் காலனி ஆட்சி விரிவடைந்து கொண்டிருந்த ஆரம்ப காலங்களில், உண்மையில் இந்திய வாள்கள் ஐரோப்பிய தயாரிப்புகளைவிட மிக உன்னதமாக இருந்தன. போர்க்களங்களில் ஆங்கிலப்படைகள் தங்கள் சொந்த வாள்களைக் கீழே போட்டுவிட்டு கொல்லப்பட்ட எதிரியின் வாள்களை எடுத்துப் போரிடும் போக்கு இருந்ததே அதற்குச் சான்று. முடிந்த அளவு தொழில் நுணுக்கங்களை எல்லாம் கற்றுக்கொண்ட பிறகு பதினெட்டாம் நூற்றாண்டின் இறுதியில் இந்திய உலோகத் தொழிற்சாலைகள் அனைத்தையும் இழுத்து மூடினர். அதன் பிறகு அவற்றைப் புனரமைக்க நடந்த முயற்சிகள் அனைத்தும் முதலில் அடக்குமுறையையும் பின்னர் இனவெறி கொண்ட பரிகாசங்களையும் எதிர்கொள்ள வேண்டியிருந்தது.

ஜம்ஷெட்ஜி டாட்டா, பிரிட்டிஷாரின் இரக்கமற்ற துவேஷங்களுக் கிடையே, இருபதாம் நூற்றாண்டின் தொடக்கத்தில் இந்தியாவின் முதல் நவீன உருக்காலையை நிறுவ முயன்றார் (1883-ல் அதற்கு அனுமதி கேட்டு அவர் பிரிட்டிஷாருக்கு எழுத ஆரம்பித்தார். அதற்காக இந்திய முதலீட்டாளர்களிடம் இருந்து பணமும் புரட்டினார். பலமுறை அனுமதி மறுக்கப்பட்டும், காலம் தாழ்த்தப்பட்டும் வந்த பிறகு இறுதியில் ஒருவழியாக 1912-ல் அவரது மகன் தோராப்ஜியின் தலைமையில் அந்தத் தொழிற்சாலை உற்பத்தியைத் தொடங்கியது). அப்போது மூத்த பிரிட்டிஷ் அதிகாரி ஒருவர், 'இந்தியன் ஒருவன் உற்பத்தி செய்யக்கூடிய ஒவ்வொரு துளி உருக்கையும் நானே தனியொருவனாகத் தின்று தீர்ப்பேன்' என கிண்டல் செய்தார். அந்தோ பரிதாபம்... 2006-ல் ஜாம்செட்ஜியின் வாரிசுகள் கோரஸ் நிறுவனத்தைக் கையகப்படுத்தியதன் மூலம் பிரிட்டிஷ் எஃகுவின் மிச்சங்களை எடுத்துக்கொண்டதைப் பார்க்க அவர் உயிருடன் இல்லை. இருந்திருந்தால் மிக மோசமான ஜீரணக் கோளாறு அவருக்கு ஏற்பட்டிருக்கும் (தொடர்ச்சியாக டாட்டா ஸ்டீல் நிறுவனம் பிரிட்டனை விட்டு வெளியேற முடிவு செய்தபோது பிரிட்டிஷ் அரசாங்கம் தனது எஃகு துறையை மீட்பதற்காக அலறி அடித்துக் கொண்டு ஓடி வந்தபோது அதை சில இந்தியர்கள் ஒருவேளை வக்கிர மனப்பான்மையுடன் ரசித்திருக்கக்கூடும்).

எப்படி இருப்பினும், மற்ற இந்தியர்களுக்கு ஊக்கம் அளிக்கும் வகையில் டாட்டாக்கள் தமது பாதையில் தொடர்ந்து முன்னேறியபோது அவர்களுடைய வளர்ச்சியைத் தடுக்கும் வகையில் பிரிட்டிஷார் சக்தி வாய்ந்த வழிமுறைகளைக் கையாண்டனர். அந்தக் காலத்தில் அரசாங்கமும் ரயில்வே துறையும்தான் (இரண்டுமே பிரிட்டிஷார் கட்டுப்பாட்டில் இருந்தன) இந்திய எஃகுவின் மிகப் பெரிய நுகர்வோராக இருந்தனர். அந்த இரண்டு நுகர்வோருமே பிரிட்டிஷ் தர தனிவகை உருக்கை (British Standard Specification Steel- BSSS) பயன்படுத்த நிர்ப்பந்தம் செய்யப் பட்டனர். அது மற்ற உலக நாடுகளில் எல்லாம் பயன்படுத்தப்பட்டுவந்த பிரிட்டிஷ் தரம் அல்லா தனிவகை உருக்கைவிட (NBSSS) அதிகத் தரம் கொண்டதாக இருந்தது. காலனி ஆதிக்கத்தில் இருந்த இந்திய சந்தையில் இருந்து விலை மலிவான ஐரோப்பிய எஃகுவை விலக்க வேண்டும் என்பதற்காகத்தான் முதலில் BSSS தரக்குறியீடு தேவை என்ற விதி உருவாக்கப்பட்டது. ஆனால், இந்திய உருக்காலைகளின் வளர்ச்சியை யும் அது தடுத்தது. அந்த நிலையில் டாட்டா போன்ற உள்நாட்டு எஃகு உற்பத்தியாளர்கள் அந்த உயர்தர அளவீடுகளை நிறைவு செய்யுமாறு நிர்ப்பந்திக்கப்பட்டனர். இல்லையென்றால் அரசு மற்றும் ரயில்வே ஒப்பந்தங்களில் இருந்து விலக்கப்பட்டனர்.

சட்டத்தின் தேவைக்கிணங்க பீ.எஸ்.எஸ்.எஸ். எஃகுவில் கவனம் செலுத்தியதால், இந்திய நிறுவனங்களால் ஒரே நேரத்தில் விலை குறைந்த பீ.எஸ்.எஸ்.எஸ். அல்லாத எஃகுவையும் உற்பத்தி செய்ய முடியவில்லை. ஆனால் அந்த எஃகுதான் பிரிட்டிஷ் ஆதிக்கம் இல்லாத பெரும்பாலான நாடுகளில் பரவலாகப் பயன்படுத்தப்பட்டு வந்தது. பீ.எஸ்.எஸ்.எஸ். எஃகு உற்பத்தியின் விளைவாக இந்தியாவில் தயாரிப்புச் செலவினம் எகிறி இருந்தது. அதனால், உலகப் பெருமந்தத்தின்போதும், பின்னர் 1930-களின் இறுதியில் அதிலிருந்து மீண்ட சமயத்திலும்கூட பரந்து விரிந்த சர்வதேச சந்தையில் இந்திய உருக்கால் போட்டியிட முடியாமல் போனது. ஆனால், 1930-களில் ஏறக்குறைய இந்தியாவின் நிலையில் இருந்த மற்ற வளர்ந்து வரும் நாடுகள் எல்லாம் பெரிய சிக்கல் எதுவுமின்றி தமது பீ.எஸ்.எஸ்.எஸ். அல்லாத எஃகு உற்பத்தி பிரிவுகளை வளரச் செய்தன.

அந்த சூழ்நிலையிலும் இந்திய உருக்காலைகள் தமது பீ.எஸ்.எஸ்.எஸ். எஃகுவை நிச்சயம் பிரிட்டனுக்கு ஏற்றுமதி செய்ய முடிந்தது. ஆனால் பிரிட்டனின் எஃகு தொழிற்சாலைகள் அதை வரவேற்கவில்லை. எனவே, இந்திய உருக்கு இறக்குமதிக்கு கட்டுப்பாடுகள் விதிக்கப்பட்டன. இவ்வாறு பிரிட்டிஷார் மிக சாதுர்யமாகச் செயல்பட்டு தமக்குத் தேவையான 'ஸ்டீல் கேக்குகளை' பெற்று அதை ருசித்து 'உண்ணவும்' செய்தனர்.

வேறுவிதமாக கூறினால், தேவைக்கு அதிகமான எஃகை உற்பத்தி செய்யவும் பயன்படுத்தவும் இந்தியா நிர்ப்பந்திக்கப்பட்டது. அதே வேளையில் தனது எஃகுக்கான வெளிநாட்டு சந்தைகளைக் கண்டறியும்

அதன் திறன் ஒடுக்கப்பட்டது. மேலும் இந்திய எஃகு தொழில் விரிவாக்கத்தின் ஒவ்வொரு முயற்சியும் முளையிலேயே கிள்ளி எறியப் பட்டது. இவ்வாறு பிரிட்டிஷ் சதிகாரப் பொருளாதாரச் சூழ்நிலைகளுக்குள் டாட்டா ஸ்டீல் போன்ற இந்திய நிறுவனங்கள் வளர வாய்ப்பே இல்லாமல் போனது.

இந்தியத் தொழில்கள் அழிந்ததற்கும் பொருளாதார வளர்ச்சி குன்றியதற்கும் பிரிட்டிஷாரை நிந்திப்பது நியாயமற்றது என பிரிட்டிஷ் ஆட்சி ஆதரவாளர்கள் சிலர் வாதிடுவதை நாம் அறிவோம். 'இந்தியத் தொழில்களை பிரிட்டன் வேரறுக்கவில்லை; தொழிற்புரட்சியைத் தவற விட்டதும், மேலை உலகை மாற்றியமைத்த புதிய தொழில்நுட்பங்களை ஏற்கத் தவறியதுமே உலக மொத்த உற்பத்தியில் இந்தியாவின் பங்கு சரிந்ததற்கு காரணம்' என அவர்கள் கூறுகின்றனர். மேலும், 'உலகமே பெரும்பாலும் விவசாயம் சார்ந்து இயங்கியபோதுதான் சர்வதேசப் பொருளாதாரத்தில் இந்தியாவின் பங்கு அதிகமாக இருந்தது; உலகம் மாறியபோது, இந்தியாவால் கைக்கொள்ள முடியாத விஞ்ஞான, தொழில் முன்னேற்றம் காரணமாகத்தான் மற்ற நாடுகள் அதை முந்திச் சென்றன' என அவர்கள் வாதாடுகிறார்கள்.

இது மிக கடுமையான சர்ச்சைகளுக்கு உள்ளாக்க வேண்டிய கருத்து. நான் ஏற்கனவே கூறியதுபோல் தொழில் முடக்கம் என்பது திட்டமிட்ட ஒரு பிரிட்டிஷ் கொள்கையாக இருந்தது. அது தற்செயலானது அல்ல. பிரிட்டிஷாருக்கு சாதகமான தளங்களை அமைத்துக் கொடுத்து, இந்திய சந்தையைக் கைப்பற்றும் வகையில் பிரயோகிக்கப்பட்ட வரிகள் மற்றும் கட்டுப்பாட்டு நடவடிக்கைகள்தான் பிரிட்டிஷ் தொழில் செழித்து வளர்ந்ததற்கும், இந்திய தொழில் அழிந்ததற்கும் காரணமே ஒழிய வேறு எதுவும் இருக்க முடியாது. இந்தியாவில் பொருளாதாரச் சுரண்டல் என்பது காலனி ஆட்சியின் பிரிக்க முடியாத அங்கமாகவே இருந்தது. இந்தியாவில் அடித்த கொள்ளையாலும், வசூலித்த வரிகளாலும் வந்த பெரும் தொகைகள் (பல கோடி பவுண்டுகள் என்ற டிக்பி அவர்களின் மதிப்பீட்டுக்குக் கொஞ்சம் குறைவாகவே இருந்தாலும்கூட) இங்கிலாந்துக்குச் சென்று அதன் தொழில்துறைக்கு தேவையான மூலதனத்தை கொடுத்தது. அதனால் அந்நாட்டின் தொழிற்புரட்சிக்கும் நிதி உதவி கிடைத்தது.

காலனி ஆதிக்கம் இல்லாத நாடுகளில் எல்லாம் தொழிற்சாலைகள் நவீனமயமானதுபோல் இந்தியாவில் அன்றைய தொழிற்சாலைகள் ஏன் ஆகவில்லை? மற்ற காலங்களில் எல்லாம் புத்தாக்கம் மற்றும் தொழில் முன்னேற்றத்தில் முன்னணியில் இருந்த ஒரு நாடு 18-19-ஆம் நூற்றாண்டுகளில் மட்டும் அந்த சக்தியை ஏன் திடீரென இழந்தது? புதிய தொழில்நுட்பங்களை ஏற்கத் தவறியமைக்காக இந்தியாவை விமர்சிப்பவர் களில் ஒருவர்கூட இந்தக் கேள்விக்கு பதில் சொல்ல முடியாது. இந்திய உருக்கு உற்பத்தியாளர்கள் மற்றும் கப்பல் கட்டுவோரின் திறமைகள்

குறித்து நான் ஏற்கனவே லேசாகக் கூறி இருக்கிறேன். ஆனால் மற்ற ஆட்சியாளர்களின் கீழ், மற்ற கால கட்டங்களில் புதிய தொழில்நுட்பங்கள் ஊக்குவிக்கப்பட்டபோது இந்தியர்கள் கணிதம், பௌதிகம், மருந்து, சுரங்கம், உலோகம் ஆகிய துறைகளில் மட்டு மல்லாமல் எறிகணை ஆயுதத் தொழில்நுட்பத்திலும்கூட (திப்பு சுல்தான், ஹைதர் அலி ஆட்சியில்) சிறந்து விளங்கினர்.

முன்னேற்ற சிந்தனை கொண்ட ஓர் ஆட்சியாளர், இத்தகைய ஆராய்ச்சிகள் நடைபெற ஏதுவாக நாட்டில் கல்வி மற்றும் அறிவியல் நிறுவனங்களை ஏற்படுத்திக் கொடுத்திருந்தால் மட்டுமே விஞ்ஞான மற்றும் தொழில்நுட்ப புதுமைகள் எல்லாம் அரங்கேறியிருக்கும் என்பது உண்மை. பிரிட்டிஷார் அத்தகைய நிறுவனங்களை அமைக்கத் தவறினர். பிரிட்டிஷ் ஏகாதிபத்தியம் ஆட்சியில் இந்தியாவின் முதல் ஆராய்ச்சி நிலையம் (Indian Institute of Science) மாமனிதர் ஜாம்செட்ஜி டாட்டாவால்தான் உருவானது. எந்த பிரிட்டிஷ் வள்ளலும் அதைச் செய்யவில்லை. காலனி அரசாங்கம் அனுமதித்த ஒரே ஆராய்ச்சி மையமும் அதுவே. இந்த இடத்தில் இன்னொரு கேள்வி எழுகிறது. தொழில்மயமாகிக் கொண்டிருக்கும் ஐரோப்பாவுடன் போட்டி போடுவது சவால் என்றால், சுதந்திர இந்தியா தனது சொந்த நன்மைக்காக, பாதுகாப்பு தேவைப்படும் நேரங்களில் எல்லாம் சுயமாக வரிகள் விதித்தும், சுய மானியங்கள் வழங்கியும் தனது சொந்த சர்வதேச சந்தைகளை விரிவுபடுத்தும் வகையில் சம வாய்ப்பு உள்ள ஆடுகளம் ஒன்றைப் பயன்படுத்த முடியாமல் போனது ஏன்?

'மேலை உலகம் தொழில்மயமாகிக் கொண்டிருந்தபோது இந்தியா அவ்வாறு ஆக முடியாமல் போனது, நாட்டை ஆண்ட பிரிட்டிஷாரின் திட்டமிட்ட கொள்கைகளின் விளைவு அல்ல; ஒருவித சுய குறைபாட்டால் விளைந்த இந்தியத் தோல்வி' எனக் கூறுவது பகுத்தறிவுக்கு முரணானது. 'தொழிற்புரட்சி என்ற பேருந்தைத் தவற விட்டதால்தான்' இந்தியாவின் மொத்த உள்நாட்டு உற்பத்தி சரிந்தது என்றால், அந்தப் பேருந்தின் சக்கரங்களுக்கு கீழே தள்ளி இந்தியர்களை நசுக்கிய பிரிட்டிஷாரே அதற்கு காரணம்.

ஸ்காட்லாந்தினரின் வளர்ச்சி

ஸ்காட்லாந்து தேசியவாதமும், ஐக்கிய இங்கிலாந்து அரசின் எதிர்காலம் குறித்த சூடான ஊகங்களும் உலா வந்து கொண்டிருந்த அந்தக் காலத்தில் பிரிட்டனின் பொருளாதாரச் சுரண்டல் சரித்திரத்தின் கீழ் எழுத வேண்டிய வேடிக்கையான, முரணான அடிக்குறிப்பு ஒன்று உண்டு. முதலில், இங்கிலாந்தின் ஐக்கியத்தை உறுதிப்படுத்தியது எது என்பது அடிக்கடி மறக்கப்படுகிறது: கிழக்கிந்திய கம்பெனியின் காலனி ஆதிக்கச் சுரண்டல்களில் பங்கேற்றதன் மூலம் ஸ்காட்லாந்து நாட்டினருக்குக் கிடைத்த ரொட்டித் துண்டுகளும் மீன்களும்தான் அது. இங்கிலாந்துடன்

இணைவதற்கு முன் சில இடங்களில், குறிப்பாக மத்திய அமெரிக்காவிலும் கரீபியன் பிராந்தியத்திலும் ஸ்காட்லாந்து தனது காலனி ஆட்சியை நிறுவத் தனியாக முயன்று படுதோல்வியைத் தழுவி இருந்தது. இங்கிலாந்துடனான ஐக்கியத்துக்குப் பிறகு, அபரிமிதமான வாய்ப்புகளைக் கொண்ட இந்தியாவின் கதவுகளும் திறக்கப்பட்டன. அதன் வழியாக ராணுவ வீரர்கள், மாலுமிகள், வணிகர்கள், முகவர்கள் மற்றும் ஊழியர்களாக ஏராளமான ஸ்காட்லாந்தினர் நுழைந்தனர். பிரிட்டன் மக்கள்தொகையில் ஸ்காட்லாந்து நாட்டினர் 9 சதவிகிதமே என்றாலும் இந்தியாவில் பிரிட்டிஷாரால் நியமிக்கப்பட்ட பணியாளர்களில் அவர்கள் 25 சதவிகிதம் இருந்தனர். அவர்களுடைய இந்திய சம்பாத்தியம் ஸ்காட்லாந்தை ஏழ்மையில் இருந்து மீட்டது. மேலும் அந்நாடு வளம் பெற உதவியது. தடதடத்து இயங்கும் டன்டீ தொழிற்சாலைகள், செழிக்கும் கப்பல் கட்டும் தளங்கள், இந்தியாவில் பணிபுரியும் ஸ்காட்லாந்தினர் தங்கள் தாய்நாட்டுக்கு அனுப்பிய பணம் எல்லாமே இங்கிலாந்துடனான லாபத் தொடர்புகளுக்குச் சான்றாக நிற்கின்றன. இந்தியாவை ஸ்காட்லாந்தின் ‘கார்ன் செஸ்ட்’ (தீவனக் குதிர் - தங்கப் புதையல்) என சர் வால்டர் ஸ்காட் எழுதினார். ஆனால், இந்தியா கை நழுவியதைத் தொடர்ந்து, இங்கிலாந்து-ஸ்காட்லாந்து கூட்டணி ஆட்டம் காணத்தொடங்கியதில் வியப்பேதும் இல்லை.

•

இரண்டாம் அத்தியாயம்

ஆங்கிலேயர் இந்தியாவுக்கு அரசியல் ஒருமைப்பாட்டை அளித்தனரா?

இந்திய ஒருமைப்பாட்டை உருவாக்குவதாக பிரிட்டிஷார் கூறியது - பாரம்பரிய 'இந்தியா எனும் கருத்தாக்கம்' மற்றும் ஒருங்கிணைக்கும் அம்சங்கள் - திரிக்கப்பட்ட வரலாறு - அரசியல் அமைப்புகளை ஒழித்தல் - 'உள்நாட்டு இளவரசர்கள்' தூக்கி எறியப்படுதல் - கிராம சுயாட்சி பலவீனம் அடைதல் - ஆங்கிலேயருக்குப் பரிச்சயமில்லாத இந்திய சமூக அமைப்புகள் - இறுகும் ஆங்கிலேயரின் கடிவாளங்கள் - நிர்வாக அமைப்பை மாற்றுதல் - கம்பெனியைவிட உள்நாட்டு ஆட்சியாளர்கள் மோசம் இல்லை - ஆபரணத்தை அபகரித்த மணிமுடி - அரசு ஆடம்பரமும், அலங்காரமும் - கர்ஸன் பிரபுவும் பிரிட்டிஷ் சுயநலமும் - அ-இந்திய ஆட்சிப்பணிகள் - செல்வந்தவர்கள் மற்றும் சமூக விரோதிகளின் வாழ்க்கைமுறைகள் - அரசுப் பணிகளில் இந்தியர்கள் - இந்தியரின் திறமையை தவிர்த்தலும் நசுக்குதலும் - செட்டி, தாகூர், பானர்ஜியா, கோஷ் - ஆட்சியாளர்களின் நிறவெறி: பிளவுதான் ஏற்படுத்துகிறது - பிரிட்டிஷ் நிர்வாகம், சுதேசி இயக்கம், மகாத்மா காந்தியின் பிரவேசம் - மாண்டேக்-செம்ஸ்ஃபோர்டு சீர்திருத்தங்கள் - பெரும் யுத்தமும் பெரும் துரோகமும்

•

தங்கள் மீது எந்தக் குற்றமும் கிடையாது என்று காட்டிக் கொள்வதற்காக பிரிட்டிஷார் சுய நியாயம் கற்பிக்கும் நேரங்களில் இந்தியாவில் அரசியல் ஒருமைப்பாட்டை ஏற்படுத்திய பெருமை தங்களைத்தான் சாரும் எனக் கூற விரும்புகின்றனர். அதாவது, தங்களுக்குள் சண்டையிட்டுக் கொள்ளும் சமஸ்தானங்கள் மற்றும் ஜமீன்களுக்கு அப்பால் 'இந்தியா' ஒரே நாடுதான் எனும் தத்துவம் (இப்போது மூன்று, அப்போது ஒன்று) பிரிட்டிஷ் ஏகாதிபத்தியத்தின் ஈடு இணையற்ற பங்களிப்பு என்பதே அது.

நிரூபிக்க முடிந்த ஒரு கற்பிதத்தின் மூலமே இந்த வாதத்தை மறுக்க முடியும்: இந்தியத் துணைக்கண்டத்தின் வரலாறு முழுவதுமாகவே ஓர் ஒருங்கிணைக்கும் சக்தி செயல்பட்டு வந்திருக்கிறது. இந்தத் துணைக்கண்டம் முழுவதுமாக பரந்து விரிய முனைந்த பல்வேறு ராஜ்ஜியங்களில் இந்த முனைப்பு காணப்படுகிறது: மௌரியர் (பொ.ச.மு. 322 முதல் 185 வரை), குப்தர் (அவர்களுடைய உச்ச காலகட்டத்தில், பொ.ச.320-550) மற்றும் முகலாய (பொ.ச. 1526-1857) பேரரசுகளும், ஓரளவுக்கு தக்காணத்தில் இருந்த விஜயநகர அரசு (அவர்களுடைய உச்ச காலகட்டத்தில், பொ.ச. 1136-1565) மற்றும் மராட்டிய கூட்டரசு ஆட்சிக் காலங்களை அதற்கு உதாரணமாகக் கூறலாம்.

இந்திய வரலாறு முழுவதும், குழப்பங்கள் உண்டாகும் ஒவ்வொரு காலத்துக்குப் பின்னாலும் மையப்படுத்தும் ஓர் உணர்வு தொடர்ந்து வந்திருக்கிறது. தங்களுடைய நவீன ஆயுதக் குவியல்கள் மூலம் இந்தியாவின் குழப்பங்களைத் தங்களுக்கு சாதகமாக பிரிட்டிஷார் பயன்படுத்திக் கொண்டிருக்கவில்லை என்றால் அவர்கள் என்ன செய்தார்களோ (பிரிட்டிஷாரின் கொடைகள் என கருதப்படுபவை) அதை இந்திய மன்னர் ஒருவரே செய்திருக்க அனைத்து சாத்தியங்களும் உண்டு. மேலும் அந்த மன்னரால் இந்த துணைக்கண்டத்தின் பெரும் பகுதியில் தன்னுடைய ஆட்சியை நன்கு ஒருங்கிணைத்திருக்கவும் முடியும்.

இருபதாம் நூற்றாண்டின் தேசியவாதிகள் அங்கீகரித்திருக்கக்கூடிய 'இந்திய தேசக் கொள்கையை' பழம்பெரும் காப்பியங்களான ராமாயணமும் மகாபாரதமும் பிரதிபலிக்கின்றன. இந்தக் காப்பியங்களில் இருப்பதுபோலவே தங்கள் நாடு குறித்த இந்தியர்களின் லட்சியத்திலும் அதே உள்ளுணர்வை நன்றாகக் காண முடியும். இந்தத் துணைக்கண்டம் முழுவதுமான மொழிகள் மற்றும் மக்களைப் பின்னிப் பிணைக்கும் வலுவான இழைகளாக இந்தக் காப்பியங்கள் செயலாற்றி வந்திருக்கின்றன. அந்தக் காப்பியங்களில் வரும் அசாதாரண தன்மைகள் கொண்ட நாயகர்கள், நாயகியர்களை தேசம் முழுவதிலும் இருக்கும் மக்கள் ஒருங்கே கொண்டாடி மகிழ்கிறார்கள். அவர்களுடைய கதைகள் பல்வேறு மொழிகளில் மொழிமாற்றம் செய்யப்பட்டு பல்வேறு வடிவங்களிலும் சொல்லப்பட்டு வந்துள்ளன. இருந்தும் அனைத்துமே அதே உணர்வு மற்றும் அர்த்தத்தில்தான் கூறப்பட்டு இருக்கின்றன.

மகாபாரதத்தில் (உத்தேசமாக பொ.ச.மு. 400 முதல் பொ.ச. 400 வரையிலான காலத்தில் எழுதப்பட்டது) பாண்டவர்கள் கண்ட நிலப்பரப்பு ஓர் அகில இந்திய நிலப்பரப்பாகும். உதாரணமாக, அந்த நிலம் முழுவதுமாக அவர்கள் மேற்கொண்ட பயணங்கள் அதை எடுத்துக் காட்டியுள்ளன. மேலும் அந்தக் காப்பியத்தில், அவர்களுடைய கதை முழுவதும் கூறப்பட்டுள்ள அனைத்து இடங்களிலும் ஆயிரக்கணக்கான பாணிகளில், நூற்றுக்கணக்கான மொழிகளைப் பேசும் இந்தியர்கள் ஓர் நாகரிக ஒருமைப்பாட்டை அனுபவித்து வந்திருப்பது தெரிகிறது. இந்தியா முழுக்க ராமபிரான் மேற்கொண்ட பயணமும் இலங்கையின் அசுர அரசனுக்கு எதிரான அவரது காவிய யுத்தமும் அதே தேசியக் கருத்தைத்தான் பிரதிபலிக்கின்றன.

குறைந்தபட்சம் பொ.ச.மு. 3-ஆம் நூற்றாண்டு பேரரசர் அசோகரிடம் இருந்து ஆராய்ந்தால், பன்னெடுங்காலமாகவே கலாசார, பூகோள அடிப்படைகளில் இந்தியா ஒற்றுமை உணர்வுகளில் ஊறி வந்திருக்கிறது. இந்திய ஒருமைப்பாடு எனும் லட்சியம் இந்து மகான் ஆதி சங்கரரால் கண்கூடாக முழு வடிவம் பெற்றது. கிறிஸ்துவுக்குப் பின் ஏழாம் நூற்றாண்டில் அவர் தென்கோடி கேரளாவில் இருந்து வடகோடி காஷ்மீர் வரையிலும், மேற்கே துவாரகையில் இருந்து கிழக்கே பூரி வரையிலும்

பயணம் மேற்கொண்டார். இந்த இடங்கள் ஒவ்வொன்றிலும் அவர் இன்றுவரை நிலைத்து நிற்கும் கோவில்களைக் கட்டினார். இந்தியாவின் 'புனித பூகோளம்' குறித்த டயானா எக்கின் எழுத்துகள், புனிதத்துவத்தின் கருத்துகள் வாயிலாக உருவாக்கப்பட்ட ஓர் அரசியல் ஒருமைப்பாட்டின் பழம்பெரும் கருத்துகளை விரிவாக எடுத்துரைக்கின்றன. 'அதன் நீண்ட வரலாறைக் கருத்தில் கொண்டு பார்க்கும்போது, இந்தியா சிறிய கால அளவுக்கு மட்டுமே அரசியல் மற்றும் நிர்வாக ஒற்றுமையைப் பெற்றிருக்கிறது. ஆனால், ஒரு தேசம் என்ற முறையில் அதன் ஒற்றுமை என்பது பொதுவாக அது தன்னகத்தே வைத்திருக்கும் புனித பூகோளத்தால் உறுதியாக உருவாக்கப்பட்டிருப்பதுடன், பெரிதும் பூஜிக்கப்படுகிறது: அதன் மலைகள், காடுகள், ஆறுகள், மலைச்சிகர புண்ணியத் தலங்கள்... புனித யாத்திரைப் பாதைகளுடன் இணைக்கப்பட்டுள்ளன' என எக் விவரிக்கிறார்.

அதேவேளையில் இந்த ஒருமைப்பாடு முழுக்க முழுக்க 'இந்து' கொள்கை மட்டுமே அல்ல. எஞ்சிய உலகம் இந்தியாவை ஒன்றாகவே பார்த்தது: உதாரணமாக அரேபியர்கள் இந்தத் துணைக்கண்டம் முழுவதையும் 'அல்-ஹிந்த்' ஆகவும், பஞ்சாப், வங்காளம், கேரளா என எங்கிருந்து வந்திருந்தாலும் அனைத்து இந்தியர்களையும் 'ஹிந்தி(து)' ஆகவுமே கருதினர். ஹஜ்ஜில் எல்லா இந்தியர்களும் எவ்வாறு ஒரே மண்ணில் இருந்து வந்தவர்களாகக் கருதப்பட்டனர் என்பதையும், எவ்வாறு அவ்விதமே நடத்தப்பட்டனர் என்பதையும் பெரும் தேசிய வாதியான மௌலானா ஆசாத் ஒரு முறை குறிப்பிட்டார். அந்தக் காலத்தி லேயே பேரரசர்கள் மற்றும் முனிவர்களால் முழுமை அடைந்திருந்த இத்தகைய உள்ளுணர்வுகள் இன்றைய நவீன போக்குவரத்து வசதிகள், தகவல் தொடர்புகள் மற்றும் தொலைநோக்கு உள்ள தலைவர்களால் அரசியல் ஒருமைப்பாடாக ஏன் மாற்றம் கண்டிருக்க முடியாது?

மறுக்க முடியாத இந்த நிஜங்களில் இருந்து தொடங்கினால், முகலாயப் பேரரசரின் பெயரளவு அதிகாரத்தின் கீழ் மறைந்திருப்பதை அரசியல் ரீதியில் வசதியாக உணர்ந்த மராட்டியர்கள் நாடு முழுவதுமாக தங்கள் ஆதிக்கத்தை விரிவுபடுத்திக் கொண்டிருந்த வேளையில், 18-ஆம் நூற்றாண்டின் இறுதியிலும், 19-ஆம் நூற்றாண்டின் தொடக்கத்திலும் பிரிட்டிஷ் காலனி ஆதிக்கத்துக்கு மாற்றாக ஒரு ஆட்சியை உருவாக்கி இருப்பது சாத்தியமே. அதற்கான நடைமுறைகளும்கூட ஏற்கனவே தொடங்கிவிட்டிருந்தன. பலவீனமான ஒரு முகலாய மாமன்னரின் பெயரளவு தலைமையின் கீழ் மராட்டியர்கள் நாட்டை ஆண்டிருக்க முடியும். (பிரிட்டிஷாரே கொஞ்சம் அப்படி செய்ய இருந்ததுபோல்). தவிர்க்க இயலாமல் அது (17-ஆம் நூற்றாண்டில் இங்கிலாந்தில் உருவான ரத்தமில்லா மாபெரும் புரட்சியை (Glorious Revolution) தொடர்ந்து அங்கே மக்கள் சபை வலுவடைந்தது போல்) முழு முடியாட்சியில் இருந்து அரசியலமைப்பு ஆட்சி முறைக்கு அழைத்துச் சென்றிருக்கும். காலனி ஆதிக்கம் இல்லாத உலகில் இருந்த பல நாடுகளிலும், ஐரோப்பா

முழுவதிலும், (குறிப்பாக) சீனா, ஜப்பான், தாய்லாந்து போன்ற காலனியல்லாத சில ஆசிய நாடுகளிலும் நடந்ததுபோல் இந்தியாவிலும் அது நடந்திருக்கும். ஆனால் அந்த நடைமுறையில் வலியே இல்லாமல் இருந்திருக்க முடியாது; அதில் நிச்சயமாக புரட்சிகளும், ராணுவப் போராட்டங்களும் இருந்திருக்கும்; சீர்குலைவுகளும் மோதல்களும் ஏற்பட்டிருக்கும்; ஆனால் இந்தியாவின் வளங்கள் அனைத்தும் இந்தியாவிலேயே தங்கியிருக்கும். அதன் எதிர்காலமும் அதன் சொந்த மக்களாலேயே தீர்மானிக்கப்பட்டு இருக்கும். காலனி ஆதிக்கத்தின் ஊடுருவல் இந்த இயற்கையான பரிணாம வளர்ச்சியில் இடையூறு செய்தது. அதை மலர விடாமல் தடுத்தது. எனவே, பிரிட்டிஷார் இல்லாமல் இந்தியாவில் அரசியல் ஒருமைப்பாடு ஏற்பட்டிருக்காது என்று கூறுவது முட்டாள்தனமானது. இதை நிரூபிக்க எந்த ஆதாரங்களும் இல்லை.

கற்பிதங்கள் எல்லாமே கண்டிப்பாக நிரூபிக்கப்பட இயலாதவைதான். உதாரணமாக, உண்மையில் நடந்திராத சில சம்பவங்கள் நிச்சயம் நடந்திருக்கும் என்றோ பிரிட்டிஷார் இல்லாத நிலையில் இந்தியாவின் பிஸ்மார்க், இந்தியாவின் மாஜினி, இந்தியாவின் ஆட்டாடர்க் அல்லது இந்தியாவின் கரிபால்டி எனச் சொல்லத் தகுந்த வகையில் தேசத்தை யார் ஒருங்கிணைத்து உருவாக்கியிருப்பார் என்று நிச்சயமாகக் கூறமுடியாது தான். ஆனால் வரலாற்று நிகழ்வுகள் அனைத்தும் கண்டிப்பாகத் தம்முடைய சொந்த விதிமுறைகளின்படி நடந்தேறியிருக்கத்தான் செய்யும். எனவே, எல்லா இடங்களிலும் நடந்த ஒன்று இந்தியாவில் மட்டும் நடந்திருக்காது என்று கூறுவது பகுத்தறிவுக்கு முரணானது. தொடக்கத்தில் மிக வீரியம் கொண்டிருந்த ஓர் அமைப்பில் இருந்து முகலாய நிர்வாக முறையின் மேல் எழுப்பப்பட்டு, மராட்டியர்கள் மேம்படுத்திய விதத்தில் நவீன அரசியலமைப்பு முடியாட்சி மற்றும் அரசியல் நிறுவனங்கள் தோன்றி இருக்கும். ஆனால், இவை எல்லாமே அனுமானங்கள்தான். பிரிட்டிஷார் வந்தனர். எனவே, அத்தகைய காலனியல்லா இந்தியா உருவாகவில்லை.

நிஜத்துக்கு முரணானவை அனைத்துமே கொள்கை அளவிலானவை. ஆனால், நிஜங்கள் எப்போதுமே நிஜங்கள்தான். தங்களுடைய ஆதிக்கத்தைப் பராமரித்து, விரிவுபடுத்தும் நோக்கத்துடன் மதவாதப் பிரிவினைகள் மற்றும் திட்டமிட்ட அரசியல் பாகுபாடுகளைத் தூண்டி அப்போது வாழ்ந்த அரசியல் கட்டமைப்புகளை பிரிட்டிஷார் சிதைத்தனர் என்பதையே உண்மைகள் தெளிவாக உணர்த்துகின்றன.

இறுதியாக 1947-ல் பிரிட்டிஷார் வெளியேறியபோது, இந்தியாவை அவர்கள் ஒரு செயல்படும் ஜனநாயகமாக விட்டுச் சென்றனர். அதனால், ஜனநாயக உணர்வு மற்றும் சட்டத்தின் ஆட்சியின் உண்மைப் பொருள் இந்தியர்களுக்கு மறுக்கப்பட்டு இருந்திருந்தாலும்கூட, அந்த இரண்டையும் தங்களுடைய இந்தியக் குடிகளுக்கு (அடிமைகளுக்கு) வழங்கியதற்கான பெருமையை பல பிரிட்டானியர்கள் எடுத்துக் கொள்ளக்கூடும். இது ஆழமாக ஆராயப்பட வேண்டியது.

அரசியல் நிறுவனங்கள் அழிப்பு

பிரிட்டிஷ் ஏகாதிபத்திய சக்திகளின் ஜனநாயக மதிப்பீடுகள் மற்ற காலனி ஆட்சியாளர்களின் மதிப்பீடுகளைவிடச் சிறந்தது என்ற கூற்று விவாதத்துக்கு உரியது. பிரிட்டிஷாரின் முன்னாள் காலனிகள் பல இன்றும் ஜனநாயக அமைப்புகளாக இருக்கின்றன என்றும், ஒரு காலத்தில் பிரிட்டிஷ் காலனியாக இருந்த நாடுகளே ஜனநாயகத்துடன் அதிகபட்ச தொடர்பு கொண்ட நாடாக உள்ளன என்றும் (அரசியல் ஆட்சி பீடங்களின் ஒட்டுமொத்த செயல்பாடுகள் பற்றிய புள்ளிவிவர ஆய்வுகளின் அடிப்படையில்) மிக அழகான அளவீடுகளுடன் சில அறிஞர்கள் அண்மையில் எடுத்துக்காட்டியுள்ளனர். அமெரிக்காவிலும், ஆஸ்திரேலியாவிலும் உள்ள நாடுகளைத் தவிர, 'குறைந்தபட்சம் 10 லட்சம் மக்கள்தொகை கொண்ட ஒவ்வொரு நாடும் (அதுபோல் அநேகமாக எல்லா சிறிய நாடுகளும்) காலனி ஆட்சியில் இருந்து உருவாகியும், தொடர்ச்சியாக ஜனநாயக ஆட்சியைப் பெற்றும் இருந்திருந்தால் அது கட்டாயம் ஒரு முன்னாள் பிரிட்டிஷ் காலனியாகவே இருந்திருக்கும்' என மைரன் வெய்னர் சுட்டிக்காட்டி உள்ளார் (பாகிஸ்தான், வங்காளதேசம் உள்பட ஜனநாய ஆட்சி தொடர்ச்சியாக இல்லாத, ராணுவ சர்வாதிகார போட்டிகளால் நிரம்பப் பெற்ற வேறு சில முன்னாள் பிரிட்டிஷ் காலனிகளும் இருக்கின்றன).

ஆங்கிலேயர் தங்களுடைய சொந்த ஜனநாயகக் கருத்துருகளின் அடிப்படையில் காலனி நாடுகளில் செயல்படுவதில் வெகுவாகத் தோற்றுப் போயிருக்கிறார்கள்; இந்தியர்களுக்கு ஜனநாயக உரிமைகளை அவர்கள் வெகுவாக மறுத்திருக்கிறார்கள் (1776-க்கு முன்னால் வரை அமெரிக்கர்களுக்கு 'ஆங்கிலேயரின் உரிமைகள்' மறுக்கப்பட்டது போல); இருந்தாலும் பிரிட்டிஷார் தங்களுடைய முன்னாள் காலனிகளில் நிச்சயமாக ஜனநாயகத்தின் அடிப்படைப் பண்புகளைப் போதிய அளவு புகுத்தியிருக்கிறார்கள் என்றும் அவர்களுடைய 'பாதுகாவல்' நீங்கிய பிறகும்கூட அவை நீடித்திருக்கின்றன என்றும் ஒருவருக்குத் தோன்றக்கூடும்.

ஆனால், பிரிட்டிஷ் ஆட்சியின் உண்மை வரலாறைப் பார்த்தால், அதில் ஜனநாயகம் என்பது ஒரு கொள்கையாகவும் இல்லை, நடைமுறை யாகவும் இல்லை என்றே தெரியவருகிறது.

1757-க்குப் பின் வந்த ஆண்டுகளில் இந்திய நவாபுகள் இடையே பிரிட்டிஷார் கச்சிதமாக பிளவுகளை ஏற்படுத்தினர். மேலும் நிலையாக அவர்களுடைய ஆட்சிப்பகுதியை ஒருங்கிணைத்தனர். 1858-க்குப் பின்னால் 'பிரித்தாளும் சூழ்ச்சி' என வர்ணிக்கப்பட்ட ஒரு கொள்கை மூலம் அது நடந்தது. அந்த நேரத்தில் அது தெளிவான அரசியல் சூழ்ச்சியாகவே மாறிப் போயிருந்தது. மேலும் கிழக்கிந்திய கம்பெனி ஊக்குவிக்க விரும்பிய பிரிவினைகள் எல்லாமே முழு பேராசை மற்றும் சுய முன்னேற்றத்தின் அடிப்படையில் அமைந்திருந்தன. எந்தவொரு

இந்திய மதம் அல்லது சமூகக் குழுவின் நலனுக்காகவும் இருந்திருக்க வில்லை.

கிழக்கிந்திய கம்பெனியின் ஆதரவைப் பெற ஒரு நவாப் இன்னொரு நவாபுக்கு எதிராகக் குரல் எழுப்பினார்; பிரிட்டிஷாருக்கு எவர் அதிக காசு கொடுப்பார் என்பதே ஆதரவை முடிவு செய்யும் அற்ப விஷயமாக இருந்தது. விசுவாசிகளை விலை கொடுத்து வாங்க முடிந்தது, சில நேரங்களில் ஒரு தடவைக்கு மேல். இவ்வாறு, 1757-ல், நாம் ஏற்கனவே கண்டதுபோல், கணிசமான தொகைக்காக கிளைவ் வங்காள அரியணையில் மீர் ஜாஃபரை அமர்த்தினார். பிளாஸி போரில் முந்தைய நவாப் சிராஜ்-உத்-தவ்லாவைக் காட்டிக்கொடுத்ததற்கான வெகுமதியாகவும் அது இருந்தது. கிளைவுக்குப் பின்வந்தவர்கள் அதைவிடக் கொஞ்சம் குறைவான பணத்துக்காக ஜாஃபரைக் கீழே இறக்கிவிட்டு, அவரது இடத்தில் மீர் காசிமை அமர்த்தினர் (ஏனென்றால், அந்தப் பணம் அவர்கள் கைக்குத்தான் கிடைக்கவிருந்தது. கிளைவுக்கு அல்ல). மூன்று ஆண்டுகளுக்குப் பின் மீர் ஜாஃபர் மீண்டும் அரியணைக்கு வந்தார். ஏனென்றால் அவர் காசிம் கொடுத்ததைவிட இரண்டரை மடங்கு அதிகம் கொடுத்தார். இரண்டு ஆண்டுகள் கழித்து மறுபடியும் அவரை அகற்றுவதற்காக நஜீம்-உத்-தௌலாவிடம் அவர்கள் பணம் வாங்கினர். 'லஞ்சம் (கப்பம்) கொடு, ஊழல் செய், ஆட்சி நடத்து' என்ற இந்த அணுகுமுறை அவர்களுடைய நோக்கங்களில் தெள்ளத் தெளிவாக இடம் பெற்றிருந்தது. அதுவே இந்தியாவில் கிழக்கிந்திய கம்பெனிக்கு உயிர் கொடுத்தது.

கப்பம் கட்டிய ஆட்சியாளர்கள் பெயரளவுக்குத்தான் அதிகாரத்தில் இருந்தனர். உண்மை அதிகாரங்கள் கிழக்கிந்திய கம்பெனியிடம் இருந்தன. இத்தகைய ஆட்சியாளர்களை அமர்த்துவதிலும் அகற்றுவதிலும் ஆரம்ப காலத்தில் இருந்த கரடு முரடான நடைமுறைகள் இந்தியாவின் அன்றைய அரசியல் அமைப்புகளில் அவர்களுக்குத் துளி மரியாதையும் இல்லை என்பதையும், புதிய சகாப்தம் ஒன்றை எதிர்கொள்ளும் வகையில் இந்தியர்களை முன்னேற்ற வேண்டிய தேவை எதுவும் அவர்களுக்கு இருக்கவில்லை என்பதையுமே வெளிப்படுத்துகின்றன. இந்திய அரசியல் அமைப்புகளைப் பலவீனமாக்குவது நாளுக்கு நாள் அதிகமானது. தங்களுடைய 'நிரந்தரத் தீர்வு' (Permanent Settlement) திட்டத்தின் ஓர் அங்கமாக, வரி வசூலை அதிகரிக்கும் வகையில் உள்ளூர் தலைவர் களிடம் நேரடி ஏற்பாடுகளைச் செய்துகொண்டு கிராம சமுதாயங்களை பிரிட்டிஷார் பலவீனம் அடையச் செய்தனர். முதலில் தங்கள் அதிகார வரம்புக்குள் கிராம சமுதாயங்கள் பகிர்ந்து கொண்ட நீதி மற்றும் செயல் அதிகாரங்களையும், நடைமுறைகளையும் அவர்கள் தங்கள் வசம் எடுத்துக்கொண்டு மைய அதிகார அமைப்பில் குவித்தனர். கிராம சமுதாயங்கள் சுய நிர்வாகக் குடியரசுகளாகவும், காலனி ஆட்சிக்கு முன் பரந்த சர்வதேச சந்தையுடன் இணைந்து செயல்படும் வலுவான பொருளாதார அலகுகளாகவும் இருந்ததாக கிழக்கிந்திய கம்பெனியைக்

கூர்ந்து நோக்கியவர்களின் ஆய்வறிக்கைகள் விவரிக்கின்றன. இதனால், மத்தியில் யாருடைய அதிகாரம் வந்தாலும், போனாலும் கிராமங்கள் தம்மைத் தாமே சிறப்பாக நிர்வகித்து வந்தது தெரிகிறது. பிரிட்டிஷாரின் கீழ் இந்த நடைமுறை அழிக்கப்பட்டது.

இந்திய கிராமங்கள் அனைத்தும் ஏதோ ஒரு பாமரத்தனமான விவசாயத் தனிமையில் வாழ்ந்து வரவில்லை; அவை சுறுசுறுப்பும் செயலாற்றலும் மிக்க அரசியல் மற்றும் பொருளாதார அலகுகளாகவும் இருந்தன. இதை நாம் ஒருபோதும் மறக்கக்கூடாது. 'இந்தியாவில் பல ஆண்டுகள் நடந்த அராஜகம் மற்றும் படையெடுப்புகளைத் தாண்டி வாழ்ந்த ஓர் நிர்வாக அலகு கிராம சமுதாய அமைப்பு. மேலும் நாங்கள் இந்தியாவை வென்ற போது அது முழு வலிமையுடன் இருந்தது. இந்த விஷயம் பற்றி படிக்க ஆர்வம் உள்ளவர்கள் சர் ஹென்றி சம்னெர் மெய்னின் 'இந்திய கிராம சமுதாயங்கள்' (Indian Village Communities) நூலில் இதை காணலாம்' என ஒரு முன்னணி ஆங்கில கலெக்டர் எழுதினார். பிரிட்டிஷார் நேர்மையாக இருந்திருந்தால் கிராம அளவில் இருந்து சுயாட்சியை வளர்த்து இருக்கலாம். ஆனால் அவ்வாறு செய்வதற்குப் பதிலாக ஏற்கனவே இருந்ததை அழித்தனர். பிறகு இறுதியில் இங்கிலாந்து மன்னர் நாட்டின் பொறுப்பை ஏற்றுக் கொண்டபோது அந்த உச்ச அதிகார மையத்தில் இருந்து, மக்களால் தேர்ந்தெடுக்கப்படாத மாகாண மற்றும் மத்திய 'சட்டமன்ற' கவுன்சில்களுக்கு சிறிய அளவில் அரசு அதிகாரங்கள் பரிமாற்றம் செய்யப்பட்டன. அந்த கவுன்சில்களின் உறுப்பினர்கள் சிறிய, படித்த மேட்டுக்குடி குழுக்களுக்கு மட்டுமே பிரதிநிதிகளாக இருந்தனர். பொதுமக்களுக்கு பதில் சொல்ல வேண்டிய கடமை எதுவும் அவர்களுக்கு இருந்திருக்கவில்லை. எந்த ஒரு உருப்படியான சட்டத்தையும் அவர்களால் கொண்டு வர முடியவில்லை. உண்மை அதிகாரம் எதையும் பிரயோகிக்க இயலவில்லை. உண்மையில் அவர்கள் எந்த முடிவுகளையும் எடுக்கவில்லை என்றாலும்கூட அரசாங்கம் தங்களைக் கலந்தாலோசிக்கிறது என்ற அளவில் மட்டும் தங்களுக்குள் திருப்திப்பட்டுக்கொள்ளவேண்டியிருந்தது.

இந்திய சமூகக் கட்டமைப்புகள் பிரிட்டிஷாருக்குப் புரியாமல் இருந்தது பிரச்னையின் ஒரு முக்கிய அங்கமாக இருந்தது. பிரிட்டிஷ் கிராமங்கள் நிலப்பிரபுத்துவ அமைப்பில்தான் வேரூன்றியிருந்தன. ஆங்கிலேயர் வெற்றி கொண்ட காலனிகளில் பலவிதங்களில் அந்த பிரிட்டிஷ் சமுதாய அமைப்புகளை விரிவுபடுத்தும் கருவியாகவே அவர்களுடைய ஏகாதிபத்தியம் இருந்தது. தங்களுடைய பேரரசில் பிரிட்டிஷார் ஏற்படுத்திய சமூக-அரசியல் கட்டமைப்புகள் எல்லாமே பிரதானமாக பாரம்பரிய, தனித்துவ, சமத்துவமற்ற மற்றும் அப்போதும் இங்கிலாந்தில் நிலவிய வர்க்கபேத சமுதாயத்தின் பிரதிபலிப்பாகவே இருந்தன.

ஆங்கிலப் பேரரசின் சிற்பிகள் இங்கே தங்களுக்குத் தெரிந்த 'டோரி' இங்கிலாந்தின் கிராமப்புறக் கட்டமைப்பை மீண்டும் உருவாக்க

முனைந்தனர். அந்த இங்கிலாந்தில், 16-ஆம் நூற்றாண்டில் இருந்து உள்ளாட்சி நிர்வாகம் பெரும் சமூக அந்தஸ்து உள்ளவர்களால் கட்டுப் படுத்தப்பட்டு, தங்களை நன்கு நிறுவிக்கொண்ட நிலப்பிரபுக்களால்தான் நடைபெற்று வந்தது. பிரிட்டிஷார் அழித்த தன்னாட்சி அதிகாரம் பெற்ற இந்திய கிராம நிர்வாகங்களைப் போலல்லாமல், பரம்பரை பிரிட்டிஷ் நிலக்கிழார்களின் கட்டுப்பாட்டுக்கு பிரிட்டிஷ் கிராமங்கள் வந்திருந்தன. தங்களுடைய காலனிகளில் இருந்த பாரம்பரிய சமுதாயங்கள் அனைத்திலும் பிரிட்டிஷார் அதே கட்டமைப்புகளை எதிர்பார்த்தனர். அப்படி இல்லாதபோது அதை உருவாக்க முயன்றனர். இவ்வாறு பேரரசின் பிரதான அம்சமான 'மறைமுக ஆட்சி' முறை பிறந்தது. அதில், மிக அதிகமாகவோ, குறைவாகவோ போலி கனவான்களாக (gentlemen) இருந்த பட்டாளம் ஒன்றிடம் அதிகாரப் பரிமாற்றம் செய்யப்பட்டது. அவர்கள் பட நேர்ந்த வேதனைகளுக்குப் பரிகாரமாக அவர்களில் பலருக்கு பிரிட்டிஷாரின் கண்டுபிடிப்பான 'ராவ் பகதூர்' பட்டம் போன்றவை வழங்கப்பட்டன. சிலருக்கு நைட் (knight) பட்டம்கூட வழங்கப்பட்டது (இரண்டு பேருக்கு மிக உயரிய விருதும் வழங்கப் பட்டது). சொந்த நாட்டில் நடந்தது போலவே இவை அனைத்தையும் ஆங்கில ஏகாதிபத்தியம் மிகக் குறைந்த செலவில் செய்தது. இத்தகைய நிர்வாகம், முறையான பயிற்சி பெறாதவர்களின் மூலம் நடைபெற்றது. எனவே, அனைத்தையும் திறம்படக் கையாண்டு, பின் அரசியல் அதிகாரத்தை நிறுவ விழையும் தேர்ந்த இந்தியர்கள் குழு ஒன்றை உருவாக்க வேண்டிய தேவையை அவர்கள் தவிர்த்துக்கொள்ளவும் முடிந்தது.

இந்தியா முன்னர் அறிந்திராத பிரிட்டிஷாரின் அந்த நடைமுறை நீடித்த அழிவை ஏற்படுத்தியது. 'சிறு குழுக்களின் சமுதாயமாக இருந்த' இந்தியா வலுவான பொருளாதார, அரசியல் ஒழுங்கைப் பெற்றிருந்தது; அங்கே ஆட்சியாளர்களுக்கும் ஆளப்பட்டவர்களுக்கும் இடையே நிலையான பேச்சுவார்த்தைக்கான இடம் இருந்தது என்று வரலாற்றாய்வாளர் ஜான் வில்சன் குறிப்பிட்டிருக்கிறார். இந்திய கிராமங்கள் எல்லாம் ஒன்றுக் கொன்று தொடர்பில்லாமல் தனித்து வாழ்ந்த தற்சார்புக் குடியரசுகள் அல்ல. அவை எல்லாம் நன்கு கட்டமைக்கப்பட்டும் ஒருங்கிணைக்கப் பட்டும் இருந்தன.

பிரிட்டிஷார் மூலமான இந்தியத் தொழில்துறையின் அழிவுதான் மக்களை விவசாயத்தின் மீது அதிகப்படியான கவனம் செலுத்த வைத்தது. அதனால்தான் அதிகமானவர்கள் விவசாயத்தையே சார்ந்து நிற்க வேண்டிய நெருக்கடியும் குடியானவர்களின் நில உடமை இழப்பு பிரச்னைகளும் உருவாகின. செழிப்பான மற்றும் கலப்பு வணிகக் கட்டமைப்புகளில் செயல்பட்டு வந்த கைவினைக் கலைஞர்கள், வர்த்தகர்கள், போர் வீரர்கள் மற்றும் வியாபாரிகளைக் கொண்ட பூமி என்பதில் இருந்து சாதாரண குடியானவர்கள் மற்றும் லேவாதேவிக்காரர்கள் நிறைந்த விவசாய சமுதாயமாக 1800-களின் தொடக்கத்தில் இந்தியா தரம் தாழ்த்தப்பட்டது.

பிரிட்டிஷார் எவ்வாறு நிலங்களை இழக்கச் செய்து, சுய சார்புள்ள விவசாயிகளை குத்தகைதாரர்களாகவும், வேலைக்காரர்களாகவும், ஒப்பந்த அடிமைகளாகவும் மாற்றி, சமூக உறவுகளைச் சிதைத்தனர்; அதன் விளைவாக வேளாண் வளர்ச்சியும் முன்னேற்றமும் எவ்வாறு குழிதோண்டிப் புதைக்கப்பட்டன என்பதையெல்லாம் விரிவான ஆராய்ச்சிகள் எடுத்துக்காட்டுகின்றன. இத்தகைய கொள்கைகளின் தாக்கம் இன்றுவரை நிலைத்து நிற்பதுடன், இந்தியாவின் பரிணாம வளர்ச்சியைச் சிதைத்தும் விட்டிருக்கின்றன. பிரிட்டிஷாரின் காலனிக் கொள்கை பொருளாதாரரீதியாகவும் எவ்வாறு நீடித்த வேற்றுமைகளுக்கு வழிவகுத்தது என்பதை பானர்ஜியும் ஐயரும் எடுத்துக்காட்டுகின்றனர்: ' நில உடமை உரிமைகள் பரம்பரை உரிமையாக நிலக்கிழார்கள் வசம் இருந்த பகுதிகள் எல்லாம், சுதந்திரத்துக்குப் பிந்தைய காலங்களில், விவசாயிகளுக்கு அந்த உரிமைகள் இருந்த இடங்களைவிட மிகக் குறைவான விவசாய முதலீடுகளையும் உற்பத்தி திறனையுமே பெற்றிருந்தன' என அவர்கள் கூறுகின்றனர். ஆக, பலிகள் இல்லாத காலனி செயல்பாடுகள் இல்லை: பிரிட்டிஷார் செய்த ஒவ்வொன்றும் பின்னால் வந்த எல்லா காலங்களிலும் எதிரொலித்துக் கொண்டுதான் இருக்கிறது.

ஏற்கனவே நாம் கண்டதுபோல், இந்தியாவில் பிரிட்டிஷார் மேற்கொண்ட விரிவாக்கங்களின் பின்னால் மலையளவு உள்நோக்கங்கள், யூகங்கள், வர்த்தகப் பேராசைகள் ஆகியவை நிறைந்திருந்தன. மேலும் தங்களது லாபங்களைப் பாதுகாக்க அவர்களுக்கு அரசியல் அதிகாரத்தை ஒருமுகப் படுத்த வேண்டிய தேவையும் இருந்தது. அது மட்டுமல்லாமல், புதிய உலகை ஐபீரியா வெற்றி கண்டபோது மிக அப்பட்டமாக வெளிப் படுத்தப்பட்ட ஐரோப்பிய இனவெறிக் கொள்கையும் அதில் இருந்தது. அதாவது, இறையாண்மை கொண்ட சட்ட அமைப்புகள் என்ற அந்தஸ்துக்கு 'பேகனியர்களின்' இந்திய தேசங்கள் தகுதியற்றவை என்பதே அது. ஐரோப்பிய வர்த்தகர்கள் மீதான வெறுப்புணர்வு, கிறித்தவ சுவிசேஷத்துக்கு எதிர்ப்பு ஆகிய இரண்டும் அமெரிக்கா கண்டத்தில் 'நியாயமான' போருக்குப் போதுமான காரணமாகக் கருதப்பட்டன. அதில், மற்ற பிராந்தியங்களைக் கைப்பற்றுவதும் தோற்றவர்களை அடிமையாக்குவதும் நியாயப்படுத்தப்பட்டன. இந்தியாவில் இந்தக் கொள்கையை பிரிட்டிஷார் மிக வெளிப்படையாகப் புகுத்தவில்லை என்றாலும், மேற்கில் அவர்களுடைய ஐரோப்பியப் பங்காளிகள் செய்தது போல் அதே நம்பிக்கைகளையே பெரிதும் கொண்டிருந்தனர்.

தொடக்கத்தில் அரியணை விளையாட்டுக்கள் எல்லாம் மறைமுகமாகத் தான் மேற்கொள்ளப்பட்டன. அந்த விளையாட்டில் கிழக்கிந்திய கம்பெனி அதிகாரப்பூர்வ ஆட்சியாளர்களாக நவாபுகளையே முன்னிலைப் படுத்தியது. அதற்கு ஒரு காரணமும் இருந்தது. 1764 ஆண்டுவாக்கில் அந்த கம்பெனிக்கு ஓர் அதிகாரப்பூர்வ அந்தஸ்து கிடைத்திருந்தது. கிழக்கு இந்தியாவின் மூன்று முகலாய பிரதேசங்களில் வரி வசூலிக்கும்

நிர்வாக உரிமையே அது. முன்பே நாம் கண்டதுபோல் அடக்கி ஒடுக்கப்பட்ட பலவீன முகலாய பேரரசர் ஓர் அரச ஆணை மூலம் அந்த அதிகாரத்தை வழங்கி இருந்தார். அந்த நிலையில், கிழக்கிந்திய கம்பெனியின் இயக்குனர்கள் குழுவுக்கு, 1764 ஜனவரி 27 தேதியிட்ட கடிதத்தில் தன்னுடைய பங்கு குறித்து ராபர்ட் கிளைவ் விவரித்தார்: 'பின்னின்று இயக்கும் ஒரு 'ஸ்பிரிங்'போல நாம் நம்மைக் கருதிக் கொள்ளலாம். அது அசல் அரசியலமைப்புக்கு எவ்வித இடையூறும் இன்றி இந்தப் பெரிய அரசாங்கத்துக்கு ரகசியமாக உந்துசக்தியை அளிக்கும். நம்முடைய அதிகாரத்தை அதிகரிப்பது, அவர்களுடைய அதிகாரத்தைக் குறைப்பது இரண்டுமே அவர்களுடைய உரிமையை வெளிப்படையாகப் பாதிக்காதவகையில் நடைபெற இது உதவும். முழு சமூக நிர்வாகம், நீதி பரிபாலனம், பதவி நியமனங்கள், தனது கௌரவத்தின் உயிர்நாடி என அனைத்து ஆட்சி உரிமைகளையும் எப்போதும்போல் நவாப் தன் கையில்தான் வைத்துக்கொள்ளட்டும். நமக்கும் மற்ற ஐரோப்பிய குடியேற்றங்களின் பேராசைக்கும் (அவர்கள் இப்படியான அதிகாரத்தை நவாபுகளுக்குத் தரமாட்டார்கள்) இடையே இருக்கும் இந்த வித்தியாசம் நமக்கு பாதுகாப்பு அரணாக இருந்து பிற்காலத்தில் சாதகமான விளைவுகளை நிச்சயம் உருவாக்கித்தரும்'.

எனினும் இந்தியாவின் மீது பிரிட்டிஷாரின் மேலாதிக்கம் என்பது ஏற்கனவே அழுத்தமாகப் பதிந்துவிட்டிருந்தது. கிழக்கிந்திய கம்பெனி ஏராளமான இந்திய நவாபுகளை வென்றதும், அவர்களுடைய அடிமைத்தளையை மேலும் இறுக்கும் வகையில் நியாயமற்ற ஒப்பந்தங் களை நிறைவேற்றியது. அந்த நிறுவனம் மன்னர்களின் அந்தஸ்தை அபகரித்த வணிகர்களின் சர்வாதிகாரக் குழு அன்றி வேறு எதுவும் இல்லை என கிழக்கிந்திய கம்பெனிக்காக சில ஆண்டுகள் பணியாற்றிய டச்சு வியாபாரி வில்லியம் போல்ட்ஸ் 1772-ல் எழுதினார். வங்காள நவாப் 'உதவித்தொகை பெறும் ஊழியரை' விடக் கொஞ்சம் மேலானவராக இருந்தார். முகலாய மன்னரோ ஓர் ஓய்வூதியதாரராகவும், 'அவர்களுடைய அதிகாரத்தின் சாதாரண கருவியாகவும்' இருந்தார்.

போல்ட்ஸைப் பொறுத்தவரை வரி வசூல் நிர்வாகம் என்ற கவசம், 'கிழக்கிந்திய கம்பெனி மற்றும் அதன் ஊழியர்களின் தனிப்பட்ட நோக்கங்களுக்காக' புதிதாகக் கைப்பற்றிய இந்த பிராந்திய உடமை, உரிமைகளை சட்டப்பூர்வமாக்குவதற்காகக் கண்டுபிடிக்கப்பட்ட 'வெறும் கற்பனை'யாக இருந்தது. 1819-ஆம் ஆண்டுக்குப் பிறகு, லேக் பிரபு மராட்டியர்களை வீழ்த்திய நேரத்தில், கிழக்கிந்திய கம்பெனி உச்ச அதிகார மையம் இல்லை என்றோ, அல்லது அதனுடைய அந்தஸ்துக்கு நிகராக (இந்திய) மன்னர்கள் யாரேனும் இருந்தார்கள் என்றோ கூறினால் அது மூடத்தனம், நயவஞ்சகம் மற்றும் அளவுக்கதிகமான தந்திரங்களின் நடிப்பாகவே இருக்கும் என பிரிட்டிஷ் வரலாற்று ஆய்வாளர் எட்வர்ட் தாம்சன் கூறுகிறார்.

இந்தியாவின் கவர்னர் ஜெனரல் என்பவர் கிழக்கிந்திய கம்பெனியால் நியமிக்கப்பட்ட வெறும் ஓர் உயர் அதிகாரிதான். ஆனால், நடைமுறையில் அவருடைய நிர்வாகத்துக்கு உட்பட்ட பகுதிகளுக்கு அவரே முடியரசராக இருந்தார். 'அனைத்து பதவிகளையும் விட மிக உயர்வானது, அதே வேளையில் மிக அசாதாரணமானது எதுவென்றால் பிரிட்டிஷ் இந்தியாவின் கவர்னர் ஜெனரலின் பதவிதான். தனிப்பட்டமுறையில் ஆங்கில கனவானும் கூட்டுப்பங்கு நிறுவனம் ஒன்றின் ஊழியருமான அவர் தன்னுடைய குறுகிய பதவிக் காலத்தில் உலகின் மிகப் பெரிய பேரரசின் மாமன்னராக இருக்கிறார்; மன்னர்களும் நவாபுகளும் மரியாதை கலந்த பயம் மற்றும் பணிவுடன் அவருக்குத் தலைவணங்கி நிற்கிறார்கள். அவர் 10 கோடி மக்களின் அதிபதியாக உள்ளார்; இந்தப் பதவியைப்போல் மிக விநோதமானது வரலாறில் எதுவும் இல்லை...' என தனது சமகால அரசியல் நோக்கர் ஒருவரை மேற்கோள் காட்டி டால்ரிம்பிள் கூறுகிறார்.

பிரிட்டிஷ் அதிகாரத்தைச் சட்டவிரோதமாக விரிவுபடுத்துவதில் இருந்த அவசரம் இந்தியாவின் சொந்த நிர்வாக கட்டமைப்பைச் சீர்குலைப்பதாகவே இருந்தது. 1746 மற்றும் 1763-ஆம் ஆண்டுகளுக்கு இடையில் கிழக்கிந்திய கம்பெனி மூன்று கர்நாடகப் போர்களை நடத்தியது. பிரிட்டிஷாருக்கு இந்தியாவில் தங்கள் ஆதிக்கத்தை வலுப்படுத்த வேண்டும்; ஃபிரெஞ்சுக்காரர்களை முறியடிக்கவும் வேண்டும் (ஐரோப்பாவில் நடந்ததைப்போலவே) என்ற நோக்கங்களே அந்தப் போர்களுக்கான காரணமாக இருந்தன.

தன்னுடைய பல வெற்றிகள் மற்றும் இலட்சியப் பயணத்துக்கு தேவையான உதவிகளைப் பெற கிழக்கிந்திய கம்பெனி கூலிப்படை களையும், பலவித ஆயுதக்குழுக்களையும் பயன்படுத்தத் தயங்கியதே இல்லை. முறையான படை அல்லது நிறுவன கட்டமைப்புகளைக் கருத்தில் கொள்ளாமல், தேவைப்படும்போது வந்து போரிடும் போர்க் குழுக்களுக்கு ஆதரவுகளைப் பகிர்ந்தளித்த அரசாக கிழக்கிந்திய கம்பெனியை ஆய்வாளர்கள் பார்க்கின்றனர். தங்களுக்கு சேவை செய்வதற்காக படை வீரர்களுக்கு அந்த கம்பெனி சம்பளம் கொடுத்தது. அத்தியாவசியத் தேவைகளைப் பெறுவதற்காக மற்றவர்களுக்குப் பல்வேறு ஆதாயங்கள் அளிக்கப்பட்டன. அவர்களுடைய ஆதரவை உறுதி செய்யும் வகையில் அது நடந்தது. இன்றைய பாஷையில் சொல் வதானால் வன்முறை என்பது அரசுசாரா சக்திகளிடம் ஒப்படைக்கப் பட்டது. இந்தியாவில் பிரிட்டிஷார் கண்ட வெற்றியின் முறையற்ற மற்றும் அமைப்புசாரா இயல்பையே அந்த வழிமுறைகள் அழுத்தமாகக் காட்டின. நம் நாட்டு அரசியல் நிறுவனங்களின் இயல்பான வளர்ச்சியை அவை ஸ்தம்பிக்கச் செய்தன.

கூலிப்படைகளின் உதவியைப் பெருமளவுக்கு அவர்கள் நாடியது இந்தியாவுக்குப் பெரும் கேட்டை விளைவித்தது. உதாரணமாக, அதிகாரபூர்வமற்ற அந்த ஆயுதப்படைகளுக்குப் போதிய கூலி கொடுக்கத்

தேவையான நிதி ஆதாரங்கள் காரன்வாலிஸ் பிரபுவிடம் இல்லை. எனவே, அவர்களுடைய குறைந்தபட்ச பிழைப்புக்கான வழிகளை அவர்களே கண்டுபிடித்துக் கொள்ளுமாறு அவர் ஆணையிட்டார். அந்தப் படைகள் முன்னேறிச் செல்கையில் வழிப்பறி, கொள்ளை போன்ற அட்டூழியங்களில் ஈடுபட்டன. அதனால் உள்நாட்டு மக்கள் தங்கள் உடமைகளை எல்லாம் இழந்து பரிதவிக்க நேர்ந்தது. கிழக்கிந்திய கம்பெனிக்கு உள்நாட்டு மக்களின் நல்வாழ்வு என்றுமே முன்னுரிமை யாக இருந்ததில்லை. அந்த நிறுவனத்துடன் தொடர்புடைய அதிகாரபூர்வமற்ற போர்வீரர்களும், கூலிப்படைகளும் தாங்கள் கை வைக்க முடிந்த ஒவ்வொன்றிலும் தாராளமாகக் கொள்ளையடிக்கும் உரிமையை பெற்றிருந்தனர். ஆக, இந்தியாவைப் பொறுத்தவரை நல்லாட்சி நிர்வாகத்தில் பிரிட்டிஷாருக்கு எவ்விதப் பங்கும் இல்லை என்பதையே இது உணர்த்துகிறது.

எனினும் அதிகாரத்தை விரிவுபடுத்துவதில் இத்தகைய முறை நீண்டகாலத்துக்குத் தேவைப்பட்டிருக்கவில்லை. அந்த நிறுவனத்தின் ராணுவ மேலாதிக்க நிலையே அதற்கு காரணம். குறிப்பாக, கிளைவ் ஒருமுறை குறிப்பிட்ட 'மற்ற ஐரோப்பிய குடியேற்றங்கள்' எல்லாம் பிரிட்டிஷ் ராணுவத்தால் விரட்டியடிக்கப்பட்டிருந்தன. அல்லது, அவர்களுடைய இடம் எது என்ற பாடம் புகட்டப்பட்டிருந்தது. அந்த நிலையில், அப்போதும் வர்த்தக நிறுவனமாகவே இயங்கிக் கொண்டிருந்த கிழக்கிந்திய கம்பெனிக்கு உள்நாட்டு நவாபுகளை அகற்றிவிட்டு அவர்களுடைய ராஜ்ஜியங்களைக் கைப்பற்றிக் கொள்வதில் எவ்விதத் தயக்கமோ குற்ற உணர்ச்சியோ இருக்கவில்லை. விக்டோரியா மகாராணியின் *1858* பிரகடனம் வாயிலாக இந்திய பேரரசை நிர்வகிக்கும் பொறுப்பை பிரிட்டன் மணிமுடி பெற்றுக் கொண்டபோது, அப்போது இங்கே அதிகாரத்தில் இருந்த பரம்பரை ஆட்சியாளர்களை, பிரிட்டிஷாரின் அதிகாரத்துக்குக் கீழேதான் என்றாலும், பெரும்பாலும் அப்படியே விட்டுவிட விரும்பியது (சமஸ்தான சபைகளில் நியமிக்கப் பட்ட ஓர் அதிகாரி மூலம் பிரிட்டிஷார் அதிகாரத்தைப் பிரயோகித்தனர். அந்த அதிகாரிக்கு 'ரெஸிடண்ட்' (the Resident) என்ற எளிய பட்டம் வழங்கப்பட்டிருந்தது. பிரிட்டிஷார் தங்களுடைய மிருக பலத்தின் கோர நிஜத்தை எவ்வாறு மூடி மறைத்தார்கள் என்பதற்கு இது மற்றொரு உதாரணம்).

ஒரு நூற்றாண்டு காலத்தில் பிரிட்டிஷார் படிப்படியாக இந்தியாவைக் கையகப்படுத்தியபோது எந்தப் பகுதியையெல்லாம் தமது பேரரசுடன் இணைத்துக்கொள்ளவில்லையோ அங்கெல்லாம் அவர்கள் நியாயமற்ற ஓர் ஒப்பந்தத்தில் அந்த சமஸ்தான மன்னரைக் கையொப்பமிடச் செய்தனர். இந்த அத்தியாயம் முழுவதுமாக நான் சுட்டிக்காட்டி இருப்பதுபோல், இந்தியாவை ஆண்ட பிரிட்டிஷார் பயன்படுத்திய பல்வேறு உத்திகள் அனைத்தும் இந்தியாவில் அரசியல் நிறுவனங்கள்

உருவாகத் தேவையான சூழ்நிலையை ஏற்படுத்துவதில் இருந்து பெரிதும் மாறுபட்டு இருந்தன. மேலும், யாருடைய பெயரில் அதிகாரம் பிரயோகிக்கப்பட்டதோ அந்தப் பெயரளவு ஆட்சியாளருக்கு அவை எவ்வித மரியாதையும் அளிக்கவில்லை.

எத்தனை கோளாறுகள் இருந்தாலும் சரி. பிரிட்டிஷாரால் அகற்றப்பட்ட மற்றும் பேராசை பிடித்தவர்கள் எனக் கருதப்பட்ட நவாபுகளின் ஆட்சியைவிட கிழக்கிந்திய கம்பெனியின் ஆட்சி ஒன்றும் மோசமானது அல்ல என்ற கட்டுக்கதையை நிர்மூலமாக்குவதும் அவசியமானதுதான். அது அப்பட்டமான பொய். 1857-ஆம் ஆண்டுக்கு முன்னால் பிரிட்டிஷார் பெற்ற வெற்றிகள் மற்றும் மேற்கொண்ட விரிவாக்கம் எல்லாமே மென்மையான அல்லது குறிப்பாக எதிர்ப்பு எதுவும் காட்டாத உள்நாட்டு ஆட்சியாளர்களை வைத்து சாதித்தவை. மராட்டிய பேஷ்வாக்களோ, மைசூர் மகாராஜாக்களோ சதுரங்கப் பிரியரான அயோத்தி நவாபோ தவறான ஆட்சி புரிந்ததாகக் குற்றச்சாட்டு எதுவும் இல்லை. காலனிய சுகவாசிகளை விட அவர்கள் பலம் பொருந்தியவர்களாக இருந்தார்கள். அல்லது பிரிட்டிஷ் பேராசையை உதாசீனம் செய்யும் அளவுக்குப் பெரும் செல்வந்தர்களாக இருந்தனர்.

உண்மையில் அன்றைய இந்தியாவில் நல்லாட்சிக்கான சிறந்த உதாரணங்கள் பல இருந்தன. குறிப்பாக திருவாங்கூர் சமஸ்தானம் உலகிலேயே முதல் அரசாங்கமாக அனைத்து சிறுவர்களுக்கும், சிறுமியருக்கும் கட்டாய ஆரம்பக் கல்வி வழங்க 1819-ல் ஆணை பிறப்பித்தது.

தாங்கள் தூக்கி எறிந்த மன்னர்கள் மீது பிரிட்டிஷார் கூறிய குற்றச்சாட்டுகள் அனைத்தும் பொய்யானவை: ‘சிறிதும் நேர்மையற்ற வகையில் ஐரோப்பிய வழிமுறைகளின் மேன்மையை உயர்த்திக் காட்டும் ஆர்வம் தவிர கடந்த காலம் பற்றிய இந்த அவநம்பிக்கைக்கு வேறு எந்த அடிப்படையும் இல்லை என்பதை நாங்கள் கண்டறிந்தோம்’ என 1907 ஆய்வு ஒன்று கூறுகிறது. தவறான ஆட்சி பற்றிய பிரிட்டிஷாரின் குற்றச்சாட்டுக்கள் ஏதேனும் செல்லுபடியாகும் என்றால், முதலில் கிழக்கிந்திய கம்பெனி கொண்டு வந்து வைத்த ஆட்சியாளர்களுக்கு எதிராகத்தான் பெரிதும் செல்லுபடியாகும். அல்லது இருபதாம் நூற்றாண்டில் தங்களுடைய கலாசாரச் சூழலில் இருந்து தங்களை விடுவித்துக்கொண்டு இங்கிலாந்தின் ஈட்டன் அல்லது ஹாரோ பள்ளிகளில் படித்ததுடன், சொந்த மண்ணுக்கே அந்நியர்களாகிப்போன நவாபுகளுக்கு எதிராக வேண்டுமானால் செல்லுபடியாகும்.

காலனி ஆட்சிக்கு முந்தைய இந்தியா ஒட்டுமொத்த அளவில் மிகச் சிறப்பாக ஆளப்பட்டது என இதற்கு அர்த்தம் இல்லை. முகலாய சாம்ராஜ்யம் சரிந்து, பல இடங்களில் அராஜகம் தலைதூக்கியதோடு சிதறுண்டு போகும் நிலையில்தான் இந்தியா இருந்தது. ஆனால், பிரிட்டிஷாரின் பேராசை மிகுந்த செயல்பாடுகளை முந்தைய கால

மன்னர்களின் செயல்பாடுகளைவிட மேலானதாகவே அக்கால இந்தியர்கள் பலரும் பார்த்திருப்பார்கள் என்று சொல்லப்படுவதை மறுக்கும் நோக்கிலேயே இதைச் சொல்கிறேன். பிரிட்டிஷ் காலனி ஆதிக்கம் விரிவடைந்து கொண்டிருந்தபோது இந்தியாவின் பெரும் பாலான பகுதிகளில், மக்களால் பரவலாக ஏற்றுக் கொள்ளப்பட்ட நியாய மான, கண்ணியமான அரசாட்சிகள் நடந்து கொண்டிருந்தன. பிரிட்டிஷாரால் அவை அகற்றப்பட்டன. மாற்றப்பட்டன. மொத்தத்தில் பிரிட்டிஷார் தூக்கி எறிந்த ஆட்சியாளர்களுடன் ஒப்பிடும்போது பிரிட்டிஷாரின் நோக்கங்களும் வழிமுறைகளும் மிகக் கீழ்த்தரமானவை.

ஆபரணத்தை அபகரித்த மணிமுடி

இந்தியாவில் நடந்த கிழக்கிந்திய கம்பெனியின் ஆட்சி தவறானது என்பதை மறுக்கவே முடியாது. இதை அவர்களிலேயே பலர் உறுதி செய்துள்ளனர். வாரன் ஹேஸ்டிங்ஸை எட்மண்ட் பர்க் அதிரடியாக பதவி நீக்கம் செய்தது, பிரிட்டிஷ் நபாபுகளின் பேராசைக்கு மெக்காலே பகிரங்கமாக கண்டனம் தெரிவித்தது, கிளைவின் தற்கொலை போன்றவை இதற்கு உதாரணங்கள் ஆகின்றன. என்றாலும் தனது பேரரசின் 'வைரத்தை' (இந்தியா) பிரிட்டிஷ் மணிமுடி தன்னுடைய கட்டுப்பாட்டில் கொண்டுவந்த பிறகு இந்த வாதம் கொஞ்சம் மாறுகிறது. விக்டோரியா மகாராணியின் *1858*-ஆம் ஆண்டு பிரகடனத்தை அடுத்து இந்தியாவில் தங்களுடைய ஆட்சிக்கு பிரிட்டிஷார் வேறு மாதிரியான விளக்கம் அளித்தனர்: 'உள்நாட்டு அமைதி மற்றும் நல்லாட்சியின் வாயிலாக மட்டுமே செல்வச் செழிப்பையும் சமூக முன்னேற்றத்தையும் பெற முடியும்' என்பதால் அதைச் சாத்தியப்படுத்தும் வகையில் இங்கு ஆட்சி நடத்தப் போவதாக அவர்கள் தெரிவித்தனர். 'இந்தியாவில் போட்டி பொறாமைகள் இல்லா அமைதியான முறையில் தொழில் துறையை ஊக்குவிக்கவேண்டும்; பொது நலன் மற்றும் முன்னேற்றத்துக் கான பணிகளை மேற்கொள்ளவேண்டும்; அங்கு வாழும் குடிமக்களின் நன்மையைக் கருத்தில் கொண்டு அரசாங்கத்தை நிர்வகிக்க வேண்டும் எனத் தன்னுடைய மனப்பூர்வமான ஆவலை மகாராணி வெளிப்படுத்தி இருக்கிறார். அவர்களுடைய வளர்ச்சியில்தான் நம்முடைய பலம் இருக்கிறது. அவர்களுடைய திருப்தியில்தான் நமது பாதுகாப்பு உள்ளது. அவர்களுடைய நன்றியுணர்வில்தான் நம்முடைய சிறந்த வெகுமதி இருக்கிறது' என்றும் அவர்கள் கூறினர்.

'உங்களுடைய சொந்த நலனுக்காகத்தான் நாங்கள் உங்களை ஆட்சி செய்கிறோம்' என்ற தத்துவத்தின் அழுத்தமான அறிக்கையாக அது இருந்தது. கிழக்கிந்திய கம்பெனியின் வெளிப்படையான பேராசையில் இருந்து வெகுவாக, குறைந்தபட்சம் கொள்கையளவில், மேம்பட்டதாக இருந்தது. *1877*-ல் விக்டோரியா மகாராணி இந்தியப் பேரரசியாக

முடிசூட்டிக் கொண்டதுடன், பிரிட்டிஷ் அரசு ஏகாதிபத்திய சாம்ராஜ்ஜிய மானது. சாதா அரசி பேரரசியானார். இந்தியா எனும் வைரம் பிரிட்டிஷ் மணிமுடியை ஒளிவீசிப் பிரகாசிக்கச் செய்தது. பேரரசியின் ராஜ்ஜியம் வரலாறு காணாத அளவுக்கு உலகம் முழுவதுமாக விரிவடைந்தது. பேரரசு விரிவாக்கத்தில் சம முக்கியத்துவம் வாய்ந்த அம்சம் என்ன வென்றால் அதனுடன் இணைந்து வந்த பிரம்மாண்டச் செலவினம். ஆடம்பர விளம்பரங்களுக்காக அவர்கள் கண்மூடித்தனமாகச் செலவு செய்தனர். கண்களைக் கூச வைக்கும் அந்தப் படாடோபமும்கூட ஒரு முக்கிய நோக்கத்தைக் கொண்டிருந்தது: 'உள்நாட்டினரைக் கொஞ்சம் பிரமிக்க வைக்கவும் கொஞ்சம் தங்களைத் தற்காத்துக் கொள்ளவும்' பிரிட்டிஷார் அவ்வாறு செய்தார்கள் என ஜன் மோரிஸ் கூறுகிறார். நவாபுகள் நிறைந்த ஒரு நாட்டில் முடியாட்சியின் கவர்ச்சியைத் தங்கள் இறையாண்மையின் ஓர் உபகரணமாக அவர்கள் பயன்படுத்தினர்.

பிரமிக்க வைத்து, பீதியில் நடுங்கச் செய்யும் இந்த ராஜதந்திரத்தில் ஏகாதிபத்தியம் தொடர்பான மூன்று பிரம்மாண்ட விழாக்கள் நடத்தப் பட்டன. 1887-ல் விக்டோரியா மகாராணி இந்தியப் பேரரசியாக முடிசூட்டப்பட்டதைக் குறிக்கும்வகையில் நடந்த கோலாகலக் கொண்டாட்டத்துக்கு வைஸ்ராய் லிட்டன் பிரபு தலைமை தாங்கினார்; ஏழாம் எட்வர்டு அரியணை ஏறியபோது 1903 புத்தாண்டு தினத்தில் கர்ஸன் பிரபு இன்னும் அமர்க்களமாக ராஜ விழா நடத்திக் காட்டினார்; அடுத்து, புதிய தலைநகரான டெல்லிக்கு மன்னர் ஐந்தாம் ஜார்ஜும் ராணி மேரியும் வந்தபோது, அவர்களை வரவேற்கும் விதத்தில் இறுதி ராஜ உற்சவம் ஆரவாரத்துடன் அரங்கேறியது.

இந்த ஆடம்பரங்களின் உச்சத்தில் இந்தியாவில் இருந்த பிரிட்டிஷ் ஏகாதிபத்தியம் புதுடெல்லியில் மிக கவர்ச்சி மிக்க புதிய பேரரசுத் தலைநகர் ஒன்றை வடிவமைத்து நிர்மாணித்தது. ஆங்கில ஏகாதிபத்தியம் செய்த தவறுகளின் மிக நீண்ட வரிசையில் அதை புத்தம் புதியதொன்றாக ஃபிரெஞ்சு அரசியல் தலைவர் ஜார்ஜஸ் கிளமென்கோ பார்த்தார்; அதே இடத்தில் முன்னர் இருந்த ஏழு நகரங்களின் இடிபாடுகளுக்கு இடையில் கட்டப்பட்டிருந்த அந்த அரைகுறை புது டெல்லியைப் பார்த்தபோது 'அனைத்து அழிவுகளிலும் இதுவே பிரம்மாண்டமானதாக இருக்கும்' என்று சொல்லி அவர் சிரித்ததாகச் சொல்லப்படுகிறது. அதற்குப் பின் சில ஆண்டுகள் கழித்து, நிர்வாகவியல் கோட்பாட்டு அறிஞர் சி.நார்த்கோட் பார்க்கின்ஸன் தனது 'இரண்டாவது விதியை' உருவாக்கும் பல உதாரணங்களில் புதுடெல்லியின் நிர்மாணமும் இடம் பெற்றிருந்ததைச் சுட்டிக்காட்டினார். 'பொருந்தாத பொறிக்குள் சிக்கிப் படிப்படியாகச் சிதைவதற்கு முன்னால் நிறுவனங்கள் தமது பிரம்மாண்ட நினைவுச் சின்னங்களை எழுப்புகின்றன' என்பதே அந்த விதி.

கர்ஸன் பிரபு டெல்லியில் நடத்திய விழாவை மோரிஸ் மிக விரிவாக வர்ணிக்கிறார். யானைகள் அணிவகுத்து வர, தாரை தப்பட்டைகள் முழங்க, சரம் சரமாக நகை அணிந்த மகாராஜாக்கள் பணிந்து கப்பம் கட்ட, துணைக்கண்டத்தின் நான்கு திசைகளில் இருந்தும் திரண்டு வந்த மக்கள் இந்த ராஜ அணிவகுப்பை அதிசயித்துப் பார்க்க, 'நாடகம் ஒன்று நிஜத்தில் நடந்தது'. அந்தக் கூற்றுக்கு மிகப் பொருத்தமாக, கர்ஸன் பிரபு அன்றைய அதிநவீனத் தொழில்நுட்பமான அசையும் படத் தொழில் நுட்பத்தைப் பயன்படுத்தி அந்த விழாவைத் திரைப்படமாகவும் எடுத்தார் (தங்களுடைய அரியணைகளையும் அதன் சௌகரியங்களையும் தக்கவைத்துக் கொள்வதற்காகப் பல மகாராஜாக்கள் தாங்கள் எந்த அளவுக்குப் பணிந்து செல்ல வேண்டியிருந்தது பற்றியும் பிரிட்டிஷாரைப் போதிய அளவு கவரும் வகையில் பகட்டான ஆடை அணிகலன்களைச் சுமக்க நேர்ந்தது பற்றியும் மகாராஜாக்கள் தன்னிடம் தனிமையில் வருந்தியது குறித்து மகாத்மா காந்தி தனது சுயசரிதையில் குறிப்பிட்டுள்ளார்).*

மூன்று விழாக்களிலேயே மிகவும் ஆடம்பரமானதை பெரும் சீரழிவை ஏற்படுத்திய பஞ்சம் வந்து இரண்டு ஆண்டுகளுக்குள்ளாகவே நடத்திய கர்ஸன் பிரபு, வைஸ்ராய் என்ற முறையில் ஆங்கில ஏகாதிபத்தியத்தின் மொத்த உருவமாக இருந்தார். 'லார்டு அந்தஸ்தில் கர்ஸனுக்கு இருந்த ரசனை' என ஜன் மோரிஸ் வர்ணித்த ஒன்றும், நியால் ஃபெர்குஸன் 'டோரித்துவம்' (Toryentalism) எனக் கூறிய ஒன்றும் அவரது வைஸ்ராய்தனத்தில் ஒருங்கிணைந்திருந்தது. பழங்கால பிரிட்டிஷ் மேட்டுக்குடி கலாசார வழித்தோன்றல் ஒன்றுடன் பொருந்தும் தந்தைவழி சமூக பாணியில் தனது பதவியை அவர் கையாண்டார் (800 ஆண்டுகளுக்கு முன்னால் பிரிட்டன் மீது படையெடுத்து வென்ற நார்மானியர்களின் வம்சாவளியைச் சேர்ந்தது அவரது குடும்பம்). ஆக்ஸ்ஃபோர்டு பல்கலைக்கழக மாணவப் பருவத்தில் இருந்து அவர் குறி வைக்கப்பட்ட நிலையில், அவரது பொது வாழ்வு நீண்ட காலமாகவே பாலிலோல் கல்லூரி நகைச்சுவை கவிதையின் (doggerel) நான்கு வரிகளால் அலங்கரிக்கப்பட்டிருந்தது. எப்போதெல்லாம் அவருக்கு புதிய பதவி கிடைக்கிறதோ அப்போதெல்லாம் பிரபல ஊடகங்கள் அந்த வரிகளைச் சுட்டிக்காட்டத் தவறியதே இல்லை: 'என் பெயர் ஜார்ஜ் நாத்தானியல் கர்ஸன் / நான் ஒரு மிக உயர்ந்த மனிதன் / என்னுடைய கேசம் கறுப்பானது, முகம் பளபளப்பானது / ஒவ்வொரு வாரமும் நான் பிளென்ஹெய்மில் உணவருந்துகிறேன்.*

---

* மகாராஜாக்கள் மட்டும் அவதிப்படவில்லை: இந்தியாவில் பிரிட்டிஷ் ஆடைக் கட்டுப்பாட்டு விதிகள் ஏற்படுத்தி இருக்கும் தாக்கம் குறித்து ஒவ்வொரு இந்திய பள்ளிக்குழந்தையும் கண்டிப்பாக வருந்தி அழத்தான் வேண்டும். குறிப்பாக சீருடையின் 'டை' இந்தியாவின் வறுத்தெடுக்கும் வெப்பத்தில் இன்றும் கோடிக்கணக்கான பள்ளிக்குழந்தைகளின் கழுத்தில் நிரந்தர சுருக்குக் கயிறாகத்தான் இருக்கிறது.

இந்த நகைச்சுவை அவருக்கு அமரத்துவம் அளித்திருக்கிறது என்றால், அவரது வைஸ்ராய் அந்தஸ்தும் அப்படியே. இறுதியில் ஏமாற்றம் அளிப்பதாக அமைந்த அவரது அரசியல் பணியின் மற்ற சில நல்ல அம்சங்களை அது கிரகணம்போல் மறைத்துவிட்டது. குழந்தைப் பருவத்தில் இருந்து அவர் வைஸ்ராய் பதவி ஆசையை வளர்த்துக் கொண்டு வந்தார். பிறகு அந்தப் பதவிக்கு அவர் ஏகாதிபத்திய ஆடம்பரத்தின் இலட்சிய வடிவம் ஒன்றை கொண்டு வந்தார். அதன் உட்பொருள், பாணி இரண்டிலுமே அதை முழுமையாக்க விழைந்தார்.

ஏகாதிபத்தியப் பகட்டை அதன் உச்சத்துக்கு கர்ஸன் கொண்டு சென்ற விதம், 'அலங்காரவாதம்' (ornamentalism) என பிரிட்டிஷ் எழுத்தாளர் டேவிட் கன்னடைன் வர்ணித்ததை அப்படியே பிரதிபலித்தது. கன்னடைனைப் பொறுத்தவரை கர்ஸன் 'ஆடம்பர சடங்குகளின் நாயகனாக' இருந்தார். பழமை-புதுமை, பாரம்பரியம்-கௌரவம், ஒழுங்கு-பணிவு, பெருமை-வீரம், குதிரைகள்-யானைகள், நைட்டுகள்-பியர்கள் (knights and peers), பேரணிகள்-சடங்குகள், இறகுத் தொப்பிகள்-நீண்ட அங்கிகள், தலைவர்கள்-அமீர்கள், சுல்தான்கள்-நவாபுகள், வைஸ்ராய்கள்-தூதர்கள், அரியணைகள்-மணிமுடிகள், இறையாண்மை-அதிகாரப் படிநிலை, ஆடம்பரம்-அலங்காரம் நிறைந்தது பிரிட்டிஷ் ஏகாதிபத்தியம் என்ற கூற்றை விளக்கும்வகையில் அவர் ஒரு தனி நூலையே எழுதியிருக்கிறார். ஆங்கிலப் பேரரசின் இறுதி விட்டுக்கொடுத்தல்வரை இவையெல்லாம் அப்படியே நீடித்தன. அப்போது கடைசி வைஸ்ராய் லூயி மௌண்ட்பேட்டன் பிரபு அணிந்து வந்த சம்பிரதாய உடைகள், தளர்ந்து கொண்டிருக்கும் அவரது அரசியல் அதிகாரப்பிடிக்கு நேர் விகிதாச்சாரத்தில் இருந்தன.

பிரிட்டிஷாரின் இந்தப் பகட்டும் படாடோபமும் இங்கே தங்கள் நாட்டு ராணிக்குரிய மரியாதையை உறுதி செய்யத் தேவையான அதிகாரப் படிநிலையை உயர்த்தும் கொள்கையை மட்டும் உள்ளடக்கி இருக்கவில்லை. ஆனால், இந்தியாவுக்கும் அதை வழங்கி, 'உள்நாட்டு நவாபுகளை' கௌரவித்து, மற்றவர்களைப் பெருமைப்படுத்தி, அதன் மூலம் மேட்டுக்குடிப் பாராம்பரியத்தை வளர்த்து, தங்கள் ஆட்சியை

---

* என்னுடைய திருப்திக்காக இதன் துல்லியத்தன்மையைத் தெரிந்து கொள்ள நான் 1890-ஆம் ஆண்டு செய்தித்தாள்களைப் புரட்டிப் பார்த்தேன். அப்போது முதல் திரும்பத் திரும்ப சொல்லப்பட்டு வந்த நிலையில், இது கொஞ்சம் முன்னேற்றம் கண்டிருந்தது. சில வாசகர்கள் இந்த வாக்கியத்தின் திருத்திய, புதிய பிரயோகத்துக்கு அறிமுகம் ஆகி இருக்கலாம்: 'என் பெயர் ஜார்ஜ் நாத்தானியல் கர்ஸன் / நான் ஒரு மிக உயர்ந்த மனிதன் / என்னுடைய கன்னம் ரோஜா நிறம் கொண்டது / எனது கேசம் பளபளப்பானது / ஒவ்வொரு வாரமும் நான் பிளென்ஹெய்மில் உணவருந்துகிறேன்.

நியாயப்படுத்தும் நோக்கமும் அதில் இருந்தது. இவ்வாறு ஓர் ஆடம்பர அரசவைக் கலாசாரத்தை பிரிட்டிஷார் தோற்றுவித்தனர். அதை நவாபுகளும் பின்பற்ற வேண்டியிருந்தது. பிரிட்டன் மணிமுடியை முகலாயப் பேரரசரின் வாரிசாகக் காட்டும்அதிகார விருப்பமும் அதில் இருந்தது. ஓர் ஆட்சியாளரின் முக்கியத்துவம் மற்றும் ஒத்துழைப்பைப் பொறுத்து 9 முதல் 19 வரை துப்பாக்கி குண்டுகள் முழங்கும் பெரும் ராஜ மரியாதைகள் இருந்தன. (ஐந்து சந்தர்ப்பங்களில் மட்டும் 21 துப்பாக்கி குண்டுகள் முழங்கின*). யார் 'மேன்மை தங்கியவர்' அல்லது அவ்வாறு அல்லாதவர் மற்றும் அவர் என்ன வகை என்ற நெறிமுறை; (முதல் உலகப்போர் சமயத்தில் பிரிட்டிஷாருக்குப் பெரும் தொகையை நன்கொடையாக வழங்கியதற்காக ஹைதராபாத் நிஜாமின் பட்டம் 'மேன்மை தங்கிய' என்பதில் இருந்து 'மகா மேன்மை தங்கிய'வாக உயர்த்தப்பட்டது); கவனமான அந்த ஆங்கில அகராதியில் 'உள்நாட்டு தலைவர்கள்' (மன்னர்கள் அல்ல) 'ஆளும்' குடும்பங்களில் இருந்து வந்தார்கள்; 'அரச' குடும்பங்களில் இருந்தல்ல. அவர்களுடைய ஆட்சிப் பகுதிகள் எல்லாம் 'சமஸ்தானங்களாக' இருந்தன. 'ராஜ்ஜியங்களாக' இல்லை. இவை எல்லாமே முடியாட்சி பிரமையை வளர்க்கும் பெருந்திட்டம் ஒன்றின் அங்கமாக இருந்தன. லண்டனில் இருந்த இந்திய அலுவலகம் ஒரே மாதிரியான இரண்டு கதவுகள் உள்ள அறை ஒன்றைக் கொண்டிருந்தது. சம அந்தஸ்து கொண்ட இரண்டு இந்திய ஆட்சியாளர் களை ஒரே நேரத்தில் வரவேற்க நேர்ந்தால் அவர்களில் யாருக்கு முன்னுரிமைகொடுக்க என்ற குழப்பம் வந்துவிடக்கூடாதென்பதற்காக அப்படி அமைக்கப்பட்டு இருந்தது. இப்படித்தான் எல்லாம் நடந்தது.

டேவிட் கில்மர் கூறியதுபோல், ஏராளமான சம்பிரதாயங்கள் மற்றும் ஆடம்பரங்களுக்கு மத்தியில், தாங்கள் மூழ்கித் திளைத்துக் கொண்டிருந்த இந்திய மேட்டுக்குடி கலாசாரத்தின் மீது அவர்களுக்கு எந்த மரியாதையும் இருக்கவில்லை. 'பாதி ஆங்கிலிக்கமயமான, பாதி தேச உணர்வு நீங்கப்பெற்ற, ஐரோப்பிய பெண்களை வேட்டையாடும், பெரும்பாலும் இறுதியில் சாராயம் குடிக்கும் இளம் உள்நாட்டுத் தலைவர்கள்' என

* முதல் உலகப்போர் வரை ஹைதராபாத், பரோடா மற்றும் மைசூர் சமஸ்தானங்கள் மட்டுமே 21 துப்பாக்கி குண்டுகள் முழங்கும் மரியாதையை அனுபவித்து வந்தன. குவாலியரும் ஜம்மு-காஷ்மீரும் முறையே 1917 மற்றும் 1921-ஆம் ஆண்டுகளில் அந்தப் பட்டியலில் சேர்க்கப்பட்டன. உலகப்போரில் அந்த சமஸ்தானங்களின் படை வீரர்கள் ஆற்றிய சேவையைப் பாராட்டி அந்தத் தகுதி வழங்கப்பட்டது. மற்ற அரசர்கள் தங்கள் ராஜ்ஜியங்களுக்குள் 21 குண்டு முழக்க மரியாதையைப் பெற்றுக்கொள்ள அனுமதிக்கப்பட்டனர். ஆனால் வெளியே 19 மட்டுமே: அந்த சம்பிரதாயம் மிக நுணுக்கமானதாகவும் விரிவானதாகவும் இருந்தது.

கர்ஸனே இந்திய மன்னர்களை எள்ளி நகையாடினார். ஆனால், இந்திய அரச குடும்பத்தினரை ஆங்கிலப் பேரரசின் அங்கமாக ஆக்கியதற்கு பிரிட்டனைத்தான் குற்றம்சாட்ட வேண்டும் என அவர் உணர்ந்தார். 1888-ல் மத்திய இந்தியாவில் இருந்த ஒரு அரசு அதிகாரி தனது பொறுப்பில் இருக்கும் மண்டலத்தில் அரச குடும்ப இளவல்களுக்கு ஆங்கிலப் பயிற்சி அளித்ததால் அதுவரை கிடைத்த பலன், '2 குதவழி உறவுப் பிரியர்கள், இரண்டு மூடர்கள், ஒரு குடிகாரன் மற்றும் நாள்பட்ட பால்வினை நோய் காரணமாக மகாராணியின் பிறந்தநாளில் மரியாதை செலுத்த முடியாமல் தடுக்கப்பட்ட ஒரு சீமான் ஆகியோர் உருவானது தான்' என அறிக்கை அளித்தார். இந்திய மகாராஜாக்கள் என்ற அலங்கார அந்தஸ்து கொண்டவர்கள் 'முட்டாள்களாக, சில சமயங்களில் கொடிய ஊதாரிகளாக மற்றும் சோம்பேறிகளாக' இருந்தது பற்றி 1900-ல் கர்ஸனே புகார் செய்தார். 'தோல்பூர் ரானா ஒரு பெரும் குடிகாரர்; அதிவேகமாக அவர் போதையில் மூழ்கிக்கொண்டிருக்கிறார்' என்றும், 'ஒரு பந்தயக் குதிரைக்காரனைவிடக் கொஞ்சம் மேலானவர் பாட்டியாலா மகாராஜா' என்றும், 'கபூர்தலா ராஜா பாரிஸில் சந்தோஷமாக ஊதாரித்தனம் செய்பவர் மட்டுமே' என்றும் அவர் விக்டோரியா மகாராணிக்கு கடிதம் எழுதினார். ஆனால், நிச்சயமாக அப்போது ஞானமும், தயாள குணமும் நிறைந்த, சொல்லப் போனால் லட்சிய மகாராஜாக்களும் இருக்கத்தான் செய்தனர். இந்த வகையில் பரோடா, திருவாங்கூர், மைசூர் மகாராஜாக் களைக் கூறலாம். பெரும் புகழுடன் விதிவிலக்கான ஆட்சியாளர்களாக இருந்த அவர்கள் தங்கள் குடிமக்களின் நலனில் பெரும் அக்கறை கொண்டிருந்தார்கள். ஆனால், நல்லாட்சி தந்தவர்களைவிட, உல்லாசங்களில் ஊறித் திளைத்த ராஜாக்களின் கதைகள்தான் அதிகமாக இருக்கின்றன.

அ-இந்திய ஆட்சிப்பணிகள்

ஆங்கில மணிமுடி கையகப்படுத்தியதால் ஆடம்பரங்கள் பெருகிய அதேவேளையில் விக்டோரியா மகாராணி தன்னுடைய ஆட்சி அறிக்கையின் முக்கிய அம்சங்களை அமல்படுத்த முயன்றார். அமர்க்கள மான அவரது 1858 பிரகடனத்தில், 'நமது குடிமக்கள் என்ன இனமாக இருந்தாலும், என்ன சித்தாந்தங்களைக் கொண்டிருந்தாலும் நமது சேவையில் அவர்கள் தாராளமாகவும் பாரபட்சமற்ற முறையிலும் பதவிகளைப் பெற அனுமதிக்கப்படவேண்டும். அவர்களுடைய கல்வி, ஆற்றல், கண்ணியம் ஆகியவற்றின் அடிப்படையில் அந்தப் பதவியின் கடமைகளை நிறைவேற்றுவதற்கான தகுதியை அவர்கள் பெற வேண்டும்' என அறிவிக்கப்பட்டிருந்தது.

ஆனால் நடந்தது என்ன? வில் டுரான்ட்டின் வார்த்தைகளில் கூறுவதானால் அது 'அரசியல் விலக்கம் மற்றும் சமூக வெறுப்புகளில்' ஒன்றாக இருந்தது. வங்காளத்தின் காலனி ஆட்சி நிர்வாகியான எஃப்.ஜே.ஷோர்

பற்றி நான் ஏற்கனவே குறிப்பிட்டிருக்கிறேன். 'ஒவ்வொரு கௌரவம், கண்ணியம் மற்றும் அதிகாரத்தில் இருந்தும் இந்தியர்கள் விலக்கி வைக்கப்பட்டுள்ளனர். அவையெல்லாம் அடிமட்ட ஆங்கிலேயனும் கூடப் பொறுத்துக்கொள்ளாத விஷயங்களை ஏற்றுக் கொள்ளச்செய்யும் வகையில் உள்ளது' என 1857-ல் அவர் இங்கிலாந்து நாடாளுமன்றத்தின் பொதுமக்கள் சபை முன்னால் சொன்னார். பல ஆண்டுகள் கழிந்த நிலையிலும்கூட, ஐரோப்பா, அமெரிக்கா ஆகிய நாடுகளின் அற்புதமான பல்கலைக்கழகங்களில் பயின்று வந்த இந்தியப் பட்டதாரிகளுக்கு அரசுப்பணியின் கீழ்மட்டங்களில்தான் வாய்ப்பு இருந்தது; டுரான்ட் கூறியவற்றின்படிப் பார்த்தால், மிக பிற்காலத்தில்கூட (1930) இந்திய (முதலில் பேரரசு) குடிமைப் பணியின் உயர்பதவிகளில் 4 சதவிகிதம் மட்டுமே இந்தியர்களால் நிரப்பப்பட்டது.

ஆய்வாளர்கள் சுட்டிக்காட்டியிருப்பதுபோல், இந்தியாவில் பிரிட்டிஷாருக்கான பதவிகளில் எல்லாம் சிறந்த மற்றும் திறமையான பிரிட்டிஷார்தான் நியமிக்கப்பட்டார்கள் என்று அர்த்தமில்லை. 'அப்போது இந்தியாவை ஆக்கிரமித்துக் கொண்டிருந்த தகுதியில்லாத ஆங்கிலேய அதிகாரிகளைவிட ஓரளவு திறமைவாய்ந்த இந்துக்களுக்கு உயர்பதவிகள் வழங்கப்பட்டிருக்குமேயானால் அது பொது ஒழுங்கீன மாகவே கருதப்பட்டிருக்கும்' என்று ஆஸ்குயித் பிரபு அறிவித்தார். ஆங்கிலேயரில் சாதாரணமானவர்கள் அரசு நிர்வாகத்தில் இருந்தார்கள். இங்கிலாந்தின் அறியாமை இருள், மூடுபனி மற்றும் கடுங்குளிரில் இருந்து வந்திருந்த அவர்களில் பலருக்கு இந்திய சூரிய வெயில் இதமானதாகவே இருந்தாலும்கூட, இந்திய வெப்பத்தின் 'கொடுமை களை' தாங்கிக்கொள்ள வேண்டியிருந்ததால் இந்தியர்களைவிட அவர்களுக்கு மிக அதிக சம்பளம் தரப்பட்டது (ரட்யார்டு கிப்ளிங் தன்னுடைய 'வழி காட்டத் தவறிய ஒளி' (The Light That Failed) நாவலில் மறக்க முடியாத வகையில் குறிப்பிட்டார். அதில் லண்டனுக்கு திரும்பியது பற்றி விவரிக்கப்பட்டிருந்தது: 'ஒரு மெல்லிய பனிப்படலம் நகரத்தைச் சூழ்ந்திருந்தது. தெருக்கள் கடுங்குளிராக இருந்தன; ஏனென்றால் இங்கிலாந்தில் கோடை நிலவியது'). அவர்கள், அசாதாரண முறையில் சுயதிருப்தி அடைந்திருந்தனர். (அவர்கள் இயல்பாக வெறுப்புணர்வின்றி இருந்த வேளையிலும்) இந்தியர்களை அவர்கள் நடத்திய விதத்தில் சகித்துக் கொள்ளமுடியாத அளவுக்கு உயர் வர்க்கத் திமிர் இருந்தது. ஜவாஹர்லால் நேரு அதைக் கடுமையாகத் தாக்கினார்: 'இந்திய சிவில் சர்வீஸில், இந்தியமும் இல்லை. சிவிலும் இல்லை. சர்வீஸூம் இல்லை' என்று அவர் கூறினார்.

19-ஆம் நூற்றாண்டில் விரிவான நிர்வாக சம்பிரதாயங்கள், மது மற்றும் காழ்ப்புணர்வுகள் நிறைந்த அசைக்க முடியாத தன்னம்பிக்கையுடன் இந்தியாவை பிரிட்டிஷார் ஆண்டனர். 'இந்தியாவை ஆள சில நூறு ஆங்கிலேயர்களே போதுமானதாக இருப்பதைப் பார்க்கையில் விநோதமாக இருக்கிறது' என ஸ்டாலின் கூறினார். அவரது கணக்கு

துல்லியமானது அல்ல. ஆனால் கொள்கை அளவில் சரி: பிரிட்டிஷ் இந்திய ராஜ்ஜியம் மிகச் சிலரால் ஆளப்பட்டது உண்மையிலேயே நம்பமுடியாத ஒன்றுதான். 1805-ல் இந்தியாவில் 31,000 பிரிட்டானியர்கள் தான் இருந்தனர் (அவர்களில் 22,000 பேர் ராணுவத்திலும், 2,000 பேர் சிவில் சர்வீஸ் பணியிலும் இருந்தனர்). 1857-க்குப் பின் அந்த எண்ணிக்கை கணிசமாக உயர்ந்தது. ஆனாலும் கூட, 1890 நிலவரப்படி 6,000 பிரிட்டிஷார்தான் 25 கோடி இந்தியர்களை ஆண்டனர். 70,000 ஐரோப்பிய ராணுவ வீரர்கள் மற்றும் ஏராளமான இந்திய ராணுவ வீரர்களின் உதவியுடன் அது நடந்தது. 1911-ல் இந்தியாவில் 1.64 லட்சம் பிரிட்டானியர்கள் வசித்தனர் (அவர்களில் 66,000 பேர் ராணுவத்திலும், காவல் துறையிலும் இருந்தனர். 4,000 பேர் மட்டுமே ஆட்சிப்பணி நிர்வாகத்தில் இருந்தனர்). 1931-க்குள் அந்த எண்ணிக்கை 1.68 லட்சமாக உயர்ந்தது. (அதில் 60,000 பேர் ராணுவம் மற்றும் காவல் துறையில் இருக்க, அப்போதும் 4,000 பேர்தான் ஆட்சிப் பணி நிர்வாகத்தில் இருந்தனர்). மக்கள்தொகை 30 கோடியை நெருங்கிக் கொண்டிருந்த அந்த சமயத்தில் இவர்கள்தான் நாட்டை நிர்வாகம் செய்தனர். அவர்களுடைய இன மேட்டிமை உணர்வு, உயர் ராணுவத் தொழில்நுட்பம், நவீனத்துவத்தின் கவர்ச்சி, அறிவுசார் முன்னேற்றத்தின் அடையாளங்கள் போன்றவற்றின் அசாதாரணமான கலவையாக அது இருந்தது. அதே போன்று, அடிமைப்படுத்தப்பட்டவர்களிடம் இருந்த கோழைத்தனம், பேராசை, சந்தர்ப்பவாதம், ஒருங்கிணைந்த எதிர்ப்பாற்றல் இன்மை போன்றவையும் சேர்ந்தே ஆங்கிலப் பேரரசை நிலைபெற வைத்தது என்பதையும் கண்டிப்பாகக் கூறத்தான் வேண்டும். அந்தச் சூழ்நிலையில், தேவைப்படும்போது மிக சாதுர்யமாக மிருக பலத்தையும் பிரிட்டிஷார் பிரயோகித்தனர். இந்தியாவின் மக்கள்தொகையில் பிரிட்டிஷாரின் எண்ணிக்கை 0.05 சதவிகிதத்துக்கு மேல் ஒருபோதும் இருந்ததில்லை. ஹாப்ஸ்பாமின் அருமையான வார்த்தைகளில் கூறுவதானால் 'ஒரு சிலரது அர்ப்பணிப்பு மற்றும் பலருடைய சகிப்புத்தன்மையால் அந்தப் பேரரசு மிக எளிதாகக் கைப்பற்றப்பட்டு, மிக குறுகிய அடிப்படையுடன், படுமுட்டாள்தனமாக ஆளப்பட்டது'.

கிளைவ் காலத்தில் கிழக்கிந்திய கம்பெனி ஒருவித 'இரட்டை' திட்டத்தைக் கையாண்டது: அந்த நிறுவனத்தின் வசமே அதிகாரம் இருந்தது என்றாலும், ஒரு பொம்மை நவாபை ஆட்சியில் அமர்த்தி யிருந்தது. வாரன் ஹேஸ்டிங்ஸ் அந்த நாடகத்தை முடிவுக்கு கொண்டுவந்து, நவாபைத் தூக்கி எறிந்தார்: நேரடி நிர்வாகம் இப்போது கம்பெனியின் கட்டுப்பாட்டுக்குள் வந்தது. 1785-ல் காரன்வாலிஸ் பிரபு நாட்டை ஆள்வதற்காக கம்பெனி ஊழியர்களைக் கொண்டு தொழில்முறைக் குழு ஒன்றை உருவாக்கினார். அவர்கள் ஆட்சிப் பணியின் அனைத்து உயர் பதவிகளையும் பிரிட்டிஷாருக்காக ஒதுக்கினர். ஒவ்வொரு மாவட்டத்திலும் 'கலெக்டர்' என்ற மொட்டையான ஒரு பட்டத்துடன் ஆங்கிலேயர்களை நியமித்தனர். ஏனென்றால் வரி வசூல் செய்வதுதான் அவர்களுடைய

முக்கியப் பணியாக இருந்தது! அந்த கலெக்டர் தன்னுடைய மாவட்டத்தின் மாஜிஸ்டிரேட்டாகவும் இருந்தார்.* பிரிட்டிஷார் இவ்வாறு வரி வசூலும், நீதி நிர்வாகமும் செய்து அரசு நடத்தினர். அனைத்து செயல்பாடுகளில் இருந்தும் இந்தியர்கள் விலக்கி வைக்கப்பட்டனர்.

இப்படி எல்லாப் பணிகளும் நடந்து கொண்டிருக்க ஒரு குடிமைப் பணி (சிவில் சர்வீஸ்) நடைமுறைக்கு வந்தது. கிழக்கிந்திய கம்பெனியின் பெருந்தலைகள் தங்களுக்கு அறிமுகமான செல்வாக்கு மிக்க இளைஞர்களின் பெயர்களை அந்தப் பணிக்கு பரிந்துரை செய்தனர். அந்த நிறுவனத்தில் பணியாற்றும் வகையில் 1806-க்குப் பின் அத்தகைய நபர்களுக்கு லண்டன் அருகே உள்ள ஹெய்லிபரி கல்லூரியில் பயிற்சி அளிக்கப்பட்டது. 1833-க்குப் பின் தேர்வுகள் அறிமுகம் செய்யப்பட்டன. அப்போதும்கூட கம்பெனி இயக்குனர்கள் கைகாட்டிய நபர்கள்தான் தேர்வு செய்யப்பட்டனர். 1853-க்குப் பின் ஆள்சேர்ப்பு முழுக்க முழுக்க தேர்வு அடிப்படையில் அமைந்தது. அதில் எல்லா வெள்ளையர்களுக்கும் கதவுகள் அகலத் திறந்து வைக்கப்பட்டன.

ஆங்கிலப் பேரரசின் சிவில் பணி பெரும் கவர்ச்சி கொண்டிருந்தது. ஏனென்றால், நம்பமுடியாத வகையில் சம்பள விகிதங்கள் மிக அதிகமாக இருந்தன. அத்துடன் கம்பெனி ஊழியர்கள் இந்தியாவில் உண்மையான அரசியல் அதிகாரம் செலுத்தினர். பிரிட்டனில் அவர்களுடைய பணிக்கு நிகரான எந்த ஒரு பணியிலும் அவ்வாறு ஆதிக்கம் செலுத்துவது பற்றி அவர்களால் கனவில்கூட நினைத்துப் பார்க்க முடியாது. நடத்தப்பட்ட தேர்வுகள் அனைத்தும் இந்தியா பற்றிய அறிவையோ அதனுடைய குடிமக்களின் உணர்வுகளைப் பற்றியோ கவலை கொள்ளவில்லை; அவை முறையான ஆங்கிலக் கனவான்களைத்தான் தேடின. மேலும்

---

* பல்வேறு வடிவங்களைக் கொண்ட குழப்பமான நிர்வாக முறையை பிரிட்டிஷார் கையாண்டனர். அவர்களுடைய உச்சக்கட்ட காலத்தில், கவர்னர் ஜெனரலின் (பின்னர் வைஸ்ராய்) கீழ் பிரிட்டிஷ் இந்தியா ஏராளமான மாகாணங்களாகவும் பிராந்தியங்களாகவும் பிரிக்கப்பட்டது. அளவையும் முக்கியத்துவத்தையும் பொறுத்து அவை ஒவ்வொன்றுக்கும் ஓர் ஆளுனர், துணைநிலை ஆளுனர் அல்லது ஓர் ஆணையர் தலைமை வகித்தார். ஒவ்வொரு பிராந்தியமும் மாகாணமும் ஏராளமான மண்டலங் களைக் கொண்டிருந்தன. அவை ஒவ்வொன்றுக்கும் ஒரு மண்டல ஆணையர் தலைவராக இருந்தார். அந்த மண்டலங்கள் மாவட்டங்களாகப் பிரிக்கப் பட்டிருந்ததுடன் அடிப்படை நிர்வாகப் பிரிவுகளாகவும் இருந்தன; ஒவ்வொரு மாவட்டமும் ஒரு கலெக்டர் மற்றும் மாவட்ட நீதிபதி அல்லது துணை ஆணையரின் கட்டுப்பாட்டில் இருந்தது (பல சந்தர்ப்பங்களில் ஒருவரே அந்த மூன்று பதவிகளையும் வகித்தார். அவர் பெரும்பாலும் 25 முதல் 30 வயதுக்குட்பட்ட இளம் ஆங்கிலேயராக இருந்தார்).

சிறந்த கல்வியையும் நல்ல இலக்கியத் திறன்களையும் வலியுறுத்தின. 1860-க்குப் பின் இந்தியர்களும் போட்டித் தேர்வு எழுத அனுமதிக்கப் பட்டனர். ஆனால் இந்திய சிவில் சர்வீஸ் அடிப்படையில் பிரிட்டிஷ் சிவில் சர்வீஸாகவே இருந்தது.

மேயோ பிரபு எனும் வைஸ்ராய், 'நாம் எல்லோரும் கீழே உள்ள ஓர் இனத்தை ஆளும் மகத்தான பணியில் ஈடுபட்டுள்ள பிரிட்டிஷ் கனவான்கள்' என்று கூறினார். விக்டோரியா மகாராணியின் 'கறுப்பு இனத்தினர் மீதான லட்சியவாதக் கண்ணோட்டம்' சொற்ப அதிகாரி களிடம் மட்டுமே இருந்தது. டேவிட் கில்மரின் வார்த்தைகளில் கூறுவதானால், சுயாட்சிக்காக இந்தியர்களை ஆயத்தப்படுத்தும் கனவுகள் எதுவும் அவர்களுக்கு இல்லை; இந்தியர்கள் மீதான அவர்களுடைய கண்ணோட்டம் உச்சக்கட்ட அடக்குமுறையும் மோசமான காழ்ப்புணர்வும் கொண்டதாக இருந்தது (தம்மைத் தாமே ஆளும் திறமையற்ற 'குழந்தைகளாக' இந்தியர்களை நடத்த வேண்டிய அவசியம் இருப்பதுபற்றி இருபதாம் நூற்றாண்டில்கூட அவர்கள் பேசியும் எழுதியும் வந்தனர்). இந்தியாவில் சில பிரிட்டிஷ் குடும்பங்கள் பல தலைமுறைகளாகப் பணியாற்றி இருந்தாலும்கூட (அவற்றுள் சில மூன்று நூற்றாண்டுகளுக்கு மேல் இருந்தன) இங்கு ஒருபோதும் வேரூன்றியதில்லை: தங்கள் பிள்ளைகளை அவர்கள் தாய்நாட்டில் உள்ள பள்ளிக்கூடங்களுக்கு அனுப்பினார்கள். அதனால் தங்கள் அன்புக் குழந்தைகளின் பிரிவுத் துயரை அவர்கள் பல ஆண்டுகள் தாங்கிக் கொள்ள வேண்டியிருந்தது. ஆனால் அவையெல்லாம் தியாகமோ கடின உழைப்பின் அடையாளமோ அல்ல.

இந்திய குடிமைப் பணியில் (ஐ.சி.எஸ்) இருந்தவர்கள் உலகிலேயே எந்த ஒரு அலுவலரும் வாங்காத அளவுக்கு மிக அதிக சம்பளம் வாங்கினார்கள். ஏற்கனவே நாம் கண்டதுபோல் அவர்களுக்கு ஏராளமான விடுப்புகள் மற்றும் உத்தரவாதமான ஓய்வூதியம் வழங்கப்பட்டன. அவர்களில் சிலர் தங்கள் வருமானத்தைச் 'செலவழித்துத் தீர்க்க முடியாமல்' தடுமாறினர். 'பிரிட்டனுடைய மேட்டுக்குடியினரின் மகிழ்ச்சிக்கான அடுத்த வீட்டுபுதையல் போன்ற பிரம்மாண்ட அமைப்பாக பிரிட்டிஷ் ஏகாதிபத்தியம் இருந்தது' என ஆங்கில அரசியல் சீர்திருத்தவாதி ஜான் பிரைட் கூறியதில் வியப்பேதும் இல்லை.

இந்தியப் பணியில் தாங்கள் விரும்பிய விளைவுகளைப் பெறுவதற்காக ஐ.சி.எஸ். அதிகாரிகள் கையாண்ட தீவிரப் போக்குகள் எல்லாம் 19-ஆம் நூற்றாண்டின் இறுதியில் மறைந்து போயின. ஆர்வம் மற்றும் அக்கறையில் இருந்து தற்பெருமை மற்றும் நடிப்பு என்ற அளவுக்கு அவர்களுடைய பணியின் தரம் குறைந்து போயிருந்தது. 'தான் ஆளும் மக்களை அரசாங்கம் நடத்திய விதம் களங்கம் நிறைந்ததாக இருந்தது' என தனது 30 ஆண்டுகள் ஐ.சி.எஸ். பணிக்குப் பிறகு எச். ஃபீல்டிங்-ஹால் எழுதினார். 'அங்கே அறிவு, புரிதல் ஆகியவை போதிய அளவு இல்லை.

பொதுவாக விருப்பு-வெறுப்பு மற்றும் தவறான கண்ணோட்டங்களின் அடிப்படையில், அல்லது மாறி விட்ட சூழ்நிலைகளைக் கணக்கில் கொள்ளாத வகையில் அமைந்த, மாற்ற முடியாத கருத்துகள்தான் இருக்கின்றன. அவை ஒருபோதும் சரி செய்யப்படுவதில்லை. இளம் காரியதரிசிகள் பழைய சுற்றறிக்கைகளை வாசிக்கிறார்கள். பிறகு, 'முன்மாதிரிகளைப் பின்பற்றி' முடிவே இல்லாமல் தங்கள் தவறுகளைத் திரும்பத் திரும்பச் செய்கிறார்கள்' என்று குறிப்பிட்டார்.

'குடிமைப்பணி அதிகார வர்க்கம் ஒன்றால் ஓரளவு மிதப்படுத்தப்பட்ட பெரும் ராணுவ சர்வாதிகாரம்' என இந்தியாவில் இருந்த பிரிட்டிஷ் ஆட்சியை பிரிட்டிஷ் தொழிலாளர் கட்சி அரசியல்வாதி கெயர் ஹார்டி வர்ணித்தார். எங்கும் வியாபித்திருந்த அந்த அதிகார வர்க்கம் அதிக சம்பளம் வாங்கிக் கொண்டு, நடைமுறை சம்பிரதாயங்களில் சிக்கி, சுரணையற்று உச்சபட்ச செயலின்மையுடன் இருந்தது. மேலும் எந்த மக்களை ஆள்வதற்காக அது உருவாக்கப்பட்டதோ அவர்களுடைய நல்வாழ்வில் அது பெரும் அலட்சியம் காட்டியது. இந்தியாவில் இருந்த பிரிட்டிஷ் ஆட்சியை, 'எப்போதாவது தொலைந்து போகும் சாவிகளைக் கொண்ட அலுவலக பெட்டகங்களின் (நடைமுறைகளின்) சர்வாதிகாரம்' என லிட்டன் பிரபு ஒருமுறை லகுவான மனநிலையில் இருக்கும்போது வர்ணித்தார்.

கிழக்கிந்திய கம்பெனி ஆட்சியின் ஆரம்ப ஆண்டுகளுக்கு, அதாவது பதினெட்டாம் நூற்றாண்டின் இறுதிப் பகுதிக்கே இத்தகைய சர்வாதிகாரம் மறுபடியும் சென்றிருந்தது. 'அனைத்து உரிமைகளுமே வெறும் வார்த்தைகளாகக் குறைக்கப்பட்டுவிட்டன' என்று அப்போது காரன்வாலிஸ் பிரபு குறிப்பிட்டிருந்தார். கிழக்கிந்திய கம்பெனியில் 'இந்திய கடிதப்போக்குவரத்துகளின் ஆய்வாளர்' என்ற பட்டத்தில் சொகுசாக இருந்த ஜான் ஸ்டூவர்ட் மில் கூறியதுபோல் 'எமது இந்திய நிர்வாகம் எழுத்துகளால் நடைபெற்றது என்பதே அதன் பெருவெற்றி' யாக இருந்தது. ஆனால், அது பிரிட்டிஷ் ஆட்சி முறையின் பெரும் பிழையாக இருந்தது. கடந்த காலங்களில் இந்திய மன்னர்கள் தங்கள் சொந்த குடிமக்களுடன் தொடர்ந்து பேச்சுவார்த்தை நடத்திக் கொண்டிருந்தனர். ஏனென்றால் அவர்களுடன்தான் அவர்கள் வாழ வேண்டியிருந்தது. கிழக்கிந்திய கம்பெனி தனக்கும் குடிமக்களுக்கும் இடையே ஒரு பெரிய இடைவெளியைப் பராமரித்தது. அது ஒரே ஒரு விஷயத்துக்காகத்தான் எப்போதும் கவலைப்பட்டது. நெடுந்தொலைவில் இருந்த லண்டனில் வாழும் கம்பெனி இயக்குனர்களுக்கு முடிந்த அளவு மிக விரைவாகவும் திறமையாகவும் பணத்தைக் கொண்டு போய் சேர்க்கவேண்டும் என்பதுதான் ஒரே லட்சியம்.

ஜோன் வில்சன் சுட்டிக்காட்டியது போல், மில் கொண்டாடிய அந்த அசாதாரண காகித வெள்ளம் 'கடிதங்கள், தடித்த பதிவேடுகள் மற்றும் கணக்கு புத்தகங்கள் கொண்ட உலகம் ஒன்றை நிர்மாணித்தது. அது

தனக்கே உரிய பரிசுத்த ஒழுங்கைப் பெற்றிருந்தது. ஆனால், கிராம சமுதாயத்தை வடிவமைக்கும் சக்திகளைப் புரிந்து கொள்ளவோ ஆளவோ அதனால் முடியவில்லை... அரசாங்கத்துக்கும் உள்ளூர் தலைவர்களுக்கும் இடையே பொது பரஸ்பர உறவு ஏற்படுவதை அந்தப் புதிய காகித வேலைகள் தடுத்தன. அரசியல் அதிகாரமும் பொருளாதார வளமும் முன்னர் அந்த உறவைத்தான் சார்ந்திருந்தன'.

எந்த மக்களின் விதியைத் தீர்மானிக்கிறார்களோ, அந்த மக்களுடன் எவ்விதத் தொடர்பும் இல்லாத அந்நியர்கள் அலுவலகங்களின் மூடிய அறைகளுக்குள் அமர்ந்து கொண்டு முடிவுகள் எடுப்பது அதிகரித்துக் கொண்டிருந்ததையே அது காட்டியது. மன்னர்களுடைய அதிகாரத்தின் வெளிப்பாடுகள் எல்லாம் புரிந்துகொள்ள முடியாத காகிதங்களின் தனிச்சுற்றுக்களால் இடமாற்றம் செய்யப்பட்டன. தங்களுடைய முடிவுகள் அனைத்தும் யார் மீது தாக்கம் ஏற்படுத்துமோ அவர்களுடைய கண்களுக்குப் புலப்படாதவர்களால் முடிவுகள் எடுக்கப்பட்டன.

முற்காலத்தில் தங்களை ஆள்பவர்களை நிற்க வைத்து தங்களுக்கு பதில் சொல்லும்படி மக்கள் கேட்க முடிந்த பொது மன்றங்கள் எல்லாம் இப்போது காணாமல் போயிருந்தன. எனவே, சூழ்ச்சி மற்றும் ஊழலுக்கான வாய்ப்புகள் பெருகிவிட்டிருந்தன. எந்தக் கருத்தும் சொல்ல உரிமையற்ற நிலையில் முடிவுகள் எடுக்கப்பட்டு வந்ததால் மக்கள் சஞ்சலம் அடைந்திருந்தனர். முக்கிய கோப்புகளில் என்ன எழுதப் பட்டிருக்கிறது என்பதைத் தெரிந்து கொள்ள குமாஸ்தாக்களுக்கு லஞ்சம் கொடுக்கப்பட்டது. இந்த வகையில் மூடிய கதவுகளுக்குப் பின்னால் நடப்பவை குறித்து நாதியா ராஜா மிகவும் கவலை கொண்டார். எனவே, மாவட்ட தலைநகருக்கும், கல்கத்தாவுக்கும் இடையே பரிமாற்றம் செய்யப்பட்ட கடிதங்களில் எழுதப்பட்டிருப்பதை அறிந்து கொள்ள கலெக்டர் அலுவலகத்தில் இருந்த வங்காள எழுத்தர் ஒருவருக்குப் பணம் கொடுத்தார்.

மக்களால் முன்பு எளிதாக அணுக முடிந்த இந்திய மன்னர்களின் இடத்தில் இப்போது புதிய பிரிட்டிஷ் அலுவலக அதிகாரிகள் இருந்தனர். புதிய விதிமுறைகளால் உருவான காகிதப் பணிகளைக் கையாள்வதில் அவர்கள் தேர்ந்தவர்களாக இருந்தனர். ஆனால் தங்களுடைய குடிமக்களின் நல்வாழ்வில் அவர்களுக்குத் துளியும் அக்கறை இருக்கவில்லை. மேலும் தங்கள் அதிகாரத்தை நிறுவும் விஷயத்தில் விதிமுறைகளைச் சுட்டிக் காட்டுவதைத் தவிர அவர்களால் வேறு எதுவும் செய்ய இயலவில்லை. அந்த விதிமுறைகள் மீறப்படும்போது, சட்டத்தை மிகக் கடுமையாக பிரயோகிப்பதைத் தவிர அவர்களுக்கு வேறு வழி இல்லாதிருந்தது.

'இந்தியாவின் நாட்டுப்புறங்களில் ஒரு நிலையான அரசியல் ஒழுங்கை உருவாக்கும் நோக்கில் அந்தப் புதிய முறை வடிவமைக்கப்பட்டு இருக்கவில்லை' என வில்சன் கூறுகிறார். 'பேராசையும் கேடும் நிறைந்த

ஒன்று என கிழக்கிந்திய கம்பெனி மீது பிரிட்டனில் எழும் குற்றச்சாட்டுக்களில் இருந்து அதனைப் பாதுகாப்பதே அதன் நோக்கம். தாய்நாட்டின் தார்மிக வேதனையைப் போக்கும் முயற்சியாகவே அது தொடங்கியது. இந்தியாவில் அந்த கம்பெனி அதிகாரிகளின் நடவடிக்கைகள் குறித்த இந்தியர்களின் புகார்களைக் கவனிப்பதற்கு அல்ல'. கிழக்கிந்திய கம்பெனியில் வைக்கப்பட்டிருந்த நேர்த்தியான பதிவேடுகள் அனைத்தும் 'ஆட்சியின் சக்தி வாய்ந்த ஒருங்கிணைந்த கட்டமைப்பை உருவாக்கி இருப்பதுபோல் பிரிட்டிஷ் அதிகாரிகளைக் கற்பனை செய்யவைத்தன. அவை அதிகாரத்தின் தவறான புரிதலை ஊக்குவித்தன'.

இங்கிலாந்து மகாராணி ஆட்சி நிர்வாகத்தைக் கையில் எடுத்தபோது இந்த நிர்வாகப் பாரம்பரியம்தான் கிழக்கிந்திய கம்பெனியால் கைமாற்றித் தரப்பட்டது. அதற்குப் பிறகும் அது அப்படியே தொடர்ந்தது. லிட்டன் மறைமுகமாகக் கூறியது போல், 'பிரிட்டிஷ் அதிகார வர்க்கத்தின் பெரும் பகுதி இதுபோன்ற ஏராளமான சடங்குபூர்வ நடைமுறைகளையே கொண்டிருந்தது; சம்பிரதாயங்கள் மற்றும் காகித வேலைகளில் அவர்களுக்கு இருந்த மோகம், நான்கு படிவங்களில் (ஒரு ஒரிஜினல், மூன்று நகல்கள்) ஒரு விஷயத்தை எழுதி வைத்தால் அநேகமாக அநீதியாக இருக்க வாய்ப்பில்லை என்ற அழுத்தமான நம்பிக்கையின் விளைவாக ஒருவேளை வந்திருக்கலாம் (அல்லது பிரிட்டிஷாரின் கண்டுபிடிப்பான முத்திரைத் தாளில் எல்லாம் எழுதப்பட்டிருந்தன. அது ஓர் ஆவணத்துக்கு அதிகார உணர்வையும் அவர்களுக்கு கட்டுப்பாட்டு உணர்வையும் அளித்தன). ஒன்றன் பின் ஒன்றாகக் கொண்டு வரப்பட்ட விதிமுறைப் புத்தகங்கள் தாங்கள் ஆண்ட சமுதாயத்தின் மீது அவர்களுக்கு இருந்த பிடியின் பலவீனத்தை மறைத்தன. எந்தத் தனிமனிதர்கள் நெறிப்படுத்தப்படுகிறார்களோ, அவர்களுடைய சூழ்நிலை குறித்த எவ்வித பிரக்ஞையும் இன்றி, எவ்விதப் பொருத்தமும் இன்றி நெறிமுறைகள் உருவாக்கப்பட்டு, நாடு முழுவதுமாகப் பிரயோகிக்கப்பட்டன. நடைமுறை யதார்த்தங்களின் அடிப்படையில் அல்லாமல் ஆவண விதிமுறைகளின்படி முடிவுகள் எடுக்கப்பட்டன. அதிகாரிகள் தாமாகவே முடிவெடுத்தாகவேண்டிய அரசியல் சூழ்நிலைகளில் இருந்து அவை பெரும்பாலும் அவர்களைத் துண்டித்து வைத்திருந்தன.'

இந்தியாவில் இருந்த பிரிட்டிஷ் ஆட்சிமுறை எந்த ஒரு அளவுகோலின் படியும் மெச்சும்படியாக இல்லை. 4,000 சதுர மைல் பரப்பளவுக்கும், பத்து லட்சம் மக்களுக்கும் பொறுப்பாளராக 24 வயதே நிரம்பிய ஒரு மாவட்ட அதிகாரி இருந்தார். சமகால குறிப்பு ஒன்றில் மாவட்ட அதிகாரி ஒருவர் செய்ய வேண்டிய கடமைகள் அனைத்தும் கீழ்க்கண்டவாறு பட்டியலிடப்பட்டுள்ளன: 'நில வருவாய் கலெக்டர்; மாவட்ட நிலச்சொத்துக்களின் பதிவாளர்; நிலக்கிழாருக்கும் குடியானவருக்கும் இடையிலான நீதிபதி; நீதிமன்றங்களின் ஆணை அமலாக்க அதிகாரி;

மாவட்ட பொருளாளர் மற்றும் கணக்காளர்; மாவட்ட கலால் வரிகள் நிர்வாகி; உள்ளூர் கட்டண கமிட்டியின் அலுவல்சாரா தலைவர்; பொது நோக்கங்களுக்காக எடுக்கப்பட்ட நிலங்களுக்கு நஷ்ட ஈடுகள் தொடர்பான நடுவர்; அரசாங்கம் ஒரு கட்சிக்காரராக இருக்கக் கூடிய அனைத்து உள்ளூர் வழக்குகளுக்கும் அரசு முகவர்; மைனர்களுடைய எஸ்டேட்டுகளின் நிர்வாகி; மாஜிஸ்டிரேட், போலீஸ் மாஜிஸ்டிரேட் மற்றும் குற்றவியல் நீதிபதி; காவல்துறை தலைவர்; நகராட்சி மன்றங் களின் அலுவல்சாரா தலைவர்...' என அந்தப் பட்டியல் நீள்கிறது.

அந்நிய தேசம் ஒன்றில் (இந்தியா) இத்தனை பணிகளையும் ஓர் இளைஞர் மேற்கொண்டார். உள்ளூர் மொழி மற்றும் நிலைமைகள் குறித்து அவருக்கு எந்த அறிவும் இருக்கவில்லை. வெகு தொலைவில் இருந்த ஓர் அரசாங்கம் தன் முன்னால் வைத்த விதிமுறைகளை அவர் பின்பற்றினார். ஆனால், யாரை ஆள அவர் நியமிக்கப்பட்டிருந்தாரோ அவர்களின் எஜமானர் என்ற அளவிலும், மேற்கண்ட அனைத்து செயல்பாடுகளிலும் அதிகாரம் செலுத்தும்படி கடவுள் தந்த உரிமையிலும் தனக்குள் திருப்தி அடைந்திருந்தார். அங்கே அதிகாரம்தான் முக்கியமாக இருந்தது, மக்களின் நல்வாழ்வு அல்ல; ஒரு மாவட்டத்தில் கூட எந்த ஒரு பிரிட்டிஷ் அதிகாரிக்கும் 'வளர்ச்சிப் பணிகள்' தொடர்பான பட்டியல் எதுவுமே வழங்கப்படவில்லை.

இவையெல்லாம் போதாது என்று அந்த இளைஞர் மேலதிகாரிகளின் கொடுங்கோன்மைக்கு ஆளானார். பதவிப் படிநிலை பற்றிய கூடுதல் கவனம் கொண்ட ஒரு சமுதாயத்தின் இறுகிய சம்பிரதாயங்களால் அவர் மேலதிகாரிகளுக்கான விருந்து, கேளிக்கைகளை முடிவற்று ஏற்பாடு செய்தாக வேண்டியிருந்தது. அவருடைய தனிமைக்கு அது ஒரு வடிகாலாக இருந்தது என்றாலும் அந்த விருந்து ஏற்பாடுகளை இடைவிடாமல் நிறைவேற்ற வேண்டியிருந்தது (இந்த வகையில் ஒரு துணைநிலை ஆளுனருக்கு ஒரே நாளில் படகு வீடு ஒன்றில் மதிய உணவு, தேநீர் விருந்து நடனம், தோட்ட விருந்து மற்றும் மனமகிழ் மன்றத்தில் இரவு உணவு என மிக விமரிசையாக ஏற்பாடு செய்ய வேண்டியிருந்தது). ஆக, பணியுடன் தொடர்பில்லாத திசை மாற்றங்கள் ஏராளமாக இருந்தன.

மன்னிக்க முடியாத அளவுக்குத் தன்னுடைய சொந்த இன்பங்களில் கட்டுண்டு கிடந்த பிரிட்டிஷ் அதிகாரவர்க்கம், சமவெளிகளில் நிலவிய கடும் வெப்பத்தைத் தாங்க முடியாமல் மாதக்கணக்கில் கோடை வாசஸ்தலங்களில் தஞ்சம் புகுந்தது. அங்கே அவர்கள் ஆட்டம், பாட்டம், கொண்டாட்டம் என பொழுதைக் கழித்தனர். அதேவேளையில் கீழே அவர்களால் ஆளப்பட்ட இந்திய மக்கள் ஈவு இரக்கமின்றி சுரண்டப் பட்டுக் கொண்டிருந்தனர்.

பல பிரிட்டிஷ் அதிகாரிகளின் மனைவியர் கோடைத் தலைநகர் சிம்லாவை முற்றுகையிட்டனர். கீழே கொதிக்கும் சமவெளிகளில் அவர்களுடைய

கணவர்கள் பணிபுரிந்து கொண்டிருக்க அவர்கள் குளிர்ந்த காற்றை அனுபவித்தனர். குடித்துக் கும்மாளம் போடுவதும், சூதாடுவதும் (பத்துக் கட்டளைகளில்) 7-வது கட்டளையை மீறுவதும்தான் அவர்களுடைய 'பிரதான பணியாக' இருந்தது.

அதேவேளையில், சில சிவில் அதிகாரிகள் மக்கள் நலனுக்காக அபார முயற்சிகளை மேற்கொண்டார்கள் என்பதில் சந்தேகமே இல்லை. அவர்கள் கால்வாய்கள் அமைத்தனர். கல்லூரிகளை நிறுவினர். சிறப்பாக நீதி பரிபாலனம் செய்தனர். சில சமயங்களில் இந்தியர்களின் சுயாட்சிக்கும்கூட ஆதரவு தெரிவித்தனர். அதனால் அவர்களின் பெயர்கள் இந்தியத் துணைக்கண்டத்தின் ஓர் அங்கமாகவேகூட மாறி இருக்கின்றன. அபோட்டாபாத், லியால்பூர் போன்ற நகரங்களும், காக்ஸ் பஜார், கோர்பெட் பார்க், காட்டன் ஹில், மேக்னாப்வா கால்வாய் போன்ற பெயர்களையும் இதற்கு சிறந்த உதாரணங்களாகக் கூறலாம். ஐ.சி.எஸ். அதிகாரிகளில் மிக அரிதாக இடதுசாரி ஆதரவாளராக இருந்த ஜான் மேய்னார்டு கூறியதுபோல், 'வக்கிரமான அதிருப்திகள் மற்றும் மட்டரக மான விருப்பங்களுக்கு மத்தியில் இந்த அருவருப்பான, வெளிறிய, கெட்ட ஆசாமிகளால் சில நல்ல காரியங்களையும் செய்ய முடிந்தது'.

ஆனால், பெரும்பாலும் அவர்களுடைய வாழ்க்கை முறைகள் அவர்கள் ஆளும் பொதுமக்களிடம் இருந்து விலகியே இருந்தன. இந்தியாவில் இருந்த பிரிட்டிஷார் ஆங்கிலத்தனத்தின் குட்டித் தீவுகளை உருவாக்கினார்கள். அவற்றுள் அழகுச் செடிகளையும், ரோஜாக்களை யும் நட்டு, தங்களுடைய வசிப்பிடங்களுக்கு (காட்டேஜ்), கடந்த கால ஏக்கத்துடன் கிராஸ்மியர் லாட்ஜ் (ஊட்டி), வில்லோடேல் (டார்ஜிலிங்) என பெயர் சூட்டி மகிழ்ந்தனர்.

19-ஆம் நூற்றாண்டின் தொடக்கத்தில் பிரிட்டிஷார் தங்களை ஆளும் வர்க்கமாக நிறுவிக் கொண்டனர். ஆனால் அந்த வர்க்கம் உச்சாணிக் கொம்பில் இருந்தது: அவர்கள் கலப்புத் திருமணம் செய்ய மாட்டார்கள். அல்லது 'கீழ்' சாதியினருடன் (இந்தியர்கள்) அமர்ந்து உணவருந்த மாட்டார்கள். 'கன்டோன்மென்ட்' மற்றும் 'சிவில் லைன்ஸ்' என்றழைக்கப்பட்ட தனிப்பகுதிகளில் இருந்த பங்களாக்களில் அவர்கள் வாழ்ந்தனர். உள்நாட்டினர் குடியிருந்த 'கறுப்பு நகரங்களில்' இருந்து அவை தள்ளி இருந்தன. தங்களுடைய மனமகிழ் மன்றங்களுக்குள் (கிளப்புகள்) அவர்கள் அடைபட்டுக் கிடந்தனர். அவற்றுள் இந்தியர்கள் யாரும் அனுமதிக்கப்படவில்லை. அவர்களுடைய விசுவாசங்கள் எல்லாம் நெடுந்தொலைவில் இருந்த அவர்களுடைய தாய்நாட்டுடன் ஒன்றியிருந்தன.

அவர்களுடைய பிள்ளைகள் பிரிட்டிஷ் பொதுப்பள்ளி கல்வி முறைக்குள் புகுத்தப்பட்டனர். அதனால் 'உள்நாட்டு குழந்தைகளுடன்' அவர்கள் இணையவில்லை. அவர்களுடைய புத்தகங்களும் கொள்கைகளும்

எப்படி வந்ததோ அதுபோல் அவர்களுடைய உடைகளும் மற்ற பொருள்களும்கூட பிரிட்டனில் இருந்துதான் வந்தன. தங்களுடைய இந்தியப் பணிக்காலத்தின் இறுதியில் பெரும்பாலும் அவர்கள் தாயகம் திரும்பினார்கள்.

ஆங்கில எழுத்தாளர் ஹென்றி நெவின்ஸன் இருபதாம் நூற்றாண்டின் முதல் பத்தாண்டுகளில் ஆராய்ந்து அறிந்ததுபோல், 'தூர தேசம் ஒன்றிலிருந்து வந்த சொற்ப எண்ணிக்கையிலான மனிதர்கள் சமூக உறவாலோ, திருமணத்தாலோ நிரந்தர வாசத்தாலோ பலவீனமாக்கப்பட முடியாத மேலாதிக்கத்தைப் பராமரிக்கின்றனர்'. 'உண்மையில் இந்தியா தன்னுடன் தொடர்பில்லாத, அடுத்தடுத்து வரும் சந்தர்ப்பவாதக் குழுக்களால் நிர்வகிக்கப்படுகிறது. காலி பைகளுடன் வரும் ஆசாமிகள் பின்னர் தங்கப் பெட்டகங்களுடன் திரும்புகிறார்கள். உள்நாட்டினர் மீது பொதுவாக அவர்களுக்குக் கருணையே இல்லை. அதைப் போலவே அவர்களுடைய சுபாவங்கள் மற்றும் சமூக பழக்கவழக்கங்கள் பற்றியும் அவர்களுக்கு எதுவும் தெரியாது' என 1907-ல் மற்றொரு இரக்கமுள்ள ஆங்கிலேயர் எழுதினார்.

அனைத்து ஐ.சி.எஸ். அதிகாரிகளும் 30 வயது முடியும்வரை பிரம்மச்சாரிகளாக இருக்கவேண்டும் என இந்திய சிவில் சர்வீஸ் மிக விநோதமாக நிர்ப்பந்தித்தது. 19-ஆம் நூற்றாண்டின் இடைப்பகுதியிலும், இறுதிப் பகுதியிலும் கணவர்களுக்கு வலை வீசியபடி இந்தியாவுக்கு வந்து குவிந்த ஆங்கிலப் பெண்களுக்கு இவர்கள் மிகப் பொருத்தமான இலக்காக இருந்தனர். அந்தப் பெண்கள் பெரும்பாலும் பிரிட்டிஷ் மேட்டுக் குடியினராலும், உயர் நடுத்தர வகுப்பினராலும் நிராகரிக்கப்பட்டவர்கள். பதின்ம வயதின் இறுதியில் அல்லது இருபதுகளின் ஆரம்பத்தில் இருந்த அவர்கள் ஒரு 'நல்ல கணவனை' தேடிப்பிடிக்க முடியாத அளவுக்கு வெகுளிகளாக இருந்தனர். ஆங்கிலத் திருமணச் சந்தையில் விலை போக முடியாத அளவுக்கு ஒரு பெண்ணுக்கு வயதாகிவிட்டால் ஒன்று, அவள் இந்தியாவுக்கு கப்பலேற வேண்டும்; அல்லது மற்ற வீட்டுப் பிள்ளைகளுக்கு பாடம் சொல்லிக்கொடுத்துக்கொண்டே முதிர்கன்னியாக வாழ வேண்டும். அந்த நிலையில் (இந்தியா போன்ற) காலனிகளில் பிரிட்டிஷாரின் சொகுசு வாழ்க்கை பற்றிய கதைகள் எல்லாம் அவர்களுக்கு கப்பலேறுவதையே ஒரு கவர்ச்சிகரமான வாய்ப்பாக மாற்றின. ஐ.சி.எஸ். அதிகாரிகளுக்கும் மற்ற சிவில் ஊழியர்களுக்கும் உள்நாட்டுப் பெண்களுடன் உறவாடத் தடை விதிக்கப்பட்டிருந்த நிலையில், அவர்கள் சலிப்பாகி, தனிமையில் சோர்வுற்று, 30-களின் விரக்தியில், ஆங்கிலப் பெண்மணிகள் பறிப்பதற்கு ஏற்பப் பழுத்திருந்தனர்.

கணவர்கள் தேடி கப்பல்களில் வந்த அவர்களை, ஆங்கில கிளப்புகள், டென்னிஸ் போட்டிகள், ஆடம்பர பாலே நடன நிகழ்ச்சிகள் மற்றும் போலோ விளையாட்டு மைதானங்களில் தகுதியான ஐ.சி.எஸ். அதிகாரிகள் தங்களுடன் இணைத்துக்கொண்டனர். தங்களுடைய

வளர்ப்பாலும் புதிய சமூக சூழல்களாலும் இந்தியாவுடன் ஒட்டாமல் இருந்த அந்தப் பெண்கள், சேவகர்கள் அணிவகுத்து நிற்க, வேறு எந்த ஒரு இந்தியருடனும் தொடர்பில்லாத நிலையில், விக்டோரியா கால இங்கிலாந்தின் விருப்பு, வெறுப்புகளுக்கு எளிதாக ஆட்பட்டிருந்தனர். நாட்டில் உருவான நிறவெறி மற்றும் ஏளன மனப்பான்மைக்கு பெரும் பாலும் குற்றம்சாட்டப்பட வேண்டியவர்கள் இந்தப் பெண்மணிகளே. பிரிட்டிஷ் சமுதாயத்தை பத்தாம் பசலித்தனமாக மாற்றியதற்கும், இந்தியர்கள் உடனான உறவுகளில் அவர்களுடைய அகங்காரப் போக்குகளுக்கும் இவர்களே முழுப்பொறுப்பு.

ஐ.சி.எஸ். ஆசாமிகளின் வாழ்க்கை இப்படித்தான் இருந்தது. பிறகு, இந்தியத் துணைக்கண்டத்தில் 25 ஆண்டுகள் அல்லது அதற்கும் அதிகமான காலத்துக்குப் பின், நாம் ஏற்கெனவே பார்த்ததுபோல், ஓய்வு பெற்று அவர்கள் தங்கள் நாட்டின் செல்டன்ஹாம் அல்லது தெற்கு கென்சிங்டன் பகுதிக்குச் செல்வார்கள். அல்லது 'ஆசியா மைனர்' அல்லது 'ஆங்கிலோ-இந்திய பகுதி' என பின்னர் அழைக்கப்படத் தொடங்கிய ஆங்கில புறநகர்ப் பகுதிகளுக்குச் செல்வார்கள். அந்த இடங்கள் அவர்கள் ஆண்ட மண்ணின் ஞாபகங்கள் மற்றும் நினைவுச் சின்னங்கள் புடைசூழ இருந்தன. உதாரணமாக, தேம்ஸ் நதிக்கரை யோரம் டெடிங்டனில் குடியேறிய ஓர் அதிகாரி அவரது இறுதிக்கால இல்லத்துக்கு 'குவெட்டா' (பலுசிஸ்தான் தலைநகர்) என பெயர் சூட்டினார். வில்லியம் ஸ்ட்ராச்சி எனும் மற்றொரு அதிகாரி இங்கிலாந்தில்கூட தன் கைக்கடிகாரத்தை கல்கத்தா நேரத்துக்கு மாற்றி வைத்துக்கொண்டிருந்தார். 'அவர் தேநீர் வேளையின் போது காலை உணவருந்தி, தன் வாழ்நாளின் பெரும்பகுதியை மெழுகுவர்த்தி வெளிச் சத்திலேயே வாழ்ந்தார்' என ஒரு குறிப்பு தெரிவிக்கிறது. இது ஒரு சோகச் சித்திரம். ஆனால் அந்த மெழுகுவர்த்தி வெளிச்சம் மங்கிவிட்டது: பிரிட்டிஷார் நினைவாக வைக்கப்பட்ட பெயர்கள் எல்லாம் பெரும் பாலும் மாற்றப்பட்டு விட்டன. பாகிஸ்தானில் உள்ள லியால்பூர் தற்போது சவூதி அரசர் ஒருவரின் நினைவாக ஃபைசலாபாத் என பெயர் சூட்டப்பட்டு விட்டது. பழைய ஆளும் வர்க்கம் இனியும் முதன்மையோ முக்கியத்துவமோ பெற இயலாது.

ஆங்கிலப் பேரரசுப் பணியில் இந்தியர்கள்

பிரிட்டிஷ் ஏகாதிபத்தியம் யாரை ஆண்டதோ அந்த இந்திய மக்களிட மிருந்து அந்நியப்பட்டும் தனிமைப்பட்டும் இருந்தது. ஓர் இந்தியனின் பார்வையில் அந்த ஆட்சி முறையில் குற்றமாக தெரியக்கூடிய இந்த முக்கிய அம்சம் ஆங்கிலேயரின் கண்களுக்கு நற்குணமாகத் தெரிந்தது. ஐ.சி.எஸ். பணியில் இந்தியர்களை அனுமதிக்கும் வாக்குறுதி பிரிட்டிஷ் அரசாங்கத்தின் ஒவ்வொரு மட்டத்திலும் தடுத்து நிறுத்தப்பட்டது. இறந்துவிட்ட ஒரு தங்கப் புதையல் வேட்டைக்காரரின் மூடிய கையில்

உள்ள ஒரு பிடி தங்கத்தை எடுக்கப் போராடுவதுபோல் வாய்ப்புகளைத் தட்டிப் பறிக்க வேண்டியிருந்தது.

இதமான குணம் கொண்ட சிவில் ஊழியரான எச். ஃபீல்டிங் ஓய்வு பெற்ற பிறகு இந்தியாவைப் பற்றி புத்தகங்கள் எழுதினார். அவற்றில் ஆங்கில ஏகாதிபத்திய மனப்பான்மைகள் விரவி இருந்தாலும் இந்தியர்கள் மீதான இரக்கமும் நிரம்பி இருந்தது. சிவில் பணிகளில் இந்தியர்களை அனுமதிப்பதில் ஆட்சேபணைகள் எழுந்தபோது அவர் இதனைக் குறிப்பிட்டார். 'இந்திய அரசாங்கத்தில் இந்தியத் தன்மை இல்லை. அது ஆங்கிலத்தன்மை கொண்டிருக்கிறது. மிக அதிகமாகவும் மிக அடிப்படையாகவும் அது கண்டிப்பாக ஆங்கிலத்தன்மை பெற்றிருக்கிறது. ஏனென்றால், அது இந்தியாவில் இருக்கிறது... இந்தியாவுக்குப் பொறுப்பாளராக இங்கிலாந்து தன்னைத் தானே ஆக்கிக் கொண்டிருக்கிறது. எனவே, இந்த பொறுப்பை உதறவோ, பிரிக்கவோ அதனால் முடியாது' என்று குறிப்பிட்டார். 'அரசாங்கம் தன்னுடைய பணியை தனக்கே உரிய வழிமுறையில் செய்ய வேண்டும். அதாவது ஆங்கில வழி. எந்த ஒரு இந்தியனும் இதை ஏனென்று கேட்க முடியாது' என மேலும் கூறினார்.

அதன் விளைவு, இந்திய எல்லைக்குள் சிவில் பணியின் உயர்பதவிகளில் இந்தியர்களைவிட விக்டோரியா மகாராணியின் பிரதிநிதிகள் எண்ணிக்கையே அதிகமாக இருந்தது. அந்தச் சூழலில், நிறவெறிப் போக்குகளுக்கு எதிர்வாதமாக நிச்சயமாக எப்போதுமே ஒரு சமாதானம் சொல்லப்பட்டது: 'ராணுவம் அல்லது ராணுவ காவல்துறை அதிகாரிகளின் ஒத்துழைப்பு தேவைப்படும் இடங்களில் இந்திய குடிமக்களை அமர்த்துவது சாத்தியமே இல்லை'. ஆனால் பிரச்னையின் சாரம் வெகுவிரைவில் வெளிக்கிளம்பியது. அதாவது, உண்மை அதிகாரம் உள்ள பதவிகளில் இந்தியர்கள் இருக்க இந்தியாவில் உள்ள வெள்ளைக்காரர்கள் ஒருபோதும் அனுமதிக்க மாட்டார்கள். 'ஐரோப்பியர்களை ஓர் இந்தியன் ஆளவேண்டும் என்பதும், அமைதி மற்றும் சட்டம்-ஒழுங்கைப் பராமரிப்பதற்காகவும், கிரிமினல் மற்றும் சிவில் நீதி நிர்வாகத்துக்காகவும் அவர்கள் ஓர் இந்தியனை நாடுவார்கள் என்பதும் நினைத்துக் கூடப் பார்க்க முடியாத ஒன்று. நிர்வாகத்தில் ஸ்திரத்தன்மை நிலவுவதற்கு அது ஆங்கிலத்தன்மை கொண்டிருப்பதே காரணம். அந்த ஸ்திரத்தன்மைக்கு உருவாகும் எந்த ஒரு அச்சுறுத்தலையும் சகித்துக்கொள்ளமுடியாது' என 1913-ல் ஃபீல்டிங் ஹால் வலியுறுத்தினார்.

தன்னுடைய வாதத்துக்கு வலுச்சேர்க்கும்விதமாக ஃபீல்டிங்-ஹால் இந்திய சிவில் பணியில் ஆரம்ப கால இந்தியர் ஒருவரின் அனுபவத்தை நினைவுகூர்ந்தார். அவர் பெயர் திரு. செட்டி. இங்கிலாந்தின் ரென் (Wren) பள்ளியிலும், ஆக்ஸ்ஃபோர்டிலும் ஆங்கிலக் கல்வி பெற்ற பின் அவர் சிவில் சர்வீஸ் தேர்வில் உயர் மதிப்பெண் பெற்றுத் தேர்ச்சி பெற்றார். இந்தியாவில் ஒரு மாவட்டத்தில் அவர் நியமிக்கப்பட்டார். ஆனால்

அங்கு, அரசு அலுவலர்கள் மற்றும் பிற ஆங்கில அதிகாரிகளின் அனைத்து சமூக வாழ்க்கைமுறைகளுக்கும் மையமாக இருந்த மனமகிழ் மன்றம் (கிளப்) அவரை உறுப்பினராகச் சேர்த்துக் கொள்ள மறுத்தது. அது அவருடைய தனிப்பட்ட அவமானம் மட்டுமல்ல: அவருடைய பணி வாழ்க்கையில் அது பெரிய ஊனமாக அமைந்தது. ஏனென்றால், அலுவலகப் பணிகள், தொழில்முறை தொடர்புகள் அனைத்தும் அநேகமாக கிளப்களில் மது அருந்திக்கொண்டே கையாளப்பட்டு, பரிசீலிக்கப்பட்டன.

தன்னுடைய சக ஆங்கிலேயர்களால் கடைப்பிடிக்கப்பட்ட நிறவெறிக் கொள்கையை ஃபீல்டிங்-ஹால் மறுக்கவில்லை. ஆனால், ஆங்கிலேயர் மட்டுமே செய்ய வேண்டிய வேலைகளில் இந்தியர்களைச் சேர்க்கும் முட்டாள்தனமான கொள்கையை அவர் குற்றம்சாட்டினார். செட்டி போன்ற அதிகாரிகள் பற்றி அவர் ஆழ்ந்து சிந்திக்கிறார்: 'சமூகரீதியில் அவர் எந்த ஒரு உலகையும் சேர்ந்திருக்கவில்லை. அவரது சொந்த உலகத்தை அவர் விட்டுவிட்டார். ஆனால் மற்றொரு உலகில் நுழைய முடியவில்லை. அலுவல்முறை வாழ்க்கையில் இருந்து சமூக வாழ்க்கையை விலக்கி வைக்கமுடியாது. அவை இரண்டு விஷயங்கள் அல்ல. ஒரே விஷயமே' என்ற அவர், 'இறுதியில் செட்டி தன்னைத் தானே சுட்டுக் கொண்டு இறந்தார். திறமைகள் நிறைந்த, அனைவரும் விரும்பக்கூடிய ஒரு மனிதனின் சோக முடிவு அது. இத்தகைய ஒரு முடிவு வழக்கத்துக்கு மாறானது என்றாலும் அதை நோக்கி அவரை இட்டுச் சென்ற காரணங்கள் எங்கும் நீக்கமற நிறைந்திருந்தன. சிவில் அதிகாரிகளாக இருந்த பல இந்தியர்களை நான் அறிவேன்... அவர்களில் ஒருவருமே மகிழ்ச்சியாக இல்லை என்றே எண்ணுகிறேன்' என மேலும் கூறினார்.

எந்த ஒரு நவீன சிந்தனையாளருக்கும் இந்தச் செய்தி கடும் அதிர்ச்சி அளிப்பதாக இருக்கும். ஆனால், ஃபீல்டிங் ஹால் எந்தவிதத்திலும் அவருடைய இனத்தின் மகா மோசமான பிரதிநிதி அல்ல: அவரது எழுத்துகளைப் படிக்கும்போது, தன்னுடைய சகாக்களைவிட அவர் பரந்த மனப்பான்மையும் மனிதநேயமும் கொண்டவர் என்பதைப் புரிந்துகொள்ளலாம். ஐ.சி.எஸ். பணியில் நிறவெறி எங்கும் வியாபித்து இருந்தது. இந்திய குடிமைப்பணியின் உயர்பதவிகளில் கொள்கை அளவில் இந்தியர்களுக்குப் பாத்தியதை இருந்தது என்றாலும், சத்யேந்திரநாத் தாகூர் (நோபல் பரிசு பெற்ற மகாகவி ரவீந்திரநாத் தாகூரின் மூத்த சகோதரர்) மிக முன்னதாக, 1863-ஆம் ஆண்டிலேயே, உயர்பதவிகளில் அமர்ந்தார் என்றாலும், பல விண்ணப்பதாரர்கள் திருப்பி அனுப்பப்பட்டனர். அவருக்குப் பின், பல ஆண்டுகளில் சொற்ப இந்தியர்கள்தான் அத்தகைய உயர்பதவிகளைப் பெற முடிந்தது.

சத்யேந்திரநாத் தாகூரும் அவருக்குப் பின் வந்தவர்களும் தங்களுடைய பணியில் அச்சுறுத்தும் நிறவெறிக் கொடுமையையும் தனிப்பட்ட சித்ரவதைகளையும் அனுபவித்தனர். 30 ஆண்டுகள் ஐ.சி.எஸ். பணியில் வரிசையாக பல சாதாரண பதவிகளில் இருந்த பிறகு இறுதியாக

மகாராஷ்டிரா மாகாணத்தின் சதாரா நகர நீதிபதியாகத்தான் அவரால் ஓய்வு பெற முடிந்தது.

லிட்டன் பிரபு வைஸ்ராய் என்ற முறையில் 1878-ல் லண்டனில் இருந்த தன்னுடைய மேலதிகாரிகளுக்கு ரகசியமாகக் கடிதங்கள் எழுதினார். 'தன்னுடைய தற்போதைய உறுப்பினர்களின் விருப்பங்களைத் திருப்திப்படுத்த இயலாத நிலையில் இருந்து கொண்டே அரசாங்கம், படித்த இந்தியர்களின் வளர்ச்சியை ஊக்குவிக்கிறது' என அந்தக் கடிதங்களில் வெளிப்படையாகக் கூறப்பட்டிருந்தது; முன்பெல்லாம் மூத்த சிவில் பணிகளுக்காக ஒதுக்கீடு செய்யப்பட்டிருந்த இத்தகைய பதவிகளில் அரசு வேலை வாய்ப்பால் அனுமதிக்கப்படும் ஒவ்வொரு இந்தியரும் அந்தப் பணியின் உச்ச பதவியை நோக்கிய பதவி உயர்வை எதிர்பார்க்கவும், அதற்கு உரிமை கோரவும் தனக்கு பாத்தியதை இருப்பதாகக் கருதத் தொடங்கிவிடுகிறார். இந்த உரிமைகளும் எதிர்பார்ப்புகளும் 'ஒருபோதும் நிறைவேற்றப்பட முடியாதது அல்லது நிறைவேற்றப்படமாட்டாது' (மூலத்தில் அழுத்தம் கொடுக்கப் பட்டிருந்தது) என்பதை நாம் அறிவோம். அவர்களைத் தடை செய்வது, அவர்களை ஏமாற்றுவது என்ற இரண்டுக்கும் இடையிலான ஒன்றை நாங்கள் தேர்வு செய்ய வேண்டி இருந்தது. எனவே, நாங்கள் மிக குறைந்த பட்ச நேர்மையான போக்கு ஒன்றைத் தேர்வு செய்துவிட்டோம்.'

அந்த மோசடி பிரமிக்கத்தக்க வகையில் பல பத்தாண்டுகளுக்கு நீடித்தது. ஐ.சி.எஸ். பணியில், சத்யேந்திரநாத் தாகூருக்குப் பின் இரண்டாவதாக நுழைந்த ஆரம்ப கால இந்தியர்களுள் ஒருவரான சுரேந்திரநாத் பானர்ஜி 1869-ல் அவர் முதலில் அடியெடுத்து வைத்தபோது, அவர் தன்னுடைய வயதைத் தவறாகக் குறிப்பிட்டுள்ளதாகப் புகார் எழுந்து அவருக்கு தடை விதிக்கப்பட்டது. அதை எதிர்த்து வெற்றிகரமாக அவர் மேல் முறையீடு செய்தார். பின்னர் சில்ஹெட்டில் சிறிய பதவி ஒன்றில் அமர்த்தப்பட்டார். ஆனால் மன்னிக்கப்படவில்லை.

பின் 1874-ல் சிறிய விதிமுறை மீறல் ஒன்றுக்காக ஒட்டுமொத்தமாக பணியில் இருந்து நீக்கப்பட்டார் (சிவில் பணிகளில் பிரிட்டானியர்களுக்கு நிகராக இந்தியர்களுக்கு இடம் வேண்டும் என வேண்டுகோள் விடுத்து எழுதிய கடிதத்தில் உரிய நடைமுறையைப் பின்பற்றவில்லை எனக் கூறி அவர் பணிநீக்கம் செய்யப்பட்டார். ஓர் ஆங்கில அதிகாரி அவ்வாறு செய்திருந்தால் ஒரு சாதாரண கண்டிப்புகூட அவருக்கு இருந்திருக்காது). அவர் கல்வியாளர், பத்திரிகையாளர், பத்திரிகை ஆசிரியர் மற்றும் பேச்சாளர் என பலவிதங்களிலும் புகழ் பெற்றிருந்தார் (கிளாட்ஸ்டோனுக்குப் பின் ஆங்கிலத்தில் சிறந்த பேச்சாளர் என ஓர் ஆங்கிலப் பத்திரிகையாளர் அவரைப் புகழ்ந்தார்). இரண்டு முறை அவர் இந்திய தேசிய காங்கிரஸின் தலைவராகவும் இருந்தார்.

அந்தச் சூழ்நிலையில், சமகாலத்தில் இருந்த பெரும்பாலானவர்களை விடவும் மேலான அறிவு மற்றும் நிர்வாகத் திறமை கொண்ட ஒரு தனிநபர்

அரசாங்கத்தின் நலனுக்காகப் பயன்படவேண்டும் என்ற கோணத்தில் தான் பிரிட்டிஷார் அவரைப் பார்த்திருக்க வேண்டும். ஆனால் அரசுப் பணியில் இருந்து அகற்றப்பட வேண்டிய நபராக அவர்கள் அவரைப் பார்த்தனர்.

ஏறக்குறைய நான்கு ஆண்டுகள் போராட்டத்துக்குப் பின், பானர்ஜி தன் நாட்டு மக்களை 'கிளர்ந்து எழுங்கள், கிளர்ந்து எழுங்கள், கிளர்ந்து எழுங்கள். அதிருப்தியை வெளிப்படையாகக் காட்டும் பெருங்கலையை நீங்கள் இன்னும் கற்றுக் கொள்ள வேண்டியிருக்கிறது' என மறக்க முடியாத அளவுக்குத் தூண்டி இருந்தாலும்கூட நைட் பட்டத்தை ஏற்றுக் கொண்டார். ஏமாற்றம் அடைந்த தேசியவாதிகள் கூறியதுபோல் ஒருவேளை அவர் மாறி இருக்கலாம். ஆனால் அந்த நேரத்தில் பிரிட்டிஷாரும்கூட ஓரளவுக்கு மாறி இருந்தனர் என்பதும் உண்மையே. முதல் இரண்டு ஐ.சி.எஸ். இந்தியர்கள் இத்தகைய வலுவான தடைகளை எதிர்த்து வகுத்த பாதை பின்னர் ஏராளமான இந்தியர்களை எளிதாக நடைபோடச் செய்தது.

முன்பு ஆக்ரோயித் கோஷ் என்றழைக்கப்பட்ட அரபிந்தோ கோஷ் மான்செஸ்டர் புனித பால் பள்ளியிலும், பின்னர் கேம்பிரிட்ஜ் பல்கலைக் கழகத்திலும் படித்தார். இந்திய சிவில் சர்வீஸ் தேர்வுகள் எழுதிய பல்லாயிரக்கணக்கானோரில் அவர் இரண்டாவதாகத் தேர்ச்சி பெற்றார். ஆனால், அவர் பானர்ஜிபோல் தேர்வு செய்யப்படவில்லை. ஏனென்றால் குதிரை ஏற்றத் தேர்வில் அவர் தோற்றுப் போனதாகத் தெரிவிக்கப்பட்டது (அதனால், தன்னுடைய புகழ் மிக்க முன்னோடியைப்போல் பின்னர் பணிநீக்கம் செய்யப்படும் அனுபவத்தில் இருந்து அவர் தப்பித்தார் என்று சொல்லலாம். ஏனென்றால், அவருடைய குணாதிசயம் பிரிட்டிஷ் ஆட்சியாளர்களுடன் கண்டிப்பாக ஒத்துப்போயிருக்காது. தொடர்ந்து அவர் தன்னுடைய பாதையில் முன்னேறிச் சென்று உலகப் புகழும் அமரத்துவமும் அடைந்தார். பாண்டிச்சேரியில் இப்போதும் தழைத் தோங்கிக் கொண்டிருக்கும் உலக ஆன்மிக இயக்கமான அரவிந்தர் ஆசிரமத்தைத் தோற்றுவித்தார்).

முதல் உலகப்போரின் போது பதுங்கு குழிகளில் பணியாற்றுவதற்காக ஆயிரக்கணக்கான பிரிட்டிஷ் ராணுவத்தினர் அனுப்பப்பட்டனர். ஆங்கிலப் பேரரசுக்கு ஊழியம் செய்வதைவிட அப்போது அதுதான் மிக முக்கியமாக இருந்தது. அந்த நேரத்தில் பிரிட்டிஷார் அதிக அளவு இந்தியர்களை அரசுப்பணியில் சேர்க்க வேண்டியதன் அவசியத்தை வேண்டாவெறுப்புடன் உணர்ந்தனர். பிறகு, ஆங்கிலப் பேரரசின் கடைசி 30 ஆண்டுகளில், ஐ.சி.எஸ். பணியில் இந்தியர்களின் எண்ணிக்கை மெதுவாக அதிகரிக்கத் தொடங்கியது.

ஆனால், அதுவரையில் இந்தியர்களுக்கு நல்ல பதவிகள் கிடைத் திருந்தாலும்கூட உண்மை அதிகாரமுள்ள பதவிகள் கிடைக்கவில்லை.

கேம்பிரிட்ஜ் பல்கலைக்கழகத்தில் படித்த ஓர் இந்திய நீதிபதியான சயீத் முகம்மது அரிதாக 1887-ல் அலகாபாத் உயர் நீதிமன்ற பெஞ்சில் நியமிக்கப் பட்டார். அவர் பாகுபாடுகளாலும் விருப்பு வெறுப்புகளாலும் அன்றாடம் அல்லலுற்றார். குறிப்பாக தலைமை நீதிபதி ஜான் எட்ஜ், சம அந்தஸ்து கொண்ட ஒரு நீதிபதியாக தன்னைப் பார்ப்பதைவிட வெற்றி கொள்ளப் பட்ட ஓர் அடிமையாகவே தன்னைக் கருதுவதாக முகம்மது உணர்ந்தார்.

ஆங்கிலப் பேரரசு குறித்த வண்ணக்கனவுகளுடன் இங்கிலாந்தில் இருந்து திரும்பிய ஓர் இளைஞன் என்ற முறையில், ‘ஆட்சியாளர்கள் மற்றும் அந்நிய வெற்றியாளர்கள் என்பதைவிட நண்பர்கள் மற்றும் சக குடிமக்கள் என்ற முறையிலேயே அதிகமாக நமக்கு அறிமுகம் ஆனவர்கள்’ என்ற நிலை வரும் நாள் குறித்து அவர் ஏற்கனவே கனவு கண்டிருந்தார். ஆனால் அப்படி எல்லாம் எதுவும் இல்லை. அன்றைய சூழ்நிலையில் இந்திய முஸ்லிம்கள் மத்தியில் பிரபல சீர்திருத்தவாதியாக இருந்த சர் சயீத் அகமது கானின் ஆதரவு பிரிட்டிஷாருக்கு மிக முக்கியமாக இருந்தது. ஆனால், அவரது இரண்டாவது புதல்வரான சயீத் முகம்மது பணிநீக்கம் செய்யப்பட இருந்த நிலையில் 1892-ல் தானாகவே அவர் பதவியை ராஜினாமா செய்தார்.

பிரிட்டிஷ் சட்டம் நிர்வகிக்கும் அமைப்புகளின் மிக உயர்ந்த பீடத்தில் இருந்து தள்ளி வைக்கப்பட்ட நிலையில், அதன் மீதான நம்பிக்கையை மீட்க முடியாமல் மன உளைச்சலுக்கு ஆளாகி குடிப்பழக்கத்துக்கு அடிமையானார். பின் 53 வயதே ஆன நிலையில், உடைந்து போன மனிதனாக மரணமடைந்தார்.

ஆங்கிலோ-முகம்மதியக் கல்லூரியை நிறுவியரும், பிரிட்டிஷ் இந்தியாவின் புகழ் பெற்ற வழக்கறிஞருமான அவருடைய தந்தை சர் சயீத் அகமது கான் தன்னுடைய மகன் நீதிபதி பதவியை ராஜினாமா செய்ய வேண்டிய கட்டாயத்துக்கு ஆளானபோது இவ்வாறு எழுதினார்: ‘இப்படி ஒரு பதவியில் இருக்கும் ஓர் இந்தியர் தன்னுடைய மேன்மைக்கும் நேர்மைக்கும் தொடர்புடைய சுய மரியாதையைப் பாதுகாக்க முயற்சி செய்யும்போது அவருக்கும் அவருடைய ஐரோப்பிய சகாக்களுக்கும் இடையிலான உறவுகள் கசப்புணர்வு கொண்டதாக மாறுகிறது. மறுபுறம், தன்னுடைய சுய மரியாதையை அவர் அறவே கருத்தில் கொள்ளாதிருந்தால், அவர் தன்னுடைய ஐரோப்பிய சகா ஒருவரின் விருப்பங்களுக்கு முழு அடிமையாகவே மாறிவிடுகிறார்.

ஐரோப்பியர் வெற்றிகரமான இனத்தைச் சேர்ந்தவர் என்பதால் ‘இயற்கையாக’ தன்னுடைய மேல்நிலையை நம்புகிறார். பின் அவரால் நன்றாக ஏமாற்ற முடிகிறது. ஆனால் தன்னுடைய மனசாட்சிக்கு உண்மையாக இருக்க விரும்பும் ஒருவரிடமும் ரத்த நாளங்களில் உயர்ந்த முன்னோர்களின் ரத்தம் ஓடுகிறவரிடமும் இதை ஒருபோதும் எதிர்பார்க்க முடியாது. மேலும் ஓர் ஆங்கிலேயன் தன் நாட்டு மனிதனை நடத்தும் விதத்திலும் - கறுப்பு மற்றும் வெள்ளைக்கு (மூலத்தில் அழுத்தம் கொடுக்கப்

பட்டுள்ளது) இடையே இருப்பது போன்று - மற்றவர்களை நடத்தும் விதத்திலும் பெரும் வித்தியாசம் உள்ளது என்பதில் ரகசியமே இல்லை'.

கறுப்பு - வெள்ளை, இரவு - பகல்: அந்த வித்தியாசங்கள் ஒவ்வொரு மட்டத்திலும் உரசிப் பார்க்கப்பட்டது. இந்தியாவில் இருந்த பிரிட்டிஷ் அதிகார வர்க்கத்துக்கு சம்பளம் எப்படி அள்ளிக் கொடுக்கப்பட்டது என்பதை ஏற்கனவே லேசாகக் கூறி இருக்கிறேன். ஆனால் உள்நாட்டில் அவர்களுக்கு இணையானவர்களின் சம்பளத்தையும் அவர்களுடைய சம்பளத்தையும் ஒப்பிட்டுப் பார்க்கும்போது இருந்த பெரும் வித்தியாசங்கள் தான் நிலைமையை மோசமாக்கின. இருபதாம் நூற்றாண்டின் முதல் சில பத்தாண்டுகளில் சம்பளங்களிலும், மற்ற படிகளிலும் இருந்த பெரிய வித்தியாசங்களை ஜே.டி. சந்தர்லாந்து குறிப்பிட்டிருக்கிறார்: 8,000 பிரிட்டிஷ் அதிகாரிகள் ஓராண்டில் 1,39,30,554 பவுண்டு ஊதியம் பெற்றனர். அதேவேளையில், அரசுப் பணியில் இருந்த 1,30,000 இந்தியர் களுக்கு ஒட்டுமொத்த அளவில் 32,84,163 பவுண்டுகள்தான் வழங்கப் பட்டது. ஆக, அந்தஸ்து, அதிகாரம், பதவிகள், தொழில் முன்னேற்ற மின்மை மற்றும் மாத சம்பளப் பட்டியல் ஒவ்வொன்றிலும் இந்தியர்கள் மிக மோசமாகவே நடத்தப்பட்டிருக்கிறார்கள்.

நீண்ட கால அடிப்படையில் இது ஏற்படுத்திய பாதகமான விளைவுகளில் இந்தியாவில் மனித மூலதனம் வளர முடியாமல் தோல்வி அடைந்ததும் அடங்கும். 'பொருள் செல்வத்துடன் தேசத்தின் ஞானமும் அனுபவமும் கூடவே போய்க் கொண்டிருக்கிறது. அரசாங்கத்தின் கட்டுப்பாட்டில் நேரடியாகவோ, மறைமுகமாகவோ இருக்கும் ஒவ்வொரு துறையிலும் அநேகமாக அனைத்து உயர் பதவிகளையும் ஐரோப்பியர்கள்தான் ஆக்கிரமித்துக் கொண்டிருக்கிறார்கள். இந்தியாவில் இருக்கும்போது அவர்கள் இந்தியாவின் பணம், அனுபவம் மற்றும் அறிவைப் பெறுகிறார்கள்; போகும்போது பொருள் மற்றும் அறச்செல்வங்களில் இந்தியாவை மிகவும் ஏழையாக்கிவிட்டு அவை எல்லாவற்றையும் அவர்கள் எடுத்துச் சென்றுவிடுகிறார்கள். ஒவ்வொரு நாட்டிலும் தேசிய மற்றும் சமுதாய நடத்தைகளிலும், தங்களுடைய தேசத்தின் விதிகளிலும் தெளிவான முடிவெடுக்க வளரும் தலைமுறைகளுக்கு முன்னோர்களின் ஆலோசனைகள் தேவைப்படும். அறிவிலும் அனுபவத்திலும் சிறந்த அந்த மூத்தோர்களின் இயற்கையான வழிகாட்டுதலைப் பெறாமலும் பெற முடியாமலும் இந்தியா இவ்வாறுதான் கைவிடப்பட்டுள்ளது. இது ஒரு சோகம் நிறைந்த இழப்பாக இருக்கிறது' என தாதாபாய் நௌரோஜி 1880-ல் கூறினார்.

ஆங்கிலப் பேரரசின் நிறவெறி: இருந்த ஒரே தொடர்பு(இன்மை)

ஆனால் இவை எல்லாமே திட்டமிட்ட கொள்கைகளாக இருந்தன. இந்தியாவில் 'ஆழ்ந்த சிந்தனை' மற்றும் 'சுதந்திர உணர்வை' நசுக்க வேண்டிய அவசியம் இருப்பதுபற்றி வில்லியம் மேக்பீஸ் தாக்கரே

பேசினார்: 'அவை நம்முடைய அதிகாரங்கள் மற்றும் நலன்களுக்கு நேரடி இடையூறாக இருக்கின்றன. நமக்கு தளபதிகளோ, ராஜதந்திரிகளோ சட்ட வல்லுனர்களோ தேவையே இல்லை. நமக்குத் தேவை கடுமையாகப் பாடுபடக் கூடிய கூலியாட்கள்தான்' என்று அவர் கொக்கரித்தார். அதன் விளைவு, நிச்சயமாக ஒவ்வொரு வட்டத்திலும் நிறவெறிப் பாகுபாடுகள் தாண்டவமாடின. 'முழுமையாக லத்தீன்மயமாக்கி உள்ளிழுத்துக் கொள்ளும் ரோமானிய முறையை இந்தியாவில் இங்கிலாந்து பின்பற்றவில்லை. தன்னுடைய பொருளாதார லாபங்களுக்காக ஓர் இனம் மற்றொரு இனத்தைச் சுரண்டும், தரம் தாழ்த்தும் முறையையே அது பின்பற்றுகிறது' என இந்திய தேசியக்கட்சி லண்டனில் 1915-ல் விநியோகித்த துண்டுப் பிரசுரம் ஒன்று தெரிவித்தது.

சிவில் சேவையில் மட்டுமல்லாமல் பிரிட்டிஷ் பேரரசின் ஒவ்வொரு அங்கத்திலும் நிறவெறி பீடித்திருந்தது. அந்த ஏகாதிபத்தியத் திட்டத்தின் மையமாக நிறவெறியே இருந்தது: பரந்து விரிந்தும், பகிரங்கமாகவும், ஆழமாகப் புண்படுத்துவதாகவும் இருந்த அது பிரிட்டிஷ் அதிகாரம் வளர வளர மிக மோசமடைந்தது. வெள்ளையர்கள் ஆதிக்கநிலைக்கு வருவதற்கு முன்னால் இந்தியாவில் அவர்களுடைய ஆரம்ப நடத்தைகள் எப்படி இருந்தன என்பதை இந்த இடத்தில் தெரிந்து கொள்வது இன்றியமையாதது. 1600 முதல் 1800 வரையிலான முதல் இரண்டு நூற்றாண்டுகளில் கிழக்கிந்திய கம்பெனி ஆட்சிக்காலத்தில் காலனி ஆதிக்கவாதிகளுக்கும் காலனி மக்களுக்கும் இடையே எவ்வாறு அற்புதமான பரஸ்பர தொடர்புகள் இருந்தன என்பதை வில்லியம் டால்ரிம்பிள் விளக்கி இருக்கிறார். அந்தத் தொடர்புகளில் வணிகக் கூட்டு, அரசியல், பொருளாதார உறவுகள் மட்டுமல்லாமல் நட்பு, காதல் மற்றும் தொடர்ச்சியான திருமண பந்தங்களும்கூட இருந்தன. 'பதினெட்டாம் நூற்றாண்டில், தலைகீழ் அம்சமாக, அநேக ஐரோப்பியர்கள் மத்தியில் இந்தியாவின் சமூக பழக்கவழக்கங்களையும், மதங்களையும் பின்பற்றும் போக்குகூட மிகச் சாதாரணமாக இருந்தது.

வழக்கமான பாணிக்கு முரணாக, வியப்பூட்டும் அளவுக்கு ஏராளமான கம்பெனி ஆசாமிகள், இந்திய பாணி உடைகளை அணிவதன் வாயிலாகவும், தாங்கள் அகற்றிய முகலாய ஆளும் வர்க்கத்தின் வழிமுறைகளைக் கடைப்பிடிப்பதன் மூலமும், தேவையற்ற தோலை உதறுவதுபோல் மெதுவாக தங்கள் பிரிட்டிஷ் இயல்புகளை உதறிவிட்டு இந்தியாவுக்கு ஏற்பத் தங்களை மாற்றிக் கொண்டிருந்தனர்' என டால்ரிம்பிள் எழுதுகிறார். சல்மான் ருஷ்டி இந்த இந்தியமயமாதலை 'சட்னியாதல்' (chutnification) என வர்ணித்துள்ளார்; அந்த அணுகுமுறையை கையாண்டவர்களை டால்டரிம்பிள் 'வெள்ளை முகலாயர்கள்' என்று அழைக்கிறார்.

'1780 மற்றும் 1785-ஆம் ஆண்டுகளுக்கு இடையில் மூன்றில் ஒரு கிழக்கிந்திய கம்பெனி அதிகாரி தன்னுடைய சம்பாத்தியம் அனைத்தையும்

தனது இந்திய மனைவிகளுக்கு விட்டுச் சென்றதை அவர்களுடைய உயில்கள் காட்டுகின்றன. தாங்கள் 'மிகவும் நேசித்த' இந்திய வாழ்க்கைத் துணைவர்களைக் கவனமாகப் பார்த்துக் கொள்ளுமாறு தங்களுடைய நண்பர்களை வேண்டிக்கொள்ளும் நெகிழ்ச்சியான வாசகங்கள் பெரும்பாலும் அவற்றில் இடம் பெற்றிருந்தன. ஓர் உயிலில், 'நான் எல்லையற்ற அன்பும், பாசமும், மரியாதையும் வைத்திருக்கும் எனது இரண்டு குழந்தைகளின் உன்னத மற்றும் மதிப்புக்குரிய அன்னை' என்ற வாசகம் இருந்தது.

இரண்டு இனங்கள் மற்றும் மதங்கள் எவ்வாறு சமரசத்துடன் இணைந்து வாழ்ந்தன என்பதற்கு அந்தக் காலகட்டத்தின் குடும்ப ஓவியங்கள் அற்புதமான உதாரணங்களாக இருக்கின்றன. அந்த சித்திரங்களில் பிரிட்டிஷ்காரர்கள் தலைப்பாகை மற்றும் குர்தா பைஜாமா அணிந்து காணப்படுகின்றனர். அவர்களுடைய இந்திய மனைவியரோ ஐரோப்பிய நாற்காலிகளில் ஐரோப்பிய பாணியில் அமர்ந்திருக்கின்றனர். பாஸ்டனில் பிறந்த சர் டேவிட் ஆக்ட்டர்லோனி எனும் அதிகாரி ஒவ்வொரு மாலைப் பொழுதிலும் தன்னுடைய 13 இந்திய மனைவியரையும் தத்தம் யானையின் மீது அமர வைத்து டெல்லியைச் சுற்றி அழைத்துச் செல்வதை வழக்கமாகக் கொண்டிருந்தார். அவர் தனக்கும் தன்னுடைய முதன்மை மனைவிக்கும் முகலாய பாணியில் சமாதிக் குவிமாடம் அமைக்கும் அளவுக்குச் சென்றார். அந்தக் குவிமாடத்தின் உச்சிக்கூண்டுப் பகுதியின் மேல் சிலுவை ஒன்று வைக்கப்பட்டிருந்தது. அதனைச் சுற்றி ஏராளமான ஸ்தூபிகள் நிறுவப்பட்டிருந்தன. வியப்பூட்டும் வகையில் அக்காலத்தில் நிலவிய பல மத ஈடுபாடுகள் பற்றி ஆக்டர்லோனியின் குறிப்பு ஒன்று காட்டுகிறது: 'திருமதி ஆக்டர்லோனி மெக்காவுக்கு ஹஜ் பயணம் மேற்கொள்வதற்காக விடுப்புக்கேட்டு விண்ணப்பித்துள்ளார்' என்று கல்கத்தாவுக்கு அவர் தெரிவித்தார்' என டால்ரிம்பிள் கூறுகிறார்.

பிரிட்டிஷ் ஆட்சியின் பிற்பகுதி நேர்மாறாக இருந்தது. பிரிட்டிஷாரின் அரசியல் மற்றும் ராணுவ ஆதிக்கத்தின் அழுத்தம், 'கணவன் தேடும்' கப்பல்களின் வருகை, 1857 சிப்பாய் கலகத்துக்குப் பின் பன்மடங்கு அதிகரித்த அச்சம் மற்றும் ஆத்திரம் போன்றவை அதில் நிரம்பி இருந்தன. 'நமது கீழக்கத்தியப் பேரரசு... வாளால்தான் கைப்பற்றப்பட்டுள்ளது. எனவே அதுகொண்டே பராமரிக்கப்பட வேண்டும்' என பின்னாளில் பம்பாய் ஆளுனராக பொறுப்பேற்ற சர் ஜான் மால்கம் 1832-ல் எழுதினார். சுருக்கமாகச் சொன்னால், ஆளப்படும் மக்களின் சம்மதத்துடன்தான் ஆட்சி நடக்கிறது என்ற நடிப்பெல்லம் இருந்திருக்கவே இல்லை; அநேகமாக முழு நிறவெறி, இன வேற்றுமைகளில் ஆழமான நம்பிக்கை, 'மற்றும் கடுமையாகச் கட்டிக் காக்கப்பட்ட இன, மத எல்லைகள் முழுவதுமாக நட்பு அல்லது திருமண பந்தங்கள் இல்லாமை'தான் அங்கே நிலவியது. ('அனைவரும் (இந்தியர்கள்) தங்களுடைய அந்நிய எஜமானர்களுக்கு ஓர் எதிர்ப்பற்ற விசுவாசத்தையே எப்போதும் காட்டுவார்கள்' என மால்கம் மேலும் கூறினார்).

மிகப் பின்னாளில் (1942) மலேயா, சிங்கப்பூர் மற்றும் பர்மாவில் இருந்து படுதோல்வி அடைந்து பிரிட்டிஷார் திரும்பிக் கொண்டிருந்தபோதுகூட அது வெளிப்படையாகத் தெரிந்தது. அந்த ஆண்டு ஆகஸ்டு மாதத்தில் இது குறித்து தன்னுடைய செய்தித்தாளில் மகாத்மா காந்தி எழுதினார்: 'பர்மாவில் இருந்து வரும்போது, ஆயிரக்கணக்கில் இல்லை என்றாலும் கூட, நூற்றுக்கணக்கான மக்கள் உணவும், தண்ணீரும் இன்றி மடிந்து போனார்கள். கொடிய பாரபட்சங்கள் இந்தப் பரிதாப மக்களின் முகத்தைப் பார்த்தும்கூட முறைத்தது. வெள்ளையர்களுக்கு ஒரு பாதை. கறுப்பர்களுக்கு ஒரு பாதை! வெள்ளையர்களுக்கு உணவும், உறை விடமும் வழங்கப்பட்டது. கறுப்பர்களுக்கு எதுவுமே இல்லை. ஜப்பானியர் வருவதற்கு முன்பாகவே பர்மிய இந்தியர்கள் புழுதியில் தள்ளப்பட்டு, துன்புறுத்தப்பட்டுக் கொண்டிருக்கிறார்கள்'. இவ்வாறு தோல்வியில்கூட அவர்கள் காட்டிய நிறவெறி காந்தியின் தீர்மானம் ஒன்றில் மிக முக்கியப் பங்கு வகித்தது. அதே மாதத்தில் அவர் இந்தியாவை விட்டு பிரிட்டிஷாரை வெளியேறக் கூறி, 'வெள்ளையனே வெளியேறு' (Quit India) இயக்கத்தைத் தொடங்கினார்.

பிரிட்டிஷ் ஏகாதிபத்தியம் ஒரு 'குடும்பம்'; வெகு தொலைவில் உள்ள தன் குழந்தைகளைப் பாசமிகு தாய்மையுடன் வழிநடத்தும் அன்பு அன்னை விக்டோரியாமகாராணி; கடுமையான கண்டிப்பு தேவைப்படும் சாதாரண குழந்தைகளான இந்தியர்கள்; ஏகாதிபத்திய காலனிய சாம்ராஜ்ஜியமே விக்டோரியா கால பரந்த வரவேற்பறை; அதில்தான் 'ஒழுங்கற்ற' புறச்சமயத்தினருக்கு (இந்துக்களுக்கு) நற்பண்புகள் வழங்கப்பட முடியும்; இப்படியாகத்தான் பிரிட்டிஷ் ஏகாதிபத்தியம் பற்றி ஆங்கில இலக்கியத்தின் பெரும் பகுதி சித்திரித்தது. இ.எம். பாஸ்டர் எழுதிய 'இந்தியாவுக்கு ஒரு பாதை'யில் ரோனி (Ronny), திருமதி மூர் (Mrs. Moore) இருவருக்கும் இடையே ஏற்படும் சச்சரவில் இதே உருவகம் தோன்றுகிறது. 'ஒரு வித்தியாசமான அமைப்பாக' மாறும் வகையில் உள்நாட்டு நாகரிகம், அன்பு ஆகிய நற்பண்புகள்தான் பிரிட்டிஷ் பேரரசை வழிநடத்திச் செல்வதாக ரோனியின் தாயார் பார்க்கையில் அவன், 'இந்தியா ஒரு வரவேற்பறை அல்ல' என்று கூறும்போது அந்த உருவகம் வெளிப்படுகிறது.

உள்நாட்டு மதிப்பீடுகள் அனைத்தையும் தலைகீழாக மாற்றுவது ஆங்கிலப் பேரரசின் திட்டங்களுக்கு மிகவும் அத்தியாவசியமாக இருந்தது. ரட்யார்டு கிப்ளிங்கின் 'நபோத்' கதையில் அது தெளிவாகத் தெரிகிறது. இந்தியத் தெரு வியாபாரி ஒருவனின் கதையை அது கூறுகிறது. காலனி ஆங்கிலேயன் ஒருவனின் கருணையை முதலாக்கிக்கொண்டு அவனுடைய நிலத்தில் ஒரு குடிசையும் போட்டுக்கொள்கிறான் இந்தியன். இறுதியில் ஆங்கிலேயன் அந்த இந்தியனை அங்கிருந்து (எங்கிருந்து..? இந்திய மண்ணில் இருந்து) வெளியேற்றுகிறான். ஆங்கிலேயன் நன்றி கெட்ட அந்த இந்தியனை வெற்றி கொண்டது பற்றி

வர்ணிப்பதுடன் கதை முடிகிறது: 'இப்போது நபோத் போய்விட்டான். அந்த இடத்தில் அவன் மீண்டும் வந்து குடிசை போடுவதைத் தடுத்துச் சபிக்கும் நோக்கில், உப்புக்கு பதிலாக இனிப்புகளுடன் உள்நாட்டு சகதிக்குள் அவனுடைய குடிசை இடித்துத் தரைமட்டமாக்கி உழப்பட்டு விட்டது. தோட்டத்தின் எல்லையை மேலிருந்து பார்ப்பதற்காக நான் ஒரு கோடை இல்லத்தைக் கட்டி விட்டேன். என்னுடைய தேசத்தின் எல்லையில் இருக்கும் ஒரு கோட்டை போலிருக்கிறது. அங்கிருந்து நான் எனது பேரரசைக் காவல் காக்கிறேன்'.

ரட்யார்டு கிப்ளிங்குக்கு (1865-1963) பிரிட்டனின் அரசவை கவிஞர் (Poet Laureate) ஆவதற்கு பலமுறை அழைப்பு வந்தது. என்றாலும் அவர் அதை ஏற்றுக்கொள்ளவில்லை. ஆனால் அவர் தன்னுடைய வாலிப பருவத்தின் பெரும்பகுதியில் ஆங்கிலப் பேரரசின் அதிகாரபூர்வமற்ற அரசவைக் கவிஞராகவே இருந்தார். அந்தப் பேரரசின் முன்னுதாரண எழுத்தாளர் என்ற முறையில் அவரது வேர்கள் ஆழமாக ஊடுருவின: லாகூரிலும் லக்னோவிலும் அவர் சில செய்தித்தாள்களில் பயிற்சி நிருபராக ஏழு ஆண்டுகள் பணியாற்றினார். நீதிமன்றங்களில் ஐரோப்பியர்களை விசாரிக்க இந்திய நீதிபதிகளுக்கு அனுமதி அளிக்கும் முயற்சியில் ரிப்பன் பிரபு தோல்வி அடைந்தபோது அவருக்கு வயது 18. 'சட்டதிட்டங்கள் எதுவுமின்றிக் கீழ்நிலையில் இருக்கும் ஓர் இனத்தின் மீது இறையாண்மை கொண்டிருக்க வேண்டியதன் அவசியம்' பற்றிய அவரது கண்ணோட்டத்துக்கு அந்த சர்ச்சை ஓர் வடிவம் கொடுத்தது (அந்தச் சர்ச்சையில் அவர் நிச்சயமாக நிறவெறி கொண்ட தன்னுடைய சக குடிமக்கள் மீது அனுதாபம் கொண்டிருந்தார்).

தம்மைத் தாமே ஆட்சி செய்யத் திறமை இல்லாதவர்களாக இந்தியர்களைச் சித்தரிக்கும் கட்டுரைகளை கிப்ளிங் எழுதினார். வெள்ளை மனிதனின் சுமை பற்றி இடித்துரைக்கும் கருத்துகளை அப்போதே மறுத்தார். பிற்காலத்தில் ஆங்கிலப் பேரரசின் கொள்கைத் தூதுவராக விருந்த அவருக்கு அவை ஆரம்ப அறிகுறியாக இருந்தன. இரக்கமுள்ள ஒரு சரிதை ஆசிரியராகவும் பிரிட்டிஷ் பேரரசின் தலைமை ஊதுகுழலாகவும் இருந்த கிப்ளிங், அந்த இரண்டு அவதாரங்களிலுமே, 'சில சமயங்களில் அரிதான புரிதலுடன், சில சமயங்களில் வக்கிர, வாடிக்கையான வெறுப்புணர்வுடன்' இந்தியர்களைப் பற்றி எழுதினார்.

இதில் விசேஷம் என்னவென்றால் கிப்ளிங்கின் படைப்புகளில் இந்தியர்கள் முக்கியத்துவம் பெறவில்லை. தன்னுடைய வர்ணனைகளில் அவர் தெரிந்தே நுழைக்கும் இந்தியாவின் பௌதிக, சமூக விவரங்களும்கூட முக்கியமாக இல்லை. ஆனால், அவருடைய லட்சியத்துக்கு உயிர் கொடுக்கும் வேகமும், வெறியும்தான் அவற்றில் இருந்தன. அவை ஆங்கிலப் பேரரசை வண்ணமயமாகச் சித்திரித்தன. 'ஒரு பாதி கடவுள் மறு பாதி தவறிழைத்த மனிதன், ஒரு பக்கம் காலனி ஆட்சியாளன் மறுபக்கம் பாதி காலனிய உள்நாட்டினன் என்ற வகையில்

ஆங்கிலேயனை அது சித்திரிக்கிறது. அப்படியாக கலாசாரப் பெருமிதம் மற்றும் கலாசார வெறி இரண்டையுமே அழுத்தமாகப் பதிவுசெய்யும் காலனி ஆதிக்கவாதத்தின் ஓர் அங்கம்' என்றே கிப்ளிங்களின் எழுத்துகளை அறிஞர்கள் பார்க்கின்றனர்.

உலகை நாகரிகப்படுத்தும் ஒரு சக்தியாக பிரிட்டிஷார் தம்மைப் பார்த்தனர். விக்டோரியா மகாராணியின் வைர விழா நிகழ்ச்சியின்போது கவிஞர் சர் லீவிஸ் மோரி எழுதிய வார்த்தைகளின்படி 'புயல் சூழ் கடலின் நடுவிலிருக்கும் அசைக்க முடியாத தீவுக்கோட்டை'யாக அவர்கள் தங்களைக் கருதினர். மெக்காலே தான் செய்த அனைத்துத் தவறுகளுக்கு மத்தியிலும் ஏகாதிபத்தியத் திட்டத்தின் முரண்பாடுகள் குறித்து நல்ல விழிப்புணர்வு கொண்டிருந்தார்: 'ஆளப்படும் மக்களுடைய தந்தையாகவும் அடக்குமுறையாளராகவும் இருங்கள். நியாயமாகவும், அநியாயமாகவும் நடந்து கொள்ளுங்கள். இதமாகவும் பேராசையுடனும் நடந்து கொள்ளுங்கள்' என்று எழுதினார்.

இந்தியாவில் இருந்த ஒவ்வொரு ஆங்கிலேயனுமே பிரிட்டிஷ் ஏகாதிபத்தியம் பற்றிய இத்தகைய கோணலான கருத்துகளை ஆதரிக்கும் கொள்கைகள் கொண்டிருந்ததாகக் குற்றம்சாட்ட முடியாது. பா(ர்)ஸ்டரின் 'இந்தியாவுக்கு ஒரு பாதை'யில் வரும் ஆசிரியர் சிரில் பீல்டிங்கைப்போல் பலரும் பிரிட்டிஷ் இந்தியாவில் வேலை கிடைத்ததால் இந்தியா வந்தவர்களாகவே தங்களைப் பார்த்தனர். தனிப்பட்ட முறையில் தாங்கள் சிந்தித்துப் பார்த்திராத பெரிய லட்சியம் ஒன்றுக்கு சேவை செய்யும் சிறிய மனிதர்கள் என்றே அவர்கள் தங்களைக் கருதினர். அந்த லட்சியம் பைபிள், வாள்கள் மற்றும் பிராந்தி வாயிலாகப் பரப்பப்படுவதை அவர்கள் கண்டனர்.

எந்த வம்சாவளியைச் சேர்ந்திருந்த இந்தியரின் எந்தவொரு பெருமையையும்விடத் தாங்கள் உயர்ந்தவர்கள் என்றே பிரிட்டிஷ் மேட்டுக்குடியினர் தம்மைக் கருதினர். லண்டனில் உள்ள ஹெரால்ட்ஸ் கல்லூரி, 'அகா கானை அவரது சீடர்கள் கடவுளின் நேரடி வாரிசாகவே பார்க்கின்றனர். ஆனால், ஆங்கில டியூக் பிரபுக்கள் அவரையும்விட மேலானவர்கள்' என ஒருமுறை குறிப்பிட்டது.

19-ஆம் நூற்றாண்டின் இறுதிப்பகுதியில் பிரபலமாக இருந்த ஒரு முரணுரையின் சின்னமாக ரட்யார்டு கிப்ளிங் இருந்தார்: ஆங்கில ஏகாதிபத்திய ஆதிக்க சக்திகள் தாங்கள் கையகப்படுத்திய மற்றும் ஆண்ட நிலப்பகுதிகளை நாகரிகப்படுத்தவேண்டும் என்ற அடிப்படையில் மட்டும் தங்களுடைய அரும்பணியைப் பார்க்கவில்லை. மேலும் மேலும் மென்மையாகிக் கொண்டிருக்கும் தாயகத்தின் முதுகெலும்பை வலுவாக்கும் பெரும் பணியின் ஓர் அங்கமாகவும் அதைக் கருதின. வலுவான ஆங்கிலேயனுக்குத் தன்னுடைய நெஞ்சுரத்தைச் சோதிக்கவும், தனது உறுதியை நிரூபிக்கவும், தன் ஆண்மையின் நன்மைகளைக்

கொண்டாடவும், சகோதரர்கள் கூட்டத்துக்கு உண்மையாக நடக்கவும், மகாராணிக்கும், நாட்டுக்கும் விசுவாசமாக இருக்கவும் ஏற்ற ஓர் இடமாக இந்த காட்டுப் பிரதேசம் இருக்கிறது. இந்துக்களையும் முஸ்லிம் களையும் வீழ்த்தி, பஞ்சாப் மீதான அதிகாரம் மற்றும் கட்டுப்பாட்டை வென்றெடுத்ததைக் குறிக்கும்விதமாக ஜம்-ஜமா பீரங்கியின் மேல் ஆங்கிலக் கதாநாயகன் அமர்ந்திருக்கும் காட்சியுடன் அவருடைய 'கிம்' நாவல் தொடங்குகிறது. 'நெருப்பை உமிழும் டிராகனான அந்த ஜம்-ஜமாவை யார் கைப்பற்றுகிறார்களோ அவர்கள் பஞ்சாபையே கைப்பற்றுகிறார்கள். ஏனென்றால் வெற்றி வீரனின் முதல் கொள்ளை யாக எப்போதுமே இந்தப் பெரிய பச்சை வெண்கலக் கருவிதான் இருந்து வந்திருக்கிறது. அதில் கிம்மை நியாயப்படுத்தும் போக்கு இருந்தது... ஏனென்றால் ஆங்கிலேயர் பஞ்சாபைப் பிடித்து வைத்திருந்தார்கள். கிம் ஓர் ஆங்கிலேயன்'.

இந்தச் சிந்தனையின்படி, ஆங்கில ஏகாதிபத்தியத்தின் திட்டத்தில் வன்முறையைத் தூண்டக்கூடிய, செயல்படத் தயார்நிலையில் உள்ள, எல்லா நேரத்திலும் பாமர மக்கள் கூட்டத்துக்கு எதிராக மேலாதிக்கம் செலுத்தக்கூடிய, ஊக்கம் நிறைந்த மனிதர்கள் தேவைப்பட்டனர். கிப்ளிங் மற்றும் இதர 'ஆண்மை நிறைந்த' எழுத்தாளர்களின் படைப்புகள் அனைத்திலும் மீண்டும் மீண்டும் முன்வைக்கப்பட்ட அம்சங்கள் இவை (கிப்ளிங்கின் 'ஸ்டாக் அண் கோ' ஓர் நல்ல உதாரணம். அதில் பிரிட்டிஷ் பள்ளி மாணவர்கள் மிருகத்தனத்தால் வெற்றி பெறுகிறார்கள்). இலக்கியத்தில் காணப்படும் இந்த அம்சங்கள் மிக முரணானவை. ஏனென்றால், நாகரிகப்படுத்தலுக்கு நேர் எதிரான குணங்களை இவை கொண்டாடுகின்றன. வேறு வார்த்தைகளில் கூறுவதானால், காட்டு மிராண்டிகள் என இகழப்பட்ட ஒரு மக்கள் இனத்திடம் காட்டுமிராண்டித் தனத்தை பிரயோகித்தவர்கள்தான் பிரிட்டிஷ் பேரரசின் கதாநாயகர்கள்.

தனது இந்தியப்பணி குறித்து 1846-ல் லெப்டினன்ட் ஹெர்பெர்ட் எட்வர்ட்ஸ் இவ்வாறு எழுதினார்: ஒரு தேசத்தின் கேசம் (தலை) போன்ற பஞ்சாப் மீது நாகரிகத்தின் கையை வைப்பதிலும், மிருக இச்சைகளை ஏளனமாகப் பார்ப்பதிலும் ஏதோ ஒரு மகத்துவம் இருக்கிறது...'. இந்த உருவகத்தில் இருக்கும் பஞ்சாப் கட்டுக்குள் கொண்டு வரப்படாத ஓர் விலங்கு; அதன் தலைமுடி மீது நாகரிகமாகிக் கொண்டிருக்கும் பிரிட்டிஷாரின் கை உறுதியாக வைக்கப்பட வேண்டும் என்ற தொனி இருப்பது கவனிக்கத்தக்கது. நமது பேரரசின் பண்பற்ற புறவெளிப் பகுதிகளில்தான் நமது இளைஞர்களை உன்னதப்படுத்தி, வலுவூட்டும் ஊக்குவிப்பு சக்தி இருக்கிறது. கரையான்போல் அரிக்கும் சுகங்களில் இருந்தும், மேலை நாகரிகத்தின் பிணியுற்ற பரவசங்களில் இருந்தும் அது அவர்களைப் பாதுகாக்கிறது' என்று 1907-ல் கர்ஸன் பிரபு ஒரு சபையில் பேசினார்.

இது போன்ற கருத்துகளால் உந்தப்பட்ட நிலையில், கல்வி அறிவு பெற்ற கறுப்பர்களை உருவாக்குவதற்குப் பதிலாக (சுயநலம் மிகுந்த, பின்னாளில் 'மெக்காலே புத்திரர்கள்' என எள்ளி நகையாடப்பட்ட, கலாசார ரீதியில் கலப்பினமாக உருவான மேலைமயமான கீழ்த்திசைக் கனவான்கள்) 19-ஆம் நூற்றாண்டின் இரண்டாம் பகுதியில் புனித மிருகத்தனத்தை (கற்கால, கொடிய, வீரம் கொண்ட ஆனால் 'ஆண்மையான' பழங்குடி மனிதன் மற்றும் அவனது இனம்) ஆங்கிலப் பேரரசு ஆதிக்க சக்திகள் வளர்க்கவும், வெளிப்படுத்தவும் முனைந்தன. இனரீதியில் அருவருப்பு மிக்க கிப்ளிங்கின் 'கிம்' நாவலில், பிரிட்டிஷ் அதிகாரிகளின் கீழ் பணிபுரியும் இனவியல் ஆய்வாளர் 'பாபு' ஹரி சந்தர் முகர்ஜி கதாபாத்திரம் முதலாம்வகைப் பிரமுகர்களின் குணங்களுடன் அப்படியே உருவாக்கப்பட்டிருக்கிறது. அவர் தன்னுடைய சொத்தை ஆங்கிலத்துடன் பிரிட்டிஷ் ராயல் சொஸைட்டிக்குத் தேர்வு செய்யப் படுவோம் என்ற நம்பிக்கையுடன் இருக்கிறார். காலனி ஆதிக்கவாதி களின் அடிமையான அவருக்கு அந்த ஆட்சியாளரின் இனத்திலேயே ஒருவராகி விடுவேண்டுமென விருப்பம். ஒருபோதும் அடைய முடியாத ஒன்றுக்காக ஏங்கும் கோமாளியாக அவர் அந்தப் படைப்பில் பரிகாசம் செய்யப்படுவார்.

ஆங்கில நாவலாசிரியர் இ.எம்.பாஸ்டரின் 'இந்தியாவுக்கு ஒரு பாதை' அவரது காலத்தில் எந்த விமர்சனமும் இன்றி இந்திய தேசியவாதிகளின் அதிகபட்சவரவேற்பை பெற்றது (ஆலன் லேன் மூலம் அதனை பிரசுரிக்க இந்திய லீக் தலைவர் கிருஷ்ண மேனன்கூட ஏற்பாடு செய்தார்). ஆனால் அதுவும்கூட ஆங்கிலப் பேரரசின் கருத்துகளைத்தான் எதிரொலித்தது. நாவலின் இறுதி வாசகங்களில் அவர் ஓர் ஆங்கிலேயனுக்கும் இந்தியனுக்கும் இடையே நட்புறவு சாத்தியமே இல்லை என்பதை அற்புதமாக விவரிக்கிறார்:

> *அன்புடன் அவனைப் பற்றிக்கொண்டு, 'நாம் ஏன் நண்பர்களாக இப்போது இருக்க முடியாது?' எனக் கேட்டான். 'நான் விரும்புவது அதுதான். நீ விரும்புவதும் அதுதான்'. ஆனால் குதிரைகள் அதை விரும்பவில்லை-அவை திசைமாறிப் பிரிந்துவிட்டன: பூமி அதை விரும்பாததால் பாறைகளை அனுப்புகிறது. அதன் வழியாக குதிரை ஓட்டிகள் ஒருவர் பின் ஒருவராகவே கடந்து சென்றாகவேண்டும்; இடைவெளியில் இருந்து அவர்கள் வெளிவரும்போது கோவில், குளம், சிறைச்சாலை, அரண்மனை, பறவைகள், அழுகிய விலங்கு, விருந்தினர் இல்லம் ஆகியவை பார்வைக்கு வருகின்றன. கீழே அவர்களுக்கு மாவ் (Mau - தலை கோபுரம் மலை உச்சியிலும் உடம்பு மண்டபம் அடிவாரத்திலுமாக இரண்டு அம்சங்கள் கொண்ட கோவில். இணைய முடியாத இரண்டு அம்சங்களின் குறியீடு) தெரிகிறது: அவர்களுக்கு அது தேவையில்லை, அவர்கள் தங்கள் நூறு குரல்களில் சொன்னார்கள், 'இல்லை, இன்னும் இல்லை', மற்றும் வானம் கூறியது, 'இல்லை, அங்கே இல்லை'.*

பாஸ்டரின் இந்திய கதாபாத்திரம் பாரம்பரிய முஸ்லிம் குடும்பத்தைச் சேர்ந்த ஒரு நடுத்தர வர்க்க மருத்துவன். அவன் சமூகரீதியிலோ அறிவுப் பூர்வமாகவோ நிச்சயமாக ஆங்கிலேய கதாபாத்திரம் ஃபீல்டிங்குக்கு நிகரானவன் இல்லை. எனவே, ஆங்கில ஆட்சி இல்லாத ஓர் இந்தியாவில் கூட ஒருவேளை அவர்களிடையே உண்மையான நட்பு சாத்தியமில்லாது போயிருக்கலாம். ஆனால், இந்திய தேசிய இயக்கம் பற்றிய அனைத்துக் குறிப்புகளையும் அவருடைய புத்தகம் முற்றாகத் தவிர்க்கிறது. மேலும் தனது ஒரே முக்கிய இந்து கதாபாத்திரத்தையே கேலிச்சித்திரமாக்கும் அவரால், ஐ.சி.எஸ். பணியில் நுழைந்த (சுரேந்திரநாத் பானர்ஜி போன்ற) இந்தியனைப் பற்றியோ (ஜவாஹர்லால் நேரு போன்ற) ஆங்கிலப் பேரரசின் அஸ்திவாரங்களுக்கு சவால்விட்ட ஒருவரைப் பற்றியோ நினைத்துக் கூடப் பார்க்க முடியாது என்றே தோன்றுகிறது. நல்ல நோக்கம் கொண்ட இந்த ஆங்கிலேயர் இந்தியாவை எவ்வாறு பார்த்தாரோ, அந்த மர்மம் மற்றும் குழப்பத்துக்கு மேல் ஒருபோதும் வராத ஒரு இடையூறான மிக குறுகிய பார்வை இது. பாஸ்டரின் 'ஹோவர்ட்ஸ் என்ட்' (Howards End) நாவலின் மறக்க முடியாத மேற்கோள் 'ஒன்லி கனெக்ட்': ஓர் இந்திய வாசகன் என்ற முறையில், இந்தியருக்கும் இந்தியாவில் இருந்த பிரிட்டிஷாருக்கும் இடையே இணைப்பு இருந்திருக்கலாம் என விரும்ப மட்டும்தான் முடியும்.

பிரிட்டிஷ் நிர்வாகம், சுதேசி இயக்கம், மகாத்மா காந்தியின் பிரவேசம்

முதல் அத்தியாயத்தில் நான் கூறி இருப்பதுபோல், பிரிட்டனின் உள்நோக்கங்கள் எல்லாமே சுயநலம் கொண்டதாக இருந்திருக்கலாம். ஆனால் சாதகமான பக்கத்தில் இருந்து பார்த்தால், மிக அபாயகரமான அராஜகத்துக்கு மத்தியில் பிரிட்டிஷ் ஏகாதிபத்தியம் சட்டம்-ஒழுங்கைக் கொண்டு வந்தது. போரிடும் குழுக்கள் மற்றும் சமஸ்தானங்களுக்கு இடையே நிலவிய நிரந்தர சச்சரவுகளைத் தீர்த்து, மற்ற வகையில் இந்தியாவில் உருவாகி இருக்கக்கூடியதைவிடக் குறைந்த வன்முறை வடிவம் உள்ள அரசியல் போட்டிக்கு அது வழிவகுத்தது. 'பிரிட்டிஷ் ஏகாதிபத்தியம் ஒரு தளர்வான மற்றும் ஏற்புடைய இறையாண்மை வடிவத்தை வழங்கியது. அராஜகத்துக்கும் முழு அரசுக் கட்டுப் பாட்டுக்கும் இடைப்பட்ட அதிகார வடிவத்தைக் கொண்டதாக இருந்தது' என ராபர்ட் கப்லான் கூறுகிறார். 'ஏற்புடைய' என்பது நிச்சயமாக கொஞ்சம் ஆட்சேபணைக்குரிய சொல்தான். ஆனால் எதிர்ப்பற்ற அனுமதியும்கூட சம்மதத்தின் ஒரு வடிவம்தான். இறுதியில் பல இந்தியர்கள் பிரிட்டிஷ் இறையாண்மையை ஏற்றுக் கொள்ளத்தான் செய்தார்கள். ஏனென்றால், அவர்களுக்கு வேறு வழி இருக்கவில்லை.

1858-ஆம் ஆண்டு இந்திய அரசாங்க சட்டம் கவர்னர் ஜெனரல் என்ற பதவியை மாற்றியது (விரைவில் அது வைஸ்ராய் என்ற பெயரைப் பெற்றது). மாகாண ஆளுனர்களுடன் அவர்தான் இந்திய நிர்வாகத்தின்

நேரடி பொறுப்பாளராக இருப்பார். தலைமை ஆளுனர்கள் அல்லது வைஸ்ராய்களுக்கு கவுன்சில்கள் இருந்தன. அவற்றின் உறுப்பினர்கள் முன்மொழியப்பட்டு தேர்ந்தெடுக்கப்பட்டனர். கவர்னர் ஜெனரல் மற்றும் மாகாண ஆளுனர்களின் கவுன்சில்களில் முன்மொழிதல் அடிப்படையில் இந்தியர்களையும் சேர்த்துக்கொள்ள 1861-ல் உருவாக்கப் பட்ட புதிய சட்டம் அனுமதி அளித்தது. என்றாலும், அந்தச் சட்டம் 1892-ல் திருத்தம் செய்யப்படும்வரையிலும் அதைத் தொடர்ந்து 1909-ல் மின்டோ மார்லி சீர்திருத்தங்கள் வரும் வரையிலும் இந்தியர்கள் காத்திருக்க வேண்டியிருந்தது. இந்த இரண்டு சீர்த்திருத்தங்களுமே ஆலன் ஆக்டேவியன் ஹியூம், வில்லியம் வெடர்பர்ன், ஆங்கிலம் கற்ற இந்தியர்கள் ஆகியோர் ஒன்று சேர்ந்து 1885-ல் இந்திய தேசிய காங்கிரஸை நிறுவிய பிறகுதான் நிகழ்ந்தன. அதன் பிறகுதான் மத்திய மற்றும் மாகாண கவுன்சில்களில் இந்திய பிரதிநிதிகளின் பங்களிப்பு அதிகரித்து, அதன் மூலம் இந்தியர்கள் பலனடைய முடிந்தது.

1892 மற்றும் 1909-களில் அரச நிர்வாகத்தில் கொண்டு வரப்பட்ட மாற்றங்கள் வெறும் அலங்காரத் திருத்தங்களாகவே இருந்தன. என்றாலும் இந்திய கவுன்சில்கள் அமைக்கப்பட்ட விதம் மற்றும் செயல் பட்ட விதத்தை அவை கொஞ்சம் பாதித்தன. மறைமுக தேர்தல் வாயிலாக (அதாவது பிரிட்டிஷாரின் நியமனம்) அவை கவுன்சில் உறுப்பினர்களை அதிகரித்தன. ஆனால் உண்மையில் அந்த கவுன்சில் களுக்கு எந்த அதிகாரமும் இல்லை. கவுன்சில்களில் பொது பிரச்னை களை எழுப்ப அதிகாரம் இருந்தது. ஆனால் முடிவெடுக்கும் அதிகாரம் இல்லை; இந்தியப் பொதுமக்களுக்காக (குறைந்தபட்சம் ஆங்கிலக் கல்வி பெற்ற மேட்டுக்குடியினருக்காக) அங்கே குரல் கொடுக்க முடிந்தது. ஆனால் சட்டங்களைக் கொண்டு வரவோ, பட்ஜெட்டுகளைத் தாக்கல் செய்யவோ உரிமை இருக்கவில்லை. அந்த அதிகாரம் இப்போதும் கவர்னர் ஜெனரல் வசம்தான் இருந்தது. கவுன்சில்களில் நிறைவேறிய எந்த ஒரு தீர்மானத்தையும் அவரால் நிராகரிக்க முடிந்தது. அல்லது, இந்தியாவுக்குத் தேவை என அவர் முடிவு செய்யும் பட்சத்தில் விவாதத்துக்கான அவசியத்தை வலியுறுத்தி, பின்னர் அவர்தான் தீர்மானம் கொண்டு வருவார்.

1909 சீர்திருத்தங்களின் பெயருக்குக் காரணமாக இருந்த இந்தியாவின் மாகாணச் செயலாளர் ஜான் மார்லி இந்திய கவுன்சில்களில் இந்திய உறுப்பினர்களின் எண்ணிக்கையை அதிகரிப்பதற்குக்கூட எதிர்ப்பு தெரிவித்திருந்தார். மேலும் அவர் தன்னுடைய பார்வையில் இந்தியாவின் பிரிட்டிஷ் அரசாங்கம் தேவையான அளவுக்கு இந்திய மக்களின் பிரதிநிதித்துவம் மற்றும் சம்மதத்துடன் நடத்தப்படுவதாகச் சொன்னார். 'இந்தியாவில் நாடாளுமன்ற அமைப்பை நிறுவும் வகையில் நேரடியாகவோ அவசியமாகவோ இந்தச் சீர்திருத்தம் அழைத்துச் செல்லுமானால் நான் இந்த விஷயத்தில் செய்ய வேண்டியது ஒன்றுமே இல்லை' என்று அவர்

அறிவித்தார். சீர்திருத்தவாதிகளின் மனங்களில் இருந்து இத்தகைய சிந்தனை உண்மையில் வெகு தூரம் விலகி இருந்திருக்க முடியாது.

1935 இந்திய அரசாங்க சட்டம் வரை இந்திய நிர்வாகத்தில் பிரிட்டிஷ் அரசு கொண்டு வந்த ஒவ்வொரு 'சீர்திருத்தமும்' கவர்னர் ஜெனரல் மற்றும் பிரிட்டன் நாடாளுமன்றத்தின் முழு அதிகாரத்தைப் பாதுகாக்கும் வகையில்தான் இருந்தது. மத்திய, மாகாண அளவில் இருந்த இந்திய கவுன்சில்கள் எப்போதுமே எந்த ஒரு முக்கிய விவகாரத்திலும் உண்மை அதிகாரம் இன்றி இருந்தன. அதே சமயம் பட்ஜெட், பாதுகாப்பு, சட்டம்-ஒழுங்கு பராமரிப்பு அதிகாரம் எல்லாம் பிரிட்டிஷாரின் கரங்களில் அழுத்தமாக அமர்ந்திருந்தன. அதில் இருந்த நோக்கம் என்னவென்றால், பிரதிநிதித்துவ அரசாங்க முறையைப் படிப்படியாக வளர்ப்பதே ஆகும். ஆனால், முழுமையான ஜனநாயக அமைப்பை நிறுவும் எண்ணம் எதுவும் இல்லை.

பள்ளிகள், கல்லூரிகள், செய்தித்தாள்கள், காலனி நீதிமன்றங்கள் போன்ற நிறுவனங்களை அமைத்ததன் வாயிலாக இந்தியாவில் லிபரலிஸத்தை பிரிட்டிஷார்தான் கொண்டுவந்தனர்; அதன் மூலம் இந்தியாவின் ஒரு தலைமுறையை தங்கள் எதிர்காலம் பற்றித் தாங்களே சிந்திக்கவைத்து தேசத்தில் ஜனநாயகமுறையை நிலைபெறச் செய்தனர் என்றும் சொல்லப்படுகிறது. 'சுதந்திரங்களை மீட்டெடுத்தல்' (Recovering Liberties) என்ற நூலில் சி.ஏ. பெய்லி இதற்கு அழகாக விளக்கம் கொடுக்கிறார். பிரச்னை என்னவென்றால் அந்த லிபரலிசம் கடுமையான எல்லைகளுக்குள் நடைமுறைப்படுத்தப்பட்டது. ஸ்காட்லாந்து நாட்டினரான ஆலன் ஆக்டேவியன் ஹியூம் மற்றும் படித்த இந்தியர்களின் குழு ஒன்றால் 1885-ல் இந்திய தேசிய காங்கிரஸ் உருவாக்கப்பட்டது. மிதவாத, இந்திய வெகுஜன அபிப்ராயத்தின் அரசியல் குரலாக அது இருந்தது. ஜனநாயகத்தை நிறுவ விழையும் உண்மை சுதந்திர ஆட்சி என்ற முறையில் தாமே அதைச் செய்திருக்க வேண்டிய பிரிட்டிஷார் இத்தகைய முன்னேற்றத்தை வரவேற்பதற்குப் பதில் பல்வேறு அளவுகளில் வெறுப்புணர்வுகளை வெளிப்படுத்தினர்.

ஆங்கிலப் பத்திரிகையாளர் ஹென்றி நெவின்ஸன் 1908-ல் இவ்வாறு எழுதினார்:

> 24 ஆண்டுகளுக்கு அது (காங்கிரஸ்) ஒழுங்கின் முன்மாதிரியாகவும், அரசியல் கண்ணியமாகவும் இருந்தது. அற்புதமான தீர்மானங்களை அது நிறைவேற்றியது. ஒப்புக்கொள்ளப்பட்ட குறைகளுக்கு அது தீர்வு கோரியது. நம்பகமான விசுவாசத்துடன் அது பிரிட்டன் மணிமுடியின் பிரதிநிதிகளுக்கு மாற்று நபர்களை ஏற்பாடு செய்தது. ஆனால் ஆங்கிலோ இந்தியர்களால் (இந்தியாவில் இருந்த பிரிட்டிஷார்)* அந்த அரசியல் கண்ணியம் கோழைத்தனமானது என வர்ணிக்கப்பட்டது. அதன் தீர்மானங்கள் கிடப்பில் போடப்பட்டன. அதன் குறைகள்

கவனிக்கப்படவில்லை. மணிமுடியின் பிரதிநிதிகள் அதன் மாற்று நபர்களை ஏற்க மறுத்தனர். நிறைவேற வாய்ப்பில்லாத தீர்மானங்களை அலுவலக குப்பைக் கூடை முன் வைப்பது பயனற்றது (என இந்தியர்கள் உணர்ந்தனர்).

மற்ற எல்லாவற்றையும்விட இந்தப் போக்குதான் இந்திய தேசிய இயக்கத்தை அதிகமாகத் தீவிரம்கொண்டதாக ஆக்கியது. பேச்சு சுதந்திரம் போன்ற சாதாரண விஷயங்கள் கொண்ட அரசியல் நடவடிக்கைகளை நசுக்கும் பிரிட்டிஷாரின் முயற்சிகள் அவர்கள் உரிமை கொண்டாடிய சுதந்திரவாதத்தைப் பொய்யாக்குகின்றன. குறைந்தபட்சம் அவற்றின் இல்லாமையைத்தான் வெளிப்படுத்துகின்றன. இருபதாம் நூற்றாண்டின் தொடக்கத்தில் மெட்ராஸ் கடற்கரையில் நடந்த அரசியல் கூட்டம் ஒன்றில் கலந்து கொண்ட நெவின்ஸன் கீழ்க்கண்டவாறு தன்னுடைய உணர்வுகளைப் பதிவு செய்தார்:

‘சந்தேகம், அடக்குமுறை, நாடு கடத்தல், சிறைவாசம், அரசியல் காரணங்களுக்காகச் சிறுவர்களுக்கும் மாணவர்களுக்கும் கசையடி மற்றும் கலகம் தூண்டும் கூட்டங்களின் தடைச் சட்டம் ஆகியவை நிறைந்த கடந்த ஆண்டு வரலாற்றைத் தலைவர் சுருக்கமாகக் கூறினார். அது வெறி கொண்டதாகவும் மிகையாகவும் இருந்தது. ஹேபியஸ் கார்ப்பஸின் கீழ் இங்கிலாந்து தனக்காகப் பெற்றுக்கொண்ட உரிமைகளுக்கு முரணாக அவர் நாடு கடத்தல் சட்டத்தை ரத்து செய்யும்படி அரசாங்கத்தைக் கோரும் சாதாரணத் தீர்மானம் ஒன்றுடன் அவர் தனது உரையை முடித்துக் கொண்டார். நான்கு பேச்சாளர்கள் இந்தத் தீர்மானத்தை ஆதரித்தனர். கீழை உலக மனப்பாங்கு குறித்த

---

* இந்தியாவில் வாழும் மற்றும் பணிபுரியும் பிரிட்டிஷ் மக்களைக் குறிப்பதற்காக ‘ஆங்கிலோ-இந்தியன்’ என்ற வார்த்தையையும், கலப்பு பெற்றோர் கொண்டவர்களாக இருந்தால் ‘யூரேஷியன்’ என்ற வார்த்தையையும் பிரிட்டிஷார் பயன்படுத்தினர். குறைவான அந்தஸ்து கொண்ட ஐரோப்பியர்கள் மற்றும் ‘பிற அந்தஸ்து’ கொண்டவர்களின் பிள்ளைகள்தான் பொதுவாக யூரேஷியர்களாக இருந்தனர். ‘கணவன் தேடும்’ கப்பல்களில் வரும் பெண்களில் ஒருத்திக்கு வலை வீசும் அளவுக்கு அவர்களுக்கு வசதி இருக்கவில்லை. எனவே, பல நேரங்களில் திருமணமின்றி சேர்ந்து வாழ்ந்தனர். சிலர் இந்திய பெண்களைத் திருமணம் செய்து கொண்டனர். அந்த யூரேஷியர்களின் வாரிசுகள்தான் இன்று ‘ஆங்கிலோ-இந்தியர்கள்’ என்று அழைக்கப்படுகின்றனர். காலனி சார்ந்த ஆவணங்களைப் புரட்டிப் பார்க்கும் வாசகர்களை இந்த வார்த்தை குழப்புகிறது. ஏனென்றால், அவற்றில் இந்த வார்த்தை இந்தியாவில் இருந்த ஆங்கிலேயர்களை மட்டுமே குறிக்கிறது.

நமது கருத்துருவுக்கு மிகவும் வித்தியாசமாக எல்லோருமே முழு நியாயத்துடன் பேசினர். இந்தப் பேச்சுக்களை ஆங்கிலோ-இந்தியர்கள் மட்டும்தான் (அதாவது இந்தியாவில் இருந்த ஆங்கிலேயர்கள்) கலகத்தைத் தூண்டுவது என்று கூறுவார்கள். ஆங்கிலோ-இந்திய மனதுக்கு அரசாங்கம் பற்றிய எந்த ஒரு விமர்சனமும் மேலதிக சுதந்திரத்துக்கான எந்த ஒரு கோரிக்கையும் கலகம் விளைவிப்பதுதான். இது போராளிகளின் கூட்டம்தான் என்றாலும் தமது சொந்த நாட்டு விவகாரங்களுக்காகக் குரல் கொடுப்பதிலும், தங்களுடைய சொந்தப் பணத்தைச் செலவிடுவதிலும் மற்ற மக்கள் எல்லோரும் அனுபவிக்கும் சாதாரண மனித உரிமைகளுக்காகத்தான் இந்த கூட்டங்கள் கோரிக்கை விடுக்கின்றன.

இது போன்ற நாகரிக அணுகுமுறைகள் ஒருபோதும் வேலை செய்யாததால் வெகு விரைவில் தேசிய இயக்கம் வேறுவிதமான அணுகுமுறைக்கு மாறியது. அடுத்து, பிரிட்டிஷாரின் மீது கடும் தாக்கம் ஏற்படுத்தும் நோக்கத்துடன், 1905 வங்காளப் பிரிவினையின்போது கர்ஸனுக்கு எதிராகப் பெரும் கலகம் வெடித்தது. கொதித்து எழுந்த வங்காள இளைஞர்கள் நகரங்களிலும் கிராமங்களிலும் மக்களுக்காக பிரசாரம் செய்தனர். தங்களுடைய தாயகத்தைப் பிரிக்கும் காலனி சூழ்ச்சிக்குத் தங்களுடைய எதிர்ப்பைக் காட்டுவதற்காக (இந்திய பொருள்களை மட்டுமே பயன்படுத்தக் கோருதல்) சுதேசிக் கொள்கையைப் பரப்பி, பிரிட்டிஷ் சரக்குகளைப் புறக்கணிக்கத் தூண்டினர்.

அந்நியப் பொருள்களை தொடர்ந்து விற்பனை செய்த கடைகளை இளைஞர்கள் சூழ்ந்து நின்று, அந்தக் கடைகளுக்கு வரும் வாடிக்கை யாளர்கள் முன்னால் படுத்துக்கொண்டு, தாய்நாட்டின் நலனுக்காக அந்நிய நாட்டுப் பொருள்களை வாங்காமல் திரும்பிச் செல்லும்படி கெஞ்சிக் கேட்டுக் கொண்டனர். எந்தவொரு மிரட்டலும் விடுக்க வில்லை. இது போன்ற ஒரு வழிமுறை ஒருபோதும் வன்முறை ஆகாது. ஆனால் இது போன்ற அணுகுமுறைகளுக்கு பிரிட்டிஷார் ஒருபோதும் பழக்கப்பட்டிருந்ததில்லை. பிரிட்டிஷ் வியாபாரிகள் தங்கள் விற்பனையில் ஏற்பட்ட வீழ்ச்சி பற்றியும், வழக்கத்துக்கு மாறாகத் தொடர் லாபங்கள் எல்லாம் நஷ்டங்களாகிவிட்டது பற்றியும் புகார் செய்தனர். ஆனால், அந்தக் கிளர்ச்சி பெரும் வெற்றி பெற்றது. பிரிட்டிஷார் பிரிவினைத் திட்டத்தைக் கைவிட்டனர்.

குறுகிய காலமே நீடித்தது என்றாலும் அந்த மக்கள் எழுச்சியின் மகத்தான வெற்றி பற்றிய முழு விழிப்புணர்வுடன் ஒரு மெலிந்த, மூக்குக் கண்ணாடியும், கதர் ஆடையும் அணிந்த வழக்கறிஞரான மோகன்தாஸ் கரம்சந்த் காந்தி, தென்னாப்பிரிக்காவில் தற்காலிகமாக நீண்ட காலம் தங்கி இருந்துவிட்டு, 1915-ல் இந்தியாவுக்குத் திரும்பினார். அங்கு அவர் நடத்திய 'சத்தியசோதனைகளும்', அங்கே புலம் பெயர்ந்திருந்த இந்தியர்களுக்கு அவர் ஏற்றிருந்த ஒழுக்கம் நிறைந்த தலைமையும்

அவருக்கு 'மகாத்மா' என்ற பட்டத்தை சம்பாதித்துக் கொடுத்திருந்தது. தென்னாப்பிரிக்காவில் இந்தியர் ஒருவரால் சாதாரண வழக்கு ஒன்றில் வாதாடுவதற்காக நியமிக்கப்பட்டிருந்த அவர் வெற்றிகரமான வழக்கறிஞராகத் தனது தொழிலைத் தொடங்கவில்லை. என்றாலும் அவர் ஒரு செல்வாக்கு மிகுந்த நபராக வளர்ச்சியடைந்தார்.

தென்னாப்பிரிக்காவில் தன் நாட்டு மக்கள் மீதான நிறவெறிக் கொடுமையைக் கண்டு வெகுண்ட அவர் பிரிட்டிஷாரும் ஃபிரெஞ்சு மற்றும் டச்சு நாட்டினரும் இந்தியர்களுக்கு இழைத்த கொடுமைகளை எதிர்த்து வரிசையாகப் பல சட்ட மற்றும் அரசியல் நடவடிக்கைகளை எடுத்தார். அதிகாரமையத்துக்கு மனுக்கள் அனுப்பி (அவர்களுடைய நல்லெண்ணத்தைப் பெற விரும்பி இந்தியர்கள் அடங்கிய தன்னார்வ ஆம்புலன்ஸ் சேவைப்பிரிவு ஒன்றைத் தொடங்கியும்) எந்தப் பலனும் கிடைக்காத நிலையில் காந்தி சட்ட மறுப்பு இயக்கம் என்னும் தன்னிகரற்ற போராட்ட வழிமுறை ஒன்றை உருவாக்கினார்.

ஓர் இயக்கத்தைத் தோற்றுவிப்பதில் காந்திக்கு இருந்த அபாரத் திறமையுடன் (நேட்டால் இந்திய காங்கிரஸை அவர் தோற்றுவித்தார்), அதற்கு இணையாக சுய பரிசோதனை மற்றும் தத்துவ விசாரணையில் அவருக்கு இருந்த விருப்பமும் சரிவரப் பொருந்தியது. தென்னாப்பிரிக்காவின் இந்திய சமுதாயத்தில் அவருக்கென தனி அந்தஸ்து இருந்தது. அது அவருக்குத் தந்திருக்கக்கூடிய சௌகரியங் களை விடுத்து டர்பனுக்கு வெளியே தான் நிறுவிய சமூக விவசாயப் பண்ணைக்குத் திரும்பி, ஜான் ரஸ்கின், லியோ டால்ஸ்டாய் பாணியில் வாழத் தொடங்கியதாக ஹென்றி டேவிட் தோரு கூறுகிறார். அதேவேளையில் சொந்த வாழ்க்கையிலும், பொது விவகாரங்களிலும் எப்போதுமே 'சத்தியத்'துடன் ஓர் புரிதலை அடைய அவர் பெரு விருப்பம் கொண்டிருந்தார். மனுக்கள் போடும் அரசியலில் இருந்து சத்தியாகிரகம் வரையிலான அவரது பயணம் குறுகியதோ எளிமை யானதோ அல்ல. ஆனால் அதைத் தொடங்கி, பிறகு சொந்த மண்ணுக்குத் திரும்பிய நிலையில் அவர், இந்தியாவில் துளிர் விட்டுக் கொண்டிருந்த தேசிய இயக்கத்துக்கு ஒரு மகானாகவும் ஒரு ராஜதந்திரியாகவும் இருந்து ஓர் அசாதாரண புகழைப் பெற்றுத் தந்தார்.

வரவேற்பறையில் அமர்ந்து கொண்டு அரசியல் செய்யும் தன்னலம் மிக்க, மக்களால் தேர்ந்தெடுக்கப்படாத மேட்டுக்குடியினர் நிறை வேற்றும் தீர்மானங்களால் சுயாட்சியை ஒருபோதும் அடைய முடியாது என்பது மகாத்மாவின் தீர்க்கமான கண்ணோட்டமாக இருந்தது. அவரைப் பொறுத்தவரை சுயாட்சி என்பது, மேட்டுக்குடியினர் யாருடைய பெயரில் குரல் எழுப்பிக் கொண்டிருக்கிறார்களோ, அந்தப் பொதுமக்கள் மற்றும் உழைக்கும் வர்க்கத்தினரின் அதிகாரத்தை உள்ளடக்கியதாக இருக்கவேண்டும். நுனி நாக்கில் ஆங்கிலம் பேசிக்கொண்டும், ஆங்கிலேயர்போல் நடத்தப்படவேண்டும் என்ற உரிமைகளுக்காகக்

குரல் கொடுத்துக் கொண்டும் இருந்த மேட்டுக்குடியினர், வழக்கறிஞர்கள் மற்றும் பணக்காரர்கள் நிறைந்திருந்த அக்கால அரசியல் வர்க்கத்துக்கு அந்த நிலைப்பாடு ஒத்துவரவில்லை. அதுபோல், மகாராஜாக்கள் மற்றும் நவாப்களின் வழிமுறைகளில் இல்லாமல், பழம்பெரும் பாரம்பரியம், சுதேசி, சத்தியாகிரக ஒழுக்க மதிப்பீடுகளின் அடிப்படையில் மக்கள் திரட்டப்படவேண்டும் என்ற அவரது கொள்கையும் அவர்களுக்குப் பிடிக்கவில்லை.

தன்னுடைய கொள்கைகளை நடைமுறைப்படுத்தும் வகையில் காந்தி ஆசிரமம் ஒன்றில் ஏறக்குறைய ஏழ்மையில், எளிய வாழ்வை மேற்கொண்டார். நாடு முழுவதுமாக மூன்றாம் வகுப்பு ரெயில் பெட்டிகளிலேயே பயணம் செய்த அவர் தீண்டாமை, சுகாதாரக் கேடு, குழந்தைத் திருமணம் ஆகியவற்றுக்கு எதிராகப் பிரசாரம் செய்தார். பாலுறவு மறுப்பு முதல் கதராடை நெய்வது வரை மிகப் பரந்த விஷயங்கள் சார்ந்து நற்பண்புகளைப் போதித்தார். எனிமா மூலம் அடிக்கடி வயிறை சுத்தப்படுத்துவதின் நன்மைகளையும் எடுத்துரைத்தார். சந்தேகத்துக்கு இடமின்றி அவர் ஒரு விநோதமான மனிதராகவே தோன்றினார்; அதற்கு இணையாக மக்கள் கூட்டத்தின் நாடி நரம்புகளை அவர் மீட்டினார் என்பதும் கண்கூடு. அவர் ஓர் ஆற்றல் மிக்க அரசியல் சக்தி என்பதும் விரைவிலேயே தெளிவானது.

காந்தியின் எழுச்சி பெய்லி கூறுவதுபோல் பிரிட்டிஷாரின் தாராளப் போக்கை நியாயப்படுத்தும் ஒன்றல்ல. தான் முன்வைத்த கொள்கைகளையும் மதிப்பீடுகளையும் நிறைவேற்றுவதில் பிரிட்டிஷ் ராஜ்ஜியம் கண்ட தோல்வியும் காந்தியின் எழுச்சியும் பிரிட்டிஷார் சொன்ன லிபரலிஸக் கொள்கைகள் எல்லாம் நடைமுறைப்படுத்தப்படவில்லை என்பதையே சுட்டிக்காட்டுகின்றன.

•

இந்தியாவுக்கான செகரட்டரி ஆஃப் ஸ்டேட் மாண்டேக் பிரபு, 'பொறுப்புள்ள சுயாட்சி' என எதை வர்ணித்தாரோ, இருபதாம் நூற்றாண்டில் அதை நோக்கி பிரிட்டிஷார் கெட்ட எண்ணத்துடனும், விட்டு விட்டும் நகர்ந்து கொண்டிருந்தபோதும்கூட இந்தியாவில் நம்பகமான அரசியல் கட்டமைப்புகளை ஏற்படுத்தும் உண்மை நோக்கம் எதுவும் அவர்களிடம் இல்லை. முதல் உலகப்போரில் இந்தியப் படைகள் செய்த தியாகம் குறித்து கூற வேண்டிய அவசியமே இல்லை. அந்தப் போரில் இந்தியா, குறிப்பாக மகாத்மா காந்தி பிரிட்டனுக்கு அளித்த ஆதரவுக்காக, போரின் முடிவில் இந்தியாவுக்கு டொமினியன் அந்தஸ்து வழங்கப்படும் (ஆஸ்திரேலியா, கனடா ஆகிய நாடுகளிலும், மற்ற 'வெள்ளை காமன்வெல்த்' பிராந்தியங்களிலும் இருந்ததுபோல், ஆங்கில அரசரின் பெயரளவுக் கட்டுப்பாட்டுடன், அந்தப் பேரரசுக்குள் தன்னாட்சி அதிகாரம் கொண்ட சுயாட்சி) என்ற பெரிய எதிர்பார்ப்பு பரவலாக ஏற்பட்டிருந்தது.

மாண்டேக் பிரபு, 1917-ல் பிரிட்டிஷ் மந்திரிசபை முன்னால் 'இறுதியில் சுயாட்சி என்ற நோக்கத்துடன் இந்தியாவில் சுதந்திர அமைப்புகளைப் படிப்படியாக வளர்ப்பதற்கு' உறுதி அளிக்கும் உத்தேச பிரகடனம் ஒன்றை வைத்தார். முன்னாள் வைஸ்ராயும் பின்னர் வெளியுறவுச் செயலாளருமான கர்ஸன் பிரபு அதை அளவுக்கு அதிகமான உரிமையாக எண்ணி, பிரிட்டனின் 'யெஸ், மினிஸ்டர்' டி.வி. சீரியல் பாத்திரம் சர் ஹம்ப்ரி ஆப்பிள்பை பாணியில் மாற்று வார்த்தைகளில் ஓர் ஆலோசனை கூறினார். 'நிர்வாகத்தின் ஒவ்வொரு பிரிவிலும் இந்தியர்களின் எண்ணிக்கையை அதிகரித்து, சுயாட்சி அமைப்புகளைப் படிப்படியாக வளர்த்து, பிரிட்டிஷ் பேரரசின் ஓர் ஒருங்கிணைந்த அங்கமாக இந்தியாவில் முன்னேற்றமான பொறுப்புள்ள அரசை உருவாக்குவதை நோக்கிச் செயலாற்றவேண்டும்' என்பதே அது. மாண்டேகின் அசல் வார்த்தைகளின் இடத்துக்கு கர்ஸன் பிரபுவின் இந்த குழப்பமான, அக்கறையற்ற சூத்திரத்தைக் கொண்டு வர அந்நாட்டு மந்திரிசபை ஒப்புதல் அளித்தது. மேலும் மாண்டேக் முன்வைத்த சுதந்திர அமைப்பு களை உருவாக்கும் பணியை உடனே கை கழுவவும் செய்தது.

மாண்டேக்-செம்ஸ்ஃபோர்டு சீர்திருத்தங்களின் கீழ் சுயாட்சி தொடர்பான அந்தப் பிரகடனத்தை நிறைவேற்றும்விதமாக இந்தியர்களைக் கொண்ட ஓர் அமைப்பு அறிமுகமானது. ஆனால் பிரிட்டிஷ் ஏகாதிபத்திய சக்திக்கு வெறும் அலங்கார மேல் பூச்சாக, உள்ளீடற்றதாக அது இருந்தது. 250 இந்தியர்களில் ஒருவருக்கு மட்டுமே வாக்களிக்கும் உரிமை என்ற அடிப்படையில் வாக்களித்துத் தேர்ந்தெடுக்கப்பட்ட இந்தியப் பிரதிநிதிகள் வசம் 'சாதுவான' துறைகள் ஒப்படைக்கப்பட்டன. பிரிட்டிஷார் சிறிதும் அக்கறை கொண்டிராத கல்வி, சுகாதாரம் போன்றவற்றை அவர்கள் கவனித்துக்கொள்வார்கள். ஆனால் வரி விதிப்பு, சட்டம்-ஒழுங்கு மற்றும் இந்திய ஆட்சிமன்ற உறுப்பினர்கள் அளிக்கும் எந்த வாக்கையும் ஒன்றுமில்லாமல் ஆக்கும் அதிகாரம் எல்லாம் மாகாணங்களில் உள்ள பிரிட்டிஷ் ஆளுனர்கள் வசம் இருக்கும்.

மாகாணங்களில் ஆளுனரும், மத்தியில் வைஸ்ராயும் தேர்ந்தெடுக்கப் பட்ட இந்திய உறுப்பினர்கள் அளிக்கும் எந்த வாக்கையும் நிராகரிக்கும் உரிமையைத் தக்க வைத்துக் கொண்டிருந்தனர். மேலும் தேர்வு செய்யப்பட்ட பிரதிநிதிகள் நிறைவேற்ற மறுத்த எந்த ஒரு சட்டத்தையும் அமல்படுத்தும் அதிகாரமும் அவர்களுக்கு இருந்தது. 'இந்தியாவில் பொறுப்புள்ள அரசை வளர்த்தெடுப்பதை' நோக்கி அழைத்துச் செல்வதில் இருந்து வெகு தூரம் விலகி பிற்போக்கான நிலைக்குத் திரும்புவதாக அது இருந்தது. அதனால் பெருந்துரோகத்துக்கு ஆளான மகாத்மாவும் இந்திய பொது ஜனமும் ஏகமனதாக அதை நிராகரித்தனர்.

அடுத்து ஒத்துழையாமை இயக்கம் ஆரம்பமானது. ஆனால் இந்தியர் சிலரால் நடந்த சில அதிர்ச்சி அளிக்கும் வன்முறை சம்பவங்களால் காந்தி அதைக் கைவிட்டார். என்றாலும் பிரிட்டிஷ் காலனி ஆட்சியுடன் இனி சமரசம் சாத்தியமில்லை என்பதும், அதில் எந்த மாற்றங்களுக்கும்

வாய்ப்பில்லை என்பதும் உறுதியானது. 1918-ல் நிர்ணயித்த மிதவாத இலக்குகளை எல்லாம் தாண்டிச்செல்வது என 1930-ஆம் ஆண்டுவாக்கில் இந்திய தேசிய காங்கிரஸ் முடிவு செய்தது. அதே ஆண்டு ஜனவரி 26-ஆம் நாள் சுதந்திர பிரகடனத்தை அது வெளியிட்டது:

'இந்தியாவில் உள்ள பிரிட்டிஷ் அரசாங்கம் இந்திய மக்களை அவர்களுடைய சுதந்திரத்திடம் இருந்து மட்டும் விலக்கி வைத்திருக்க வில்லை. மக்களைச் சுரண்டும் அடிப்படைகளில் அது தன்னை நிறுவி இருக்கிறது. அரசியல், பொருளாதார, கலாசார மற்றும் ஆன்மிக ரீதியில் அது இந்தியாவை அழித்து விட்டது... எனவே... பிரிட்டிஷார் உடனான உறவை இந்தியா துண்டிக்க வேண்டும். பூரண சுயராஜ்ஜியம் அதாவது முழு சுதந்திரத்தை அடைய வேண்டும்.'

பெரும் போரும் பெரும் துரோகமும்

இந்தியர்கள் மத்தியில் துரோகம் இழைக்கப்பட்டதாக எழுந்த உணர்வின் பின்னணியைப் புரிந்துகொள்ள வேண்டியது மிக முக்கியமானது. இந்தியாவுக்கு காந்தி திரும்புவதற்கு எட்டு ஆண்டுகளுக்கு முன்னால், முதல் உலகப்போருக்கு நீண்ட காலம் முன்பாகவே, பிரிட்டிஷ் பேரரசிடம் இந்தியர்கள் அதிருப்தி கொண்டு இருந்ததற்கான காரணங்களை 1908-ல் ஹென்றி நெவின்சன் சுட்டிக் காட்டியிருந்தார்:

'வங்காளப் பிரிவினையின்போது இந்திய உணர்வுகளை வெறுப்புடன் புறக்கணித்தது மற்றும் இந்தியாவின் பொய்மை பற்றி கர்ஸன் பிரபு நிகழ்த்திய பல்கலைக்கழக உரை; 1858 விக்டோரியா மகாராணியின் பிரகடனத்துக்கு முரணாகத் தகுதி படைத்த இந்தியர்களைப் பொது பதவிகளில் இருந்து விலக்கி வைத்தது; நீதிமன்றங்களில், ஆங்கில குற்றவாளிகள் தொடர்புடைய பல மோசமான வழக்குகளில் இழைக்கப்பட்ட அநீதி; அரசியல் கருத்துகளுக்காகப் பல நேரங்களில் இந்தியர்கள் கீழ்த்தரமாக நடத்தப்பட்டது; தனிமனித சுதந்திரத்தை யும் பேச்சு சுதந்திரத்தையும் நசுக்குவதற்காக எடுக்கப்பட்ட நாடறிந்த நடவடிக்கைகள்; போலீஸ், அஞ்சல் துறை அதிகாரிகள் மூலம் உளவு பார்த்தது; ஆங்கிலோ-இந்தியர்களின் சாதாரண நடத்தையிலும் அவர்களுடைய பார்வைகளைப் பிரதிபலித்த செய்தித்தாள்களிலும் இடம்பெற்றது போன்ற இந்தியர்கள் மீதான விரசமான அவமரியாதை ஆகியவை இந்தியாவில் நிலவிய அமைதியின்மைக்குக் காரணமாக இருந்தன...'

அதனுடன் உலகப்போரில் இந்தியா அளித்த அசாதாரண ஆதரவும் அதற்கு பிரதிபலனாக பிரிட்டிஷார் தந்த அவமதிப்பும் சேர்ந்து கொண்டது.

முதல் உலகப்போரில் 74,187 இந்திய ராணுவ வீரர்கள் மாண்டனர். ஏறக்குறைய அதே அளவு வீரர்கள் படுகாயம் அடைந்தனர். அவர்களுடைய சாகசக் கதைகளும் வீரமும் பிரிட்டிஷாரின் பிரபல போர் வரலாற்று

ஏடுகளில் இருந்து பெருமளவு நீக்கப்பட்டன. அல்லது வெறும் அடிக்குறிப்புகள் என்ற அளவுக்குத் தரம் குறைக்கப்பட்டன.

ஐரோப்பா, மத்தியதரைக்கடல் பகுதி, மெசபடோமியா, வட ஆப்பிரிக்கா மற்றும் கிழக்கு ஆப்பிரிக்கப் போர்க்களப் பகுதிகளுக்கு ஏராளமான ராணுவப் படைகளையும், பட்டாளங்களையும் இந்தியா கொடுத்து உதவியது. மனிதர்களாகவும், விலங்குகளாகவும், உணவு தானியங் களாகவும், பணமாகவும் பிரிட்டனுக்கு இந்தியா கொடுத்தது மற்ற எந்த நாடுகளையும்விட மிக அதிகமாக இருந்தது. இந்திய அரசாங்கம் இவை அனைத்தையும் 'அன்பளிப்பாக' வழங்கியதாகவும், (மேன்மை தங்கிய மகாராணி அரசின் ஐரோப்பிய போர் செலவுகளுக்காக ஒரு சிறப்புக் காணிக்கையாக 10 கோடி பவுண்டு எனும் பெருந்தொகை எடுத்துக் கொடுத்தார்) மகாராணியின் அரசாங்கம் அதை 'பெருந்தன்மையுடன் ஏற்றுக்கொண்டதாகவும்' மட்டுமே இது வரலாற்று ஆவணங்களில் மிகச் சாதாரணமாகக் குறிப்பிடப்பட்டுள்ளது. நிச்சயமாக இது உண்மையை மறைக்கிறது. ஏனென்றால், பிரிட்டனில் இருந்த மேன்மை தங்கிய மகாராணியின் அரசுக்கு பதில் சொல்லக் கடமைப்பட்ட ஆங்கிலேயர் களால்தான் 'இந்திய அரசாங்கம்' ஆளப்பட்டது.

முதல் உலகப்போர் சமயத்தில் இந்தியாவில் இருந்து வெளிநாட்டுப் பணிகளுக்கு அனுப்பப்பட்ட ராணுவ வீரர்கள் மற்றும் பிற ஆதரவு ஊழியர்களின் எண்ணிக்கை மிக அதிகம்: அவர்களில் 5,88,717 பேர் மெசபடோமியாவுக்குச் சென்றனர். 1,16,159 பேர் எகிப்துக்குப் போனார்கள். ஃபிரான்ஸுக்கு 1,31,496 பேரும், கிழக்கு ஆப்பிரிக்காவுக்கு 46,936 பேரும் சென்றனர். காலிப்போலி (4,428), சலோனிகா (4,938), ஏடன் (20,243), பெர்ஷிய வளைகுடா (29,457) ஆகிய இடங்களுக்கும் ஏராளமானோர் அனுப்பப்பட்டனர். இந்த இந்தியர்களில் 29,762 பேர் இறந்தனர். 59,296 பேர் காயமடைந்தனர். 3,289 பேர் காணாமல் போயினர் (இறந்திருக்க வேண்டும்). 3,289 பேர் கைதிகளாக சிறைப்பிடிக்கப் பட்டனர். மொத்தத்தில் வெளிநாடுகளுக்குச் சென்ற 12,15,318 ராணுவ வீரர்களில் 1,01,439 பேர் மரணம் அடைந்தனர்.

இந்தியாவில் இருந்து பிரிட்டிஷார் படையைத் திரட்டியதோடு, பெரிய அளவில் உணவு தானியங்கள், பணம் மற்றும் ராணுவ தளவாடங் களையும் சேகரித்தனர். அவர்கள் இந்தியர்களிடம் வசூலித்த வரிகள் போக பெயரளவு தன்னாட்சி அதிகாரம் கொண்ட சமஸ்தானங்களிட மிருந்து கப்பமாகவும் அவை திரட்டப்பட்டன. அத்துடன் பிரிட்டிஷ் அதிகாரிகளுக்கும் இந்தியாவில் இருந்த கோட்டைகளைக் காவல் காத்த சாதாரண பிரிட்டிஷ் படை வீரர்களுக்கும் இந்தியா 'போர் பணிக்கொடை களாக' 35 லட்சம் பவுண்டு வழங்கியது. மேலும் ஒரு 1.31 கோடி பவுண்டு இந்திய வரிகளில் இருந்து போர் நடவடிக்கைகளுக்காகக் கொடுக்கப் பட்டது. அந்த நேரத்தில் பணம், பொருள் மற்றும் சேவைகளாக இந்தியாவின் பங்கு 14.62 கோடி பவுண்டை எட்டியதாகக் கணக்கிடப்

பட்டிருந்தது. இன்றைய பணமதிப்பில் இது 5,000 கோடி பவுண்டு ஆகும் (இந்தியாவின் பங்களிப்பு இன்னும் அதிகம் என சில ஆய்வுகள் தெரிவிக்கின்றன).

ஐரோப்பாவில், நீண்ட பதுங்குகுழிகளில் பயங்கரங்களில் சிக்கிய முதல் பலி ஆடுகளில் இந்திய ராணுவ வீரர்களும் இருந்தனர். இரண்டாம் ஆண்டுக்குள் போர் அடியெடுத்து வைப்பதற்கு முன்னாலேயே அவர்கள் கொத்துக் கொத்தாகக் கொல்லப்பட்டனர். ஜெர்மனியின் பல்வேறு தாக்குதல்களை அவர்கள் எதிர்கொண்டனர். போர் ஆரம்பமாகி வெகு விரைவிலேயே (1914 இலையுதிர் காலத்தில்) யெப்ரசில் ஜெர்மானிய படைகளின் முன்னேற்றத்தை இந்திய ஜவான்கள் தடுத்து நிறுத்தினர். அப்போதும் பிரிட்டிஷார் தங்களுடைய சொந்தப் படைகளுக்கு ஆள் எடுத்துக்கொண்டும், பயிற்சி அளித்துக் கொண்டும்தான் இருந்தனர். ஃபிரான்ஸின் நெவியூ சேப்பலில் வீணான வீர சாகசங்களில் ஈடுபட்ட போது நூற்றுக்கணக்கானோர் கொல்லப்பட்டனர். தவறாகச் சிந்திக்கப் பட்டு, மோசமாகத் திட்டமிடப்பட்ட தாக்குதலுக்கு கட்டளையிட்ட சர்ச்சிலின் பிழையால் காலிப்போலியில் ஆயிரத்துக்கும் அதிகமானோர் இறந்தனர். கிரிமியப் போரில் கையாளப்பட்ட உத்தி ஒன்றை நினைவூட்டும் வகையில் அது இருந்தது. ஜெர்மனியின் கூட்டணி நாடான உதுமானியப் பேரரசுக்கு எதிராக ஏறக்குறைய 7 லட்சம் இந்திய சிப்பாய்கள் போரிட்டனர். அவர்களில் பலர் பிரிட்டிஷ் பேரரசைப் பாதுகாப்பதற்காகத் தங்கள் சக மதத்தினருக்கு எதிராகவே ஆயுதங்களைத் தூக்கிய இந்திய முஸ்லிம்கள்!

ஃபிரான்ஸிலும் பெல்ஜியத்திலும் இருந்த இந்திய ராணுவ வீரர்கள் தங்கள் தாயகத்தின் கிராமங்களில் இருந்த குடும்பத்தினருக்கு அனுப்பிய கடிதங்கள் கலாசார இடப்பெயர்ச்சி மற்றும் அவலம் பற்றிய கதையை உருக்கமான மொழியில் கூறுகின்றன. 'பருவகால மழைபோல் குண்டுகள் பொழிந்து கொண்டிருக்கின்றன' என ஒரு கடிதம் தெரிவித்தது. மற்றொரு கடிதத்தில், 'அறுவடையான சோளத் தட்டைகள் கிடத்தப்பட்ட வயல் போல் நாட்டை பிணங்கள் மூடியிருக்கின்றன' என்று எழுதப் பட்டிருந்தது.

இந்த மனிதர்கள் எல்லாம் வீரர்கள் என்பதில் சந்தேகமே இல்லை. தங்களுக்கு பழக்கமில்லாத கொடிய மற்றும் கடுங்குளிர் பருவநிலைகளில், தங்களுக்கு முன்பின் தெரியாத ஓர் எதிரியை எதிர்த்துப் போரிடுவதற்காகப் போயிருந்தனர். அதுவரை அறிமுகமாகாத தேசங்களில் நடந்த போர்களில் அவர்கள் வலுக்கட்டாயமாக ஈடுபடுத்தப் பட்டனர். எந்தப் பயனும் இல்லாத ஒன்றுக்காக நாள்தோறும் தங்கள் வாழ்வையே பணயம் வைத்தனர். என்றாலும் போர் முடிந்தவுடன் அவர்களைக் கண்டு கொள்ள யாருமே இல்லை. யாருக்காக போரிட்டார்களோ அவர்கள் (பிரிட்டிஷார்) இந்தியர்களைப் புறக்கணித்தனர். எந்த நாட்டில் இருந்து (பிரிட்டிஷ் இந்தியா) அவர்கள் வந்தார்களோ அதுவும் அவர்களை

கைவிட்டது. அதற்கான காரணங்களில் ஒன்று என்னவென்றால், அவர்கள் தங்களுடைய சொந்த நாட்டுக்காகப் போரிடவில்லை. ராணுவ வீரர்களில் யாருமே கட்டாயப் பணிப் பட்டியலில் இல்லை: ராணுவ சேவை என்பது அவர்களுடைய தொழில். தாயகத்தில் தங்களுடைய சொந்த மக்களையே நசுக்கிக் கொண்டிருந்த பிரிட்டிஷ் ஏகாதிபத்தியத்துக் காக அவர்கள் போரிட்டார்கள்!

இந்தியர்கள் கொடுக்கும் அசாதாரண ஆதரவுக்காக, போரின் முடிவில் இந்தியாவுக்கு சுயாட்சியை வழங்குவதாக ஏற்கனவே பிரிட்டிஷார் போலியான வாக்குறுதி ஒன்றைத் தந்திருந்தனர். அந்த வாக்குறுதியை மட்டும் அவர்கள் காப்பாற்றி இருந்தால், முதல் உலகப்போரில் இந்திய ராணுவ வீரர்கள் செய்த தியாகங்கள் அனைத்தும் தாயகத்தின் விடுதலைக் காக அவர்கள் செய்த பெரும் பங்களிப்பாகவே நம் நாட்டில் பார்க்கப் பட்டிருக்கும்.

ஆனால், பிரிட்டிஷார் தங்கள் வாக்கைக் காப்பாற்றவில்லை. ஏற்கனவே நாம் கண்டதுபோல், 1915 ஜனவரியில் தென்னாப்பிரிக்காவில் இருந்து (நமது நலனுக்காக) தாய்நாட்டுக்குத் திரும்பிய மகாத்மா காந்தி, போயர் போரில் பிரிட்டிஷாரை ஆதரித்ததுபோல் முதல் உலகப்போரிலும் ஆதரவு அளித்தார். 'இந்த ஒரு காரியத்தின் மூலம் (பிரிட்டிஷாரின்) மிக அபிமான கூட்டாளியாக இந்தியா மாறும். அத்துடன் நிறவெறி வேற்றுமைகள் எல்லாம் பழங்கதையாகும் என நம்புவதாக' அவர் எழுதினார். சர் ரவீந்திரநாத் தாகூர் தேசியவாதத்தைக் கொஞ்சம் அதிகமாகவே எள்ளி நகையாடினார்: 'பசித்திருக்கும் நாம், கந்தலாடை அணிந்த கீழை உலக ஏழைகளான நாம் மனிதகுலம் முழுமைக்குமான சுதந்திரத்தை வெல்லப் போகிறோம்' என போர் நடந்தபோது எழுதினார். 'நம்முடைய மொழியில் 'தேசம்' என்பதற்கு ஒரு வார்த்தையுமே இல்லை' எனக் குறிப்பிட்டார்.

போர்ச் செலவுகளுக்காக விதிக்கப்பட்ட கடுமையான வரிகளால் இந்தியாவே உருக்குலைந்து போயிருந்தது. அதனுடன் கடும் விலைவாசி உயர்வும் வந்து சேர்ந்து கொண்டது. அதே சமயம் போரால் ஏற்பட்ட வர்த்தகத் தடைகள் மிகப் பெரிய பொருளாதார இழப்புகளுக்கு வழிவகுத்தன. இவையெல்லாம் போதாது என்று குளிர் ஜுரம் கொள்ளை நோய் ஒன்று உக்கிரமடைந்து வந்ததால் இந்தியா திணறியது. அந்தக் கொள்ளை நோய் லட்சக்கணக்கான உயிர்களைக் காவு வாங்கியது. அந்த நிலையில், இந்திய தேசியவாதிகள், 1917 மாண்டேக் பிரகடனத்தைப் புரிந்து கொண்டிருந்தபடி, போரின் முடிவில் இந்தியாவுக்கு டொமினியன் அந்தஸ்து கிடைக்கும் என்றே பரவலாக எதிர்பார்த்துக் காத்திருந்தனர்.

ஆனால், அப்படி எதுவும் நடக்கவில்லை. பிரிட்டன் வெற்றி வாகை சூடும் விதமாகப் போர் முடிந்தபோது, ஏற்கனவே உறுதி அளிக்கப்பட்டிருந்த அந்த வெகுமதி மறுக்கப்பட்டது. சுயாட்சிக்கு பதிலாக பிரிட்டிஷார் 1918-ல் மோசடி மாண்டேக்-செம்ஸ்ஃபோர்டு சீர்திருத்தங்களைக் கொண்டுவந்தனர். அது அனைத்து அதிகாரங்களை

யும் பிரிட்டிஷார் கரங்களிலேயே மீண்டும் ஒப்படைத்தது. மோசடியாக, மிகச் சாதாரணமான விவகாரங்களில் மட்டும் குறைந்த அதிகாரங்களை இந்தியர்களிடம் வழங்கியது. இந்தியர்களுக்கு அது ஏமாற்றமாக இருந்த நிலையில், நியாய உணர்வு கொண்ட பிரிட்டிஷார் சிலரும் அப்படியே நினைத்தனர். அப்போது பிரிட்டிஷ் எம்.பி. டாக்டர் ரூதர்ஃபோர்டு அறிவித்தார்:

> போரில் இந்தியா அளித்த விலை மதிக்க முடியாத சேவைக்கான கைமாறாக, உலக வரலாறில், இப்படி இந்தியாவுக்கு இங்கிலாந்து செய்தது போல், பெரும் மக்களினம் ஒன்றின் மீது ஒரு பெரும் பித்தலாட்டம் ஒருபோதும் நடந்ததே இல்லை. இத்தகைய சிறுமையான, களங்கமான, ஜனநாயக விரோத, சர்வாதிகார அரசியலமைப்பை நாம் இந்திய தேசத்துக்குக் கொடுத்தோம்.

ஆக, மேலும் அதிக ஜனநாயகத்தை வழங்குவதற்கு மாறாக பிரிட்டிஷார் நேர் எதிர் திசையில் சென்றனர். தற்காலிக போர் நிறுத்தத்தின்போது விலக்கப்பட்டிருந்த பேச்சு சுதந்திரம், பொதுக்கூட்டம் மீதான போர்க்கால கட்டுப்பாடுகள் அனைத்தையும் அடக்குமுறை ரௌலட் சட்டம் (1919) மூலம் இந்தியா மீது அவர்கள் மீண்டும் திணித்தனர்.

அரசியல் செயல்வீரர்களை விசாரணையின்றிச் சிறையில் தள்ளுவது, பிரிட்டிஷ் ஏகாதிபத்தியத்துக்கு எதிராக துரோகம் செய்ததாக சந்தேகம் எழும் பட்சத்தில் எந்த ஒரு தனிநபரையும் பிடியாணை இன்றிக் கைது செய்வது, பத்திரிகைகளுக்கு வாய்ப்பூட்டு மற்றும் தணிக்கை போன்ற நடவடிக்கைகள் மூலம் பேரரசுக்கு எதிரான 'கலகங்களை' ஒடுக்க அந்தச் சட்டம் வைஸ்ராய் அரசாங்கத்துக்கு அசாதாரண அதிகாரங்களை வழங்கியது. வெறும் சந்தேகத்தின் அடிப்படையிலேயே இந்தியர்களைக் கைது செய்யவும், ஆலோசனைக்கோ மேல் முறையீட்டுக்கோ உரிமை எதுவும் இன்றி ரகசியமாக விசாரிக்கவும் அந்தச் சட்டம் அதிகாரிகளுக்கு அனுமதி வழங்கி இருந்தது.

ஸ்பெயின் நாட்டில் பழைய கத்தோலிக்கப் பாரம்பரியங்களைக் காக்க எழுந்த இயக்கத்தின் படுமோசமானஅநீதிவிசாரணைகளைப் போன்ற (Spanish Inquisition) நடைமுறைகளுக்கு திரும்புவதாக அது இருந்தது. அதாவது, குற்றம் தொடர்பான எந்த முறையான விசாரணையும் நடத்தப் படாமல், குற்றம்சாட்டப்பட்டவர்களுக்கு எந்த உரிமையும் வழங்காமல் தீர்ப்புகள் வழங்கப்பட்டன. தங்களுடைய அரசியல் விதியை தாங்களே தீர்மானிக்கும் உரிமையை இப்போதுதான் பெற்றுவிட்டதாக நினைத்த மக்களுக்கு எதிராக அது அமைந்தது.

படுபாதகமான அந்தச் சட்டத்தை எதிர்த்து பொதுமக்கள் நடத்திய போராட்டங்கள் ஈவு இரக்கமின்றி நசுக்கப்பட்டன. அதில் மிக மோசமான சம்பவமாக ஜாலியன் வாலாபாக் படுகொலை அமைந்தது. 1919 ஏப்ரல் மாதத்தில், ஆயுதமின்றிக் கூடிய நூற்றுக்கணக்கான அப்பாவி மக்கள்

கொடூரமாகக் கொல்லப்பட்டனர். இது பற்றி நாம் 3 மற்றும் 4-ஆம் அத்தியாயங்களில் இன்னும் விரிவாகக் காணலாம்.

அமிர்தரஸில் பிரிகேடியர் ஜெனரல் ரெஜினால்டு டையர் அசாதாரணமான மிருகத்தனத்தையும் நிறவெறியையும் வெளிப்படுத்தினார். என்றாலும் பிரிட்டிஷார் அவரை 'ஹீரோ' என புகழ்ந்தனர். அத்துடன் அவரது 'அருஞ்செயலுக்காக' பெரும் நிதி ஒன்றைத் திரட்டிக் கொடுத்தனர். ஆனால் அந்த சம்பவம் பிரிட்டிஷ் ஏகாதிபத்தியத்துக்கும், அதன் இந்தியக் குடிகளுக்கும் இடையே இறுதி முறிவைக் குறிப்பதாக அமைந்தது. 'இந்தியாவில் உள்ள பிரிட்டிஷ் குடிமக்கள் என்ற முறையில் நமது நிராதரவான நிலைக்கு' எதிராக சர் ரவீந்திரநாத் தாகூர் தன்னுடைய 'நைட்' பட்டத்தை பிரிட்டிஷாரிடம் திரும்ப ஒப்படைத்தார். பிரிட்டிஷ் ஆட்சியின் சாதக பாதகங்கள் பற்றி ஆரம்பத்தில் தாகூருக்கு இருந்த குழப்பம் அமிர்தசரஸ் சம்பவத்துக்குப் பின் மாறியது. 'அந்நிய இனம் ஒன்றால் ஆளப்படும் துரதிருஷ்டம் மூர்க்கத்தனமாகக் கலைந்த பிரமை' என அவர் அதை வர்ணித்தார். 'மிகக் கொடூரமாக துச்சமாக நடத்தப்பட்ட சூழ்நிலையில்' அவர்களுடைய 'கௌரவச் சின்னம்' ஒன்றை வைத்திருக்க அவர் விரும்பவில்லை.

இந்தியா தன்னுடைய அனைத்தையும் இழந்து, பதிலாக வெறுப் புணர்வுடன் கூடிய நிராகரிப்பையே சம்பாதித்த ஒரு போர்க்களக் கதையில் பிரிட்டிஷாரின் நயவஞ்சகம் இப்படி ஒரு கசப்பான முடிவையே தந்தது. மோசடி இங்கிலாந்திடம் இருந்து சுயாட்சியை ஒருபோதும் நியாயமாகப் பெறமுடியாது; அதைத் தர மனதில்லாமல் இறுக்கிப் பிடித்து வைத்திருக்கும் கரங்களில் இருந்து, சுதந்திரப் போராட்டம் மூலம் தட்டித்தான் பறிக்கவேண்டும் என்பதை இந்திய தேசியவாதிகளுக்குப் புரியவைத்தது.

●

மூன்றாம் அத்தியாயம்

ஜனநாயகம், ஊடகம், நாடாளுமன்ற முறை, சட்டத்தின் ஆட்சி

சுதந்திர ஜனநாயகம் தொடர்பான பிரிட்டிஷாரின் நிலைப்பாடு - மிகக் குறைவான ஊடக சுதந்திரம் - சுதந்திரமும் தடைக்கற்களும் - இந்தியச் செய்தித்தாள்களின் தோற்றம் - பிராந்திய ஊடக சட்டம் - தி இந்து - அம்ரிதா பஜார் பத்ரிக்காவும் காஷ்மீர் சித்திரமும் - 1910 ஊடக சட்டம் - இந்தியாவில் நாடாளுமன்ற முறை - 'சட்டத்தின் ஆட்சி': சித்ரவதையும் துவேஷமும் - ஆங்கிலேயர் இந்தியர்களைக் கொலை செய்வார்களா என்ன? - பெண்களுக்கு எதிரான சட்டங்கள் - நிறவெறி - 'குற்றப் பழங்குடியினர்' - இந்திய தண்டனைச் சட்டத்தில் காலனி ஆட்சியின் விருப்பு, வெறுப்புகள் திணிக்கப்படுதல், சட்டப்பிரிவு 377, உடலுறவுச் சுதந்திரம் - காலனி ஆட்சிக்கு அப்பாலும் வாழும் பிரிட்டிஷ் சட்டங்கள்

●

இந்தியாவில் காலனி சகாப்தத்தின்போது அரசியல் ஒருமைப்பாடு மற்றும் ஜனநாயக முறையை உருவாக்கினர் என்று பிரிட்டிஷாருக்கு ஆதரவாக ஒரு வாதம் சொல்லப்படுவதுண்டு. பிரிட்டிஷாரின் சிறந்த பங்களிப்பு ஜனநாயகத்தின் மூன்று முக்கிய கட்டமைப்புகளை தோற்று வித்ததில்தான் இருக்கிறது. அவை: சுதந்திர ஊடகம், ஆரம்பநிலை நாடாளுமன்ற முறை மற்றும் சட்டத்தின் ஆட்சி. காலனி சகாப்தத்தில் இருந்த இந்த முக்கிய மூன்று அம்சங்களையும் இன்றும் இந்தியா தக்க வைத்துக்கொண்டிருப்பதுடன், தனது சொந்த பாணியில் அவற்றைத் தொடர்ந்து மேம்படுத்தியும் வந்திருக்கிறது. இந்தியா செய்திருக்கும் மாற்றங்கள் மிக மிக முக்கியமானவை. எனவே அது ஆராய்ந்து பார்க்கத்தக்கதுதான்.

இராக்கில் நுழைய ஆயத்தமாகிக் கொண்டிருந்த அமெரிக்கா, பின் வாங்கும் ரஷியா, தாலிபான் சிதைவுற்ற நேரம், ஒளிந்து கொண்டிருந்த பின்லேடன் போன்ற விவகாரங்களுடன், சர்வதேச அளவில் மிக வலுவாக (மற்றும் தடுக்க முடியாததுபோல் தோன்றிய) உலகமய மாக்கல் 21-ஆம் நூற்றாண்டின் தொடக்கத்தில் தீவிரம் அடைந்திருந்தது. அந்த நேரத்தில் ஸ்காட்லாந்தைச் சேர்ந்த சர்ச்சைக்குரிய வரலாற்று ஆய்வாளர் நியால் ஃபெர்குஸன், 'ஏகாதிபத்தியம்: உலகை பிரிட்டன் எவ்வாறு உருவாக்கியது' என்ற நூலை வெளியிட்டார். நிகழ்கால உலகில் அவர் போற்றிப் புகழ விரும்பிய பல நன்மைகளின் வேர்கள் கடந்த காலத்தில் இருந்ததாக அந்த நூல் முன்வைத்தது.

இன்றைய உலகமயமாக்கலின் ஆரம்ப வடிவத்தை அதாவது கிழக்கிந்திய கம்பெனி வணிகம், காலனி ஆதிக்கம், கொஞ்சம் 'கிறிஸ்தவ இவாஞ்சலிக்க ஏகாதிபத்தியம்' ஆகிய மூன்றும் கலந்து பிரிட்டிஷார் ஏற்கெனவே மேற்கொண்டிருக்கிறார்கள். அதாவது, 'ஆங்கில உலகமயமாக்கல்' (குறிப்பாக Anglobalization எனும் ஏற்க முடியாத வார்த்தை) மூலம் 'உலகின் பெரும் பகுதிக்கு அது தன் மிக உன்னத மற்றும் ரசிக்கத்தக்க ஒன்பது நன்மைகளை அளித்தது. பிரிட்டனை மேன்மைப் படுத்தியதும் அவையேதான்: ஆங்கில மொழி, நில உடமையில் ஆங்கிலேய விதிமுறைகள், ஸ்காட்லாந்து-ஆங்கில பாணி வங்கித் தொழில், பொதுச்சட்டம், புராட்டஸ்ட்டன்ட் சமயம், குழு விளையாட்டுக் கள், 'இரவுக் காவலாளி அரசு', பிரதிநிதித்துவ ஆட்சி மன்றங்கள், கருத்து சுதந்திரம்' என அவர் குறிப்பிட்டுள்ளார். 'இறுதியாக ஏகாதிபத்தியத்தின் மிகச் சிறந்த அம்சம் என்னவென்றால் எப்போதெல்லாம் சர்வாதிகாரப் போக்கில் பிரிட்டிஷார் நடந்துகொண்டனரோ அப்போதெல்லாம் பிரிட்டிஷ் சமுதாயத்துக்குள் சுதந்திரமான விமர்சனங்களுக்கும் இடம் இருந்ததுதான்' என்று அவர் கூறுகிறார்.

ஃபெர்குஸன் (மற்றும் லாரன்ஸ் ஜேம்ஸ் போன்ற மற்ற ஆங்கில ஏகாதிபத்திய ஆதரவாளர்களின்) ஆய்வுகள் குறித்த விரிவான விவாதங்களுக்கு ஏழாம் அத்தியாயத்தில் நாம் மீண்டும் வருவோம். ஆனால், சுதந்திர ஜனநாயகம் என்ற கருத்துக்கு அவர்கள் உரிமை கோருவதுதான் இப்போது நம்மை மறுத்துப் பேசவைக்கிறது. 'உலகின் மிகப்பெரிய ஜனநாயக நாடான இந்தியா, தாராள ஜனநாயகத்துக்கு காரணம் பிரிட்டிஷ் ஆட்சிதான் என நாகரிகமாக ஒப்புக்கொள்வதைவிட இன்னும் அதிகமாக அதற்கு கடமைப்பட்டிருக்கிறது. இந்தியாவின் சிறந்த பள்ளிக்கூடங்கள், அதன் பல்கலைக்கழகங்கள், அதன் ஆட்சிப்பணி, அதன் ராணுவம், அதன் ஊடகம் மற்றும் அதன் நாடாளுமன்ற அமைப்பு எல்லாமே இன்னும் தெளிவான பிரிட்டிஷ் மாதிரிகளாகவே இருக்கின்றன... உலகில் பெரும்பாலான நாடுகள், இன்று இருப்பதுபோல், பிரிட்டிஷ் ஏகாதிபத்தியத்தின் தாக்கம் இல்லாமலேயே நாடாளுமன்ற ஜனநாயக முறைகளைப் பின்பற்றியிருக்கும் என நம்புவது கடினமாக இருக்கிறது' என மேலும் கூறுகிறார்.

இந்தியாவுக்கு அப்பால் ஆராயும் தனது பின்னாள் கட்டுரை ஒன்றில் ஃபெர்குஸன், பொருளாதார வரலாற்று ஆய்வாளர்களுக்கே உரிய பாணியில், 'உலக அளவில் சரக்குகள், உழைப்பு மற்றும் மூலதனத்தின் தாராளப் பரிவர்த்தனைகளுக்கு உத்தரவாதம் அளிப்பது மட்டுமல்லாமல், சந்தைகள் செயல்படத் தேவையான நிலைமைகள் அனைத்தையும் உருவாக்கிப் பராமரித்தது பிரிட்டிஷ் ஏகாதிபத்தியம். இவை இல்லாமல் அமைதி-ஒழுங்கு, சட்டத்தின் ஆட்சி, ஊழலற்ற நிர்வாகம், ஸ்திரமான நிதிக்கொள்கைகள், போக்குவரத்து வசதி போன்ற பொது நன்மைகள், மருத்துவமனைகள் மற்றும் பள்ளிக்கூடங்கள் இருக்க முடியாது' என திருப்திப்பட்டுக் கொள்கிறார். இங்கு பிரிட்டிஷ் பேரரசின் தாராளமயம்

என்பது அதன் குடிமக்கள் ஆகிறவர்கள், அதன் மூலம் பெரிய அளவில் பலன் அடைவார்கள் என்பதையே குறிக்கிறது. ஏகாதிபத்தியம் என்பது மைய அரசுக்கு மட்டுமல்லாமல் காலனி ஆதிக்கத்துக்கு உட்படுத்தப் படும் மக்களுக்கும் நன்மையையே அளிக்கிறது என்று ஃபெர்குஸன் சொல்கிறார். இந்தியாவில் பிரிட்டிஷ் ஆட்சி என்பது ஃபெர்குஸனின் ஆய்வு முடிவுக்கு ஆதாரமான ஒன்றாக இருக்கிறது. அதிகம் போற்றப் படும் தாராள ஜனநாயகக்கூறுகளை பிரிட்டன் வளர்த்ததை அதன் ஆதரவாளர்கள் அடிக்கடி சுட்டிக் காட்டுகின்றனர். (இதற்கு முந்தைய மற்றும் அடுத்த அத்தியாயங்களில் செய்திருப்பதுபோல்) அதன் உண்மைப் பின்னணியை இந்த அத்தியாயத்தில் நாம் பார்ப்போம்.

மிகக் குறைவான ஊடக சுதந்திரம்

இந்தியாவில் முதன் முதலில் செய்தித்தாள்களைத் தொடங்கியது பிரிட்டிஷாரே. ஒரு சுதந்திரக் குடிமகனுக்கு உரித்தான உரிமைகள் பற்றிய விழிப்புணர்வை உண்டாக்கும் வகையில் சுதந்திர ஊடகம் எனும் கருத்துருவை அறிமுகம் செய்தது பிரிட்டிஷாரே என்று அந்தப் பெருமை களை பிரிட்டிஷ் ஏகாதிபத்தியத்துக்கு வழங்கவே அதன் ஆதரவாளர் களும் பல விமர்சகர்களும் முற்படுகின்றனர். சுதந்திர ஊடகத்தின் விறுவிறுப்பான ஈடுபாடு இன்றி நாடு முழுவதுமாக இந்திய தேசியவாதமும் விடுதலை இயக்கமும் பரவியிருக்க முடியாது என்பது மறுக்க முடியாத உண்மை.

இந்தியத் துணைக்கண்டத்தில் முதல் அச்சுக்கூடம் 1550-ஆம் ஆண்டிலேயே போர்ச்சுக்கீசியர்களால் அறிமுகம் செய்யப்பட்டது. அது புத்தகங்களை மட்டுமே அச்சிட்டது. பம்பாயில் 1664-ல் தொடங்கப்பட்ட முதல் பிரிட்டிஷ் அச்சகமும் புத்தக அச்சாக்கத்தில் மட்டுமே ஈடுபட்டது. இந்தியாவில் முதல் செய்தித்தாள் அச்சாக ஒரு நூற்றாண்டுக்கு மேல் ஆனது. 1780-ல் ஜேம்ஸ் அகஸ்டஸ் ஹிக்கி 'தி பெங்கால் கெஸட்' அல்லது 'கல்கத்தா ஜெனரல் அட்வெர்டைஸர்' எனும் முதல் செய்தித்தாளை வெளியிட்டார். ஆனால், கிழக்கிந்திய கம்பெனி வெகு விரைவில் அவரது அசௌகரியமான கருத்துகளை சந்தேகத்துடன் பார்க்கத் தொடங்கியது. அதனால் கம்பெனிக்கு எரிச்சல் அதிகமாகிக்கொண்டே வர, இரண்டு ஆண்டுகளுக்குப் பின் 1782-ல் அவரது அச்சகம் பறிமுதல் செய்யப்பட்டது.

எனினும், இது மற்றவர்களைத் தடுத்து நிறுத்திவிடவில்லை. அதே வேளையில் அவர்கள் ஹிக்கி அளவுக்கு ஆக்ரோஷமாக இல்லை. வெகுவிரைவில் வரிசையாக பல பிரிட்டிஷ் செய்தித்தாள்கள் இந்தியாவில் அச்சேறத் தொடங்கின: கிழக்கிந்திய கம்பெனி தலைநகர் கல்கத்தாவில் தோன்றிய முதல் நான்கு செய்தித்தாள்கள்: 'தி கல்கத்தா கெஸட்' (1784), 'தி பெங்கால் ஜர்னல்' (1785) 'தி ஓரியண்டல் மேகஸீன் ஆஃப் கல்கத்தா' (1785), 'தி கல்கத்தா கிரானிக்கிள்' (1786) ஆகியவை.

பிறகு பிரிட்டிஷாரின் பிரதான வர்த்தக மையங்களான மற்ற இரண்டு இடங்களில் (பம்பாய், சென்னை) 1788-ல் 'தி மெட்ராஸ் கூரியர்' மற்றும் 1789-ல் 'தி பாம்பே ஹெரால்டு' ஆகிய செய்தித்தாள்கள் தொடங்கப் பட்டன. எனினும் அவை அனைத்துமே சிறிய ஐரோப்பிய இனம் ஒன்றின் எண்ணங்களை, குறிப்பாக வணிக நோக்கங்களையே பிரதிபலித்தன. துல்லியமாக இல்லை என்றாலும், கப்பல்கள் வந்து செல்லும் நேரங்கள் மற்றும் காலனி நிர்வாகத்தின் முன்னேற்றங்கள் பற்றிய பயனுள்ள தகவல் களைத் தந்தன. பிரிட்டிஷ் இந்தியாவில் அவை நிச்சயமாக செய்தித்தாள் கலாசாரத்தை தோற்றுவித்தன. அந்த ஆரம்ப செய்தித்தாள்களில் எதுவுமே தொடர்ந்து வெளிவரவில்லை. என்றாலும் பத்திரிகை கலாசாரத்தின் வேர் அழுத்தமாக ஊன்றப்பட்டது.

செய்தித்தாள்கள் பெருகுவதைக்கண்டு உஷாரான கிழக்கிந்திய கம்பெனி நிர்வாகம் எதிரிகளும் (பிரெஞ்சு நாட்டினர் உள்பட), விமர்சகர்களும் பத்திரிகையைத் தனக்கு எதிராகத் திருப்பிவிடும் ஆபத்து இருப்பதை எண்ணிக் கவலையடைந்தது. அதனையடுத்து வெல்லெஸ்லி பிரபு 1799 பத்திரிகை சட்டத்தில் தணிக்கை முறையை அறிமுகம் செய்தார். அது இந்தியாவின் அனைத்து செய்தித்தாள்களையும் 'வெளிவருவதற்கு முன்' அரசாங்கத்தின் தீவிர ஆய்வுக்கு உட்படுத்தியது. 1807-ல் இந்தச் சட்டம் விரிவுபடுத்தப்பட்டது. அதனால், செய்தித்தாள்கள், மாத-வார இதழ்கள், புத்தகங்கள், துண்டுப் பிரசுரங்கள் என அனைத்து அச்சு வெளியீடுகளுமே கண்காணிப்பு வரம்புக்குள் கொண்டு வரப்பட்டன. கட்டுக்குள் வர மறுத்த சில பத்திரிகை அலுவலகங்கள் இழுத்து மூடப்பட்டன. 'இண்டியன் வேர்ல்டு', 'பெங்கால் கெஸட்', 'கல்கத்தா ஜர்னல்' ஆகிய செய்தித்தாள் களின் ஆசிரியர்கள் கிழக்கிந்திய கம்பெனியின் அதிகாரிகள் மற்றும் கொள்கைகளைக் கடுமையாக விமர்சித்ததற்காகக் கைது செய்யப்பட்டு, இங்கிலாந்துக்கு நாடு கடத்தப்பட்டனர். இந்தியாவில் பத்திரிகை சுதந்திரம் என்ற கருத்துக்கு நம்பகமான, நல்ல தொடக்கமாக அது இருந்திருக்கவில்லை.

எனினும், விரைவில் கிழக்கிந்திய கம்பெனியின் பிடிக்குள் இந்தியா முழுமையாகச் சிக்கியபோது, அதன் ஐரோப்பிய போட்டியாளர்களின் அச்சுறுத்தல்கள் மறைந்தபோது பத்திரிகைகள் மீதான கடும் கட்டுப்பாடுகள் தளர்த்தப்பட்டன. இங்கிலாந்தில் செழித்து வளர்ந்து கொண்டிருந்த பத்திரிகை சுதந்திரமும் இங்கே பிரதிபலிக்கத் தொடங்கியது. ஆனால், செய்தித்தாள் வெளியீட்டாளர்களின் இறப்பு அல்லது வெளியேறுதல், படித்தவர்கள் குறைவு போன்ற காரணங்களால் தொழில் லாபகரமாக இல்லை.

சில நேரங்களில் பத்திரிகை ஆசிரியர்களும், மற்ற பணியாளர்களும் தங்கள் பணியில் ஊக்கம் இழந்தனர். போதிய அளவு வேறு ஊழியர்கள் கிடைக்காதது போன்ற பல்வேறு காரணங்களாலும் ஆரம்ப கால செய்தித்தாள்கள் பல காணாமல் போயின. எனினும் மற்ற

செய்தித்தாள்கள் தப்பிப் பிழைத்ததோடு சில பத்திரிகைகள் தம்மை அழுத்தமாக நிறுவிக் கொண்டன: பம்பாயில், 1838-ல் ‘தி டைம்ஸ் ஆஃப் இந்தியா’ தொடங்கப்பட்டது. கல்கத்தாவில், 1875-ல் ‘ஸ்டேட்ஸ்மென்’ இதழ் பிறந்தது (ஆனால் 1818-ல் உருவான ‘ஃப்ரென்ட் ஆஃப் இந்தியா’வை தன்னுடன் இணைத்துக்கொண்டது). செய்தித்துறையின் நம்பகமான தூண்களாகத் தம்மை நிறுவிக்கொண்ட இந்தப் பத்திரிகைகள் பிரிட்டிஷ் பேரரசின் நலன்களில் உறுதியான அக்கறை கொண்டிருந்தன. ஆனால் அதன் கொள்கைகள் மற்றும் நடவடிக்கைகளைப் பொறுப்புள்ள முறையில் விமர்சிக்கும் துணிவு பெற்றிருந்தன.

வட இந்தியாவில் பிரிட்டிஷ் ஏகாதிபத்தியம் விரிவடைந்தபோது லக்னோவில் ‘தி பயோனீர்’ தொடங்கப்பட்டது. காலனி ஆட்சியில் மும்மூர்த்திகளாக இருந்த செய்தித்தாள்களில் மூன்றாவதாக இருந்த அதன் கண்ணோட்டங்கள் பெரும்பாலும் இந்தியாவில் இருந்த பிரிட்டிஷ் இனத்தின் எண்ணங்களைப் பிரதிபலித்ததாகக் கருதலாம்.

எனவே, இந்தியாவில் செய்தித்தாள்களை முதன் முதலில் தோற்று வித்தது பிரிட்டிஷார்தான் என்பதைக் கண்டிப்பாக ஒப்புக் கொண்டே ஆகவேண்டும். காலனி ஆட்சிக்கு முன் இங்கு பத்திரிகைகள் நிச்சயமாக அறியப்பட்டிருக்கவில்லை. ஆங்கிலக் கல்வி பெற்ற மிகக் குறைந்த மேட்டுக்குடி மக்கள் மற்றும் அவர்களைப் பின்பற்றியவர்களுக்காக ஆங்கிலத்திலும், உள்நாட்டு மக்களுக்காக பிராந்திய மொழிகளிலும் பத்திரிகைகளைத் தொடங்க இந்தியர்களை அனுமதித்த பெருமை பிரிட்டிஷாரையே சாரும். 1822-ல் குஜராத்தி மொழியில் ‘பாம்பே சமாச்சார்’ தொடங்கப்பட்டது (இன்றும் வெளிவந்து கொண்டிருக்கும் இந்த பத்திரிகை, அச்சில் உள்ள ஆசியாவின் பழம்பெரும் செய்தித்தாள் என தன்னைப் பெருமையுடன் கூறுகிறது). அதற்குப் பின் ஏறத்தாழ அரை நூற்றாண்டுக்குப் பின், கல்கத்தாவில், வங்காளிகளுக்குச் சொந்தமான, ‘தி பெங்காலி’, ‘அம்ரிதா பஜார் பத்ரிகா’ ஆகிய இரண்டு செய்தித்தாள்கள் தோன்றின. 1879-ல் பிறந்த ‘தி பெங்காலி’யை பின்னர் சுரேந்திரநாத் பானர்ஜி (இந்திய ஆட்சிப்பணியை விட்டு வந்த பிறகு) வாங்கி 37 ஆண்டுகள் அதன் ஆசிரியராக இருந்தார். 1868-ல் அவதரித்த, அஞ்சாத ‘அம்ரிதா பஜார் பத்ரிகா’ முதலில் வங்காள மொழியில் வெளிவந்தது. பின்னர் சிறிது காலத்துக்கு இருமொழி வார இதழாக வெளியிடப் பட்டது. பிறகு, 1878-ல் தேசிய உணர்வுகளைப் பிரதிபலிப்பதற்காக ஆங்கில செய்தித்தாளாக மாறியது. காங்கிரஸ் ஆதரவு குரலாக ஒலித்த துணிகர ‘அம்ரிதா பஜார் பத்ரிகா’ இருபதாம் நூற்றாண்டின் இறுதிப்பகுதி வரை வந்தது. 1986-ல் நின்றது.

இந்தியர்களுக்குச் சொந்தமான மற்ற ஆங்கில செய்தித்தாள்கள் இந்திய வாசகர்களை மையப்படுத்திச் செயல்பட்டன. எனினும் தமது கருத்துகளில் பிரிட்டிஷ் அதிகாரிகள் உரிய கவனம் செலுத்துகிறார்களா என்பதில் கவனமாக இருந்தன; இது விடுதலை போராட்ட இயக்கத்தில்

அவற்றின் செல்வாக்கைத் தொடர்ந்து அதிகரிக்க வைத்தது. இதில் மிக குறிப்பிடத்தக்க பத்திரிகை எதுவென்றால் மெட்ராஸில், 1878-ல் வார இதழாக உருவான 'தி இந்து'தான். 1889-ல் தினசரியாக மாறிய அதை பொறுப்புள்ள இந்திய வெகுஜன கருத்துகளின் குரலாக பிரிட்டிஷார் நீண்ட காலத்துக்கு மதித்தனர். ('தி இந்து'வின் முதல் இதழ் மொத்தம் 80 பிரதிகள் அச்சிடப்பட்டது. 4 சட்டக்கல்லூரி மாணவர்கள் மற்றும் 2 ஆசிரியர்கள் அடங்கிய குழு வாங்கிய 'ஒரு ரூபாய், எட்டணா' முதலீடு மூலம் அது நடந்தது).

இருபதாம் நூற்றாண்டின் தொடக்கத்தில் இந்திய தேசியவாதிகள் தங்களுடைய கருத்துகளை உறுதிபடத் தெரிவிக்கும் நோக்கத்துடன் செய்தித்தாள்களைத் தொடங்கினர். அவற்றுள் மிகச்சிறந்து விளங்கிய செய்தித்தாள்கள்: முன்னாள் காங்கிரஸ் தலைவர் சர் பெரோஸ் ஷா மேத்தா 1910-ல் நிறுவிய 'பாம்பே கிரானிக்கிள்', காங்கிரஸ் அபிமான பிர்லா வணிக குடும்பம் 1924-ல் தொடங்கிய 'இந்துஸ்தான் டைம்ஸ்', ஜவாஹர்லால் நேரு 1938-ல் தொடங்கிய 'நேஷனல் ஹெரால்டு' ஆகியவை. இரண்டாம் உலகப்போர் சமயத்தில் அரசியலில் அதிர்ஷ்டக் காற்று வீசத் தொடங்கியபோது, 1941-ல் கராச்சியிலும் டெல்லியிலும் முகம்மது அலி ஜின்னா வெளியிட்ட 'டான்' (Dawn) இதழுடன் முஸ்லிம் லீக்கும் இதில் இணைந்துகொண்டது.

1875-ஆம் ஆண்டை நெருங்கியபோது இந்தியாவில் மொத்தம் 475 செய்தித்தாள்கள் வெளிவந்து கொண்டிருந்ததாகத் தெரிகிறது. அவற்றுள் பெரும்பாலான செய்தித்தாள்கள் இந்தியர்களுக்குச் சொந்தமானவை. மேலும் அவர்களே பத்திரிகை ஆசிரியர்களாகவும் இருந்தனர். அந்த செய்தித்தாள்கள், அன்றைய மொத்த மக்கள்தொகையில் 10 சதவிகித அளவுக்கே இருந்த எழுத்தறிவு பெற்ற சிறிய எண்ணிக்கையிலான நபர்களுக்குச் சேவை செய்தன. ஆனால், இந்தப் பிரிவினருக்கு அப்பாலும் அவற்றின் செல்வாக்கு பரந்து விரிந்திருந்தது. வெளிவந்த செய்திகளும் கண்ணோட்டங்களும் வாய்மொழியாகப் பரவின. இந்தியாவில் அப்போதுதான் துளிர் விட்டிருந்த நூலக இயக்கமும் இதற்கு உதவியது. பொது வாசகசாலைகளும் இதில் பெரும் பங்காற்றின. அதனால் விற்பனையாகும் ஒவ்வொரு பிரதியும் குறைந்தபட்சம் ஒரு டஜன் வாசகர்களைச் சென்றடைந்தது.

செய்தித்தாள்கள் அனைத்தும் பெரிய நகரங்களில் மட்டுமே அச்சாகி, வெளிவந்து கொண்டிருந்தாலும், அடுத்து பல்வேறு பதிப்புகள் பின்தொடர்ந்தன. ஆர்வத்துடன் காத்திருந்த சிறிய நகரங்களுக்கும் கிராமங்களுக்கும் அவை சில நேரங்களில் மூன்று தினங்கள் தாமதமாகப் போய்ச்சேர்ந்தன. அங்கிருந்தவர்கள் அந்த பத்திரிகைகளுக்காகக் காத்திருந்து ஆவலுடன் வாங்கிப் படித்தனர். இந்தியாவில் தேசியவாத உணர்வுகள் தோன்றவும் வளரவும் பத்திரிகை ஊடகம் குறிப்பிடத்தக்க பங்கு வகித்தது என்பதில் சந்தேகமே இல்லை. பரவலான பொது

விழிப்புணர்வு என்ற கருத்தைத் தோற்றுவித்ததுடன், காலனி நிர்வாகத்தின் பல குளறுபடிகளை அவை அம்பலப்படுத்தின. அத்துடன் பிரிட்டிஷ் ஆட்சியின் பல்வேறு அம்சங்களுக்கு எதிர்ப்பை உருவாக்குவதில் முக்கிய பங்கு வகித்தன.

இதனால், பிரிட்டிஷ் அதிகாரிகள் உஷாரானார்கள்: இந்திய மொழி செய்தித்தாள்களை முறைப்படுத்தும் நோக்கத்துடன் லிட்டன் பிரபு 1878-ல் பிராந்திய மொழிகள் பத்திரிகை சட்டத்தைக் கொண்டு வந்தார். அதேநேரத்தில் அவரது அரசாங்கம் ஆங்கில செய்தித்தாள்களின் மீது கனிவான பார்வை கொண்டிருந்தது (இந்த புதிய சட்டத்தின் பிடிக்குள் சிக்குவதைத் தவிர்க்கவே ஒரே இரவில் 'அம்ரிதா பஜார் பத்ரிகா' ஆங்கில செய்தித்தாளாக மாற்றப்பட்டது!). என்றாலும் இந்தக் கடுமையான தணிக்கையும் அடக்குமுறையும் தாயகத்தில் உள்ள பிரிட்டிஷ் பொது மக்களிடம் அதிருப்தியை ஏற்படுத்தியது. அதனால் அதிகாரிகள் எச்சரிக்கையுடன் நடக்க வேண்டியிருந்தது. எனினும் பிரிட்டனுக்குப் பெரும் ஆபத்து உருவாகும் வேளைகளில், குறிப்பாக போர்க்காலங் களிலும், தேசிய எழுச்சி ஏற்படும் சமயங்களிலும் பிரிட்டிஷ் பேரரசின் நலன்களைக் கருத்தில் கொண்டு பத்திரிகை துறை நேரடியாக நசுக்கப் பட்டது (ரௌலட் சட்டம் நினைவுக்கு வருகிறது). மற்ற சமயங்களில் பெரும்பாலும் பிரிட்டிஷ் நிர்வாகம் மீதான பரவலான விமர்சனங்களுக்கு அனுமதி அளிக்கப்பட்டது.

உண்மையில், இந்தியாவின் பிராந்திய மொழி இதழ்கள் எல்லாம் கடுமையாக இகழ்ந்து, இடித்துரைக்கும் சுதந்திரம் கொண்டிருந்தன: உதாரணமாக, 1889-ல் 'ஹலிஷாஹர் பத்ரிகா' எனும் வங்காள செய்தித்தாள் பிரிட்டிஷ் லெப்டினன்ட் கவர்னர் சர் ஜார்ஜ் கேம்ப் பெல்லை, 'ரோமம் நிறைந்த உடல் கொண்ட கோமாளி கேம்ப்பெல்... அவரது கண்கள் கோபத்தில் மின்னுகிறது. மேலும் அவரது வால் தீப்பற்றி எரிகிறது' என வர்ணித்தது. ஆனால் அதன் காலனி எதிர்ப்புவாதம் இன்னும் தெளிவான அரசியல் தொனி கொண்டிருக்குமேயானால், உதாரணமாக இந்தியாவில் பிரிட்டிஷ் ஆட்சி பற்றி கேள்வி எழுப்புவதும், அதை தூக்கி எறிய அழைப்பு விடுப்பதுமாக இருந்திருந்தால் ஆங்கில அதிகாரிகள் மௌனமாக சகித்துக்கொண்டு இருந்திருக்க மாட்டார்கள்.

பத்திரிகைகள் கொஞ்சம் சுதந்திரமாகச் செயல்பட முடிந்த காலகட்டம் ஒன்றில், இந்திய தேசியவாத ஊடகம் ஒரு வில்லங்கமான துணிகரச் செயலைச் செய்தது. அதன் நீட்சி இன்றும் இந்தத் துணைக்கண்டத்தைப் பீடித்துக் கொண்டிருக்கிறது. 1891-ல் அம்ரிதா பஜார் பத்ரிகாவின் நிருபர் ஒருவர் வைஸ்ராய் லேன்ட்ஸ்டவுனின் அலுவலகத்தில் குப்பைக் கூடை ஒன்றை ஆராய்ந்தார். அதில் அவர் சுக்கு நூறாகக் கிழிக்கப்பட்டுக் கிடந்த கடிதம் ஒன்றைக் கண்டார். மிக சிரமத்துடன் அந்தக் கடிதத் துண்டுகளை இணைத்துப் படித்தபோது அதிர்ச்சித் தகவல் ஒன்று தெரிய வந்தது. இந்து மகாராஜா ஆண்டு கொண்டிருந்த, முஸ்லிம் பெரும்பான்மை

சமஸ்தானமான ஜம்மு-காஷ்மீரை இணைக்கும் வைஸ்ராயின் திட்டம் பற்றி போதிய விவரங்கள் அதில் இருந்தன. பிரிட்டிஷ் அதிகாரிகளை அதிர வைக்கும் வகையில் அம்ரிதா பஜார் பத்ரிகா அந்தச் செய்தியை முதல் பக்கத்தில் வெளியிட்டது.

அந்த செய்தித்தாள் காஷ்மீர் மகாராஜாவைச் சென்றடைந்தது. அவர் உடனடியாகக் கடும் எதிர்ப்பைக் காட்டினார். சற்றும் தாமதிக்காமல் லண்டனுக்குச் சென்று சம்பந்தப்பட்ட அதிகாரிகளிடம் கடுமையாக வாதாடினார். தனது சமஸ்தானத்தின் சுதந்திர அந்தஸ்து குறித்து அவர்களுடைய முன்னோர்கள் அளித்த உத்தரவாதங்களை மதிக்குமாறு அறிவுறுத்தினார். அதில் வெற்றியும் பெற்றார். காலனி ஆதிக்க வாதிகளின் சதித்திட்டங்களை முறியடித்ததற்காக அம்ரிதா பஜார் பத்ரிகாவை இந்திய தேசியவாதிகள் பாராட்டினர். அந்த விஷயம் அம்பலமாகி இருக்காவிட்டால் காஷ்மீர் ஒரு சுதந்திர சமஸ்தானமாக இருந்திருக்காது. மேலும் 1947-ல் இந்தியா விடுதலை பெற்றபோது தனக்குப் பிடித்த நாடு மற்றும் நிபந்தனைகளைத் தேர்வு செய்யும் உரிமை களையும் பெற்றிருக்க இயலாது. அதனால் பிரிட்டிஷ் இந்தியாவின் ஓர் அங்கமாகவே அது இருந்திருக்கும். பின்னர் தேசப்பிரிவினையின்போது பிரிட்டிஷ் பேனா இந்திய வரைபடத்தில் எவ்வித பொறுப்பும் இன்றி அதை தன் இஷ்டத்துக்கு இடம் மாற்றியிருக்கக்கூடும். 'காஷ்மீர் பிரச்னை'யின் பரிமாணங்கள் குறித்து இன்று வேறுவிதமாகப் பார்க்க வேண்டிய நிலை ஏற்பட்டிருக்கும்.

என்றாலும், லேன்ட்ஸ்டவுன்-அம்ரிதா பஜார் பத்ரிகா விவகாரம் ஒரு விதிவிலக்குதான்: ஏனென்றால் பெரும்பாலான சமயங்களில் இந்திய ஊடகம் கடுமையான கெடுபிடிகளின் கீழ்தான் செயல்பட்டது. வெகுஜன அபிப்பிராயங்களின் மீது பத்திரிகை ஆசிரியர்கள் செலுத்தும் செல்வாக்கைக் கட்டுப்படுத்த 1910-ல் திருத்திய பத்திரிகைச் சட்டம் கொண்டு வரப்பட்டது; பிரிட்டிஷாருக்கு அது இந்திய பத்திரிகைகளை கட்டுப்படுத்தும் மிக முக்கிய கருவியானது. அதன் விதிமுறைகளின்படி, நிறுவப்பட்ட செய்தித்தாள் அல்லது அச்சகம் பாதுகாப்பு டெபாசிட் தொகையாக ஐந்தாயிரம் ரூபாய் வரை செலுத்த வேண்டியிருந்தது (அந்தக் காலத்தில் இது மிகப்பெரிய தொகை); புதிய பத்திரிகை என்றால் இரண்டாயிரம் ரூபாய் வரை செலுத்த வேண்டும். அரசுக்கு ஒவ்வாத செய்தி ஏதேனும் வெளியிடப்படும் பட்சத்தில் அந்த டெபாசிட் தொகை பறிபோய்விடும். மேலும் பத்திரிகை அலுவலகம் இழுத்து மூடப்பட்டு, அதன் உரிமையாளர்கள் மற்றும் ஆசிரியர்கள் தண்டிக்கப்படுவார்கள். இதற்கு உதாரணமாக, காங்கிரஸ் தலைவரான அன்னி பெசன்ட், சுதேசி ஆட்சியை வலியுறுத்தி எழுதி வந்த தனது செய்தித்தாளுக்காக பாதுகாப்பு டெபாசிட் தொகை செலுத்த மறுத்ததற்காகவும் அதன் மூலம் சட்டத்தை மீறியதற்காகவும் கைது செய்யப்பட்டதைக் கூறலாம்.

அதிகாரிகளுடன் மேற்கொண்ட உடன்படிக்கை மற்றும் கலகத்தைத் தூண்டும் வகையிலும் அரசைத் தாக்கியும் செய்திகள் வெளியிடுவதில்லை என்ற வாக்குறுதியை மீறும் பட்சத்தில் இந்தியச் செய்தித்தாள்களுக்கு மட்டுமே பறிமுதல், தண்டனை போன்ற அபாயங்கள் இருந்தன; பிரிட்டிஷாருக்குச் சொந்தமான பத்திரிகைகளின் நிறவெறி ஒருபோதும் கண்டனத்துக்கு ஆளானதில்லை. உள்ளூர் காலனி அரசு நிர்வாகங்கள் எந்த ஒரு பத்திரிகை அலுவலகத்தைச் சோதனையிடவும், 'கலகத்தை தூண்டும்'படியான பொருள் ஏதேனும் இருந்தால் அதைப் பறிமுதல் செய்யவும் அதிகாரம் பெற்றிருந்தன. வேறு வார்த்தைகளில் கூறுவதானால் இந்திய ஊடகம் சுதந்திரமாக இல்லாமல் சிறைக்கம்பிகளுக்குப் பின்னால் இருந்தது. எனினும் அது உயிர் வாழ்ந்து பொதுக் கருத்துகள் அணிதிரளும் மையப்புள்ளியாக சேவை செய்ய முடிந்தது. அதற்கான பெருமை பிரிட்டிஷ் அதிகாரிகளையும் பத்திரிகைகளில் பணியாற்றிய இந்தியர் களையுமே சாரும்.

காலனி ஆட்சியாளர்கள் மீதான விமர்சனங்களில் கடுமை காட்டிய இந்தியச் செய்தித்தாள்களுக்கு, குறிப்பாக பிராந்திய மொழி இதழ்களுக்கு அபராதம் விதிக்கப்பட்டது. அல்லது அத்தகைய பத்திரிகை அலுவலகங் கள் ஒடுக்கப்பட்டு, இழுத்து மூடப்பட்டன; அந்த பத்திரிகைகளின் ஆசிரியர்கள் அடிக்கடி கைது செய்யப்பட்டனர். சிறிய விமர்சனம் ஒன்றுக்காக பல நேரங்களில் அவர்கள் 23 மாதங்கள் கடின உழைப்புக்கு உட்படுத்தப்பட்டனர். பத்திரிகை சட்டத்தின்படி அவர்களுடைய அச்சு வார்ப்புகள் (டைப் ஸ்டாக்) பறிமுதல் செய்யப்பட்டன. ஏனென்றால் அவை இன்றி அவர்களால் அச்சிட இயலாது. ஆனால் பிரிட்டிஷ் ஆதரவு இந்திய செய்தித்தாள்களுக்கு இந்த அச்சுறுத்தல்கள் எதுவுமே இருந்திருக்கவில்லை.

நியாய சிந்தை கொண்ட பிரிட்டிஷ் ஆய்வாளர் ஹென்றி நெவின்சன் 1908-ல் இவ்வாறு எழுதினார்: 'இனவெறி அல்லது கலகத்தைத் தூண்டும் படியான திட்டமிட்ட முயற்சிகள் இருப்பதை எந்த ஒரு இந்திய செய்தித்தாளிலும் நான் பார்க்கவில்லை. ஆனால் அவ்வாறு செய்யும் ஆங்கிலோ இந்திய செய்தித்தாள்களுக்கு ஒரு தொல்லையும் இல்லை'. கல்கத்தாவில் 'தி ஏஷியன்' எனும் ஆங்கிலோ இந்திய வார இதழில் (1908 மே 9) கண்மூடித்தனமான படுகொலையை மிகத் தெளிவாகத் தூண்டக்கூடிய செய்தி ஒன்று இடம் பெற்றதை நெவின்சன் இதற்குச் சிறந்த உதாரணமாக காட்டுகிறார்:

> 'திரு.கிங்ஸ்ஃபோர்டு (கல்கத்தாவில் இருந்த பிரிட்டிஷ் நீதிபதி. அவரது நீதிமன்றம் வெடிகுண்டு அபாயத்துக்கு இலக்காகி இருந்தது) பெரிய வாய்ப்பு ஒன்றைப் பெற்றிருக்கிறார். குறுகிய தூரத்தில் உள்ள இலக்கை அவர் அருமையாகச் சுடுவார் என்று நம்புகிறோம். கூரான நிக்கல் முனை உள்ள தோட்டாக்களைக் கொண்ட மாஸர் கைத் துப்பாக்கி அல்லது கனமான மென் தோட்டாக்கள் கொண்டதும், கடுமையாக

தாக்கி, தண்டிக்கும் ஆயுதமும் ஆன கோல்ட்டின் தானியங்கி ஒன்றை அவரது கவனத்துக்குக் கொண்டுவருகிறோம். திரு.கிங்ஸ்ஃபோர்டுக்கு பெரிய 'வேட்டை' கிடைக்கும் என நம்புகிறோம். இந்த வாய்ப்பினைப் பெற்றதற்காக நாம் அவர் மீது பொறாமையும் கொள்கிறோம். அவரது வீட்டையோ, அவரது ஆளையோ நெருங்கும் முன்பின் தெரியாத ஒவ்வொரு உள்நாட்டுக்காரன் மீதும் (துப்பாக்கியின்) ஒளிவெள்ளத்தைப் பாய்ச்சும் பட்சத்தில் அவர் மிகவும் நியாயப்படுத்தப்படுவார். அப்படிப் பட்ட சமயத்தில் அவர் தனது சொந்த நலனுக்காக, தன்னுடைய கோட்டுப் பையை விட்டு துப்பாக்கியை வெளியே எடுக்காமலேயே நேருக்கு நேராக கச்சிதமாகச் சுடும் கலையை அவர் கற்றுக் கொள்வார் என நம்புகிறோம். இது நேரத்தை மிச்சமாக்குவதுடன் பத்து அல்லது பதினைந்து யார்டுகள் (ஒரு யார்டு = 3 அடி) தூரம் வரை சுடுவதற்கு ஏற்ற வசதியை வழங்கும். சூழ்நிலையின் தேவைகள் குறித்து அவருக்கு சரியான பார்வை இருக்கிறது என்பதை அவருக்கு சுட்டிக்காட்டப்போகும் அந்த ஒரு மனிதனுக்கு நல்வாழ்த்துகளை இப்போதே தெரிவித்துக் கொள்கிறோம்.'

'ஆங்கிலோ-இந்திய செய்தித்தாள்களின் தொனி அநேகமாக எவ்வித வேறுபாடும் இன்றி காழ்ப்புணர்வு கொண்டதாகவும், தூண்டிவிடும் படியும் இருக்கிறது' என நெவின்சன் தெரிவித்தார். 'தூண்டுதல் என்பது 'கலகத்துக்கு வழிவகுக்கிறது' என்று மட்டுமே பொருள் தந்தால் அது கலவரத்தைத் தூண்டிவிடும்படியும் இருக்கிறது' என்று அவர் மேலும் கூறினார்.

வேறுவிதமாகச் சொல்வதானால் பத்திரிகை உலகம் சுதந்திரமாக இருந்தது. ஆனால், சில செய்தித்தாள்கள் (பிரிட்டிஷாருக்கு சொந்த மானவை) அதிக சுதந்திரத்துடன் இருந்தன.

இந்தியாவில் நாடாளுமன்ற முறை

நாடு சுதந்திரம் பெற இருந்த காலத்தில், ஸ்பானிய, போர்ச்சுக்கீசிய, ஃபிரெஞ்சு, டச்சு மற்றும் பெல்ஜிய காலனிகள் போலன்றி, பிரிட்டிஷ் இந்தியாவிலும், மற்ற பிரிட்டிஷ் காலனிகளிலும் தேர்தல்கள், கட்சிகள், ஓரளவு சுதந்திரமான பத்திரிகைகள் மற்றும் சட்டத்தின் ஆட்சி இருந்தது. ஜனநாயக முறை என்பது மிக மெதுவாகத் தயக்கத்துடனும் படிப்படி யாகவும் தோன்றி, வளர்ந்து வந்திருக்கலாம். ஆனால் மற்ற அனைத்து முன்னாள் பிரிட்டிஷ் காலனிகளைக் காட்டிலும் இந்தியாவில்தான் அது நல்ல வெற்றி பெற்றிருக்கிறது. கண்ணியமான மிதவாதிகள் சட்டப் படியான உரிமைகளைக் கோர, தீவிரவாதிகள் சுயராஜ்ஜியத்துக்காகக் குரல் கொடுக்க, காந்தியும் அவரது தொண்டர்களும் அஹிம்சைப் போரை வலியுறுத்த, குறைந்த அளவு அங்கீகாரமே இருந்தாலும் காங்கிரஸூம், முஸ்லீம் லீக்கும், மற்ற கட்சிகளும் வாக்குகளுக்காகப் போராட இந்திய தேசியப் போராட்டமும், அதன் பரிணாம வளர்ச்சியும் பல்வேறு

கட்டங்களைக் கடந்து வந்திருந்தது. சுதந்திரத்துக்கு முந்தைய இந்த அனுபவங்கள் எல்லாமே மக்களாட்சியில் ஒருவித சமூகமயமாக்கல் நடைமுறைபோல் வினையாற்றியிருந்தன. மேலும் நாடு சுதந்திரம் அடைவதை எளிதாக்கின.

விடுதலைப் போராட்டத்தில் வெற்றி பெற்ற இந்திய தேசியவாதிகள் சுதந்திர இந்தியாவுக்காக அரசியல் சாசனம் எழுத உட்கார்ந்தபோது அவர்கள் முழுக்க முழுக்க பிரிட்டிஷ் நாடாளுமன்ற ஜனநாயகத்தை அடிப்படையாகக் கொண்ட ஓர் அரசியல் அமைப்பை உருவாக்கினர் என்பதைக் கவனிக்கவேண்டும். தேசியவாதிகள் நாடாளுமன்ற ஜனநாயகத்தை வெகு தொலைவில் இருந்து பார்க்க முடிந்ததும், அவர்களுக்கு அது மறுக்கப்பட்டதும், அதனால் இந்தியாவில் 'வெஸ்ட்மின்ஸ்டர் நகல்' ஒன்றை விரும்பியதும் அல்லது முன்னுதாரண வலிமை மூலம் தங்களுடைய அமைப்புதான் பின்பற்ற உகந்தது என இந்தியர்களை ஏற்கச் செய்த பிரிட்டிஷாரும்தான் இதற்குக் காரணமா?

இங்கு ஒரு சிறிய திசை மாற்றம்: பிரிட்டிஷ் அமைப்புதான் இந்தியாவுக்குப் பொருத்தமானது என்பதைத் தனிப்பட்ட முறையில் ஏற்க முடியாமல் நான் வெகுதூரம் விலகி நிற்கிறேன். நாம் கைக்கொண்ட ஜனநாயக அமைப்பானது ஒரு ஆட்சி நிர்வாகக் குழுவை உருவாக்க சட்டமன்றக் குழுவைத் தேர்வு செய்யும் பிரிட்டிஷ் சீர்கேட்டை உள்ளடக்கி இருக்கிறது: பெரும்பாலும் ஆளும் நிர்வாகத் தகுதியே இல்லாத, சட்டமன்ற உறுப்பினர்கள் பெருகுவதற்கு இது வழிவகுத்து விட்டது. அவர்கள் ஆட்சி அதிகாரத்தைக் கைப்பற்றும் நோக்கிலேயே தேர்தல்களை அணுகுகிறார்கள். இதனால் அரசாங்கங்கள் எல்லாமே கொள்கை அல்லது செயல்திறன் இவற்றை விட வாக்கு அரசியலில் மட்டுமே அதிக கவனம் செலுத்தும் அரசாங்கங்களை உருவாக்கிவிட்டது.

ஒரு வாக்காளர் தொகுதியின் வாக்களிக்கும் தேர்வுகளை இது திரித்து விட்டது. வாக்காளர்களுக்கு யாரைத் தேர்ந்தெடுக்கிறோம் என்பது மட்டுமே தெரிந்திருக்கிறது. என்ன கொள்கைகளை என்பது முழுவதும் தெரிந்திருப்பதில்லை. இதனால் புற்றீசல்கள்போல் கட்சிகள் பெருகியுள்ளன. அவை ஒத்த கொள்கைகளின் அடிப்படையில் இல்லாமல் தனிப்பட்ட விருப்பங்களின்படி கூட்டணிகளை மாற்றிக்கொண்டே இருக்கின்றன. இதனால் பதவியைத் தக்கவைத்துக் கொள்வதில் அதிகமாகவும், ஆட்சியில் குறைவாகவும் கவனம் செலுத்தும் அரசாங்கங்கள் உருவாகும் நிலை ஏற்பட்டுவிட்டது. இதில், ஒரு அரசாங்கம் கூட்டணிக் கட்சியின் கடைநிலைத் தொண்டனுக்கும் அடிபணிய வேண்டிய நிலை உள்ளது. இது மாற்றம் ஏற்படுவதற்கான தருணம்.

ஜனநாயகப் பன்முகத்தன்மை இந்தியாவின் மிகப் பெரிய பலம். ஆனால் அது இன்றைக்குச் செயல்படும்விதம்தான் நமது பெரிய பலவீனமாகவும் இருக்கிறது. இன்று இந்தியா எதிர்கொள்ளும் பல்வேறு சவால்களில்

உறுதியான நடவடிக்கைகளுக்கு அனுமதி அளிக்கக்கூடிய அரசியல் ஏற்பாடுகள் தேவைப்படுகிறது. ஆனால் நமது ஜனநாயக அமைப்பு தொடர்ந்து தடுமாற்றத்தையும் முடிவெடுக்க இயலாத நிலையையும் ஊக்குவித்து வருகிறது.

பதவியில் நீடிப்பதைக் காட்டிலும் நிர்வாகத்தில் அக்கறை செலுத்தக் கூடிய தலைவர்களைக்கொண்ட அரசாங்க அமைப்பே நமக்கு கண்டிப்பாக தேவை. நாடாளுமன்ற முறையானது அதனால் செய்ய முடிந்த நன்மைகளைக்கூட செய்ய முடியாதபடிக்கு காலாவதியாகி விட்டது. அது மட்டுமல்லாமல் தொடக்கத்தில் இருந்தே இந்திய நிலைமைகளுக்குச் சிறிதும் பொருந்தாமல், நமது பெரும் அரசியல் தீமைகளுக்கு முதன்மைக் காரணமாக இருந்து வந்திருக்கிறது. எனவே தான் நான் புதுடெல்லியில் இருக்கும் கூட்டணி அரசுக்கு எதிரான ஜனாதிபதி ஆட்சி முறையைத் திரும்பத் திரும்ப வலியுறுத்தி வந்திருக்கிறேன். இத்தகைய அமைப்பில் கிராமங்கள், நகரங்கள், மாநிலங்கள் மற்றும் மத்திய அளவில் நேரடியாக தேர்ந்தெடுக்கப்பட்ட செயல் தலைவர்கள் இருப்பார்கள். குறிப்பிட்ட காலத்துக்காகத் தேர்ந்து எடுக்கப்படும் அவர்கள் ஐந்து ஆண்டுகளுக்கு ஒருமுறை, சட்ட மன்றங்களின் கேலிக்கூத்துகள் மற்றும் அணி மாறும் நகராட்சி மன்றங்கள் அல்லது கிராம பஞ்சாயத்துக்களின் பெரும்பான்மையினரைவிட வாக்காளர் களுக்கே முழுவதும் பதில் சொல்ல வேண்டிய கட்டாயம் இருக்கும்.

சிறிய தீவு நாடான பிரிட்டன் முதலில் தனக்கு வகுத்த நாடாளுமன்ற முறையில் தொடக்கத்தில் ஒரு எம்.பி.க்கு சில ஆயிரம் வாக்காளர்கள் கொண்ட தொகுதிகள் மட்டுமே இருந்தன. இன்றும்கூட அங்கே ஒரு தொகுதியில் ஒரு லட்சத்துக்கும் குறைவான மக்களே இருக்கின்றனர். அதோடு வேறு பல நிபந்தனைகளும் அங்கு உண்டு. ஆனால், இந்தியாவில் அவை ஒருபோதும் இருந்ததில்லை. மற்ற கட்சியிடம் இருந்து தன்னை வேறுபடுத்திக் காட்டக்கூடிய நிலையான கொள்கைகள் மற்றும் தேர்வுகள் கொண்ட, தெளிவாக வரையறை செய்யப்பட்ட அரசியல் கட்சிதான் அங்கு இருக்க முடியும். ஆனால் இந்தியாவில் ஓர் அரசியல் கட்சியின் கொள்கைகள் எல்லாம் பாடல் காட்சிகளில் பாலிவுட் நடிகர் கழற்றி மாற்றும் உடைகள் போலவே இருக்கின்றன.

'தேசிய' அளவிலோ பிராந்திய அளவிலோ பிரதானமாக இருக்கும் கட்சிகள் தமது நம்பிக்கைகள் குறித்து ஒருவித குழப்பத்திலேயே இருக்கின்றன. ஒவ்வொரு கட்சியின் 'சித்தாந்தமும்' பாபுலிஸ்ட் அரசியல் கண்ணோட்டத்தின் வெவ்வேறு ரகமாக இருக்கிறது. ஒருவகையில் காங்கிரஸ் கட்சியின் நேரு பாணி சோஷலிசத்தில் இருந்து பெருமளவு அல்லது ஓரளவு தாக்கத்துடன் உருவாக்கப்பட்ட கொள்கைகளே அவை எல்லாம். ஆனால், நம்முடைய முன்னோர்கள் பின்பற்ற விரும்பிய 'நாடாளுமன்றங்களின் தாய்' ஆக பிரிட்டிஷ் நாடாளுமன்றம் இருந்தாலும்கூட, இத்தகைய அமைப்பில் சவாரி செய்து

கொண்டிருப்பதற்காக நாம் பிரிட்டிஷாரைக் குறை கூற இயலாது. முதலில், இந்தியர்களுக்கு ஜனநாயக முறையைக் கற்றுக் கொடுக்க வேண்டும் என்ற எண்ணம் அவர்களுக்கு இருந்திருக்கவில்லை. இரண்டாவதாக, இந்தியர்களாகிய நாம் சுதந்திரமாக நமது நாடாளுமன்ற முறையை நாமாகவே அரசியல் சாசனக்குழு மூலம் தேர்வு செய்து கொண்டிருக்கிறோம்.

இரண்டு நூற்றாண்டுகளுக்கு முன்னால் புரட்சியில் இறங்கிய அமெரிக்கர் களைப்போல் இந்திய தேசியவாதிகள் 'ஆங்கிலேயருக்குக் கிடைத்தது போன்ற உரிமைகளுக்காக' போராடி இருந்தனர். பிரிட்டிஷ் நாடாளு மன்றத்தை அடியொற்றி நமக்கான நாடாளுமன்றத்தை அமைத்துக் கொண்டால் இந்தியர்களுக்கும் நன்மை அளிப்பதாக இருக்கும் என்றும் அவர்கள் நினைத்தனர். முன்னாள் பிரிட்டன் பிரதமர் கிளமண்ட் அட்லீ, பிரிட்டிஷ் அரசியலமைப்பு ஆணையத்தின் ஓர் உறுப்பினர் என்ற முறையில், இந்தியத் தலைவர்களுக்கு அமெரிக்க பாணி ஜனாதிபதி முறையை முன்மாதிரியாகக் கொள்ள பரிந்துரை செய்தார். அப்போது, 'இந்தியர்கள் அதை பலமாக மறுத்தனர். நான் அசல் வெண்ணெய்க்கு பதில் தாவர வெண்ணெய் தருகிறேன் என அவர்கள் எண்ணுகிறார்களோ என்ற உணர்வு எனக்கு ஏற்பட்டது' என்று அவர் கூறினார்.

நமது பழுத்த நாடாளுமன்றவாதிகளில் பலர் இங்கிலாந்தில் படித்தவர்கள். அதனால் பிரிட்டிஷ் நாடாளுமன்ற மரபுகளைப் பார்த்து ரசித்தவர்கள். எனவே, அந்தப் பாரம்பரியத்தை ஒட்டி நடப்பதில் மகிழ்ச்சி அடைந்தார் கள். அத்துடன் தங்களுடைய வழிமுறைகளின் நம்பகத்தன்மைக்காக தம்மைத் தாமே பாராட்டிக் கொண்டனர். இந்திய எம்.பி.க்கள் இன்னும் கூட மேசையை தட்டித்தான் தங்கள் பாராட்டைத் தெரிவிக்கின்றனர். நமது பாணியில் கைகளைத் தட்டி வாழ்த்துவதில்லை. மசோதாக்கள் வாக்கெடுப்புக்கு உள்ளாகும்போது, அதை ஆமோதிக்கும் குரல் இப்போதும் 'யா' (aye) என்றுதான் இருக்கிறது. 'ஆம்' (yes) என ஒலிப்பதில்லை.

நமது கம்யூனிஸ்ட்டுகள்கூட இத்தகைய அமைப்பை பாசத்துடன் ஆரத்தழுவிக் கொண்டிருக்கின்றனர்: பிரிட்டிஷ் பிரதமர் ஆண்டனி ஈடன், ஆஸ்திரேலியாவுடன் ஒப்பிடும்போது, இந்திய நாடாளுமன்றத்தின் கேள்வி நேரத்தின்போதுதான் தன் தாய்நாட்டில் இருப்பதுபோல் உணர்ந்தார் என்பதை பிரிட்டிஷ் பிரியரும், மார்க்சிஸ்ட்டுமான பேராசிரியர் ஹிரண் முகர்ஜி எம்.பி. பெருமையுடன் குறிப்பிடுவது வழக்கம்.

சுதந்திரத்துக்குப் பிறகு வந்த அறுபது ஆண்டுகள் குறிப்பிடத்தக்க மாற்றங்களை ஏற்படுத்தியிருக்கின்றன. பிரிட்டிஷ் நடைமுறைகளைப் பின்பற்றும் போக்கு மறைந்து இந்தியாவின் தன்னியல்பான ஒழுங்கீனங் கள் மீண்டும் தலைதூக்கத் தொடங்கியிருக்கின்றன. நமது கூட்டாட்சி அமைப்பில், சில சட்டமன்றங்களில் மேசை-நாற்காலிகளைத் தூக்கி

எறிந்தது, மைக்குகளைப் பிடுங்கி அடித்தது, செருப்பு வீசியது போன்ற காட்சிகள் அரங்கேறி இருக்கின்றன. சச்சரவுகளின்போது அரசியல் வாதிகள் மத்தியில் நடக்கும் கைகலப்பு, ஆடை கிழிப்பு போன்றவை குறித்துத் தனியே கூற வேண்டிய அவசியமே இல்லை. எதிர்க்கட்சி உறுப்பினர் ஒருவர் நாடாளுமன்றத்தின் மையப்பகுதிக்கே வந்து மிளகாய்ப்பொடி அடித்த சம்பவமும் நடந்திருக்கிறது. இவற்றுக் கெல்லாம் நாம் பிரிட்டிஷாரைக் குறை கூறமுடியாது.

•

எனினும், பிரிட்டன் நமக்கு சுயாட்சி அமைப்புகளையும் ஜனநாயக தத்துவத்தையும் விட்டுச்சென்றது என்ற வாதம் காலனி ஆட்சி அடக்குமுறையின் யதார்த்தத்துக்கு முன் தாக்குப் பிடிக்க முடியாமல் தோல்வி அடைகிறது. காலனி ஆட்சிக்கால அனுபவத்தில் வாழ்ந்த ஒருவரை இங்கே குறிப்பிட விரும்புகிறேன். ஜவாஹர்லால் நேரு, 1936-ல் லோதியான் பிரபு என்ற ஆங்கிலேயருக்கு எழுதிய கடிதத்தில் பிரிட்டிஷ் ஆட்சிபற்றி இவ்வாறு குறிப்பிட்டார்:

'எங்கும் பரவியிருக்கும் வன்முறையின் தீவிர வடிவம் ஒன்றின் அடிப்படையில் அது அமைந்திருக்கிறது. இதன் மூலம் கிடைத்தது அச்சம் மட்டுமே. ஒரு மக்கள் இனத்தின் வளர்ச்சிக்குத் தேவையானது என்று கருதப்படும் இயல்பான சுதந்திரங்களை அது ஒடுக்குகிறது; சாகச விரும்பிகளையும், தைரியசாலிகளையும், உணர்ச்சி மிக்கவர்களையும் அது நசுக்கி, கோழைகளையும், சந்தர்ப்பவாதிகளையும், திருடர்களை யும், கேடிகளையும் ஊக்குவிக்கிறது. ஒற்றர்களையும், உளவாளி களையும், தரகர்களையும் கொண்ட பெரும் படை ஒன்று புடைசூழ நிற்கிறது. விரும்பத்தக்க நன்மைகள் வளரக்கூடிய அல்லது மக்களாட்சி அமைப்புகள் செழிக்கக் கூடிய சூழ்நிலை இதுதானா?'.

அவர் மேலும், 'மனித கண்ணியத்தையும், நாகரிகத்தையும் மிதிப்பது, ஆன்மாவையும், உடலையும் காயப்படுத்துவது போன்ற செயல்கள் எல்லாம் அவ்வாறு செய்பவர்களையும், அதை அனுபவிப்பவர்களையும் தரம் தாழ்த்துகிறது' என கூறி இருந்தார். இவையனைத்தும் ஜனநாயகத்தின் மீதும், இந்தியாவில் அது பற்றிய கோட்பாடுகள் மீதும் அரிதாகவே மரியாதையைப் புகுத்தும் அல்லது வளர்க்கும் வழிமுறைகளாக இருந்தன. இந்தியாவின் ஆன்மாவில் ஏற்பட்டிருக்கும் இந்தக் காயத்தை -ஒரு தேசத்தின் சுயமரியாதையின் அடித்தளத்தில் பட்ட வலியை- காலனி ஆட்சிக்கு வக்காலத்து வாங்குபவர்கள் எப்போதுமே கண்டு கொள்வதில்லை.

'சட்டத்தின் ஆட்சி': சித்ரவதையும், துவேஷமும்

இந்தியாவுக்கு அரசியல் ஒற்றுமை மற்றும் ஜனநாயகத்தை பிரிட்டன் அளித்தது என்பதன் நீட்சியாக நாட்டில் அது சட்டத்தின் ஆட்சியை

நிறுவியதாகக் கூறுகிறது. ஆங்கிலப் பேரரசின் நோக்கம் குறித்து பிரிட்டிஷார் உருவாக்கிக்கொண்ட சொந்த கருத்துருவுக்கு அது பலவிதங் களிலும் மையப்புள்ளியாக இருந்தது. இந்தியாவில் தங்களுடைய 'அரும்பணியாக' பிரிட்டிஷார் எதைப் பார்த்தனர் என்பதையும், அதன் மற்ற அம்சங்களையும் நாம் ஏற்கனவே அலசியிருக்கிறோம். பிரிட்டிஷ் சட்டங்களை இந்த மண்ணின் மைந்தர்கள் மீது திணிப்பதும் அந்த அரும்பணியின் ஓர் முக்கிய அங்கமாக இருந்தது; சட்டம் இன்றி இருந்தவர்களிடம் அதைக்கொண்டு வந்து சேர்த்த புனித கடமையாக அதை கிப்ளிங் போன்றவர்கள் தமது பேச்சாற்றலால் வர்ணிக்கலாம்.

பிரிட்டிஷாரே சட்டத்தை உருவாக்கினர். அதன் மூலம் சட்டபூர்வ அங்கீகாரத்தை தாமே பெற்றுக்கொள்ளவும் செய்தனர். அவ்வாறு செய்வதன் மூலம் தங்கள் பார்வையிலும் உலகின் பார்வையிலும் சட்டத்தின் ஆட்சியை நிறுவுவதாக காட்டிக் கொண்டனர். கண்டிப்பாக அப்போது 'சட்டத்தின் மூலம்தான்' பிரிட்டிஷாரின் அதிகாரம் நிலைநாட்டப்பட்டது; ஆனால், இந்தியாவைப் போல், பிரிட்டிஷ் சட்டமுறைக்கு முன்பாகவே, கலப்பு நாகரிகப் பண்புகளும், சொந்த கலாசார கூறுகளும் அதிகம் கொண்டிருந்த சமுதாயத்தின் பழைய சட்ட நடைமுறைகளின் மீது அவர்களுடைய சட்டம் திணிக்கப்பட வேண்டியிருந்தது. இங்குதான் கிப்ளிங் பாணி வாதங்கள் எல்லாம் செல்லரித்துப் போகத் தொடங்குகின்றன.

தங்களுடைய காரியத்தை சாதிக்க பலத்தையும் வன்முறையையும் பிரயோகிக்க வேண்டிய நிலைக்கு பிரிட்டிஷார் வந்தனர்; அதனால் இந்த சமுதாயத்தை மறுநிர்மாணம் செய்யும் நடவடிக்கைகளில் அவர்கள் அடிக்கடி முந்தைய நடைமுறைகளையும் பாரம்பரிய பழக்கவழக்கங் களையும் சீர்குலைக்க வேண்டியிருந்தது. அத்தகைய சூழ்நிலைகளில், பிரிட்டிஷ் அறிஞர் ஒருவர் கூறியதுபோல், 'நிறுவப்பட்ட அந்தச் சட்டம் காலனி குடிமக்களின் நன்மைகளைக் கருத்தில் கொண்டு செயல்பட்டது எனக் கூற முடியாது'.

மெக்காலே வகுத்தளித்த தண்டனைச் சட்டத்தில்தான் பிரிட்டிஷ் ஆட்சி இந்தியாவுக்கு வழங்கிய கொடையின் பெருமை இருக்கிறது என அடிக்கடிச் சொல்லப்படுகிறது. 'வெல்லப்பட்ட ஓர் இனத்துக்காக உருவாக்கப்படும் சட்டதிட்டங்களில், நம்முடைய அரசியலமைப்பு இப்போதுவரை பெற்றுள்ள ஆசீர்வாதங்கள் அனைத்தையுமே பாதுகாப்பாகப் பரிமாற்றம் செய்ய இயலாது' என்ற முழக்கத்துடன் அந்தச் சட்டம் இயற்றப்பட்டது. உயரமான தடுப்புச் சுவர்களுக்குப் பின்னால் மூன்று ஆண்டுகள் அமர்ந்து, யாருக்காக பணியாற்றுவதாகக் காட்டிக்கொள்கிறாரோ அவர்களிடமிருந்து முற்றிலுமாகத் தன்னைத் துண்டித்துக்கொண்டு மெக்காலே குற்றவியல் சட்ட விதி ஒன்றை உருவாக்கினார். 'அது அனைவருக்காகவும் எழுதப்பட்ட ஒரு சட்ட முறையாக இருந்தது. ஆனால் முந்தைய இந்திய சட்டங்களுடனோ

அல்லது வேறுவிதமான அரசு அமைப்புகளுடனோ அதற்கு எந்தத் தொடர்பும் இல்லை'.

அவருடைய முயற்சி பற்றி பிரிட்டிஷாரே நிச்சயமற்ற நிலையில் இருந்தனர். எனவே, 1837-ஆம் ஆண்டிலேயே எழுதி முடிக்கப்பட்டு விட்டது என்றாலும் மெக்காலேயின் தண்டனைச் சட்டம் அதற்குப் பின் 24 ஆண்டுகளுக்குச் சட்டமாக்கப்படாமல் இருந்தது. இறுதியாக 1861-ல் அது சட்டமாக்கப்பட்டது. இப்போதும் அது பெரும்பாலும் விக்டோரியா மகாராணி காலத்துப் பெருமைகளுடன் அமலில் இருந்து வருகிறது. குற்றவியல் தண்டனைச் சட்டம் மட்டுமல்லாமல் ஒரு நீதிபதி மூலம் விசாரணை, கருத்து சுதந்திரம், உரிய சட்ட நடைமுறைகள் போன்ற தமது கருத்துகளையும் பிரிட்டிஷார் புகுத்தினர். உண்மையில் செயல்படுத்தப்பட்ட முறையைத் தவிர்த்துப் பார்க்கும்போது அவையனைத்தும் மதிக்கப்பட வேண்டிய தன்னிகரற்ற கருத்துகள்தான். ஆனால், காலனி சகாப்தத்தில் சட்டத்தின் ஆட்சி என்பது முழுமையாக பாரபட்சமற்றதாக இல்லை என்பதையே அவற்றின் அமலாக்கம் காட்டுகிறது.

பிரிட்டிஷ் இந்தியாவில் நீதி தேவதை கறுப்புத் துணியால் தன் கண்களைக் கட்டிக் கொண்டிருக்கவில்லை: குற்றம்சாட்டப்பட்டவரின் தோல் நிறத்தை அது உன்னிப்பாகக் கவனித்தது. இந்தியர்களுக்கு எதிராக வெள்ளையர்கள் இழைத்த குற்றங்களுக்கு தண்டனை மிக குறைவாக இருந்தது; தனது இந்திய வேலைக்காரனை சுட்டுக்கொன்ற ஆங்கிலேயர் ஒருவருக்கு 6 மாத சிறைவாசமும் மிதமான அபராதமும் (அப்போது சுமார் 100 ரூபாய்) விதிக்கப்பட்டது. அதேவேளையில், ஆங்கிலப் பெண் ஒருவரை பாலியல் பலாத்காரம் செய்ய முயன்றதாக நிரூபிக்கப்பட்ட குற்ற வழக்கு ஒன்றில் இந்தியன் ஒருவனுக்கு 20 ஆண்டுகள் கடுங்காவல் தண்டனை விதிக்கப்பட்டது.

பிரிட்டிஷ் ஆட்சிக்காலத்தின் முதல் 150 ஆண்டுகளில் ஒரு சில ஆங்கிலேயர்கள்தான் கொலைக் குற்றத்துக்காக தண்டனை பெற்றனர். பிரிட்டிஷாரால் ஓர் இந்தியன் கொலை செய்யப்படுவது எப்போதுமே ஒரு விபத்தாகவே கருதப்பட்டது. அதே சமயம், இந்தியன் ஒருவனால் பிரிட்டிஷார் ஒருவர் கொல்லப்படுவது எப்போதுமே முதன்மைக் குற்றமாகக் கருதப்பட்டது. நீதியரசர் சயீத் மஹ்மூத் விஷயத்தில் நாம் ஏற்கனவே கண்டதுபோல் ஆங்கிலேயரின் நிறவெறியால் இந்திய நீதிபதிகளும் அவதிப்பட்டனர்.

மனித நேயமும் நிறவெறிக்கு அப்பாற்பட்டும் இருந்த ஒரே வைஸ்ராய் ரிப்பன் பிரபு. 19-ஆம் நூற்றாண்டில் அவர் இந்தியாவுக்கு அனுப்பப் பட்டார். அப்போது அவர் பிரிட்டிஷார் சம்பந்தப்பட்ட குற்ற வழக்குகளில் இந்திய நீதிபதிகளை அனுமதிக்க முயன்றார். மேலும் உள்ளாட்சி விவகாரங்களில் ('இல்பெர்ட் மசோதா' வாயிலாக)

இந்தியர்கள் வலிமையான பங்காற்றவும் விரும்பினார். இதனால் கடுமையான எதிர்ப்பலைகள் எழுந்தன. 'இது வங்காள பாபூவை (பாபூ என்பது 'ஐயா' போன்ற மரியாதை) தன்னுடைய நிர்வாகத்தை தானே கவனித்து, தன்னுடைய வளங்களை தானே பயன்படுத்தச் செய்து பிரிட்டிஷ் ஏகாதிபத்தியத்தைப் பின்னுக்குத் தள்ளிவிடும்' என அவரது சகாக்கள் கடுமையாக எதிர்த்தனர்.

பிரிட்டிஷாரைப் பொறுத்தவரை நீதிமன்றங்களும் நகராட்சி மன்றங்களும் இந்தியர்கள் பங்கு பெறுவதற்கு ஏற்ற தளங்களாக இல்லை. எனவே, இங்கே இருந்த பிரிட்டிஷாரால் ரிப்பன் புறக்கணிக்கப்பட்டார். நிறவெறிக் கூச்சல் காரணமாக அவரது இல்பெர்ட் மசோதா மண்ணைக் கவ்வியதுடன், பணிக்காலம் முடிவதற்குள் அவர் பதவி விலகவும் நேர்ந்தது.

பிரிட்டிஷ் காலனி நீதிமன்றங்களில் ஒரு வகை வழக்கு அடிக்கடி விசாரணைக்கு வந்தது. அப்போது பல இந்தியர்கள் மலேரியா மற்றும் பிற நோய்கள் காரணமாக மண்ணீரல் வீக்கம் கண்டு அவதிப்பட்டு வந்தனர். சில சமயங்களில் பிரிட்டிஷ் எஜமானர் ஒருவர் கோபத்தில் உள்ளூர் வேலைக்காரன் ஒருவன் வயிற்றில் உதைக்கும்போது (அந்தக் காலத்தில் அது ஓர் அசாதாரண நடத்தையாகக் கருதப்படவில்லை) ஏற்கனவே வீங்கியிருந்த மண்ணீரல் உடைந்து மரணம் சம்பவித்துவிடும். அத்தகைய சூழ்நிலைகளில் நீதித்துறையின் கேள்வி இப்படித்தான் இருந்தது: 'எது மரணம் சம்பவிக்க காரணமாக இருந்தது? கொடூரமாக உதைத்ததா அல்லது அவனுடைய தவறான நடத்தையா?'.

1857-ல் ராபர்ட் அகஸ்டஸ் புல்லர் என்ற ஆங்கிலேயர் அவருடைய வேலைக்காரனை அடித்துக் கொன்ற வழக்கில் அவர் அவனது முகத்தில் அடித்ததாக நீதிபதியிடம் கூறினார். ஆனால் அவர் வயிற்றில் உதைத்ததாக மூன்று பேர் சாட்சி அளித்தனர். இதில், 'வேண்டுமென்றே தீங்கு விளைவித்த' குற்றம் மட்டுமே அவரிடம் இருப்பதாக கூறி, அதற்கான தண்டனையாக 15 நாட்கள் சிறைவாசம் அல்லது இறந்தவரின் மனைவிக்கு அவர் 30 ரூபாய் நஷ்ட ஈடு தர வேண்டும் எனத் தீர்ப்பு அளிக்கப்பட்டது (விசாரணை அதிகாரியின் கருத்துப்படி, அந்த வேலைக்காரனின் மண்ணீரல் பெருமளவுக்கு வீங்கியிருந்ததால் 'லேசான' தாக்குதல் கூட அதை உடைத்து விட்டிருக்கும்).

கேப்டன் ஸ்டான்லி டீ வியர் ஜூலியஸ், 1903-ல், 'உள்நாட்டினரைத் தாக்குவது பற்றிய குறிப்புகள்' (Notes on Striking Natives) என்ற தனது நூலில் இவ்வாறு எழுதினார்: 'வெப்பமான நள்ளிரவு நேரத்தில் விசிறி நின்றுவிடுகிறது. ஓய்வறையில் படுத்திருக்கும் நபர் எழுந்து, வெப்பத்தாலும் தூக்கம் கலைந்ததாலும் எரிச்சலடைந்து, விளைவுகளைப் பற்றித் துளியும் கவலையின்றி ஓடிப்போய், கை விசிறியை இயக்கவேண்டிய வேலைக்காரனின் மண்ணீரலில் உதைக்கிறான். அவனை நீங்கள் குற்றம் சாட்டுவீர்களா? ஆம். இல்லை. அது

கொஞ்சம்... அவன் பூட்ஸை மாட்டுவதற்காக இடையில் நின்றானா, இல்லையா என்பதை பொறுத்தது'.

இந்த விஷயத்தில் பஞ்ச் (Punch) பத்திரிகை ஒரு முழு கவிதையே படைத்தது. The Stout British Boot என்ற தலைப்பில், உள்நாட்டினரை ஒழுங்குபடுத்துவதில் 'தடித்த பிரிட்டிஷ் பூட்ஸ்' மிக விருப்பத்துக்குரிய கருவியாக இருந்தது என எழுதியது. அந்தப் பாடல் இப்படி முடிந்தது: 'தோல் ஷூ அணிந்த அந்தப் பாதத்துக்காக நாம் பாடுவோம். ஆர்ப்பரிப்போம் / மேலும் நமது பதாகைகளில் 'தடித்த பிரிட்டிஷ் பூட்ஸ்' என எழுதுவோம்'.

இந்தியாவில் இருந்த பிரிட்டிஷ் நீதிபதிகள் எந்த ஒரு இந்தியனின் கொலையிலும் எந்த ஒரு ஆங்கிலேயரையும் குற்றவாளி என முடிவு செய்வதில் விருப்பமின்றி இருந்தனர். விக்டோரியா ராணி காலத்து லண்டனில் பதிவு செய்யப்படும் கொலைக் குற்றச்சாட்டுகளின் எண்ணிக்கை குறைந்துகொண்டே வந்தது. இந்த விஷயத்தில் மார்ட்டின் வைனர் ஓர் 'ஏற்றுமதி' மாதிரியை முன்மொழிந்தார்: பிரிட்டனின் கொலை விகிதம் குறைந்துவிட்டது; ஏனென்றால், 'மிக மோசமான குடிமக்கள் எல்லாம் வெளிநாடுகளில் சர்வ நாசம் விளைவிப்பதில் மும்முரமாக இருக்கிறார்கள்' என அவர் கூறினார்.

உதைக்கப்பட்டு ஒருவர் இறந்தால் லண்டனில் 'திட்டமிட்ட கொலையாக' கருதப்பட்டது. ஆனால் இந்தியாவில் அது 'காயம் ஏற்படுத்திய' குற்றமாக அல்லது 'வேகமான மற்றும் அலட்சியமான' செயலாக மட்டுமே இருந்தது. ஏனென்றால் பாதிக்கப்பட்டவன் இந்தியனாக இருந்தான்.

இருபதாம் நூற்றாண்டின் தொடக்கத்தில் பிரிட்டிஷாருக்கு இந்திய தேசியவாதிகளின் பயங்கரவாத அச்சுறுத்தல் இருந்தது உண்மை. உள்நாட்டினரை வெள்ளையர்கள் தாக்கிய வழக்குகளை முடிவு செய்வதில் அது பிரிட்டிஷ் நீதிபதிகளிடம் தாக்கம் ஏற்படுத்தி இருக்கலாம். ஆனால் ஐரோப்பியர்களால் உயிரிழந்த இந்தியர்கள் பெரும்பாலும் வேலைக்காரர்களாகவோ பாமரர்களாகவோ இருந்தனர். அநேகமாக அவர்களில் சுதேசி பயங்கரவாதிகள் யாரும் இல்லாததால், அந்த வழக்குகள் அனைத்தும் அரசியல் பயங்கரவாதத்துடன் தொடர்பில்லாமல் இருந்தன. எனவே அப்போதும்கூட ஆங்கிலேயர் ஒருவரின் கொலை வெறி நடவடிக்கையை மிதப்படுத்தும் வகையில் சந்தர்ப்ப சூழ்நிலைகளை நீட்டி வளைக்க முடிந்தது.

பெங்களூரில் ஒருமுறை தாம்ஸன், நீவ் என்ற இரண்டு லெப்டினென்ட்டுகள் இந்திய சிறுவன் ஒருவனைச் சுட்டுக் கொன்ற போது, உள்ளூர் கிராமவாசிகள் திரண்டுவந்து நீவின் துப்பாக்கியைப் பறித்துக் கொண்டனர். அது தொடர்பான வழக்கில் வெள்ளையர் ஒருவரின் ஆயுதத்தைப் பறித்துத் தவறாகப் பயன்படுத்தியதற்காக

அவர்களில் இரண்டு பேருக்கு ஆறு மாத சிறை தண்டனை வழங்கப் பட்டது. அதேவேளையில் கொலையாளிகள் தண்டிக்கப்படவில்லை. உண்மையில் அந்த வழக்கு 'ஐரோப்பியர்களுக்கு எதிராக உள்நாட்டினர் செயல்பட்ட சம்பவம்' என்றே பதிவு செய்யப்பட்டது.

ஐரோப்பியர்களுக்கும் இந்தியர்களுக்கும் பிரிட்டிஷ் நீதிபதிகள் வழங்கிய தண்டனைகளும் சமமாக இல்லை: கல்கத்தாவில், ஒரே மாதிரியான குற்றத்தில் ஐரோப்பியர்களைவிட இந்தியச் சிறைக் கைதிகளின் தண்டனைக் காலம் அதிகமாக இருந்தது. கொடுமையான குற்றங்களில், ஐரோப்பியர்களுடன் ஒப்பிடும்போது, கொலை அல்லது கொலை முயற்சிக் குற்றச்சாட்டை இந்தியப் பிரதிவாதிகள் இரண்டு முறைகளுக்கு மேல் எதிர்கொள்ள வேண்டியிருந்தது. புள்ளிவிவரங்களின்படி, ஐரோப்பியர்கள் மீதான இந்தியர்களின் தாக்குதல்களைவிட அவர்களை நம்மவர்கள் தாக்கிய நிகழ்வுகள் மிக அடிக்கடி நடந்தது. அந்த நிலையிலும், அநேகமாக இந்தியர்களின் தாக்குதல்கள் எல்லாமே கொலைக் குற்றமாகக் கருதப்பட்டபோது, ஐரோப்பியர்கள் இழைத்த குற்றங்கள் பெரும்பாலும் விபத்தாக அல்லது தற்காப்பு நடவடிக்கையாக முடிவு செய்யப்பட்டது. அது மட்டுமல்லாமல் எந்த ஒரு வழக்காக இருந்தாலும் கொலைக் குற்றத்தின் தீவிரம் குறைக்கப்பட்டு சாதாரணத் தாக்குதலாக மாற்றப்பட்டது. குற்ற வழக்கு ஒன்றில், ஒரு பிரிட்டிஷ் நீதிபதி நிச்சயமான கொலை என்பதற்கான தெளிவான ஆதாரத்தைக் கண்டபோதும் பிரிட்டிஷ் கொலையாளி மனநிலை சரியில்லாதவர் என்றும் அதனால் அவருடைய நடத்தைக்கு அவர் பொறுப்பாக முடியாது என்றும் தீர்ப்பு வழங்கினார்.

அதேநேரத்தில், இந்தியாவில் இருந்த எல்லா பிரிட்டிஷ்காரர்களுக்குமே இத்தகைய நீதி பரிபாலனம் ஏற்புடையதாக இல்லை. சியல்கோட்டில், 1902-ல் பிரிட்டனின் 9-வது லேன்சர்ஸ் பிரிவைச் சேர்ந்த சேர்ந்த மூன்று ராணுவ வீரர்கள் ஓர் இரவில் அவர்களுக்கு ஒரு பெண்ணைக் கொண்டு வர மறுத்ததற்காக இந்தியன் ஒருவனை அடித்துக் கொலை செய்தனர். ராணுவ அதிகாரிகள் இந்தக் குற்றத்தைப் புலனாய்வு செய்து எவ்வித நடவடிக்கையும் எடுக்கவில்லை என்பதுடன் பலியான மனிதன் ஒரு குடிகாரன் எனச் சித்திரித்து விஷயத்தை முடிக்க முயன்றனர். ஆனால், இந்தியாவில் அப்போது கணிசமாக இருந்த பிரிட்டானியர்கள் மத்தியில் அந்த சம்பவம் கொந்தளிப்பை ஏற்படுத்தியது. இந்தியர்களை ஒரு போதும் விரும்பாத அப்போதைய வைஸ்ராய் கர்ஸன் பிரபுகூட அதனால் கொதித்துப் போய், 'இந்த நாட்டில் அளவுக்கு அதிகமாக நடக்கும், மூடி மறைக்கும் இழிவான வேலைகளுக்கு எல்லாம் நான் துணை நிற்க மாட்டேன். அல்லது ஒரு கறுப்பு மனிதனை அவன் சபிக்கப்பட்ட 'நிகர்' (nigger என்பது கறுப்பு மனிதர்களை இழிவுபடுத்த பிரிட்டிஷார் பயன்படுத்திய சொல்) என்பதற்காக ஒரு வெள்ளையன் வெறுப்புடன் சாகும் அளவுக்கு உதைக்கவோ அடிக்கவோ செய்யலாம் என்ற

கொள்கையை ஆதரிக்க மாட்டேன்' என்றார். அவரால் அப்போது குற்றவாளிகளின் தண்டனையை அதிகரிக்க இயலவில்லை. என்றாலும் சம்பந்தப்பட்ட மொத்த பிரிட்டிஷ் ராணுவப் படையையும் ஏடனுக்கு இடமாற்றம் செய்தார். ஆனால்,அந்தச் சூழ்நிலையிலும் சில வாரங்கள் கழித்து டெல்லியில் நடைபெற்ற ஒரு ராணுவ நிகழ்ச்சியில் அதே ராணுவப்படை அணிவகுத்துச் சென்றபோது ஆர்ப்பரித்து மகிழ்ந்த ஆங்கிலேயர்களுக்கு மத்தியில் அவரும் கல்லாய் சமைந்து அதைப் பார்க்க நேர்ந்தது. அனைவருக்கும் மேலாக இந்தியர்கள்மீது இரக்கம் கொண்டு கர்ஸன் பிரபுவே மனம் இளகி அறிக்கை ஒன்றை வெளியிடும் அளவுக்கு இருந்தது என்றால் அந்தப் பிரச்னையின் ஆழத்தைப் புரிந்துகொள்ள முடியும்.

இத்தகைய நிறவெறி நீதிபரிபாலனக் கொள்கையிலும் சில விதிவிலக்குகள் (அநேகமாக அப்படி எதுவும் இல்லை என்றாலும்) இருந்ததை ஜோர்டன்னா பெய்ல்கின் என்ற ஓர் அறிஞர் சுட்டிக்காட்டி உள்ளார். இந்தியர்களைக் கொலை செய்த குற்றத்துக்காக மூன்று அரிய வழக்குகளில் பிரிட்டானியர்களுக்கு மரண தண்டனை வழங்கப்பட்டது: வங்காளத்தில் ஜான் ரட் (1861), பம்பாயில் வில்சன், அபாசில், நிக்கோலஸ், பீட்டர்ஸ் என்ற நான்கு மாலுமிகள் (1867) மற்றும் வங்காளத்தில் ஜார்ஜ் நெய்ரன்ஸ் (1880) ஆகியோர் அவ்வாறு தண்டனை பெற்றனர். ஆனால், இரண்டு நூற்றாண்டுகள் பிரிட்டிஷ் ஆட்சியில், காலனி எஜமானர்களால் இந்தியர்கள் கொலையுண்ட ஆயிரக்கணக்கான வழக்குகளில் இந்த மூன்று மட்டும்தான் விதிவிலக்காக இருந்தன.

பொதுவாக, பிரிட்டிஷ் உரிமையியல் நீதிபதிகளும் உள்நாட்டு மாஜிஸ்டிரேட்டுகளும் ஐரோப்பியர்களைத் தண்டிக்கத் தயங்கினர். அதேவேளையில், ராணுவ நீதிமன்றங்களும் நகர்ப்புற உயர் நீதிமன்றங்களும் இந்தியர்கள் மீதான வன்முறைகளுக்காக ஓரளவு கடுமையான தண்டனைகளை வழங்க முன்வந்தன. 19-ஆம் நூற்றாண்டின் பிற்பகுதியில் 30 ஆண்டுகள் பணியாற்றிய இந்திய ஆட்சிப்பணி அதிகாரி (ஐ.சி.எஸ்) ஒருவர், 'நீதிமன்றங்களுக்கும் மக்களுக்கும் இடையே மிகப் பெரிய, ஆபத்தான இடைவெளி நிலவுகிறது. இந்த இடைவெளியைக் குறைப்பதற்கான வாய்ப்பே இல்லை' என்று கூறினார்.

ஓர் இந்தியனை உதைத்துக் கொன்ற குற்றத்தில் இருந்து ஓர் ஆங்கிலேயர் விடுவிக்கப்பட்ட பிறகு, மிதவாத தேசிய பத்திரிகையான 'பிரபாத்' தனது 1925 டிசம்பர் இதழ் ஒன்றில் இவ்வாறு வருந்தி எழுதியது:

> 'பிரிட்டிஷ் ஆட்சி குறித்து இந்தியர்கள் ஏன் அதிருப்தி அடைந்துள்ளனர் என்ற கேள்விக்கான விடையை இத்தகைய நிகழ்வுகளில்தான் காண முடியும். இந்திய வாழ்வை இவ்வாறு உதாசீனம் செய்வது ஒவ்வொரு இந்தியரின் இதயத்திலும் ஆழமான வடுவை ஏற்படுத்துகிறது. எனவேதான் அஹிம்சை குறித்து மகாத்மா காந்தி தொடர்ந்து

அறிவுறுத்தி வந்தாலும்கூட, தவறாக நிர்வகிக்கப்பட்டுவரும் இந்தியாவில் புரட்சிக்கான சதித்திட்டங்கள் பற்றி கேள்விப்படுவதில் எந்த ஆச்சரியமும் இல்லை. பூட்ஸ் காலுக்கும் மண்ணீரலுக்கும் இடையிலான உறவு நீடிக்கும்வரை உலகிலேயே இந்தியாதான் மிகவும் தீண்டத்தகாத, தரம் தாழ்த்தப்பட்ட நாடாக இருக்கும்'.

அன்றைய பேரரசின் சட்டம் முழுக்க முழுக்க வெளிநாட்டு இனம் ஒன்றால் உருவாக்கப்பட்டதாகவும் அடிமையாக்கப்பட்ட மக்கள் கூட்டம் ஒன்றின் மீது திணிக்கப்பட்டதாகவும் இருந்தது. அது உருவாக்கப்பட்ட போது அவர்களிடம் கலந்து ஆலோசிக்கப்படவில்லை. எனவே, அது முழுமையான சுலபமான காலனி கெடுபிடிகளின் கருவியாக இருந்தது. ஹென்றி நெவின்சன் சுட்டிக்காட்டியது போல், சட்டத்தின் ஆட்சி என்பது, அப்போது அது இருந்தபடி, 'அரசு கண்காணிப்பின் கீழ் நிரந்தரமாக வாழும் விதத்தில் இந்தியர்கள் வற்புறுத்தப்படும் ஒரு நடைமுறையில் இயங்குகிறது. அதில் அவர்களுடைய அந்தரங்கக் கடிதங்கள் வாசிக்கப்படுகின்றன. தந்திகள் பறிமுதல் செய்யப்படுகின்றன. அவர்களுடைய நடவடிக்கைகளைக் கண்காணிக்க ஆட்கள் நியமிக்கப் படுகின்றனர்'.

அப்போது பிரிட்டிஷார் நமக்கு போதித்த சட்டத்தின் ஆட்சி இதுதான். ஆனால், இதனுடன் நமது சிந்தையில் இருந்து நாம் தூக்கி எறிய வேண்டியது இன்னும் நிறைய இருக்கிறது.

காலனி சகாப்தத்தின் 'சட்டத்தின் ஆட்சி' பொதுவாக இங்கு குடியமர்ந்த வெள்ளைக்காரர்கள், மேட்டுக்குடியினர் மற்றும் ஆண்களுக்கு சாதகமாகச் செயல்பட்டது. நிறவெறி என்பது சட்டப்பூர்வமாகவே இருந்தது: ஏற்கனவே நாம் கண்டதுபோல், வெள்ளையர்களை மட்டுமே அனுமதித்த தனியார் மனமகிழ் மன்றங்களுடன் (கிளப்), 'இந்தியர்களுக்கும் நாய்களுக்கும் இங்கே அனுமதி இல்லை' என்ற வாசகங்கள் எழுதப்பட்ட பல பிரிட்டிஷ் ஓட்டல்களும் மற்ற நிறுவனங்களும் இருந்தன (பம்பாயில் வாட்சன்ஸ் ஓட்டலில் இருந்து அப்படி வெளியேற்றப்பட்ட ஓர் அனுபவம்தான் ஜாம்செட்ஜி டாட்டாவை அன்றைய உலகின் உன்னத மற்றும் மிக ஆடம்பர ஓட்டல்களில் ஒன்றான தாஜ் ஓட்டலை நிர்மாணிக்கச் செய்தது. அதில் இந்தியர்கள் அனுமதிக்கப்பட்டனர்).

ராணி விக்டோரியா காலத் தந்தைவழி சமூகப் பழக்க வழக்கங்களின்படி பெண்கள் நடத்தப்பட்டனர். அதில் இருந்த பெண்களுக்கு எதிரான விருப்பு வெறுப்புகள் கொஞ்ச நஞ்சம் அல்ல. இதில் ஓர் உதாரணத்தைக் காணலாம். சமுதாய அமைப்பின்படி மலபார் கடற்கரையில் வாழ்ந்த பெண்கள் தாய்வழி சமூக அனுகூலங்கள் மூலம் பலன் அடைந்து வந்தனர். இந்த வகையில் பெரிய அளவில் சொத்துரிமை மற்றும் சமுதாய உரிமைகளைப் பெற்றிருந்தனர். இதில் உடல் சார்ந்த சுதந்திரம் பற்றிக் கூற வேண்டிய அவசியமே இல்லை. ஆனால், அவர்கள் தந்தைவழி சமூக

அடிமைத்தளையை ஏற்றுக் கொள்ளுமாறு நிர்ப்பந்திக்கப்பட்டனர். அதுவே வாழ்க்கைக்கு 'சரியான' மற்றும் 'ஒழுங்கான' வழி என்று சொல்லப்பட்டது. பௌதிகரீதியிலும், சமூக-பொருளாதார ரீதியிலும் கணவர்களுக்கும், மகன்களுக்கும் அடிபணிய பெண்கள் வற்புறுத்தப் பட்டனர் (அந்தக் காலத்தில் தென்னிந்தியப் பெண்கள் ரவிக்கை அணிவதில்லை. பாரம்பரியமாகவே மார்பகங்களை மறைக்கும் பழக்கம் இல்லாத அக்காலத்தில் பெண்கள் விக்டோரியா கால நெறிமுறைகளைப் பின்பற்றுமாறு கட்டாயப்படுத்தப்பட்டனர்; ஆனால் வெகு விரைவில் மார்பகத்தை மறைக்கும் உரிமை மேல்சாதி பெண்களுக்கே உரிய மரியாதை என்றாகி, கீழ்சாதி பெண்களுக்கு அதை மறுப்பதற்கான முயற்சிகள் நடந்தன. அது, திருவாங்கூர் சமஸ்தானம் மற்றும் சென்னை மாகாணத்தில் 1813 முதல் 1859 வரை தோள் சீலைப் போராட்டம் (Breast Cloth Agitation) போன்ற, மிஷனரிகளால் தூண்டப்பட்ட காலனியாட்சி சம்பவங்களுக்கு வழிவகுத்தது). இந்திய தண்டனைச் சட்டத்தில் சேர்க்கப்பட்ட பாலியல் பலாத்கார தடுப்புச் சட்டம் பாதிக்கப்பட்ட பெண் ஒருத்தியே அவளுடைய 'ஒழுக்கத்தை'யும், பாலியல் பலாத்காரம் நடந்திருக்கிறது என்பதையும் நிரூபிக்கவேண்டிய சுமையை ஏற்படுத்தியது. இது அந்தப் பெண்ணை எதிர்த்தரப்பு கேவலப்படுத்த வழி வகுத்தது. பாதிக்கப்பட்ட பெண்களுக்கு இந்த நடைமுறை ஏற்படுத்திய துன்பத்தால் பல பாலியல் பலாத்கார சம்பவங்கள் பற்றி புகார் எழவேயில்லை.

சட்டத்தின் ஆட்சி என்பது இந்தியாவில் பிரிட்டிஷாரின் பிடியை நிரந்தரமாக்கும் நோக்கம் கொண்டிருந்ததால் ஆங்கில ஏகாதிபத்தியத்தின் கருவியாகவே அது வடிவமைக்கப்பட்டிருந்தது. எனவே, இங்கு எழுந்த அரசியல் எதிர்ப்புகள் பல்வேறு சட்டங்கள் மூலம் அதிகாரப்பூர்வமாகவே ஒடுக்கப்பட்டன. அரசுக்கு எதிரான நடவடிக்கைகள் தொடர்பாக இந்திய தண்டனைச் சட்டத்தில் 49 பிரிவுகள் இருந்தன (ஆனால் கொலைக் குற்றங்கள் தொடர்பாக 11 பிரிவுகள்தான் இருந்தன).

காலனி அரசின் நிறவெறிக் கொள்கையையும் அதன் தண்டனைச் சட்டம் பிரதிபலித்தது. 1911-ஆம் ஆண்டு குற்றப் பழங்குடியினர் சட்டம் சில தனிப்பட்ட குழுக்களின் நடமாட்டத்தைக் கட்டுப்படுத்துவது மற்றும் சோதனை செய்வதுடன் கைது செய்யும் அதிகாரத்தையும்கூட பிரிட்டிஷாருக்கு அளித்தது. ஏனென்றால், அந்தக் குழுவைச் சேர்ந்தவர்கள் காலங்காலமாக 'குற்ற நடவடிக்கைகளில்' ஈடுபடுவோராகக் கருதப் பட்டனர். அது ஒரு தீய சமூகவியலாகவும் மோசமான சட்டமாகவும் இருந்தது. ஆனால் சுதந்திரத்துக்குப் பிறகும்கூட அது சட்டத்தில் நீடித்தது. அதனால் மனிதத்தன்மையே இல்லாத தீய விளைவுகள் ஏற்பட்டன. அறிஞர் சஞ்சய் நிகம் எழுதிய நூலில் இது தெளிவாகச் சித்திரிக்கப் பட்டுள்ளது. 'குற்றப் பழங்குடியினர்' என்ற கொள்கையை பிரிட்டிஷார் எவ்வாறு கொண்டு வந்தனர், அந்தப் பிரிவை உறுதி செய்ய அவர்கள்

கொண்டு வந்த சட்டம், அது எவ்வாறு அந்தக் குழு உறுப்பினர்களின் தனிப்பட்ட விவரங்கள் பற்றிய பதிவுகளை அத்துமீறித் திரட்ட வைத்தது, அவர்களுடைய நகர்வுகளைக் கட்டுப்படுத்தியது, வலுக்கட்டாயமாக அவர்களை ஊரகப் பகுதிகளுக்கும், சீர்திருத்த முகாம்களுக்கும் அனுப்பியது, பெற்றோரிடமிருந்து பிள்ளைகளைத் திட்டமிட்டுப் பிரித்தது போன்றவை அதில் விவரிக்கப்பட்டுள்ளன.

நீதிமன்ற முறை, தண்டனைச் சட்டம், நீதி பரிபாலனத்தில் சட்ட விதிகளுக்கு மரியாதை மற்றும் நீதியை மதிக்கும் அமைப்பு போன்றவை எல்லாம் - காலனி சகாப்தத்தில் இவையெல்லாம் இந்தியர்கள் விஷயத்தில் நியாயமாக பயன்படுத்தப்படவில்லை என்றாலும்கூட - நிச்சயமாக பிரிட்டிஷ் ஆட்சியின் தகுதி மிக்க கொடைகளாகத்தான் இருந்தன. அவற்றைப் பெற்றிருப்பதில் இந்தியர்களும் மகிழ்ச்சியும் அடைந்துள்ளனர். ஆனால், அதன் செயல்பாடுகளில் பிரிட்டன் நம் மீது துரதிருஷ்டவசமான சட்ட அமைப்பு ஒன்றைச் சுமத்தி இருக்கிறது. அளவுக்கு அதிகமான நடைமுறை சம்பிரதாயங்களில் அது சிக்கிக் கொண்டு தடுமாறிக் கொண்டிருக்கிறது. இந்தியாவின் பாரம்பரிய நீதி பரிபாலன முறைகளில் இருந்து இது வெகு தூரம் தள்ளி நிற்கிறது.

வடக்கே இருந்த பாரம்பரிய கிராம பஞ்சாயத்து முறைகளில் (khap) சந்தேகமே இல்லாமல் நிறைய போதாமைகள் இருந்தன. பெரும்பாலும் அவை நியாயமற்ற ஓர் சமூக ஒழுங்கை நிலைநாட்டவே பயன்படுத்தப் பட்டன. ஆனால், நவீன நீதிபரிபாலன சட்ட திட்டங்களுக்குப் பொருந்தும் வகையில் பாரம்பரிய முறைகளை மாற்றி அமைத்துக் கையாளமுடியும் என்பதை தனது ‘ககாகா’ (gacaca) சமுதாய நீதிமன்றங்கள் மூலம் ருவாண்டா காட்டியிருக்கிறது. இத்தகைய நீதிபரிபாலனத்தில் அளவுக்கதிகமான கால தாமதங்கள், தேவையற்ற சம்பிரதாயங்கள், மேல்நாட்டு முறையின் செலவினங்கள் எல்லாம் கிடையாது. இந்த வகையில் காலனி ஆட்சி அளித்த கொடை என்பது கால வரையறையற்ற விசாரணைகள் மற்றும் நீண்ட காலமாக நிலுவையில் இருக்கும் வழக்குகள் என்ற நிலையையே இந்தியாவில் உருவாக்கியிருக்கிறது. இதனால் எந்த ஒரு நாட்டிலுமே இல்லாத அளவுக்கு இந்திய நீதித்துறை வழக்குகள் தேக்கம் கண்டு, வெறுக்கத் தக்க உலக சாதனையைப் படைத்திருக்கிறது (பிரிட்டிஷ் ஆட்சிக்காலத்தில் பதிவு செய்யப்பட்ட சில வழக்குகள் இந்தியாவின் சில கீழமை நீதிமன்றங்களில் இன்னும்கூட நிலுவையில் இருக்கின்றன!).

தலையிடாமையா... தகிடுதத்தமா?

காலனி ஆட்சி அளித்த கொடைகள் பற்றி வாதாடுவோர், இன்னும் ஒரு படி மேலேபோய், உள்நாட்டு விவகாரங்களில் தலையிடாத ஆட்சியாளர்களாக பிரிட்டிஷார் இருந்ததாகக் கூறுகின்றனர். இந்தியப் பாரம்பரியமும் பழக்க வழக்கங்களும் ‘வெறுக்கத்தக்கதாகவும்’, ‘காட்டுமிராண்டித்தனமாகவும்’

இருந்தாலும்கூட அவை மதிக்கப்பட வேண்டும் என அவர்கள் கருதினார்களாம். ராணி விக்டோரியாவின் 1858 பிரகடனம் அதை இவ்வாறு அறிவித்தது:

> 'நமது ராஜ கம்பீரமான விருப்பம் மற்றும் பெருமிதத்துடன் இதை நாம் அறிவிக்கிறோம்... மத நம்பிக்கை மற்றும் சடங்குகளைக் காரணம் காட்டி அவர்களை (இந்தியர்களை) யாரும் துன்புறுத்தவோ அமைதியிழக்கச் செய்யவோ கூடாது. ஆனால், சட்டத்தின் சமமான, பாரபட்சமற்ற பாதுகாப்பை அனைவரும் ஒரே மாதிரியாக அனுபவிக்க வேண்டும்; மேன்மை தங்கிய மகாராணி வருந்தும்விதமாக நமது குடிமக்களைத் துன்புறுத்தாமல் அவர்களுடைய மத நம்பிக்கைகள் அல்லது வழிபாடுகளில் தலையிடாமல் விலகி நிற்கும்படி நமக்கு கீழ் இருக்கும் அனைத்து அதிகாரிகளுக்கும் நாம் கண்டிப்பாக ஆணையிடுகிறோம்'.

ஸ்பெயின் நாட்டினரின் சிலுவைப் போர்க்குண கிறித்தவம் அல்லது ஃபிரெஞ்சுக்காரர்களின் தீவிர கலாசார பெருமித உணர்வு போன்ற எதுவும் பிரிட்டிஷாரிடம் இருந்திருக்கவில்லை. வெறும் பணப் பேராசை தான் அவர்களுக்குத் தூண்டுகோலாக இருந்தது. இந்திய சமுதாயத்தை மாற்றவேண்டும் என்பதிலோ, புது வடிவம் கொடுக்க வேண்டும் என்பதிலோ அவர்களுக்கு ஆர்வம் இல்லை. அதே சமயம், கிறித்தவத்தின் மேன்மை பற்றிய தீவிர நம்பிக்கைகள் அவர்களுடைய நிறவெறியை முன்னிலைப்படுத்தியது உண்மை: பிரிட்டனின் புகழ் பெற்ற இவாஞ்சலிக்க கிறித்தவரான வில்லியம் வில்பர்ஃபோர்ஸ், 'நமது மதம் புனிதமானது. பரிசுத்தமானது. பயன் தரக்கூடியது. அவர்களுடையது இழிவானது, கட்டுப்பாடற்றது மற்றும் கொடியது' என்று கூறியது இதற்குச் சிறந்த உதாரணம்.

'அறியாமை, உருவ வழிபாடு மற்றும் தீமை'யில் இருந்து இந்தியர்களை விடுவிக்க எழுந்த புனித ரட்சிப்புப் போர்தான் ஆங்கில பேரரசாட்சி என பல பிரிட்டானியர்கள் நியாயப்படுத்தினர். ஆனால் அதன்படிச் செயல் பட ஆங்கில ஆட்சியாளர்கள் நிச்சயம் தயங்கினர். உதாரணமாக, போர்ச்சுக்கீசியர்கள் கோவாவை மிக விரைவில் கிறித்தவமயமாக்கினர். அதேவேளையில் பிரிட்டிஷார் இந்தியாவின் முதல் பிஷப்பை 1813 வரை வரவழைக்கவில்லை. 'இந்திய மண்ணில் பிரிட்டிஷ் அதிகாரத்தைத் தொடர்ந்து நிலைத்திருக்கச் செய்வதே பிரிட்டிஷாரின் முதல் மற்றும் முழுமையான குறிக்கோளாக இருந்தது' என ஜோன் வில்சன் எழுதினார்.

பெரும்பாலான ஆங்கில ஆட்சியாளர்களுக்கு பிரிட்டிஷ் இந்திய ஆட்சி என்பது கொள்ளை லாபம் தரும் ஒரு தொழிலாக மட்டுமே இருந்தது. புனிதப் போராக அல்ல. அதில் இந்தியாவை மாற்றுவது நோக்கமல்ல; இந்தியாவில் பணம் பண்ணுவதே நோக்கம். ஆங்கஸ் மேடிசன் கூறியது போல், 'கிராம சமுதாயம், சாதி முறை, தீண்டாமை, கூட்டுக் குடும்ப

அமைப்பு, விவசாய உற்பத்தி தொழில்நுட்பங்கள் போன்ற எதிலுமே பெரிய மாற்றங்கள் எதையும் பிரிட்டிஷார் ஏற்படுத்தவில்லை'. அவர் கூறியது முழுக்க முழுக்க சரியல்ல: உண்மையில், நாம் பார்க்க இருப்பது போல், காலனி ஆட்சிக்கு முந்தைய இந்தியாவைவிட பின்னாளில் சாதிக் கொடுமை இன்னும் இறுகியது. என்றாலும், சதி எனும் காட்டுமிராண்டித் தனமான பழக்கத்தையும் தக் கொள்ளையர்களையும் ஒழித்த பெருமை தங்களையே சாரும் என்றும் பிரிட்டிஷார் கூறிக் கொள்கின்றனர் (சதி என்பது கணவன் இறந்தால் அவருடைய சிதையில் விழுந்து மனைவியும் உயிரை மாய்க்கும் வழக்கம். இதில் பலியான பல இளம்பெண்கள் வயது முதிர்ந்த ஆண்களுக்கு வாழ்க்கைப்பட்டு இருந்தனர் என்பது இன்னும் கொடுமை. கொள்ளையர் குழு ஒன்று காளியின் பெயரால் நடத்திய கொலை, கொள்ளைகளை 'தக்கி' குறித்தது. ஆங்கில மொழியில் 'தக்குகள்' (Thugs) என்ற வார்த்தை உருவாக்கப்பட்டது).

உண்மை என்னவென்றால் தமக்குத் தேவையான நேரங்களில், தங்களுடைய நோக்கங்களுடன் பொருந்தி வரும்போது மட்டும் இந்திய சமூக பழக்க வழக்கங்களில் பிரிட்டிஷார் தலையிட்டனர். அல்லது விலகி நின்றனர். சமதர்மக் கொள்கைகளுக்கும் காலனி ஆட்சியின் நீதி பரிபாலனம் மற்றும் நிர்வாக நடைமுறைகளுக்கும் இடையே பெரும் இடைவெளி இருந்தது. பிரிட்டிஷார் செய்த சமூக சீர்திருத்தங்கள் என இன்றும் தவறாகக் கோரப்படும் சில உரிமைகள் பற்றி இந்த நூலின் பிற்பகுதியில் நான் கூறி இருக்கிறேன்; இந்த இடத்தில் நான் சொல்ல விரும்புவது என்னவென்றால் பிரிட்டிஷார் தமக்கு விருப்பமான நேரத்தில் உள்நாட்டு சமூக பழக்கவழக்கங்களில் தலையிடுவார்கள். மற்றபடி தள்ளி நிற்பார்கள். இந்த இரண்டு நடவடிக்கைகளிலுமே தங்களுடைய பெருந்தன்மையைப் பறைசாற்றிக் கொள்வார்கள்.

சட்ட அமைப்பை முறைப்படுத்தி, இந்திய தண்டனை சட்டத்தை அறிமுகம் செய்த நடைமுறையில் காலனி சகாப்த விருப்பு வெறுப்புகளை இந்தியா மீது பிரிட்டிஷார் சுமத்திவிட்டனர். அதே நேரத்தில், அவர்களுடைய தாயகத்தில் அவை அனைத்தையும் புறந்தள்ளி நீண்ட காலம் ஆகியிருந்தது. ஆனால், இந்தியாவில் அவை இன்னும் ஆழமாக வேரூன்றி தங்கி பல கோடிக்கணக்கான மக்களுக்கு சொல்லொண்ணா துயரத்தை ஏற்படுத்தி இருக்கிறது.

இந்தியாவில், 2016-ல் ஏராளமான விவகாரங்கள் தோன்றின. மேலோட்ட மாக பார்க்கும்போது அவை ஒன்றோடு ஒன்று தொடர்பற்று இருந்தன. என்றாலும்கூட அவற்றில் இருந்த ஒரு பொது அம்சம் அனைவரையும் உன்னிப்பாகக் கவனிக்க வைத்தது. காலனி சகாப்த பிரிட்டிஷ் சட்டத்தில் இடம் பெற்றிருந்த கிரிமினல் குற்றங்களுடன் அவை தொடர்பு கொண்டவையாக இருந்தன. இந்தியா இன்றும் அதைத் தாண்டி வெளியே வர முடியாத அல்லது விரும்பாத நிலை இருப்பது நிரூபணமாகி உள்ளது.

19-ஆம் நூற்றாண்டின் இடைப்பகுதியில் பிரிட்டிஷ் ஆட்சியாளர்கள் வடிவமைத்த இந்திய தண்டனைச் சட்டம் மற்ற அம்சங்களுடன் (இவையெல்லாம் ஒரு சில உதாரணங்கள்தான்) 377-வது பிரிவின் கீழ் ஓரினச் சேர்க்கையை கிரிமினல் குற்றமாக்கியது; மாணவர்கள் கோஷம் எழுப்புவது கலகத்தைத் தூண்டும் குற்றம் என்று சொல்லி அவர்களைக் கைது செய்யும் அதிகாரத்தைத் தந்திருக்கிறது; மேலும் பொது வழக்கத்துக்கு மாறான உடலுறவைப் பொறுத்தவரை இரட்டை நிலைப் பாடுகளை நடைமுறைப்படுத்தியிருக்கிறது.

பிரிட்டிஷ் கொள்கைகள் மீதான எந்த ஒரு விமர்சனத்தையும் ஒடுக்கும் வகையில், 1870-ல் கலகம் தூண்டுதல் எனும் பயங்கர கருத்துரு ஒன்று குற்றம் என சட்டமாக்கப்பட்டது. இந்திய தண்டனைச் சட்டம் 124ஏ பிரிவின் கீழ் 'வார்த்தைகள், சின்னங்கள் அல்லது அரசுக்கு எதிராக அதிருப்தி உண்டாக்கும்படியான காட்சிகளைப் பயன்படுத்தும்' யாரும் கலகம் விளைவித்தல் குற்றச்சாட்டுக்கு ஆளாவதுடன், ஆயுள் தண்டனை விதிக்கப்படவும் ஏதுவாகும். அந்த நேரத்தில், காலனி நாடு ஒன்றில் பேச்சு சுதந்திரத்தைக் கட்டுப்படுத்துதல் என்ற அடிப்படையில் அது இருந்ததாக அதனை முன்மொழிந்தவர்கள் தெளிவாக நியாயப்படுத்தினர்: அதே ஆண்டில் ஒரு பிரிட்டானியர், 'அமைதிக்கு முழுமையாக குந்தகம் விளைவிக்காத கலகத்தைத் தூண்டும் குற்றங்களை' கட்டுப்படுத்த ஒரு சட்டம் தேவைப்படுகிறது என வெளிப்படையாகக் கூறினார். வேறு வார்த்தைகளில் கூறுவதானால் இந்தியர்களுக்கு பேச்சு சுதந்திரமே இல்லை.

1898-ல், இங்கிலாந்தில் இருந்ததைவிட மேலும் கடுமையாக்கும் வகையில், அந்தச் சட்டம் இன்னும் கடுமையாக்கப்பட்டபோது வங்காளத்தின் பிரிட்டிஷ் லெஃப்டினன்ட் கவர்னர் அதை ஒப்புக்கொண்டார்: 'சொந்த தேசத்தில், சொந்த மக்களுக்குப் போதுமான ஒரு கலகச் சட்டம், அந்நிய ஆட்சி ஒன்றின் கீழ் இருக்கும் ஒரு நாட்டுக்குப் போதுமானதாக இருக்காது. அல்லது சில அம்சங்களில் பொருத்தமாக இருக்காது'.

ஆக, கலகச் சட்டம் என்பது மிகத் தெளிவாக இந்திய தேசியவாதிகளை அச்சுறுத்தும் ஒரு கருவியாகவே இருந்தது: அதன் பிரதான பலியாடுகளில் ஒருவராக மகாத்மா காந்தி இருந்தார். சுதந்திர ஜனநாயக இந்தியாவிலும் அந்த சட்டப் பிரயோகம் அநேக இந்தியர்களுக்கு அதிர்ச்சி அளித்தது. 2016 பிப்ரவரி மாதத்தில், தூக்கிலிடப்பட்ட ஒரு பயங்கரவாதியின் நினைவு நாளன்று வெடித்த போராட்டத்தில் புதுடெல்லி ஜவாஹர்லால் நேரு பல்கலைக்கழக மாணவர்கள் 'இந்தியாவுக்கு எதிரான' கோஷங்களை எழுப்பி கலகத்தைத் தூண்டியதாகக் குற்றம் சாட்டப்பட்டு கைது செய்யப்பட்டனர். அதே ஆண்டு ஆகஸ்டு மாதத்தில் ஆம்னெஸ்டி இண்டர்நேஷனல் அமைப்பின் மீது இதே குற்றச்சாட்டுக்காக முதல் தகவல் அறிக்கை (எஃப்.ஐ.ஆர்) பதிவு செய்யப்பட்டது. இந்தியச் சட்டத்தில் காலனி ஆட்சியால் உந்தப்பட்ட சட்ட வரிகள் இல்லை யென்றால் இவையெல்லாம் சாத்தியமே இல்லை.

நமது சட்டத்தில் உள்ள காலனி சகாப்த விதிமுறைகளுக்கு எதிரான கோபத்தை ஏற்றுக் கொள்வதுடன், நாடாளுமன்ற உறுப்பினர் என்ற முறையில் நான் மக்களவையில் இந்தச் சட்டங்களைத் திருத்தக் கோரி சில மசோதாக்களை அறிமுகம் செய்தேன். அரசியல் சாசன ஏடுகளில் இதுபோன்ற விதிமுறைகள் இருப்பது இந்தியர்களின் அரசியலமைப்பு உரிமையை மீறி நமது தண்டனைச் சட்டம் அதிகார வர்க்கத்தினரால் தவறாகப் பயன்படுத்தப்படும் நிலைக்கு ஆளாகி இருக்கிறது. ஒரு தனிநபரின் பேச்சு அல்லது நடவடிக்கை நேரடியாக வன்முறையில் வந்து முடிந்தாலோ அல்லது மரணம் விளைவித்த செயல், கொலை அல்லது கற்பழிப்பு போன்ற - இந்திய தண்டனைச் சட்டத்தில் ஆயுள் தண்டனைக்கு உரித்தான - குற்றம் அடங்கி இருந்தாலோ மட்டுமே கலகத்தைத் தூண்டியதாக அவர் மீது குற்றம் சுமத்த எனது மசோதா அனுமதிக்கும். அரசாங்கத்தின் நடவடிக்கைகள் அல்லது நிர்வாகச் செயல்பாடுகளை விமர்சிக்கும் சாதாரண வார்த்தைகள் அல்லது குறியீடுகள் கலகத்தை உண்டாக்கும் காரணிகள் ஆகாது. பேச்சு சுதந்திரம் மற்றும் அரசுக்கு எதிரான அதிருப்தியை வெளிப்படுத்தும் உரிமையை வளர்ப்பதே என்னுடைய நோக்கம். அதேவேளையில் கலகத்தைத் தூண்டும்படியான வார்த்தைப் பிரயோகங்களுக்கு எதிரான பாதுகாப்பு அம்சங்களும் மற்ற வாய்ப்புகளும் உறுதி செய்யப்பட வேண்டும். பிரிட்டிஷ் ஆட்சியில் இது இந்தியர்களுக்குக் கிடைக்கவே இல்லை.

இதே போன்று, *1860*-ல் கொண்டு வரப்பட்ட இந்திய தண்டனைச் சட்டத்தின் *377*-வது பிரிவு 'பொது வழக்கத்துக்கு மாறான உடலுறவை' கிரிமினல் குற்றமாக்கியது. பெரும்பாலான நவீன சமுதாயங்களில் இது ஏளனத்துடன் வெறுக்கப்படும் மிகப் பழைய வாசகமாகும். விக்டோரியா ராணி காலத்து பிரிட்டிஷார் அறிமுகம் செய்யும் வரை இந்திய கலாசாரத்திலும் சமூக வழக்கங்களிலும் ஓரின உடலுறவுக்கு (homosexuality) எதிராக தடை ஒருபோதும் இருந்ததில்லை. தனிப்பட்ட முறையில் இருவர் மனம் ஒத்து உடலுறவு கொள்வதை கிரிமினல் குற்றமாக்கும் *377*-வது பிரிவு சுதந்திர இந்தியாவின் அரசியல் சாசன அங்கம் *21* (அந்தரங்கம் மற்றும் கண்ணியம் உள்ளிட்ட வாழ்க்கை மற்றும் சுதந்திரம்), அங்கம் *14* (சட்டத்தின் முன் சமத்துவம்) மற்றும் அங்கம் *15* (பாகுபாடுகளுக்குத் தடை) ஆகியவற்றில் உறுதி செய்யப்பட்டுள்ள அடிப்படை உரிமைகளை மீறுகிறது.

வயது வந்த எந்த ஒரு பாலினத்தவரும், எப்படிப்பட்ட நம்பிக்கைகளைக் கொண்டிருந்தாலும், பரஸ்பர சம்மதத்துடன் உடலுறவு கொள்வதை *377* பிரிவில் நான் ஏற்படுத்த விரும்பும் திருத்தம் குற்றமாக்காது. எனினும், ஆளும் பி.ஜே.பி. கட்சியைச் சேர்ந்த பழமைவாத எம்.பி.க்கள் நாடாளுமன்றத்தில் அந்த மசோதாவின் அறிமுகத்துக்கு எதிராக வாக்களித்தனர். ஓரினச்சேர்க்கை ஆதரவாளர்களையும் மூன்றாம் பாலினத்தவரையும் அது உச்ச நீதிமன்றத்தை அணுக வைத்தது. உச்ச நீதிமன்றமும் அந்த சட்டத்தை உறுதி செய்த தனது முந்தைய தீர்ப்புக்கு

எதிரான சீராய்வு மனு ஒன்றை விசாரணைக்கு எடுத்துக்கொள்ள சம்மதித்தது. தண்டனைச் சட்டத்தில் இருக்கும் நியாயமற்ற இப்பிரிவை ரத்து செய்யும் வகையில் சிறந்த வழி ஒன்றை உண்மையில் நீதியின் பாதை காட்டலாம். ஆனால், தங்களுடைய வீடுகளில் நடந்த அந்தரங்க விஷயங்களுக்காக இரண்டே ஆண்டுகளில் (2014, 2015) 58 இந்தியர்கள் கைது செய்யப்பட்டனர். 58 இந்தியர்கள் என்பது மிக அதிகமான எண்ணிக்கை என்பதை உணர வேண்டும்.

இதில் முரண்பாடு என்னவென்றால், இந்தியா எப்போதுமே மாறுபட்ட பாலின அடையாளங்கள் மற்றும் பாலின நம்பிக்கைகள் கொண்ட மக்கள் வாழும் பூமியாக இருந்து வந்திருக்கிறது. இந்திய வரலாறிலோ புராணங்களிலோ பாலின மாறுபாட்டுக்கு எதிரான விருப்பு வெறுப்பைக் காட்டும் உதாரணம் எதுவுமே இல்லை. மாறாக, பெரும் இதிகாசமான மகாபாரதத்தில் பாலினம் மாறிய சிகண்டி பீஷ்மரைக் கொன்றதாகப் படிக்கிறோம். அர்த்தநாரீஸ்வரர் தத்துவம் கடவுளை பாதி ஆணாகவும் பாதி பெண்ணாகவும் கற்பனை செய்தது. 1980-களில் நடிகரும், ஆந்திர முதல்வருமான என்.டி. ராமாராவை இதுவே அர்த்தநாரீஸ்வரர் வேடம் அணியத் தூண்டி அவரது தொண்டர்களை வியப்பில் ஆழ்த்தியது. வழக்கத்துக்கு மாறான, சொல்லப் போனால் விநோதமான ஒரு செயலாக இருந்தாலும்கூட இந்தியப் பாரம்பரியங்களைப் போற்றிப் பாதுகாத்த ஒன்றாகவே அது இப்போதும் பார்க்கப்படுகிறது.

வேத, புராண இலக்கியங்களில் மூன்றாம் பாலின மக்கள் ஆண்மை நீங்கிய (நபும்சகர்) இனமாக அங்கீகரிக்கப்பட்டுள்ளனர். மேலும் முகலாய ஆட்சிக்கால இஸ்லாமிய நீதிமன்றங்கள் உள்பட முழு இந்திய வரலாற்றிலும் அவர்களுக்கு உரிய முக்கியத்துவம் அளிக்கப்பட்டு வந்திருக்கிறது. சமண மதக்கொள்கைகள் உடல்ரீதியான பாலினத்தில் இருந்து வேறுபடும் உளவியல் பாலினம் பற்றிப் பேசுகின்றன. இதன் மூலம் பாலின அடையாளத்தின் மேலும் விரிவான கருத்துரு அந்த மதத்தில் அங்கீகரிக்கப்பட்டுள்ளது. பிரிட்டிஷார் வகுத்தளித்த இந்திய தண்டனைச் சட்டம், குற்றம் என கருதும் வகையில் அல்லது சட்டப்பூர்வ தடை தேவை என்ற வகையில் இந்தியாவில் முன் எப்போதுமே கருதப்படாத மனித நடத்தை அல்லது மனித யதார்த்தத்தின் அம்சங்களை எல்லாம் துரதிருஷ்டவசமாக கிரிமினல் குற்றங்களாக்கியது.

இந்திய தண்டனைச் சட்டத்தின் 377-வது பிரிவும், 1871 குற்றப் பழங்குடியினர் சட்டமும் மூன்றாம் பாலினத்தவர்களையும், ஓரினச் சேர்க்கையாளர்களையும் குறிவைக்கிறது. குறைந்தபட்சம் 2,000 ஆண்டுகள் பாரம்பரியம் கொண்ட இந்திய கலாசாரம், இதிகாசங்கள், வரலாறு, புராணங்கள் மற்றும் இந்திய வாழ்க்கை நெறிமுறைகளையும், இந்திய உணர்வுகளையும் இவை மீறுகின்றன. இந்தியாவின் பாரம்பரிய சகிப்புத்தன்மை மற்றும் 'வாழு, வாழ விடு' கொள்கைக்குப் பதிலாக, இந்தியர்களுக்கு எது நல்லது, எது சரி என்பதில் காலனி சகாப்த

விளக்கத்தை பிரிட்டிஷார் நம் மீது திணித்தனர். இதில் விநோதம் என்னவென்றால், ஆட்சிக் கட்டிலில் அமர்ந்துகொண்டு, தம்மைத் தாமே பாரத பண்பாட்டின் பாதுகாவலர்களாக நியமித்துக் கொண்டவர்கள் விக்டோரியா கால பிரிட்டிஷ் ஒழுங்குமுறையின் மோசமான விருப்பு, வெறுப்புகளைப் பராமரிக்கும் காப்பாளர்களாகச் செயல்பட்டுக் கொண்டிருக்கின்றனர்.

ஓரின உறவுப் பிரியர்களைப் போலவே பெண்கள் மீதும் இந்திய தண்டனைச் சட்டம் மிகவும் கடுமை காட்டுகிறது. 497-வது சட்டப்பிரிவு பொது வழக்கத்துக்கு மாறான உடலுறவை கிரிமினல் குற்றமாக்கியது. திருமண பந்தத்தைத் தாண்டிய உறவுகளுக்காக திருமணமான பெண்களை இந்தச் சட்டம் தண்டிக்கிறது. ஆனால் திருமணமான ஆண்கள் இதில் தண்டிக்கப்படுவதில்லை. தன் மனைவி வேறு ஒருவருடன் கள்ளத் தொடர்பு வைத்திருப்பதாகக் கூறி ஒரு கணவன் சட்டப்படி நடவடிக்கை எடுக்கலாம். ஆனால், தன் கணவன் மீது - அவனுடைய கள்ளக்காதலி மைனராகவோ திருமணம் ஆனவராகவோ இல்லாத பட்சத்தில் - மனைவி அப்படி ஒரு வழக்குத் தொடுக்க இயலாது. அண்மைக்காலத்தில் வரிசையாகப் பல வழக்குகளில் இந்த இரட்டை நிலைப்பாடு வெளிச்சம் போட்டுக் காட்டப்பட்டது. ஒழுக்கம் பற்றிய 21-ஆம் நூற்றாண்டுக் கருத்துகளை விட இது விக்டோரியா கால மதிப்பீடுகளையே மீண்டும் பிரதிபலிப்பதாக இருக்கிறது. மாறாக, மேற்கண்ட மூன்று வகை வழக்குகள் தொடர்பாகத் தமது சொந்த சட்டங்களை இன்று பிரிட்டிஷாரே திருத்தி அமைத்துவிட்டனர். எனவே, அவர்கள் இந்தியாவில் கிரிமினல் குற்றமாக்கிய தவறுகள் அனைத்துமே பிரிட்டனில் இன்று குற்றமே அல்ல. காலனி ஆட்சி அளித்த மோசமான கொடைகளுள் ஒன்று என்னவென்றால், பிரிட்டன் பேரரசு மறைந்த பிறகும்கூட அதன் தீய விளைவுகள் நீடித்துக் கொண்டிருப்பதுதான்.

நம் நாட்டில் இப்போதும் இருந்து வரும் அநீதிகளுக்காக நான் பிரிட்டிஷாரை மட்டுமே குறை கூறவில்லை. ஆனால், அவர்கள் உருவாக்கிய இந்த சட்டங்களைத் திருத்துவது மிக கடினம் என நிரூபணமாகி இருக்கிறது. இதில் விசேஷம் என்னவென்றால், இந்திய தண்டனைச் சட்டத்தின் 155-வது ஆண்டு விழாவின்போது குடியரசுத் தலைவர் பிரணாப் முகர்ஜியே அதனை முழுமையாக மறுஆய்வு செய்ய வேண்டிய தேவை இருப்பதை வலியுறுத்தினார். ‘பிரிட்டிஷாரின் காலனியாட்சித் தேவைகளைப் பூர்த்திசெய்து கொள்ளக் கொண்டுவரப் பட்டதாகவே நமது கிரிமினல் சட்டம் பெரும்பாலும் இருக்கிறது’ என அப்போது அறிவித்தார். ‘நமது சமகால சமுதாய விழிப்புணர்வை’ பிரதிபலிக்கும் வகையில் அது திருத்தி அமைக்கப்பட வேண்டும். அப்போதுதான் ‘ஒரு நாகரிகம் எதில் வேரூன்றியிருக்கிறதோ அதன் அடிப்படை மதிப்பீடுகளை அடிக்கோடிட்டு காட்டும் விசுவாசமான கண்ணாடியாக அது இருக்க முடியும்’ என்றும் கூறினார். இந்தியர்கள் அதை இதுவரை செய்யவில்லை. நிச்சயமாக இது பிரிட்டிஷாரின் தவறு

இல்லை. ஆனால் நியாயமற்ற சட்டங்களை நமது அரசியல் சாசன ஏடுகளில் பொறித்ததன் மூலம் ஓர் ஒடுக்குமுறை சகாப்தத்தைத்தான் பிரிட்டன் விட்டுச் சென்றிருக்கிறது. எந்தப் படுக்கை அறைக்குள் ஊடுருவ பிரிட்டிஷார் கொஞ்சமும் கூச்சப்படவில்லையோ அதில் இருந்து தனது அரசாங்கத்தை 21-ஆம் நூற்றாண்டு இந்தியா வெளியே கொண்டு வர இதுவே உகந்த நேரம். உயிரோட்டமான, வாத பிரதிவாதங்களுக்கு இடம் கொடுக்கும் ஜனநாயக அமைப்பு ஒன்றில் அனுமதிக்கப்படக் கூடிய அரசியல் கருத்துகளை மோசமான கலகச் சட்டம் ஒன்றுக்காக விட்டுக்கொடுக்க முடியாது.

●

நான்காம் அத்தியாயம்
பிரித்தாளும் சூழ்ச்சி

காலனி ஆட்சியின் செயல்திட்டமாகப் பிரித்தலும் ஆளுதலும் - சாதி, இனம், வகைப்பாடு - இன உணர்வுகள் தோன்றுதல் - பிரிட்டிஷாரின் பண்டிதர் மோகம் - ஒருமித்த கருத்தை ஒழித்த மக்கள்தொகை கணக்கெடுப்பு - பிரிட்டிஷ் காலனி ஆதிக்கத்தின் சுயநீதி - காலனி ஆதிக்கத்தின் சாதி அங்கீகாரம் - இந்து-முஸ்லிம் பிரிவினை - காலனி ஆதிக்கத்தின் கட்டமைப்பாக இனவாதம் - இந்திய தேசிய காங்கிரஸும் முஸ்லிம் லீகும் - பிரிட்டிஷாரும் ஷியா-சன்னி பிரிவினையும் - பிரிட்டிஷாரின் இன பாரபட்சம் - பாவிகள் மத்தியில் ஒரு புனிதர் - தனி தேர்தல் தொகுதிகள் - இறுதிப்போர் நோக்கி பயணம் - காங்கிரஸாரின் ராஜினாமாக்கள் - வெள்ளையனே வெளியேறு - முஸ்லீம் லீக்கின் மறு அவதாரம் - கிரிப்ஸ் மிஷன் - இறுதிக்கட்டம், தேர்தல், புரட்சி, பிளவு - வெளியேறுவது குறித்து பேச்சுவார்த்தை - இரண்டு சரணாகதிகள் : பிரிட்டிஷார் விட்டதும், காங்கிரஸார் பெற்றதும் - இந்தியாவை விட்டு வெளியேறுதல், பாகிஸ்தான் உருவாதல் - விதியுடன் ஓர் உடன்படிக்கை

•

வெற்றிகரமான அரசியல் நிறுவனங்கள், ஜனநாயக உணர்வு, ஆற்றல் மிக்க ஓர் அதிகார வர்க்கம், சட்டத்தின் ஆட்சி ஆகியவற்றை இந்தியாவில் தோற்றுவித்ததாக பிரிட்டிஷார் மார்தட்டிக்கொள்வது உள்ளீடற்ற வெற்றுப் பெருமிதமே என்பதை இதற்கு முந்தைய அத்தியாயத்தில் நாம் விரிவாகப் பார்த்துவிட்டிருக்கிறோம். இது இவ்வாறு இருக்க, இந்தியாவுக்கு அரசியல் ஒற்றுமையை விட்டுச் சென்றதாக மிகையாக அவர்கள் அடித்துக் கூறுவது இத்தகைய வீண் ஜம்பங்களையும் பின்னுக்குத் தள்ளிவிடுவதாகவே இருக்கிறது. இந்த நன்மைகள் எல்லாம் 'நடந்து கொண்டிருந்த' அதேவேளையில் மற்றொரு ஜனநாயக விரோத பிரிட்டிஷ் திட்டம் கனிந்து கொண்டிருந்தது. அரசியல்ரீதியாக ஒன்றுபட்ட இந்தியா என்பது பிரிட்டிஷ் காலனி ஆட்சியின் ஒரு குறிக்கோளே என்ற எந்தவொரு நியாயமான வாதத்தையும் அது பொய்யாக்குகிறது.

1857-ல் இந்து, முஸ்லிம் ராணுவ வீரர்கள் இணைந்து கலகம் ஏற்படுத்தியதும் இரு தரப்பும் பரஸ்பர ஆணையின் கீழ் அணி திரளவும், பலவீனமடைந்த முஸ்லிம் மன்னரிடம் கூட்டு விசுவாசத்துக்கு உறுதிமொழி எடுக்கத் தயாராக இருந்ததும் பிரிட்டிஷாரை உஷாராக்கியது. எனவே, இந்த இரண்டு குழுக்களையும் பிரிக்கவும், ஒருவருக்கு ஒருவரை எதிராகத் திருப்பி விடுவதற்கும் அவர்கள் அதிக காலம் எடுத்துக்

கொள்ளவில்லை. எவ்வித பிரச்னையும் இன்றி பிரிட்டிஷ் ஆட்சியைத் தொடர அதுவே அவர்களுக்குச் சிறந்த வழியாகத் தோன்றியது.

1859-ஆம் ஆண்டிலேயே பம்பாய் ஆளுநர் எல்ஃபின்ஸ்டோன் பிரபு, 'பிரித்து ஆளுங்கள்' என்பதுதான் ரோமானிய முதுமொழி என்றும், அது இப்போது நமது கொள்கையாக இருக்கவேண்டும் என்றும் லண்டனுக்கு அறிவுறுத்தினார் (அவர் சொன்னது முழுமையாகச் சரியில்லை: அந்தச் சொற்கள் ரோமானியர்களால் உருவாக்கப்பட்டதல்ல. மெசிடோனியாவின் இரண்டாம் பிலிப்தான் அந்த வார்த்தைகளை முதலில் கூறினார். என்றாலும் சில ரோமானிய தளபதிகள் அந்தக் கொள்கையைக் கடைப்பிடித்தார்கள்). பல ஆண்டுகளுக்குப் பின் சர் ஜான் ஸ்ட்ராச்சி, 'இந்தியாவில் நமது அரசியல் அதிகாரம் நிலைபெற வேண்டுமானால் இந்திய மக்கள் மத்தியில் பரஸ்பர விரோதம் நிலவவேண்டும்' என கருத்துத் தெரிவித்தார்.

சாதி, இனம் மற்றும் வகைப்படுத்துதல்

தங்களுடைய எல்லா காலனிகளிலுமே மக்கள் மத்தியில் தனிப்பட்ட அடையாளங்களை உருவாக்குவதிலும், மிகைப்படுத்துவதிலும், இனம் சார்ந்த பரபட்சமான நிர்வாக எல்லைக் கோடுகளை வரைவதிலும் பிரிட்டிஷார் தனித்திறமை பெற்றிருந்தார்கள். தமது சொந்த, 'தன்னிகரற்ற' பிரிட்டிஷ் அடையாளம் நீர்த்துப் போய்விடுமோ என்ற பயத்தில் இருந்து இது உருவாகி இருக்கலாம் என சில அறிஞர்கள் கருதுகின்றனர். தமது அடையாளத்தை காலனி மக்கள் விரும்பவும்கூட பிரிட்டிஷார் அனுமதிக்கவில்லை. இந்த வகையில் அவர்கள் ஃபிரெஞ்சுக்காரர்களிடம் இருந்து முற்றிலும் மாறுபட்டிருந்தார்கள்.

ஃபிரெஞ்சு ஆட்சியாளர்கள் தமது காலனிகளில் கலாசார கலப்புக்குத் தயாராக இருந்தனர். அது எவ்வளவு தூரம் ஊடுருவிச் சென்றது என்றால், செனகல் அல்லது வியட்நாமில் ஆப்பிரிக்க அல்லது ஆசிய பள்ளிக் குழந்தைகள் தங்கள் வகுப்பறைகளில் விசுவாசமாக, 'கால்கள் (Gauls) நம்முடைய முன்னோர்கள்' என பாடுவதைப் பார்க்கமுடியும். பிரிட்டிஷ் ஆட்சிக்காலம் முழுவதுமாகவே இந்தியர்கள் அடிமைகளாகத்தான் இருந்தார்கள். குடிமக்களாக இல்லை. ஃபிரெஞ்சு ஆப்பிரிக்கர்களுக்கு, 'நான் ஒரு ஃபிரெஞ்சுக்காரன்' என்று சொல்ல ஊக்கம் அளிக்கப்பட்டது போல், பிரிட்டிஷ் ஆட்சியில் எந்த ஒரு இந்தியனும், 'நான் ஒரு பிரிட்டிஷ்காரன்' என்று கூறும் உரிமையை எடுத்துக்கொள்ள இயலாதிருந்தது.

பிரிட்டிஷாரின் மனப்பான்மையில் தொடக்கம் முதலே இந்தப் பிரிவினை ஏற்படுத்தும் போக்கு இருந்தது. உண்மையில், அவர்களுடைய காலனிகளில் ஒரே ஒரு வெள்ளைக்கார நாடாக இருந்த அயர்லாந்திலும் கூட அது கண்கூடாகத் தெரிந்தது. அயர்லாந்து நாட்டினரை பிரிட்டிஷ் இனத்துக்குள் சேர்த்துக்கொள்ளாமல் இந்தப் புதிய எஜமானர்கள் அவர்களை அடிமைப்படுத்தவே செய்தனர். அயர்லாந்து மொழியைக்

கற்பது, அவர்களுடைய பாணியில் உடை அணிவது எல்லாம்கூடத் தடைசெய்யப்பட்டன. கலப்புத் திருமணம் அனுமதிக்கப்படவில்லை. இடைக்கால அயர்லாந்தில் பிரிட்டிஷ் ஆட்சிக்கு உட்பட்டிருந்த பேல் டொமினியனுக்கு (Pale Dominion) அப்பால் பெரும்பாலான அயர்லாந்து மக்கள் பிரித்து வைக்கப்பட்டனர். பிரிட்டிஷாரைப்போல தோற்றம் கொண்ட ஒரு மக்கள் கூட்டத்துக்கே இந்தக் கதியென்றால், இந்தியாவில் அவர்கள் வெற்றி கொண்ட கறுப்பு மக்களின் நிலைமை எவ்வளவு மோசமாக இருந்திருக்கும் என்பதைக் கூறவேண்டிய அவசியமே இல்லை. இது குறித்த சில அம்சங்களை இதற்கு முந்தைய அத்தியாயங்களில் நாம் ஏற்கனவே ஆராய்ந்துள்ள நிலையில், இந்தியர்களை அவர்கள் ஒரு போதும் மாறமுடியாத வகையில் எப்படியெல்லாம் பாகுபடுத்தினார்கள் என்பதையும், குறிப்பாக சாதி, மதங்களைப் பற்றியும் இப்போது எடுத்துக் கூற விரும்புகிறேன்.

பிரிட்டிஷார் தரப்பு வாதம் ஒன்றுடன் இந்தப் பகுதியைத் தொடங்கு வோம். அதாவது, தங்களைப் போலவே இந்தியர்களும் தத்தமது தனி அடையாளங்களைக் காத்துக் கொள்ளவிரும்புபவர்களாகவே இருப்பார்கள் என அவர்கள் நினைத்திருக்கலாம். எனவே (அடிமை) குடிமக்களின் சாதி, மதம், இனம், குலம் போன்ற வேறுபாடுகளை பிரிட்டிஷார் புரிந்து கொள்ள எடுத்த முயற்சியானது தவிர்க்க இயலாமல் அந்த வேறுபாடுகளை வரையறை செய்து, பிரித்து, அவற்றை நிரந்தரமாக்கும் நடவடிக்கையாக மாறிவிட்டது. இந்த வகையில் காலனி ஆட்சியாளர்கள் வாடிக்கையாக அறிக்கைகள் எழுதினார்கள். மக்கள் தொகைக் கணக்கெடுப்புகளை நடத்தினார்கள். அவை மேலும் குழப்பம் ஏற்படுத்தக்கூடியவையாகவும் குறுகிய வார்த்தைகள் மூலம் மக்களைப் பாகுபடுத்துபவையாகவும் இருந்தன. அந்தப் பாகுபாடுகள் மொழி, மதம், மதப்பிரிவு, சாதி, குலம், இனம் மற்றும் சருமநிறம் போன்ற வற்றின் அடிப்படையில் அமைந்திருந்தன. இத்தகைய வகைப்பாடு களையும் பாகுபாடுகளையும் உண்டாக்கும் நடவடிக்கைகளில் இனம் பற்றிய கருத்துக்கள் வலுப்பெற்றன. அது மட்டுமல்லாமல், தம்மை சுற்றி இருக்கும் மற்ற மனிதர்களிடம் இருந்து நாம் வேறுபட்டவர்கள் என்று முன் ஒருபோதும் நினைத்திராத மக்கள்கூட அப்போது புத்தம் புதிய பிரிவுகளை உருவாக்கத் தொடங்கினார்கள்.

அமெரிக்காவைச் சேர்ந்த மானுடவியல் ஆய்வாளர் நிக்கோலஸ் பீ. டெர்க்ஸ் இதைத் தெளிவாக எடுத்துரைக்கிறார்: 'காலனி ஆதிக்கம் சாத்தியமானதற்கும் பின் நிலைத்ததற்கும் வலுப்பெற்றதற்கும் வெளிப் படையான மிருகத்தனமான வழிமுறைகள் எந்த அளவுக்குக் காரணமாக இருந்தனவோ அதே அளவுக்குக் கலாசாரக் கருவிகளும் முக்கிய பங்காற்றின. காலனி ஆதிக்கம் என்பது தன்னளவில் அதுவே ஒரு கலாசாரக் கட்டுப்பாட்டுத் திட்டமாகவே இருந்தது.

'காலனி அறிவு' வெற்றிக்கு வகை செய்தது மட்டுமல்லாமல் அதனால் உற்பத்தி செய்யப்பட்டதாகவும் செய்தது; சில முக்கிய வழிமுறைகளில் அறிவுதான் காலனி ஆதிக்கத்தின் அனைத்துமாக இருந்தது. 'பாரம்பரியம்' என புதிதாக வகைப்படுத்தப்படும் சமுதாய கலாசார வடிவங்கள் இந்த அறிவால் மறுநிர்மாணமும் உருமாற்றமும் செய்யப்படுகின்றன. அது காலனி ஆட்சியாளர்கள் மற்றும் காலனி மக்கள் மத்தியில் ஐரோப்பியன்-ஆசியன், நவீனம்-பாரம்பரியம், மேற்கு-கிழக்கு என புதிய வகுப்புகளையும் எதிர்ப்புகளையும் உருவாக்குகிறது. காலனி ஆட்சி நலன்களின் அடிப்படையில் இந்தியாவின் மானுடவியல் மாற்றப் பட்டது; இந்திய சமூக உருவாக்கம், அதன் அரசியல் ஆற்றல் மற்றும் அதன் நாகரிக மரபுரிமை போன்றவை காலனி ஆட்சியின் தவிர்க்க முடியாமை மற்றும் பிரிட்டிஷ் ஆட்சியின் நிரந்தரம் ஆகியவற்றை நியாயப்படுத்தும் வகையில் மாற்றி அமைக்கப்பட்டன.

இந்தியாவில் பிரிட்டிஷ் காலனி ஆதிக்கம் பற்றி ஆராய்ந்த அறிஞர் பெர்னார்டு கோஹன், பிரிட்டிஷார், இந்திய சமுதாயத்தில் அவர்கள் கண்ட சிறப்பம்சங்களை தவறாகப் புரிந்துகொண்டு மிக சாதாரண மாக்கியதோடு, அவர்களுடைய விளக்கத்தின்படி அமைந்த ஒரே மாதிரியான கூண்டுகளுக்குள் அதுவே அவர்களுடைய பழங்காலப் பாரம்பரியம் என்று சொல்லி இந்தியர்களை இடம் மாற்றினர்.

'இந்தியாவைப் புரிந்து கொள்ளவும், அதற்கேற்ப செயல்படவும் கருத்துரு அடிப்படையில் பிரிட்டிஷார் உருவாக்கிய திட்டத்தில் அவர்கள் நிலையாக அதே சூத்திரத்தைப் பின்பற்றினர்; சிக்கலான குறியீடுகளை யும் அவற்றோடு தொடர்புடைய அர்த்தங்களையும் வெறும் ஒரு சில மாற்றுப் பெயர்களாக (metonyms - ஒரு குறிப்பிட்ட பொருளுடைய ஒன்றை அதனோடு தொடர்புடைய வேறொன்றைக் குறிக்கப் பயன் படுத்துவது. இந்திய அரசைக் குறிப்பிட தில்லி என்று சொல்வதுபோல்) அவர்கள் குறைத்தனர். பிரிட்டிஷார் புரிந்து கொள்ளவும், பயன்படுத்து வதற்கும் ஏற்ப சட்டங்கள் அனைத்தும் மாற்றம் செய்யப்பட வேண்டியிருந்தது.

இந்தியா போன்ற சிக்கலான, பெரும்பாலும் குழப்பங்கள் மலிந்த மற்றும் தனது வடிவத்தை மாற்றிக் கொள்ள எப்போதும் தயாராக இருக்கும் 'திரவ' சமுதாயமானது 'சட்டங்கள் மற்றும் ஒழுங்குமுறைகள் நிலவ வேண்டிய இடமாக பிரிட்டிஷாரால் புது விளக்கம் அளிக்கப்பட்டது; இந்தியர்களின் நெறிமுறைகள் மற்றும் சமூக பழக்கவழக்கங்களைத் தங்கள் விருப்பத்துக்கு ஏற்ற வகையில் பிரிட்டிஷார் வரையறுத்தனர். பிறகு இந்தியர்கள் அந்த வரையறைகளுக்கு ஏற்ப தங்களை மாற்றிக் கொள்ள வேண்டியிருந்தது' என்று அவர் தெரிவித்தார்.

நவீன யுகத்துக்கு முந்தைய சகாப்தத்தில் இது போன்ற ஒரு நடவடிக்கை சாத்தியமே இல்லை. ஏனென்றால், அங்கே அடையாளங்கள் எல்லாம்

தளர்வாகவும், லகுவாகவும் இருந்தன. அந்த நிலையில் தூரத்தை கடப்பதிலும் தகவல் தொடர்பிலும் இருந்த சிரமங்கள் உள்ளூர் அடையாளம் என்பதற்கு அப்பாற்பட்டு ஒரு புதிய அடையாளம் பற்றிய விழிப்புணர்வை உருவாக்குவதை மிகக் கடினமாக்கி இருந்தன. தேசியவாதம் பற்றிய எழுத்துகளில் முன்னோடியும் சிந்தனையாளருமான பெனடிக்ட் ஆண்டர்சன், ‘குறிப்பிட்ட தொழில்நுட்ப வெற்றிகளை அடைந்த பிறகுதான் பெரிய அளவில் மக்களை ஒருங்கிணைக்கும் அடையாளங்கள் தோன்றும்’ எனத் தெளிவாகச் சுட்டிக்காட்டியுள்ளார். பெரிய அடையாளத்தின் கீழ் இருக்கும் சமூகங்களைத் தனித்தனி அடையாளமாகக் கூர்மைப்படுத்தும் போக்கு புதியதொன்றுமில்லை. அந்தத் தனி அடையாளங்கள் எல்லாம் ‘கற்பனை’யாகவோ ‘புதிதாக உருவாக்கப்பட்டவை’யும் அல்ல என்றும் ஆண்டர்சன் குறிப்பிட்டிருக் கிறார். இது பலரும் ஏற்றுக்கொண்ட உண்மையே. இதை மறுத்துப் பெரிதாக எதுவும் சொல்லப்பட்டிருக்கவில்லை. போக்குவரத்து வசதிகளிலும் தகவல் தொடர்புகளிலும் ஏற்பட்ட முன்னேற்றங்கள் காரணமாக இவ்வகை அடையாள உருவாக்கம் சாத்தியமாகிக் கொண்டிருந்த நிலையில் பிரிட்டிஷார் இந்தியாவை ஆண்டனர். ஒரு அசோகர் அல்லது அக்பர் இத்தகைய தொழில்நுட்பங்களை எல்லாம் தனது மாறுபட்ட மக்கள் இனங்களை இணைப்பதற்காகப் பயன்படுத்தி இருப்பார். பிரிட்டிஷார் அவற்றைப் பிரிப்பதற்காகவும், வகைப்படுத்தவும், பகுப்பதற்காகவும் பயன்படுத்தினர்.

இந்திய சமுதாயத்தில் ஏற்கனவே இருந்த பிரிவினைகள், குறிப்பாக சாதிக் கொடுமைகளுக்காக முழுக்க முழுக்க பிரிட்டிஷாரைக் குறை கூறமுடியாது என்பதைச் சில திறனாய்வாளர்கள் சுட்டிக்காட்டுகின்றனர். சாதி என்பது பெரும்பான்மை இந்து சமூகத்தை பரஸ்பரம் தனிமைப் படுத்தியும், பெரும்பாலும் பொருந்தாத அடுக்குகளை அவர்களிடையே ஏற்படுத்தியும் பிரிவினைகளை ஏற்படுத்தியது. இப்போதும் ஏற்படுத்திக் கொண்டிருக்கிறது. ஆனால் தெரிந்தோ தெரியாமலோ சாதி அமைப்புகள் இறுகவும் அதன் கொடுமைகள் நிரந்தரமாகவும் பிரிட்டிஷார் உதவினர் என்பதும் உண்மைதான்.

உறுதியான வர்க்கக் கட்டமைப்புகொண்ட, மேல் கீழ் படிநிலை சமுதாயம் ஒன்றில் இருந்து வந்தவர்கள் என்பதால் பிரிட்டிஷார் இயல் பாகவே இந்தியாவிலும் அதே போன்ற ஒரு அமைப்பைக் காண விழைந்தனர். எனவே, இந்திய சமுதாயத்தை பல்வேறு ‘வர்க்கங்களாக’ பிரிக்கத் தொடங்கினர். இயற்கையிலேயே அவை ‘பிரதானமாக மதச்சார்பு உடையவை’ என அவர்கள் குறிப்பிட்டனர். பிறகு அவர்கள் சாதிகளைப் பிடித்துக்கொண்டனர். ஆனால், பிரிட்டிஷாருக்கு முந்தைய காலகட்டங்களில் இந்தியாவில் சாதி என்பது இறுகிய, மாறுதல் இல்லாத சமூக அமைப்பாக இருக்கவில்லை; நிச்சயமாக இட, கால காரணிகளுக்கு ஏற்ப பல்வேறு மாறுபட்டவடிவங்கள் இருந்திருக்கின்றன என்றாலும்

சாதி என்பது பெரிதும் சமூக அடுக்குகளின் மேல் கீழ் நகர்வுகளுக்கு இடம்கொடுப்பதாகவே இருந்திருக்கிறது. ஒவ்வொரு காலகட்டத்திலும், இடத்திலும் செல்வாக்கு பெறும் சக்திகளின் (சாதிகளின்) இறை நம்பிக்கை, அரசியல், பொருளாதார நலன் ஆகியவற்றுக்கு ஏற்ப சாதிச் சமூக அமைப்பானது தொடர்ந்து மாற்றியமைக்கப்பட்டும் மறு உருவாக்கம் பெற்றுமே வந்திருக்கிறது. எனினும், சாதிப் படிநிலைகளும் ஒடுக்குமுறைகளுமே இந்திய சமுதாயத்தின் செயல்முறைகளில் முழு தாக்கம் ஏற்படுத்துகின்றன என்ற கொள்கையை பிரிட்டிஷார் பரப்பினர். பிரிட்டிஷாருக்கு முந்தைய காலகட்டங்களில் இந்தியா உண்மையில் எவ்வாறு செயல்பட்டது என்பதற்கு இது மிகக் குறுகலான விளக்கமாகும். ஆனால், அதுவே வழி வழியான வாழ்க்கை முறையாக மாறியதற்கு ஆங்கில காலனி ஆட்சியே முக்கிய காரணம்.

விரிவாக விரித்தெடுக்கத் தகுந்த கருத்துகளைத் தன்னகத்தே கொண்ட Castes of Mind என்ற நூலில் டெர்க்ஸ் இதை நன்றாக விவரித்துள்ளார். பிரிட்டிஷ் ஆட்சியின் கீழ் 'சாதி' என்பது இந்தியாவின் பன்முக சமூக அடையாளங்கள், குழுக்கள், அமைப்புகள் ஆகியவற்றை விளக்கவும், ஒருங்கிணைக்கவும், எல்லாவற்றுக்கும் மேலாக 'முறைப்படுத்தவும்' முடிந்த ஓர் ஒற்றைச் சொல்லாக எவ்வாறு மாறியது என்பதை எடுத்துரைக்கிறார். இரண்டு நூற்றாண்டுகள் பிரிட்டிஷ் ஆட்சியின்போது காலனி நவீனத்துவத்தை எதிர்கொண்டதன் விளைவாக, 'இன்று எவ்வாறு இருக்கிறதோ அவ்வாறு சாதியை மாற்றியது காலனி ஆட்சி' (இது என்னுடைய கருத்தை அழுத்தமாகக் கூறுகிறது). சாதியை வலுப்படுத்துவதில் பிரிட்டிஷாருக்கு இருந்த பங்கு குறித்து டெர்க்ஸ் விமர்சனக் கண்ணோட்டம் கொண்டிருக்கிறார். எல்லா சமூக அம்சங்களையுமே அளவிடக்கூடிய ஒன்றாக சாதியை உறுதி செய்ய அவர்கள் தங்கள் அதிகாரத்தைப் பயன்படுத்தினர் என்று கூறுகிறார்.

'உண்மையில் சாதி என்பது பல்வேறு பிரிவுகளில் ஒன்றாக இருந்தது. அது ஒருங்கிணைக்கும் மற்றும் அடையாள வெளிப்பாட்டின் ஒரு வழிமுறையாக இருந்தது. மேலும், சாதி சமுதாய அமைப்பின் பிரதான பயனாளிகளாக இருந்த பிராமணர்களுக்குக்கூட அது ஓர் ஒற்றை வகையாகவோ வகைப்பாட்டின் ஒற்றை விதியாகவோ இல்லை. பிராந்திய அளவிலான அம்சங்கள், அதாவது கிராமம் அல்லது குடியிருப்பு சமூகங்கள், உறவுக் குழுக்கள், பல்வேறு பிரிவுகள், குழுக்கள், அரசியல் ஈடுபாடுகள் மற்றும் பல அம்சங்கள் சாதியைத் தாண்டி செல்வாக்கு செலுத்துபவையாக இருந்தன. சாதி அமைப்பை மாற்றி அமைக்கவும் செய்தன. ஆனால், காலனி ஆட்சியின் கீழ் சாதியானது எல்லாமுமாக ஆக்கப்பட்டு, முன் எப்போதும் இல்லாத அளவுக்கு பொதுமைப்படுத்தி, ஒற்றைப்படைத்தன்மை மிகுந்ததாக ஆக்கப்பட்டது' என டெர்க்ஸ் கூறுகிறார். இந்திய சமுதாயத்தின் அறிவையே மாற்றி அமைத்த காலனி சக்தியின் அடிப்படை அம்சமாக அவர் இதனை பார்க்கிறார். 'குடிமை சமுதாயத்தின் காலனி வடிவமாகவே சாதி உருவெடுத்தது' என அவர்

திட்டவட்டமாகத் தெரிவிக்கிறார். பார்த்தா சட்டர்ஜியின் வார்த்தைகளில் சொல்வதானால், 'இந்தியாவில் ஏன் சிவில் சமூகம் வளர முடியவில்லை என்பதற்கான காலனிய நியாயப்படுத்தலாக சாதியே சொல்லப்பட்டது. இந்தியர்களுக்கு அரசியல் உரிமைகள் மறுக்கப்படுவதற்கு அது நியாயம் கற்பித்தது. இந்தியர்களைக் குடிமக்களாக இல்லாமல் வெறும் அடிமை களாகத்தானே பிரிட்டிஷ் ஆட்சியாளர்கள் பார்த்தனர். எனவே, காலனி ஆட்சியின் தவிர்க்க இயலாத அவசியத்தையும் அந்த அடிப்படையி லேயே அவர்கள் நியாயப்படுத்தினர்'.

காலனி ஆட்சிக்கு முந்தைய சாதிய உறவுகளை எல்லாம் ஆய்வு செய்திருக்கும் அறிஞர்கள் 'வர்ணாசிரமம்' என்ற கருத்தைப் புறக்கணிக்கின்றனர். அனைத்து மக்களையும் நான்கு வகையாகப் பிரித்த அந்த சமுதாய முறையில் பிராமணர்களுக்கு முதல் இடம் கொடுக்கப் பட்டது; மன்னர்களும் போர் வீரர்களும்கூட அவர்களுக்கு ஒரு படி கீழேதான் இருந்தனர் என்று அதில் சொல்லப்படுகிறது. ஆனால், பல அறிஞர்கள் இதை ஏற்றுக்கொள்ளவில்லை. (உதாரணமாக, சத்திரிய அரசர்கள் உண்மையில் ஒருபோதும் பிராமணர்களுக்கு கீழே இருந்ததில்லை. ஏனென்றால் பிராமணர்களுக்கு வேலை கொடுத்து, சன்மானம் அளித்து, அரவணைத்து, ஆதரித்து வந்தது மன்னர்கள்தான். மேலும், பல்வேறு காலகட்டங்களில் தேவைக்கு ஏற்ப மன்னர்கள் பிராமணர்களைக் கவனிக்கவோ புறக்கணிக்கவோ செய்தனர்).

பரந்து விரிந்த இந்தியத் துணைக்கண்டம் முழுவதுமாக எல்லா இந்தியர்களின் சமூக அடையாளங்கள் மற்றும் உறவுகள் அனைத்தையும் மிகச் சாதாரணமாக இந்த நான்கு பிரிவுகளில் மட்டும் அடக்க இயலாது; மாற்று அடையாளங்கள், உப சாதிகள், குலங்கள் மற்றும் இதர பல பிரிவுகள் அப்போது இருந்தன. அவை பல்வேறு இடங்களில் பல்வேறு வழிகளில் வளர்ந்து வந்தன. இந்தியா முழுவதுமாக நீண்டிருந்த அந்த நான்கு அடுக்கு சாதி முறை என்ற கருத்தும், பலதரப்பட்ட நாகரிகங் களைக் கொண்ட மக்கள் இனங்களின் (சாதிகளின்) மீது அது பரவிப் படர்ந்ததும் பிரிட்டிஷ் காலனி ஆட்சியின் விநோதமான சூழ்நிலைகளின் கீழ்தான் என்பதை வலுவான ஆதாரங்களுடன் அறிஞர்கள் சுட்டிக் காட்டுகின்றனர். கொள்கை அளவில் அந்த சமூக அமைப்பு விளக்கப் பட்டு இருந்ததுபோல் அது செயல்பட்டிருக்க வேண்டிய அவசியம் இல்லை என்ற அடிப்படை உண்மையை பிரிட்டிஷார் புரிந்து கொள்ள வில்லை. அல்லது அந்த உண்மையைப் புறந்தள்ளவே விரும்பினர்.

பிரிட்டிஷாரின் பண்டிதர் மோகம்

பதினெட்டாம் நூற்றாண்டின் இறுதிப் பகுதியில் கிழக்கிந்திய கம்பெனி இந்தியாவில் தனது முழு கட்டுப்பாடுகளையும் நிறுவத் தொடங்கியது. அப்போது அதன் மூத்த அதிகாரிகளில் சிலர் நாட்டைப் புரிந்துகொள்ளும் உண்மையான ஆர்வம் கொண்டிருந்தனர். அதன் விளைவாக பிரிட்டிஷார்

இந்து சாஸ்திரங்களைப் படிக்கத் தொடங்கினர். இந்திய சிவில் சமுதாயத்தில் ஏற்படும் சர்ச்சைகளுக்குத் தீர்வு காணும் வகையில் சட்ட விதிகளின் தொகுதி ஒன்றை உருவாக்க அது உதவும் என அவர்கள் கருதினர். எனவே, கவர்னர் ஜெனரல் வாரன் ஹேஸ்டிங்ஸ் ஜென்ட்டூ சட்டத்தொகுதி அல்லது பண்டிதர்களின் புனித ஆணைகள் என பின்னால் அழைக்கப் பட்ட விதிமுறைகளை உருவாக்க 11 பண்டிதர்களை நியமித்தார்.

பழங்கால சமஸ்கிருத ஏடுகளை பிரிட்டிஷாரால் படிக்கவும் புரிந்து கொள்ளவும் முடியவில்லை. எனவே, அவர்கள் இந்தியாவின் மத நூல்கள் மற்றும் சமூக பழக்கவழக்கங்களில் பண்டிதர்களுக்கு இருந்த புரிதல் ஆகியவற்றின் அடிப்படையில் சட்டத் தொகுப்பு ஒன்றை உருவாக்கும்படித் தங்களுடைய பிராமண ஆலோசகர்களைக் கேட்டுக் கொண்டனர். அதன் விளைவாக, 'ஆங்கிலோ-பிராமணிய' சட்ட நூல் ஒன்று உருவானது. அது ஆதியோடு அந்தமாக வார்த்தைகள் அளவிலும் உணர்வுகள் அளவிலும் உண்மை நடைமுறைகளை மீறியதாக இருந்தது: ஏனென்றால், வார்த்தைகளைப் பொறுத்தவரை மூலங்களுடன் ஒப்பிடும் போது அது துல்லியமற்று இருந்தது. உணர்வுகளைப் பொறுத்தவரை, பண்டிதர்கள் தங்களுக்கு அளிக்கப்பட்ட பணியை தங்கள் சாதிக்கு உகந்தவாறு திரிக்கும் உரிமைகளை எடுத்துக்கொண்டிருந்தனர். மூலங்களைத் தவறாக விளக்கி, புதிய 'புனித சடங்கு'களையேகூட உருவாக்கிக்கொண்டனர். உண்மையில் அதற்கு எவ்வித சாஸ்திர ஆதாரங்களும் இல்லாதிருந்தது. நாட்டில் சாதிய ஏற்றத்தாழ்வு பிரச்னைகளை இன்னும் பெரிதாக்கவே அவை உதவியது.

இந்திய சிவில் சமூகத்தில் அதற்கு முன்னால் எழுந்த சர்ச்சைகள் அனைத்தும் 'ஜதி' அல்லது 'பிராத்ரி' என்ற சமுதாய முறைகளில் தீர்வு காணப்பட்டதாக அறிஞர்கள் சொல்கின்றனர். அதாவது, மற்ற உயர் சாதியினரின் அங்கீகாரத்துக்கான அவசியம் எதுவும் இன்றி உள்ளூர் மரபுகள், பாரம்பரியங்களின் அடிப்படையில் ஒரு மனிதனின் விதியானது ஒரு சாதி அல்லது குலத்துக்குள் அவனது சக குடிமக்களாலேயே முடிவு செய்யப்பட்டது. ஆனால், இந்த பண்டிதர்கள் பரவலான சமூக நடைமுறைகளைப் பிரதிபலிப்பதற்குப் பதிலாக, தாங்களே ஒற்றை அதிகார மையம் என்ற அந்தஸ்தை நிறுவ, நீண்ட காலமாக ஒதுக்கி வைக்கப்பட்டிருந்த கொள்கை அளவிலான நியாயங்களைச் சுட்டிக் காட்டினர். பெரும்பாலான பிரிட்டிஷார் அவர்கள் கூறுவதே உண்மை என நம்பினர். (எனினும் சிலருக்கு சந்தேகம் இருந்தது. 1797-ல் கல்கத்தாவில் ஆசியாடிக் சொசைட்டி (Asiatic Society) நிறுவியவரும், பிரிட்டிஷ் கீழ்த்திசைவாதிகளில் சிறந்த மேதையும், இங்கிலாந்து உச்ச நீதிமன்றத்தில் பணியாற்றியவருமான வில்லியம் ஜோன்ஸ் இது குறித்துக் கூறுகையில், 'இந்து சட்டம் ஒன்று கைவசம் தயாராக இல்லாத நிலையில் அதை உருவாக்கும் பணியைத் தங்கள் விருப்பம்போல் கையாண்டுகொண்டும், மிக மலினமாக்கிக் கொண்டும் இருக்கும் பண்டிதர்களின் தயவில் இனிமேலும் என்னால் இருக்க முடியாது'

என்றார். ஆனால், இளவயதிலேயே மிக பரிதாபமாக ஜோன்ஸ் இறந்து போனார். அவருக்குப் பின் வந்தவர்களிடம் அவரது ஞானம் இல்லை).

இந்திய சமுதாயத்தை மேலோட்டமாக பார்க்கும்போது உண்மை சமூக நடைமுறைகள் அன்று நிச்சயமாக அதிகாரப்பூர்வ அல்லது 'சாஸ்திரீய' சட்டத்தைப் பின்பற்றவில்லை என்பது தெளிவு. ஆனால் இப்போது பழைய புனித நூல்கள் எல்லாம் மேற்கோள் காட்டப்படுகின்றன. அத்துடன், சமுதாயத்தின் தன்னாட்சி அதிகாரத்தைத் தடுக்கவும், மத மேன்மையின் பெயரால் மேலும் அதைக் கட்டுப்படுத்தவும் ஏதுவாக அந்தப் பழங்கால நெறிமுறைகளில் உண்மையில் முன்பு இல்லாத கடுமை புகுத்தப்பட்டது. இது பிரிட்டிஷாரின் நோக்கங்களை நன்றாக நிறைவேற்றியது. நிர்வாகக் காரணங்களுக்காக அவர்களுடைய காலனி மக்களையும், வளங்களையும் அது கணக்கெடுக்கவும், வகைப்படுத்தவும், மதிப்பீடு செய்யவும் வெளிப்படையாகவே விரும்பியது.

இந்திய மக்கள் மீது பிரிட்டிஷாரின் கட்டுப்பாட்டைத் திணிக்கவும், நிலைநாட்டவும் இனம், சமுதாயம், சாதி மற்றும் நிறம் சார்ந்த பாகுபாடுகள் எல்லாம் பிரிட்டிஷ் அரசு திட்டத்தின் ஓர் அங்கமாகவே சக்தி வாய்ந்த முறையில் கடைப்பிடிக்கப்பட்டன. அந்த நடைமுறையில், வேதங்கள் பற்றிய ஞானத்துடன் கூடிய பிராமணர்கள் இந்தியாவில் தங்களுடைய ஆட்சிக்கு மிகத் தகுதியான, பொருத்தமான இடைத்தரகர்களாக இருப்பார்கள் என்ற அவர்களின் ஆரம்ப நம்பிக்கை மீண்டும் உறுதி செய்யப்பட்டது. மற்ற குழுக்களுடன் ஒப்பிடும்போது பிராமணர்கள் பிரிட்டிஷாரின் நல்லாதரவை நன்கு அனுபவித்தனர். அத்துடன், (பிராமண பண்டிதர்களின் எண்ணங்களால் உந்தப்பட்ட) பிரிட்டிஷார் தாழ்ந்த சாதி என எண்ணிய மற்ற இனங்களை விட தாங்கள் மேலானவர்கள் என்றும் பிராமணர்கள் நினைக்கத் தொடங்கினர்.

அதன் விளைவாக, பிரிட்டிஷ் அரசாங்கத்தின் மிக முக்கிய பதவிகளில் எல்லாம் பிராமணர்கள் செல்வாக்கு செலுத்தத் தொடங்கினர். இத்தனைக்கும் மொத்த மக்கள்தொகையில் அவர்களுடைய எண்ணிக்கை 10 சதவிகிதம் மட்டுமே. ஆனால் அன்றைய இந்திய அரசுப் பணிகளில் அவர்கள் 90 சதவிகித இடங்களை ஆக்கிரமித்துக் கொண்டிருந்தனர். அதேவேளையில் மிக கீழ்நிலை பணிகளில் மட்டும் அவர்கள் இல்லை; இந்தியர்களுக்கு வாய்ப்பு இருந்த உயர் தொழில்களில், குறிப்பாக சட்டம், மருத்துவ துறைகளில் அவர்கள்தான் ஆதிக்கம் செலுத்தினர்; பின் அவர்கள் பத்திரிகை மற்றும் கல்வித் துறைகளிலும் நுழைந்தனர். எனவே, அவர்கள் குரல்தான் ஓங்கி ஒலித்தது. அதுவே இந்திய வெகுஜன கருத்தாகவும் மாறியது. பிராமணர்களுக்கு இத்தகைய ஆதிக்க அந்தஸ்தை வழங்கிய பிரிட்டிஷாரின் வருகைக்கு முன்னால் இந்தியா கண்டிப்பாக தகுதி மற்றும் திறமை அடிப்படையிலான மேலான சமுதாயமாகத்தான் இருந்தது.

அந்த நிலையில் 19-ஆம் நூற்றாண்டின் இனம் சார்ந்த கருத்துகளும் வந்து சேர்ந்துகொண்டன. அமெரிக்க அறிஞர் தாமஸ் மெட்காஃப் அந்த சகாப்தத்தில் இன பெருமித உணர்வு எவ்வாறு ஐரோப்பிய நாகரிகத்தை உச்சத்தை எட்டவைத்தது; அதே நேரத்தில், கறுப்பு நிற மக்களைக் கற்கால மனிதர்களாகவும், பலவீனமானவர்களாகவும், முன்னேற்றம் அடைவதற்கு ஐரோப்பிய அரவணைப்பை வேண்டி நிற்பவர்களாகவும் சித்திரித்தது என்பதை எடுத்துக்காட்டினார். வெள்ளையரின் இரண்டு நூற்றாண்டு கால ஆதிக்கத்தில் இருக்க நேர்ந்த இந்தியர்களும் இத்தகைய முன் தீர்மானங்களில் பலவற்றை தமதாக்கிக் கொண்டனர். அத்துடன் பிரிட்டிஷ் ஆதிக்கத்தின் கீழ் வலுக்கட்டாயமாகத் தள்ளப்படுவதையும் ஏற்றுக்கொண்டனர்.

இங்கிலாந்து சென்ற ஆரம்பகால இந்தியர் ஒருவர் எழுதிய குறிப்பு ஒன்றைக் குழந்தையாக இருக்கும்போது நான் படித்ததை இப்போது நினைவுகூர்கிறேன். அங்கு ஷூ பாலிஷ் போடும் பையன்கள்கூட பிரிட்டிஷ்காரர்களாக இருந்ததையும், இந்தியாவில் நிலை நிறுவப்பட்ட அதே ஆங்கிலத் தோரணை அவர்களிடம் அப்படியே இருந்ததையும் கண்டு அவர் பிரமித்துப் போயிருக்கிறார். இளம் இளவரசரும் பின்னாளில் கிரிக்கெட் நட்சத்திரமும் ஆன ரஞ்சி, இங்கிலாந்துக்குள் ஒரு மாணவனாக நுழைந்தபோது அங்கே ‘கீழ் மட்ட வேலைகளில் பிரிட்டிஷார் ஈடுபட்டிருக்கும் காட்சியை’ கண்டு திகைத்துப் போனார் (எனினும், கப்பல் கூலி தொழிலாளர்கள் ‘அயர்லாந்துக்காரர்களே’ என அவரிடம் அழுத்தமாகத் தெரிவிக்கப்பட்டது).

ஒருமித்த கருத்தை ஒழித்த மக்கள்தொகை கணக்கெடுப்பு

பிரிட்டிஷாரின் வரைபட ஆற்றல் இடங்களைத் துல்லியமாக வரையறுத்தது. அதன் மூலம் அந்தப் பகுதிகளை சிறப்பாகக் கட்டுக்குள் கொண்டுவர உதவியது; அந்த வரைபடம் காலனிய நிர்வாகத்தின் ஓர் கருவியாகவே மாறியது. பிரிட்டிஷாரின் பெரும் கொடையான ‘அருங்காட்சியகம்’ (museum)கூட ஆங்கில ஏகாதிபத்தியத்தை மேலும் விரிவாக்கும் நோக்கிலேயே உருவாக்கப்பட்டதாக இருந்தது. ஏனென்றால், அதில் தான் கலைப் பொருள்கள் மற்றும் சின்னங்கள் அனைத்தையும் இஷ்டத்துக்கு எடுக்கவும், பெயரிடவும், முத்திரை வைக்கவும், வரிசைப்படுத்தவும், ஒழுங்குபடுத்தவும், வகைப்படுத்தவும் பிறகு கட்டுப்படுத்தவும் முடியும்; மக்களைப் போலவே.

வரைபடம், அருங்காட்சியகம் வரிசையில் 19-ஆம் நூற்றாண்டில் மக்கள்தொகை கணக்கெடுப்பும் பிரிட்டிஷ் ஏகாதிபத்தியத்தின் கருவியாக இணைந்தது. பிரிட்டிஷார் ஆட்சி முழுவதுமாகவே வகைப் படுத்தல்களிலும் சமூகப் பகுப்புகளிலும் அவர்களுக்கு இருந்த விருப்பம் தொடர்ந்து நீடித்தது. 1872-ல் அவர்கள் நடத்திய முதல் மக்கள்தொகை கணக்கெடுப்பு மூலம் அது முறைப்படுத்தப்பட்டது. பிறகு 1881-ல்

இருந்து பத்து ஆண்டுகளுக்கு ஒரு முறை அது நடந்தது. 1901-ல் அது 'இன வாரி (சாதிவாரி) மக்கள்தொகைக் கணக்கெடுப்பாக' மாற்றப்பட்டது.

சாதிகளை வரையறுக்கும் பிரிட்டிஷ் முயற்சியை மக்கள்தொகை கணக்கெடுப்பு மீண்டும் உறுதி செய்தது. ஒவ்வொரு பரந்து விரிந்த சமூகக் குழுவுக்கும் 'போராளி இனங்கள்' 'குற்றப் பரம்பரைகள்' போன்ற குறிப்பிட்ட குணாதிசயங்களை அளித்து, அசாதாரண முத்திரைகள் குத்தப்பட்டன. சமூக அந்தஸ்து நிலையில் 'பிராமணர்' என்பது எவ்வாறு விரும்பத்தக்கதாக மாறியதோ, அதுபோலவே, ஒரு தனிநபரின் சாதி குறித்து மக்கள்தொகை கணக்கெடுப்பு தந்த விளக்கம், ஒவ்வொரு 'சூத்திரரின்' அடையாளத்தையும் நாடு முழுவதுமாக வரையறுத்து அவருடைய தலைவிதியை நிர்ணயிக்க முனைந்தது. பிரிட்டிஷ் ஆட்சிக்கு முந்தைய காலங்களிலெல்லாம் இந்தியாவின் பல்வேறு சமஸ்தானங் களில் பொருள் ஈட்டும் நோக்கத்துடன் சூத்திரர்கள் தங்கள் கிராமங்களை விட்டு வெளியே வருவார்கள். அப்போதெல்லாம் அவர்களுடைய சாதி அவர்களைப் பின்தொடர்ந்து செல்லாமல் இருந்தது. ஆனால், காலனி ஆட்சியாளர்கள் அவர்கள் எங்கு இருந்தாலும் ஆயுள் முழுக்க சூத்திரர்களாகவே இருக்கும்படிச் செய்தனர்.

'போராளி சாதிகளின்' போர்க் குணங்கள் மீது பிரிட்டிஷாருக்கு இருந்த நம்பிக்கை அவ்வாறு பிரிக்கப்படாத மற்ற மக்களின் தொழில் வாய்ப்புகளைத் தடுத்தது. ஏனென்றால், ராணுவத்துக்கு ஆள்சேர்க்கும் பிரிட்டிஷாரின் கொள்கைகள் எல்லாம் பொதுவாக சாதிப் பாகுபாடுகளின் அடிப்படையில் இருந்தது. பழங்காலத்திலோ சாதிப் பின்னணி எப்படி இருந்தாலும் சரி... நல்ல உயரமும் உடற்கட்டும் இருக்கும் நபர்கள் எல்லாம் போர் வீரர்களாகித் தங்கள் வாழ்வாதாரத்தை ஏற்படுத்திக் கொள்ள முடிந்தது. பிரிட்டிஷ் இந்தியாவில் அதற்கான சாத்தியமே இல்லை என்று கூற முடியாவிட்டாலும்கூட அது மிக மிகக் கடினமாகவே இருந்தது. ஏனென்றால், மொத்த ராணுவப் பணித் தேர்ந்தெடுப்புகளும் சாதி அடையாளங்களின் அடிப்படையில் அமைந்திருந்தன.

பிரிட்டிஷ் இந்தியாவில் நடந்த மக்கள்தொகைக் கணக்கெடுப்பு இங்கிலாந்தில் இருந்த நடைமுறைகளில் இருந்து முற்றிலும் மாறு பட்டிருந்தது. தாய்நாட்டைப் போலன்றி இந்தியாவில் மக்கள்தொகை கணக்கெடுப்பை பிரிட்டிஷ் மானுடவியல் அறிஞர்கள் நடத்தினர். கட்டுப்படுத்துவதற்கும் ஆள்வதற்கும் உகந்த வகையில் இந்திய சமுதாயத்தைப் பிரிப்பதே அதன் நோக்கமாக இருந்தது. ஏற்கனவே நான் குறிப்பிட்டதுபோல், காலனி ஆட்சிக்கு முன்னால் இந்தியர்கள் எல்லோரும் தெளிவாக வரையறுக்கப்படாத 'சிதறலான' சமுதாயங்களில் தான் வாழ்ந்து வந்தனர்.

பல்வேறு சாதிகளின் கலாசாரச் சடங்குகளிடையே கலப்பு இருந்தது. தனி நபர் உணர்வுகள் மிகக் குறைவாகவே இருந்தது. மிகவும்

வெளிப்படையான அம்சங்கள் நீங்கலாக ஓர் இனத்தவருக்கு மற்ற இனங்களில் இருந்து தங்களைப் பிரித்துக்காட்டக்கூடிய வித்தியாசங்கள் பற்றிய பிரக்ஞை இருந்திருக்கவில்லை. அறிஞர் சுதிப்தா கவிராஜ் இதனை அழுத்தமாக எடுத்துரைத்தார். 'காலனி ஆட்சிக்கு முந்தைய சமுதாயங்கள் அனைத்தும் தம்மிடையே தெளிவற்ற (இறுக்கமற்ற) எல்லைகளைக் கொண்டிருந்தன. ஏனென்றால், சில ஒட்டுமொத்த அடையாளங்கள் பிராந்திய அடிப்படையில் இருந்திருக்கவில்லை. தற்கால இனங்களைப்போல் பாரம்பரிய இனங்கள் தெளிவாகக் கணக்கிடப்படவில்லை என்பதால் அந்த சமூக உருவாக்கத்தில் இப்படியான தெளிவற்ற தன்மை இருக்கத்தான்செய்யும் என்று அவர் கூறுகிறார்.

பிரிட்டிஷாரின் மக்கள்தொகைக் கணக்கெடுப்பு நிச்சயமாக அதை மாற்றியது. ஏனென்றால், காலனி ஆதிக்கவாதிகளின் புதிய மற்றும் மிகத் துல்லியமான வரைபடங்களில் நிலையான எல்லைக் கோடுகள் வரையப் பட்டதுபோல் மக்கள் திரளிலும் எல்லைக்கோடுகள் அழுத்தமாக வரையறுக்கப்பட்டன. காலனி ஆட்சிக்கு முந்தைய சகாப்தங்களில் சமுதாய எல்லைகள் அனைத்தும் தெளிவில்லாமல், மங்கலாக இருந்தன. அதன் விளைவாக, காலனி ஆட்சியில் நடந்தது போலன்றி, சமுதாயங்கள் தம்மைப் பற்றிய சுய அடையாள உணர்வுகள் வலுவாக இல்லாமல் இருந்தன. தற்காலத்தைப்போல் அன்று 'ஒருமுகப்படுத்திய மற்றும் தீவிர விசுவாசங்கள்' இல்லாத நிலையில் காலனி ஆட்சிக்கு முந்தைய காலங்களில் சமுதாய குழுக்கள் மத்தியில் சாதி வித்தியாச உணர்வுடன் ஒன்றை ஒன்று எதிர்க்கும் போக்கு அநேகமாக இல்லை. ஆனால், பிரத்தியேக வார்த்தைகள் மூலம் ஒவ்வொரு சாதிக்கும் பிரிட்டிஷார் தந்த 'வரையறையின்' விளைவாகவே அந்த நிலை தோன்றியது.

ஒரு குறிப்பிட்ட சாதியினர் எந்த இடத்தில் அதிகமாக இருக்கிறார்கள், எவ்வளவு பேர் இருக்கிறார்கள் என்பதை அதிகாரபூர்வமாக தெரிவிக்கக் கூடிய யாரையும் பிரிட்டிஷாரால் கண்டுபிடிக்க முடியவில்லை; இந்துக்கள், சீக்கியர்கள் மற்றும் சமண மதத்தவரிடையே எல்லைக் கோடுகள் பெரும்பாலும் இல்லை என மக்கள்தொகை கணக்கெடுப்பு ஆணையர்கள் கண்டறிந்தனர். மேலும், திருமணம், பண்டிகைகள், உணவுப் பழக்கவழக்கங்கள் மற்றும் வழிபாடுகள் போன்றவற்றில் நாட்டின் பல்வேறு பகுதிகளில் வாழும் இந்து, முஸ்லிம் மதத்தினர் ஒரேவிதமான சமூக, கலாசார பழக்கவழக்கங்களைக் கொண்டிருந்ததும் அவர்களுக்குத் தெரிந்தது. சமூகக் குழுக்கள் எல்லாம் பரஸ்பரம் தனிமைப்பட்டிருக்கவேண்டும் மற்றும் ஒரு நபர் ஏதேனும் கண்டிப்பாக ஏதேனும் ஒரு குழுவை மட்டுமே சேர்ந்திருக்கவேண்டும் என்ற பிரிட்டிஷாரின் கணிப்புக்கு மாறாக அது இருந்தது. பின்னர், மக்கள் தொகைக் கணக்கெடுப்பு ஆணையர்களின் கேள்விகளுக்கு அளிக்கப் பட்ட தெளிவற்ற பதில்களின் அடிப்படையில் மதம், சாதி அல்லது குலம்

என மக்களைப் பிரித்து இந்தியாவில் நிலவிய யதார்த்தத்துக்கு முரணாகத் தங்கள் கணிப்புகளை அவர்கள் திணித்தனர்.

அதோடு, அன்றைய காலகட்டத்தின் முன் தீர்மானங்கள், போதாமைகள் ஆகியவற்றின் காரணமாகவும் பிரிட்டிஷாரின் அணுகுமுறை பாதிக்கப் பட்டிருந்தது: 'இந்திய மக்கள்' (The People of India) என்ற நூலின் ஆசிரியரான ஹெர்பெர்ட் ரிஸ்லி 1901 மக்கள்தொகைக் கணக்கெடுப்பு ஆணையராக இருந்தார். அவர் தனது பணியில் மானுடவியல் மற்றும் இனவியல் அணுகுமுறையைக் கையாண்டார். அதாவது, உடற்கூறுகள் மனித இன மாதிரிகளைப் பிரதிபலிக்கின்றன என்ற அந்தக் காலத்தில் நிலவிய எண்ணங்களின் அடிப்படையில் அவர் இந்தியர்களின் தலை, மூக்கு போன்ற அங்கங்களின் அளவுகளை எடுத்தார் (1901-ல் எடுக்கப்படுவது இனவாரி மக்கள்தொகை கணக்கெடுப்பாக இருக்கும் என அறிவித்தவர் அவரே. மேலும் அதைத்தானே சுயமாக நடத்தினார்).

முக அமைப்புகள், சமூக பழக்கவழக்கங்கள் ஆகியவற்றைக் காட்டும் ஏராளமான புகைப்படங்களுடன் ரிஸ்லியின் பணி, இந்தியர்களுடன் ஒப்பிடும்போது ஐரோப்பியர்களின் உடலியல் மேன்மை பற்றிய அவர்களுடைய ஆழமான நம்பிக்கையை உறுதி செய்யவும், இந்திய மக்களின் பல்வேறு பிரிவுகளிடையே இன, சமூக மற்றும் 'பழங்குடி' வேற்றுமைகளை நிர்மாணிக்கவும் பிரிட்டிஷாருக்கு உதவியது. மேலும் அது அன்று 'ஆதிக்கம் செலுத்திய சமுதாய அறிவின் மாதிரிகளுக்கு' மறுவடிவம் அளித்து, அவை இன்னும் வலுவடைய உதவியது.

ரிஸ்லி குழுவினரின் கேள்விகளுக்குப் பதில் அளித்த இந்தியர்கள் தங்கள் சாதிய அடையாளங்கள் குறித்தும் விசேஷ உரிமைகளில் மற்ற சாதியினரைவிடத் தங்களுக்கு இருந்த பாத்தியதை பற்றியும் அழுத்தமாகக் கூறினர். அது பிரிட்டிஷார் விரும்பிய வேற்றுமைகளை உறுதி செய்ததுபோல் இருந்தது. எனவே, அதை அவர்கள் நன்றாக முன்னிலைப்படுத்தினர். அதன் மூலம் சில குறிப்பிட்ட குழுக்கள் சில பலன்களைத் தமது குழுவுக்கு வென்றெடுக்க முற்பட்டனர். உதாரணமாக, ராணுவ வேலைகளில் முன்னுரிமை பெறுதல், சில கல்வி நிறுவனங்களுக்கு உதவித்தொகை பெறுதல் போன்ற சலுகைகளைப் பெற முற்பட்டனர். பிரிட்டிஷ் ஆட்சிக்கு முந்தைய காலங்களில் இத்தகைய சாதிப்போட்டிகள் அநேகமாக இருந்திருக்கவில்லை; 19-ஆம் நூற்றாண்டின் இறுதிக்கட்டத்தில் இருந்ததுபோல் நாட்டில் சாதி உணர்வுகள் முன் எப்போதும் வெளிப்படையாக இருந்ததில்லை.

இத்தகைய பாகுபாடுகள் அனைத்தும் பதிலுக்கு காலனி ஆட்சியாளர் களின் நோக்கங்களை நன்கு நிறைவேற்றின. ஏனென்றால், அவை பல்வேறு குழுக்களிடையே ஒற்றுமையைத் தடுத்து வேற்றுமைக் கண்ணோட்டங்களை உருவாக்கும் கருவி ஒன்றை அவர்களுக்கு வழங்கின. அத்துடன் பிரிட்டிஷாரின் மேலாதிக்கத்தை அவை நியாயப் படுத்தின. நல்ல நோக்கங்கள் கொண்ட ஆங்கிலப் பேரரசின் அன்பான

அரவணைப்பின் கீழ், சாதி வித்தியாசங்களை எல்லாம் கடந்து, இந்தியர்களை ஓர் உயர்ந்த, இன்னும் மேலான நாகரிக உலகுக்கு வழிநடத்திச் செல்ல அது ஒன்றே வழி என்று பார்க்கப்பட்டது.

சாதிப் பிரிவினைகளை பிரிட்டிஷார் அழுத்தமான மத உணர்வுபோலவே மாற்றினர். அது, இந்தியர்களின் மீது இரக்கம் கொண்ட ஓர் எழுத்தாளராகக் கருதப்படும் இ.எம். ஃபார்ஸ்டர்கூட தனது 'இந்தியாவுக்கு ஒரு பாதை' (A Passage to India) நூலில் அவரது இந்திய கதாநாயகன் அசீஸ், 'முழு இந்தியாவையும் இணைப்பது (சாதியைத் தவிர) ஒன்றுமே இல்லை, ஒன்றுமே இல்லை, ஒன்றுமே இல்லை' என்று சொல்லும்படிச் செய்தது.

பிரிட்டிஷ் இந்தியாவில் அடையாளங்களை உருவாக்கும் காலனி நடைமுறையில் மொழி சார்ந்த அடையாளங்களை ஏற்படுத்துவதும் இருந்தது. இந்திய சமுதாயத்தைக் கட்டுப்படுத்தும் வகையில், பிரிட்டிஷ் காலனித் திட்டத்தில் நடந்த வகுத்தல், கணக்கிடுதல், பகுத்தல் போன்றவற்றின் விளைவாகவே பிராந்தியரீதியில் வரையறுக்கப்பட்ட மொழிசார் மக்கள் இனங்கள் தோன்றின என டேவிட் வாஷ்புரூக், டேவிட் லெலிவெல்டு இருவருமே நம்புகின்றனர். 19-ஆம் நூற்றாண்டில் மொழி குறித்து நிலவிய நம்பிக்கையில் இருந்து அது தோன்றியது என அவர்கள் கூறுகின்றனர். அதாவது, சமூக உறவுகளைப் பிணைக்கும் கருவியே மொழி என்ற நம்பிக்கை மற்றும் 'இனங்கள்' அல்லது 'தேசங்கள்' பொது மொழி ஒன்றையே பேசின, வரையறுக்கப்பட்ட பிரதேசங்களுக்குள் வாழ்ந்தன என்ற உள்ளார்ந்த நம்பிக்கை ஆகியவற்றில் இருந்து மொழிசார் அடையாளங்கள் என்ற கருத்து தோன்றியது என்றனர்.

அதே காலகட்டத்தில், வகைப்படுத்துவதில் இருந்த வெறியின் விளைவாக இந்திய சமுதாயத்தின் புராதன, கௌரவக் குறைவு எதுவும் இல்லாத தேவதாசிகளையும் (கோவில் நடன மங்கையர்), பாய்ஜிக் களையும் (அரசவை இசைக் கலைஞர்கள்)கூட தனியான சமூகப் பிரிவு ஒன்றுக்கு பிரிட்டிஷார் கொண்டு சென்றனர். சிலவிதங்களில் ஜப்பானிய கெய்ஷாக்களைப்போல் செயல்பட்டு வந்த அவர்களை 'விபசாரிகள்' எனும் இழிவான பிரிவுக்குள் அடைத்தனர். அதனால் அவர்கள் வரலாற்றில் முதல் முறையாக கண்ணியமான சமுதாயத்தில் இருந்து விலக்கி வைக்கப்பட்டனர்.

சமூக அமைப்பில் ஏற்பட்ட இந்த மாற்றத்தின் அபாயகரமான பக்க விளைவு அரசியல் துறையில்தான் ஏற்பட்டது: பிரிட்டிஷ் ஆட்சியின் கீழ் இந்திய சமுதாயத்தின் அனைத்து அடுக்குகளுக்கும் மக்களாட்சிக் கருத்துகள் கொண்டு செல்லப்படவில்லை. இதற்கான தெளிவான அடையாளம் என்னவென்றால், சுதந்திர இந்தியாவின் அரசியல் முன்னிலை இடங்களுக்கு ஏராளமான 'பின்தங்கிய வகுப்புகள்' உயரத் தொடங்கின. சுதந்திர இந்தியர்களுக்கு ஜனநாயகம் அனுமதிக்கப்பட்ட நிலையில் அது ஒன்றுதான் சாத்தியமாகி இருந்தது. இந்திய சமூக

அமைப்பில் பிரிட்டிஷார் கடுமையாக்கியும் வளர்த்தும் விட்ட ஆபத்தான சில விஷயங்களை ஓரளவு களையவே அது உதவியது.

திட்டமிட்டு நடந்ததோ தற்செயலோ அல்லது இரண்டுமேவா என்பது தெரியவில்லை... பிரிட்டிஷாரின் இந்தக் கொள்கைகளின் விளைவாக சமூகப் பிரிவினை ஏற்படுத்தும் நடவடிக்கைகள் முன்னெடுக்கப்பட்டன. அது மிக விரைவில் உளவியல் பிரிவினையாக உருவெடுத்து வேற்றுமை உணர்வுகள் உருவாகத் தொடங்கின. அதன் அடுத்தகட்டமாக எங்கெல்லாம் சாத்தியமோ அங்கெல்லாம் பௌதிகப் பிரிவினைகளையும் உண்டாக்கியது. சுயாட்சி கோரிக்கைகள் எழுந்தபோது கூடவே அரசியல் பிளவுகள் உருவாயின. ஏனென்றால், மற்றவர்களின் வெற்றி தங்களுடைய நலன்களைச் சீர்குலைக்கும் என ஒவ்வொரு சாதியும் அச்சம் கொள்ள ஊக்குவிக்கப்பட்டன.

இந்து-முஸ்லிம் பிரிவினை

இந்த அடையாள வேற்றுமைகளில் மிக முக்கியமாக இருந்தது இந்துகள், முஸ்லிம்கள் இடையிலான மதப்பிளவு. அது உண்மையோ கற்பனையோ... ஆனால் அதில் உடனடியாக கவனம் செலுத்தப்பட்டது.

மக்களைப் பிரிக்கவும் ஆளவும் மதம் ஒரு மிகப் பயனுள்ள கருவியாக மாறியது: அமெரிக்க மத அறிஞர் பீட்டர் காட்ஷாக் கூறியது போல், இந்து-முஸ்லிம் பிரிவினை என்பது ஒரு திட்டமிட்ட உத்தியாக பிரிட்டிஷாரால் வரையறுக்கவும், முன்னிலைப்படுத்தவும், தூண்டவும் பட்டது. ரோமிலா தாப்பர் விளக்கியதுபோல், இந்திய வரலாறு குறித்த காலனி ஆட்சியாளர்களின் புரிதலுக்கு (வரையறைகளுக்கு) மூன்று வாதங்கள் அடிப்படையாக அமைந்தன. முதலில், இந்திய வரலாறை அவர்கள் 'காலவாரியாக' பிரித்து, மன்னர்களின் மதத்துக்கு ஏற்ப அவற்றுக்கு முத்திரை குத்தினர்: ஜேம்ஸ் மில்லின் 'பிரிட்டிஷ் இந்திய வரலாறு' (1817 மற்றும் 1826 ஆண்டுகளுக்கிடையே வெளியானது) இவ்வாறுதான் 'இந்து', 'முஸ்லிம்' மற்றும் 'பிரிட்டிஷ்' காலங்களை உருவாக்கியது. இந்தியா எப்போதுமே இறுகிய மற்றும் பரஸ்பர வெறுப்புணர்வுகள் கொண்ட மத சமுதாயங்களைக் கொண்டதாகவே இருந்தது என்ற கணிப்புதான் இத்தகைய காலப் பகுப்பின் அடிநாதமாக இருந்தது.

காலனி ஆட்சிக்கு முந்தைய இந்தியாவின் அரசியல் பொருளாதாரம் 'கீழ்த்திசை சர்வாதிகாரத்தின்' ஒரு வடிவம் என்பது இரண்டாவது அடிப்படை வாதமாக இருந்தது. மக்களை ஏழ்மை நிலைக்கு தள்ளிய 'கொடுங்கோலர்களால்' ஆளப்பட்ட தேங்கிய சமுதாயமாக இந்தியாவை அது தீர்க்கமாகக் காட்டியது. இந்த நூலின் ஆரம்பத்திலேயே இந்தக் கருத்தை நான் லேசாகத் தொட்டிருப்பதுடன், அதைப் புறந்தள்ளியும் இருக்கிறேன்.

இந்து சமுதாயம் எப்போதுமே நான்கு பிரதான சாதிகளால் பிரிக்கப் பட்டிருந்தது எனும் மூன்றாவது வாதம் குறித்து இந்த அத்தியாயத்தில் நான் தனியாக விளக்கி இருக்கிறேன்.

19-ஆம் நூற்றாண்டின் இடைப்பகுதியில், மில், மெக்காலே மற்றும் பிரிட்டனில் பணியாற்றிக் கொண்டிருந்த ஜெர்மன் நாட்டு இந்திய கல்வியாளர் (ஃபிரைட்ரிச் மேக்ஸ்) முல்லர் ஆகியோர் அடங்கிய மூவர் கூட்டணி காலனி ஆட்சியாளர்களின் நோக்கங்களுக்கு ஏற்ப இந்தியாவின் கடந்த காலத்தை அழுத்தமாக நிர்மாணித்தது. இந்தியர்களும் அதையே தமதாக்கிக் கொள்ள வற்புறுத்தப்பட்டனர். பொ.ச.மு. 1500-ஆம் ஆண்டுவாக்கில் ஆரிய இனத்தினர் மத்திய ஆசியப் பகுதிகளில் இருந்து வந்து வட இந்தியாவை ஆக்கிரமித்தனர். அங்கிருந்த மக்களை விரட்டியடித்தும் உள்நாட்டு மக்களுடன் கலந்தும் நிரந்தர வேளாண் நாகரிகம் ஒன்றை நிறுவினர்; சமஸ்கிருதம் பேசிய அவர்கள் நான்கு வேதங்களை இயற்றியதாக கூறப்படுகிறது. அவர்களுடைய வழித் தோன்றல்களான உயர் சாதியினர் மூலம் உருவாக்கப்பட்டதே இந்திய நாகரிகம். அதாவது, இந்திய நாகரிகம் என்பது அடிப்படையில் இந்து நாகரிகமே என்று அவர்கள் கூறினர்.

அதைத் தொடர்ந்து முதல் படையெடுப்பாளர்களாகவும், வெற்றியாளர் களாகவும் முஸ்லிம்கள் உள்ளே நுழைந்தனர். பின்னர் அவர்கள் இடத்துக்கு பிரிட்டிஷார் வந்தனர். 19-ஆம் நூற்றாண்டின் பிற்பகுதியில், இந்திய தேசியவாதிகள் மற்றும் இந்து-முஸ்லிம் மத மறுமலர்ச்சியாளர் களுக்கு மட்டுமல்லாமல் பழங்கால இந்திய ஆன்மிக உணர்வில் இருந்து தோன்றிய தியோசோபிக்கல் சொஸைட்டி போன்ற பெருநாகரிக இயக்கங் களுக்கும்கூட இந்த வரலாறுதான் கைவரப் பெற்ற ஞானமாக அமைந்தது.

தியோசோபிக்கல் சொஸைட்டியின் துணை நிறுவனர் கர்னல் எச்.எஸ். ஆல்காட் 19-ஆம் நூற்றாண்டில் 'ஆரியர்களின் தோற்றுவாய்' கொள்கையின் பிரதான பிரசார பீரங்கியாக மாறினார். என்றாலும், ஆரியர்கள் இந்தியாவின் உள்நாட்டு மக்கள் என்றும், இந்தியாவில் இருந்து நாகரிகத்தை அவர்கள்தான் மேலைநாடுகளுக்கு எடுத்துச் சென்றார்கள் என்றும் முதலில் சொல்லிவந்திருந்தார். இன்றைய இந்துத்வா சித்தாந்தங்கள் ஊக்குவிக்கும் கொள்கை இதுதான்.

19-ஆம் நூற்றாண்டு காலனி ஆட்சி இந்திய வரலாறுக்கு தந்த விளக்க மானது தேசிய நீரோட்டத்தில் இருந்து முஸ்லிம்களை விலக்கியதன் மூலம் இருபதாம் நூற்றாண்டில் இரட்டை-தேசம் கொள்கைக்கு வித்திட்டது. இறுதியில் அது நாட்டையே பிளந்தது. அறிவுபூர்வமான மேல்பூச்சுடன் அது பிரிட்டிஷ் ராஜதந்திர 'பிரித்தாளும் சூழ்ச்சி' கொள்கையையும் அதிகாரபூர்வமாக்கியது. அதில், இந்துக்கள், முஸ்லிம் கள் இடையிலான வேற்றுமைகளை முன்னிலைப்படுத்த ஆதிக்க சக்திகள் அனைத்து முயற்சிகளையும் மேற்கொண்டன. இந்துக்களின்

முன்னேற்றமும் தங்களுடைய நலன்களும் ஒன்றோடு ஒன்று பொருந்தாது என எண்ண வைத்து, முஸ்லிம்களைத் தூண்டிவிடுவதே அதன் நோக்கம்.

சாதி, மொழி வேற்றுமைகளைப்போலவே காலனி ஆட்சிக்கு முந்தைய வரலாறில் இந்த வேற்றுமைக்கும் எவ்வித அடிப்படையும் இருந்திருக்க வில்லை. மதவாதம் என்பது பெரும்பாலும் காலனி ஆட்சியின் நிர்மாணம் தான் என அறிஞர் ஞானேந்திர பாண்டே கூறுகிறார். காலனி ஆதிக்க சக்திகளின் முயற்சி எவ்வாறு இந்தியர்களை பட்டியலிட்டு, வகுத்து, பிரித்தது? 'மேல் கீழ் என நெடுக்குவசத்திலான படிநிலைகள் கொண்டதாக சாதி உணர்வுகளை' எவ்வாறு உச்சத்துக்குக் கொண்டு சென்றது? இந்துக்கள்-முஸ்லிம்கள் இடையே மத வேற்றுமை உணர்வுகளை வளர்க்க உதவியது என்பதையெல்லாம் அவரது படைப்பு எடுத்துக் காட்டுகிறது.

நன்கு 'நிறுவிய' வழக்கம் ஒன்றை தெளிவான திட்டமிடலுடன் உருவாக்கும்படி காலனி ஆட்சியாளர்கள் இந்த இரண்டு மதங்களின் பிரதிநிதிகளையும் அடிக்கடி கேட்டுக் கொண்டனர். உதாரணமாக, பசு வதை தொடர்பாக இருக்கும் நடைமுறைகளும் நம்பிக்கைகளும் என்ன என்று கேட்கப்பட்டது. ஆனால், அவை எவ்வாறு இருக்கவேண்டும் என்ற தங்களின் எதிர்பார்ப்பின் அடிப்படையில் மிகையான, கடுமையான விளக்கம் ஒன்றை அளிக்க இந்த இரண்டு குழுக்களையுமே அது தூண்டியது! பிரிட்டிஷ் ஆட்சிக்கு முந்தைய காலங்களில்கூட இதுபோன்ற அடையாளங்கள் இருந்ததை பாண்டே உறுதி செய்தாலும், அவை அனைத்தையும் இறுகச் செய்தது பிரிட்டிஷ் ஆட்சியாளர்களின் கொள்கைகள்தான் என நம்புகிறார்.

இது இவ்விதமாகவே நடந்திருக்க அனைத்து வாய்ப்புகளும் இருக்கின்றன. ஏனென்றால், காலனி ஆட்சிக்கு முந்தைய காலங்களில், இந்த இரண்டு மதத்தவரும் ஒரு தரப்புக்கு மட்டுமே நன்மை தரும் ஒரு விஷயத்துக்காக ஒன்றாக உழைப்பதை வழக்கமாகக் கொண்டிருந்திருக் கின்றனர்: உதாரணமாக, முஸ்லிம் வழிபாட்டுத்தலம் ஒன்றை மறுநிர்மாணம் செய்யும்போது அவர்களுக்கு இந்துகள் உதவியதையும், இந்து கோவில் ஒன்றை புனரமைக்கும்போது முஸ்லிம்கள் உதவியதை யும் அறிய முடிகிறது. சில நேரங்களில் ஆசார இந்துக்களுக்கும்கூட முஸ்லிம் பெயர்கள் சூட்டப்பட்டிருக்கிறது. மேலும் அவர்கள் சரளமாக பாரசீக மொழி பேசும் அறிஞர்களாகவும் இருந்தனர்;

மராட்டிய இந்து போராளி மன்னர் வீர சிவாஜியின் போர்ப் படையில் முஸ்லிம் வீரர்கள் இருந்திருக்கிறார்கள். அதுபோல் தீவிர இஸ்லாமியரான ஔரங்கசீபின் படையில் இந்து ராஜபுத்திர வீரர்கள் இருந்தனர். விஜயநகர ராணுவத்தில் தற்காலிக முஸ்லிம் குதிரை வீரர்களும் அடங்கியிருந்தனர். கிராமங்களில் இந்துக்களும் முஸ்லிம்களும் பல்வேறு சமூக

வழக்கங்களையும், நம்பிக்கைகளையும் பகிர்ந்துகொண்டதாக பல வரலாற்று ஆசிரியர்கள் குறிப்பிடுகின்றனர். சில நேரங்களில் ஒரு திருத்தலத்தில் ஒரே மகானை இரு பிரிவினரும் கூட்டாக வழிபடும் பழக்கமும் இருந்தது. இன்றும்கூட இந்தக் காட்சியைக் காணலாம். கேரளாவின் புகழ் பெற்ற திருத்தலமான சபரிமலை ஐயப்பன் கோவிலுக்கு ஒரு பக்தர் அரும்பாடுபட்டு மலை ஏறிச்செல்லும்போது முஸ்லிம் பக்தரான வாவர் சாமியின் பள்ளிவாசலைத்தான் முதலில் பார்ப்பது வழக்கம். முஸ்லிம் சம்பிரதாயங்களுக்கு ஏற்ப அங்கே உருவச்சிலை எதுவும் இல்லை. அவரது அடையாளமாக ஒரு பெரிய கல் திண்டு, ஒரு வாள் (வாவர் ஒரு போர் வீரர்) மற்றும் இஸ்லாமியக் குறியீடாக பச்சை நிறத் துணி ஒன்றை மட்டுமே அங்கு காண முடியும். சில முஸ்லிம் மதப் பெரியார்கள் அந்தப் பள்ளிவாசலை பராமரித்து வருகின்றனர்

இன்னொரு பிரமிப்பூட்டும் உதாரணமும் உண்டு: தமிழகத்தின் தென் ஆற்காடு பகுதியில் முத்தியால் (முத்தால்) ராவுத்தன் கோவில் இருக்கிறது. ஒரு முஸ்லிம் தலைவரான அவரது உருவச்சிலை தாடி, குங்குமம் மற்றும் கள் பானை ஒன்றுடன் காட்சி அளிக்கிறது. மகாபாரத திரௌபதியை அவர் பாதுகாக்கிறார். கவனிக்க: மகாபாரதம் எழுதப் பட்ட காலத்தில் இஸ்லாம் மதமே உலகில் இல்லை. ஆனால், இஸ்லாம் தோன்றிய பிறகு சொல்லப்பட்ட கதைகளில் ஒரு முஸ்லிம் தளபதி வந்துவிடுகிறார்).

அனைத்து மத சமுதாயங்களையும் சேர்ந்த இந்தியர்கள் நீண்ட காலமாகவே பின்னிப் பிணைந்த வாழ்க்கையை வாழ்ந்து கொண்டிருந்தனர். அத்துடன் மத நடைமுறைகள்கூட மிக அரிதாகவே மாறுபட்டிருந்தது: இந்த வகையில், முஸ்லிம் இசைக்கலைஞர்கள் இந்து பக்திப் பாடல்களைப் பாடினர். அதுபோல் இந்துக்கள் சூஃபி திருத்தலங்களில் கூடி, அங்கே முஸ்லிம் மகான்களை வழிபட்டனர். பனாரஸில் உள்ள முஸ்லிம் கைவினைக் கலைஞர்கள் இந்து ராம லீலா வீதி நாடகங்களுக்கு தேவையான பாரம்பரிய முகமூடிகளை தயாரித்துக் கொடுத்தனர்.

'கங்கா-யமுனா கலாசாரம்' எனும் ஒரு நல்லிணக்க பண்பாடு வட இந்தியாவில் கொண்டாடப்பட்டது. அது இரண்டு மதத்தினரின் கலாசார பழக்கவழக்கங்களையுமே வெளிப்படுத்தியது. முஸ்லிமாக பிறந்து, இந்துக் கடவுள்களை வழிபட்ட சில கவிஞர்கள் எவ்வளவு ஆழமான பக்திப் பாடல்களை எழுதினார்கள் என்பதை ரோமிலா தாப்பர் நினைவு கூர்கிறார். இதில் குறிப்பிடத்தக்கவர் ரக்ஷன் என பெரும்புகழ் பெற்ற செய்யது இப்ராஹிம் ஆவார். கிருஷ்ண பகவானை நோக்கி பாடப்பட்ட அவரது பாசுரங்களும், பஜனைகளும் பதினாறாம் நூற்றாண்டில் பரவலாகப் பாடப்பட்டன. மகாபாரதம், பகவத்கீதை உள்பட, சமஸ்கிருதத்தில் இருந்த மத ஏடுகளை பாரசீக மொழியில் மொழி பெயர்ப்பதற்கு முகலாய மன்னர்கள் எவ்வாறு பேராதரவு அளித்தனர்

என்பதையும் அவர் சுட்டிக்காட்டுகிறார் (ராஸ்ம்நாமா(ஹ்) என்ற பெயரில் மகாபாரதம் மொழிபெயர்க்கப்பட்டது). பாரசீக அறிஞர்களுடன் பிராமண குருக்கள் இணைந்து அந்தப் பணியைச் செய்தனர்.

முகலாய அரசவைகளில் இந்து தளபதிகள் இடம் பெற்றிருந்தது அல்லது சீக்கிய மன்னர் ரஞ்சித் சிங்கின் அரசவையில் இந்து, முஸ்லிம் மந்திரிகள் இருந்தது போன்ற உதாரணங்கள் இந்து, முஸ்லிம் மக்கள் மத்தியில் தனி அடையாளங்கள் பற்றிய உணர்வுகளில் ஒருவித 'நெகிழ்வு' நிலவியதையும், மத அடிப்படையில் (அல்லது சாதி அடிப்படையில் கூட) இறுக்கமான பிரக்ஞை எதுவும் இல்லாதிருந்ததையும் எடுத்துக் காட்டுவதாக ஞானேந்திர பாண்டே கருதுகிறார். பரஸ்பரம் இணங்காத அல்லது வெறுப்புணர்வுக் கொள்கைகளை இந்த உண்மை நிகழ்வுகள் எடுத்துரைக்கவில்லை. சிகாகோவில் உலக மதங்கள் மாநாட்டில் சுவாமி விவேகானந்தர் அறிவித்ததுபோல், இந்தியாவின் நீண்ட நாகரிக வரலாறு முழுவதுமாகவே வேற்றுமைகளை ஏற்பது என்பது அதன் அனுபவத்தின் மையக்கருத்தாக இருந்து வந்திருக்கிறது.

மேலும், பழங்காலத்தில் கூட்டு நடவடிக்கைகளுக்கான பொது அடிப்படையாக மதமே இருந்தது என்று சொல்ல முடியாது. இந்த வகையில் அரசியல் அணி திரளல் குறித்துக் கூற வேண்டிய அவசியமே இல்லை: சாதி, சமுதாயம், குலம் போன்றவை தம்மளவில் பங்காற்றியிருக்கின்றன. ஆனால், பல்வேறு இனங்களின் எல்லைகளுக்குள் ஊடுருவியதன் மூலமும், அதன் வாயிலாக உள்ளூர் சமூக உறவுகளை செல்லாக் காசாக்கியும், வேற்றுமைகளுக்கு மத்தியிலும் பல தலைமுறைகளாக மக்களை பிணைத்து வைத்திருந்த பந்தங்களை காலனி அரசாங்கம் தளரச் செய்தது.

இவை எல்லாம் மிகத் தெளிவான நிஜங்கள்: (மத அடிப்படையிலான) பெரும் இந்து-முஸ்லிம் மோதல்கள் எல்லாமே காலனி ஆட்சியின் கீழ்தான் தொடங்கின; இந்திய சமுதாயத்தின் அடிப்படை பிரிவு மதம்தான் என்ற காலனி ஆதிக்க சக்திகளின் பிழையான கீழ்த்திசைக் கணிப்புகளின் விளைவாக, வேறுவகையான சமூகப் போராட்டங்களுக்கும்கூட மதமே காரணம் என்று முத்திரை குத்தியது. 19-ஆம் நூற்றாண்டுக்கு முந்தைய இந்தியாவில், ஏதேனும் அர்த்தமுள்ள வகையில், இந்து அல்லது முஸ்லிம் எனும் ஒட்டுமொத்த அடையாளம் எதுவும் இருந்ததா என்பது கேள்விக்குரியது. இதில் நிச்சயமாக ஒருமித்த கருத்து நிலவுகிறது.

இத்தகைய உறுதியான கண்ணோட்டம் சிலரைக் கிளறிவிடும் என்பதை நான் உணர்கிறேன். குறைந்தபட்சம் பொ.ச. 712-ல் இருந்து, பதின்ம வயது அரேபிய போர் வீரர் முகமது பின் காசிம் இந்து ராஜ்ஜியமான சிந்துவைக் கைப்பற்றியது முதல் இந்துக்களும் முஸ்லிம்களும் ஒருவரை ஒருவர் வெட்டிச் சாய்த்துக் கொண்டுதான் இருக்கின்றனர் என அவர்கள்

வாதாடக்கூடும். வட இந்தியாவில் இஸ்லாம் கால் பதித்தது முதல் அந்தப் பகை 1,200 ஆண்டுகளுக்கு நீடித்தது என (தேசப்பிரிவினையை நியாயப் படுத்தும் விதமாக) பாகிஸ்தானியர்கள், இந்துத்வா அபிமானிகள் இருவருமே அடிக்கடிக் கூறுகின்றனர். முஸ்லிம் மன்னர்களால் பல நூற்றாண்டுக் காலத்தில் 60,000 இந்துக் கோவில்கள் தரைமட்டமாக்கப் பட்டன என்றும், அந்த இடங்களில் 3,000 மசூதிகள் கட்டப்பட்டன என்றும் அவர்கள் உறுதிபடக் கூறுவதை வாடிக்கையாகக் கொண்டுள்ளனர்.

நாட்டில் இத்தகைய சில சம்பவங்கள் நடந்தன என்பதை மறுப்பதற்கில்லை: டெல்லியில் குதுப் மினார் வளாகத்தில் உள்ள புகழ் பெற்ற சுல்தான் இல்துமிஷ் மசூதியைச் சுற்றி இருக்கும் கட்டடக்கலை நுணுக்கங்களையும் காணும் ஒருவர் அங்குள்ள தூண்களில் இந்து மத சிற்பங்கள் அலங்கரித்துக் கொண்டிருப்பதை இப்போதும் பார்க்க முடியும். போர்களின்போது சில சமயம் கோவில்கள் தரைமட்டமாக்கப் பட்டது பெரும்பாலும் எல்லைகளை விரிவுபடுத்தும் நடவடிக்கை யாகவும், மாறிக் கொண்டிருந்த தேச எல்லைகளில் நடந்த ஆயுதப்போர் வெறியின் விளைவாகவும்தான் இருந்தது என இந்தியாவின் இரு வேறு பகுதிகளில் வரலாற்று ஆய்வாளர்கள் சிந்தியா டால்பாட், ரிச்சர்டு எம். ஈட்டன் ஆகியோர் நடத்திய ஆய்வின் முடிவுகள் கூறுகின்றன.

இந்தியா முழுவதும் துருக்கிய மற்றும் பிற முஸ்லிம் மன்னர்களின் 'எல்லைகளை விரிவுபடுத்தும்' நடவடிக்கையில்தான் பெரும்பாலும் கோவில்கள் இடிக்கப்பட்டன என ஈட்டன் நம்புகிறார்; இந்து அரசியல் சிந்தனையில் அரசனின் அதிகாரத்தைக் காட்டும் சின்னமாக ஒரு ராஜ கோவில் இருந்தது. எனவே, அதை அழிப்பது ஓர் அரசனை வீழ்த்து வதாகவே கருதப்பட்டது. ஆந்திர பிரதேசத்தில் முஸ்லிம் மன்னர்கள் தங்களுடைய எல்லைகளை விரிவுபடுத்திக் கொண்டிருந்தபோது அங்கு டால்பாட் நடத்திய ஆராய்ச்சியின் முடிவுகளும் இதையே உறுதி செய்கின்றன. வேறு விதமாகக் கூறினால், படையெடுப்பாளர்கள் இந்துக் கோவில்களை சூறையாடியது அரசியல் நோக்கம் கொண்டதாக இருந்தது. மத அடிப்படையில் அது நடைபெறவில்லை. ஆக, இஸ்லாமிய மத வெறியில் இந்துக் கோவில்களை இடிக்கப் புறப்பட்டவர்கள் என முஸ்லிம்களைச் சித்திரிப்பது உண்மைக்கு மாறானது என்பதே டால்பாட், ஈட்டன் ஆகியோரின் வாதம்.

படையெடுத்து வருவதும் போவதுமாக இருந்த கஜினி முகமது, நாதிர் ஷா போன்றவர்கள் கோவில்களைத் தகர்த்து, கொள்ளையடித்தனர். ஆனால், இங்கே தங்கிய முஸ்லிம் மன்னர்கள் அழிக்கும் நோக்கில் கோவில்களைக் குறிவைக்கவில்லை. அவர்கள் கோவில்களை மதித்தனர். அவற்றின் முக்கியத்துவத்தைப் புரிந்துகொண்டனர்.

முஸ்லிம் போர் வீரர்கள் இந்துக் கடவுள் சிலைகளை உடைத்து எறிந்திருப்பதாக ஏராளமான உதாரணங்கள் காட்டப்படும் நிலையில்

இந்த வாதத்தில் உடன்பாடு இல்லாமல் போவதற்கும் சர்ச்சைக்கும் வாய்ப்பு உண்டு. ஆனால், இரு தரப்பினருக்கும் இடையே நல்லிணக்கமும் சமரசமும் நிலவிய உதாரணங்கள் அதைவிட அதிகமாக இருக்கின்றன. காலனி ஆட்சிக்கு முந்தைய காலத்தில் அவ்வாறு நிலவிய இந்திய மத ஒற்றுமைக்கு மிகச் சிறந்த உதாரணம், மலபார் கடற்கரை என பிரிட்டிஷார் அழைத்த இன்றைய கேரள மாநிலத்தில் இருந்துதான் வருகிறது. அங்கு மக்கள் ஒருவரை ஒருவர் அனுசரித்து, தாராளமாக விட்டுக் கொடுத்து வாழ்ந்ததையும், அவர்கள் தனி அடையாளங்களை எல்லாம் கவனமாக விலக்கி வைத்திருந்ததையும் காண முடிகிறது. அரேபிய, ரோமானிய, சீன, பிரிட்டிஷ், இஸ்லாமிய, கிறித்தவ மற்றும் பிராமணியம் போன்ற வெளிப்புற சக்திகளுக்குக் கதவுகளை அகலத் திறந்துவிட்டது மலையாளிகளின் வர்த்தக பாரம்பரியத்தை பிரதிபலிக்கிறது.

இரண்டாயிரம் ஆண்டுகளுக்கு முன்பே கேரள மக்கள் இந்தியாவின் மற்ற பகுதிகளுடன் மட்டுமல்லாமல் அரேபிய உலகம், ஃபீனிஷியர்கள் மற்றும் ரோமானிய பேரரசுடன் வர்த்தகத் தொடர்புகள் வைத்திருந்தனர். ஆக, மலையாளிகள் நீண்ட காலமாகவே மற்ற இன மக்களை வரவேற்கும் திறந்த மனம் கொண்டவர்களாக இருந்து வந்திருக்கின்றனர். ரோமானியர் களின் வேட்டையில் இருந்து தப்பித்த யூதர்கள் கேரளாவில் தஞ்சம் புகுந்திருக்கின்றனர்; பொ.ச. 68-ஆம் ஆண்டிலேயே கிராங்கனூரில் (கொடுங்கல்லூரில்) அவர்கள் வந்து குடியேறியதற்கான ஆதாரம் இருக்கிறது. 1,500 ஆண்டுகளுக்குப் பின்னர் அவர்கள் கொச்சியில் குடியேறினார்கள். அங்கே அவர்கள் கட்டிய அற்புதமான யூத ஆலயம் இப்போதும் இருக்கிறது. பாலஸ்தீனத்துக்கு வெளியே கேரள மாநிலத்தின் கிறித்தவ மக்கள்தான் உலகிலேயே மிக பழமையான கிறித்தவ இனமாக உள்ளனர். இயேசு கிறிஸ்துவின் 12 சீடர்களுள் ஒருவரான புனித தாமஸ் கேரளாவுக்கு கிறித்தவ மதத்தைக் கொண்டுவந்தார். கடற்கரையில் அவரை யூத சிறுமி ஒருத்தி புல்லாங்குழல் வாசித்து வரவேற்றதாகக் கூறப்படுகிறது. அங்கே அவர் உயர்குடிப் பிறப்பினரான நம்பூதிரி பிராமணர்கள் பலரை கிறிஸ்தவர்களாக மதம் மாற்றினார். எந்த ஒரு பிரிட்டானியரின் மூதாதையர்களுக்கும் முன்னால் நெடுங்காலமாகவே இந்தியக் குடும்பங்கள் கிறித்தவ மார்க்கத்தைப் பின்பற்றி வந்துள்ளன என்பதையே இது காட்டுகிறது.

வட இந்தியாவில் நடந்ததுபோல் கேரளாவுக்குள் இஸ்லாம் வாள்முனை யுடன் வரவில்லை. வியாபாரிகள், பயணிகள், மத போதகர்கள் வாயிலாகத்தான் அது வந்தது. மலபார் கடற்கரை மக்களுக்கு அவர்கள் சமத்துவம், சகோதரத்துவம் ஆகிய செய்திகளைக் கொண்டுவந்தனர். நிராகரிப்புக்கு மாறாக, அந்தப் புதிய மதம் சமாதானத்துடன் அரவணைத்து, ஊக்குவிக்கப்பட்டது: உண்மையில், நான் ஏற்கனவே கூறியதுபோல், 16-ஆம் நூற்றாண்டில் கோழிக்கோடு குறுநில மன்னர் அந்த சமுதாயத்தின் கடல் சாகசப் பண்புகளால் கவரப்பட்டு, அரேபிய

வம்சாவளியினரான முஸ்லிம் குஞ்சாலி மரைக்காயர்களால் வழி நடத்தப்பட்டு வந்த தன்னுடைய முஸ்லிம் கடற்படைப் பிரிவில் சேர்க்கும் வகையில், ஒவ்வொரு மீனவர் குடும்பத்திலும் ஒரு மகனை முஸ்லிமாக வளர்க்கும்படி உத்தரவிட்டார். கேரளாவில் முஸ்லிம் மதத்தினர் சம்பந்தப்பட்ட முதல் வன்முறை சம்பவம் 1920-ல் பிரிட்டிஷ் இந்தியாவில்தான் பதிவானது. மாப்ளா கலகம் என்றழைக்கப்பட்ட அந்த வன்முறைச் சம்பவம், போராளிகள் அல்லது மன்னர்களின் படைகள் இடையிலான போராக அல்லாமல் மதம் சார்ந்த மோதலாக வடிவம் பெற்றது.

முஸ்லிம் படையெடுப்புகளின்போது (14 முதல் 17-ஆம் நூற்றாண்டு வரை) இருந்த தென்னிந்தியத் தீபகற்பத்தை ஆராய்ந்த சிந்தியா டால்பாட், இடைக்கால தென்னிந்திய மக்களில் பெரும்பாலானோர், அரசியல்ரீதியில் முஸ்லிம்களின் ஆதிக்கம் இருந்த பகுதிகளில்கூட, மதம் மாறாமல் இருந்திருக்கிறார்கள். அதனால், இந்த இரண்டு மதத்தினரும் எப்போதுமே பொதுவான பல பண்புகளைக் கொண்டிருந்தனர் என்ற உண்மையைக் கூறுகிறார். அந்தச் சூழ்நிலையில், ஒரு குறிப்பிட்ட அளவுக்கு ஒத்துழைப்பும் ஒருங்கிணைப்பும் தவிர்க்க இயலாததாக இருந்தது. தென்னிந்தியாவின் முஸ்லிம் அரசு அமைப்புகள் எல்லாமே வரி வசூலுக்காகவும், நாட்டுப்புறங்களில் சட்டம்-ஒழுங்கை நிலைநாட்டவும் இந்து அதிகாரிகளையும் படை வீரர்களையும்தான் நம்பி இருந்தன. 'எல்லா காலகட்டத்திலும் ஒருவர் மற்றவரை அவமதிப்பதும் அனுசரிப்பதும் சேர்ந்தே இருந்தது' என்று சொல்லலாம். ஆனால், அவர்கள் மதத்தை விட அந்நியத் தன்மையையே முன்னிலைப்படுத்த முற்பட்டனர். அதே சமயம் அன்னியத்தன்மை முழுவதுமாக மறையாதென்றாலும் காலப் போக்கில் நிச்சயமாக மங்கிவிடும்.

காலனி ஆட்சிக்கு முந்தைய காலத்தின் சிறப்புகளை பிரிட்டிஷார் மறுத்ததன் அரசியல் விளைவுகளும், ஆங்கிலப் பேரரசின் திட்டமிட்ட இந்து-முஸ்லிம் பிரிவினை கட்டமைப்பும் 1857-ஆம் ஆண்டுக்குப் பிறகு, 19-ஆம் நூற்றாண்டின் இறுதியில் தெளிவாக தெரிந்தது. ஆலன் ஆக்டேவியன் ஹியூம் இந்திய தேசிய காங்கிரஸை நிறுவியபோது அதில் வந்து இணைந்த அனைத்து மதத்தினரையும் அவர் உற்சாகமாக வரவேற்றார்; காங்கிரஸ் கட்சியின் ஆரம்பகாலத் தலைவர்கள் இந்துக்கள், கிறித்தவர்கள், பார்ஸிக்கள் மற்றும் முஸ்லிம்களாக இருந்தனர். ஹியூமின் இந்தப் பரந்த மனப்பான்மையை பிரிட்டிஷார் ஏற்றுக்கொள்ளவில்லை (ஆங்கிலக் கல்வி பெற்ற இந்தியர்களின் கூட்டணிக்கு அதிகாரம் அளிப்பதில் அவர்கள் உண்மையாக இருந்திருந்தால் அதை அவர்கள் எளிதாக செய்திருக்க முடியும். படித்த இந்தியர்களில் பெரும்பாலானோர் வழக்கறிஞர்களாக இருந்த நிலையில் பிரிட்டிஷ் இந்திய நிர்வாகத்தில் அவர்களை பிரிட்டிஷாரே நேரடியாக நியமித்திருக்கமுடியும்). மாறாக, மதச்சார்பற்ற அமைப்பான காங்கிரஸ் மதங்களைக் கடந்து பிரதான

இடத்துக்கு உயர்ந்துவருவதையும் பிரிட்டிஷ் ஆட்சிக்கு எதிராக பலம் பெறுவதையும் கண்டு அதை ஓர் இந்து ஆதிக்க இயக்கம் என முத்திரை குத்தினர். அடுத்து அவர்கள் டாக்காவைச் சேர்ந்த முஸ்லிம் பிரமுகரான நவாப் கிவாஜா சலிமுல்லாவை காங்கிரஸுக்கு எதிராகவும், அவருடைய மதத்தினருக்காகவும் 1906-ல் போட்டி இயக்கம் ஒன்றைத் தொடங்குமாறு தூண்டிவிட்டனர். அதன் பெயர் முஸ்லிம் லீக்.

இதற்கிடையே 1905-ல் கர்ஸன் பிரபு வங்காளத்தைப் பிரிக்க முடிவு செய்தார். நிர்வாகக் காரணங்களுக்காக அதைப் பிரிப்பதாக அவர் வெளியே சொல்லிக்கொண்டார். ஆனால், உண்மையில் கிழக்கே ஒரு முஸ்லிம் பெரும்பான்மை பிராந்தியத்தை உருவாக்குவதே அதன் நோக்கமாக இருந்தது. வங்காள சமுதாயத்தின் அனைத்து பிரிவுகளிலும் இருந்து அதற்குக் கடும் எதிர்ப்பு கிளம்பியது. எல்லா இடங்களிலும் இந்திய தேசியவாதிகளும் அதைக் கடுமையாக எதிர்த்தனர். ஏனென்றால், அது நாட்டைப் பிளக்கும் பகிரங்க முயற்சி என அவர்களுக்கு தெளிவாகத் தெரிந்தது.

முஸ்லிம்களின் நலன்களுக்காக என்று கூறி பிரிட்டிஷார் வங்காளத்தின் ஒரு பாகத்தை வேண்டுமென்றே அவர்களுக்கு 'விற்பனை' செய்தனர். எனவே, முதலில் தனது சமஸ்தானத்தைப் பிரிக்கும் செயலை 'மிருகத் தனமானது' என வர்ணித்த டாக்கா நவாப், கர்ஸன் பிரபு அவரை சந்தித்துப் பேசிய பிறகு தன் மனதை மாற்றிக் கொண்டார். அதைத் தொடர்ந்து கர்ஸன் நிகழ்த்திய உரைகளில், 'பழைய முஸல்மான் வைஸ்ராய்கள் மற்றும் மன்னர்களின் காலத்தில் இருந்து கிழக்கு வங்காள முகமதியர்கள் அனுபவித்திராத ஒருமைப்பாட்டை இந்தப் பிரிவினை அவர்களுக்கு வழங்கும்' என உறுதி அளித்தார். அந்தக் கசப்பு மாத்திரையை இனிப்பாக்க பிரிட்டிஷ் அரசாங்கம் டாக்கா நவாபுக்குத் தனிப்பட்ட முறையில் மிக குறைந்த வட்டிக்கு ஒரு லட்சம் பவுண்டு கடன் வழங்கியது. நெஞ்சு நிமிர்த்தி நின்ற நவாபும் அவரது விசுவாசிகளும் அப்படியே சட்டென்று கூழைக் கும்பிடு போட்டு வங்காளப் பிரிவினையின் ஆதரவாளர்களாக மாறினர்.

பிரிட்டிஷார் தங்களுடைய பாரபட்சப் போக்குகளை மறைக்க எந்த முயற்சியும் மேற்கொள்ளவில்லை. பிரிவினைத் திட்டத்தை வடிவமைத்த ஹெர்பெர்ட் ரிஸ்லி, 'பிளவுகளை உண்டாக்கி, அதன் மூலம் எங்களுடைய ஆட்சிக்கு எதிரானவர்களின் கோட்டையை பலவீனமாக்குவதே எங்களுடைய முக்கிய நோக்கங்களில் ஒன்று' என வெளிப்படையாக ஒப்புக் கொண்டார். வங்காளத்தின் லெஃப்டினன்ட் கவர்னர் சர் பாம்ஃபில்டு ஃபுல்லர், 'தன்னுடைய இரண்டு மனைவியரில் (அதாவது, அவருடைய ஆட்சிப்பகுதியின் இந்து-முஸ்லிம் பிரிவுகளில்) 'முகமதியரே தனது விருப்பத்துக்குரியவர்' என பகிரங்கமாகக் கூறினார் (விளையாட்டுக்கு அப்படிக் கூறியதாக பின்னால் அவர் சொன்னார்).

ஆனால் அவருடைய 'நகைச்சுவை' பேச்சை சில முஸ்லிம் சக்திகள் விளையாட்டாக எடுத்துக் கொள்ளவில்லை. அந்த வார்த்தைகள் மூலம் இந்து எதிர்ப்பு வன்முறைகளுக்கு பிரிட்டிஷ் ஆட்சியாளர்கள் அனுமதி அளித்ததாகவே அவர்கள் முடிவு செய்தனர். பின்னர் கிழக்கு வங்காளத்தில் கலவரங்கள் பரவத் தொடங்கின. அதைத் தொடர்ந்து இந்து சிறுபான்மையினர் மீதான வெறித்தாக்குதல், பாலியல் பலாத்காரம், கடத்தல் போன்ற அசம்பாவிதங்கள் அரங்கேறின: 'இவ்வாறு கிழக்கு வங்காளத்தில் ஒரு புதிய மத சச்சரவு நிறுவப்பட்டது' என ஹென்றி நெவின்ஸன் கூறினார். பிரிவினையை எதிர்த்தவர்கள் தெளிவாக உணர்ந்ததுபோல் நிர்வாகப் பிரிவு என்பது வங்காள இனங்களின் சமூக ஒற்றுமை மீதான வெறித்தாக்குதலாக அமைந்தது.

நெவின்ஸன் தொடர்ந்து கூறுகிறார்:

> எங்கெல்லாம் இனம் அல்லது மதம் அடிப்படையில் போட்டி நிலவுகிறதோ அங்கெல்லாம் ஆங்கில அதிகாரிகளும் அலுவலர்களும் முகமதியர்கள் பக்கமே நிற்பதையே கண்டேன். பிரிவினையைப் பொறுத்தவரை தன் அதிகாரத்தின் மூலம் எப்படியாவது முகமதியர்களின் ஆதரவைத் தக்க வைத்துக்கொள்ள வேண்டும் என்ற அரசாங்கத்தின் வெளிப்படையான தீர்மானத்தால் கிழக்கு வங்காளத்தில் அந்த விருப்பம் இப்போது ஊக்குவிக்கப்படுகிறது. அதிகார வர்க்கத்தின் அனைத்து அடக்குமுறைகளும் இந்துக்களுக்கு எதிராக மட்டுமே திருப்பிவிடப்பட்டன. அரசுப் பதவிகளில் இருந்து அவர்கள் மட்டுமே விலக்கிவைக்கப்பட்டனர்; இந்துப் பள்ளிக் கூடங்களின் அரசு நிதி உதவி நிறுத்தப்பட்டது. முகமதியர்கள் கலவரத்தில் ஈடுபட்டபோது இந்துக்களின் வீடுகளையே போலீஸ் தீவிர சோதனைகளுக்கு உட்படுத்தியது. மேலும் சிறிய கூர்க்கா பட்டாளங்கள் இந்து மக்கள் மீது ஏவிவிடப்பட்டன. ஓரிடத்தில் ஆற்றங்கரையில் அமர இந்துக்களுக்கு மட்டுமே தடை விதிக்கப்பட்டது. மற்ற இனங்களிடம் இருந்து இந்துக்களைப் பிரிக்கும் அரசாங்கத்தின் கொள்கையை அவர்கள் மட்டுமே எதிர்த்தார்கள். எனவே, அவர்களை மட்டுமே ஒடுக்க வேண்டிய கட்டாயம் இருந்தது என்பதே பிரிட்டிஷாரின் வாதமாக இருந்தது.

எனினும், காங்கிரஸ் இந்த மாற்றங்களை முதலில் தனக்குச் சாதகமாக எடுத்துக்கொள்ள முற்பட்டது: வெளிநாட்டில் இருந்த வந்த பிரபுக்கள், மேட்டுக்குடி வியாபாரிகள் மற்றும் முஸ்லிம் நிலக்கிழார்களின் பிரதி நிதியாக முஸ்லிம் லீகை பார்த்த காங்கிரஸ் அது ஓர் அச்சுறுத்தல் இல்லை என முடிவு செய்தது. மிதவாதி அகா கானை தனது முதல் தலைவராக தேர்வு செய்தது நிச்சயமாக அந்தத் தீர்மானத்தை உறுதி செய்ததுபோல் இருந்தது. லீகில் உறுப்பினராக இருப்பது காங்கிரஸ் உறுப்பினர் அந்தஸ்தைப் பாதிக்காது என அறிவித்த காங்கிரஸ், தனது கூட்டங்களில் கலந்துகொள்ள லீக் உறுப்பினர்களுக்குத் தொடர்ந்து அழைப்பு

விடுத்துவந்தது. அத்துடன் குறிப்பிடத்தக்க மூன்று சந்தர்ப்பங்களில் காங்கிரஸுக்கு தலைமை ஏற்க முஸ்லிம் லீக் உறுப்பினர்களையே தேர்வு செய்தது (ஹக்கீம் அஜ்மல் கான், மௌலானா முகம்மது அலி மற்றும் டாக்டர் எம்.ஏ. அன்சாரி ஆகியோர் ஒரே சமயத்தில் காங்கிரஸ் மற்றும் முஸ்லிம் லீக் தலைவர் பதவிகளை அனுபவித்தனர். இரண்டு பதவிகளில் எதையுமே அவர்கள் விட்டுக் கொடுக்கவில்லை).

1916-ல் முகம்மது அலி ஜின்னா என்ற புத்திக் கூர்மையுள்ள இளம் வழக்கறிஞர் ஒருவருடன் இணைந்து முஸ்லிம் லீக் உடனான ஒத்துழைப்பை மேம்படுத்தத் தேவையான விதிமுறைகளை உருவாக்க மோதிலால் நேருவை காங்கிரஸ் தேர்வு செய்தது. ஒரு சிறுபான்மை இனத்தவரின் நலன்கள் மற்றும் நம்பிக்கைகளுக்கு ஊறு விளைவிக்கும் முடிவுகள், அந்த இனத்தின் பெரும்பான்மை பிரதிநிதிகளின் சம்மதம் இன்றி எடுக்கப்படக்கூடாது என்ற கொள்கையுடன் நடந்த அவர்களுடைய பணி பின்னர் பரவலாகப் போற்றப்பட்ட லக்னோ உடன்படிக்கை உருவாக அடித்தளம் அமைத்தது. காங்கிரஸின் முன்னணி இலக்கியப் பேரொளியான கவிஞர் சரோஜினி நாயுடு, 'இந்து-முஸ்லிம் ஒற்றுமைக் கான தூதர்' என ஜின்னாவைப் புகழ்ந்தார். அத்துடன் ஜின்னாவின் சொற்பொழிவுகள் மற்றும் எழுத்துகளைத் தொகுக்கும் பணியிலும் இறங்கினார்.

பிரிவினைகளுக்கு பிரிட்டிஷார் முழு ஊக்கம் அளித்துக்கொண்டிருந்த அதேவேளையில் இந்தியாவில் இருந்த முஸ்லிம்கள் தங்கள் சக குடிகளான இந்துக்களுடன் ஒற்றுமையான வாழ்வு தவிர வேறு எந்த எதிர்காலம் பற்றியும் ஒட்டுமொத்த அளவில் சிந்திக்கவில்லை. 1918-ல் அகா கான் தன்னுடைய பிரபல 'இந்திய விவகாரம்' (The Indian Question) நூலில் இந்தியாவை நான்கு நாகரிகங்களின் (மேற்கு, தூர கிழக்கு, பிராமணிய மற்றும் முகமதிய) சங்கமமாக அற்புதக் காட்சி ஒன்றை சித்திரித்தார். அதில் அவர் வெளிப்படுத்திய 'இந்திய தேசபக்தி' இந்துக்கள், முஸ்லிம்களிடையே ஆழ்ந்த புரிதலைப் பெற்றிருந்தது (கிழக்கு ஆப்பிரிக்காவை காலனிமயமாக்க வேண்டும் என்ற விஷயத்தில் பிரிட்டிஷாரிடம் இருந்த ஒத்திசைவைவிட அதிகமான ஒத்திசைவு ஒரே இந்தியாவை உருவாக்கவேண்டும் என்பதில் இந்துக்களுக்கும் முஸ்லிம்களுக்கும் இடையில் இருந்தது!). அதே போன்று, உலகம் முழுவதுமாக தார்மிக அடிப்படையில் விசுவாசிகளை ஒன்றுபடுத்தும் சமூக, கலாசார, ஆன்மிக சக்தியாக இஸ்லாமை வர்ணித்த அவர், 'அரசியல் ரீதியிலான அகண்ட இஸ்லாம்' என்ற கருத்தைப் புறந்தள்ளி இருந்தார். ஆனால், 'நவீன உலகில் மதம் மேலும் மேலும் ஆன்மிக சக்தியாகவும், மிக மிக குறைவான அளவே லௌகிகத் தேவை சார்ந்ததாகவும் மாறிவிட்டது. இதில் தேசிய மற்றும் பொருளாதார நலன்கள் மத உறவுகளைத் தாண்டி மேலாதிக்கம் செலுத்துகின்றன' என அழுத்தமாக கூறினார். இதர படித்த இந்திய முஸ்லிம்கள் மத்தியிலும்

இதே கண்ணோட்டம்தான் இருந்தது. நாற்பது ஆண்டுகளுக்கு முன்பாகவே நீதிபதி செய்யது முகம்மது ஏறக்குறைய இதே வார்த்தைகளால் இந்தக் கருத்தை வெளிப்படுத்தி இருந்தார்.

முதல் உலகப்போர் காலத்தில் ஒட்டோமான் பேரரசு வீழ்ந்த பிறகு துருக்கியில் கலிஃபா ஆட்சியை மீட்கக் கோரி இந்திய முஸ்லிம்கள் கிலாஃபத் இயக்கத்தைத் தொடங்கினர். காங்கிரஸின் தலைமை பொறுப்பை ஏற்ற பிறகு மகாத்மா காந்தி முஸ்லிம்களுக்கு ஆதரவாக அந்த இயக்கத்துக்கு முழு ஊக்கம் அளித்தார். அதன் மூலம் முஸ்லிம் அபிப்ராயங்களுடன் இணைந்து பொது நோக்கம் ஒன்றை உருவாக்க அவர் முனைந்தார். ஆனால், உள்நாட்டில் நடந்த சில அத்துமீறல்களால் அந்த இயக்கம் பிசுபிசுத்துப் போனது (சில இந்துக்கள் போதிய அளவு ஆதரவு தரவில்லை எனக் கருதி அவர்களை கலிஃபா ஆதரவாளர்கள் தாக்கியதும் அப்போது நடந்தது). எப்படி இருந்தாலும் துருக்கியில் நடந்த சில சம்பவங்களால் அவர்களுடைய நோக்கமே அர்த்தமில்லாமல் போனது. ஆனாலும், மத நம்பிக்கைகளைத் தாண்டி அனைத்து இந்தியர்களையும் பிரதிநிதித்துவப்படுத்தும் வகையில் காங்கிரஸ் எடுத்த உறுதியான முயற்சி ஒன்றின் நேர்மையான வெளிப்பாடாக அந்த நிகழ்வு அமைந்தது. மேலும், பிரிட்டிஷாரின் மதப்பிரிவினைத் திட்டத்துக்கு அடிபணிந்துவிடக்கூடாது என்ற கொள்கையையும் அது உறுதி செய்தது.

இருபதாம் நூற்றாண்டின் தொடக்கத்தில் நடந்த அரசியல் விவாதங்கள் அனைத்துக்கும் மக்கள்தொகை பற்றிய புள்ளிவிவரங்கள் மிக அவசியமாக இருந்ததால் பிரிட்டிஷார் நடத்திய மக்கள்தொகை கணக்கெடுப்புகள் எல்லாமே வெளிப்படையான அரசியல் முக்கியத்துவம் கொண்டிருந்தன. அதேவேளையில், பிரிட்டிஷ் இந்திய ராணுவத்தை உருவாக்குவதில் அந்தப் புள்ளிவிவரங்கள் புறக்கணிக்கப்பட்டன. நாட்டின் மொத்த மக்கள்தொகையில் முஸ்லிம்கள் 20 சதவிகிதமே என்றாலும் ராணுவத்தில் அவர்கள் 50 சதவிகிதமாக இருந்தனர் (பிரிட்டிஷ் ராஜ்ஜியத்துக்கு எதிரான இந்து சக்திகளின் கிளர்ச்சியை எதிர்கொள்வதற்காகவே இத்தகைய முரணான விகிதாச்சாரம் திட்டமிட்டு வடிவமைக்கப்பட்டது என தலித் தலைவர் டாக்டர் பி.ஆர்.அம்பேத்கர் தெரிவித்தார்). ஆனால் அரசியல் என்று வரும்போது மக்கள்தொகைக் கணக்கெடுப்பு புள்ளிவிவரங்கள் பிரிட்டிஷாருக்கு மிக அவசியமாக இருந்தன. ஏனென்றால், 'அபாயத்துக்கு ஆளாகி இருக்கும் சிறுபான்மை இனம்' என்ற அச்ச உணர்வை சில முஸ்லிம்கள் மத்தியில் அதிகரிக்க அவை தேவைப்பட்டன.

மின்டோ-மார்லி சீர்திருத்தங்களுக்குப் பின் முதல் முறையாக மத அடையாளங்கள் அடிப்படையில் தனித்தனி வாக்காளர் தொகுதிகள் வரையறுக்கப்பட்டபோது மத அடையாளமும் அரசியல் பிரதிநிதித்துவமும் திட்டமிட்டு முக்கிய விவகாரங்களாக மாற்றப்பட்டன. இதே போன்று, ஏற்கனவே நாம் பார்த்ததுபோல், வங்காளப்

பிரிவினைக்கு பிரிட்டிஷார் திட்டமிட்டபோது, காலனி நிர்வாகத்தில் எடுக்கப்பட்ட மக்கள்தொகைக் கணக்கெடுப்புப் புள்ளிவிவரங்கள் பெரும் போராட்டத்தை ஏற்படுத்தின.

அதேவிதத்தில், இறுதியாக மாண்டேக்-செம்ஸ்ஃபோர்டு சீர்திருத்தங்கள் வாயிலாக, பிரிட்டிஷ் அங்கீகாரம் பெற்ற அமைப்புகளில் குறைவான அதிகாரமுள்ள பதவிகளுக்கு வாக்களிக்கும் வகையில் சாதாரண இந்தியர்களுக்கு மிக குறைந்தபட்ச உரிமை வழங்கப்பட்டது; அப்போது, இந்திய சமுதாயத்துக்குள் பிரிட்டிஷார் ஏற்படுத்தி இருந்த பல்வேறு இன அடையாளங்களுக்கு ஆங்கிலேய அதிகாரிகள் அரசியல் உரிமைகள் வழங்கினர். அந்த இன அடையாளங்கள் எல்லாம் ஒன்றோடு ஒன்று போட்டியிட்டுக் கொண்டு இறுதியாக, காலனி ஆட்சியாளர்களுக்கு நன்மை பயக்கும் வகையில் உருவாக்கப்பட்டவை. இவ்வாறு இந்துக்கள், முஸ்லிம்கள், சீக்கியர்கள் மற்றும் பிற மதத்தினருக்குத் தனித்தனி தேர்தல் தொகுதிகள் ஒதுக்கப்பட்டன. அது மத அடையாளங் களை இன்னும் மோசமாக்கியது. ஏனென்றால், அனுமதிக்கப்பட்ட அந்தச் சிறு அரசியல் உரிமையும் வெகு விரைவில் மிக குறைந்த வளங்களுக்காக பல்வேறு இனங்கள் தங்களுக்குள் போட்டி போடும் நிலையை உருவாக்கின. அந்த நிலையில் இந்தியர்கள் இடையே வித்தியாசங்களை மிகைப்படுத்தும் வகையில் உணர்வுகளைத் தூண்ட முடிந்தது. அதன் விளைவாக பிரிட்டிஷார் ஆதாயம் அடைந்தனர்.

நிச்சயமாக அனைத்துக்கும் பின்னால் நின்றது அவர்கள்தான். ஆக, இங்கிலாந்தில் கோல்டர்ஸ் கிரீன் பகுதியைச் சேர்ந்த யூதர்களுக்கு லண்டன் தேர்தல்களில் தனியாக வாக்களிக்க அனுமதிக்கும் ஆலோசனையைக் கண்டு அஞ்சி நடுங்கிய ஆங்கிலேயர்கள் இந்தியாவில் இருந்த முஸ்லிம் களுக்காகத் தனி வாக்காளர் தொகுதிகளைப் படு உற்சாகத்துடன் ஏற்பாடு செய்தனர். இத்தகைய தொகுதிகளில் முஸ்லிம்கள் முஸ்லிம்களுக ்காகவும், சீக்கியர்கள் சீக்கியர்களுக்காகவும், கிறித்தவர்கள் கிறித்தவர் களுக்காகவும் மட்டுமே ஓட்டுப் போட முடியும். அந்த நடைமுறையைக் கண்டு வில் டுரான்ட், 'பிரிட்டிஷாரின் அணுகுமுறை ஓர் அரசாங்கம் நீக்க விரும்பும் இன, மத பிளவுகளை எல்லாம் ஆழப்படுத்தவும் ஊக்குவிக்கவும் செய்தது' என்று குறிப்பிட்டார்.

ஆனால், இந்த அத்தியாயத்தின் தொடக்கத்திலேயே நாம் பார்த்தது போல், பிளவுகளை நீக்குவது ஆங்கில அரசுக் கொள்கையின் குறிக்கோளாக இல்லை: ஏனென்றால் பிளவுபட்ட மக்கள் இனத்தைத் தான் எளிதாக அடக்கியாள முடியும். 'பிரிட்டிஷ் அதிகார அமைப்பில் முஸ்லிம்களுக்குச் சாதகமாக ஒருதலைப்பட்ச மனோபாவம் தலைதூக்கி நிற்கிறது. இந்து தேசியவாதத்துக்கு எதிரான ஓர் ஈடு செய்யும் நடவடிக்கையாகவே அது பெரும்பாலும் உள்ளது' என இந்தியாவின் மாகாண செயலாளர் ஆலிவர் 1920-ல் பகிரங்கமாக ஒப்புக் கொண்டார். முஸ்லிம்கள் எவ்வளவு கேட்டார்களோ அதைவிட அதிகமாக அள்ளிக்

கொடுக்கும் பிரிட்டிஷ் மனப்பான்மையும் அதனுடன் இணைந்து கொண்டது.

இந்த வகையில் ஓர் உதாரணம்: தாங்கள் பெரும்பான்மையாக இருந்த 5 பகுதிகளில் சாத்தியமாகக் கூடிய இரண்டு உரிமைகளில் ஏதேனும் ஒன்றை முஸ்லிம்கள் கோரினர். அதாவது, கூட்டுத் தேர்தல் தொகுதிகளுடன் சட்ட அங்கீகாரம் பெற்ற பெரும்பான்மை இடங்கள் அல்லது முஸ்லிம்களுக்காக தனி தொகுதிகள் என்பதே அது. ஆனால் பிரிட்டிஷார் தங்களுடைய Communal Award திட்டத்தின் கீழ் அவர்களுக்கு சட்டப்பூர்வ பெரும்பான்மை இடங்கள் மற்றும் தனி தேர்தல் தொகுதிகள் என இரண்டையும் முஸ்லீம் லீகுக்கு வழங்கினர்.

இதில் முரண்பாடு என்னவென்றால், பிரிட்டிஷ் அரசியல் பாணியில் இந்திய அரசியலும் கொள்கை அடிப்படையில் வளர ஊக்குவிக்கப்பட்டு இருந்தால் இங்கும் ஒரு கன்சர்வேடிவ் கட்சி, ஒரு சோஷலிஸ்ட் கட்சி தோன்றியிருக்கும். இடையே சில சுதந்திர ஜனநாயக கட்சியினர் இருந்திருப்பார்கள்; இந்த மனப்பான்மைகள் எல்லாமே இந்திய பொது மக்கள் மத்தியிலும் இருந்தது. அந்தச் சூழலில், புதிதாக அவதரித்திருக்கும் இந்திய டொமினியன் பிரதேசத்தில் ஜின்னாவும் நேருவும் தங்கள் காலத்து டிஸ்ரேலியாகவும், கிளாட்ஸ்டோனாகவும் இருக்க, இத்தகைய மரபுசார்ந்த அரசியல் போட்டி இந்தியாவை ஒற்றுமையுடன் வாழ வைத்திருக்கக்கூடும். ஆனால், காலனி ஆட்சியாளர்களின் கொள்கைகள் இந்திய கன்சர்வேடிவ்களையும் சோஷலிஸ்ட்டுகளையும் பிரதானமாக மத அடிப்படையில் தங்களை வெளிப்படுத்தும் நிலைக்குத் தள்ளியது. இறுதியில் அது மிக அவலமாக நாட்டைத் துண்டாட வைத்தது.

இந்திய உணர்வுகளில் இது கொண்டு வந்த மாற்றங்கள் மிக ஆழமானவை. ஏற்கனவே விவரிக்கப்பட்ட, ஒருமைப்பாட்டு பாரம்பரியங்களைப் படிப்படியாகக் கூறுபோட்டதற்காக பெரும்பாலான இந்திய வரலாற்று அறிஞர்கள் பிரிட்டிஷாரைக் குற்றம் சாட்டுகின்றனர். 'இந்தியக் கோடை காலம்: ஒரு பேரரசு முடிவின் மர்ம வரலாறு' நூலில் அலெக்ஸ் வான் டன்ஸல்மேன், 'மத அடையாளத்தின் அடிப்படையில் பிரிட்டிஷார் 'சமூகங்களை' வரையறுக்கத் தொடங்கி, அவர்களுக்கு அரசியல் பிரதிநிதித்துவத்தைக் கொடுத்தபோது பல இந்தியர்கள் தங்களுடைய சொந்த சிந்தனைகளில் நிலவிய பன்முகத்தன்மையை ஏற்றுக்கொள்வதை நிறுத்தினர். அத்துடன் எந்தப் பிரிவைச் சேர்ந்தவர்கள் நாம் என தம்மைத் தாமே கேட்டுக் கொள்ளத் தொடங்கினர்' என்று குறிப்பிட்டார்.

அந்தப் பிரிவுகள் மதங்களுக்கிடையே மட்டுமல்லாமல் மதங்களுக்கு உள்ளேயும் பெரிதாக்கப்பட்டன. இந்த வகையில், லக்னோவில் வாழ்ந்த முஸ்லிம்களுக்குள் முன் எப்போதும் இருந்திராத, ஷியா-சன்னி கொந்தளிப்பை ஏற்படுத்தியதற்காக பிரிட்டிஷார் பெரிதும்

குற்றம்சாட்டப்படுகிறார்கள். அயோத்தியை இணைப்பதற்கு முன் இந்த இரு பிரிவினரும் ஓர் ஷியா நவாபின் கீழ் ஒற்றுமையுடன் வாழ்ந்து வந்தனர். மொஹரம் எனும் ஷியா பண்டிகைக் கொண்டாட்டங்களில் சன்னி முஸ்லிம்களும் இந்துக்களும் பங்கேற்றனர். அவருடைய குடிமக்களுடைய சகோதரத்துவத்தின் பொது உறுதிப்பாட்டை வெளிப் படுத்துவதாக அது இருந்தது. 1856-ல் பிரிட்டிஷார் அவரைப் பதவியில் இருந்து தூக்கி எறிந்தபோது அந்த அரியணையின் ஒருமைப்பாட்டுச் சின்னமும் தொலைந்து போனது. அத்துடன், ஆளும் ஷியா வம்சத்துக்கும் அந்த சமஸ்தானத்தின் ஷியா-அல்லாத குடிமக்களுக்கும் (சன்னிக்களும் இந்துக்களும்) இடையிலான உறவு மீட்க முடியாத அளவுக்கு உருமாற்றம் அடைந்தது. மத அடையாளங்களை மிகைப்படுத்தி வந்த பிரிட்டிஷார் இப்போது இரண்டு முஸ்லிம் பிரிவுகளுக்கிடையே வகுப்புவாதத்தை ஏற்படுத்தினர்.

'1905-ஆம் ஆண்டுக்குள்ளாக ஷியாக்களுக்கும் சன்னிக்களுக்கும் இடையிலான மத துவேஷங்கள் உச்சத்தை எட்டியிருந்தன. எனவே லக்னோவில் இருந்த சன்னிக்கள் மொஹரம் பண்டிகையின்போது நடைபெற்ற 'மார்ஸியா' இரங்கற்பா கூட்டத்தில் கலந்து கொள்ள வில்லை. ஆனால், அதற்குப் பதிலாக முதல் மூன்று கலிஃபாக்களைப் போற்றும்விதமாக மதீ-சஹாபா (Madhe-Sahaba) என்றழைக்கப்படும் துதிப்பாடலைப் பாடினர். அதற்கு எதிர்வினையாக ஷியாக்கள் சஹாபா மீது டபாரா (Tabarra) சாபங்கள் விட்டனர்' என அறிஞர் கெய்த் ஹிஜோர்ட்ஷோஜ் நினைவுகூர்கிறார். மொஹரம் திருநாளின்போது சன்னிக்கள் நடந்துகொள்ளும்முறையில் பெரும் முரண் இருப்பதாக ஷியாக்கள் ஒருகட்டத்தில் வெற்றிகரமாக பிரிட்டிஷ் அரசாங்கத்தைத் தூண்டிவிட்டனர். அடுத்து பிரிட்டிஷார் ஷியாக்களைப் புண்படுத்தக் கூடிய சன்னிக்களின் நடவடிக்கைகளுக்கு எதிராக கடுமையான சட்டங்களை இயற்றினர். அதற்கு மிக முன்னதாகவே மொஹரம் பண்டிகையின்போது ஷியாக்களும் சன்னிக்களும் தனித்தனியாகத்தான் ஊர்வலம் செல்லவேண்டும் என ஆணையிட அவர்கள் முடிவு செய்திருந்தனர்.

வேற்றுமைகளை பிரிட்டிஷார் எப்படியெல்லாம் ஊக்குவித்தனர் என்பதற்கும், பிரிட்டிஷ் அரசாங்கம் எந்தக் குழுவுக்கு அரசியல் பலம் அளித்து, அங்கீகரிக்கும் எனப் பார்த்துப் பார்த்து இந்தியர்கள் எவ்வாறு புதிய குழுக்களை உருவாக்கிக்கொண்டனர் என்பதற்கும் லக்னோவில் பிரிட்டிஷ் ஆசியுடன் உருவான ஷியா-சன்னி பிரிவினை மிகத் தெளிவான உதாரணமாகும். குறிப்பாக, மின்டோ-மார்லி சீர்திருத்தங்களின் கீழ் வைஸ்ராய் மற்றும் ஆளுநர் கவுன்சில்களில் இந்தியப் பிரதிநிதிகளின் எண்ணிக்கையை அதிகரிக்கப் போவதாக அறிவிக்கப்பட்டதும், தமக்கு உரிய இடம் வேண்டி பல்வேறு அரசியல் குழுக்களும் போட்டியிட்டுக் கொண்டிருந்த சமயத்தில் அது அப்படியே நடந்தது. 'நினைவஞ்சலிக் கூட்டங்களுக்கு அனுமதி அளிக்கவும் அல்லது தடை விதிக்கவும், சச்சரவுகளில் மத்தியஸ்தம் செய்வதற்கும், ஊர்வலப் பாதைகளை

நெறிப்படுத்தவும் பிரிட்டிஷார் அதிகாரம் பெற்றபோது மத வேற்றுமைகளை அவர்கள் பொது விவகாரமாகவும், அரசியல் மற்றும் சட்டப் பிரச்னைகளாகவும் மாற்றினர். அவையனைத்தும் அப்படியே நிலைபெற்றுவிட்டன' என ஹிஜோர்ட்ஷோஜ் விளக்கம் அளித்துள்ளார்.

பிரிட்டிஷாரின் கொள்கைகள் இந்தியாவில் அரசியல் ஒற்றுமையை வளர்ப்பதற்குப் பதிலாக பிரிவினை அம்சங்களை அடையாளம் கண்டு, அழுத்தம் கொடுத்து அவற்றைச் சட்டப்பூர்வமாகவும் ஆக்கின. இந்து-முஸ்லிம் பிரிவினைக்கு மட்டுமே அவர்கள் பொறுப்பு என்று நிறுத்திவிட இயலாது. சன்னி, ஷியா சமுதாயங்கள் இடையே புதிய அரசியல் பிரிவு ஒன்றை ஏற்படுத்தி அதற்கு சட்ட விளக்கம் அளித்ததற்கும் அவர்களே காரணம்.

பிரிட்டிஷார் அளித்த ஊக்கத்தின் காரணமாக முஸ்லிம் மதம் பிளவு பட்டது. தியோபான்டி பிரிவைச் சேர்ந்த முன்னணி மதகுருவான மௌலானா ஹுசைன் அகமது மதானி பிரிட்டிஷார் ஊக்குவிக்கும் மதப்பிரிவினைக் கொள்கையையும் முஸ்லிம் லீகின் பாகிஸ்தான் திட்டத்தையும் கடுமையாக எதிர்த்தார். 1945-ல் அவர் தனது மத சகா ஒருவருக்கு உணர்ச்சி பொங்க இவ்வாறு எழுதினார்:

> 'இந்துஸ்தானுக்கு இடம் பெயர்ந்ததில் இருந்து முஸ்லிம்கள் இந்துக்களுடன் இணைந்து வாழ்ந்துவருகின்றனர். பிறந்ததில் இருந்து நானும் அவர்களுடன்தான் இருந்துவருகிறேன். நான் இங்குதான் பிறந்து வளர்ந்தேன். இரண்டு மத மக்கள் ஒரே நாட்டில், ஒரே நகரத்தில் வாழ்ந்தால் அவர்கள் ஏராளமான விஷயங்களைத் தங்களுக்குள் பகிர்ந்து கொள்ள முடியும். இந்தியாவில் முஸ்லிம்கள் இருக்கும் வரை அவர்கள் இந்துக்களுடன்தான் இணைந்து இருப்பார்கள். கடைவீதிகள், வீடுகள், ரயில்கள், டிராம் வண்டிகள், பேருந்துகள், லாரிகள், வாகன நிலையங்கள், கல்லூரிகள், அஞ்சல் அலுவலகங்கள், சிறைகள், காவல் நிலையங்கள், நீதிமன்றங்கள், உள்ளாட்சி மன்றங்கள், சட்டசபைகள், ஹோட்டல்கள் மற்றும் பல இடங்களில் அவர்கள் ஒன்றாக இருப்பார்கள். எப்போது நாம் அவர்களை சந்திக்காமலும், அவர்களுடன் ஒன்றாமலும் இருந்திருக்கிறோம் என நீங்கள் சொல்லுங்கள். நீங்கள் ஒரு ஜமீன்தார். இந்துக்கள் உங்கள் நிலங்களின் குத்தகைதாரர்களாக இல்லையா? நீங்கள் ஒரு வியாபாரி; இந்துக்களிடம் நீங்கள் வாங்குவதும் விற்பதும் இல்லையா? நீங்கள் ஒரு வழக்கறிஞர்: இந்துக் கட்சிக்காரர்களை நீங்கள் பெறுவதில்லையா? நீங்கள் ஒரு மாவட்ட அல்லது நகர ஆட்சி மன்றத்தில் இருக்கிறீர்கள். அப்போது நீங்கள் இந்துக்களுக்காகப் பணியாற்றமாட்டீர்களா? இந்துக்களுடன் இணைந்து செயல்படாத முஸ்லிம் எங்கு இருக்கிறார் சொல்லுங்கள்?'

இந்து-முஸ்லிம் விரோதம் உருவானதும், நிலைபெற்றதும் பிரிட்டிஷ் ஏகாதிபத்தியக் கொள்கையின் மிக குறிப்பிடத்தக்க செயல்திட்டம் என்பதில் ஐயமில்லை: இறுதியில், பிரித்தாளும் சூழ்ச்சித் திட்டம்

தேசப்பிரிவினை பயங்கரத்தில் வந்து முடிந்தது. அதன் தொடர்ச்சியாக 1947-ல் பிரிட்டிஷ் ஆட்சி பீடமும் விழுந்து நொறுங்கியது.

பாவிகள் மத்தியில் ஒரு புனிதர்

பிரிட்டிஷ் ராஜ்ஜியத்தின் மிகப் பெரிய இந்திய எதிரியான மகாத்மா காந்தி வழக்கத்துக்கு மாறான ஒரு வழிமுறையில் காலனி ஆட்சியை எதிர்த்தார்: வன்முறையில் அல்லாது அறவழியில் போராடினார். நிச்சயமாக காந்தியின் வாழ்க்கையே அவர் நமக்கு அளித்த பாடம். தன்னுடைய நம்பிக்கைகளின்படி வாழ்ந்தால் மட்டும் போதாது. நம்பிக்கைக்கும் நடவடிக்கைக்கும் இடையே எந்த இடைவெளியும் கூடாது என்பதில் அவர் காட்டிய உறுதியில் இருபதாம் நூற்றாண்டு கண்ட அரசியல் தலைவர்களுள் அவர் தன்னிகரற்று இருந்தார். தனிமனிதனின் சுய முன்னேற்றம் அல்லது சமூக மாற்றம் எதுவானாலும் எப்போதுமே தனது கொள்கைகளின்படி வாழ்ந்து காட்ட முனைந்த ஒரு தத்துவஞானி காந்தி. அவரது சுயசரிதைக்குக்கூட 'சத்தியத்துடன் நான் நடத்திய சோதனைகளின் கதை' (The Story of My Experiments with Truth) என தலைப்பு இடப்பட்டிருந்தது. ஒருவரது எதிரியின் மீது பிரயோகிக்கும் வன்முறை உள்பட 'சத்தியமற்ற' அல்லது நேர்மையற்ற வழிமுறைகளில் உண்மையை அடைய முடியாது. நல்ல விளைவுகளை எட்டுவதற்கு உகந்தவையாக அந்த வழிமுறைகள் இருக்கவேண்டும்; அப்படி இல்லையென்றால் அந்த விளைவுகளும் தோல்வி அடைந்துவிடும்.

தனது வழிமுறையை நன்கு விளக்க 'சத்தியாகிரகம்' என்ற வார்த்தையை காந்தி உருவாக்கினார். சத்தியத்தின் மீது பற்றுறுதி என்பதே அதன் பொருள். 'சத்தியத்தின் ஆற்றல்', 'அன்பு ஆற்றல்', 'ஆத்ம ஆற்றல்' என பல்வேறு விதங்களில் அவர் அதை விவரித்தார். 'செயலின்மை எதிர்ப்பு' (Passive resistance) என்ற ஆங்கில வார்த்தையை அவர் வெறுத்தார். ஏனென்றால் சத்தியாகிரகம் செயலாற்றலைத்தான் விரும்பியது; செயலின்மையை அல்ல. சத்தியத்தின் மீது நீ நம்பிக்கை கொண்டிருந்தால், அதை அடைவதில் நீ அக்கறை கொண்டிருந்தால் செயலின்மையை நீ நாடக்கூடாது என காந்தி அறிவுறுத்தினார்: சத்தியத்துக்காக வேதனைகளை அனுபவிக்க நீ சுறுசுறுப்புடன் தயாராகவேண்டும். எனவே அஹிம்சை என்பது, எதிர்நிலை என முத்திரை குத்தப்பட்ட பிந்தைய பல கருத்துருக்களான ஒத்துழையாமை, அணி சேரா கொள்கை ஆகியவற்றைப்போல் எதிர்தரப்பு ஒன்றை மறுப்பதைவிட இன்னும் மேலான பொருளைக் குறித்தது; வெறும் வன்முறையற்ற நிலையை மட்டும் அது குறிக்கவில்லை. சத்தியமே உன்னதமானது என்பதை நிரூபிக்க அஹிம்சையே சிறந்த வழி. எதிரியைச் துன்புறச் செய்வதன் மூலம் அது கூடாது. ஆனால் தன்னைத் தானே துன்புறுத்துவதன் வாயிலாக அது நடக்கவேண்டும். ஒருவரின் ஆழ்ந்த நம்பிக்கைகளை நடைமுறைப்படுத்த வேண்டுமானால் மனமுவந்து தண்டனை ஏற்பது அவசியம்.

இந்திய விடுதலைப் போராட்ட இயக்கத்துக்காக காந்தி கொண்டு வந்த அணுகுமுறை இதுதான். அது வேலை செய்தது. அவ்வப்போது மேற்கொள்ளப்பட்ட பயங்கரவாதம், மிதமான அரசியலமைப்புப் போராட்டங்கள் இரண்டுமே வலுவற்றதாக நிரூபணமான நிலையில், எளிய சரி மற்றும் தவறு என்ற வடிவில் சுதந்திர பிரச்னையை காந்தி மக்களிடம் கொண்டு சென்றார். மேலும் பிரிட்டிஷாரால் எதிர்கொள்ள முடியாத ஓர் போராட்ட உத்தியையும் மக்களுக்கு அளித்தார். ஆட்சி மன்றங்களுக்கும் அதிகாரபூர்வ கூட்ட அரங்குகளுக்கும் அப்பால் சென்றதன் மூலம் அவர் பொதுமக்களின் கருத்தை கவர்ந்தார்.

வன்முறையில் இருந்து விலகி நின்றதன் வாயிலாக மகாத்மா அறவழி அனுகூலங்களைக் கைப்பற்றினார். அஹிம்சை முறையில் சட்டத்தை உடைத்ததன் மூலம் சட்டத்தின் அநீதியை வெளிக்காட்டினார். தன் மீது விதிக்கப்பட்ட தண்டனைகளை ஏற்றுக்கொண்டதன் வாயிலாக அவரது எதிரிகளை அவர்களுடைய மிருகபலத்தைக் கொண்டே எதிர்கொண்டார். உண்ணாவிரதம் இருந்து தன்னைத் தானே துன்புறுத்திக் கொண்டதன் மூலம், தனக்கு சரி என்று தோன்றியதை செய்ய அவர் எவ்வளவு தூரம் செல்வார் என்பதை நடைமுறையில் காட்டினார். இறுதியில், அவர் பிரிட்டிஷ் ஆட்சியைத் தொடர்ந்து நீடிக்கவிடாமல் முடித்துக்காட்டினார்.

இந்த வகையில் காந்தி அஞ்சா நெஞ்சம் கொண்ட தேசியவாதி லாலா லஜபதி ராய் 1905-ல் முன்மொழிந்ததை அப்படியே செய்துகாட்டினார்: 'பிரிட்டிஷார் ஆன்மிகவாதிகள் இல்லை. அவர்கள் போரிடும் இனமாகவும் வர்த்தக தேசமாகவும் உள்ளனர். உயர்ந்த அறநெறி அல்லது நியாயம் அல்லது தர்மத்தின் பெயரால் அவர்களிடம் முறையீடு செய்வது பன்றியின் முன்னால் முத்துக்களைப் போடுவது போலவே இருக்கும். சுய மரியாதையும் தற்சார்பும் எதிரிகளிடம் இருந்தால்கூட அவர்களைப் பாராட்டக்கூடிய பண்பு அந்த மக்களுக்கு இருந்தது' என லாலா கூறி இருந்தார். (இப்படி ஒரு பார்வையைக் கொண்டிருந்தாலும், 1928-ல் தனது 63-வது வயதில் பிரிட்டிஷாருக்கு எதிராக அஹிம்சை முறையில், அமைதியான ஊர்வலத்துக்கு அவர் தலைமை தாங்கிச் சென்றபோது ஜேம்ஸ் ஏ.ஸ்காட் என்ற பிரிட்டிஷ் காவல் கண்காணிப்பாளரால் லத்தியால் தலையில் திரும்ப திரும்ப அடித்துக் கொல்லப்பட்டார்).

இந்திய தேசிய இயக்கம் அஹிம்சை வழியில் வீறுநடை போடத் தொடங்க, 1920-களிலும், 1930-களிலும் பொது அனுதாபம் மற்றும் சர்வதேச கவனம் அதன் மீது திரும்ப, சத்தியாகிரகம், உண்ணாவிரதங்கள், உப்புச் சத்தியாகிரக யாத்திரை போன்றவற்றால் உலக நாடுகளின் சிந்தையை காந்தி கவர்ந்தார். பிரிட்டிஷார் கொஞ்சம் பணிந்து, 1935 இந்திய அரசாங்க சட்டத்தின் வாயிலாக சுயாட்சியில் சற்று அதிகமான சலுகைகள் வழங்க முன்வந்தனர். அப்போதும்கூட அந்த உரிமை 10 சதவிகிதத்துக்கும் குறைவான மக்களுக்கு மட்டுமே வழங்கப்பட்டது. எனவே முன்பு போலவே இந்தியர்கள் ஒரே நாட்டின் குடிமக்களாக

இல்லாமல் பல்வேறு மத குழுக்களின் உறுப்பினர்களாகவே ஓட்டுப் போட்டனர். அதனால் முஸ்லிம் வாக்காளர்கள் ஒதுக்கீட்டுப் பட்டியல் ஒன்றில் இருந்து முஸ்லிம் உறுப்பினர்களைத்தான் தேர்ந்தெடுத்தனர். அது பிரித்தாளும் சூழ்ச்சியின் மேலும் ஒரு அழுத்தமான முத்திரையாக இருந்தது. முதல் முறையாக மகாத்மா காந்தியின் மக்கள் அரசியல், முன்னாளில் காங்கிரஸில் ஆதிக்கம் செலுத்திய படித்த மேட்டுக் குடியினரிடம் மட்டுமல்லாமல் அவர் வெற்றிகரமாக திரட்டிய சாதாரண ஜனங்களிடமும் பொது விழிப்புணர்வை ஏற்படுத்தி இருந்தது. அதை முறியடிக்க பிரிட்டிஷார் மேற்கொண்ட முயற்சிகளில் தனித் தேர்தல் தொகுதிகளும் ஓர் அங்கமாக இருந்தன.

அன்று 'தீண்டத்தகாதவர்கள்' (இப்போது தலித்துகள் அல்லது அதிகார பூர்வமொழியில் 'பட்டியலிடப்பட்ட இனம்') என்று அழைக்கப்பட்ட இனத்தை, இந்துக்களிடம் இருந்து வேறுபடுத்தி, சிறுபான்மை என அடையாளப்படுத்தி'நலிவடைந்த பிரிவினர்' என்ற புதிய பிரிவில் தனி பிரதிநிதித்துவத்துக்கு உரித்தானதாக அறிவிக்க பிரிட்டிஷார் முடிவு செய்தனர். தன்னுடைய நலன்களை மேம்படுத்தும் வகையில் ஆங்கில அரசு பெரும்பான்மை சமுதாயத்தைப் பிளவுபடுத்தும் சதியாக இந்திய தேசியவாதிகள் அதைக் கருதினர். ஆனால், தலித்துகள் தங்களை நெடுங்காலமாகவே புறக்கணித்து வைத்திருந்த 'உயர்ந்த' சாதியினரின் ஆதிக்கத்தில் இந்திய தேசிய இயக்கம் இருப்பதாக எண்ணினர். கொடிய ஏழ்மையில் பிறந்து, தனது திறமை, தகுதிகளால் மட்டுமே உயர்ந்த அரசியலமைப்பு மேதை டாக்டர் அம்பேத்கர் போன்ற தலித் தலைவர்கள் தனி தேர்தல் தொகுதிகளை வரவேற்றனர். குறிப்பிட்ட இனத்தவர் தங்களுடைய சொந்த பிரதிநிதிகளைத் தேர்ந்தெடுக்கும் உரிமையை உறுதி செய்யும் வழிமுறையாக அவற்றைக் கருதினர்.

மகாத்மா காந்தி வழிநடத்திய இந்திய தேசிய காங்கிரஸ் முஸ்லிம்கள், சீக்கியர்கள் மற்றும் கிறித்தவர்களுக்காகத் தனி தொகுதிகள் உருவாக்கப் படுவதற்கு ஏற்கனவே எதிர்ப்பு தெரிவித்து இருந்தது. ஏனென்றால், இந்தியப் பொதுமக்களிடம் இருந்து தங்களுடைய நலன்கள் வேறுபட்டவை என்ற உணர்வை சில பிரிவினர் மத்தியில் வளர்க்க வேண்டும் என்பதற்காக வகுத்த திட்டமாக அதை காங்கிரஸ் பார்த்தது. என்றாலும் தனி தேர்தல் தொகுதிகளுக்கு காங்கிரஸ் முறைப்படி எதிர்ப்பு தெரிவிக்கவில்லை. சிறுபான்மை குழுக்களின் விரோதத்தை சம்பாதிக்க நேரிடும் என்ற அச்சமே அதன் பின்னணியில் இருந்தது. அதே வேளையில் இந்தியாவில் எப்போதெல்லாம் சுயாட்சி தலைதூக்கு கிறதோ அப்போதெல்லாம் இந்து மேலாதிக்கம் பற்றிய சிறுபான்மை யினரின் அச்சங்களை பிரிட்டிஷார் தூண்டிக் கொண்டே இருந்தனர். எனவே, தனி தொகுதிகள் தவறானவை மற்றும் தேவையற்றவை என்று காங்கிரஸ் கூறினாலும், சிறுபான்மையினரின் சம்மதத்துடன்தான் அவை கைவிடப்படவேண்டும் என்ற அளவில் தனது எதிர்ப்பை ஓர் எல்லைக்குள் சுருக்கிக்கொண்டது.

எப்படி இருந்தாலும் நலிவடைந்த பிரிவினரைத் தனியாகப் பிரிக்கும் பிரிட்டிஷாரின் முயற்சி வேறுவிதத்தில் இருந்தது. ஏனென்றால், ஒரு மதத்துக்கு உள்ளேயே தனித் தொகுதிகள் என்பது அப்போதுதான் முதல் முறையாக நடந்தது. இந்திய தேசியத்தைச் சிதறடித்து, பொதுமக்களிடம் முளைவிட்டுக் கொண்டிருக்கும் ஒருமைப்பாட்டைத் தகர்க்கும் அந்த ராஜதந்திரம் காங்கிரஸ் தலைவர்களுக்குத் தெளிவாகத் தெரிந்தது.

அந்த நிலையில், நலிவடைந்த பிரிவினரின் பிரதிநிதிகள் அனைவரும் பெரிய, முடிந்தால் நாடு தழுவிய மற்றும் சம உரிமை அடிப்படையிலான பொது தொகுதியில் இருந்துதான் தேர்ந்தெடுக்கப்பட வேண்டும் என காந்தி கோரிக்கை விடுத்தார். அதற்காக அவர் 1932-ல் சாகும் வரை உண்ணாவிரதம் மேற்கொண்டார். அவரது உண்ணாவிரதம் நாட்டையே உலுக்கியதால் பிரிட்டிஷாரும் தலித் தலைவர்களும் பணிந்தனர். அடுத்து பூனா ஒப்பந்தம் என்றழைக்கப்பட்ட ஓர் அரசியல் சமரசத் திட்டத்தின்படி நலிவடைந்த பிரிவினருக்கான தனி தேர்தல் தொகுதிகள் கைவிடப் பட்டன. ஆனால், பிராந்திய, மைய சட்டமன்றங்களில் அவர்களுக்காகக் கூடுதல் இடங்கள் ஒதுக்கப்பட்டன. அதாவது, பிராந்திய அளவில் 71 ல் இருந்து 147 ஆகவும், மத்திய சட்டமன்றத்தில் 18 சதவிகிதமாகவும் இடங்கள் அதிகரிக்கப்பட்டது.

(இதில் சுவாரஸ்யமான விஷயம் என்னவென்றால், இந்த விவகாரத்தில் காந்தியுடன் மோதிய தலித் தலைவரான டாக்டர் பி.ஆர். அம்பேத்கர் சுதந்திரத்துக்குப் பின் இந்திய அரசியலமைப்பு சட்டத்தின் வரைவுக்குழு தலைவராக பணியாற்றத் தொடங்கினார். அப்போது அவர் தனது நாடு தனது சமுதாயத்துக்காக உலகிலேயே முதலாவதாக மற்றும் அதிகம் பேரைச் சென்றடையும் உறுதியான நடவடிக்கை கொண்ட திட்டத்தைச் செயல்படுத்தும் என உறுதி அளித்தார். பொது நலன் கருதி தனி தேர்தல் தொகுதிகள் கைவிடப்பட்டாலும்கூட, சுதந்திர இந்தியாவில், அரசுப் பணிகளிலும், பல்கலைக்கழகங்களில் செய்யப்படுவதுபோல், 543 இடங்கள் உள்ள நாடாளுமன்ற மக்களவையில் 85 இடங்கள் தாழ்த்தப் பட்ட மற்றும் பழங்குடி இனத்தவருக்காக ஒதுக்கீடு செய்யப்பட்டுள்ளது. இது வெறும் வாய்ப்புகளுக்கு மட்டும் உத்தரவாதம் அளிக்கவில்லை; இறுதி விளைவுகளையும் உறுதி செய்திருக்கிறது).

தலித்துகளுக்குத் தனித் தேர்தல் தொகுதிகள் கிடைக்காமல் போனது; முஸ்லீம்களுக்குக் கிடைத்தது. எனினும் ஆரம்பகாலத்தில் அதனால் பலன் பெறமுடியாமல் முஸ்லீம் லீக் சிரமப்பட்டது. 'இந்து-முஸ்லிம் ஒற்றுமையின் தூதர்' என்ற பட்டம் ஜின்னாவைப் பொறுத்தவரை அவருக்குப் பிடித்த ஒன்றல்ல. பாப்புலிஸத்தையும் காந்தியின் செல்வாக்கையும் வெறுத்த அவர் இங்கிலாந்துக்குச் சென்று தனது வழக்கறிஞர் தொழில் மீண்டும் ஈடுபட ஆரம்பித்தார். நீண்ட கால அரசியல் தனிமைக்குப் பின் மறுபடியும் இங்கு வந்து பிடிவாதம் மிக்க

தலைவராக பிரிவினையை நோக்கி முஸ்லிம் லீகை அழைத்துச் செல்வதற்காகவே அப்படிச் சென்றார் போலும்.

அவ்வாறு திரும்பியவர் இந்தியாவில் உள்ள முஸ்லிம்கள் தங்களுக்கு சம்பந்தமில்லாத ஒரு நாட்டை பிரதிநிதித்துவப்படுத்திக் கொண்டிருப் பதாகக் கூறத் தொடங்கினார்: தனது பிறப்பு, வளர்ப்பு, தொழில், சமூக உறவுகள் மற்றும் சொந்த வாழ்க்கை எல்லாவற்றையுமே முழுவதுமாக மறுத்து, 'நாங்கள் வேறுவகை மனிதர்கள்' என முழங்கினார். மேலும், 'இந்த வாழ்க்கையில் எங்களை (இந்து-முஸ்லிம்) இணைப்பது என்று எதுவுமே இல்லை. எங்களுடைய பெயர்கள், எங்களுடைய உடைகள், எங்களுடைய உணவு எல்லாமே வித்தியாசமானவை; எங்கள் பொருளாதார வாழ்க்கை, எங்கள் கல்விக் கொள்கை, பெண்களை நாங்கள் நடத்தும் விதம், விலங்குகள் மீதான எங்கள் கண்ணோட்டம்... என காம்பஸ் கருவியின் ஒவ்வொரு புள்ளியிலும் நாங்கள் ஒருவருக்கு எதிராக ஒருவர் சவால் விடுகிறோம்' என்றார். லண்டனின் பிரபல ஸாவில் ரோ (Savile Row) கோட்-சூட் அணியும், 'சாஸேஜ்' சாப்பிடும், விஸ்கி விழுங்கும் ஜின்னா இப்படி உடை மற்றும் உணவு பற்றி கூறியது கொஞ்சம் அதிகப்படியானது. அதுபோல், தன்னுடைய இளம் மனைவியின் அதிரடியான 'துணிச்சலான' ஆடை அலங்காரங்களுக்கு அனுமதியளித்த ஒரு மனிதனின் உதடுகளில் இருந்து பெண்களின் பழக்கவழக்கங்கள் பற்றிய குறிப்பு வந்ததும்கூட அப்படித்தான்.

ஆனால், அரசியல் வாய்ப்போ வேற்றுமைக்கு அழுத்தம் கொடுக்கும் வகையில் இருந்தது. முஸ்லிம் லீக் தலைவர் அதையே செய்யப் புறப்பட்டார். இந்திய முஸ்லிம்களின் 'ஒரே பிரதிநிதியாக' முஸ்லிம் லீகை நிறுவ முனைந்தார். ஆனால், முஸ்லிம் வாக்காளர்கள் முஸ்லிம் லீக்குக்கும் மற்ற அரசியல் கட்சிகளைச் சேர்ந்த முஸ்லிம் தலைவர் களுக்கும் ஏன் இந்திய தேசிய காங்கிரஸ் கட்சியில் இருந்த முஸ்லீம் தலைவர்களுக்கும்கூட வாக்களிப்பதில் மிகுந்த தயக்கம் காட்டினர்.

1937 தேர்தல்களில் இந்திய தேசிய காங்கிரஸ் எட்டு மாகாணங்களை ஆளத் தேர்வு செய்யப்பட்டது; போட்டியிட்ட 739 'பொது' தொகுதிகளில் பிரமிக்கத்தக்க வகையில் காங்கிரஸ் 617 இடங்களை வென்றது. முஸ்லிம் களுக்காக ஒதுக்கப்பட்டிருந்த 59 இடங்களில்கூட 25 இடங்களை அது கைப்பற்றியது. மற்ற கட்சிகளுடன், 385 சுயேச்சைகளும் வெற்றி பெற்றனர். மிகவும் பின்தங்கி, ஆனால் இரண்டாம் இடத்தில் இருந்த முஸ்லிம் லீக் கட்சி, முஸ்லிம்களுக்காக ஒதுக்கப்பட்டிருந்த இடங்களில் அதிக ஓட்டுக்கள் பெற்றாலும்கூட அறுதிப் பெரும்பான்மை பெறத் தவறியது. ஒதுக்கப்பட்டிருந்த 1,585 இடங்களில் 106 இடங்களில் மட்டுமே அது வெற்றி பெற்றது. அதனால் எந்த ஒரு மாகாணத்திலுமே ஆட்சி அதிகாரத்தைப் பெற முடியாமல் போனது. அந்த உள்நாட்டு தேர்தல் போட்டி அனைவரையும் அரவணைத்துச் செல்லும், பன்முகத் தன்மையும், பல பிரிவுமக்களையும் உள்ளடக்கிய காங்கிரஸ் கட்சிக்கு வெகுவாக சாதகமாகவே முடிந்தது.

ஆனால் அப்படி அதைப் பார்த்துச் சொன்ன அனைவரும் அவசரப்பட்டு சொன்னதுபோல் விரைவிலேயே உணர நேர்ந்தது. எதையுமே தீர்மானிக்க இயலாத ஒன்றாகவே காங்கிரஸின் வெற்றி இருந்தது. நடந்து முடிந்த தேர்தல்களில் சுமார் 1.55 கோடி வாக்காளர்கள் பங்கேற்ற நிலையில், பிரதிநிதித்துவ அரசாங்கத்தை நோக்கி எடுத்து வைத்த முதல் அடியாக அது இருந்தாலும்கூட அப்போதும் எல்லா முக்கிய அதிகாரங்களும் வைஸ்ராய் வசம்தான் இருந்தன. மேலும் மைய அரசாங்கத்துக்காக எந்தத் தேர்தலுமே நடத்தப்படவில்லை. மைய அரசை வைஸ்ராயே தொடர்ந்து நடத்தினார். அது திட்டமிட்டு நடந்தது: வளர்ந்து வரும் காங்கிரஸின் செல்வாக்கைக் கண்டு உஷாரான பிரிட்டிஷார், 'புரட்சியை ஏற்படுத்தும் அகில இந்தியக் கருவியாகத் திகழும் காங்கிரஸின் ஆற்றலை அழிக்க வேண்டுமானால் பிராந்திய அளவிலான சக்திகளுக்கு ஆதரவு கொடுத்து வளர்த்துவிடவேண்டும்' என லின்லித்கோவ் பிரபு முன்வைத்த ஆலோசனையில் பிரிட்டிஷார் கவனம் செலுத்தத் தொடங்கினர். அதாவது, பிராந்திய அளவிலான காங்கிரஸ் தலைவர்களுக்கு லேசான பதவி ருசியைக் காட்டி, பிரிட்டிஷ் அரசாங்கத்தில் அவர்களுக்கு சில சலுகைகள் தந்து, தேசிய தலைமையில் இருந்து அவர்களை விலகிச் செல்லவைத்துவிடலாம் என்பது பிரிட்டிஷாரின் திட்டம். மேலும் அந்தத் தேர்தல் முறை ஊரக பிரதிநிதித்துவத்துக்குச் சாதகமாகச் செயல்படுத்தப் பட்டது. அதிக அளவில் பெரு நிலக்கிழார்களைத் தேர்ந்தெடுத்தால் அவர்களின் விருப்பங்கள் காங்கிரஸின் சோஷலிஸத் திட்டங்களில் இருந்து விலகிச் செல்லும் வாய்ப்பு அதிகம் இருந்ததே அதற்குக் காரணம்.

ஆக, சுயாட்சி அதிகாரம் என்பது உள்ளீடற்றதாகவே இருந்தது. 1939-ல் ஜெர்மனிக்கு எதிரான போரில் இந்தியா பங்குபெறும் என்று வைஸ்ராய் தானாகவே அறிவித்தார். இந்தியர்களுக்குத் தரப்பட்டிருந்த அந்த சுயாட்சி அதிகாரத்தின் பலவீனம் அப்போது நன்கு வெளியே தெரியவந்தது. இவ்வளவு பெரிய விவகாரத்தில் தங்களைக் கலந்து ஆலோசிக்காமல் முடிவு எடுத்ததற்கு எதிர்ப்புத் தெரிவிக்கும் வகையில் மக்களால் தேர்ந்தெடுக்கப்பட்ட காங்கிரஸ் மந்திரிசபைகள் உடனடியாக ராஜினாமா செய்தன. இந்தியாவில் பொறுப்புள்ள அரசியல் நிறுவனங்களை உருவாக்கும் பிரிட்டிஷாரின் பாசாங்குத் திட்டம் கிடப்பில் போடப் பட்டது. அடுத்ததாக ஒரு பெரிய அசம்பாவிதம் நடந்தது. அதை யேட்ஸின் அமர வார்த்தைகளில் கூறுவதானால், இந்திய முஸ்லிம்கள் மத்தியில் ஒரு கொடிய மிருகம் எழுந்து நின்றது; அது புதிய பெத்லஹேமை நோக்கி (புதிதாகப் பிறக்கப் போகும் ஒரு நகரத்தை நோக்கி) அவலட்சணமாக நகர்ந்து செல்லத் தொடங்கியது.

இறுதிப் பேரழிவை நோக்கிய பயணம்

ஒன்பது மாகாணங்களில் தேர்ந்தெடுக்கப்பட்ட காங்கிரஸ் மந்திரிசபைகளும் தமது ஆதரவாளர்கள், எதிர்ப்பாளர்கள் என இரு தரப்பினருமே ஆச்சரியம் கொள்ளும் வகையில், பிரிட்டிஷ் ராஜ்ஜியத்தின் அரசாங்க அமைப்புக்கு

ஏற்ற சேவகர்களாகவே நடந்துகொண்டன. பிரிட்டிஷாரின் அடக்குமுறைச் சட்டங்களைத் தகர்க்கும் வகையில் அவர்கள் எதுவுமே செய்யவில்லை. சில நேரங்களில் புரட்சியாளர்களை ஒடுக்குவதில் பிரிட்டிஷாருக்கு இணையாகத் தீவிரம் காட்டினர்.

இதற்கிடையே முஸ்லிம் லீகின் தீவிர நிலைப்பாட்டுத் தலைவரான முகம்மது அலி ஜின்னா, தேர்தலில் அவருடைய கட்சி பெரும் பின்னடைவைச் சந்தித்த நேரத்திலும், மந்திரிசபை ராஜினாமா மூலம் காங்கிரஸார் கதவுகளை அகலத் திறந்துவைத்தபோதும் தான் எவ்வளவு பெரிய தந்திரசாலி என்பதை நிரூபித்தார். பஞ்சாபிலும் வங்காளத்திலும் முஸ்லிம் பெரும்பான்மை பகுதிகளில் சந்தித்த தேர்தல் தோல்விகளை ஈடுசெய்யும்விதமாக யூனியனிஸ்ட் கட்சியின் சர் சிக்கந்தர் ஹயாத் கான், கிரிஷ்கா பிரஜா கட்சியின் ஃபாஸ்லுல் ஹக் ஆகிய வெற்றித் தலைவர்களை முஸ்லிம் லீகுக்குள் இழுத்துக் கொண்டதன் மூலம் அது வெளிப்பட்டது. அந்த நேரத்தில் காங்கிரஸும் உட்கட்சிப் பூசல்களால் பிளவுபட்டிருந்தது. ஆட்சி அதிகாரத்தை ஏற்றுக்கொண்டதன் மூலம் அது தன்னுடைய இடதுசாரிப் பிரிவை அந்நியப்படுத்திக் கொண்டிருந்தது. அத்துடன் முஸ்லிம் சிறுபான்மையினர் மீது ‘இந்து பெரும்பான்மை ஆட்சியை’ அது திணிக்கிறது என்ற (மேலோட்டமாக உண்மை போலவும் நடைமுறையில் பொய்யாகவும் இருந்த) குற்றச்சாட்டுக்கு தன்னைத் தானே ஆளாக்கிக்கொண்டது.

இதில் முரண்பாடு என்னவென்றால், உலகப்போர் வெடித்தபோது வைஸ்ராய் காங்கிரஸின் ஆதரவை உடனடியாகக் கேட்டுப் பெற்றிருக்க முடியும். அதன் தலைவர் ஜவாஹர்லால் நேரு, ‘ஜனநாயகத்துக்கும், சர்வாதிகாரத்துக்கும் இடையே நடக்கும் எந்த ஒரு போராட்டத்திலும் நம்முடைய ஆதரவு கண்டிப்பாக ஜனநாயகத்தின் பக்கமே இருக்க வேண்டும்... இந்தியா தனது முழு பங்கினையும் அளிக்க வேண்டும்’ என்றும், ‘ஒரு புதிய ஒழுங்கை நிலைநாட்டும் போராட்டத்தில் அவள் தனது வளங்களை எல்லாமே அள்ளித்தர வேண்டும் என்றே விரும்புகிறேன்’ என ஏற்கனவே அறிவித்து இருந்தார். பாசிஸத்தின் மீது நேருவுக்கு இருந்த வெறுப்பு அளப்பரியது. எனவேதான், சுதந்திர இந்தியாவை (அப்படி ஒரு வாய்ப்பை பிரிட்டிஷார் தந்திருந்தால்) அவர் சந்தோஷமாக ஜனநாயகத்துக்கு ஆதரவான போரில் ஈடுபடச் செய்திருப்பார். ஆனால், பிரிட்டிஷார் அதை இந்தியர் மீது திணித்தனர். 1939 செப்டம்பர் 1-ஆம் தேதி போலந்தின் மீது ஜெர்மனி படையெடுத்ததும் பிரிட்டன் அதன் மீது போர் அறிவித்து இந்தியர்களைக் கலந்தாலோசிக்காமல் அவர்களையும் போர்க்களத்தில் தள்ளியது. பலவீனமான நாடு ஒன்றின் இறையாண்மையைப் பாதுகாத்து, அந்நிய படையெடுப்பின் மிருக பலத்தை எதிர்க்கும் ஆங்கில போர் தர்மத்தில் இருந்த இரட்டை நிலைப்பாட்டை இந்திய தேசியவாதிகள் விமர்சித்தனர். அதாவது, ஜெர்மனி போலந்துக்கு செய்யவிருந்த ஆக்கிரமிப்பு அநீதியைத்தான் பிரிட்டிஷார் இந்தியாவுக்கு ஏறக்குறைய இரண்டு நூற்றாண்டுகளாகச் செய்துவந்திருக்கிறார்கள்.

பாசிஸவாதிகளிடம் ஸ்பெயின் வீழ்ந்தது, இத்தாலியர்களுக்கு எத்தியோப்பியா செய்த துரோகம், நாஜிக்களிடம் செக்கோஸ்லோவாகியாவை விட்டுக் கொடுத்தது போன்ற விஷயங்களில் பிரிட்டிஷாரின் நடத்தையை நேரு குறைகூறினார்: ஒரு சில ஆதிக்க சக்திகளின் குறுகிய வகுப்புவாத நலன்களைப் பாதுகாப்பதற்காக உருவாக்கப்பட்ட பிரிட்டிஷ் திட்டமாக அதை அவர் பார்த்தார். அந்தக் கொள்கையில் இந்தியா எந்தவகையிலும் அங்கம் வகிக்கக்கூடாது என விரும்பினார். பாசிஸம், நாசிஸம் மீது நேரு வெளிப்படையான வெறுப்பு கொண்டிருந்த நிலையில், பிரிட்டிஷ் ஆட்சியைப் பாதுகாக்கும் வகையில் தியாகம் செய்யவேண்டும் என இந்தியர்களிடம் எதிர்பார்க்கப்படுவதில் அவர் எந்த ஒரு நியாயத்தையும் காணவில்லை. சுதந்திர போலந்துக்காக போரிட ஓர் அடிமை இந்தியா எவ்வாறு ஆணையிடப்பட முடியும்? ஒரு சுதந்திர, ஜனநாயக இந்தியாவே விடுதலைக்காகவும் மக்களாட்சிக்காகவும் மகிழ்ச்சியுடன் போரிட முடியும்.

நேருவின் வழிகாட்டுதல்படி காங்கிரஸ் செயற்குழு இந்த பிரச்னை தொடர்பாக தீர்மானம் ஒன்றை நிறைவேற்றியது. (அதே நேரத்தில், உடனடியாக சட்ட மறுப்பு இயக்கத்தை (civil disobedience) தொடங்க வேண்டும் என்ற முன்னாள் காங்கிரஸ் தலைவர் நேதாஜி சுபாஷ் சந்திரபோஸின் கோரிக்கை நிராகரிக்கப்பட்டது). தனது நாஜி விரோதக் கண்ணோட்டங்களை நேரு மறைக்கவில்லை; எனினும் அவருடைய நிலைப்பாட்டுக்கு மரியாதை கொடுக்கும்வகையில் பிரிட்டிஷ் அரசாங்கம் ஏதேனும் சிறு அறிகுறியாவது காட்டவேண்டும் என அவர் விரும்பினார். ஏனென்றால் அதன் பிறகே இந்தியாவும் பிரிட்டனும் சந்தோஷமாக 'சுதந்திரப் போராட்டத்தில் இணைய' முடியும். போருக்குப் பின் இந்தியா தன்னுடைய எதிர்காலத்தைத் தானே தீர்மானித்துக் கொள்ள வாய்ப்பு அளிக்கப்படும் என்ற அறிவிப்பு மட்டுமே தங்களுக்குத் தேவை என வைஸ்ராயிடம் காங்கிரஸ் தலைவர்கள் தெளிவாகச் சொன்னார்கள்.

காங்கிரஸின் அந்த நிலைப்பாடு இங்கு நல்ல புரிதலுடன் வரவேற்கப் பட்டது. பிரிட்டனில்கூட சில இடதுசாரி வட்டாரங்கள் அதை ஆமோதித்தன. ஆனால் லின்லித்கோ பிரபு, இந்தியா சார்பில் ஜெர்மனிக்கு எதிரான போரை அறிவித்தபோது, மாகாணங்களில் உள்ள பாசிஸ எதிர்ப்பு காங்கிரஸ் அரசுகளிலும், மைய ஆட்சி மன்றத்தின் காங்கிரஸ் உறுப்பினர்கள் மத்தியிலும் தனக்கு நண்பர்கள் இருந்தும் கூட, மக்களால் தேர்வு செய்யப்பட்ட தலைவர்களிடம் கலந்து ஆலோசிப்பதுபோல் நடிக்கக்கூட இல்லை. மாறாக அவர் நேராக முஸ்லிம் லீகின் ஆதரவை நாடினார்.

போர் விவகாரத்தில் முஸ்லிம் லீகுடன் இணைந்து கூட்டு அணுகுமுறை ஒன்றை மேற்கொள்ளவே உண்மையில் காங்கிரஸ் விரும்பியது. 1939 அக்டோபரில் காங்கிரஸின் நிலைப்பாட்டை நிராகரித்து வைஸ்ராய் ஆணித்தரமாக அறிவிப்பு ஒன்றை வெளியிட்டார். அது மாகாணங்களில்

உள்ள அனைத்து மந்திரிசபைகளின் ராஜினாமாவுக்கு ஆணையிட நேரு தலைமையிலான காங்கிரஸ் செயற்குழுவைத் தூண்டியது. போர் பிரச்னையில் கௌரவமான பங்கு மறுக்கப்பட்ட நிலையில் பிரிட்டிஷ் அரசுக்கு ஒத்துழைப்பை நீட்டிப்பதைவிட ராஜினாமாவே மேல் என்ற வகையில் அது அமைந்தது. ஆனால், கொள்கை அடிப்படையில் அந்த முடிவு எடுக்கப்பட்டிருந்தாலும் அரசியல்ரீதியில் அது மிகப் பெரிய தவறு என நிரூபணமானது. ஏனென்றால் பிரிட்டிஷ் அரசாங்கத்தில் காங்கிரஸுக்கு இருந்த ஒரே ஒரு பிடியும் தளர்ந்து, தேர்தல் வெற்றியின் பலனை அறுவடைசெய்ய இயலாமல் போனது. அது மட்டுமல்லாமல் ஜின்னாவுக்கு ஒரு பொன்னான வாய்ப்பு அளித்தது போலவும் ஆனது. அவர் காங்கிரஸ் ராஜினாமா செய்த நாளை, 'அடிமைத்தளையில் இருந்து விடுதலை பெற்ற தினமாக' பகிரங்கமாக அறிவித்து, காங்கிரஸ் உடனான பேச்சுவார்த்தைகளையும் முறித்துக்கொண்டார். பின்னர் வைஸ்ராய் பக்கம் சாய்ந்தார்.

1937-ல் சந்தித்த தேர்தல் பின்னடைவுகளுக்குப் பிறகு ஏற்பட்ட அரசியல் தனிமை முஸ்லிம் லீகை ஏற்கெனவே உருமாற்றி இருந்தது. பல மாகாணங்களில் காங்கிரஸ் ஆட்சி நடைபெற்று வந்தது; இந்துக்கள் பெரும்பான்மையாக உள்ள ஒரு நாட்டில் ஜனநாயகப் பெரும்பான்மை ஆட்சி என்பதன் உள்ளர்த்தங்கள் குறித்த முஸ்லிம்களின் கவலை அவர்களை அறியாமலேயே அதிகரித்தது. அவர்களை எச்சரிக்கை அடையவும் செய்தது. பல முஸ்லிம்கள் தங்களைப் பொருளாதார, அரசியல் சிறுபான்மையினராகக் கருதத் தொடங்கிய நிலையில் முஸ்லிம் லீக் அவர்களுடைய பாதுகாப்பின்மை குறித்துப் பேச ஆரம்பித்தது. காங்கிரஸின் அரசியல் பலத்துக்கு ஒரே சக்தி வாய்ந்த பதில் பிரிவினை தான் என்ற முடிவுக்கு ஜின்னா வரத் தொடங்கி இருந்தார். அதாவது, வடமேற்கு மற்றும் கிழக்கில் உள்ள முஸ்லிம் பெரும்பான்மை பகுதிகளில் தனி நாடு ஒன்றை உருவாக்கும் வகையில் தேசத்தைப் பிரிக்க வேண்டும் என்பதே அது. 1940 மார்ச் 23-ஆம் தேதி நிறைவேற்றப்பட இருந்த லாகூர் தீர்மானத்தில் பாகிஸ்தானை உருவாக்க அழைப்பு விடுக்கும் அந்தக் கோரிக்கை இடம் பெற இருந்தது.

நேருவும் மற்ற காங்கிரஸ் தலைவர்களும் லீக் உறுப்பினர்களின் சிந்தனையில் ஏற்பட்டிருந்த பெரும் மாற்றத்தைச் சிறிதும் உணராமல் தொடர்ந்து மக்கள் அதிகாரக் கொள்கை குறித்து பேசிக் கொண்டிருந்தனர் (1939-ல்தான் ஜின்னா உருது மொழி கற்கத் தொடங்கினார். மேலும் அலுவல்முறை புகைப்படங்களில் அச்கான் எனப்படும் நீண்ட 'முஸ்லிம்' பாணி கோட்டு அணிந்து காட்சியளிக்க ஆரம்பித்தார். அவருடைய நடவடிக்கைகள், 'நான் அவர்களுடைய தலைவன், அவர்களை பின்பற்றித்தான் நான் நடக்க வேண்டும்' என்ற ஃபிரெஞ்சுப் புரட்சி (1848) முதுமொழியை நினைவூட்டும் வகையில் இருந்தன).

காங்கிரஸுக்கு இணையாக முஸ்லிம் லீகுக்கும் இடைநிலை அமைப்பு அந்தஸ்து வழங்கவேண்டும் என்றும், இந்திய முஸ்லிம்களின் ஒரே பிரதிநிதியாக அதை அறிவிக்க வேண்டும் என்றும் 1939 அக்டோபரில் வைஸ்ராய் லின்லித்கோவ் பிரபுவை ஜின்னா சம்மதிக்கவைத்தார். அதுவரை நடந்திருந்த தேர்தல் முடிவுகளே அளித்திராத அதிகாரங்களாக அவை இருந்தன. உலகப்போர் விவகாரத்தில் காங்கிரஸ்-முஸ்லிம் ஒற்றுமையைச் சீர்குலைக்க விரும்பிய வைஸ்ராய் உடனடியாக அதற்கு சம்மதித்தார். இந்திய விடுதலை தொடர்பான எந்த ஒரு பேச்சுக்கும் லீகின் கொள்கையை மிக முக்கியமான முட்டுக்கட்டையாக அவர் பார்த்தார். எனவே அதை ஊக்குவிக்க வேண்டியது அவசியம் எனக் கருதினார். அந்த ஆண்டு நவம்பர் மாதத்தில், ஈத் திருநாள் அன்று முஸ்லிம்களுக்கு வானொலியில் ஒரு விசேஷ செய்தியை வழங்குவதற்காக முதல் முறையாக ஜின்னா அழைக்கப்பட்டார்; லீக் தலைவரை முஸ்லிம் இனத்தின் ஒரே பிரதிநிதியாக பகிரங்கமாக அங்கீகரித்தது போலவே அது இருந்தது. நேருவும், காங்கிரஸும் அதை நியாயமற்றதாகப் பார்த்ததுடன், முன்முடிவுகளுடனான தீர்மானம் என்றே அனுமானித்தனர்; எனினும், பெரும்பான்மை ஆட்சியின் கீழ் உள்ள வாய்ப்புகள் பற்றி முஸ்லிம் சமுதாயத்தினரிடையே நுரைக்கத் தொடங்கிய அவநம்பிக்கையைப் போக்க அவர்கள் போதிய அளவு முயற்சிகள் எடுக்கவில்லை.

அநேகமாக 1940-ஆம் ஆண்டு முழுவதும், பிரிட்டிஷாரின் சலுகைகள் கிடைக்கும் என்ற நம்பிக்கையில், பொறுத்திருந்து பார்க்கும் அணுகுமுறையை காங்கிரஸ் கையாண்டது. சில காங்கிரஸார் இன்னும் ஒரு படி மேலே போய், இந்தியாவில் தேசிய அரசு ஒன்று நிறுவப்படும் பட்சத்தில் பிரிட்டிஷாரின் போர் முயற்சிகளுக்கு நேரடி ஆதரவு வழங்கத் தயாராக இருந்தனர். ஆனால் லின்லித்கோவ் பிரபு வேகமும் விவேகமும் இல்லாதவராக இருந்தார்: இந்தியர்களின் மிக அடிப்படையான விருப்பங்களில் இருந்துகூட அவரது எண்ணம் வெகுதூரம் விலகி நின்றது (1940-ல் லண்டனுக்கு அவர் இவ்வாறு எழுதினார்: 'இந்தியாவில் பிரிட்டிஷ் ஆட்சியின் முடிவுக்குப் பிறகு வரும் காலகட்டம் ஒன்றைப் பற்றிய பேச்சைத் தொடங்குவதில் நான் ஆர்வமாக இல்லை. அந்த நாள் வெகு தொலைவில் இருப்பதாகவே கருதுகிறேன். எனவே அதற்கான சாத்தியங்கள் பற்றி இப்போது எதுவும் பேசாமல் இருப்பதே நல்லது என உணர்கிறேன்'. உண்மையில் அதே ஆண்டில்தான் சர்ச்சில், 'பிரிட்டிஷ் ஏகாதிபத்தியம் ஓராயிரம் ஆண்டுகளுக்கு நீடிக்கும்' என மிகுந்த நம்பிக்கையுடன் கூறினார்*). 1940-ல் வைஸ்ராயின் கையாலாகாத

---

* 1946 மே மாதத்தில் பிரிகேடியர் எனோக் பாவெல் (பின்னாளில் கன்சர்வேடிவ் அரசியல்வாதியானவர்), 'குறைந்தபட்சம் இன்னொரு 50 ஆண்டுகளுக்காவது இந்தியாவில் பிரிட்டிஷாரின் கட்டுப்பாடு தேவைப்படும்' என்று எழுதினார்.

ஆலோசனைக் குழுக்களில் ஒரு சில இந்தியப் பிரதிநிதிகளை இணைத்துக் கொள்ள அரசாங்கம் அதிகாரப்பூர்வ நடவடிக்கை எடுத்தபோது அது நகைப்புக்கிடமான சலுகையாக இருந்தது. நேரு அதை முழுமையாக நிராகரித்தார். அந்த நிலையில் சட்ட மறுப்பு இயக்கம் ஒன்றே தகுந்த பதிலடியாகத் தோன்றியது.

ஆனால் நேருவின் அடுத்த கட்ட நடவடிக்கைக்காகக் காத்திருக்க பிரிட்டிஷார் தயாராக இல்லை. 1940 அக்டோபர் 30-ஆம் தேதி அவர் கைது செய்யப்பட்டார். குற்றம் சாட்டப்பட்ட அவர் நீதிமன்றத்தில் கூறிய அற்புதமான வார்த்தைகளால் ('உண்மையில் பிரிட்டிஷ் ஏகாதிபத்தியம் தான் விசாரணைக்காக உலகின் குற்றவாளிக் கூண்டில் நின்று கொண்டிருக்கிறது') மிக வித்தியாசமாக அமைந்த ஒரு விசாரணைக்குப் பின் அவருக்கு நான்கு ஆண்டுகள் சிறைத் தண்டனை விதிக்கப்பட்டது. அவருடைய சிறைக்காவல் குறித்த நிபந்தனைகள் வழக்கத்துக்கு மாறானவிதத்தில் மிகக் கடுமையாக இருந்தன. அவர் பல்வேறு அற்ப நடவடிக்கைகளுக்கும் அவமரியாதைக்கும் ஆளானார். குறிப்பாகக் கடிதம் எழுதுவது, பெறுவது தொடர்பாக இருந்த கெடுபிடிகளால், அத்தனை ஆண்டுகளாக கடிதங்களால் அவருக்குக் கிடைத்து வந்த நிம்மதி பறிபோனது. எனினும் 1941 டிசம்பரில், லண்டனில் இருந்த போர்க்கால அமைச்சரவை வின்ஸ்டன் சர்ச்சிலின் எதிர்ப்பையும் மீறி சிறையில் தள்ளப்பட்ட எல்லா காங்கிரஸாரையும் விடுதலை செய்ய உத்தரவிட்டது.

நேச நாடுகளின் லட்சியத்தில் இந்தியாவைப் பங்கேற்கச் செய்யும் வகையில் பிரிட்டிஷார் ஏதேனும் கொள்கை அறிவிப்பு ஒன்றை வெளியிடுவார்கள் என அப்போது நேரு வீணாக எதிர்பார்த்தார். ஆனால், எளிதில் உணர்ச்சிவசப்படும் சர்ச்சிலும் கண் பட்டைக் கடிவாளம் மாட்டப்பட்டிருந்த அவரது டெல்லி பிரதிநிதிகளும் நேர்மாறாக நடந்து கொண்டனர். இவை நடந்த சிறிது காலத்துக்குப்பின், சுதந்திரத்தின் பாதுகாவலராக சர்ச்சில் முன்னிறுத்தப்பட்டது விசித்திரமானதாகவே இருந்தது. ஏனென்றால், அட்லாண்டிக் சாசனத்தில் (Atlantic Charter) உள்ள விதிகள் இந்தியாவுக்குப் பொருந்தாது என சர்ச்சில் மிகத் தெளிவாக அறிவித்தார் (1941-ல் சர்ச்சிலும் அமெரிக்க ஜனாதிபதி ரூஸ்வெல்டும் இணைந்து அட்லாண்டிக் சாசனத்தை உருவாக்கினர். அதில் ஒரு நாட்டை இன்னொரு நாடு ஆக்கிரமிப்பதற்கு எதிரான வாசகங்கள் இருந்தன).

ஆசியாவில் பிரிட்டிஷ் படைகள் மண்ணைக் கவ்விய நிலையில் மொத்தத்தில் அதைப் புரிந்துகொள்வது கடினமாக இருந்தது: பிப்ரவரியில் சிங்கப்பூர் வீழ்ந்தது. மார்ச்சில் பர்மா வீழ்ந்தது; ஜப்பானிய படைகள் கிழக்கே இந்தியாவின் வாசலை எட்டிவிட்டிருந்தன. பிரிட்டிஷ் இந்தியாவை விட்டுத் தப்பிச் சென்றிருந்த நேதாஜி சுபாஷ் சந்திரபோஸ், ஜப்பானுடன் சேர்ந்து போர் செய்யும் நோக்கத்துடன், 1941-ஆம் ஆண்டின்

இடைப்பகுதியில் போர்க்கைதிகளை வைத்து 'இந்திய தேசிய ராணுவத்தை' உருவாக்கி இருந்தார். ஆனால், ஒரு ஏகாதிபத்தியத்தின் இடத்தில் இன்னொரு ஏகாதிபத்தியத்தைக் கொண்டு வந்து வைப்பதில் நேருவுக்கு எள்ளளவும் விருப்பம் இல்லை: எனவே ஜப்பானியரைத் தடுக்கும் விதமாக அவர் காங்கிரஸை ஒருங்கிணைக்கத் தொடங்கினார். அப்போது போர்க்கால அமைச்சரவையில் இருந்த தொழிலாளர் கட்சியின் ஆதரவுடன் அமெரிக்காவின் ஆதரவும் இணைந்து கொண்டது.

அடுத்து, போருக்குப்பின், தேசப்பிரிவினைக்கான வாய்ப்புடன் இந்தியாவுக்கு டொமினியன் அந்தஸ்து (பிரிட்டிஷ் மன்னரின் பெயரளவு கட்டுப்பாட்டின் கீழ் சுயாட்சி) வழங்குவதற்காக சோஷலிஸ்ட் சர் ஸ்டாஃபோர்டு கிரிப்ஸை அனுப்பிவைக்குமாறு 1942 தொடக்கத்தில் கிளமண்ட் அட்லீ தன்னுடைய சகாக்களைச் சம்மதிக்கவைத்தார்.

கன்சர்வேடிவ்களுடன் இணைந்து ஐக்கிய முன்னணி (united front) ஒன்றைத் தொடங்குவதற்கு ஆலோசனை வழங்கியதற்காக 1939-ல் தொழிலாளர் கட்சியில் இருந்து நீக்கப்பட்ட முன்னாள் சொலிசிட்டர் ஜெனரல் கிரிப்ஸ் ஏற்கனவே பிரிட்டிஷ் அரசியலில் ஓர் அபாரமான தலைவராக இருந்தார் (போர்க் காலகட்டத்தில் உண்மையில் அந்த ஐக்கிய முன்னணி தலையெடுத்தது). அவரிடம் ஒரு துறவியின் சைவ உணவுப் பழக்கமும் அப்பட்டமான அகம்பாவமும் ஒருங்கே இணைந்திருந்தது ('கடவுளின் கருணைக்காக, அங்கே கடவுள் போகிறார்' என அவரைப் பற்றி சர்ச்சில் கிண்டல் அடித்தார்).

1939-ல் இரண்டாம் உலகப்போர் தொடங்கியது. அதற்குப் பிறகு கிரிப்ஸ் இந்தியாவுக்கு ஒருமுறை வருகை தந்திருந்தார். எனவே, இந்தியத் தலைவர்கள் பலரை அவருக்கு நன்கு தெரிந்திருந்தது; நேருவை அவர் நண்பராக கருதினார். என்றாலும் கிரிப்ஸ் திட்டத்தை ஜின்னா வரவேற்றார். ஆனால், காங்கிரஸின் எதிர்ப்பைக் கண்டு அவர் தடுமாறினார். பிரிட்டிஷாரின் திட்டம் தேசப்பிரிவினைக்கு அச்சாரம் இடுவதுபோல் தோன்றியதால் முதலில் மகாத்மா காந்தி அதை ஆட்சேபித்தார்; மேலும் என்றும் மறக்க முடியாத வகையில் அந்த வாய்ப்பை அவர் உடனடிப் பயன் எதுவும் இல்லாத 'பின் தேதியிடப் பட்ட காசோலை' என வர்ணித்தார். (கற்பனை வளம் மிக்க ஒரு பத்திரிகையாளர் இன்னும் ஒரு படி மேலே போய் 'திவால் ஆன வங்கிக்குத் தரப்பட்ட' என்ற வார்த்தைகளையும் அதில் இணைத்தார்).

காந்தி அந்த திட்டத்தை இந்தியர்களை நிராகரிக்கச் சொன்னார். 'இந்தியாவின் பாதுகாப்பு என்பது இந்தியப் பிரதிநிதிகளின் பொறுப்பாக இருக்கவேண்டும். பிரிட்டிஷ் வைஸ்ராயால் வழிநடத்தப்படும், மக்களால் தேர்ந்தெடுக்கப்படாத, இந்திய அரசாங்கத்தின் பொறுப்பாக இருக்கக்கூடாது' என காங்கிரஸ் தலைவர் மௌலானா ஆசாத் வலியுறுத்தினார். இந்த விஷயத்தில் நேருவும் எந்த சமரசத்துக்கும்

சம்மதிக்கவில்லை. இதனால் கிரிப்ஸ் விட்டுக்கொடுக்க நேர்ந்தது. இந்தியாவின் பாதுகாப்பை நிர்வகிக்கும் அதிகாரத்தை இந்திய தேசிய அரசாங்கத்துக்குத் தரத் தயார். ஆனால், அந்த அரசாங்கத்தின் சம்பிரதாயத் தலைவராக பிரிட்டிஷ் வைஸ்ராய் (பிரிட்டிஷ் மன்னரைப்போல்) இருப்பார் என்று இறங்கிவந்தார். ஆனால், அது அவருடைய எல்லையைத் தாண்டிய செயலாக சர்ச்சிலால் பார்க்கப்பட்டது: 'இந்தியர்களை நான் வெறுக்கிறேன். அவர்கள் காட்டுமிராண்டி மதத்தைச் சேர்ந்த காட்டுமிராண்டி மக்கள்' என்று கூறிய சர்ச்சில், குறுகிய மனம் கொண்ட வைஸ்ராய் லின்லித்கோவ் பிரபு, கையாலாகாத ராணுவ தளபதி ஆர்ச்சிபால்டு வாவெல் ஆகியோரின் ஆதரவுடன், பேச்சுவார்த்தைகளைப் படுதோல்வி அடையச் செய்தார்.

காந்தி மீது சர்ச்சில் மிகக் கடுமையான கண்ணோட்டங்களைக் கொண்டிருந்தார். 1931-ல் இந்திய வைஸ்ராய் உடனான மகாத்மாவின் சந்திப்பு பற்றி அவர் மிக இழிவாக விமர்சித்தார்: 'கலகத்தைத் தூண்டி விடக்கூடிய மிடில் டெம்பிள் வழக்கறிஞரான காந்தி இப்போது கீழை உலகம் நன்கறிந்த ஒரு வகை பக்கிரியாக (fakir) தன்னைக் காட்டிக் கொண்டிருக்கிறார். ஒத்துழையாமை இயக்கத்தை ஒருங்கிணைத்து நடத்திக் கொண்டிருக்கும் அதேவேளையில் பேரரசு-மன்னரின் (இங்கிலாந்து மன்னர் இந்தியப் பேரரசராக இருந்தார்) பிரதிநிதியுடன் சரிசமமாக அமர்ந்து பேசுவதற்காக அரை நிர்வாணமாக அவர் வைஸ்ராய் மாளிகையின் படிக்கட்டுகளில் ஏறிச்செல்வதைக் காண்பது பயங்கரமாகவும் அருவருப்பாகவும் இருக்கிறது' (முஸ்லிம் ஆன்மிகத் துறவிகளான பக்கிரிகளுக்கும் காந்திக்கும் இடையே எந்தப் பொது அம்சமும் இல்லை. ஆனால், பொதுவாகவே இந்தியாவைப் பற்றி ஏதும் தெரியாதவர்தான் சர்ச்சில்).

'காந்தியவாதம் மற்றும் அது ஆதரிக்கும் அனைத்தும் இப்போதோ அல்லது பின்னரோ பறிக்கப்பட்டு, இறுதியாக நசுக்கப்பட வேண்டியது' என்று சர்ச்சில் அறிவித்தார். இத்தகைய விஷயங்களைப் பொறுத்தவரை ஆங்கிலேயர்களிலேயே மிகவும் கொந்தளிக்கக் கூடியவராக அவர் இருந்தார். மிகத் தீவிரமான அவரது கண்ணோட்டங்கள் அனைத்தும் அன்றைய காலச் சூழ்நிலையைப் பிரதிபலித்ததாகக் கருதிக்கூட ஒரு போதும் மன்னிக்கப்பட முடியாதவை. உண்மையில் அவரது அறிக்கைகள் அனைத்தும் அவரது சமகால மக்களிலேயே பலருக்கும் கிலி ஏற்படுத்துவதாகவே இருந்தன. எனவே, இன்று பூசி மெழுகும் விதத்தில் அவருக்கு சாதகமாக கூறும் எந்தக் கருத்தும் மன்னிக்கப்பட முடியாதவையே.

'சமரசம் செய்து கொள்ளாத ஏகாதிபத்தியக் கவர்ச்சிகளின் உச்சியில் அவர் தன்னை வைத்திருந்தார்' என அண்மையில் சர்ச்சிலைப் புகழ்ந்து எழுதிய சரிதையில் போரிஸ் ஜான்சன் குறிப்பிட்டார். 'ஆங்கில ஏகாதிபத்தியத்தின் தீவிர ஆதரவாளர்களும் ஆளப்பிறந்தவர்களென கடவுளால்

ஆசீர்வதிக்கப்பட்ட ரோஜா கன்னம் கொண்ட ஒவ்வொரு ஆங்கிலேயரும் அவரது தாழ்வாரத்தில் அமர்ந்து, இந்தியாவை தனது உடைமை ஆக வைத்திருந்த காலம்பற்றிய கனவுகளில் திளைக்கலாம்' என்றும் அவர் எழுதினார்.

பிரிட்டிஷார் தொடர்ந்து கோபத்தைத் தூண்டிவந்த நிலையில், நேருவின் நேச நாட்டு ஆதரவு நிலைப்பாடு இந்தியாவுக்கு எந்த சலுகையையும் பெற்றுத் தரவில்லை என மகாத்மா காந்தி சொன்னார். அந்த நிலையில் அரசாங்கத்துக்கு அவர், 'இந்தியாவைக் கடவுளிடம் அல்லது அராஜகத்திடம் விட்டு விடு' என பகிரங்க அறிவிப்பு விடுத்தார். இங்கிலாந்து ஹாரோவில் படித்த ஆங்கில அபிமானி நேரு ஓலிவர் கிராம்வெல்லை மேற்கோள் காட்டினார்: 'நீங்கள் செய்து கொண்டிருக்கும் எந்த ஒரு நன்மையையும்விட இங்கே நீங்கள் மிக நீண்ட காலம் உட்கார்ந்துவிட்டீர்கள். நான் சொல்கிறேன், புறப்படுங்கள். இத்துடன் உங்கள் உறவை முடித்துக் கொள்கிறோம். கடவுளின் பெயரால் சொல்கிறேன். போய் விடுங்கள்!' (நெவில் சேம்பர்லின் தனது பிரதமர் பதவியை ராஜினாமா செய்ய வேண்டும் எனக் கோரி இரண்டு ஆண்டுகளுக்கு முன் ஆங்கில நாடாளுமன்றத்தில் ஓலிவர் கிராம் வெல்லின் இதே வார்த்தைகளைப் பயன்படுத்திப் பேசிய முன்னாள் ஹாரோ மாணவர் லியோ ஆமெரி போலவே அதே வார்த்தைகளை நன்கு தெரிந்தே எதிரொலித்தார் நேரு).

பம்பாயில், 1942-ல், காந்தியின் தூண்டுதலின் பேரில் நேரு முன்மொழிய, பட்டேல் வழிமொழிய அகில இந்திய காங்கிரஸ் கமிட்டி தீர்மானம் ஒன்றை நிறைவேற்றியது. இந்தியாவை விட்டு பிரிட்டிஷாரை வெளியேறக்கூறிய அந்தத் தீர்மானத்தின் அசல் வார்த்தைகளைவிட, பத்திரிகையாளர் மொழியில் பிரபலமான அந்த வார்த்தைகள் '(வெள்ளையனே) இந்தியாவை விட்டு வெளியேறு' (Quit India)! (காந்தி விரும்பித் தேர்வு செய்த வார்த்தைகள் 'செய் அல்லது செத்து மடி' என்பதே). தீர்மானம் நிறைவேறிய 36 மணி நேரத்துக்குள் எல்லா காங்கிரஸ் தலைவர்களும் கைது செய்யப்பட்டனர்.

அந்த நிலையில், அஹிம்சைத் தத்துவத்தில் காந்தியின் அர்ப்பணிப்பு அளப்பரியதாக இருந்த நிலையிலும், அவரும் காங்கிரஸ் தலைவர்களும் சிறையில் அடைக்கப்பட்டதும் வெள்ளையனே வெளியேறு இயக்கம் இளைஞர்கள் மற்றும் சித்தம் சூடேறியவர்களின் கரங்களில் சிக்கியது. போராளி இயக்கம் ஒன்று பிறந்தது. அது மிக ஊக்கத்துடன் வன்முறைச் செயல்களில் ஈடுபடத் தொடங்கியது. சாதாரண மக்கள் அரசுக் கட்டடங்களில் தேசியக் கொடியை ஏற்றும் துணிகர நடவடிக்கையில் இறங்கினர். செய்தித்தாள் விற்கும் சிறுவர்கள், 'டைம்ஸ் ஆஃப் இந்தியா' என்று கூவும்போது, அதனுடன் சேர்த்து 'குய்ட் இந்தியா' (வெள்ளையனே வெளியேறு) என்ற வார்த்தைகளையும் தணிந்த குரலில் கூறினார்கள் (Times of India. Quit India! Times of India. Quit India!).

காங்கிரஸ் விரோத மனநிலையில் எந்த ஒரு மாற்றத்தையும் ஏற்படுத்த வில்லை. சிம்லாவில் 1945 ஜுன் மாதத்தில் வைஸ்ராய் வாவெல் பிரபு அனைத்துக் கட்சிகளின் கூட்டம் ஒன்றை கூட்டினார். ஜின்னாவை அது சர்வநாசம் விளைவிக்க அனுமதித்தது. விரக்தியும் அவநம்பிக்கையும் நிறைந்திருந்த அந்தச் சூழலில் 1945-ஆம் ஆண்டு இறுதியில், மத்திய, மாகாண சட்டசபை இடங்களுக்கான தேர்தலை பிரிட்டிஷார் அறிவித்தனர்.

காங்கிரஸ் கட்சி அவர்களை எதிர்த்துப் போட்டியிட முடியாத பரிதாபகர மான நிலையில் இருந்தது. 1939-ல் மந்திரிசபை ராஜினாமா மூலம் அதிகாரத்தை இழந்தது, பின் 1942-ல் காங்கிரஸ் தலைவர்களும் தொண்டர்களும் சிறைக்குச் சென்றது போன்றவற்றால் தேர்தல் பிரசாரங்கள் சரிவர ஒருங்கிணைக்கப்படாமல், சோர்வுற்றும், ஊக்கமிழந்தும் இருந்தன. மாறாக போர் சமயத்தில் லீக் நன்றாக செழித்து வளர்ந்திருந்தது. அதனுடைய அரசியல் எந்திரம் பிரிட்டிஷாரின் திருட்டுப் பணத்தாலும் ஆதரவாலும் நன்றாக எண்ணெய் ஊற்றி பராமரிக்கப்பட்டிருந்தது. அதேவேளையில், பயன்படுத்தப்படாமலேயே இருந்த காங்கிரஸ் எந்திரம் துருப்பிடித்துப் போயிருந்தது.

ஆக, 1937-ல் இருந்த தேர்தல் அதிர்ஷ்டங்கள் எல்லாமே இப்போது தலைகீழாக மாறிப்போய் இருந்தன. அப்போதும் மாகாண அளவில் காங்கிரஸுக்குப் பெரும்பான்மை பலம் இருந்தது. முஸ்லிம்களுக்காக ஒதுக்கீடு செய்யப்பட்டிருந்த இடங்களில் வடமேற்கு மாகாணத்தில் மட்டும் காங்கிரஸ் 19 இடங்களைக் கைப்பற்ற, லீக் 17 இடங்களைப் பிடித்தது. ஆனால் அதுவரை மதவாதத் தொற்றால் பீடிக்கப்படாதவை போல் இருந்து வந்த பம்பாய், மெட்ராஸ் மாகாணங்களில்கூட அனைத்து முஸ்லிம் இடங்களிலும் லீக் அமோக வெற்றி பெற்றது. இந்த விஷயத்தில் நேரு சில சமாதானங்களைக் கூறி இருக்கக்கூடும். என்ன சமாதானம் கூறினாலும், கசப்பான நிஜம் ஒன்றில் இருந்து இனியும் தப்பிக்க முடியாத நிலை உருவாகி இருந்தது. அதாவது, பெரும்பாலான இந்திய முஸ்லிம்களுக்காக குரல் கொடுக்கும் தனிப்பெரும் அதிகாரத்தை ஜின்னாவும் முஸ்லிம் லீகும் சட்டப்பூர்வமாக இப்போது கோர முடியும்.

முஸ்லிம் லீகின் வெற்றி தேசப் பிரிவினையைத்தான் குறிக்கிறது என்பதை நேரு நம்பவில்லை. அதற்கான சாத்தியமே இல்லை என்றுதான் கருதினார். ஆனால் அது தவிர்க்க முடியாததாக மாறியது. 1945-ஆம் ஆண்டின் இறுதியிலும், 1946 தொடக்கத்திலும் நேரு தனது பேட்டிகள், உரைகள், கட்டுரைகள் எல்லாவற்றிலுமே அந்நிய ஆட்சியில் இருந்து விடுபட்ட நிலையில், பிரிவினைவாத சிந்தனைகளை இந்திய முஸ்லிம்கள் துறந்துவிடுவார்கள் என்றே கூறி வந்தார்.

'இந்தியாவில் உள்ள முஸ்லிம்கள் சட்ட விளக்கத்தின்படியே சிறுபான்மையினர். எண்ணிக்கையில் அவர்கள் கணிசமாகவும், மற்ற விதங்களில் வலிமை மிக்கவர்களாகவும் இருக்கிறார்கள். அவர்களுடைய விருப்பத்துக்கு மாறாக அவர்களை நிர்ப்பந்தம் செய்ய முடியாது என்பது

தெளிவு. இந்த மதவாத அம்சம் கண்டிப்பாக சுய நல சக்திகளின் எதிர்பார்ப்புகளைப் பாதுகாக்கும் ஒன்றாக உள்ளது. மதம் என்பது பொதுவாகவே இப்படியான நோக்கத்துக்காகப் பயன்படுத்தப்படும் பொய்யான முகத்திரையாகவே இருக்கிறது' என்றே நேரு எழுதினார்.

முஸ்லிம்களின் அச்சத்தைப் போக்கும் வகையில் மட்டுமே பிரிவினை உரிமையை காங்கிரஸ் வழங்கவேண்டும்; முஸ்லிம் லீக் ஆட்சிப்பகுதிகள் உண்மையில் அதை நிறைவேற்றும் என்ற எதிர்பார்ப்பில் கூடாது என்றும் கூடச் சொன்னார். ஆனால், பல இந்திய ஆய்வாளர்கள் கூறி இருப்பது போல், உண்மையிலேயே தனி நாடு ஒன்றை உருவாக்க வேண்டும் என்ற அர்த்தத்தில் ஜின்னா பேசினாரா அல்லது காங்கிரஸைத் தனது பிடிக்குள் வைத்திருக்க போலியாக பாகிஸ்தானை ஆதரித்தாரா என்பது தெரிய வில்லை. ஆனால் அவரது ஆதரவாளர்கள் அவருடைய வார்த்தைகளை அப்படியே எடுத்துக் கொண்டனர். தங்களுக்கென ஒரு தனி நாடு வேண்டும் என அவர்கள் தீர்மானித்தனர். 1946-ஆம் ஆண்டின் இளவேனில் காலத்தில் நேருவின் லட்சியவாதம் சிறுபிள்ளைத்தனம் போலானது.

அந்த நேரத்தில் பிரித்தாளும் திட்டம் மிக மோசமாக வேலை செய்தது. பிரிட்டிஷ் இந்தியாவின் ஒருமைப்பாட்டைப் பராமரிப்பதற்காக உருவாக்கப்பட்ட ஒரு கருவி (வழிமுறை) பிரிட்டிஷார் இல்லாமல் அந்த ஒருமைப்பாட்டைப் பராமரிக்க முடியாத நிலையை உருவாக்கிவிட்டது.

•

இந்தியாவில் பிரிட்டிஷாரின் காலம் முடிந்துவிட்டது என்பது தெளிவாகத் தெரிந்தது. பிரிட்டிஷ் அதிகாரிகளின் கடும் நடவடிக்கை குறித்து எவ்வித கவலையும் இன்றி இந்திய ராணுவ வீரர்களும் போலீசாரும்கூட தேசத் தலைவர்களுக்குத் தங்கள் ஆதரவை வெளிப்படையாக தெரிவிக்கத் தொடங்கியிருந்தனர். விமானப் படையிலும் பிரிட்டிஷ் இந்தியக் கடற்படையிலும் கூடக் கலவரங்கள் வெடித்தன. கடற்படையில் உருவான கலகம் மிக மோசமாக இருந்தது. 20,000 ஊழியர்கள் பங்கேற்ற அந்தக் கலகத்தில் 78 கப்பல்கள் நாசம் செய்யப்பட்டன. கரையில் இருந்த 20 கடற்படைத் தளங்கள் சூறையாடப்பட்டன. அரசியல் நிகழ்ச்சிகளிலும் வன்முறை தலைதூக்கியது. இந்த வகையில் பம்பாயில் பிரிட்டிஷாருக்கு எதிரான கலவரம் ஒன்றில் பிரிட்டிஷ் ராணுவ வீரர்கள் 233 போராட்டக் காரர்களைக் கொன்று குவித்தனர். எனினும் தேசப் பிரிவினைக்காக எழுந்து வந்த தொடர் கூக்குரல் விடுதலைக் கோரிக்கையையே மூழ்கடித்து விட்டிருந்தது.

அந்த நேரத்தில், எவ்விதப் பயனும் இல்லாத ஒரு சமிக்ஞையாக, அநேகமாக ஒரு பிராயச்சித்தம்போல, பிரிட்டிஷ் அரசு மோதிக் கொண்டிருந்த இரண்டு பிரிவுகளின் ஒற்றுமைக்கான இறுதி வாய்ப்பு ஒன்றை வழங்க முன்வந்தது. மேலும் சுபாஷ் சந்திர போஸின் இந்திய

தேசிய ராணுவத்தில் (ஐ.என்.ஏ) இருந்த வீரர்களை வேட்டையாட அது முடிவு செய்தது. உலகப்போர் முடிவில் ஃபார்மோஸாவில் (தைவான்) நடந்த பயங்கர விமான விபத்து ஒன்றில் சந்திர போஸ் இறந்து விட்டிருந்தார். எனவே பிரிட்டிஷ் அரசு அவரது தளபதிகளில் பலியாடுகள் யாராவது சிக்குவார்களா என தேடத் தொடங்கியது. அத்துடன் தம்மை பாரபட்சமற்றவர்களாக காட்டிக் கொள்ளும் ஆசையில் பிரிட்டிஷார், ஓர் இந்து, ஒரு முஸ்லிம், ஒரு சீக்கியர் என மூன்று ஐ.என்.ஏ. வீரர்களை டெல்லியின் வரலாற்றுச் சிறப்பு மிக்க செங்கோட்டையில் விசாரணைக்கு உட்படுத்தியது.

அது தேசிய அளவில் கொந்தளிப்பை ஏற்படுத்தியது. மத இடைவெளியை இல்லாமலாக்கியது (தாற்காலிகமாக). என்னதான் ஐ.என்.ஏ. உறுப்பினர்கள் தவறுகள் செய்திருந்தாலும், தப்புக்கணக்குகள் போட்டிருந்தாலும் அவர்கள் தங்கள் தாய்நாட்டுக்கு விசுவாசமாக இருக்கத் தவறியதில்லை (அந்நியர்களுடனான கூட்டணி வாயிலாக சுதந்திரம் ஒருபோதும் வராது என நேரு நம்பினார். அப்படியான நிலையில் அந்நிய பாசிஸவாதி களுடனான கூட்டுபற்றித் தனியே சொல்ல வேண்டிய அவசிமேயில்லை).

அந்த மூன்று பிரதிவாதிகளும் அந்நிய ஆட்சியில் இருந்து விடுதலை பெறும் நோக்கத்தில் தங்கள் இனத்தின் பெருமை மிக்க கடமை உணர்ச்சியின் சின்னமாகவே மாறினர். அடுத்து காங்கிரஸ், லீக் இரண்டுமே அந்த மூவருக்கும் ஆதரவாகக் களம் இறங்கின; தங்களுடைய நீண்ட தொழில்முறை வாழ்க்கையில் முதல் முறையாக நேருவும் ஜின்னாவும் ஒரே சட்ட விதிகளை ஏற்றுக்கொண்டனர். 25 ஆண்டுகளுக்குப் பின் முதல் முறையாக நேரு வழக்கறிஞர் அங்கியை அணிந்தார்.

ஆனால், அந்தக் கணம் கடந்துசென்றுவிட்டது: மூன்று தேச பக்தர்களுக் கான வாதங்கள் தேசபக்தி வரையறைக்கான உத்தரவாதத்தை உறுதிப்படுத்த முடிந்திருக்கவில்லை. மேலும் நாடு தழுவிய கிளர்ச்சிகள் விசாரணைகளின் முடிவுகளை அர்த்தமற்றதாக்கின. இறுதியில் விசாரணை கைவிடப் பட்டது. ஏனென்றால், விசாரணையை அவர்கள் தொடங்கிய நேரத்தில் பிரிட்டிஷ் ராஜ்ஜியத்தை முடிவுக்குக் கொண்டு வருவது குறித்து அதன் சொந்தத் தலைநகரிலேயே தீர்மானம் எடுக்கப்பட்டது.

தொழிலாளர் கட்சியின் கீழ் இருந்த லண்டன் உலகப்போரால் மிகவும் களைத்துப் போயிருந்த நிலையில் இந்திய பேரரசின் சுமைகளைக் கீழே இறக்கி வைக்கத் தீர்மானித்தது. 1946 பிப்ரவரியில் இங்கிலாந்து பிரதமர் கிளமண்ட் அட்லீ இந்தியாவுக்கு காபினட் தூதுக்குழுவை அனுப்புவதாக அறிவித்தார். இந்திய அரசியலமைப்பை உருவாக்குவதற்காக இந்தியத் தலைவர்களுடன் கலந்து ஆலோசிப்பதே அதன் நோக்கம். இறுதி விளையாட்டு ஆரம்பமானது.

1946 ஏப்ரலில் காங்கிரஸ் தலைவராக நேரு ஒருமனதாகத் தேர்ந்தெடுக்கப் பட்டார். அத்துடன், சிம்லாவில் மே மாதத்தில் காபினட் தூதுக்குழுவுடன்

நடைபெற இருந்த பேச்சுவார்த்தைக்கு முன்னேற்பாடாக ஓர் இடைக்கால இந்திய அரசாங்கம் அமைக்கப்பட்டது. சர் ஸ்டாஃபோர்டு கிரிப்ஸ், லெதிக் லாரன்ஸ் பிரபு, ஏ.வி. அலெக்சாண்டர் ஆகியோரைக் கொண்ட மூவரணியான அந்த காபினட் தூதுக்குழு சுற்றிவளைக்கப் பட்டது. ஆங்கில சாம்ராஜ்யம் தனது முடிவை நெருங்கிக் கொண்டிருப்பதை மோப்பம் பிடித்துவிட்ட வல்லூறுகள் அந்த விருந்தைக் கொண்டாடு வதற்காகக் கூடத் தொடங்கின.

பிரிட்டிஷார், காங்கிரஸ், முஸ்லிம் லீக், இந்து மகாசபை, விசுவாசிகள், கம்யூனிஸ்ட்டுகள், அரசுப் பணியாளர்கள் என ஆர்வமுள்ள பல்வேறு தரப்பினருக்கு இடையிலும், அவர்களுக்கு உள்ளேயும் பேச்சுவார்த்தைகள், சகஜ உரையாடல்கள், சூழ்ச்சி மற்றும் திட்டமிட்ட நகர்வுகள் ஒவ்வொரு நாளும் மிக தீவிரமாகவும் சிக்கலாகவும் மாறின. இந்திய அரசியல் வாதிகள் மீதான விருப்பமின்மையையும் அவநம்பிக்கையையும் வாவெல் பிரபுவின் நம்பமுடியாத அளவுக்கு வெளிப்படையான டைரிகள் அம்பலமாக்குகின்றன. அவர் பேச்சுவார்த்தை நடத்திக் கொண்டிருந்த ஒவ்வொரு அரசியல்வாதியும் மற்றவரைவிட படு அயோக்கியர்கள் என (அவருடைய பார்வையில்) நிரூபித்தனர்.

பெரும்பாலான பிரிட்டிஷ் நிர்வாகிகளைப்போல் அவரும் காங்கிரஸ் மீது காழ்ப்புணர்வும் அவரது அரசாங்கம் ஊட்டி வளர்த்த லீகின் மீது பரிவும் கொண்டிருந்தாலும்கூட லீக் தலைவர்களின் பொய், புரட்டுகள், அவர்கள் இசைத்த 'இந்துக்களுக்கு எதிரான வசைப்பாட்டு' ஆகியவை மீது மிக கடுமையான கசப்புணர்வை வெளிப்படுத்தினார் (வைஸ்ராயிடம் எந்த காங்கிரஸ் தலைவரும் முஸ்லிம்கள் மீதான எந்தவொரு வெறுப்புணர்வையும் வெளிப்படுத்தியிருக்கவில்லை).

பாகிஸ்தான் என்ற யோசனை அதை வக்காலத்து வாங்கியவர்களின் மனங்களிலேயே பல்வேறு வடிவங்களை எடுத்ததுபோல் தோன்றியது. ஒன்றுபட்ட இந்தியாவுக்குள் அமையப் போகும் ஒரு முஸ்லிம் மாநிலமாகவே பலரும் அதைப் பார்த்தனர். வேறு பலர், முழுமையான பிரிவினையாக அல்லாமல் கலப்பு வடிவங்கள் கொண்ட, மையத்தில் அதிகாரம் குவிக்கப்படாத கூட்டமைப்பாக அது இருக்கலாம் என ஆலோசனை கூறினார்கள். (பாகிஸ்தான் குறித்த 8 விதமான திட்டங்கள் பற்றி லீகின் தலைவர் விவாதித்துக் கொண்டிருப்பதாக 1940-ல் லீக் உறுப்பினர் சர் அப்துல்லா ஹாரூன் தன்னிடம் தெரிவித்ததாக அமெரிக்க பத்திரிகையாளர் பிலிப்ஸ் டால்பாட் என்னிடம் கூறினார்).

நாட்டின் கிழக்குப் பகுதியிலும் வடமேற்கிலும் தனி மாநிலம் என்ற கோரிக்கையில் ஜின்னா உறுதியாக இருந்தார். ஆனால், முஸ்லிம்களைப் பாதுகாக்கப்போவதாக அறிவிக்கப்பட்ட அதன் குறிக்கோளுக்கு, இந்துப் பெரும்பான்மை மாகாணங்களில் புதிதாக உருவாக்கப்படும் மாநிலம் எவ்வாறு உதவ முடியும் என்ற கேள்விக்கு அவர் தெளிவான பதில்கள்

தருவதைத் தவிர்த்தார். இதற்கிடையே நேரு பிரிட்டிஷாரிடம் இருந்து அதிகாரத் துறப்பு சட்டம் ஒன்று வர வேண்டும் என்று எதிர்பார்த்தார். இந்தியாவின் அரசியல் ஏற்பாடுகள் அனைத்தும் பிரிட்டிஷாரின் இடைத்தரகு இல்லாமல் இந்தியர்களால் அவர்களுடைய சொந்த அரசியல் நிர்ணய சபையால் மட்டுமே செய்யப்படவேண்டும் என்று அறிவித்தார்.

அன்றைய காலகட்டத்தில் பிரிட்டிஷாரின் உண்மை நோக்கங்கள் குறித்த நேருவின் மிகப் பெரிய தப்புக்கணக்குகள்தான் அந்தப் பிரச்னைக்கு ஓரளவு காரணம் என்று நிச்சயமாக கூறலாம். சிறைவாசம் காரணமாக உலக விவகாரங்களின் அரசியல் நிஜங்களில் இருந்து துண்டிக்கப் பட்டிருந்த நிலையில் நேரு சிம்லா பேச்சுவார்த்தைக்கு வந்தார். (பிலிப்ஸ் டால்பாட்டிடம் அவர் உறுதியாகக் கூறியதுபோல்) இந்திய கட்சிகள் இடையே பிளவுகளை ஊக்குவிப்பதன் மூலம் நயவஞ்சக பிரிட்டன் (Albion) தனது மணிமுடியில் இன்னும் இந்த வைரத்தை (இந்தியா) தக்க வைக்க முயல்கிறது என்றே அவர் எண்ணிக் கொண்டிருந்தார். ஆனால் பிரிட்டன் தனது சக்தியை எல்லாம் இழந்து விட்டதையும், ஏறக்குறைய திவால் ஆகிவிட்டதையும், இந்தியாவில் தனது கட்டுப்பாட்டை மீண்டும் நிறுவும் வகையில் 60,000 பிரிட்டிஷ் ராணுவ வீரர்களை அனுப்ப விரும்பாமலும், முடியாமலும் லண்டன் அரசாங்கம் இருக்கிறது என்பதையும் நேரு புரிந்து கொள்ளவில்லை என்பது டால்பாட்டுக்குத் தெரியவந்தது.

உண்மையில் அனைத்தையும் துண்டித்துவிட்டு ஓட லண்டன் விரும்பியது. அப்போது ஒன்றுபட்ட ஓர் இந்தியாவை விட்டுச் செல்ல முடியவில்லை என்றால் நாட்டைத் 'துண்டாடிவிட்டு' ஓடவும் அவர்கள் நிச்சயமாக தயாராக இருந்தார்கள். ஆனால், நேருவோ, சர்வ வல்லமை படைத்த எதிரி (பிரிட்டிஷார்) தொடர்ந்து தன் ஆதிக்கத்தைத் தக்கவைக்கவே விரும்புவதாக நினைத்துக்கொண்டிருந்தார். மேலும் இந்திய முஸ்லிம்கள் மத்தியில் லீக் எவ்வளவு செல்வாக்கு மிக்க கட்சியாக உருவெடுத்து இருக்கிறது என்பதே அவருக்குத் தெரியவில்லை. எனவே அனைத்தையும் தவறான கண்ணோட்டங்களுடன் கையாண்டார்.

'பிரிட்டனின் கற்பனையான பலத்தைப் பற்றிய எண்ணங்களிலேயே மூழ்கிக் கிடந்த நேருவும் அவருடைய சகாக்களும் அதன் பலவீனத்தைப் புரிந்துகொண்டிருந்தால் இன்னும் எவ்வளவு வித்தியாசமாகப் பேச்சுவார்த்தை நடத்தியிருக்கலாம்!' என டால்பாட் வியந்து கேள்வி எழுப்பினார். எல்லாம் நடந்து முடிந்த பிறகு அந்தச் சூழ்நிலையை பார்க்க முடிந்திருப்பதால் நம் மனதில் இந்தக் கேள்வி விஸ்வரூபம் எடுக்கிறது.

மனதில் பகை இருந்த நிலையிலும் அதை வெளிக்காட்டாமல், சிம்லா மாநாடு 1946 மே 9-ஆம் தேதி தொடங்கியபோது, நேருவிடம் நாகரிகமாக நடந்துகொண்டார் ஜின்னா. ஆனால், ஆசாத் மற்றும் கான் அப்துல் கஃபார் ஆகிய இரண்டு முஸ்லிம் காங்கிரஸ் பிரமுகர்களுடன் கைகுலுக்க

மறுத்தார்; முஸ்லிம் இந்தியாவின் ஒரே பிரதிநிதி தானே என அவர் காட்டிக்கொள்ள விரும்பியதுபோல் தோன்றியது. என்றாலும், இந்திய நிர்வாகத்தில் காபினட் தூதுக்குழு மூன்றடுக்குத் திட்டம் ஒன்றை முன்மொழிந்தபோது, அது தனி நாடுக் கோரிக்கையைக் கைவிடுவதைக் குறித்தாலும்கூட ஜின்னா அதை ஏற்றுக்கொண்டார். பாதுகாப்பு, வெளியுறவு, தகவல் தொடர்பு ஆகிய மூன்று துறைகளை மட்டுமே கொண்ட பலவீனமான ஒரு மைய அரசு, ஐந்தாண்டுகளுக்குப் பின் பிரிந்து செல்லலாம் என்ற உரிமை தரப்பட்ட தன்னாட்சி மாகாணங்கள், குறைந்த பட்சம் ஒரு மாகாணத்தில் முஸ்லிம் தனி ஆதிக்கத்துடன் மாகாணக் குழுக்கள் இப்படியான ஒரு நிர்வாக அரசாங்கத்தை அமைப்பதே அந்த மூன்றடுக்குத் திட்டம்.

அந்த திட்டத்தில் காங்கிரஸின் முறையான அனுமதிக்காகக் காத்திராமல் வைஸ்ராய் இடைக்கால அரசாங்கத்தில் பணியாற்ற 14 இந்தியர்களுக்கு அழைப்புவிடுத்தார். அந்தப் பட்டியலில் முன்னணி முஸ்லிம் லீக் மற்றும் காங்கிரஸ் பிரமுகர்களின் பெயர்கள் இருந்தது. ஆனால், திகைக்க வைக்கும் வகையில் அதில் ஒரு முக்கிய விடுபடல் இருந்தது. காங்கிரஸ் கட்சியில் இருந்து ஒரு முஸ்லிம்கூட அழைக்கப்படவில்லை. அந்த நிலையில் கொள்கை அளவில் அந்தத் திட்டத்தை ஏற்பதாக காங்கிரஸ் தெரிவித்தது. ஆனால் அனைத்து முஸ்லிம் உறுப்பினர்களும் லீகில் இருந்து இடம் பெற்ற ஓர் அரசாங்கத்தை அதனால் ஏற்றுக்கொள்ள முடியவில்லை. அதேவேளையில் ஜின்னா வேறு எதையும் ஏற்றுக் கொள்ள முடியாது எனத் தெளிவாகக் கூறிவிட்டார். அதன் விளைவாக எந்தத் தீர்வும் எட்டமுடியாமல் அந்தத் திட்டம் முடங்கிப் போனது.

தன்னுடைய திட்டம் ஆமோதிக்கப்பட்டும் இந்தச் சர்ச்சைக்குத் தீர்வு காண இயலாத நிலையில், நாட்டை ஒரு காப்பாளர் வைஸ்ராய் கவுன்சிலின் பொறுப்பில் விட்டுவிட்டு காபினட் தூதுக்குழு லண்டனுக்குச் சென்றது. இதில் ஒரு முரண்பாடு என்னவென்றால், அந்தக் குழுவில் ஏழு ஆங்கிலேயர்களுடன் முஸ்லிம் சிவில் அதிகாரியான சர் அக்பர் ஹயாத்ரி (ஐ.சி.எஸ்) எனும் ஒரே ஒரு இந்திய உறுப்பினர் மட்டும் இருந்தார். பாகிஸ்தான் யோசனைக்கு கொள்கை அளவில் தன்னுடைய முழு எதிர்ப்பை அவர் மிகத் தெளிவாகத் தெரிவித்திருந்தார்.

இதற்கிடையே, காபினட் தூதுக்குழு முன்மொழிந்த அரசாங்கம் குறித்த யோசனைக்குத் தீர்வு காணவேண்டியிருந்தது. கொள்கை அளவில் மட்டுமே காங்கிரஸும் முஸ்லிம் லீகும் அந்தத் திட்டத்தை ஒப்புக் கொண்டிருந்தன; ஆனாலும் அதன் மற்ற விவரங்கள் குறித்து உடன்பாடு இன்னும் ஏற்படவில்லை. காங்கிரஸின் புதிய தலைவராக பொறுப்பு ஏற்றிருந்த நேரு தலைமையில் அகில இந்திய காங்கிரஸ் செயற்குழு கூட்டம் அப்போது பம்பாயில் நடந்தது. அதில் அவர், அந்த பிரிடிட்ஷரின் யோசனையை எந்த அடிப்படையில் ஏற்கிறோம் என்பது தொடர்பாக கொஞ்சம் அவசரகதியில் ஒரு விளக்கம் கொடுத்தார்.

‘அரசியல் நிர்ணய சபை ஒன்றைத் தவிர நாம் வேறு எதனாலும் கட்டுப்படுத்தப்பட முடியாதவர்கள்’ என்று விளக்கம் அளித்தார். அதற்குப் பின் அவர், ‘நாம் விரும்பியபடி செயல்படும் வகையில் நாம் முழு சுதந்திரத்துடன் இருக்கிறோம்’ என்ற வார்த்தைகளையும் சேர்த்து அதே வாசகங்களை உடனடியாக ஒரு பத்திரிகையாளர் கூட்டத்திலும் மீண்டும் கூறினார். ஆனால் அவரது கூற்றின் அர்த்தங்கள் அப்போதும்கூட அலசி ஆராயப்பட்டுக் கொண்டுதான் இருந்தன. முஸ்லிம் லீகின் முக்கிய நிபந்தனையாக இருந்த மாகாணக் குழுக்கள் கோரிக்கைக்கு ஆதரவு கிடைக்கும் என தான் நினைக்கவில்லை என்று நேரு குறிப்பாகச் சொன்னார். அதனால் கொதித்துப் போன ஜின்னா காபினட் தூதுக்குழு திட்டத்துக்கு தான் அளித்த சம்மதத்தை உடனடியாக வாபஸ் வாங்கினார்.

‘ஒன்றுபட்ட இந்திய அரசாங்கத்தில் லீகின் விருப்பங்களை ஏற்றபடியே காங்கிரஸ்-லீக் இணைந்து செயல்பட்டிருக்கும்’ என்பது தொடர்பான சிறிய ஒரு நம்பிக்கையையும் முடிவுக்கு கொண்டு வரும் விதத்தில் முன்யோசனை இன்றி நடந்துகொண்டதற்காக நேரு அப்போது பரவலாகக் குற்றம்சாட்டப்பட்டார். ஆனால் 1946 ஜூலையில் நேரு தன் நாவைக் கட்டுப்படுத்தி இருந்தாலும்கூட, பொதுவான ஒரு காங்கிரஸ்-லீக் புரிந்துணர்வு நீடித்திருக்குமா என்பது சந்தேகமே.

ஒற்றுமையைக் கருத்தில் கொண்டு முஸ்லிம் காங்கிரஸாரின் பதவிக் கோரிக்கைகளைக் கைவிட ஆசாத் தயாராக இருந்தார். ஆனால் ஒட்டுமொத்தத்தில் காங்கிரஸ் கட்சி இந்தக் கருத்தை ஜின்னாவிடம் ஒரே குரலில் தெரிவிக்கத் தயாராக இல்லை. மாகாணக் குழுக்கள் என்பது மாற்றங்களுக்கு உட்பட்டது என்று கூறியதன் மூலம் நேரு காபினட் தூதுக்குழு திட்டத்தின் எழுத்துகளைத்தான் எதிரொலித்தார். உணர்வை அல்ல (பாகிஸ்தானை உருவாக்குவதற்கான அடித்தளத்தை அந்தத் திட்டம் அளித்திருப்பதாக லீக் அறிவித்தபோது அதுவும்கூட இதே குற்றச்சாட்டுக்கு ஆளாகி இருக்கக்கூடும்). எனவே தேசப்பிரிவினையைத் தவிர்க்கும் இறுதி வாய்ப்பையும் சீர்குலைத்த ‘நாட்டின் அழிவின் தலைமகனாக’ அவரைப் பார்ப்பது இந்த விஷயத்தை மிகைப்படுத்துவதாக இருக்கும். அவரது சரிதை ஆசிரியர் எம்.ஜே. அக்பர் கூறியது போல், ‘ஜின்னாவின் விருப்பத்தாலும் (will), பிரிட்டனின் இசைவினாலும்தான் (willingness) பாகிஸ்தான் உருவானது-நேருவின் திட்டமிட்ட சதியால் (wilfulness) அல்ல’.

புதிய தலைவரால் நியமிக்கப்பட்ட புதுமுகங்களால் (ஓரளவுக்கு இளவயதினரான கமலாதேவி சட்டோபாத்யாயா மற்றும் ராஜகுமாரி அம்ரித் கௌர் உள்பட) புத்துணர்வு பெற்றிருந்த காங்கிரஸ் செயற்குழு, 1946 ஆகஸ்டு 8-ஆம் நாள், காபினட் தூதுக்குழுவின் திட்டத்தின் உட்கூறுகளைத் தனது சுய விளக்கங்களின் அடிப்படையில் மேற்கொண்டு அத்திட்டத்தை ஏற்றுக்கொண்டதாக அறிவித்தது. ஆனால், ஜின்னாவை ஆடுகளத்துக்கு மீண்டும் கொண்டு வர அது போதுமானதாக இல்லை.

எனவே பம்பாயில் ஜின்னாவின் இல்லத்துக்கே சென்று நேரு அவரை சந்தித்து ஓர் இடைக்கால அரசுக்கு ஒத்துழைப்பு கோரினார். ஆனால் ஜின்னா பிடிவாதமாக இருந்தார்.

பாகிஸ்தானைப் பெற அவர் முடிவு செய்திருந்தார். பிறகு அந்தக் கோரிக்கைக்கு அழுத்தம் கொடுத்து அவர் 1946 ஆகஸ்டு 16-ஆம் நாளை 'நேரடி நடவடிக்கை தினமாக' அறிவித்தார். அடுத்து ஆயிரக்கணக்கான முஸ்லிம் லீக் தொண்டர்கள் வீதிகளில் இறங்கி அடிதடி, கொள்ளை, கொலை என வெறியாட்டம் போட்டனர். அதன் விளைவாக பல இடங்களில், குறிப்பாக கல்கத்தாவில், பரவிய பயங்கரக் கலவரங்களில் 16,000 அப்பாவிகள் கொல்லப்பட்டனர். அனைத்தையும் போலீஸும் ராணுவமும் கைகட்டி நின்று வேடிக்கை பார்த்தது. பிரிட்டிஷார் கல்கத்தாவை வெறிக்கும்பல்களிடம் விட்டு விட முடிவு செய்திருந்தது போலவே அது இருந்தது. மூன்று தினங்கள் அவர்கள் ஏற்படுத்திய தொடர் மதக்கலவரங்களால் சாவுகளும் சர்வநாசங்களும் விளைந்த பின் இறுதியாக ராணுவம் உள்ளே நுழைந்தது. ஆனால் குவிந்த பிணங்களும், குரோதமும் இந்த தேசத்தின் ஆன்மாவில் இருந்து விவரிக்க முடியாத ஏதோ ஒன்றைக் கிழித்து எடுத்துவிட்டிருந்தது. நல்லிணக்கம் இனி சாத்தியமே இல்லை என்பதுபோல் தோன்றியது.

இருந்தாலும் வாவெலும் நேருவும் ஒரு வாரம் கழித்து இந்தியாவுக்கு ஓர் இடைக்கால அரசாங்கத்தைக் கட்டமைப்பது குறித்த ஆலோசனையில் இறங்கினர். 5 'சாதி இந்துக்கள்', 5 முஸ்லிம்கள், ஒரு தாழ்த்தப்பட்டவர், 3 சிறுபான்மையினரைக் கொண்டதாக அதை உருவாக்க அவர்கள் முடிவு செய்தனர். அத்துடன் ஜின்னா தனது பிரதிநிதிகளை முன்மொழியலாம், ஆனால் காங்கிரஸ் தரப்பில் தேசியவாத முஸ்லிமை நியமிக்கக்கூடாது என்று அவர் எதுவும் கூற இயலாது என்ற காங்கிரஸின் நிபந்தனையிலும் உடன்பாடு ஏற்பட்டது.

பங்கேற்பதா வேண்டாமா என லீக் அப்போதும் ஆலோசித்துக் கொண்டிருந்தவேளையில், இந்தியாவின் இடைக்கால அரசாங்கம் அறிவிக்கப்பட்டு, 1946 செப்டம்பர் 2-ஆம் தேதி காங்கிரஸ் உறுப்பினர்கள் பதவி ஏற்றுக்கொண்டனர். 7-ஆம் தேதி வானொலியில் உரையாற்றிய நேரு, நீண்ட போராட்டத்தின் முடிவாக அதைப் பார்ப்பதாக தெரிவித்தார். 'நெடுங்காலமாக நாம் நடக்கும் நிகழ்வுகளை அமைதியாக வேடிக்கை பார்த்துக் கொண்டிருந்தோம். அத்துடன் மற்றவர்களின் விளையாட்டு பொம்மைகளாகவும் இருந்தோம். நம்முடைய மக்களுக்கு இப்போது பெரிய கடமை வந்திருக்கிறது. இனி நாம் நமது விருப்பத்தின் படி வரலாறு படைப்போம்' என அப்போது அவர் கூறினார்.

ஆனால் பிரிட்டிஷார் தொடர்ந்து லீகுக்கும் 'நேரடி நடவடிக்கை தினத்தில்' பயங்கரங்கள் அரங்கேற அனுமதித்த அதன் வங்காள அரசுக்கும் ஆதரவாகவே செயல்பட்டு வந்தனர். கல்கத்தா படுகொலைகளுக்குப் பின் வங்காளத்தின் நிலைமைகளைக் கண்டு கொதித்துப் போன நேரு,

'கையாலாகாத நிலையில் இருந்து வேடிக்கை பார்க்கவும், ஆயிரக்கணக்கான மக்கள் வெட்டிச் சாய்க்கப்படும்போது எதுவுமே செய்யாமல் இருக்கவும் மட்டுமே நம்மால் முடியும் என்றால் இந்திய இடைக்கால அரசாங்கத்தை உருவாக்குவதால் என்ன நன்மை விளைந்து விடப்போகிறது...?' என்று கேட்டு வாவெலுக்கு கடிதம் எழுதினார்.

ஆனால், காங்கிரஸ் ஆட்சியின் கீழ் இருந்தாலும், முஸ்லிம்கள் பரவலாக இருந்த வடமேற்கு மாகாணத்தில் சுற்றுப்பயணம் மேற்கொள்ள முன்வந்ததில் அவர் கொஞ்சம் எல்லை மீறிச் சென்றார். அவருக்கு எதிராக முஸ்லீம் லீக் நடத்திய போராட்டங்களுக்கு பிரிட்டிஷார் ஆதரவு கொடுத்தனர். அப்படி ஓர் ஊர்வலத்தில் நேரு மீது சரமாரியாகக் கற்கள் வீசப்பட அவர் காயம் அடைந்தார். அந்த மாகாணத்தில், ஓர் இந்து என்ற முறையில், ஒரு தேசியத் தலைவராக நேரு ஒருபோதும் ஏற்றுக் கொள்ளப்படமாட்டார் என்பதையே அந்தப் புகைச்சல் மிக முக்கியமாக உணர்த்தியது.

இதற்கிடையே இடைக்கால அரசில் பங்கேற்க ஏதுவாக ஜின்னாவுக்கு மேலும் பல சலுகைகள் வழங்கும்படி பிரிட்டிஷார் நெருக்கடி கொடுத்தனர். காந்தியும் நேருவும் ஒரு முஸ்லிம் உறுப்பினரை முன்மொழியும் தங்களுடைய உரிமையைத் தாமாக விட்டுக் கொடுக்க நேர்ந்தது. ஜின்னா தனக்குக் கிடைத்த 'ஒப்பந்த வெற்றியாக' அதைப் பார்த்தார். எனவே, ஒரு சமரசத்துக்கு வரும் வகையில், நேருவுடன் பேச்சுவார்த்தை நடத்தத் தயாரானதுபோல் இருந்தது. ஆனால், பேச்சுவார்த்தைகள் முன்னேறத் தொடங்கியபோது, இந்திய முஸ்லிம்களின் ஒரே பிரதிநிதியாக லீகை காங்கிரஸ் அங்கீகரிக்க வேண்டும் என மறுபடியும் வலியுறுத்தினார்.

அப்போது நேரு, காங்கிரஸில் உள்ள பல தேசியவாதி முஸ்லிம்களுக்கு செய்யும் துரோகமாகவும், தன்னுடைய மற்றும் தேசத்தின் கௌரவத்துக்கும் களங்கமாகவும் அது அமையும் எனக்கூறி அவரது கோரிக்கையை நிராகரித்தார். அதற்குப் பிறகு வைஸ்ராய் காங்கிரஸை ஒதுக்கிவிட்டு ஜின்னாவுடன் நேரடியாகப் பேச்சுவார்த்தை நடத்தத் தொடங்கினார். மேலும் ஜின்னா முன்மொழிந்த முஸ்லிம்களை வைஸ்ராய் அங்கீகரித்தார். மற்றும் ஒரு தாழ்த்தப்பட்ட உறுப்பினரின் நியமனத்தையும் ஏற்றுக்கொண்டார். அக்டோபர் 15-ஆம் நாளில் இடைக்கால அரசில் இணைவதாக முஸ்லிம் லீக் முறைப்படி அறிவித்தது.

ஆனால் உள்ளே இருந்து கொல்லவேண்டும் என்ற நோக்கத்துடன்தான் லீக் அவ்வாறு செய்தது. 26-ஆம் தேதி லீக் உறுப்பினர்கள் பதவி ஏற்றுக் கொள்வதற்கு முன்பாகவே பாகிஸ்தானை உருவாக்கப் பாடுபடப் போவதாக தங்களுடைய உண்மை உள்நோக்கம் குறித்து அவர்கள் பேசத் தொடங்கினர். ஒவ்வொரு காபினட் கூட்டத்துக்கு முன்பாகவும் தனியாக அவர்கள் ஒரு கூட்டம் போட்டனர். கூட்டணி அரசின் அங்கம் என்பதற்கு மாறாக அவர்கள் காபினட்டுக்குள் ஓர் எதிர்க்கட்சியாகவே செயல்

பட்டனர். மிக முக்கியமானதோ அற்பமானதோ... ஒவ்வொரு விவகாரத்திலும் அரசாங்கத்தின் செயல்பாட்டை முடக்கவே அவர்கள் முனைந்தனர். இதற்கிடையே நாடு முழுவதுமாகக் கலகத்தைத் தூண்டும் வேலையையும் லீக் விடாமல் தொடர்ந்தது.

நவம்பர் தொடக்கத்தில் பிஹாரில் கலவரம் வெடித்தபோது, அதனால் உருக்குலைந்து போன பகுதிகளில் காந்தி தனியொருவராக நடந்து சென்று அமைதியை மீட்டார். அதே மாதம் 14-ஆம் தேதி பாகிஸ்தானை உருவாக்கும்வரை படுகொலைகள் நிற்காது என ஜின்னா அறிவித்தார். டிசம்பரில் பிரிட்டிஷார் லண்டனில் பேச்சுவார்த்தைக்கு ஏற்பாடு செய்தனர். அப்போது, அரசியல் நிர்ணய சபையில் பங்கேற்கும் விதமாக லீகுக்கு இன்னும் சலுகைகள் வழங்கும்படி அவர்கள் காங்கிரஸை வற்புறுத்தினர்.

பம்பாயில் நடந்த பத்திரிகையாளர்கள் கூட்டத்துக்குப் பின் தன் பேச்சுக்குக் கிளம்பிய எதிர்ப்புகளை எண்ணி அப்போதும் மனம் வருந்திக் கொண்டிருந்த நேரு முடிந்த அளவுக்கு சமாதானமாகப் போய்விடலாம் என்ற எண்ணத்தில் இருந்தார். ஆனால் பிரிட்டிஷாரின் நிலைப்பாடு தனது கட்சிக்கு ஆதரவாக இருப்பதை உறுதியாகத் தெரிந்துகொண்ட ஜின்னா மேலும் முறுக்கிக்கொண்டு தன் கோரிக்கைகளை அதிகரித்தார். ஐரோப்பாவில், 1930-களில் தாஜா செய்யும் கொள்கை அடைந்த தோல்வியில் இருந்து பிரிட்டிஷார் பாடம் எதுவும் கற்றுக் கொள்ள வில்லை என்றே நேருவுக்கு தோன்றியது.

திட்டமிட்டபடி அரசியல் நிர்ணய சபை டிசம்பர் 9-ஆம் தேதி கூடியது. லீக் அதில் பங்கேற்கவில்லை. ஆனாலும் ஜின்னாவைத் துண்டித்துக் கொள்ளக்கூடிய வகையில் எந்த முடிவுகளும் எடுக்கப்படக்கூடாது என்பதில் அந்தக்குழு மிக ஜாக்கிரதையாக இருந்தது. என்றாலும், திட்டம் தோல்வி அடைந்தது என காபினட் தூதுக்குழு அறிவிக்க வேண்டுமென்றும், அரசியல் நிர்ணய சபையைக் கலைத்துவிடுமாறும் கோரி 1947 ஜனவரி 29-ஆம் தேதி முஸ்லிம் லீக் செயற்குழு தீர்மானம் ஒன்றை நிறைவேற்றியது.

அந்தத் திட்டத்தை முஸ்லீம் லீக் நிராகரித்துவிட்டதால் அதன் உறுப்பினர்கள் ராஜினாமா செய்யவேண்டும் என இடைக்கால அரசில் இடம் பெற்றிருந்த காங்கிரஸ் உறுப்பினர்கள் பதிலுக்குக் கோரினர். பிரிட்டிஷாரின் கொள்கை நொண்டியடித்துக் கொண்டிருந்த அதே வேளையில், என்ன நடந்தாலும் சரி, 1948 ஜூன் மாதத்துக்கு முன்பாக இந்தியாவில் இருந்து வெளியேறிவிடுவதாகவும் அதிகாரப் பரிமாற்ற நடவடிக்கைகளுக்காக வாவெல் இடத்துக்கு வேறு ஒருவர் வருவார் என்றும் அறிவித்தனர்.

அவ்வாறு எல்லாம் முடங்கிப்போன வேளையில்தான் மேன்மை தங்கிய ரியர் அட்மிரல், பெருமைக்குரிய பிரபு லூயி ஃபிரான்சிஸ் ஆல்பர்ட்

விக்டர் நிக்கோலஸ், பர்மாவின் வைகவுண்ட் பிரபு மௌண்ட்பேட்டன், கே.சி.ஜி., பி.சி., ஜி.எம்.எஸ்.ஐ., ஜி.எம்.ஐ.இ., ஜி.சி.எஃப்.ஓ., கே.சி.பி., டி.எஸ்.ஓ. மற்றும் நேச நாடுகளின் தென்கிழக்கு ஆசியப் பெருந்தளபதி வந்து சேர்ந்தார் (விக்டோரியா மகாராணி அவருடைய கொள்ளுப்பாட்டி. எனவே அப்போது இங்கிலாந்தை ஆண்ட ஆறாம் ஜார்ஜ் மன்னரின் மருமகனும்கூட). அரச வம்ச ரத்தம் ஓடும் மேட்டுக்குடி சீமானான அவரும் கர்வம் மிகுந்த, வசீகரமான, எதையும் விரைந்து முடிவெடுக்கும் மனிதராக இருந்தார். அவரது சீஃப் ஆஃப் ஸ்டாஃப் ஜெனரல் இஸ்மே கூட, மௌண்ட்பேட்டனைப்போல் 'பிரேக் இல்லாத வண்டிபோல் விரைந்து ஓடும் வேறு ஒரு மனிதரைச் சந்தித்ததே இல்லை' என ஒப்புக்கொண்டார். ஆனால், கண்மூடித்தனமான வேகத்தில் அழிவை நோக்கி விரைந்துகொண்டிருந்த இந்தியாவுக்கு வலுவான பிரேக்குகள்தான் தேவையாக இருந்தன என்பதே வருந்தத்தக்க விஷயம்..

இரண்டு சரணாகதிகள் : பிரிட்டிஷார் விட்டதும், காங்கிரஸார் பெற்றதும்

நேருவுக்கும்கூட இப்போது ஏதேனும் ஒரு வடிவத்தில் பாகிஸ்தான் உருவாக்கப்படத்தான்வேண்டும் என தெளிவாகத் தெரியத் தொடங்கி இருந்தது; ஐக்கிய இந்திய அரசாங்கத்தில் லீக் நிச்சயமாக காங்கிரஸுடன் இணைந்து பணியாற்றப் போவதில்லை. என்றாலும் புதிய ஏற்பாடுகள் குறித்த விவாதங்களில் லீக் தலைவர்களையும் இழுக்க முயற்சி செய்தார். ஏனென்றால் அந்த ஏற்பாடுகளால் முழு பிரிவினையைத் தவிர்த்து விடலாம் என அப்போதும்கூட நம்பிக் கொண்டிருந்தார்.

வட இந்தியா முழுவதுமாக மதக்கலவரங்கள் நீடித்துக் கொண்டிருந்த நிலையில், மார்ச் தொடக்கத்தில் அந்த நம்பிக்கையும் மங்கியது. பஞ்சாபையும் வங்காளத்தையும் பிரிக்கும் திட்டம் குறித்து காந்தி சிந்திக்க மறுத்தாலும்கூட அதற்கு சம்மதிப்பதைத்தவிர வேறு வழி இல்லை என சர்தார் வல்லபாய் பட்டேலும் நேருவும் ஒப்புக்கொண்டனர்; பகுதி இறையாண்மை கொண்ட பாகிஸ்தானை உள்ளடக்கிய, தளர்வான ஓர் இந்தியக் கூட்டமைப்பு என்பது லீகுக்கும் உடன்பாடாக இருக்கப் போவதில்லை; எஞ்சிய இந்தியாவுக்கும் ஒரு வெற்றிகரமான அரசாங்கத்தைத் தரப்போவதில்லை. அந்த நேரத்தில், 1947 மார்ச் 24-ஆம் தேதி மௌண்ட்பேட்டன் வந்திறங்கியபோது ஒருபோதும் மாற்ற முடியாத முடிவுகள் ஏற்பட்டிருந்தன. என்றாலும் அசுர வேகத்தில் ஆட்டத்தை முடிவுக்குக் கொண்டு வந்தவர் அவரே.

ஆளுமை மூலம் (மிகுந்த) ஆட்சி நிர்வாகம் செய்ததாக பின்னர் மௌண்ட் பேட்டன் கூறினார். உண்மையில் அவருடைய சாதக, பாதக குணங்கள் எல்லாம் அதிரடி முடிவுகளை விளைவிக்கக்கூடியவையாகவே இருந்தன. ஒருபுறம் அவர் கூர்நோக்கு, அழகு, ஆற்றல் நிறைந்தவராகவும், தன்னுடைய முன்னோடிகளைப்போல நிறவெறி பாரபட்சங்கள்

இல்லாதவராகவும் இருந்தார். மறுபுறம், பிரமிக்கத்தக்க வகையில் கர்வமும், துளிகூடப்பொறுமையே இல்லாத, மிக எளிதாக சொந்த விருப்பு வெறுப்புகளுக்கு ஆட்பட்டுவிடுபவராக இருந்தார். துடிப்பான ஜோடியான அவரது மனைவி (வைஸ்ராயினி) எட்வினா இந்திய விவகாரங்களின் உண்மையான அக்கறை கொண்டிருந்தார். அவர்களுடைய திருமணம் மிக அலாதியானது. அந்தத் திருமண வாழ்வில் எட்வினா அடிக்கடி நெறி தவறியது உண்டு. அதை மௌண்ட்பேட்டன் பொருட்படுத்தியதே இல்லை. மேலும் நேருவின் மீது எட்வினாவுக்கு இருந்த பிரியம் இந்திய சுதந்திரம் தொடர்பாக நேரு எடுத்த சில முடிவுகளில் (மௌண்ட்பேட்டன் எடுத்த சில முடிவுகளிலும்) லேசான தாக்கம் செலுத்தியதாகச் சொல்லப்படுகிறது. நேருவும் எட்வினாவும் மிக நெருக்கமாக இருந்தார்கள் என்பதில் எந்த சந்தேகமும் இல்லை. ஆனால் அது அரசியல் தாக்கம் எதுவும் ஏற்படுத்தி இருக்கும் எனத் தோன்றவில்லை.

இதற்கிடையே இந்திய நிர்வாகம் சீர்குலையும் அபாயம் அதிகரித்துக் கொண்டிருந்தது. மதக்கலவரங்களும் படுகொலைகளும் அன்றாடக் காட்சியாகவே இருந்தன. காங்கிரஸ் இந்துக்களின் பிரதிநிதி, தான் இந்திய முஸ்லிம்களின் பிரதிநிதி என்பதில் ஜின்னா வெகு உறுதியாக இருந்தார். வேறு எந்த அடிப்படையிலும் அவர் காங்கிரஸுடன் ஒத்துழைக்கத் தயாராக இல்லை. அதே நிலைப்பாட்டைத் தொடர அவருக்கு பிரிட்டிஷார் முழு ஊக்கம் அளித்தனர்: வடமேற்கு மாகாணத்தில் இருந்த லீக் ஆதரவு ஆளுனர் சர் ஓலாஃப் கேரோ லீகுக்கு வழிவிடுமாறு அங்கிருந்த காங்கிரஸ் அரசாங்கத்துக்கு வரம்பு கடந்து அழுத்தம் கொடுத்துக் கொண்டிருந்தார். ஏனென்றால், காங்கிரஸ் அரசு நீடிக்கும் பட்சத்தில் பாகிஸ்தான் என்ற தனி நாட்டுக்கு சாத்தியமே இல்லாது போய்விடும்.

இடைக்கால அரசின் தேக்கம் நீடித்துக் கொண்டிருந்த நிலையில் மௌண்ட்பேட்டனும் அவரது ஆலோசகர்களும் 'பால்கன் திட்டத்தை' உருவாக்கினர். மைய அரசாங்கத்துக்குப் பதிலாக அனைத்து அதிகாரங்களையும் சமஸ்தானங்களுக்கே வழங்கிவிடலாம்; பெரிய கூட்டாட்சி அமைப்பு ஒன்றுடன் இணைவதா, வேண்டாமா என்பதை சமஸ்தானங்களின் முடிவுக்கே விட்டுவிடலாம் என்பதே அந்தத் திட்டம். பால்கன் திட்டம் தொடர்பான சீராய்வு (மாற்றங்கள்) லண்டனில் நடைபெற்றுக் கொண்டிருந்தபோது பிரிட்டிஷார் நேருவிடம் அதுபற்றி எதுவுமே தெரிவித்திருக்கவில்லை. ஒன்றுபட்ட இந்தியாவை உருவாக்கியதாக மார்தட்ட விரும்பிய ஒரு பேரரசு அவ்வாறு செய்தது என்பதே நகை முரணனானதே.

இறுதியாக, சிம்லாவில் மே 10-ஆம் தேதி இரவு மௌண்ட்பேட்டன் அந்தத் திட்டத்தை நேருவிடம் கூறியபோது அவர் கொதித்து எழுந்தார். பிறகு தன் கோபத்தைக் காட்ட இரவு 2 மணிக்கு அவர் நண்பர் கிருஷ்ண

மேனனின் அறைக்குள் புயல்போல் நுழைந்தார். அந்த திட்டம் மட்டும் அமல்படுத்தப்பட்டு இருந்தால், நேரு தன்னுடைய எழுத்துகளில் அற்புதமாக விவரித்து உருவாக்கிய இந்தியச் சித்திரம் ஜின்னா எதிர்பார்த்ததைவிட இன்னும் மோசமாகச் சிதைந்து சின்னாபின்னமாகிப் போயிருக்கும். பிரிட்டிஷ் அரசு வெளியேறும்போது, மாகாணங்கள், சமஸ்தானங்கள் மற்றும் பல்வேறு அரசியல் சக்திகளும் அதிகாரப் போட்டியில் இறங்க, கற்பனைக்கு எட்டாத அளவுக்கு உள்நாட்டுப் போரையும் சீரழிவையும் பால்கன் திட்டம் உருவாக்கி இருக்கும்.

நேரு எழுதிய நீண்ட, தீவிர மற்றும் சில இடங்களில் ஒருமை பிறழ்ந்த எதிர்ப்புக் கடிதத்தைப் பார்த்தபின் மௌண்ட்பேட்டன் அந்தத் திட்டத்தை கைவிட்டார். ஆனால் ஒரே மாற்று வழி தேசப்பிரிவினைதான் என்றானது. மே மாதத்தில், நாட்டில் நிலவிய அமைதியின்மை நேருவுக்கு 'எரிமலை' போல் தோன்றியது. கடுமையான மற்றும் கசப்பான முடிவுகளை எடுக்க வேண்டிய தருணம் வந்துவிட்டது. எனவே நேரு அதற்கு ஆயத்தமானார்.

வடமேற்கு மாகாணத்திலும் முஸ்லிம் பெரும்பான்மை கொண்ட சில்ஹெட் மாவட்டத்திலும் கருத்து வாக்கெடுப்பு நடத்தவேண்டும் என்ற மௌண்ட்பேட்டனின் திட்டத்துக்கு மிகுந்த தயக்கத்துடன் ஒப்புக் கொண்டார். இந்துப் பெரும்பான்மை உள்ள சிந்து மாவட்டங்களிலும் அதே அணுகுமுறையைக் கையாளவேண்டும் என்ற காங்கிரஸின் எதிர் கோரிக்கையை விட்டுக்கொடுத்தார். ஆனால் அவர் மிக ஆச்சரியகரமாக, நீண்ட காலமாக காங்கிரஸ் கேட்டு வந்த முழு சுதந்திரத்துக்குப் பதிலாக, பிரிட்டிஷ் காமன்வெல்த் கூட்டமைப்புக்குள் இந்தியாவுக்கு டொமினியன் அந்தஸ்து (பிரிட்டிஷ் அரசரின் பெயரளவு கட்டுப்பாட்டுடன் சுயாட்சி) என்ற முடிவுக்கும் சம்மதித்தார்.

பிரிட்டிஷார் தனக்கு ஒவ்வாத அனைத்துக் கோரிக்கைகளிலும் ஜின்னாவுக்கே அதிக அதிகாரம் வழங்கிக் கொண்டிருந்த வரை மற்றும் அவர்கள் உயிரோடு இருக்கும்வரை அந்த செயல்பாடுகளை மாற்றிக் கொள்ளப்போவதில்லை என்றான நிலையில் தேசப்பிரிவினைக்கு உடன்படுவதைத் தவிர நேருவால் வேறு எதுவுமே செய்ய முடியாத நிலை உருவானது. மேலும் அன்றைய மற்ற முன்னணி தேசியவாதிகளும் தங்கள் எழுத்துகளிலோ கருத்துகளிலோ வேறு சிறந்த யோசனை ஒன்றையும் முன்வைக்க இயலவில்லை. இதில் மகாத்மா காந்தி மட்டும் ஒரே விதிவிலக்காக இருந்தார்: நேராக மௌண்ட்பேட்டனிடம் சென்ற அவர், மொத்த நாட்டுக்கும் தலைமை ஏற்கும் வாய்ப்பை ஜின்னாவுக்கு அளித்தால் இந்தியா உடையாமல் இருக்கும் எனத் தெரிவித்தார். நேருவும் பட்டேலும் அந்த யோசனையில் அதிக ஆர்வம் காட்டவில்லை. மௌண்ட்பேட்டனும்கூட அதைப் பெரிதாக எடுத்துக் கொள்ளவில்லை.

அடுத்த கட்ட நடவடிக்கைகளில் மௌண்ட்பேட்டன் கண்மூடித்தனமான அவசரம் காட்டினார் என்பதில் சந்தேகமே இல்லை. இந்திய விடுதலைக்காக அவர் ஆகஸ்டு 15-ஆம் நாளை தேர்வு செய்தார்.

உண்மையில் ஏற்கனவே குறித்த தேதி அதற்குப் பின்னால் இருந்தது. மௌண்ட்பேட்டனுடைய தேர்வின் பின்னணியில் ஓர் அசட்டுத் தனமான காரணம் இருந்தது. தென்கிழக்கு ஆசியாவின் பெருந்தளபதி என்ற முறையில் அதே நாளில்தான் அவர் ஜப்பானின் சரணாகதியை ஏற்றுக்கொண்டார். ஆக, இந்த விஷயத்தில் அவர் இந்தியத் தலைவர் களை முழுவதுமாக ஓரங்கட்டினார். மொத்த நாட்டையும் தீக்கிரையாக்கி, தேசிய இயக்கம் உருவாக்கிய அனைத்தையும் அழிக்கும் வல்லமை ஜின்னாவுக்கு உண்டு என்பதால் நேரு வேறு வழியின்றி சமாதானம் அடைந்தார்: பேரழிவைவிடப் பிளவு மேலானது. 'என் இதயத்தில் எவ்வித சந்தோஷமும் இன்றி நான் இந்த (பிரிவினைக்) கோரிக்கைகளை வரவேற்கிறேன். ஆனால், இதுதான் சரியான பாதை என்பதில் எனக்கு எந்த சந்தேகமும் இல்லை' என்று அவர் தன் கட்சியினரிடம் கூறினார். இதயம் விரும்பியதற்கும் மூளை எடுத்த முடிவுக்கும் இடையே நிலவிய இடைவெளி வலி மிக்கது. உருக்கமானதும் கூட.

நேரு, ஜின்னா, சீக்கிய தலைவர் பல்தேவ் சிங் ஆகியோர் ஜூன் 3-ஆம் தேதி தேசப்பிரிவினையை ஏற்கும் செய்தியை வானொலி மூலம் தெரிவித்தனர். அதுவும் நேருவின் சிறந்த பண்பை வெளிப்படுத்தும் தருணமாக இருந்தது: 'நாங்கள் பெரிய நோக்கம் ஒன்றுக்காகப் போராடும் சிறிய மனிதர்கள். உலகிலும், இந்தியாவிலும் இன்று பலம் பொருந்திய சக்திகள் வினையாற்றிக் கொண்டிருக்கின்றன. வேறு எதையும்விட இந்த வழியில்தான் விரைவில் நாம் ஒன்றுபட்ட அந்த இந்தியாவை அடைய முடியும் (என்பது என் நம்பிக்கை). அவள் வலுவான, இன்னும் பாதுகாப்பான அஸ்திவாரத்தைப் பெறுவாள்... பூகோளரீதியாக வரலாறு ரீதியாக பாரம்பரியரீதியாக உள்ள இந்தியா, நம்முடைய மனங்களிலும் இதயங்களிலும் உள்ள இந்தியா மாறவே முடியாது' என்று கூறினார். ஆனால், அவையெல்லாமே முழுவதுமாக மாறின. பூகோளம் துண்டாடப் பட்டது. வரலாறு தவறாக வாசிக்கப்பட்டது. பாரம்பரியம் மறுக்கப் பட்டது. மனங்களும் இதயங்களும் கிழிக்கப்பட்டன.

லீகின் பாகிஸ்தான் கோரிக்கையால் உருவான கலவரங்களும் வன்முறையும் அந்தக் கோரிக்கை நிறைவேறியதோடு முடிவுக்கு வந்துவிடும் என நேரு நினைத்தார். ஆனால் அது தவறு. படுகொலைகளும் பெருவாரியான இட மாற்றமும் மிக மோசமான நிலையை அடைந்தன. தங்கள் தாய்நாட்டின் மேல் பிரிட்டிஷார் வரைய இருந்த எல்லைக் கோட்டில் 'சரியான' பக்கத்தில் இருக்கவேண்டுமே என்ற துடிப்பில் மக்கள் அலறி அடித்து ஓடியதே அதற்குக் காரணம். இந்தியா-பாகிஸ்தான் பிரிவினையில் விளைந்த மிருகவெறித் தாக்குதல்களில் பத்து லட்சத்துக்கும் அதிகமான மக்கள் இறந்தனர்; ஏறக்குறைய 1.70 கோடி மக்கள் இடம்பெயர்ந்தனர். மேலும் கணக்கிலடங்காத சொத்துகள் சர்வ நாசத்துக்கும் கொள்ளைக்கும் இலக்காயின. கோடு என்பது கொலைக் கருவியானது. சில இந்திய பகுதிகளின் தற்காலிகப் பிரிவினை என நேரு நினைத்த ஒன்று, காழ்ப்புணர்வுகள் கொண்ட இரண்டு தனி நாடுகள்

உருவாகும் அளவுக்கு இறுகியது. அதற்குப் பின் வந்த ஆண்டுகள் நான்கு போர்கள், அணு ஆயுத ஈடுபாடுகள் மற்றும் பயங்கரவாத சீர்குலைவுகள் என இரு நாடுகளையும் ஸ்தம்பிக்கவைத்தன.

துரோகத்தினால் நிலைகுலைந்தது காந்தி மட்டும் இல்லை. வடமேற்கு எல்லைப்புற மாகாணத்தில் இருந்த காங்கிரஸ் அரசாங்கம் தனது கட்சியால் கைவிடப்பட்டநிலையில் அங்கு நடந்த கருத்து வாக்கெடுப்பைப் புறக்கணித்தது. எனவே, கருத்து வாக்கெடுப்பில் அந்தத் தொகுதியில் மொத்தம் 50.49 சதவிகித வாக்குகள்தான் பதிவாயின (ஆனால் அந்த வாக்குகளில் 99 சதவிகிதம் லீகுக்கு ஆதரவாக விழுந்திருந்தது). அந்த நிலையில், இரண்டு பிராந்தியங்களுக்கும் தலைமை ஆளுனராக இருந்ததால் இரு தரப்புக்கும் இடையே சில காலம் பாலம்போல் செயல்பட்டுக் கொண்டிருந்த மௌண்ட்பேட்டனிடம் பாகிஸ்தானை ஆளும் அதிகாரத்தை லீக் தலைவர்தான் எடுத்துக் கொள்வார் என ஜின்னா கறாராகக் கூறிவிட்டார். ஆக, வெளியேற வேண்டிய நிலையில் இருந்த வைஸ்ராய் தன்னுடைய பெயரளவு அதிகாரம் இந்தியாவில் மட்டுமே இனி செல்லுபடியாகும் என திருப்திப் பட்டுக் கொள்ள வேண்டிவந்தது.

வட இந்தியாவின் பெரும்பாலான பகுதிகளைச் சூறையாடிக் கொண்டிருந்த கலவரங்கள், படுகொலைகளுக்கு மத்தியில் சுதந்திரம் கிடைத்தநிலையில் அந்தப் பொன்னான தருணத்தில் பிரிட்டிஷாருக்கு எதிரான வெறுப்போ கோபமோ எந்தவித தரம் தாழ்ந்த செயலையும் செய்துவிடக் காரணமாக இருந்துவிடக்கூடாதென்பதில் நேரு உறுதியுடன் இருந்தார்: சுதந்திர தின விழாவில் அவர் இங்கிலாந்து தேசியக்கொடியை கீழே இறக்கும் நிகழ்ச்சியைத் தவிர்க்கச் சொன்னார். ஏனென்றால், பிரிட்டிஷாரின் உணர்வுகளைப் புண்படுத்தக்கூடாது என நினைத்தார். சூரியன் மறைவதற்கு முன்னால் இந்தியாவின் மூவர்ணக் கொடி ஏற்றப் பட்டது. கொடிக்கம்பத்தில் அது பறந்து கொண்டிருந்தபோது அதன் பின்னணியில் பின்-பருவமழைக்கால வானவில் ஒன்று அற்புதமாகத் தோன்றியது. விண்ணுலகின் மின்னும் புகழாரமாகவே அது அமைந்தது. நள்ளிரவுக்கு கொஞ்சம் முன்னால் அரசியல் நிர்ணய சபை முன்பாக எழுந்து நின்று நேரு உரையாற்றினார். இந்தியர் ஒருவரால் அதுவரை நிகழ்த்தப்பட்டிராத பெருஞ்சிறப்பு மிக்க உரையாக அது இருந்தது:

> ‘நீண்ட காலத்துக்கு முன்பாக நாம் விதியுடன் ஓர் உடன்படிக்கை மேற்கொண்டிருந்தோம். இப்போது, மொத்தமாகவோ, முழு வீச்சிலோ இல்லை என்றாலும் மிக உறுதியாக நம்முடைய சபதத்தை நாம் நிறைவேற்ற வேண்டிய வேளை வந்துவிட்டது. உலகமே அயர்ந்து உறங்கிக் கொண்டிருக்கும்போது, நள்ளிரவு நெருங்கிக் கொண்டிருக்கும் இந்த நேரத்தில் இந்தியா தன் வாழ்வையும் சுதந்திரத்தையும் நோக்கி விழித்துக் கொள்கிறது. நாம் பழமையில் இருந்து விடுபட்டு புதியதை நோக்கி அடியெடுத்து வைக்கும்போது, ஒரு சகாப்தம் முடியும்போது,

நீண்ட காலம் நசுக்கப்பட்டுக் கிடந்த ஒரு தேசத்தின் ஆன்மா ஆற்றல் பெறும்போது வரலாறில் மிக அரிதாக தோன்றும் ஒரு தருணம் வருகிறது...

நடுநிசி வேளையில் தமது ராஜ்ஜியத்தின் முடிவைக் காணும் பிரிட்டிஷாருக்கு எதிராக இங்கே கடுஞ்சொற்கள் எதுவும் இல்லை. கெட்ட எண்ணத்துக்கும், மற்றவர்களைக் குறை கூறுவதற்கும் இது நேரம் அல்ல. சுதந்திர இந்தியாவின் உயர்ந்த மாளிகையை நாம் நிர்மாணிக்க வேண்டியிருக்கிறது. அங்கு அவளுடைய அனைத்துக் குழந்தைகளும் வசிக்கட்டும்'.

இந்தியாவை விட்டு வெளியேறியதும் பாகிஸ்தான் உருவானதும்

சுதந்திரம் மற்றும் தேசப்பிரிவினை நோக்கி ஓடிய அந்த பைத்தியக்காரத் தனமான ஓட்டத்தில் பிரிட்டிஷாருக்கு உண்மையில் எந்தப் பெருமையும் மிஞ்சவில்லை. உலகப்போருக்கு முன் அவர்களுக்கு இவ்வளவு துரிதமாக அதிகாரப் பரிமாற்றம் செய்யும் திட்டமோ அப்படி ஒரு எண்ணமோகூட இருந்ததில்லை. இந்தியர்களால் ஆன பொறுப்புள்ள ஓர் இந்திய அரசாங்கத்தை வளர்க்கப் போவதாக அறிவித்த திட்டம் குறித்து அவர்கள் ஒருபோதும் அக்கறை காட்டியதில்லை. இதை பிரிட்டிஷ் ராஜ்ஜியத்தின் இறுதி ஆண்டுகளில் மக்களால் தேர்ந்தெடுக்கப்பட்ட அரசாங்கங்களின் அனுபவம் நன்கு உணர்த்தியது.

காங்கிரஸ் மந்திரிசபைகள் விலகியபோது அவர்களுடைய இடத்தில் தேர்ந்தெடுக்கப்படாத லீக் உறுப்பினர்களை கொண்டு வந்து வைக்கும் எண்ணம் பிரிட்டிஷாருக்கு அறவே இல்லை. மேலும் பல சந்தர்ப்பங் களில் இந்தியர்களுக்குப் பரிமாற்றம் செய்யப்பட வேண்டியதாகக் கருதப்பட்ட பொறுப்புகளைத் தங்களுடைய நேரடிக் கட்டுப்பாட்டின்கீழ் கொண்டுவந்தனர். தங்களுடைய பிரித்தாளும் சூழ்ச்சியை வலுவிழக்கச் செய்யும்வகையில், எந்த இடத்திலுமே பெரும்பான்மை பெற இயலாத லீகின் செல்வாக்கின்மையால் சோர்ந்து போயிருந்த பிரிட்டிஷார், தாங்கள் ஓரளவுக்கு விட்டுக் கொடுத்திருந்த அதிகாரத்தை மீண்டும் பெறும் வாய்ப்பை உற்சாகத்துடன் வரவேற்றனர். அடுத்து இந்திய தேசிய காங்கிரஸின் ஒரே மாற்றாக லீகை வளர்த்துவிடவும் முனைந்தனர்.

அந்தச் சூழலில், தன்னுடைய பிரதான எதிரிகள் எல்லோரும் சிறையில் வாடிக் கொண்டிருக்க, இந்த எதிர்பாராத வாய்ப்பின் மூலம், தேர்தல் மூலம் கிடைக்காத செல்வாக்கையும் அதிகாரத்தையும் நிலைநாட்டவும், ஆதரவை வளர்த்துக் கொள்ளவும் முஸ்லிம் லீகுக்கு பகிரங்கமாக அவர்கள் உதவி செய்தனர்.

இவை எல்லாமே பிரித்தாளும் கொள்கையின் அங்கமாக இருந்தன: 1940-ஆம் ஆண்டின் இறுதியில் பிரிட்டனின் பொறுப்புள்ள பதவிகளில்

இருந்த யாருக்குமே பிரிட்டிஷ் பேரரசை உதறுவது குறித்தோ மேன்மை தங்கிய பிரிட்டிஷ் மன்னரின் மணிமுடியில் இருக்கும் ஆபரணத்தை, உள்நாட்டு ஆடைகளை அணிந்திருக்கும் கும்பலான இந்திய தேசியவாதி களிடம் திரும்ப ஒப்படைப்பது பற்றியோ எந்த எண்ணமும் இருக்க வில்லை. ஆனால், இரண்டாம் உலகப்போர் ஏற்படுத்திய பேரழிவு மேற்கண்ட வாக்கியத்தின் ஒரு பகுதி மட்டுமே பிழைக்கும் என்பதை உணர்த்தியது: தொடர்ந்து 6 ஆண்டுகள் ரத்தம் சிந்தி, வெடிகுண்டு தாக்குதலுக்கு இலக்காகி, அடி மேல் அடி வாங்கி இருந்த நிலையில் பிரிட்டனால் இனிமேலும் ஆள முடியாது, பிரிக்கத்தான் முடியும்.

ஜெர்மனியின் குண்டு வீச்சுக்களால் கதி கலங்கி, தொடர் தோல்விகளால் நெறி தவறி, தங்களுடைய ராணுவ வீரர்கள் பலரும் சிறைப்பிடிக்கப் பட்டு, இந்திய ராணுவத்தினர் கைவிட்டதால் ஆட்டம் கண்டு, இந்திய மாலுமிகளின் கலகத்தால் நிலைகுலைந்து, 1945-46-ன் கடுங்குளிரால் நடுநடுங்கி, போருக்குப் பின் ஏற்பட்ட நிலக்கரி தட்டுப்பாடு காரணமாக மின்வெட்டுக்களால் அவதிப்பட்டு மற்றும் ஆலைகள் இழுத்து மூடப்பட்டு தனது சக்தி எல்லாம் வடிந்து போயிருந்த நிலையில் தொலைதூரப் பேரரசு ஒன்றில் இனியும் கவனம் செலுத்தும் மனநிலையில் பிரிட்டிஷார் இல்லை. ஏனென்றால் சொந்த நாட்டிலேயே அவர்களுடைய தேவைகள் எல்லாம் கடும் நெருக்கடிக்கு ஆளாகி இருந்தன. அநேகமாக அவர்கள் நொறுங்கிப் போயிருந்தனர்:

அமெரிக்கா வழங்கிய கடன்கள் அந்நாட்டுப் பொருளாதாரத்தைத் தாங்கிப் பிடித்திருந்தன. என்றாலும் அவற்றை திரும்பச் செலுத்த வேண்டிய கட்டாயம் இருந்தது. அதில் இந்தியாவும்கூட கணிசமான கடன் சுமைக்கு ஆளாக்கப்பட்டிருந்தது. எனவே இனிமேலும் வெளிநாட்டுப் பொறுப்பு களை நீடிக்க முடியாத நிலை. குறிப்பாக அது செல்வாக்கு மிக்கதாகவும் இருக்காது. ஆக, வெளியேறுவதுதான் சாத்தியமான ஒரே வாய்ப்பாக இருந்தது: கேள்வி என்னவென்றால், எப்படி விட்டுச் செல்ல? ஒரே இந்தியாவாகவா? இரண்டு இந்தியாவாகவா? அல்லது பல துண்டுகளாகவா?

உலகப்போருக்கு முன்னாலும் பின்னாலும் பிரிட்டிஷார் கையாண்ட தந்திரங்கள், ஏற்கனவே நாம் பார்த்ததுபோல், தன் அதிகாரங்கள் அனைத்தையும் தூக்கி எறிந்தும், சிறைக்குச் சென்றும் காங்கிரஸ் செய்த இமாலயத் தவறுகள் எல்லாம் பிரிட்டிஷார் வெளியேறும் வேளை வந்தபோது, அதற்குப் பின் ஓர் ஒன்றுபட்ட இந்தியா தப்பிப்பிழைக்கும் வாய்ப்புகளை வெகுவாக மங்கச் செய்திருந்தன. பிரித்தாளும் சூழ்ச்சி நன்றாகவே வேலை செய்தது: எதிர்காலத்தில் இருக்கப்போவது இரண்டு இந்தியாக்கள் என்பதை அது உறுதி செய்தது.

இந்தியாவை இரண்டாகப் பிரிக்கும் வேலை சர் சிரில் ராட்கிளிஃப் என்ற வழக்கறிஞரிடம் ஒப்படைக்கப்பட்டது. அவர் அதுவரை இந்தியாவுக்கு வந்ததே இல்லை. எனவே, இந்த நாட்டின் வரலாறு, சமுதாயம் மற்றும் பாரம்பரியங்கள் பற்றி எதுவுமே அவருக்கு தெரியாது. அந்த நிலையில்

அவர் சமஸ்தானங்கள், மாவட்டங்கள், கிராமங்கள், இல்லங்கள் மற்றும் இதயங்கள் எனப் பிரித்து 40 நாட்களில் தன்னுடைய வரைபடங்களைத் தயாரித்தார். உடனடியாக பிரிட்டனுக்குத் திரும்பிய அவர் பிறகு இந்தியாவுக்குத் திரும்பி வரவே இல்லை. 'பிரிட்டிஷ் ஏகாதிபத்தியம் வீழ்ச்சியடையவில்லை. விழுந்து நொறுங்கியது' என அலெக்ஸ் வான் டன்ஸல்மேன் எழுதினார். வெளியேறுவதில் காட்டிய முட்டாள் தனமான அவசரத்தில் பலியாகப் போகும் உயிர்களைப் பற்றி அவர்கள் துளியும் சிந்திக்கவே இல்லை.

தேசப்பிரிவினையால் ஏற்பட்ட அவலங்கள் குறித்து ஏற்கனவே ஏராளமாக எழுதப்பட்டுவிட்டன. பலராலும் ஏற்கனவே உருக்கமாக சித்திரிக்கப்பட்டுள்ள ஒன்றைப் பற்றி புதிய வார்த்தைகளைக் கொண்டு இப்போது வர்ணிப்பதில் உண்மையில் எந்தப் பயனும் இருக்கப் போவதில்லை. எனவே, முஸ்லிம் அறிஞர் யாஸ்மின் கான் தன்னுடைய பெருஞ்சிறப்பு மிக்க 'பெரும் பிரிவினை - இந்தியா மற்றும் பாகிஸ்தான் நிர்மாணம்' (Great Partition - The Making of India and Pakistan) வரலாற்று நூலில் கூறி இருப்பதை மட்டும் மேற்கோள் காட்டினால் போதுமானது என எண்ணுகிறேன். தேசப்பிரிவினை 'பேரரசின் முட்டாள் தனமான தவறுகளுக்கு சான்றாக இருக்கிறது. அது சமுதாயத்தின் பரிணாம வளர்ச்சியைச் சிதைத்து, வரலாறின் முறையான போக்குகளைத் திரித்து, வித்தியாசமான மற்றும் யாரும் அறிய இயலாத பாதைகளில் சென்றிருக்கக் கூடிய சமுதாயங்களில் இருந்து வன்முறைமூலமாக நாட்டை உருவாக்கியதன் சாட்சியாக இருக்கிறது' என்று எழுதினார்.

எனவே, இந்தியாவுக்கு அரசியல் ஒருமைப்பாட்டையும் ஜனநாயகத்தை யும் பிரிட்டன் விட்டுச் சென்றதாக வாதாடும் ஆங்கிலேயரின் சுய புராணத்தை ஏற்றுக்கொள்வது கடினமாக இருக்கிறது.

ஆம். பொதுச்சட்டம், நிர்வாக முறை ஆகியவற்றின் கீழ் அது பல்வேறு பிராந்தியங்களை ஒருங்கிணைத்தது. ஆனால் (முந்தைய அத்தியாயங் களில் கோடிட்டுக் காட்டியதுபோல்) பிரிட்டிஷாரின் கொஞ்சம் கொஞ்சமாக நடந்தேறிய நாடு பிடிப்பு மற்றும் ஆட்சியின் நயவஞ்சகத் தன்மையுடன் ஏராளமான திரிபுகளுடன்தான் அது நடைபெற்றது. பிரதிநிதித்துவ அமைப்புகளில் உண்மை அரசியல் அதிகாரத்தைப் பிரயோகிக்கும் வாய்ப்பை இந்தியர்களுக்கு மறுக்கும் போக்கும் அதில் இடம் பெற்று இருந்தது.

ஆம். அது 'சுதந்திரமான' பத்திரிகை ஊடகம் என்று ஒன்றை அறிமுகப் படுத்தியது. ஆனால் கடுமையான கட்டுப்பாடுகளின் கீழ்தான் அந்த ஊடகத்தைச் செயல்பட அனுமதித்தது. பிரதிநிதித்துவ நாடாளுமன்ற அமைப்புகளுக்கான விதைகளைத் தூவிய அதே வேளையில் அவர்கள் உண்மையான அதிகாரத்தின் பலன்களை இந்தியர்கள் அனுபவிக்க விடாமல் தடுக்கவும் செய்தனர்.

பல பிரிட்டானியர்களும் பாசாங்கு செய்ய விரும்புவதுபோல், சர்வாதிகாரம் மற்றும் கொடுங்கோன்மையின் கீழ் உழன்று கொண்டிருந்த ஒரு நாட்டில் ஜனநாயகத்தை பிரிட்டிஷ் ஏகாதிபத்தியம் அறிமுகம் செய்யவில்லை. மாறாக, ஆன்மிகம், ஆட்சி அதிகாரம் ஆகியவற்றின் முக்கியமான விஷயங்களில்கூட விவாதங்களுக்கும் எதிர் தரப்புகளுக்கும் இங்கே இடம் கொடுத்த கலாசார பாரம்பரியம் இங்கு இருந்துவந்தது. அதன் மூலம் நீண்ட காலமாக பல்வேறு முடியரசர்களின் கீழும்கூட அரசியல் சுதந்திரத்தை இந்த மண் அனுபவித்து வந்தது. பிரிட்டிஷ் ஏகாதிபத்தியம் அந்த மண்ணில் அந்த சுதந்திரத்தை முற்றாக மறுத்தது.

ஆம். இந்தியா இன்று பன்முக ஜனநாயக அமைப்பாக உருவெடுத்திருக்கிறது. ஆனால், அவ்வாறு மாறுவதில் பாகிஸ்தானும் வங்காள தேசமும் கடும் சிரமங்களை எதிர்கொண்டு வந்துள்ளன. மக்களால் தேர்ந்தெடுக்கப்பட்ட ஆட்சியின் கீழ்கூட பாகிஸ்தான் தன்னுடைய முஸ்லிம் அல்லாத குடிமக்களுக்கு எதிராக அதிகாரப்பூர்வமாகவும், ஜனநாயக விரோதமாகவும் பாரபட்சம் காட்டி வருகிறது. ஆனால், 70 ஆண்டுகளாக இந்தியாவில் செழித்து வளர்ந்து வந்திருக்கும் ஜனநாயகத்தில் பிரிட்டிஷ் ஆட்சிக்கு எந்தவொரு பங்கும் கிடையாது. நான் ஆக்ஸ்ஃபோர்டில் கூறியதுபோல், பிரிட்டிஷார் 200 ஆண்டுகள் தொடர்ந்து மக்களை நசுக்கி, சுரண்டி, சிறைப்பிடித்து, சித்ரவதை செய்து, முடமாக்கி, பிறகு இறுதியில் தாங்கள் ஜனநாயகவாதிகள்தான் என்று கொண்டாடுவது உண்மையிலேயே கொஞ்சம் அதீதமானதுதான்.

இறுதியில் எல்லாவற்றுக்கும் மேலாக மிகுந்த வலி தரும் கேள்வி ஒன்று: பிரிட்டிஷ் ஆட்சி நீடிக்கவேண்டும் என்பதற்காக மத விரோதங்களைப் பற்றி எரியச் செய்த, திட்டமிட்ட பிரித்தாளும் சூழ்ச்சியின் நேரடி விளைவாக தேசப்பிரிவினை பயங்கரங்கள் இருக்கும்நிலையில் என்ன மாதிரியான அரசியல் ஒற்றுமையை நமக்குத் தந்து சென்றிருக்கிறார்கள்? அசோகர் முதல் அக்பர் வரையிலான தீர்க்கதரிசனம் மிகுந்த மாமன்னர்களின் விருப்பங்களை நிறைவேற்றும் வகையில் இந்தியா என்று அழைக்கப்படும் ஓர் ஒற்றை அரசியல் அலகை உருவாக்கியது அவர்களுடைய பெரும் சாதனை என்றால், ஒரு தேசத்தின் (இந்தியாவின்) நலன்களுக்காகவே அதை அடக்கி ஆட்சி புரிந்தோம் என்று கூறிக்கொண்ட ஒரு மண்ணில் இருந்து தங்களைத் துண்டித்துக் கொண்டு ஓடியபோது பத்து லட்சம் பேர் உயிரிழப்புக்கும், 1.30 கோடி மக்களின் இடம் பெயர்தலுக்கும், பல கோடி ரூபாய் மதிப்புள்ள சொத்துக்கள் நாசமாகி உருக்குலைந்து போவதற்கும் இந்த மண் முழுவதுமாக மத வெறி கொழுந்துவிட்டு எரிவதற்கும் காரணமான அந்த அசல் 'பிரெக்ஸிட்' (Briton Exit -- பிரிட்டன் வெளியேற்றம்) தான் அதன் படுதோல்வியாக இருக்கும். இந்தியாவில் பிரிட்டிஷ் ஆட்சி அவலமாக முடிந்தவிதத்தைவிட அதன் தோல்விகள் குறித்த வேறு பெரிய குற்றச்சாட்டு எதுவும் இருக்க முடியாது.

●

ஐந்தாம் அத்தியாயம்
அறிவொளி சர்வாதிகாரம்பற்றிய புனைவு

அறிவொளி சர்வாதிகாரத்தின் நியாயப்படுத்தல்கள் - பஞ்சமும் விருந்தும்: பிரிட்டிஷாரும் 'பசித்த இந்தியாவும்' - பிரிட்டிஷ் காலனி ஆதிக்க வெறியாட்டம் - பஞ்சமும் பிரிட்டிஷார் கொள்கையும் - ஆடம் ஸ்மித்தும் மால்தூஸும் - தடுமாறும் மனசாட்சிகள், தடுமாறா அலட்சியம் - லிட்டன் பிரபுவின் உதாசீனம் - நிவாரணத்தில் இந்தியர்களின் சுறுசுறுப்பு - 'புள்ளிவிவரப் புரட்டு' - வங்காளதேச பஞ்சமும் சர்ச்சில் மனநிலையும் - கட்டாய இடப்பெயர்ச்சி: நாடு கடத்துதல், ஒப்பந்த உழைப்பு - ஸ்டிரெய்ட்ஸ் குடியேற்றங்கள், மொரீஷியஸ் மற்றும் எங்கும் - ரத்தவெறி ராஜ்ஜியம் - காலனி ஆட்சி படுகொலைகள் - ஜாலியன் வாலாபாக் - ஜெனரல் டையரின் பயங்கர ஆட்சி - கொலைகாரனுக்கு பிரிட்டிஷாரின் வெகுமதி

•

இங்கிலாந்து அபிமானிகளாக இருந்த பல இந்தியர்கள் உள்பட பலரிடமும் பிரிட்டிஷ் காலனி ஆட்சியைக் கனிவானதாகக் கருதும் போக்கு இருந்து வந்திருக்கிறது. 18 மற்றும் 19-ஆம் நூற்றாண்டுகளின் அறிவொளி கலாசாரத்தின் குணாதிசயமாக இருந்த 'அறிவொளி சர்வாதிகாரத்தின்' மறுபதிப்பாக அதை அவர்கள் பார்த்தனர். இந்தக் கோணத்தின்படி, பிரிட்டிஷ் ஏகாதிபத்தியமானது இந்தியர்களுக்கு ஜனநாயகத்தை மறுத்திருக்கலாம்; ஆனால் தங்கள் குடிமக்களின் பெரிய நன்மைகளுக்காக அவர்கள் தயாள குணத்துடன், அறிவார்ந்த ஆட்சி செய்ததாகப் பார்க்கப்படுகிறது. ஆஸ்திரியப் பேரரசர் இரண்டாம் ஜோசப்பின் புகழ்மிக்க வார்த்தைகளை இங்கே சுருக்கமாக நினைவுகூர வேண்டியிருக்கிறது: 'எல்லாம் மக்களுக்காக, (ஆனால்) எதுவுமே மக்களால் இல்லை'. இதன்படிப் பார்த்தால், பிரிட்டிஷார் இந்தியர்களை எதுவுமே செய்யவிடாமல் தடுத்திருக்கலாம், ஆனால் இந்தியர்களுக்காக அனைத்தையும் செய்துதந்தனர்.

இந்தக் கண்ணோட்டம் ஒன்று சிறுபிள்ளைத்தனமானது அல்லது சுயநலன் மிகுந்தது. இவற்றில் எது சரி என்பதை தீர்மானிப்பது கடினம். எனவே, பிரிட்டிஷார் உண்மையில் எவ்வாறு இந்தியாவை ஆட்சி செய்தனர் என்பதைத் தெரிந்து கொள்ள சில உதாரணங்களைக் காண்பது அவசியம். ஏனென்றால், இத்தகைய உரிமைகோரல்களை அவை பொய்யாக்கு கின்றன. இதில் மிக வெளிப்படையான உதாரணம் நாட்டில் பிரிட்டிஷார் ஏற்படுத்திய பஞ்சங்கள், அவற்றை அவர்கள் தவறாகக் கையாண்ட முறைகள் ஆகியவை தொடர்பானது; அடுத்து, வெளிநாடுகளுக்கு

இந்தியர்களைக் கட்டாய இடமாற்றம் செய்தது, ஒப்பந்தத் தொழிலாளர் முறை மற்றும் எதிர்ப்புகள் கொடூரமாக நசுக்கப்பட்ட விதத்தைக் கூறலாம். ஒவ்வொன்றையும் பற்றி நாம் சுருக்கமாகப் பார்ப்போம்.

பஞ்சமும், விருந்தும்: பிரிட்டிஷாரும் 'பசித்த இந்தியாவும்'

பிரிட்டிஷாரின் செல்வச் செழிப்புக்கான முக்கிய தளமாக இந்தியா ஆகிக்கொண்டிருந்த நிலையில், தேவையே இல்லாமல் பஞ்சங்களில் சிக்கி கோடிக்கணக்கான இந்தியர்கள் உயிரிழந்தனர். பிரிட்டிஷ் காலனி ஆட்சியின் இனப்படுகொலை என்று அழைக்கப்படக் கூடிய வகையில் அது இருந்தது. பிரிட்டிஷ் ஆட்சிக்காலத்தில் அவர்களுடைய ஈவு இரக்கமற்ற பொருளாதாரக் கொள்கைகளால் அநாவசியமாக 3-3.50 கோடி இந்திய மக்கள் பட்டினியால் மாண்டனர். இந்தியாவில் பஞ்சம் தலை விரித்தாடிக் கொண்டிருந்த நேரத்திலும்கூட இங்கிருந்து பிரிட்டனுக்கு பல கோடி டன் அளவுக்கு கோதுமை ஏற்றுமதி செய்யப்பட்டது. வறட்சி நிவாரண முகாம்கள் அமைக்கப்பட்டபோதுகூட அங்கே இருந்தவர் களுக்கு அரிதாகத்தான் உணவளிக்கப்பட்டது. எனவே, அநேகமாக அனைவருமே இறந்து போனார்கள்.

இந்தியா சந்தித்த மிகப் பெரிய பஞ்சங்கள் எல்லாமே பிரிட்டிஷ் ஆட்சிக்காலத்தில் தோன்றியவை என்பதைக் கவனிக்க வேண்டும்; அப்போதிலிருந்து இன்றுவரை அப்படி ஒரு பஞ்சம் எதுவும் இந்தியாவில் வரவில்லை. ஏனென்றால், பிரிட்டிஷ் ஆட்சியாளர்களை விட, இந்திய ஜனநாயக ஆட்சி முறை எப்போதுமே வறட்சியால் பாதிக்கப்பட்ட மற்றும் ஏழ்மையில் சிக்கிய இந்தியர்களின் தேவைகளையே அதிகமாக கருத்தில்கொண்டு செயல்பட்டு வந்திருக்கிறது. நோபல் லாரியட் விருது பெற்ற அறிஞர் அமர்த்தியா சென் விளக்கியதுபோல், சுதந்திரமான ஊடகம் உள்ள ஒரு ஜனநாயகத்தில் பஞ்சம் ஒருபோதும் இருந்ததில்லை. பொதுமக்களுக்கு பதில் சொல்லவேண்டிய கடமை இருப்பதால் செயல் திறம் மிகுந்த நடவடிக்கைகளை அது உறுதி செய்கிறது. மனித நேயம் மற்றும் ஆழ்ந்த ஆராய்ச்சியின் விளைவாக எழுந்த சென்னின் நூல், எப்போதுமே பஞ்சங்கள் பெரும்பாலும் தவிர்க்கப்படமுடிந்தவையே என்ற பரவலாக இப்போது ஒப்புக் கொள்ளப்பட்ட கோட்பாட்டை நன்கு நிறுவியிருக்கிறது; ஏனென்றால் பஞ்சங்கள் உணவுத் தட்டுப்பாடு காரணமாக தோன்றுவதில்லை... பலரும் உணவைப் பெற முடியாமல் போவதால் உருவாகின்றன; ஆக, அத்தியாவசியப் பொருள்களின் வினியோகம்தான் இதில் மிக முக்கிய அம்சம். இதன்படி, பரவலாகவும் நியாயமாகவும் உணவை விநியோகிக்கும் ஓர் அரசாங்க முறையாக ஜனநாயகம் இருக்கிறது. அன்றைய பிரிட்டிஷ் ஆட்சியில் ஜனநாயகமும் இல்லை. பொதுமக்களுக்கு பதில் சொல்ல வேண்டிய பொறுப்பும் இல்லை.

பிரிட்டிஷ் ஆட்சியின் போது ஏற்பட்ட கொடிய பஞ்சங்கள் பற்றிய கொடூரமான புள்ளிவிவரங்கள் வருமாறு: வங்காள பெரும் பஞ்சம் (1770), மெட்ராஸ் (1782-83), டெல்லி மற்றும் சுற்று வட்டாரங்களில் ஏற்பட்ட சலிசா பஞ்சம் (1783-84), ஐதராபாத்தை சுற்றி ஏற்பட்ட தோஜி பாரா பஞ்சம் (1791-92), ஆக்ரா பஞ்சம் (1837-38), ஒரிசா பஞ்சம் (1866), பீகார் பஞ்சம் (1873-74), தென்னிந்திய பஞ்சம் (1876-77), இந்தியப் பஞ்சம் (உத்தேசமாக 1896-1900), பம்பாய் பஞ்சம் (1905-06) மற்றும் மிகக் கொடுமையான வங்காள பஞ்சம் (1943-44)* ஆகியவையாகும்.

இவற்றில் பலியானவர்களின் எண்ணிக்கை திகிலூட்டக்கூடியது: 19-ஆம் நூற்றாண்டின் இரண்டாம் பகுதியில் வந்த ஐந்து பஞ்சங்களில் பலியான 1.50 கோடி பேரையும் சேர்த்து, 1770 முதல் 1900 வரை மொத்தம் 2.50 கோடி இந்தியர்கள் மடிந்தனர். இருபதாம் நூற்றாண்டில் ஏற்பட்ட பஞ்சங்களையும் சேர்த்தால் இந்த எண்ணிக்கை நிச்சயம் 3.50 கோடியைத் தாண்டிவிடும். உலக அளவில், 1793 முதல் 1900 வரையிலான 170 ஆண்டுகளில் நடந்த போர்கள் அனைத்திலுமாக மொத்தம் 50 லட்சம் மக்கள் இறந்தனர்; ஆனால், இந்தியாவில் 1891 முதல் 1900 வரையிலான பத்தே ஆண்டுகளில் பஞ்சத்தால் மட்டும் 1.90 கோடி பேர் மரணம் அடைந்தனர் என்பதை வில்லியம் டிக்பி சுட்டிக் காட்டினார்.

மனித மரணங்கள் பற்றிய ஒப்பீடுகள் எப்போதுமே நியாயமற்றவை. ஆனால், பிரிட்டிஷ் ஆட்சிக் காலத்தில் பஞ்சத்தாலும் கொள்ளை நோய்களாலும் இறந்த 3.50 கோடி மக்கள் நிச்சயமாகப் பின்வரும் நிகழ்வுகளை நினைவூட்டுகின்றனர்: ரஷ்யாவில் ஸ்டாலினின் கூட்டுப்பண்ணை விவசாய நடவடிக்கை மற்றும் அரசியல் களையெடுப்புகளின் போது 2.50 கோடி பேர் மாண்டனர்; மாசே துங்கின் (மாவோ) கலாசாரப் புரட்சியின்போது 4.50 கோடி மக்கள் இறந்தனர்; இரண்டாம் உலகப்போர் சமயத்தில் உலகம் முழுவதுமாக 5.50 கோடி பேர் மடிந்தனர். ஆக, நவீன காலத்தில் மனிதன் மீது மனிதன் பிரயோகித்த மிருகத்தனத்தின் அவல உதாரணங்களுக்கு இணையாக காலனி ஆட்சிக்கால உயிர்ப்பலிகளின் எண்ணிக்கை அமைந்திருக்கிறது.

இந்தியாவில், காலனி ஆட்சிக்காலத்தின் பிற்பகுதியில் மிக முக்கிய அரசியல் போட்டிக்களமாக பஞ்சங்கள் உருவெடுத்தன. திரும்பத் திரும்ப ஏற்பட்ட பஞ்சங்கள், நல்ல நிர்வாகம் தொடர்பாக அளித்த வாக்குறுதியை

---

* பட்டியல்கள் மாறுபடுகின்றன. 1838 பிப்ரவரியில் 'ஓரியண்டல் ஹெரால்டு' பத்திரிகை, இந்தியாவில் 70 ஆண்டுகளில் 15 பஞ்சங்கள் வந்ததாகக் கூறியது: 'இந்தியாவில், 1766, 1770 (வங்காள மக்கள்தொகையில் பாதி பேர் இறந்தனர்), 1782, 1792, 1803, 1804, 1819, 1820, 1824, 1829, 1832, 1833, 1836, 1837 மற்றும் இப்போது (1838)'.

நிறைவேற்றுவதில் பிரிட்டிஷாரின் தோல்விகள், அதன் விளைவாக மொத்த மக்களும் பசி பட்டினியில் சிக்கியது ஆகியவை இந்திய தேசிய தலைவர்கள் வைத்த முக்கிய விவாதப் பொருளாக இருந்தன: ஒரிசா பட்டினிச் சாவுகளால் மனம் கலங்கிப் போன தாதாபாய் நௌரோஜி, புகழ் பெற்ற அவரது 'பொருளாதார சுரண்டல்' கொள்கை மற்றும் இந்தியாவில் அ-பிரிட்டிஷ் ஆட்சி (un-British) பற்றி தனது ஆராய்ச்சியைத் தொடங்கினார். அதுவரை ஆங்கிலப் பிரியராகவும் பிரிட்டிஷ் தாராளத்துவ அபிமானியாகவும் அறியப்பட்டு வந்த அவரால்கூட இப்போது தனது ஏமாற்றத்தை மறைக்க முடியவில்லை.

'தற்காலத்தில் உயிர் மற்றும் உடமைகளுக்குப் பாதுகாப்பு இருக்கிறது என்பதில் சந்தேகம் இல்லை. ஆனால் ஒரே பஞ்சத்தில் (ஒரிசாவில் 1866-ல் ஏற்பட்டது) 15 லட்சம் பேர் அழிந்திருப்பது உயிர்மற்றும் உடமைகளின் மதிப்பைப் பற்றிய விபரீதமான சித்திரத்தைத் தீட்டுகிறது' என்று நௌரோஜி எழுதினார்.

போதிய அளவு அரசுமுறை நடவடிக்கைகளை எடுக்காமல் இருந்ததன் மூலம் பஞ்சங்களில் தலையிட பிரிட்டிஷார் மறுத்து வந்தனர். மூன்று வகையான கருத்துகளின் அடிப்படையில் அவர்கள் அதற்கு நியாயம் கற்பிக்க முனைந்தனர்: தாராள வர்த்தகக் கொள்கைகள் (விளைபொருள் சந்தைகளைக் கட்டுப்படுத்தக்கூடிய சக்திகளில் தலையிடக்கூடாது), மால்தூஸின் மக்கள்தொகைக் கோட்பாடு (மண்ணின் சக்திக்கு மீறி மக்கள்தொகை பெருகினால் தவிர்க்க இயலாத மரணங்களுக்கு வழிவகுக்கும்; அதன் மூலம் மக்கள்தொகையின் 'சரியான' அளவு மீட்கப்படும்) மற்றும் திட்டமிட்ட நிதி நிர்வாகம் (பட்ஜெட்டில் இல்லாத விஷயங்களுக்காக செலவு செய்யக் கூடாது).

அயர்லாந்தில் பஞ்சம் வந்தபோது இதே அடிப்படைகளில்தான் அந்நாட்டு மக்களின் உயிர்களைக் காக்கவோ, அவர்கள் அமெரிக்காவுக்கு இடம் பெயர்வதைத் தடுக்கவோ பிரிட்டன் முயற்சி செய்யவில்லை. தின்யார் பட்டேல் சுட்டிக்காட்டியதைப்போல், 19-ஆம் நூற்றாண்டின் இடைப் பகுதியில் 'பஞ்சங்களில் அரசாங்கத்தின் தலையீடு தேவையற்றது; தீங்கானதும்கூட என்பதே சாதாரண பொருளாதார ஞானமாக இருந்தது. சரியான சமநிலையை சந்தை மீட்டு விடும். மால்தூஸ் கோட்பாடு களின்படி அளவுக்கு அதிகமான எந்த மரணங்களுமே மக்கள்தொகைப் பெருக்கத்தைக் கட்டுப்படுத்தும் இயற்கையின் வழிமுறையாகும்'.

1866 ஒரிசா பஞ்சத்தின்போது, உணவுப் பொருள்களின் விலையைக் குறைக்க எந்த நடவடிக்கையும் எடுக்காத வங்காள கவர்னர் சர் செசில் பீடன் விமர்சிக்கப்பட்டார் . 'நான் அதைச் செய்ய முயலும் பட்சத்தில் ஒரு கொள்ளையன் அல்லது திருடன் என்றே ஆகும்' என்று அவர் வெளிப்படையாகக் கூறினார் (வறட்சிப் பிரதேசத்தைப் பார்வையிடச் சென்ற அவர், 'தேவனின் சீற்றத்தினால் ஏற்படும் இத்தகைய

பேரழிவுகளை தடுப்பதிலோ ஒழிப்பதிலோ எந்த ஓர் அரசும் பெரிதாக எதுவும் செய்துவிடமுடியாது' என்று அறிவித்தார்).

ஆதம் ஸ்மித்தின் கட்டுப்பாடற்ற சந்தைக் கோட்பாடுகளுக்கு விசுவாசமாக இருப்பதிலும், தன்னுடைய அரசியல் புகழ் அழிந்துவிடக்கூடாது என்பதிலுமே அவர் அதிக அக்கறை கொண்டிருந்தார். இதில், ஒரிசா மக்களின் மரணங்களால் ஏற்பட்ட அவலத்தைவிட, பொருளாதாரத்தின் 'இயற்கை விதிகளில்' குறுக்கிடுவதாக தனது நடவடிக்கை அமையும் என்றே சிந்தித்திருக்கிறார்.

உண்மையில் இது மனசாட்சி உள்ள சில ஆங்கிலேயர்களை உறுத்தியது: 1866 ஒரிசா பஞ்சத்தின் போது இந்தியாவின் மாகாண செயலாளராக சாலிஸ்பரி பிரபுவிடம் அது குறித்துத் தெரிவிக்கப்பட்டும் அவர் எதுவும் செய்ய முடியாத தன்னுடைய கையறு நிலையைப் பார்த்து தன்னைத் தானே தினமும் கடிந்து கொண்டதாகக் கூறப்பட்டது; அந்த நேரத்தில் பஞ்சத்தால் ஏற்பட்டிருந்த 10 லட்சம் மரணங்களுக்காக அவரது செயலின்மையே குற்றம்சாட்டப்பட்டது. அடிக்கடி வரும் பஞ்சங்கள் உணவுப் பற்றாக்குறையின் விளைவு அல்ல; ஆனால் உணவை வாங்கும் சக்தி மக்களுக்கு இல்லாததே காரணம்; அல்லது, பொருளாதார அறிஞர் களின் வார்த்தைகளில் சொல்வதானால், 'வறட்சி மற்றும் விவசாயம் பொய்ப்பதால் ஏற்படும் சந்தைத் தாக்கங்களால் தூண்டப்படும் சிக்கலான பொருளாதார நெருக்கடிகள்' என பிரிட்டிஷ் ஆட்சியாளர்கள் குறைந்த பட்சம் 1860-களில் இருந்து பெரிதும் ஒப்புக்கொண்டனர். ஆனால் வாங்கும் சக்தியின்மைக்குக் காரணம், பிரிட்டிஷார் சுட்டிக்காட்ட விரும்பிய விஷயங்களைத் தாண்டிச் சென்றதுடன், காலனி ஆட்சியாளர் களையே குற்றம்சாட்டுவதாக இருந்தன.

சாலிஸ்பரியின் தூக்கத்தைக் கெடுத்த 1866 ஒரிசா பஞ்சத்தில் மொத்தம் 15 லட்சம் பேர் பட்டினியால் இறந்தபோது பிரிட்டிஷார் எந்தக் கவலையும் இல்லாமல் 20 கோடி பவுண்டு அரிசியை பிரிட்டனுக்கு ஏற்றுமதி செய்தனர் (ஒரு பவுண்டு = ஏறக்குறைய அரை கிலோ).

நீடித்துக் கொண்டிருந்த பஞ்சங்கள் வேறு ஒருவகையில் பிரிட்டிஷாரின் கூற்றுகளுக்கு நியாயம் கற்பிக்கவும் துணை புரிந்தன. அதாவது, பஞ்ச காலங்களில் தங்களுடைய கண்காணிப்பும் மேற்பார்வையும் இந்தியர் களுக்கு தேவை. பிரிட்டிஷாரின் கருணை மிகு ஆட்சிமட்டும் இல்லை யென்றால் அனைத்து இந்தியர்களுமே மடிந்திருப்பார்கள் என்று சொன்னர்கள். மறுபுறம் பஞ்சம் பற்றிய ஆய்வறிக்கைகள் மற்றும் அரசாங்க ஆவணங்களில் அவர்கள் தங்களைத் தவிர மற்ற அனைத்தையும் சிரத்தையுடன் குறை கூறினர். இந்த வகையில், பெருகி வரும் மக்கள் தொகை, சரிவடையும் நெல் உற்பத்தி, பருவநிலை மற்றும் பிற கட்டுப்படுத்த இயலாத காரணிகள், போக்குவரத்து வசதியின்மை, ஏன்... உள்நாட்டு கலாசாரம் கூடச் சுட்டிக்காட்டப்பட்டது.

இந்தக் காரணங்களுக்கு அளிக்கப்பட்ட முக்கியத்துவத்தால் நல்ல மனம் கொண்ட சில பிரிட்டிஷ் ஆட்சியாளர்கள் உணவுப் பற்றாக்குறையைத் தடுக்க மேற்கொண்ட நியாயமான முயற்சிகள்கூட முடங்கிவிட்டன. இதில், உணவுப் பற்றாக்குறை ஏற்பட்டதிலும், ஏழை இந்தியர்களின் வாங்கும் சக்தி அழிந்ததிலும், பருவநிலையின் கோர தாண்டவங்களைத் தணிக்கத் தவறியதிலும் காலனிய திட்டங்கள், நடவடிக்கைகள் ஆற்றிய பங்கு பற்றி கண்டு கொள்ளப்படவே இல்லை.

அது வெறும் 19-ஆம் நூற்றாண்டுக் காட்சி மட்டுமல்ல; பிரிட்டிஷாரின் காலனிக் கொள்கை எப்போதும் அதுவாகவே இருந்தது. பின்னாளில், 1943-ல் வெளிவந்த வங்காள பஞ்சம் பற்றிய அறிக்கை ஒன்றின் கடைசிப் பத்தி இதற்கு அழுத்தமான உதாரணம் ஒன்றைத் தருகிறது: 'பஞ்சத்தைத் தடுக்கத் தவறியதற்காக வங்காள அரசாங்கத்தை நாம் கடுமையாக விமர்சித்துள்ளோம். மக்களை வழிநடத்துவதும், தவிர்க்கக்கூடிய அழிவுகளைத் தடுக்க சக்தி வாய்ந்த நடவடிக்கை எடுப்பதும் அரசாங்கத்தின் கடமை. ஆனால், நடந்த தவறுகளில் வங்காளத்தில் இருக்கும் மக்கள், குறைந்தபட்சம் அதன் சில பிரிவுகளுக்கு பங்கு இருக்கிறது. பயம் மற்றும் பேராசை நிறைந்த சூழல் பற்றி நாம் குறிப்பிட்டு இருக்கிறோம். அத்தகைய சூழலில், கட்டுப்பாடுகள் இல்லாதபோது, அவையும் வேகமான விலை ஏற்றத்துக்குக் காரணமாகின்றன. பஞ்சத்தை வைத்துக் கொள்ளை லாபம் சம்பாதிக்கப்பட்டது. அந்தச் சூழ்நிலைகளில் சிலருடைய லாபம் மற்றவர்களின் மரணமாக இருந்தது. பெரும்பான்மை சமுதாயத்தினர் வளமாக வாழ்ந்தபோது மற்றவர்கள் பட்டினி கிடந்தனர். துயர் துடைப்பதில் பெரும் அலட்சியப் போக்கு இருந்தது. மொத்த பிராந்தியத்திலும், பல சமூகப் பிரிவுகளிலும் ஊழல் பரவியிருந்தது... சமுதாயம், தனது அங்கங்களுடன் இணைந்து, தன் பலவீன உறுப்பினர்களைப் பாதுகாக்கத் தவறியது. உண்மையில் அங்கு தார்மிக மற்றும் சமூக ஊனத்துடன் நிர்வாக ஊனமும் இருந்தது'.

ஓர் பேரழிவுக்காக நீங்கள் அனைவரையும் குற்றம்சாட்டும்போது உண்மையில் நீங்கள் யாரையுமே குற்றம் சாட்டுவதில்லை. தங்கள் மீது தவறில்லை என்ற இந்த சுய நியாயப்படுத்தலுக்கு எதிராக ஒரு வில்லியம் டுரான்ட்டின் சமரசமற்ற கண்டனம் இருக்கிறது: 'இந்தியாவின் கொடிய பஞ்சங்களுக்குப் பின்னால் (பிரிட்டிஷாரின்) இரக்கமற்ற சுரண்டல், பொருள்களின் சமநிலையற்ற (தாறுமாறான) ஏற்றுமதி, பஞ்சத்தின் மத்தியில் கொடூர வரி வசூல் ஆகியவை இருக்கின்றன. பட்டினி கிடக்கும் பாமர மக்களால் அதைச் செலுத்த முடியவில்லை. செத்துக் கொண்டிருக்கும் மக்களிடம் அரசாங்கம் வரி வசூலித்துக்கொண்டிருந்த வேளையில் இந்தியாவின் பஞ்ச நிவாரணத்துக்காக அமெரிக்கா அடிக்கடி உதவியிருக்கிறது'.

'நாட்டு மக்களுக்கான உணவு உற்பத்தியில் ஒரு ஆண்டில்கூட தட்டுப்பாடு இருந்ததே இல்லை' என ரொமேஷ் சந்தர் தத் ஆணித்தரமாகத்

தெரிவித்திருக்கிறார். அமெரிக்க தியாலஜிஸ்ட் டாக்டர் சார்லஸ் ஹால் இதே கருத்தை எதிரொலித்ததை மேற்கோள் காட்டி டுரான்ட் மேலும் கூறுகிறார்: 'இந்தியன் பட்டினி கிடந்தாலும் இந்தியாவின் ஆண்டு வருமானம் ஒரு டாலர் அளவுக்குக்கூட குறைக்கப்படாது. மொத்த மக்கள்தொகையில் 80 சதவிகிதத்தினர் தமது வாழ்வாதாரத்தை இழந்துள்ளனர். ஏனென்றால், இங்கிலாந்தின் பாரபட்ச நடவடிக்கைகள் உள்நாட்டு உற்பத்தியின் ஒவ்வொரு பிரிவையும் உண்மையில் அழித்து விட்டன. இந்தியாவுக்கு நாங்கள் கப்பல்களில் தானியம் அனுப்புகிறோம். ஆனால் அங்கோ தானியம் குவிந்தும் கிடக்கிறது. சிக்கல் என்னவென்றால் அதை வாங்க முடியாத ஏழ்மைக்கு மக்கள் தள்ளப்பட்டுள்ளனர்'.

பிரிட்டிஷார் வருவதற்கு முன் நாட்டில் உணவுத் தட்டுப்பாடு ஏற்பட்ட நேரங்களில் இந்திய மன்னர்கள் வரி விலக்கு, தானிய விலைக் குறைப்பு, வறட்சிப் பகுதிகளில் இருந்து ஏற்றுமதிக்கு தடை போன்ற கொள்கை களால் மக்களுக்கு ஆதரவு அளித்தனர். மேலும் எல்லா நேரங்களிலும், குறிப்பாக பஞ்ச காலங்களில், தனிமனிதர்களின் தான தர்மம் என்ற வலுவான பாரம்பரியம் இருந்தது. சோதனையான காலங்களில், நிலக்கிழார்கள், வணிகர்கள் உள்ளிட்ட செல்வந்த இந்தியர்கள் ஏழை மக்களுக்கு வேலை தருவது, உணவளிப்பது போன்ற உதவிகளைச் செய்யும் பொறுப்புகளை ஏற்றுக் கொண்டதுடன் சந்தை விலைக்குக் குறைவாக விற்பதன் மூலம் தானியங்களின் விலையையும்கூடக் குறைத்துக்கொண்டனர். இந்தியர்களின் இத்தகைய தானம் குறித்து கிழக்கிந்திய கம்பெனியோ இழிவான கண்ணோட்டம் கொண்டிருந்தது. பிச்சைக்காரப் பரதேசிகளைப் பொறுப்பற்ற முறையில் வளர்த்துவிடும் கண்மூடித்தனமான தர்மமாகப் புறந்தள்ளியது; 'மூட நம்பிக்கை மற்றும் பணக்கார பகட்டால் ஊக்குவிக்கப்பட்ட கண்மூடித்தனமான உள்நாட்டுப் பிச்சைகள்' என ஓர் எழுத்தாளர் எழுதினார். எனவே, 'உடல் வலுவுள்ளவர் களுக்கு வேலை தருவோம். ஆனால் பொதுமக்களுக்கு 'காரணமற்ற இலவச நிவாரணம்' வழங்க முடியாது' என்று பிரிட்டிஷார் அறிவித்தனர்.

அடுத்து கிழக்கிந்திய கம்பெனி நிர்வாகத்தில் அடுத்தடுத்து வந்தவர்களும் எந்தவிதத்திலும் சளைக்கவில்லை. தங்களுடைய ஆட்சிக்காலம் முழுவதுமாகவே ஆங்கில ஆட்சியாளர்கள் ஏழை இந்திய மக்களின் நலனில் அக்கறை கொண்டிருக்கவில்லை. அதை விட, கொஞ்சம் பயம் கலந்த கடந்த கால அனுபவம் ஒன்றைப் பற்றியே அவர்கள் அதிக கவலை கொண்டிருந்தனர். 1834-ல் திருத்தப்பட்ட பிரிட்டிஷ் ஏழை சட்டங்கள் ஏழ்மையை ஊக்குவித்ததாகப் பலரும் அஞ்சினர்; அமைப்புரீதியிலான பஞ்ச நிவாரணம் என்பது அரசு ஆதரவையே முழுவதுமாக நம்பியிருக்கும் பழக்கம் ஒன்றை உருவாக்கி விடும் என்ற அச்சம் கலந்த அனுபவமே அது. பல பிரிட்டிஷ் அதிகாரிகள், 'பரம ஏழைகள்' மற்றும் உதவிகளைப் பெற தகுதி இல்லாதவர்கள் என அவர்கள் கருதிய 'மத பிச்சைக்காரர்கள்' என்ற பாகுபாட்டை ஏற்படுத்தினர். ஆனால், இந்தியக் கொடையாளர்கள் அப்படி எந்த பிரிவினைக் கோட்டையும்

உருவாக்கவில்லை; பல நூற்றாண்டுகளாக சன்னியாசிகள், சாதுக்கள், மதகுருக்கள் மற்றும் துறவிகள் தங்களுடைய பயணங்களின்போது மிக மரியாதையுடன் இல்லறவாசிகளால் உணவளிக்கப்பட்டு இருக்கின்றனர். உதவி பெறத் தகுதியற்ற 'மத பிச்சைக்காரர்கள்' எல்லாம் சமுதாயத்தை உறிஞ்சி வாழும் அட்டைகள் என பிரிட்டிஷார் கருதியிருக்கலாம். ஆனால் அவர்களுக்கு ஆதரவளிப்பதில் இந்தியர்கள் மகிழ்ச்சி அடைந்தனர்.

தர்மம் பற்றிய இந்தியர்களின் கருத்து அன்று இருந்த பிரிட்டிஷாரின் விதிமுறைகளில் இருந்து பெரிதும் வேறுபட்டிருந்தது. இந்தியாவில் அன்று இருந்த பிரிட்டிஷாருக்கு இயற்கையாகவே வரப்பெறாத வழிமுறைகளில் பொதுமக்களுக்கு உதவி செய்யவே செல்வந்த இந்தியர்கள் இருந்தனர். கிணறு வெட்டுதல், நீர்த்தேக்கங்கள் அமைத்தல், பாலங்கள் கட்டுதல், மரம் நடுதல் என சமூக நலப்பணிகள் நீண்ட நெடுங்காலமாக நடந்துவந்திருந்தன. இவற்றையெல்லாம் பின்னுக்குத் தள்ளிவிட்டு, தாங்கள் நெடுங்காலம் சுரண்டிய மக்களுக்கென எதுவும் செய்யாமல், கிழக்கிந்தியக் கம்பெனியின் செல்வங்களுடன் தாய்நாட்டுக்குத் திரும்பும் பிரிட்டிஷாரை 18-ஆம் நூற்றாண்டிலும், 19-ஆம் நூற்றாண்டின் தொடக்கத்திலும் வாழ்ந்த சில இந்தியர்கள் வெகுவாக விமர்சித்தனர்.

வைஸ்ராய் லிட்டன் பிரபு, அப்போது நன்கு நிறுவப்பட்டிருந்த பிரிட்டிஷ் கொள்கைக்கு இணங்க, பஞ்ச காலம் ஒன்றில் உணவுப் பொருள்களின் விலையைக் குறைப்பதைத் தடை செய்யும் ஆணைகளைக் கெடுபுகழ் கிடைக்கும்வகையில் பிறப்பித்தார். 'உணவுப் பொருள்களின் விலையைக் குறைக்கும் வகையில் அரசுத் தரப்பில் இருந்து எவ்விதத் தலையீடும் இருக்காது' என அறிவித்தார். 'பஞ்ச நிவாரணப் பணிகளைச் சாத்தியமான ஒவ்வொரு வழியிலும் முடக்குங்கள்... வெறும் துயரம் மட்டுமே நிவாரணப் பணிகளைத் தொடங்குவதற்கு போதுமான காரணம் இல்லை' என மாவட்ட அதிகாரிகளுக்கு அறிவுறுத்தினார்.

பொதுமக்களின் தேவையை உணராத, ஆட்சி பீடத்தின் பொறுப்பற்ற உயர் அதிகாரியின் தனி உரிமையுடன், 'மலிவான நெகிழ்ச்சி உணர்வுகள்' மீது ஈடு இணையற்ற வெறுப்புடன் கூடிய தலையிடாமையை இணைத்ததற்கான மிகச் சிறந்த உதாரணமாக லிட்டனின் கூற்றுக்களைச் சொல்லலாம் என வரலாற்றுப் பேராசிரியர் மைக் டேவிஸ் கூறுகிறார் (இதில் விநோதம் என்னவென்றால், விக்டோரியா மகாராணியின் அபிமான கவிஞராக இருந்ததுதான் வைஸ்ராய் பதவியை ராபர்ட் புல்வெர் லிட்டன் என்ற லிட்டன் பிரபு பெறுவதற்கான ஒரே தகுதியாக இருந்தது).

'மனிதாபிமானக் கூக்குரல்களை' எழுப்பிக் கொண்டிருந்தமைக்காக பிரிட்டிஷ் விமர்சகர்களை மற்ற எல்லோரையும்விட லிட்டன் பிரபுதான்

பகிரங்கமாகக் குற்றம்சாட்டினார். அத்துடன் இந்தியர்களின் வாழ்வைக் காப்பாற்ற விரும்பினால் அதற்கான செலவுகளை ஏற்றுக்கொள்ள முன்வருமாறு அவர்களுக்கு அழைப்புவிடுத்தார்.

கவனமான நிதி நிர்வாகம், அரசு செலவினங்களைக் குறைப்பதை ஊக்குவித்தல் போன்ற தனது தீர்மானங்களுக்கு இணங்க சர் ரிச்சர்டு டெம்ப்பிள் என்ற அதிகாரியை லிட்டன் பிரபு 1876-77 பஞ்சத்தின்போது மெட்ராஸுக்கு அனுப்பினார். 'மனித நேய ஜம்பங்களை' பொருட்படுத்த வேண்டாம் என்றும், நிவாரண நடவடிக்கைகளுக்கான செலவுகளைக் குறைக்குமாறும் அவருக்கு அறிவுறுத்தப்பட்டிருந்தது. எனவே, மக்களின் துயரங்கள் சிறிதும் கண்டுகொள்ளப்படாமல் அது அப்படியே சாதிக்கப்பட்டது; அரசாங்கத்தின் கணக்குப் புத்தகங்களில் குடிமக்களின் அவலநிலை இரண்டாம் பட்சமாகத்தான் இருந்தது. அதற்கு முன் 1866 ஒரிசா பஞ்சத்தின்போது இதே டெம்ப்பிள் பசித்த ஒரிய மக்களுக்காக பர்மாவில் இருந்து அரிசி இறக்குமதி செய்தபோது 'பொருளியல் நிபுணர்' (லிட்டன் பிரபு), 'அவர்களுடைய உயிர்களை காக்கவேண்டியது அரசின் கடமை' என இந்தியர்களை எண்ண வைத்ததற்காக அவரைக் கசப்புடன் கடிந்துகொண்டார்.

ஆனால், 1877-ல் இருந்த டெம்ப்பிள் வேறு. பசித்த மக்கள் தங்கள் உடல் உழைப்பின் மூலம் அன்றாட உணவைப் பெற்றுக்கொள்ள ஏதுவாக, பஞ்ச நிவாரணத்தின் ஓர் வடிவமாக பிரிட்டிஷார் 'பணி முகாம்களை' உருவாக்கி இருந்தனர். என்றாலும் இந்த அதிகாரியே 'டெம்ப்பிள் கூலி' என்ற கொடூரக் கொடையை வழங்கிவிட்டுப் போனார். மைக் டேவிஸ் வார்த்தைகளில் சொல்வதானால் பிரிட்டிஷ் உழைப்பாளர் முகாம்களில் 'கடின உழைப்புக்கு மிகக் குறைந்த கூலிதான் கிடைத்தது'. எட்டு ஆண்டுகளுக்குப் பின்னால் ஜெர்மனியின் கொடூர புச்சன்வால்டு வதை முகாம்களில் இருந்தவர்களுக்குக் கிடைத்ததைவிட அந்தக் கூலி மிக குறைவாக இருந்தது.

வேறுவிதத்தில் கூற வேண்டுமானால், 1876-77 பஞ்சத்தின்போது 'எதுவுமே செய்யாமல் இருந்ததற்காக' பிரிட்டிஷாரைக் குற்றம்சாட்ட முடியாது. வறட்சிப் பாதிப்புகளை இன்னும் மோசமாக்கிய அரும்பணியை அவர்கள் செய்திருந்தார்கள். ரஷ்யாவில், 1930-களில் ஏற்பட்ட 'கூட்டுப்பண்ணை பஞ்சங்களின்போது' ரஷ்யாவையும், உக்ரைனையும் சீரழிக்கும் விதத்தில் ஸ்டாலின் செய்ததுபோல் இந்திய தானியங்கள் சர்வதேச சந்தைகளுக்குத் தொடர்ந்து ஏற்றுமதி செய்யப்பட்டது. பேராசிரியர் மைக் டேவிஸ் எழுதியதுபோல், பஞ்சத்தால் இந்தியர்கள் செத்துக்கொண்டிருந்தபோது 'இந்தியாவின் ரொட்டியை லண்டன் தின்றுகொண்டிருந்தது'. அந்த நிலையில், எரியும் தீயில் எண்ணெய் ஊற்றுவதுபோல், ஏழைக் குடியானவர்களுக்கு பிரிட்டிஷார் வரிகளை அதிகரித்தனர். அத்துடன், வேலை செய்ய முடியாத அளவுக்குப் பசித்திருந்தவர்களை 'உழைக்கப் பழகாதவர்கள்' என்றும் 'சோம்பேறிகள்' என்றும் நிந்தித்தனர்.

மனசாட்சி உள்ள சில ஆங்கிலேயர்கள் இந்தக் கொடுமைகளை எல்லாம் ஆட்சேபித்து, சுயமாக நிவாரண நடவடிக்கைகளை முன்னெடுத்தபோது பிரிட்டிஷ் அரசாங்கம் அவர்களைச் சிறையில் தள்ளப் போவதாக எச்சரித்தது. இந்த வகையில், திரு. மேக்மின் என்பார் தனது சொந்தப் பணத்தில் பட்டினி கிடந்தவர்களுக்கு தானியம் வழங்கியபோது, 'கடுமையாக கண்டிக்கப்பட்டு, தகுதி இறக்கம் குறித்து மிரட்டப்பட்டார். உடனடியாக நிவாரணப் பணிகளை நிறுத்தும்படி அவருக்குக் கட்டளை இடப்பட்டது'.

இதில் ஒரு முதல்நிலை சாட்சியாக இருந்த லெப்டினன்ட் ரொனால்டு அஸ்பார்ன் இந்த பயங்கரம் குறித்து 1877-ல் இவ்வாறு உருக்கமாக எழுதினார்: 'உறவினர்களால் வழக்கமான இறுதிச் சடங்குகளைக்கூட செய்ய முடியாத அளவுக்கு சாவுகள் கணக்கிலடங்காமல் இருந்ததால் கொத்துக் கொத்தாக சடலங்கள் பழைய கிணறுகளுக்குள் தள்ளப்பட்டன. ஒருநேர அரைகுறை உணவுக்காக தாய்மார்கள் தங்கள் குழந்தைகளையும் விற்றனர். பசிக்கொடுமையால் படும் துன்பங்களைக் காண விரும்பாமல் ஆண்கள் தங்கள் மனைவியரை குளம் குட்டைகளுக்குள் தள்ளினர். இத்தகைய கோர மரணக் காட்சிகளுக்கு மத்தியில் பிரிட்டிஷ் அரசாங்கம் தன்னுடைய அமைதியையும் ஆனந்தத்தையும் எவ்விதக் குறையுமின்றி பராமரித்தது. செய்தித்தாள்கள் மௌனம் சாதிக்குமாறு வற்புறுத்தப் பட்டன. பசியால் குடிமக்கள் செத்துக் கொண்டிருக்கிறார்கள் என்பதை எந்தச் சூழ்நிலையிலும் மக்கள் வெளியில் காட்டிக்கொள்ளக்கூடாது என கடுமையான உத்தரவுகள் பிறப்பிக்கப்பட்டன'.

பிரிட்டிஷ் அரசு இறுக்கிப் பிடித்துச் செலவு செய்து கொண்டிருந்ததுடன், 1877-78 தென்னிந்திய பஞ்சத்தின்போது உயிர் காக்க வழங்கப்படும் நன்கொடைகளையும் தான தர்மங்களையும் சார்ந்திராமல் இருப்பது போல் காட்டிக்கொள்ளவும் விரும்பியது. ஜார்ஜ் புரூவிஸ் அதை இப்படி வர்ணித்தார்: '1877 ஆகஸ்டு மாதத்தில், இந்தியர்கள் மற்றும் ஐரோப்பியர்கள் உள்ளிட்ட மெட்ராஸ் குடிமக்கள் வறட்சி நிவாரண நிதிக்காக நன்கொடை வழங்குமாறு பிரிட்டனிடம் வேண்டுகோள் விடுத்தனர். அப்போது அதை லிட்டன் பிரபு அரசுக்கு கட்டுப்படாத கீழ்ப்படியாமையாகப் பார்த்தார். எனவே, அந்த முயற்சியை ஒடுக்க உடனடியாக செயலில் இறங்கி, வங்காள துணைநிலை ஆளுநருக்கு சங்கேத குறியீடுகள் கொண்ட தந்தி ஒன்றை அனுப்பினார்.

இந்திய மற்றும் பிரிட்டிஷ் ஊடகங்களுக்கு இந்த விஷயம் தெரியவந்த போது கடும் எதிர்ப்பு எழுந்தது. செய்தித்தாள்கள் அதை உடனடியாகச் சுட்டிக்காட்ட, இந்திய 'பேரரசி'யாக புதிதாக பட்டம் பெற்றவர் மற்றும் நன்கொடையாளர் பட்டியலில் பிரதான இடம் பெற்ற முன்னாள் இந்திய கவர்னர் ஜெனரல்கள் உள்பட அனைத்து நன்கொடையாளர்களையும் லிட்டனின் போக்கு கடும் அதிருப்தி அடையச் செய்தது.

'தி டைம்ஸ்' பத்திரிகையின் முன்னோடிகளில் ஒருவர், 'தனி மனிதர்களின் தயாள உணர்வுகளை நசுக்கும்விதமாக வைஸ்ராய் தலையிடத்

துணிந்துவிட்டார்' என மிக வருந்தி எழுதினார். மேலும், வறட்சி நிவாரணத்தை 'முழுக்க முழுக்கப் பொருளாதார அடிப்படையில் பார்க்கும்' அவருடைய கொள்கையைக் கண்டித்தார். இறுதியில் அந்த நிவாரண நிதியை அனுமதிக்குமாறு லிட்டன் நிர்ப்பந்திக்கப்பட்டார். அத்துடன் அவரே 10,000 ரூபாய் (ஆயிரம் பவுண்டு) நன்கொடை வழங்க வேண்டியிருந்தது. ஆனால் நல்லெண்ணத்துடன் அதை செய்யவில்லை என்பதைத் தனியாக அவரே ஒப்புக்கொண்டார்.

பிரிட்டிஷ் உலகம் முழுவதுமாக தனிநபர்கள், பள்ளிக்கூடங்கள், தேவாலயங்கள் மற்றும் ராணுவ முகாம்களில் இருந்து பல லட்சக்கணக்கான சிறு காணிக்கைகள் மூலம் திரட்டப்பட்ட அந்த நிவாரண நிதிக்கு இறுதியில் 8,20,000 பவுண்டு வந்து சேர்ந்தது. எனினும், 1877 டிசம்பர் வரை லிட்டன் அதை 'பெருந்தொல்லை' என்றே தொடர்ந்து வர்ணித்து வந்தார். அத்துடன், பொறுப்பற்ற குழு ஒன்றின் மூலம் மொத்தப் பணமும் வீணடிக்கப்படும் என எச்சரித்துக் கொண்டே இருந்தார்.

இந்த சம்பவத்துக்குப் பின்னால் பிரிட்டிஷ் அரசு வறட்சி நிவாரண திட்டத்தை இன்னும் முறையாகச் செயல்படுத்த முனைந்தது. அதனால் நிவாரண உதவிகளின் சட்டபூர்வ நோக்கங்களை விளக்கும் விதிமுறை கள் உருவாக்கப்பட்டன. அதன் மூலம் சர்வதேச உதவிகோரல்களுக்கு அனுமதி அளிப்பது மற்றும் தன்னார்வத் தொண்டர்களை மேற்பார்வை யிடும் அதிகாரங்களை பிரிட்டிஷ் அரசு தன் கையில் எடுத்துக்கொண்டது. லிட்டன் இந்தியாவை விட்டுப் போன நல்ல காரியம் நடந்து பல ஆண்டுகள் கழித்தும், 1896 அக்டோபரில் புதிதாக ஒரு பஞ்சம் வந்தபோது, துன்புற்றுக் கொண்டிருக்கும் மக்களைக் கவனிப்பதைவிடுத்து பிரிட்டிஷ் அரசாங்கம் விதிமுறைகளைப் புரட்டிப் பார்த்துக் கொண்டிருந்தது. ஆனால், இங்கிலாந்தில் உள்ள பொதுமக்களின் கருத்துகளை இனியும் உதாசீனம் செய்ய முடியாது என்ற நிலை வந்தபோது 1897 ஜனவரியில் வேறு வழியின்றி சர்வதேச நிவாரண உதவிகள் கோரி வேண்டுகோள் விடப்பட்டது. பஞ்சம் ஆரம்பித்து அப்போது நான்கு மாதங்கள் ஆகியிருந்தது. அதற்குள் பல உயிர்கள் பலியாகி இருந்தன.

'நாகரிகப்படுத்தும் பெரும்பணி' உச்சத்தில் இருந்த 19-ஆம் நூற்றாண்டின் இறுதிப் பகுதியிலும்கூட பிரிட்டிஷாரின் இந்தத் திட்டமிடா கொலையின் நிஜங்கள் பூதாகரமாக உலவிக் கொண்டிருந்தன. ஆனால் தற்கால பிரிட்டிஷ் பாதுகாவலர்கள் தொடர்ந்து அதை மூடி மறைக்கின்றனர். லாரன்ஸ் ஜேம்ஸ் என்பவர் கண்கூடான சான்றுகளைப் புறந்தள்ளி, இந்தியாவை ஆண்ட பிரிட்டிஷாரை மனிதநேயம் மிக்கவர்கள் என்றும், 1870-களிலும், 1890-களிலும் உருவான பஞ்சங்களின்போது 'போதிய அளவு நிர்வாகக் கட்டமைப்புகள் இல்லாதது, குறைந்த வளங்கள் போன்றவற்றால் இடையூறுகள் இருந்தாலும் பசித்தவர்களுக்கு உணவளிக்க அவர்கள் உறுதியான நடவடிக்கை எடுத்தனர்' என்று பரவசத்துடன் கூறினார்.

பஞ்சம் நிலவிய 1871-1901 காலகட்டத்தில் இந்திய மக்கள்தொகை 3 கோடி அதிகரித்தது என்பதே இதற்கு அவர் தரும் ஒரே சான்று. இந்தியா மிகப் பெரிய நாடு; பஞ்சம் எல்லா இடங்களையுமே தாக்கவில்லை; எனினும் அது எந்த இடங்களை தாக்கியதோ அங்கெல்லாம் அதன் விளைவுகள் மிக கொடுமையாக இருந்ததுடன் பல லட்சக்கணக்கான மக்கள் மடிந்தனர். ஆனால் மற்ற இடங்களில் இயல்பு வாழ்க்கை தங்கு தடையின்றி நடந்துகொண்டிருந்தது. அதன் விளைவாகவே இந்தியாவின் மக்கள்தொகை அதிகரித்தது. அதே நேரத்தில் பஞ்சம் தலைவிரித்தாடிய இடங்களில் லட்சக்கணக்கில் மக்கள் சாகவில்லை என்று இதற்குப் பொருள் ஆகாது. மாவோ தலைமையின் கீழ் இருந்த சீனாவிலும், ஸ்டாலின் தலைமையிலான சோவியத் யூனியனிலும் ஏற்பட்ட மக்கள் தொகை பெருக்கம் அந்த நாடுகளில் மக்கள் கூட்டம் கூட்டமாகப் பட்டினி கிடந்த கோரக்கதைகள் எல்லாம் ஜேம்ஸின் வாதத்தின்படி பொய்யா கின்றன. பஞ்சம் பாதித்த ஆண்டுகளில் சாவு மற்றும் ஊட்டச்சத்து குறைபாடு இரண்டுமே அதிகரித்தவிதம் சிறந்த ஆதாரமாக அமைகிறது. ஆனால் அந்தப் புள்ளிவிவரங்களைத் தருவதை ஜேம்ஸ் தவிர்க்கிறார்.

பிரிட்டிஷாரால் தூண்டப்பட்ட பஞ்சங்களுக்கு மனித உயிர்கள் மட்டுமே பலியாடுகளாக இருக்கவில்லை; ஏராளமான கால்நடைகளும் இறந்தன. 1859-ல் 50 லட்சம் ரூபாய்க்கு நடந்த தோல் ஏற்றுமதி, 1901-ல் ஏறக்குறைய 11.50 கோடி ரூபாயை தொட்டதைக் கவனிக்கவேண்டும். நம் நாட்டில் மாடுகள் மதக் காரணங்களுக்காக மட்டுமல்லாமல், விவசாயத்திலும்கூட மிகுந்த முக்கியத்துவம் பெற்றிருந்தன. அவை போக்குவரத்து சாதனங் களாக பயன்பட்டதுடன், கிராமங்களின் கௌரவச் சின்னங்களாகவும் இருந்தன.

ஒரு பசுவின் மரணமே பேரழிவாக கருதப்படும் கலாசாரம் ஒன்றில் அந்த வியாபாரம் திகைப்பூட்டும் வகையில் அதிகரித்தது. ஆக, பெருமளவில் பசுக்கள் இறந்தது கிராமங்களில் பெருந்துயரத்தை ஏற்படுத்தியது. தங்கள் கால்நடைகள் செத்து மடிவதைவிட ஏழை விவசாயிகளுக்கு வேறு பெரிய துன்பம் எதுவுமே இல்லை எனலாம். ஏனென்றால் நிகழ்கால வாழ்க்கையில் அது பேரிடியாக இருந்ததுடன் எதிர்கால நம்பிக்கை களையும் தகர்த்தது. அந்தச் சூழலில் உண்மையில் சில அதிகாரிகள் மனிதர்களின் மரணங்களை விடக் கால்நடைகளின் இறப்பை மிக மோசமாக கருதியதுபோல் தெரிந்தது;

இந்த வகையில் பஞ்சம் தொடர்பான அறிக்கை ஒன்று, 'விவசாயத்தில் கால்நடைகளின் செல்வாக்கை வைத்துப் பார்க்கும்போது (கால்நடைகள் உயிரிழப்பு) ஒருவேளை மக்கள் இழப்பைவிட மிகக் கடுமை யானதாகவும், நீடிக்கும் துயரமாகவும் இருக்கலாம். ஒருவகையில் பார்த்தால், பட்டினியால் இறப்பவர்கள் பெரும்பாலும் வயதானவர் களாகவும் ஆதரவற்றவர்களாகவுமே இருப்பார்கள். அதே நேரம் உடல் வலுவுள்ளவர்களும், வேலையாட்களும் தப்பித்துவிடுகின்றனர்.

ஆனால், கால்நடைகள் அழிந்தால் அநேகமாக விவசாயமே சாத்தியமில்லை' எனத் தெரிவித்தது.

கால்நடைகளின் அழிவு வேளாண் உற்பத்தியில் நேரடியாக பாதிப்பு ஏற்படுத்தியது. அதனால், பஞ்சத்துக்கு முந்தைய நிலையை மீட்டெடுக்க சில ஆண்டுகளாவது ஆகும் என்ற நிலை இருந்தது. எனவே, பரம ஏழை விவசாயிகள் பெருந்துன்பம் அனுபவித்தனர். ஏனென்றால், அவர்களுடைய வாழ்வாதாரம் பொருளாதார சாத்தியக் கூறுகளின் அடிப்படையில்தான் இருந்தது. ஆனால் அரசு நிவாரணக் கொள்கைகள் வாயிலாக அவர்களுடைய கால்நடைகள் இழப்புக்கு ஒருபோதும் நஷ்ட ஈடு வழங்கப்படவில்லை. ஆரோக்கியமான கால்நடைகளுக்கு முன்னுரிமை வழங்கும்விதமாக, பொதுவாக நன்றாக உணவளிக்க சக்தியுள்ளவர்களின் கால்நடைகளுக்கு உதவுவதாகவே அரசுக் கொள்கை இருந்தது. பஞ்ச காலங்களில் 'கால்நடை முகாம்கள்' அமைக்கப்பட்டன. அப்போதும் அரசுத் தரப்பில் இருந்து குறைவாக செலவழித்து, செலவில் பெரும் பகுதியை நன்கொடைகளில் இருந்து வசூலித்துவிடும் நோக்கமே இருந்தது. உதாரணமாக, *1899-1900* பம்பாய் மாகாணத்தில் ஏற்பட்ட பஞ்சத்தின் போது ஒன்பது முகாம்கள் அமைக்கப்பட்டன. அவற்றை நடத்துவதற்கான செலவினத்தில் 75 சதவிகிதத்தை அரசு திரும்ப மீட்டது. பொருளாதாரப் பார்வையே தொடர்ந்து 'மனிதாபிமான வேடத்தை' விட மிஞ்சியிருந்தது. பஞ்சத்தில் வீழாதிருந்த சமயங்களில் இந்தியர்கள் தங்கள் தயாள குணத்தை இன்னும் அதிகமாகவே நிரூபித்து வந்துள்ளனர். அத்துடன் கால்நடைகளைக் காப்பாற்றும் 'சொந்த மண்ணின் தர்மம்' எப்போதுமே இருந்து வந்திருக்கிறது. இதில், ஊர் மக்களையும் அவர்களுடைய ஆவினங்களையும் காப்பாற்ற, முடிந்த அளவு நிவாரணம் வழங்குவதை ஒரு சமூகக் கடமையாகவே கருதி அடிக்கடி உதவி செய்த கிராம ஜமீன்தாரும் அடங்குவார்.

இங்கு ஒரு முக்கியமான விஷயத்தைக் குறிப்பிடவேண்டும். பிரிட்டிஷ் ஆட்சிக்கு முந்தைய இந்தியா எதிர்கொண்ட சவால்களில் ஒன்று - செழிப்பான பகுதிகளில் இருந்து உணவுப் பொருள்களைத் தட்டுப்பாடு உள்ள இடங்களுக்கு கொண்டு செல்ல முடியாத வண்ணம் போக்குவரத்து வசதிகள் இல்லாததும் பஞ்சங்கள் உருவாக ஒரு முக்கிய காரணமாக இருந்தது. பிளாரென்ஸ் நைட்டிங்கேல் அம்மையார் அதைச் சுட்டிக்காட்டினார். ஆனால், பிரிட்டிஷ் இந்தியாவில் ரயில் பாதைகள் அமைக்கப்பட்ட பிறகு இத்தகைய வாதங்கள் எதுவும் சிறிதும் பொருத்தமற்றவை. சொல்லப்போனால், 19-ஆம் நூற்றாண்டின் மிக மோசமான பஞ்சங்கள் அனைத்தும் ஆயிரக்கணக்கான மைல்களுக்கு இருப்புப் பாதைகள் அமைக்கப்பட்ட பிறகுதான் வந்தன. பஞ்சங்கள் உருவானதற்கு முழுப்பொறுப்பு பிரிட்டிஷ் அதிகாரிகளும் அவர்களுடைய கொள்கைகளும் தான் என்பதற்கு இதைவிட வலுவான சான்று வேறு எதுவும் இருக்க இயலாது.

இங்கிலாந்து தலைமையகம்கூட இந்தியர்களுக்கு நன்மை செய்ய தவறிய நிலையில், ஒரு கட்டத்தில் இந்தியாவின் பிச்சைப் பாத்திரங்களில் மின்னும் காசுகளைப் போடுவது பிரிட்டனின் சில மூலைகளில் ஒரு ஆடம்பரத் தம்பட்டமாக உருவெடுத்தது. 1897-ல் டெய்லி மெயில் பத்திரிகை இவ்வாறு அறிவித்தது: 'அணிவகுத்து வரும் பசி பட்டாளங் களில் இருந்து நம்முடைய பேரரசைக் காக்கும் பொறுப்பு நம் மீது சுமத்தப்பட்டிருக்கிறது. நமது ஆயுதம் எதுவென்றால் நேர்மையான நல்ல பிரிட்டிஷ் பணம்தான்'. நான் ஏற்கனவே சுட்டிக் காட்டியிருப்பது போல் இதில் இந்திய தான தர்மங்கள் பின்னுக்கு தள்ளப்பட்டன. பிரிட்டிஷார் அதை எப்படிப் பார்த்தார்கள் என்பது இங்கு முக்கிய மில்லை. உண்மை என்னவென்றால், பஞ்சங்களின்போது ஒருங்கிணைந்த நிவாரண நடவடிக்கைகளின் பெரும் பகுதி இந்தியர்களின் ஆதரவுடன் தான் நடந்தது. அரசாங்கத்தின் கையாலாகாத்தனத்துடன் கருணையுடன் செயல்படுவதில் இருந்த அதிகாரப்பூர்வ தயக்கமும் இணைந்திருந்தது.

பிரிட்டன் காலனிகளில் திரட்டப்பட்ட நிவாரண நிதிகளுக்கு வெளிநாடு களில் வாழும் இந்தியர்கள் வாரி வழங்கினார்கள்: உதாரணமாக மகாத்மா காந்தி 1897 மற்றும் 1900-ல் உருவான இந்திய பஞ்சங்களுக்காக தென்னாப்பிரிக்காவில் நிதி திரட்டும் நடவடிக்கைகளை மேற்கொண்டார். அதுபோல் இந்தியாவில் இருந்த அக்கறையற்ற, ஆதரவளிக்காத பிரிட்டிஷ் அரசாங்கத்தின் போதாமைகளை நிவர்த்தி செய்யப் பல்வேறு இந்திய நிவாரண அமைப்புகள் தோன்றின. பஞ்ச காலங்களில் இந்திய நன்கொடையாளர்கள் சமையல்கூடங்கள், ஆதரவற்றோர் இல்லங்கள், ஏழைகளுக்காக குறைந்த விலை தானியக் கடைகள் மற்றும் ஏழைகள் குடியிருப்புகளை ஏற்படுத்தினர். பல அரசுசாரா அமைப்புகள், சங்கங்கள், சபாக்கள் மற்றும் ஆரிய சமாஜம், பிரம்ம சமாஜம், ராமகிருஷ்ணா மடம் போன்ற சமய சீர்திருத்த இயக்கங்கள் பஞ்ச நிவாரணப் பணிகளை ஒரு சேவையாகக் கருதி, அரசு நிவாரண நடவடிக்கைகளில் இருந்த போதாமைகளை ஈடு செய்ய ஊக்கத்துடன் உழைத்தன.

பசியால் மனித உயிர்கள் பலியாவதைக் கண்டு கொள்ளாத அலட்சியத்துக்கு அப்பாற்பட்டு காலனி ஆட்சியின் மற்றொரு ஓட்டையை இந்திய பஞ்ச நிவாரணங்கள் வெளிப்படுத்தின. தன்னுடைய எல்லைகளை ஒப்புக்கொள்வதில் பிரிட்டிஷ் அரசுக்கு இருந்த தயக்கமும் தனது தவறான நிர்வாகத்தை அறிவார்ந்த கொள்கை என மறைத்த ஆற்றலுமே அது. துல்லியமான புள்ளிவிவரங்களைப் பெரிய சாதனை யாகக் காட்டுவதன் மூலம் தங்களுடைய கையாலாகாத்தனத்தையும் தமது நிவாரண நடவடிக்கைகளின் பலவீனத்தையும் பிரிட்டிஷார் மறைக்க முற்பட்டனர். அது, அனைத்து புள்ளிவிவரங்களும் தங்கள் விரல் நுனிகளில் இருந்தது என்றும், எல்லா விஷயங்களும் தங்கள் கட்டுப் பாட்டுக்குள் இருந்தது என்றும் அவர்கள் காட்ட விரும்புவதுபோல இருந்தது.

'புள்ளிவிவரப் புரட்டு' என ஓர் அறிஞர் இதை வர்ணித்தார். பஞ்சம் பற்றிய விவாதங்களில் ஒரு கருவிபோல் அமைந்த அதை இந்தியாவின் அன்றைய மாகாண செயலாளராக இருந்த லியோபால்டு ஆமெரியின் கூற்று ஒன்றில் உணர முடியும். 1943-ல் ஆங்கில நாடாளுமன்றத்தின் பொதுமக்கள் சபை உறுப்பினர்களுக்கு முன் வங்காள பஞ்சம் பற்றி அவர் நிகழ்த்திய உரையில் அதை அவர் குறிப்பிட்டார். நல்லவர் ஆமெரி பிரபு வாய் திறந்த அந்த நேரத்தில் பஞ்சம் சுமார் 30 லட்சம் உயிர்களைப் பலி கொண்டிருந்தது.

இந்தியாவின் கணிசமான மக்கள்தொகை பெருக்கத்தையும் பொதுவாக உணவு உற்பத்தியில் இருந்த சரிவையும் அவர் ஒப்பிட்டுப் பேசினார்: 'கடந்த 12 ஆண்டுகளில் இந்தியாவின் மக்கள்தொகை ஏறக்குறைய 6 கோடி அதிகரித்துள்ளது. அதே நேரத்தில், கடந்த 30 ஆண்டுகளில் வங்காளத்தில் தனிநபர் ஆண்டு சராசரி நெல் உற்பத்தி 384 எல்.பீ.யில் இருந்து (சுமார் 126 கிலோ) 283 எல்.பீ. யாக (சுமார் 93 கிலோ) சரிவடைந்துள்ளது'. தங்களால் முடிந்த அனைத்தையும் பிரிட்டிஷார் செய்துகொண்டிருந்தனர். ஆனால், ஒரு மால்தூஸ் பேரழிவை அவர்களால் தவிர்க்க முடியவில்லை.

பொதுமக்கள் சபை முன்னால் ஆமெரி அடிக்கடி புள்ளிவிவரங்களுக்குள் தஞ்சம் புகுந்து கொண்டிருந்தார். அப்படி அவர் ஒரு டிசம்பரில் மருத்துவமனையில் அனுமதிக்கப்பட்டவர்கள் மற்றும் மரணங்கள் குறித்த புள்ளிவிவரங்களைத் தந்தார். அப்போது அந்த மரணங்களில் சில பட்டினியால் ஏற்பட்டிருக்க வாய்ப்பில்லை என்ற ஜாக்கிரதையான வாசகத்தையும் கவனமாக இணைத்துக்கொண்டார். உண்மையில், அப்போது அரசாங்கம் தந்த துல்லியமான புள்ளிவிவரங்களுக்கும், அரசாங்கம் எடுத்ததாகச் சொல்லப்பட்ட நிவாரணப் பணிகளுக்கும் இடையே தலைகீழ் விகிதம்தான் பெரும்பாலும் இருந்தது.

நாம் முன்பே கண்டதுபோல், 1943 பஞ்சம் முடிவுக்கு வந்தபோது ஏறக்குறைய 40 லட்சம் வங்காளிகள் பட்டினியால் இறந்துபோயிருந்தனர். அந்த சூழலில் அன்றைய இங்கிலாந்து பிரதமர் வின்ஸ்டன் சர்ச்சிலின் கொடூரமான நடவடிக்கைகளை யாராலும் மன்னிக்க முடியாது. பட்டினி கிடந்த இந்தியர்களிடம் இருந்து உணவு தானியங்களை, தின்று கொழுத்துக் கொண்டிருந்த பிரிட்டிஷ் ராணுவ வீரர்களுக்குத் திசை திருப்பிவிட்டார். அது மட்டுமல்லாமல் கிரீஸிலும் பிற நாடுகளிலும் ஐரோப்பிய தானியக்கிடங்குகளை மேலும் பெரிதாக்கினார். 'வலிமை மிகு கிரேக்கர்களின் பட்டினியைவிட, எப்படியானாலும் அரைகுறை உணவுடன்தான் வாழ்ந்துவந்த வங்காளிகளின் பட்டினி அதிக கவனம் கொடுத்துப் பார்க்கவேண்டிய ஒன்றல்ல' என அவர் சொன்னார்.

பிரிட்டிஷ் ராணுவ வீரர்களுக்கான தானியங்களும் (2.70 கோடி டன் என்ற கொள்ளை இறக்குமதிக்கு வழிவகுத்தது), தாய்நாட்டுப் பசிக்கான

ரொட்டியும் (விரைவில் விடுவிக்கப்பட இருந்த கிரேக்கர்கள், யூகோஸ்லாவியர்களுக்குத் தேவையான) ஐரோப்பிய தாராள தானிய கையிருப்புகளும்தான் அவருடைய முன்னுரிமைகளாக இருந்தனவே தவிர அவரது இந்தியக் குடிமக்களின் வாழ்வும் சாவும் அவருக்கு முக்கியமாக இருந்திருக்கவில்லை. இந்திய பலியாடுகளின் துயரம் பற்றி அவருக்கு நினைவூட்டப்பட்டபோது, 'பஞ்சத்துக்கு முழு காரணம் அவர்கள்தான். முயல்களைப் போல பெற்றுத் தள்ளிக் கொண்டிருக் கிறார்கள்' என அவரது பதில் அப்பட்டமான 'சர்ச்சில் பாணியில்' இருந்தது. மனசாட்சி உள்ள சில அதிகாரிகள் அவருடைய தவறான முடிவுகளால் ஏற்பட்ட அவலத்தின் ஆழத்தை தந்தி ஒன்றில் சுட்டிக் காட்டியபோது அவர், 'காந்தி ஏன் இன்னும் சாகவில்லை?' என எரிச்சலுடன் கேட்டார்.

வங்காள பஞ்சம் பற்றிய மதுஸ்ரீ முகர்ஜியின் மகத்தான வரலாற்றுப் பதிவுகள் தெரிவிப்பதுபோல், இந்தியாவின் உபரி உணவு தானியங்கள் இலங்கைக்கு ஏற்றுமதி செய்யப்பட்டன; பட்டினியால் இறந்தவர்களின் உடல்கள் தெருக்களில் சிதறிக் கிடந்த இந்திய நகரங்களைத் தாண்டி மத்தியதரைக் கடல் மற்றும் பால்கன் கடல் பகுதிகளில் இருந்த சேமிப்புக் கிடங்குகளுக்கு ஆஸ்திரேலிய கோதுமை அனுப்பப்பட்டது. போருக்குப் பின் பிரிட்டனுக்கு ஏற்பட்டிருந்த நெருக்கடிகளைக் குறைக்கும்விதமாகத் தானியக் கையிருப்பை அதிகரிக்க அது அனுப்பப்பட்டது. அதே வேளையில், இந்தியர்களுக்கு உணவளிக்க முன் வந்த அமெரிக்கா மற்றும் கனடாவின் உதவிகள் மறுக்கப்பட்டன. இந்திய காலனி தனது சொந்த பணத்தை (ஸ்டெர்லிங் கையிருப்பு) பயன்படுத்தவோ அல்லது உணவு தானியங்களை இறக்குமதி செய்யும் வகையில் தனது சொந்த கப்பல்களை பயன்படுத்தவோ அனுமதிக்கப்படவில்லை. இதில் தேவை-விநியோகம் விதிமுறைகள்கூட தோல்வி அடைந்தன: மற்ற இடங்களில் இருந்த தனது ராணுவத்தினருக்கு தடையற்ற உணவு சப்ளையை உறுதி செய்யும் வகையில் பிரிட்டன் அரசு இந்தியாவின் திறந்த சந்தைகளில் தானியங்களை அதிக விலை கொடுத்து வாங்கியது. அதனால் சாதாரண இந்திய மக்களுக்கு உணவு தானியங்கள் எட்டாக்கனியானது.

வங்காளப் பஞ்சத்தின்போது பிரிட்டிஷ் அதிகாரிகளும் அமைச்சர்களும் நடந்துகொண்டவிதத்தில் இருந்து வெளிப்படும் சித்திரம் ஆங்கிலப் பேரரசு மீது கற்பிக்கப்படும் தார்மிக நியாயத்தின் கடைசிப் பொட்டுத் துணியையும் துகிலுரித்துவிடுகிறது. போர்க்காலத்தில் தனக்குத் தேவையான நிதியை பிரிட்டன் தயார் செய்த விதமும் போருக்கு இந்தியா செய்த பங்களிப்பும் பஞ்சத்துக்கு அடித்தளம் அமைத்தன; '(இந்தியப் பஞ்சம் போன்ற) கொடூரமான நிகழ்வுகளை காலனியப் பொருளாதார கோணத்தில்' பார்த்து ஒதுக்கித் தள்ளிய ஆணவம் பிடித்த சர்ச்சிலுக்கும் மாகாண செயலாளர் ஆமெரிக்கும் இடையே நடந்த கடிதப் பரிமாற்றங்கள்; இந்தியாவுக்கு வறட்சி நிவாரணங்களை மறுத்து, பல உயிர்களை பலி கொள்ளக் காரணமான பல ராஜாங்க முடிவுகளை சிபாரிசு

செய்த சர்ச்சிலின் நேர்மையற்ற கூட்டாளி பேமாஸ்டர் ஜெனரல் செர்வெல் பிரபுவின் கீழ்த்தரமான நிறவெறி; இவையே இரண்டு நூற்றாண்டுகள் காலனியாட்சி கொடூரங்களின் ஒருங்கிணைந்த உச்சபட்ச அடையாளங்கள். ஒரே ஒரு வித்தியாசம்... 1943-ல் பிரிட்டிஷார் காட்டிய மெத்தனமும் அப்போது நிலவிய நிறவெறியும் அதற்கு முந்தைய ஒரு டஜன் கோர பஞ்சங்களைவிட வரலாற்றில் விரிவாகப் பதிவு செய்யப் பட்டுள்ளது.

பஞ்சங்களைப் பற்றி நான் இங்கு மிக விரிவாக கூறி இருப்பதற்கு காரணம் அவை பிரிட்டிஷ் காலனி ஆட்சி தவறுகளின் தன்னிகரற்ற மிக மோசமான உதாரணங்களாக இருக்கின்றன. இதே போன்று, பிரிட்டிஷ் ஆட்சியில் இந்தியர்களை நிரந்தரமாக வீழ்த்திக் கொண்டிருந்த கொள்ளை நோய்களையும் இவற்றோடு சேர்த்துக்கொள்ளலாம். கொள்ளை நோய் பரவிய நேரங்களில் எல்லாம் பிரிட்டிஷ் அதிகாரிகள் செய்வதறியாமல் தடுமாறி நின்றனர்.

டுரான்ட் செய்ததுபோல் நாம் இருபதாம் நூற்றாண்டின் முதல் நான்கு வருடங்களை மட்டும் எடுத்துக்கொள்வோம்: 1901-ல் பிளேக் நோயால் 2,72,000 பேர் இறந்தனர். 1902-ல் 5,00,000 பேரும், 1903-ல் 8,00,000 பேரும் மாண்டனர். 1904-ல் 10,00,000 பேர் பலியானார்கள். சாவு எண்ணிக்கை அதிகரித்துக்கொண்டே வந்தது. 1918-ல் பரவிய ஸ்பானிய இன்புளூ யென்ஸாவின்போது 12.50 கோடி பேரை நோய் தாக்கி இருப்பது தெரியவந்தது (மொத்த மக்கள்தொகையில் அது 33 சதவிகிதத்துக்கும் அதிகம்). அத்துடன் எந்த ஒரு மேலை நாட்டையும் விட இந்தியாவில் இறப்பு விகிதம் அதிகமாக இருந்தது.

1.25 கோடி பேர் இறந்தனர். பிளேக் நோயால் நிகழ்ந்த மரணங்களை, 'அளவற்ற மக்கள்தொகையைக்கட்டுப்படுத்த தேவன் தரும் தீர்வு' என பல பிரிட்டானியர்கள் கூறிவந்ததை அமெரிக்க அரசியல் தலைவரும், ஜனநாயக கட்சியின் ஜனாதிபதி வேட்பாளராக மூன்று முறை இருந்த வருமான வில்லியம் ஜென்னிங்ஸ் பிரையன் சுட்டிக்காட்டினார். 'மக்கள் ஒருவரை ஒருவர் கொல்லாமல் இருக்கும்படி பிரிட்டிஷ் அரசு பார்த்துக் கொள்கிறது. பிளேக் போற்றப்படவேண்டிய ஒன்று. ஏனென்றால், படுகொலையில் இருந்து யாரை அரசு காப்பாற்றியதோ அவர்களை அது அகற்றுகிறது!' என்ற அடிப்படையில் பிரிட்டிஷ் ஆட்சியை நியாயப் படுத்த முனைவது கொடூரமான நகைமுரண் என்று அவர் கூறினார்.

காலனி ஆட்சியில் வந்தது போலவே அதற்கு முந்தைய காலங்களிலும் கொள்ளை நோய்கள் நிச்சயமாக வந்தன. எனவே, காலனி ஆட்சியாளர் களின் கொள்கைகளால் அவை உருவாயின என்றோ, மோசமடைந்தன என்றோ கூற இயலாது; எனவே என்னுடைய குற்றச்சாட்டுகளுக்கு ஆதரவாக அவற்றை பிரிட்டிஷாரின் பஞ்ச கால பிழைகளுடன் ஒப்பிட்டுப் பார்க்க முடியாது. ஆனால் அவை நீடித்த விதமும், பலி கொண்ட மனித உயிர்களின் எண்ணிக்கையும் இந்தியர்களின் துன்பத்தில் பிரிட்டிஷ்

ஆட்சியாளர்கள் காட்டிய அலட்சியத்தின் கடுமையான குற்றச்சாட்டாக மிஞ்சி நிற்கின்றன. இது அப்பட்டமான நிஜம். ஏனென்றால், பிரிட்டிஷ் ஆட்சிக்கு வக்காலத்து வாங்குவோர் பிரிட்டிஷ் காலத்தில் 'இந்தியாவின் பொது சுகாதாரத்தில் குறிப்பிடத்தக்க முன்னேற்றங்கள்' இருந்ததாக அடிக்கடிச் சுட்டிக்காட்டுகின்றனர்.

'குவினைன்' எனும் மலேரியா எதிர்ப்பு மருந்து அறிமுகம், பெரியம்மை தடுப்பூசி முகாம்கள், குடிநீர் விநியோகத்தில் முன்னேற்றம் போன்ற வற்றின் அடிப்படையில் இந்த வாதம் அமைகிறது. இந்த வாதத்துக்கு மிகப்பெரிய சான்றுகள் எதுவும் இருப்பதாகக் கூற இயலாது ('குவினைன்' மருந்தின் பிரதான உபயோகம் டானிக் வடிவில்தான் இருந்தது. வனப்பகுதி சோதனைச் சாவடிகளில் இருந்த பிரிட்டிஷார் அவர்களுடைய ஜின்னுக்குப் பதிலாக அதைக் குடித்து விட்டு போதையில் மூழ்கினர். பெரியம்மை தடுப்பூசி முகாம்கள் போதிய அளவு இல்லை. ஏனென்றால் சுதந்திர இந்தியாவில்தான் இந்த நோய் முழுமையாக ஒழிக்கப்பட்டது. குடிநீர் சப்ளை மிக மோசமாக இருந்தது. ஏனென்றால், பிரிட்டிஷ் ஆட்சி முழுவதுமாகவே காலரா மற்றும் நீரால் பரவும் பல நோய்கள் இருந்து வந்தன).

பிரிட்டிஷ் அரசால் நாட்டின் எந்தப் பகுதியிலும் பெரிய மருத்துவமனை கள் எதுவும் கட்டப்படவில்லை என்பதை இங்கே கவனிக்கவேண்டும்: இதில் சுவாரஸ்யமான விஷயம் என்னவென்றால், பிரிட்டிஷ் இந்தியாவில் அமைந்த நவீன மருத்துவ நிறுவனங்கள் எல்லாமே பணக்கார இந்தியர்களின் தயாள குணத்தால் உருவானவை. இந்திய வள்ளல்கள் அவை அனைத்தையும் பிரிட்டிஷ் காலனி உயரதிகாரிகளின் பெயர்களில்தான் நிறுவினர் என்றாலும் அதற்கான காரணம் எளிதாகப் புரிந்துகொள்ள முடிந்ததுதான்.

கட்டாய இடப்பெயர்ச்சி: நாடு கடத்துதல், ஒப்பந்த தொழிலாளர் முறை

நிரம்பி வழிந்த இங்கிலாந்து சிறைச்சாலைகளில் கூட்டத்தைக் குறைக்கவும், மக்கள்தொகை அதிகமில்லாத காலனிகளில் மனிதவளத்தை அதிகரிக்கவும் ஆயுள் தண்டனை காலனிகளுக்கு மக்களை நாடு கடத்துவது பிரிட்டிஷ் ஏகாதிபத்தியத்தின் மிக விருப்பமான ஒரு வழிமுறையாக இருந்தது. சட்டத்தால் தண்டிக்கப்பட்டவர்களை முதலில் அரசாங்கம் அனுப்பிக்கொண்டிருந்தது. விரைவில் அவர்கள் கரீபியன் மற்றும் அமெரிக்க காலனிகளுக்கு ஒப்பந்த தொழிலாளர்களை அனுப்பும் தனியார் வியாபாரத்தில் இணைக்கப்பட்டனர். இந்தக் கொள்கை இந்தியாவிலும் புகுத்தப்பட்டது.

1787-ல் இருந்து இந்திய கைதிகள் நாடு கடத்தப்பட்டனர். முதலில் தென்கிழக்கு ஆசியாவில் இருந்த தண்டனை காலனிகளுக்கு, குறிப்பாக சுமத்ராவில் பென்கூலன் (1787-1825, பிரிட்டிஷாரும், டச்சு நாட்டினரும் முறையே மலேஷியாவிலும், இந்தோனேஷியாவிலும் தாங்கள் பிடித்த

பகுதிகளை முறைப்படுத்தும் வகையில் மாலாக்காவுக்காக பென்கூலனை 'பண்டமாற்று' செய்தபோது), வேல்ஸ் இளவரசர் தீவு என்று அழைக்கப் பட்ட பினாங் (1790-1860), மொரீஷியஸ் (1815-53), மலாக்கா மற்றும் சிங்கப்பூர் (1825-60), பர்மிய பகுதிகளான அரகான் மற்றும் டெனசெரிம் ஆகிய இடங்களுக்கு அவர்கள் அனுப்பப்பட்டனர். பெரும்பாலும் மிகப் பெரிய கட்டுமானத் திட்டங்களில் அவர்கள் ஈடுபடுத்தப்பட்டதால் அங்கெல்லாம் இந்தியக் குற்றவாளிகளுக்கு அளவுக்கு அதிகமான தேவை இருந்தது. குறிப்பாக ஸ்டிரெய்ட்ஸ் குடியேற்றங்களில் அதிவேக வளர்ச்சி கண்டு வந்த சிங்கப்பூரில் அவர்கள் அதிகம் தேவைப்பட்டனர்.

கிழக்கிந்திய கம்பெனி ஆதிக்கத்தின் உச்சத்தில் அந்த காலனிகள் இந்தியாவின் 'Botany Bays' என்று அழைக்கப்பட்டன. (18-ஆம் நூற்றாண்டில் தண்டனைக் கைதிகளுக்காக முதன் முதலில் ஆஸ்திரேலியாவில் 'Botany Bay' என்ற தண்டனை காலனி அமைக்கப்பட்டது. அதன் அடிப்படையில் இவ்வாறு அழைத்தனர்). அனைத்து பொதுப்பணித் திட்டங்களிலும் இந்தியக் கைதிகள் மிகக் குறைந்த கூலிக்கு நியமிக்கப்பட்டனர். அது பினாங்கின் வெற்றிகரமான காலனிமயமாக்கலுக்கு உறுதுணையாக இருந்தது. 1852 மற்றும் 1854-ஆம் ஆண்டுகளுக்கு இடையில் அங்கு தொழிலாளர்களுக்கான செலவு சுமார் 30 சதவிகிதம் அதிகரித்தபோது, ஸ்டிரெய்ட்ஸ் குடியேற்றங்களில் இருந்த கிழக்கிந்திய கம்பெனி அரசாங்கம் பொது கட்டுமானப் பணிகளுக்காக இந்திய தண்டனைக் கைதிகளையே ஏறக்குறைய முழுமையாக நம்பியிருந்தது. சிங்கப்பூரில், 1825-1872 காலகட்டத்தில் அனைத்து பொதுப்பணி திட்டங்களிலும் வேலை செய்த தொழிலாளர்களில் பெரும்பாலானோர் இந்தியக் கைதிகளே.

இந்தியக் கைதிகளில், திருட்டு முதல் கடன்பட்டது வரை அற்ப குற்றச்சாட்டுகளுக்கு ஆளானோர் அதிகம் இருந்தனர். 1829-ல் அவர்களையும் பிரிட்டிஷார் நாடு கடத்த முயன்றபோது அந்த முயற்சி பலிக்கவில்லை. எனினும் நெப்போலிய போர்களில் ஃபிரெஞ்சுக்காரர் களிடம் இருந்து மொரீஷியஸ் தீவை ஆங்கிலேயர் கைப்பற்றிய பிறகு அதில் அவர்கள் வெற்றி கண்டனர். மொரீஷியஸின் மலைத்தோட்டப் பொருளாதாரம் பெரும்பாலும் அடிமைகளின் உழைப்பால் நடத்தப் பட்டது. ஆனால் அடிமை முறை ஒழிப்புக்குப் பின் ஏற்பட்ட தொழிலாளர் பற்றாக்குறையால் இந்தியத் தொழிலாளர்களுக்கு அங்கு பெரிய அளவில் தேவை உருவானது. எனவே பிரிட்டிஷார் 1843-ல் மீண்டும் அவர்களை கப்பலேற்றத் தொடங்கினர்.

1838-ஆம் ஆண்டுக்குள் 25,000 இந்தியர்கள் அங்கே சென்றிருந்தனர்; அடிமை முறை எதிர்ப்பாளர்களால் ஏற்படுத்தப்பட்ட ஒரு குறுகிய கால தடை 1839 முதல் 1842 வரை இந்தியர்களை நிறுத்தியது. பின்னர் மீண்டும் நிலைமை மாறியது. 1843-ல் 30,218 ஆண்களும், 4,307 பெண்களும் இந்திய ஒப்பந்த தொழிலாளர்களாக மொரீஷியஸுக்குச் சென்றனர் என அரசு அதிகாரிகளே தெரிவித்தனர். ஒப்பந்த அடிமைத் தொழிலில் அங்கு

செல்லும் ஆண்கள் ஒப்பந்த காலம் முடிந்த பிறகும் அங்கு தொடர்ந்து பணிபுரிய வேண்டுமானால் பெண்களும் அவர்களுடன் இருக்க வேண்டியது அவசியம் எனக் கருதப்பட்டது. அந்த நிலையில், 1868-ஆம் ஆண்டுக்குள்ளாக ஒவ்வொரு 100 ஆண்களுக்கும் குறைந்தபட்சம் 40 பெண்கள் என்ற விகிதாச்சாரத்தில் பெண்களின் இடப்பெயர்ச்சி அதிகரித்தது.

இந்தியாவில் இருந்து ஏறக்குறைய 5,00,000 தொழிலாளர்கள் ஒப்பந்த முறையின் கீழ் உழைப்பதற்காக மொரீஷியஸ் தீவுக்கு இடமாற்றம் செய்யப்பட்டனர். அவர்களுள் பெரும்பாலானோர் குற்றவாளிகள். மற்றவர்கள், சில நேரங்களில் வலுக்கட்டாயமாக சம்மதம் பெறப் பட்டிருந்தாலும் கூட, தாமாக விரும்பி வந்த தொழிலாளர்களாக இருந்தனர். ஓர் அறிஞரின் வார்த்தைகளில் கூறுவதானால், ‘உழைப்பு என்பது பிரதானமாக அடிமைத்தளையாக அல்லது தொழிற்பயிற்சியாக இருந்ததோ அல்லது ஒப்பந்தமாக இருந்ததோ, ஓர் விரிவான நடைமுறையின் ஓர் அங்கமாக அவர்கள் கடுங்காவலில் இருந்தனர். அதன் வாயிலாக காலனி தொழிலாளர் இனத்தின் மீதான கட்டுப்பாடு தனியாரிடமிருந்து பிரிக்கப்பட்டு அரசின் வசம் கொண்டு செல்லப்பட்டது’.

இந்தியத் துணைக்கண்டத்துக்கு அருகில், அந்தமான் தீவில் தண்டனை காலனி ஒன்றை அமைப்பதற்கான முயற்சி ஒன்றும் நடந்தது. ஆனால் முதல் முயற்சி வெற்றி பெறவில்லை. அதனால் 1796-ல் 700 கைதிகள் அந்தமான் காலனியில் இருந்து பினாங்குக்கு இடமாற்றம் செய்யப் பட்டனர். 1860-ல் பிரிட்டிஷ் இந்தியாவில் இருந்து ஸ்டிரெய்ட்ஸ் குடியேற்றங்கள் பிரிக்கப்பட்டபோது, இந்திய கைதிகளைத் தொடர்ந்து நாடு கடத்த விரும்பும் பட்சத்தில், அந்த தண்டனைக் குடியேற்றத்தை மறுசீரமைப்பதைத் தவிர பிரிட்டிஷாருக்கு வேறு வழி இல்லாமல் போனது. 1858-ஆம் ஆண்டுக்குப் பின் அவர்கள் அதைச் செய்தனர். அடுத்து, பிரிட்டிஷாருக்கு அரசியல்ரீதியில் தொல்லை தந்த இந்தியர்களை எல்லாம் மூட்டை கட்டி அனுப்பும் அபிமான இடமாக அந்தமான் உருவெடுத்தது.

ஆதரவற்ற இந்தியர்களும் ஒப்பந்தத் தொழிலாளர்களாக அனுப்பப் பட்டனர். இந்தவகையில் ஸ்டிரெய்ட்ஸ் குடியேற்றங்கள் மற்றும் மொரீஷியஸ் தீவுடன், உலகம் முழுவதுமாக மற்ற பிரிட்டிஷ் காலனிகளுக்கு, கயானா மற்றும் கரீபியன் தீவுகள் தொடங்கி தென்னாப்பிரிக்கா மற்றும் பசிபிக் கடலில் உள்ள ஃபிஜி தீவு வரை அவர்கள் சென்றனர்.

காலனி திட்டங்களின் கீழ் 19-35 லட்சம் இந்தியர்கள், (ஆதாரங்களைப் பொறுத்தும், எண்ணப்பட்ட நபர்களைப் பொறுத்தும் இந்தப் புள்ளிவிவரங்கள் மாறுபடுகின்றன), பெரும்பாலும் விருப்பமில்லாமல் பூமியின் பாதி தூரத்துக்கு நகர்த்தப்பட்டனர். ஆங்கில அரசு எந்திரத்தின் பல்சக்கரங்கள்போல் அவர்கள் இருந்தனர். கரும்புத் தோட்டங்கள், சாலைகள், கட்டடங்கள் போன்ற கட்டுமானத் திட்டங்களில் வேலை

செய்தும், காடுகளைத் திருத்தியும் அவர்கள் உழைத்தனர். திகிலூட்டும் பயணங்களால் பலர் பெரும் துயரங்களை அனுபவித்தனர். சிலர் வழியிலேயே இறந்தனர். மற்றவர்கள் அந்தக் கொடுமைகளைச் சகித்துக் கொண்டனர்.

பேராசிரியர் கிளேர் ஆண்டர்சன் அண்மையில் எழுதிய ஒரு நூலில் அந்த பயங்கரங்கள் எந்த அளவுக்கு இருந்தன என்பது நன்கு விவரிக்கப் பட்டுள்ளது: ஒரே ஆண்டில், 1856-57-ல், கல்கத்தாவில் இருந்து டிரினிடாட் வரையிலான ஒரே வழித்தடத்தில் கப்பல்களில் பயணித்த ஒப்பந்தத் தொழிலாளர்களின் மரண விகிதாச்சாரம் அதிர்ச்சியூட்டும் அளவைத் தொட்டது: ஆண்களில் 12.3 சதவிகிதத்தினர், பெண்களில் 18.5 சதவிகிதத்தினர், சிறுவர்களில் 28 சதவிகிதத்தினர், சிறுமிகளில் 36 சதவிகிதத்தினர் (மொத்தத்தில் 55 சதவிகித குழந்தைகள்) பரிதாபமாக இறந்தனர்.

கசப்பான ஒப்பீடு என ஒப்புக்கொள்ளும் அதேவேளையில் அடிமைகளின் 'நடுவழி' மரணங்கள் ஏறக்குறைய 12.5 சதவிகிதமாக இருந்தது என்பதையும் இங்கே குறிப்பிட விரும்புகிறேன். பிரிட்டிஷ் கப்பல்களில் ஒப்பந்தத் தொழிலாளியாகச் செல்லும் இந்தியன் ஒருவன் ஜீவ-மரணப் போராட்டத்தில் இறங்க வேண்டியிருந்தது. அதில் உயிர் பிழைப்பதற் கான சாத்தியக்கூறுகள் சங்கிலியில் பிணைக்கப்பட்ட ஆப்பிரிக்க அடிமை ஒருவனுக்கு இருந்ததைவிட மிக மோசமாக இருந்தது.

எனினும் அந்த அவல அனுபவத்தின் கலாசார விளைவாக அடிமைத் தொழிலாளிகளுக்கும் ஒப்பந்த தொழிலாளர்களுக்கும் இடையே துயரம் நிரம்பிய ஓர் உறவு உருவானது. 'படகில் உருவான சகோதரத்துவம்' (The Brotherhood of the Boat) கவிதையின் கருப்பொருளாகவும், செவிவழிக் கதையாகவும், எல்லாவற்றுக்கும் மேலாக இன்றுவரை நிலைத்திருக்கும் இசைப்பாடலாகவும் மாறியது.

இப்படி நாடு கடத்தப்பட்டவர்கள் அனைவருக்கும் இந்தியாவுக்கு மீண்டும் திரும்புவது குறித்து அல்லது தாய்நாட்டில் விட்டு வந்த தங்களுடைய குடும்பங்களைத் தொடர்பு கொள்வது பற்றி எவ்வித நம்பிக்கையும் அளிக்கப்படவில்லை. ஒப்பந்தத் தொழிலாளர்களில் பலர் ஐந்தாண்டுகள் உழைப்புக்குப் பின் நாடு திரும்புவதற்கான உரிமையை பெற்றிருந்தாலும், அது ஏட்டளவில்தான் இருந்தது. அந்த உரிமையை அனுபவிக்க அநேகமாக யாருமே அனுமதிக்கப்படவில்லை (இந்த வகையில், தந்திரமாக விதிமுறைகளில் பித்தலாட்டம் செய்தனர். உதாரணமாக, முதல் ஒப்பந்தம் முடிந்து ஆறு மாதங்களுக்குள் ஊர் திரும்ப உரிமை கோரவில்லை என்றால் அது ரத்து செய்யப்படும். அல்லது அநியாய பயணக்கட்டணம் நிர்ணயிக்கப்படும். அது பலரைப் பின்வாங்கச் செய்தது).

நாடு கடத்தப்பட்ட இந்தியர்களில் சிலர் வெற்றிகரமாக வீடு திரும்பியதாகக் கூறப்படுகிறது. ஆனால், இந்த வகையில் எனக்குத்

தெரிந்த ஒரே ஒரு சம்பவம் என்னவென்றால், 1868-ல் செயிண்ட் கிராயிக்ஸ் எனும் கரீபியன் தீவுக்கு அனுப்பப்பட்ட துரதிருஷ்டசாலி களில் பலர் கப்பல் பயணத்தின்போது வழியிலேயே இறந்ததும், உயிர் பிழைத்த சிலர் மட்டும் இந்தியாவுக்கு திரும்பியதுமே ஆகும்.

1519 முதல் 1939 வரையிலான காலத்தில் சுமார் 53 லட்சம் பேர் (அறிஞர்கள் அவர்களை நாசூக்காக 'சுதந்திரமில்லாமல் இடம் பெயர்ந்தோர்' என்று அழைக்கின்றனர்) பிரிட்டிஷ் கப்பல்களில் அழைத்துச் செல்லப்பட்டனர். அவர்களில் ஏறக்குறைய 58 சதவிகிதத்தினர் அடிமைகள். பெரும்பாலும் ஆப்பிரிக்காவில் இருந்து வந்தவர்கள். 36 சதவிகிதத்தினர் ஒப்பந்தத் தொழிலாளர்கள் (பெரிதும் இந்தியாவில் இருந்து), 6% பேர் இந்தியாவில் இருந்தும், மற்ற காலனிகளில் இருந்தும் நாடு கடத்தப்பட்ட குற்றவாளிகள். காலனி ஆதிக்கத் திட்டத்தின் மிகச் சாதாரண மற்றும் அவசரத் தேவைகளால் தூண்டப்பட்டதாக பிரிட்டிஷாரின் அந்த நடவடிக்கை இருந்தது. ஒரு டஜன் நாடுகளின் மக்கள்தொகை அமைப்பையே அது உருமாற்றியது. அதன் விளைவுகளை இன்றும் நாம் பார்க்க முடிகிறது.

குற்றவாளிகளையும் பிறரையும் தவிர கிழக்கிந்திய கம்பெனி ஆட்சியின் கீழ் ஏற்பட்ட வறுமையின் காரணமாகத் தானாக முன்வந்து பலர் ஒப்பந்த அடிமைத்தளைக்குக் கையெழுத்திட்டனர்; ஆயிரக்கணக்கான விவசாயிகள் தங்கள் நிலத்தைவிட்டு விரட்டப்பட்டிருந்தனர். அவர்களுடைய செழிப்பான விளைநிலங்கள் அபினி சாகுபடிக்காகப் பறிக்கப்பட்டதால் அவர்கள் கட்டாய இடப்பெயர்ச்சிக்குத் தள்ளப்பட்டனர். சிலர் முன்னாள் சிப்பாய்களாகவும் 1857 கிளர்ச்சிக்குப் பின் பிரிட்டிஷாரின் ஈவு இரக்கமற்ற பழிவாங்கும் நடவடிக்கைகளில் இருந்து தப்பி ஓடி வந்தவர் களாகவும் இருந்தனர் (போராளிகள், 'கிரிமினல்கள்' மற்றும் வறுமை காரணமாக பிழைக்க வந்தவர்கள் எல்லோருமே பிரிட்டிஷாருக்கு வித்தியாசம் இன்றி ஒன்றாகத்தான் தெரிந்தனர்).

மிகுந்த வலியையும் சீரழிவையும் உண்டாக்கிய இந்த இடமாற்றங்களை நியால் ஃபெர்குஸன், 'ரப்பர் பயிரை வளர்த்து தங்கத்தைத் தோண்டி எடுப்பதற்காக, மலிவான, அநேகமாக நிரந்தர வேலையில்லாத ஆசியத் தொழிலாளிகள் ஒன்று திரட்டப்பட்டார்கள்' எனக் குறிப்பிடுகிறார். நாவலாசிரியர் அமிதவ் கோஷ், கங்கைச் சமவெளிகளில் இருந்து குடியானவர்கள் இடம் பெயர்ந்தது குறித்து மனிதாபிமானக் கண்ணோட்டத்துடன் எழுதினார். 'வலியால் துடிக்கும் இதயத்தின் ஒரு துணுக்கை எடுப்பதற்காக விதி தனது முஷ்டியால் ஜீவனுள்ள சதையில் கூரான நகங்களைக் குத்திக் கிழித்து எடுத்தது போலவே இருந்தது' என்று கூறினார். பிரிவுத் துயரமும் விரக்தியும் நிறைந்த சூழலில் சொந்த மண்ணில் இருந்து அதன் மக்களை வேரறுத்தது ஒரு பெருங்குற்றமே. இந்தியாவில் பிரிட்டிஷ் ஆட்சி வரலாறு இனி வரும் தலைமுறை களையும் கூடத் தொடர்ந்து உறுத்திக் கொண்டுதான் இருக்கும்.

ரத்தவெறி ராஜ்ஜியம் - காலனி ஆட்சி படுகொலைகள்

பிரிட்டிஷ் ஏகாதிபத்தியம் என்பது இந்திய மக்களின் நன்மைக்காக நடத்தப்பட்ட மேலான சர்வாதிகார ஆட்சியாக இருந்தது என நீண்ட காலமாகவே ஒரு சப்பைக்கட்டு இருந்துவருகிறது. 1943-ஆம் ஆண்டு கோடையிலும் இலையுதிர் காலத்திலும் சர்ச்சில் எடுத்த மனிதாபிமானமற்ற நடவடிக்கைகள் இதைக் கட்டுக்கதை என நிரூபிக்கின்றன. ஆனால் அது ஏற்கனவே இரண்டு நூற்றாண்டுகளாக திரும்பத் திரும்ப சொல்லப்பட்டு வந்திருக்கிறது. இந்தியாவைக் கைப்பற்றியதாலும் பிரமாண்ட முறையில் ஏமாற்றியதாலும் மட்டுமே பிரிட்டிஷ் ஏகாதிபத்தியம் மகத்தான வெற்றியைப் பெற்று விடவில்லை; நான் ஏற்கனவே குறிப்பிட்டதுபோல், அவர்கள் தங்களை எதிர்த்தவர்களை ஈவு இரக்கமின்றி நசுக்கினர். போராட்டக்காரர்களையும், தப்பி ஓடியவர்களையும் விரட்டி விரட்டிக் கொன்று குவித்தனர். மிருகத்தனமான ஒடுக்குமுறையின் மூலமே அவர்களுடைய ஆதிக்கம் நிலை நிறுத்தப்பட்டிருந்தது.

காற்றுப் போல் மென்மையான நெசவுகளின் மூலம் பிரிட்டன் உற்பத்தியாளர்களைத் தோற்று ஒதுங்கச் செய்த நம் திறமையான நெசவாளர்களை முடக்க அவர்களுடைய கட்டை விரல்களைத் துண்டித்தனர். 1857 சிப்பாய் 'கலகம்' கொடூரமான மிருகத்தனத்துடன் ஒடுக்கப்பட்டது. கலகத்தில் ஈடுபட்டவர்கள் பீரங்கிகளால் சிதறடிக்கப்பட்டும் பொது இடங்களில் தூக்கிலிடப்பட்டும் கொல்லப்பட்டனர். பெண்களும் குழந்தைகளும் படுகொலை செய்யப்பட்டனர் (பிரிட்டிஷ் பெண்களையும் குழந்தைகளையும் கொன்றதற்குப் பழி வாங்கும் விதத்தில் அது நடந்தது). மொத்தத்தில் ஒரு லட்சம் பேர் உயிரிழந்தனர்.

'பிரிட்டிஷ் மிருக வெறி' என்பது பலருக்கு இரு எதிர் நிலைகளை ஒன்று சேர்த்த முரண் தொடராகத் தோன்றுகிறது: பிரிட்டிஷார் கண்ணியத்தின் மறு வடிவமாகச் சொல்லப்படுபவர்கள் அல்லவா... அவர்களை மிருக வெறியினராகச் சொல்வது நகை முரணாகவே பலரால் பார்க்கப்படுகிறது. அவர்கள் அறிவால்தான் வெற்றி பெறுகின்றனர். துப்பாக்கிகளால் அல்ல என வாதிடலாம். காங்கோவில் கொலைகார பெல்ஜியத்தினர் நடந்துகொண்டதுபோல் நிச்சயமாக அவர்கள் நடந்து கொண்டிருக்க மாட்டார்கள் அல்லவா? என்றுதான் ஒருவர் பொதுவாகக் கேட்கக்கூடும்.

ஆனால், உண்மையில் அப்படித்தான் நடந்துகொண்டனர். எல்லா நேரங்களிலும் இல்லை. லியோபால்டு மன்னரின் வக்கிர கொலையாளிகள் தொடர்ச்சியாக வெளிப்படுத்திய காட்டுமிராண்டித்தனத்தைப்போல் பிரிட்டிஷாரின் நடத்தை இல்லைதான். ஆனால் ஏகாதிபத்தியம் மிருக பலத்தைப் பயன்படுத்தியே தன்னை நிலைநிறுத்திக்கொள்ளும் என்ற அடிப்படை விதிக்கு அவர்களும் விதிவிலக்கல்ல. 'பெரும்பாலான நேரங்களில் பிரிட்டிஷ் அரசு நிர்வாகிகளின் செயல்பாடுகள் திட்டமிட்ட

செயல்பாடுகளாக அல்லாமல் விவரிக்கமுடியாத வெறியால் தூண்டப் பட்டவையாகவே இருந்தன. பலப் பிரயோகம் போதுமானதாக இருக்கவில்லை. பொதுவாக குறிப்பிட்ட ஒரு வர்த்தக அல்லது அரசியல் நோக்கத்தின் தேவைகளைவிடப் பல மடங்கு அதிகமாகவே வன்முறைச் செயல்கள் செய்யப்பட்டன' என்று வரலாற்று ஆசிரியர் ஜோன் வில்சன் கூறுகிறார்.

காட்டுமிராண்டித்தனம் என்பது கிழக்கிந்திய கம்பெனி ராணுவ நடைமுறைகளின் தொடக்ககால அம்சமாக இருந்தது. 'தாக்கப்படு வோம் என்ற அச்ச உணர்வு, விரும்பியதைச் செய்ய இயலாமை, உள்ளூர் சமூகத்துடன் வலுவான உறவுகள் இல்லாதது போன்றவற்றால் அற்பச் செயல்கள் மூலம் துன்புறுத்தி தங்கள் அதிகாரத்தை அவர்கள் உறுதி செய்தனர்' என வரலாற்று ஆய்வாளர்கள் கூறுகின்றனர். (இத்தகைய தவறான நடத்தை மலபாரில் 1721-ல் ஆன்ஜெங்கோ படுகொலைக்கு வழிவகுத்தது. தங்கள் சுயகௌரவத்துக்கு திரும்பத் திரும்ப பங்கம் நேர்ந்ததால் கொதித்துப்போன நாயர் போராளிகள் அந்த ஆண்டில் பல பிரிட்டிஷ் ராணுவ வீரர்களையும் கிழக்கிந்திய கம்பெனி ஆட்களையும் படுகொலை செய்தனர்). அதற்குக் காரணமானவர்கள் தண்டிக்கப் பட்டனர். பிறகு பிரிட்டிஷார் தமது மிருக பலத்தில் இரண்டு மடங்கு நம்பிக்கை வைத்தனர்.

எதிர்ப்பு குறித்த பிரிட்டிஷாரின் தொடர் பயங்கள் பேச்சுவார்த்தைக்குப் பதிலாக வன்முறையைத் தேர்வு செய்யவைத்தன. மேலும் சந்தர்ப்ப சூழ்நிலைகளைக் காரணம் காட்டி வன்முறை எப்போதுமே நியாயப் படுத்தப்பட்டது. 1790-களில் தஞ்சாவூர் ராஜாவுக்கு எதிரான நடவடிக்கை களின்போது ஆங்கில அதிகாரிகளுள் ஒருவர் கிழக்கிந்திய கம்பெனி கவுன்சில் முன் இவ்வாறு கூறினார்: 'பழி வாங்கும் நடவடிக்கைகளால் மட்டுமே நான் எதிர்ப்புகளை ஒடுக்க முடியும். அது என்னை கிராமங் களைச் சூறையாடவும், தீக்கிரையாக்கவும், அவர்களுள் ஒவ்வொரு வரையும் கொல்லவும், பெண்களையும், குழந்தைகளையும் கைதிகளாகச் சிறைப்பிடிக்கவும் வைக்கிறது. இந்தவகைப் போருக்கு இத்தகைய செயல்களே தேவைப்படுகின்றன'.

இந்துக்களையும் முஸ்லிம்களையும் ஒன்றாகப் புண்படுத்தும்விதத்தில் கிழக்கிந்திய கம்பெனியின் இந்திய சிப்பாய்களின் சீருடைகளில் செய்யப்பட்ட மாற்றங்களால் 1806-ல் வேலூர் கலகம் வெடித்தபோது பிரிட்டிஷார் அதை ஈவு இரக்கமற்ற ஆக்ரோஷத்துடன் நசுக்கினர். முந்நூறு போராட்டக்காரர்கள் (சில குறிப்புகள் 350 என்று கூறுகின்றன) ஒன்றாகப் பிணைக்கப்பட்டு ஓர் எறிபந்தாட்ட அரங்கத்தின் (fives court) சுவருக்கு முன்னால் வரிசையாக நிற்க வைக்கப்பட்டனர். பின் 90 அடி (30 யார்டுகள்) தூரத்தில் இருந்து அவர்கள் சுட்டுத் தள்ளப்பட்டனர்; ஒரு சிறிய விசாரணையும் இல்லாமல், விளக்கம் அளிப்பதற்கு வாய்ப்பும் இன்றி இந்த பாதகம் அரங்கேறியது. எஞ்சியிருந்தவர்களிடம் இன்னும்

கொஞ்சம் முறையான ராணுவ நீதிமன்ற விசாரணை நடத்தப்பட்ட பின் போராட்டக்காரர்களில் ஆறு பேர் பீரங்கிகளால் சிதறடிக்கப்பட்டனர். துப்பாக்கிப் படையால் ஐந்து பேர் சுட்டுக் கொல்லப்பட்டனர். எட்டு பேர் தூக்கிலிடப்பட்டனர். ஐந்து பேர் தண்டனை காலனிக்கு நாடு கடத்தப் பட்டனர்.

1857 புரட்சியின்போது ஆயிரக்கணக்கான போராட்டக்காரர்கள் இதே பாணியில் கொலை செய்யப்பட்டனர். அது மட்டுமல்லாமல் சாதாரண குடிமக்களில் ஏராளமான பெண்களும் ஆண்களும் கொல்லப்பட்டனர். இதில் குறிப்பாக, அலகாபாத்திலும் கான்பூரிலும் பணியாற்றிய ஜெனரல் ஜேம்ஸ் ஜார்ஜ் ஸ்மித் நீல் தணியாத ரத்த தாகம் கொண்டிருந்தார். அதுபோல் 5,000 பேர் கொல்லப்பட்ட ஜான்சியில் சர் ஹியூ ரோஸ் இருந்தார். வீரமங்கை ராணி லட்சுமிபாயின் அந்தப் புரட்சி நகரத்தில் வசித்து வந்த மக்களிடம் துளி இரக்கமும் காட்டப்படவில்லை.

டெல்லி மீண்டும் கைப்பற்றப்பட்டபோது வெளிப்பட்ட காட்டுமிராண்டித்தனமும் அவ்விதமே இருந்தது: அருகில் குச்சா செலான் பகுதியில் மட்டும் நிராயுதபாணியான சுமார் 1,400 குடிமக்கள் கொல்லப் பட்டனர். ஓர் இளம் அதிகாரி அதை, 'கண்ணில்படும் ஒவ்வொரு நபரையும் சுட்டுத்தள்ள கட்டளைகள் பிறப்பிக்கப்பட்டன. உண்மையில் அது படுகொலையாகவே இருந்தது' என பதிவு செய்தார். ஏராளமான குடிமக்கள் கொலையுண்டு கிடந்த அந்தக் காட்சியை, 'ஒவ்வொரு தெருவிலும் பிணங்கள்... சுட்டெரிக்கும் சூரியனின் கீழ் அழுகிக் கொண்டிருந்தன' என ஒருவர் தெரிவித்தார். உயிருக்கு பயந்து மசூதி களுக்குள் ஓடி ஒளிந்தவர்களும் வெளியே இழுத்து வரப்பட்டு தீர்த்துக் கட்டப்பட்டனர். கொத்துக் கொத்தாக மக்களைத் தூக்கிலிடுவது வாடிக்கையாகவே இருந்தது. இறுதியில், ஐந்து லட்சம் பேர் வாழ்ந்து வந்த பரபரப்பான முகலாய தலைநகரான டெல்லி பரிதாபமாக அழிந்தது.

தண்டனை அபாயம் எதுவும் இல்லையென்பதால் இந்தியர்களை பிரிட்டிஷார் அற்ப காரணங்களுக்குக்கூடக் கொன்றனர். இது தொடர்பான சம்பவம் ஒன்றை டெனிஸ் ஜட் நினைவு கூர்கிறார். 1857 கலகத்தின்போது மிக கொடூரமான சண்டை நடந்த இடங்களில் ஒன்று கான்பூர். இரண்டு இந்தியர்கள் மாட்டு வண்டி ஒன்றில் அமர்ந்து கொண்டு அது குறித்து பேசிக் கொண்டிருந்தனர். அதை ஒரு பிரிட்டிஷ் ராணுவ வீரர் ஒட்டுக் கேட்டார். பிறகு அவரே அதை விளக்கினார்: 'அது எதை குறித்தது என்று எனக்கு நன்றாக தெரிந்தது. எனவே நான் டாம் வாக்கரை அழைத்து வந்தேன். அவர்கள் "Cawnpore' என சொல்வதை அவரும் கேட்டார். அதன் பொருள் என்னவென்று அவருக்கும் புரிந்தது. எனவே உடனடி யாக நாங்கள் அவர்களைத் தீர்த்துக்கட்டினோம்'.

ஆட்சிக்கு எதிரான போராட்டம், கலகம் போன்றவை நடக்கும்போது அதை அடக்கி ஒடுக்க இதுபோன்ற வன்முறையை அரசு கைக்கொள்ள

வேண்டிய அவசியம் ஏற்படும் என்று இவற்றில் சிலவற்றுக்கு நியாயம் கற்பிக்கமுடியும் (அதை ஏற்க முடியாவிட்டாலும்). ஆனால், சில பழி வாங்கும் நடவடிக்கைகள் குரூரமாக இருந்தன. பிரிட்டிஷ் படைகள் டெல்லியைக் கைப்பற்றியபோது முகலாய பேரரசர் பகதூர் ஷா ஜாஃபரின் குடும்பம் அமைதியாக சரண் அடைந்தபோதும் அவர்கள் கொடூரமாகக் கொல்லப்பட்டனர். அவருடைய 16 புதல்வர்களில் பலர் விசாரணைக்கு ஆளாகி தூக்கிலிடப்பட்டனர். மேலும் பலரிடம் முதலில் ஆயுதங்கள், ஆபரணங்கள் பறிக்கப்பட்டன. அதன் பிறகு அவர்கள் சுட்டுக் கொல்லப்பட்டனர்.

பிரிட்டிஷ் ஆட்சி நடந்த பகுதிகளிலும் கூட, குடிமக்களுக்கு எதிராக அரசு உத்தரவுகளின் பேரில் அட்டூழியங்கள் நடந்தன. உதாரணமாக, 1872-ல் பஞ்சாப் மேலர்கோட்லாவில் ஏறக்குறைய 65 நாம்தாரி சீக்கியர்கள் பீரங்கி குண்டுகளால் வெடித்துச் சிதறடிக்கப்பட்டனர்; 1930-ல் பெஷாவரின் குயிஸ்ஸா கிவானி பஜாரில் 400 இந்தியர்கள் மிருகத்தனமாக வெட்டிச் சாய்க்கப்பட்டனர்; இவை தவிர கணக்கிலடங்கா அடி, உதை, நிறவெறி அவமதிப்பு மற்றும் தாக்குதல்கள், துப்பாக்கிச் சூடு, தூக்கு, பல்வேறு தவறுகளுக்காக நாடு கடத்தல் எல்லாம் பிரிட்டிஷ் காலனி ஆட்சியின் ரத்த சரித்திரத்தில் கரும்புள்ளிகளாகக் காட்சி அளிக்கின்றன.

கிழக்கிந்திய கம்பெனியின் தொடக்க காலத்தில் இருந்து அல்லது பிரிட்டிஷ் முடியாட்சியின் ஆரம்ப நாட்களில் நிலவிய மிருகத்தனம் பற்றிய விமர்சனங்கள் முன்வைக்கப்படும்போது, அவையெல்லாம் வேறுவகையான காலகட்டத்தில் வேறுவகையான காரணங்களினால் நடந்தவை; பிரிட்டிஷ் மகாராணி ஆட்சி நிர்வாகத்தைக் கையில் எடுத்த பிறகு இவையெல்லாம் முற்றாக மாறிவிட்டன என்று சொல்லப்படுவதுண்டு. ஆனால், இருபதாம் நூற்றாண்டிலும்கூட அவை நீடித்தன. 1942-ல் 'வெள்ளையனே வெளியேறு' இயக்கம் தொடங்கியபோது அதை நசுக்க அதே மிருக பலமே பிரயோகிக்கப்பட்டது.

ஒரு பிரிட்டிஷ் ஆளுநரின் வார்த்தைகளில் கூறுவதானால், 'பகல் வெளிச்சத்தில் தர தரவென இழுத்து வரவேண்டும். அப்போதுதான், யாராலும் தம்மைக் காத்துக் கொள்ள இயலமுடியாமல் போகும்'. பெண்களை போலீசார் கும்பலாக பாலியல் வன்முறைக்கு உட்படுத்துவது சாதாரண நிகழ்ச்சியாக இருந்தது: இந்த வகையில் சத்தியாகிரக தொண்டர்களை அச்சுறுத்துவதற்காக 73 பெண்கள் பலாத்காரம் செய்யப்பட்டனர். சிறைக்கைதிகள் நிர்வாணமாக்கப்பட்டு, நினைவு தப்பும் வரை ஐஸ் பாளங்களின் மீது படுக்க வைக்கப்பட்டனர். சிறைச்சாலையில் ஆயிரக்கணக்கானோர் அடித்து உதைக்கப்பட்டனர். எதிர்க்கும் குடிமக்கள் கூட்டத்தின் மீது வானில் இருந்து தொடர் குண்டு வீச்சுக்கும் கூட அதிகாரம் அளிக்கப்பட்டது.

'நமது இந்திய ஆட்சியின் கீழ் நடைபெறும் அல்லது நமது ஆட்சியை முடக்கும் ஒவ்வொரு கலகமும், ஒவ்வொரு அபாயமும், ஒவ்வொரு

பயங்கரமும், ஒவ்வொரு குற்றமும் இந்தியாவைச் சுரண்டிப் பிழைக்கும் நமது தேசிய விருப்பத்தில் இருந்து நேரடியாகத் தோன்றுகிறது' என இருபதாம் நூற்றாண்டின் தொடக்கத்தில் ரஸ்கின் கூறினார். தொடர்ந்து நீடிக்கும் பிரிட்டிஷ் சுரண்டல்களுக்கு எதிர்ப்புத் தெரிவிக்கும் இந்தியர்களுக்கு எதிரான பழிவாங்கும் நடவடிக்கைகளில் எந்தவொரு நெறிமுறையும் இல்லை. இப்போதும் அவை தொடர்ந்து மேற்கொள்ளப் படுகின்றன என்று அவர் குறிப்பிட்டார்.

நான் கூற விரும்பும் மிக முக்கிய கருத்தை விளக்க, இருபதாம் நூற்றாண்டு பிரிட்டிஷ் காலனி ஆட்சியில் நடந்த ஓர் உதாரணத்தை விரிவாக எடுத்துரைப்பது அவசியம் என எண்ணுகிறேன். முதல் உலகப்போர் (உட்ரோ வில்சனின் வார்த்தைகளில் கூறுவதானால், 'ஜனநாயகத்துக்குப் பாதுகாப்பான இடமாக உலகை மாற்றுவதற்காக' நடந்த போர்) முடிந்ததும் அந்த சம்பவம் நடந்தது. உங்களுக்குப் புரிந்திருக்கும், நான் ஜாலியன் வாலாபாக் சம்பவத்தைத்தான் குறிப்பிடுகிறேன்.

அது 1919-ஆம் ஆண்டு. உதுமானிய மற்றும் ஆஸ்திரிய-ஹங்கேரிய சாம்ராஜ்யங்கள் சரிந்துவிட்டிருந்தன; அந்தச் சிதைவுகளில் இருந்து புதிய நாடுகள் தோன்றிக் கொண்டிருந்தன; சுய ஆட்சி பற்றிய பேச்சுகள் காற்றில் பரவிக் கொண்டிருந்த நேரம். உலகப்போர் முடிந்த பிறகு ஓரளவு சுயாட்சி அதிகாரமாவது கிடைக்கும் என்ற எதிர்பார்ப்பில் பிரிட்டிஷாரின் போர் தேவைகளுக்காக பொன், பொருள், ரத்தம் மற்றும் ராணுவ வீரர்களை பறிகொடுத்து பெரும் தியாகங்களை செய்து முடித்து இந்தியா அப்போதுதான் மீண்டு வந்திருந்தது (இரண்டாம் அத்தியாயத்தில் விவரிக்கப்பட்டிருந்ததுபோல்). அந்த நம்பிக்கைகள் பொய்யாகின. நேர்மையற்ற மாண்டேக்-செம்ஸ்ஃபோர்டு 'சீர்திருத்தங்களும்', உக்கிரமான ரௌலட் சட்டங்களும் மட்டுமே இந்தியாவுக்குக் கிடைத்த வெகுமதிகள்.

அடுத்து நடந்தது இதுதான்.

1919 மார்ச் மற்றும் ஏப்ரல் மாதங்களில் பஞ்சாப் முழுவதுமாக ரௌலட் சட்டங்களை எதிர்த்து இந்தியர்கள் பேரணி நடத்தினர். வெறிச்சோடிய வீதிகள் மற்றும் மூடிய கடைகள் மூலம் பிரிட்டிஷாரின் துரோகத்துக்கு அதிருப்தி தெரிவிக்கும்விதமாக அமிர்தசரஸ் உள்படப் பல நகரங்களில், மார்ச் 30 மற்றும் ஏப்ரல் 6 தேதிகளில் அவர்கள் கடையடைப்பு நடத்தினர். அது காந்தியின் அஹிம்சை மற்றும் ஒத்துழையாமை கொள்கையின் ஒரு வடிவமாகத்தான் இருந்தது; அந்த ஹர்த்தால்களின்போது வன்முறை அல்லது அசம்பாவிதம் நடைபெற்றதாகப் புகார் எதுவும் இல்லை. ஆனால் எந்தக் காரணமும் இல்லாமல் ஏப்ரல் 9-ஆம் தேதி டாக்டர் சைஃபுதீன் கிச்லூ, டாக்டர் சத்யாபால் ஆகிய இரண்டு தேசிய தலைவர்களை பிரிட்டிஷ் அரசு கைது செய்தது. கண்டனக் கூட்டம் ஒன்றில் பேசியதற்காக அவர்கள் கைது செய்யப்பட்டனர்.

செய்தி வெளியே பரவ, அமிர்தசரஸ் மக்கள் வீதிகளுக்கு வந்து தங்கள் எதிர்ப்பைத் தெரிவிக்கும் விதமாக போலீஸ் தலைமையகம் நோக்கிப் படையெடுத்தனர். போலீசார் அவர்களைத் தடுத்தனர். கோபம் கொண்டிருந்த குடிமக்கள் சில கற்களை எறிந்தனர். பதிலுக்கு போலீசார் துப்பாக்கி சூடு நடத்தினர். அதில் பத்து பேர் இறந்தனர். அதனால் கொதித்துப்போன கூட்டம் போலீசார் செய்த கொலைக்கு எதிர்வினை யாகக் கண்ணில்பட்ட ஒவ்வொரு பிரிட்டிஷ் அரசு அடையாளங்களின் மீதும் தன் கோபத்தைக் காட்டியது. அதைத் தொடர்ந்து எழுந்த கலவரத்தில் ஐந்து ஆங்கிலேயர்கள் கொல்லப்பட்டனர். ஒரு பெண் மதபோதகரும் தாக்கப்பட்டார் (எனினும் இந்தியர்களாலேயே அவர் மீட்கப்பட்டுப் பாதுகாப்பான இடத்துக்குக் கொண்டு செல்லப்பட்டார்).

சட்டம்-ஒழுங்கை நிலைநாட்ட உடனடியாக பிரிட்டிஷார் அமிர்தசரஸுக்கு ராணுவத்தை அனுப்பினர். ஏப்ரல் 11-ஆம் தேதி வரை 600 ராணுவ வீரர்கள் வந்தனர். அதற்கு அடுத்த நாள் அவர்களுடைய தளபதி பிரிகேடியர் ஜெனரல் ரெஜினால்டு டையர் வந்திறங்கினார். அந்த நேரத்தில் நகரம் அமைதியாகத்தான் இருந்தது. மேலும் ஊர்வலம், கண்டனக் கூட்டம் என எது நடந்தாலும் முழு அமைதி நிலவியது. அப்படியிருந்தும் ஜெனரல் டையர் தனது அதிகாரத்தைக் காட்டும் வகையில் பலரைக் கைது செய்தார். 13-ஆம் தேதி அவர் ஓர் உத்தரவு பிறப்பித்தார். அதன் மூலம் அனுமதிச்சீட்டு இல்லாமல் கூட்டங் களுக்கோ பேரணிகளுக்கோ ஏற்பாடு செய்யும் நோக்கத்துடன் நகரத்தை விட்டு வெளியேறக்கூடாது என மக்களுக்கு தடை விதிக்கப்பட்டது. அத்துடன் மூன்று பேருக்கு மேல் ஒரு இடத்தில் கூடுவதும்கூட தடை செய்யப்பட்டது. இத்தகைய கட்டுப்பாடுகளால் நகரம் கொதித்துப் போயிருந்தது. ஆனால், எதிர்ப்புகள் ஏதும் இருக்கவில்லை.

இதற்கிடையே, தடை உத்தரவு பற்றி அறியாத சுமார் 10-15 ஆயிரம் பேர் வெளி மாவட்டங்களில் இருந்து வந்து அதே நாளில் அங்கே திரண்டார்கள். பைசாகி எனும் மிக முக்கிய சமய பண்டிகையை கொண்டாடும் நோக்கத்துடன் அவர்கள் வந்திருந்தனர். அமிர்தரஸில் பொது நிகழ்ச்சிகளுக்கு பிரபலமாக இருந்த ஜாலியன் வாலாபாக் எனும் சுற்றுச்சுவர் சூழ்ந்த தோட்டத்தில் அவர்கள் கூடினார்கள். ஐந்து குறுகலான சந்துகள் வழியாகவே அந்த மைதானத்துக்குள் வந்து போக முடியும்.

அந்தக் கூட்டம் பற்றி டையருக்கு தெரியவந்தது. அந்தக் கூட்டம் எதற்காக நடைபெறுகிறது என்று அறிய அவர் முற்படவில்லை. அது மட்டுமல்லாமல், அவர்கள் தன்னுடைய உத்தரவு பற்றி அறியாமல் வந்திருக்கிறார்களா, தெரிந்தே எதிர்ப்பு தெரிவிக்க கூடியிருக்கிறார்களா என்றெல்லாம் தெரிந்துகொள்ள அவர் விரும்பவில்லை. உடனடியாக அவர் ராணுவப்படை ஒன்றுடன் எந்திரத் துப்பாக்கிகள் நிரம்பிய கவச வாகனங்களில் புறப்பட்டுச் சென்றார். தனது வாகனங்களைத் தோட்ட நுழைவாயில் முன் நிறுத்தினார். ஆயுதங்கள் எதுவுமின்றி அமைதியாகக்

கூடியிருக்கும் குடிமக்கள் என நன்றாகவே தெரிந்தாலும், அவர்களுக்கு அவர் ஒரு சாதாரண எச்சரிக்கைகூட விடுக்கவில்லை. கலைந்து செல்லும் படி ஆணையிடவில்லை. மாறாக, தோட்டத்தை சூழ்ந்திருந்த செங்கல் சுவருக்குப் பின்னால் நின்று கொண்டிருந்த தனது படைக்கு 150 அடி தூரத்தில் இருந்து அவர்களைச் சுட்டுத்தள்ள உத்தரவிட்டார்.

ஆண்களும், பெண்களும், குழந்தைகளுமாக ஆயுதங்கள் எதுவுமின்றி அடைபட்ட இடத்தில் நின்று கொண்டிருந்த அப்பாவி மக்கள் கூட்டம் மறுகணம் அலறத் தொடங்கியது. பீதியில் மிரண்டு இங்குமங்கும் ஓடத் தொடங்கியது. ஆனால், துப்பாக்கித் தோட்டாக்கள் முழுவதும் தீரும் வரை நிறுத்தாமல் சுட டையர் தனது ஆட்களுக்குக் கட்டளையிட்டார். அவர்கள் சுட்டு முடித்தபோது 1,650 தோட்டாக்கள் வெளியேறி இருந்தது. குறைந்தபட்சம் 379 பேர் பரிதாபமாக இறந்து போயிருந்தனர் (பிரிட்டிஷார் ஒப்புக்கொண்ட எண்ணிக்கை இது). 1,137* பேர் படுகாயம் அடைந்திருந்தனர். ஒரு தோட்டாகூட வீணாகவில்லை என்பதைக் கண்டு டையர் திருப்தி அடைந்தார்.

அவர்கள் கூடியிருப்பது சட்ட விரோதம் என அங்கே ஒரு எச்சரிக்கையோ, அறிவிப்போ இல்லை. அமைதியாகக் கலைந்து செல்லும்படி அறிவுறுத்தப்படவும் இல்லை. ஒன்றுமே இல்லை. டையர் தன்னுடைய ஆட்களுக்கு முறையாக வானத்தை நோக்கி சுடுமாறு அல்லது அவர்களின் கால்களில் சுடுமாறு கூறவில்லை. மாறாக, அவருடைய கட்டளையின் பேரில், நிராயுதபாணியாகவும், நிராதரவாகவும் நின்றிருந்த மக்களின் நெஞ்சிலும், முகத்திலும், வயிற்றிலும் குறி பார்த்துச் சுட்டனர்.

ஜாலியன் வாலாபாக் சம்பவம் ஒரு இனப்படுகொலை என்பதை வரலாறு நன்கறியும். ராணுவ பலத்துக்கு சவால் விடக்கூடிய, ரத்த வெறி பிடித்த போராட்டக்காரர்களின் கொலை வெறி அல்லது மிருகத்தனத்தை எதிர்கொள்ள வேண்டி இருந்தது என்றால் இத்தகைய நடவடிக்கையில்

---

* அதிகாரப்பூர்வமற்ற இந்திய புள்ளிவிவரங்கள் இன்னும் அதிகம் என கூறுகின்றன. அநேகக் குறிப்புகள் 1,499 பேர் கொலை செய்யப்பட்டார்கள் என ஒரேவிதமாக தெரிவிக்கின்றன. எனினும், துப்பாக்கிப் பிரயோகம் 1650 முறை (ரவுண்டு) என்பதிலும், 1,137 பேர் காயம் அடைந்தனர் என்பதிலும் சர்ச்சைகள் இல்லை. பிரிட்டிஷ் அரசு சொல்லும் 379 என்பது நிச்சயம் மிகவும் பிழையான கணக்கீடு. உண்மையான பலி எண்ணிக்கை நிச்சயம் இந்த இரண்டுக்கும் இடையில் இருக்கவேண்டும். பிரிட்டிஷ் அரசு சொன்ன எண்ணிக்கை சரி என்று எடுத்துக்கொண்டாலும்கூட 1650 துப்பாக்கி குண்டுகளினால் 1516 பேர் (379 மரணம், 1137 படு காயம்) பாதிக்கப்பட்டதென்பது டையர் எவ்வளவு கொடூரமான செயலைச் செய்திருக்கிறார் என்பதைத் தெளிவாக உணர்த்திவிடும்.

அர்த்தம் உண்டு. ஆனால் இது போன்ற எதுவுமே ஜாலியன் வாலாபாக்கில் இல்லை. டையரின் ராணுவத்தினர் அமைதியாக, வழக்கமான முறையில் அணிவகுத்தனர். அங்கே கூடியிருந்த மக்களால் அவர்கள் அச்சுறுத்தப் படவும் இல்லை, தாக்கப்படவும் இல்லை; ராணுவத்துக்கு அது சாதாரண இன்னொரு நாள் வேலையாகத்தான் இருந்தது. ஆனால் பிற நாட்களில் இருந்து அந்த நாள் கொஞ்சம் வித்தியாசமாக இருந்தது.

மரண ஓலமிட்டுக் கொண்டு, முண்டியடித்து அங்குமிங்கும் ஓடிக் கொண்டிருந்த கூட்டத்தின் மீது அவர்கள் நிபுணத்துவத்துடன், எவ்வித அவசரமும், பதற்றமும் இன்றி அல்லது சிரமமும், சினமும் இன்றி நிதானமாகவும், கச்சிதமாகவும் தங்கள் துப்பாக்கிகளை தோட்டாக்களால் நிரப்பிக்கொண்டே சுட்டுத் தள்ளினர். மரண பயத்தில் ஒற்றை வாசல் வழியாகக் கூட்டம் தப்பிக்க முயன்றபோது அவர்கள் கொலைகார ராணுவத்தின் சரமாரி துப்பாக்கிச் சூட்டில் சிக்கிக்கொண்டனர். ஆயுத மற்ற அந்தக் கூட்டத்தின் மீது மொத்தம் 1,650 தோட்டாக்கள் பாய்ந்தன. பத்தே நிமிடங்களில் வேலை முடிந்தபோது நூற்றுக்கணக்கான அப்பாவிகள் செத்துக் கிடந்தனர். பல்லாயிரக்கணக்கானோர் படுகாயம் அடைந்திருந்தனர். அவர்களில் பலர் வாழ் நாள் முழுவதுமான ஊனத்துடன் வாழ நேர்ந்தது.

ஜாலியன் வாலாபாக் படுகொலை புத்தி சுவாதீனமற்ற வெறித்தனத்தால் நடந்தது அல்ல; காலனிய விருப்பங்களின் நன்குணர்ந்த, திட்டமிட்ட வெளிப்பாடாக அது இருந்தது. டையர் வெறி பிடித்த பைத்தியமில்லை. தேர்ச்சி பெற்ற கொலையாளி; கண்டிப்பாக அவருடைய செயல் ராணுவ சர்வாதிகாரத்தின் மிருகத்தனத்தை வெளிப்படுத்திய கற்பனைக்கெட்டாத வெறியாட்டம்தான். ஆனால் பைசகி திருநாளில் அவர் போட்ட ஆட்டம், யாருக்காக மற்றும் யாருடைய பாதுகாப்புக்காக அவர் வேலை செய்தாரோ அவர்களுடைய ஆட்சி முறையின் அழுத்தமான குறியீடாகத்தான் இருந்தது.

அனைத்து தரப்பு இந்தியர்களுமே இந்த பயங்கர நிஜத்தை உணர்ந்தனர். அதில்தான் ஜாலியன் வாலாபாக் படுகொலையின் உண்மையான கொடூர முக்கியத்துவம் இருக்கிறது. காலனி ஆதிக்கம் எவ்வளவு கேவலமாக மாற முடியும் என்பதை அது காட்டியது. மேலும் அதை அனுமதித்ததன் மூலம் பிரிட்டிஷார் திரும்பி வரவே முடியாத எல்லைப் புள்ளி ஒன்றைக் கடந்தனர். சமத்துவமற்ற எந்த ஓர் உறவாக இருந்தாலும் சரி, மேலே இருப்பவர்களும் கீழே இருப்பவர்களும் தமது உறவு பிழைக்க வேண்டுமானால் மதித்தாக வேண்டிய புள்ளி அது.

அந்த கோர ஞாயிற்றுக்கிழமைக்கு முன்னால் தங்களுடைய அரசியல் அடையாளம் குறித்துத் துளியும் சிந்திக்காமல் இருந்த பல கோடிக் கணக்கான மக்களில் இருந்து இந்தியர்களை எழுந்து வரச்செய்தது அந்தப் படுகொலை. அது விசுவாசிகளை தேசியவாதிகளாகவும் அரசாங்க

ஆதரவாளர்களைக் கிளர்ச்சியாளர்களாகவும் மாற்றியது. நோபல் பரிசு பெற்ற கவிஞர் ரவீந்திரநாத் தாகூரைத் தனது 'நைட்' (Knight) பட்டத்தை இங்கிலாந்து மன்னரிடம் திரும்ப ஒப்படைக்கும்படி செய்தது.

அத்துடன் பிரிட்டிஷ் அலுவலகங்களில் பணி அமர்த்தப்பட்டிருந்த ஏராளமான இந்தியர்களைத் தங்கள் பதவிகளை உதற வைத்தது. எல்லாவற்றுக்கும் மேலாக மகாத்மா காந்தியை இந்திய விடுதலையின் தார்மிக நியாயத்தில் உறுதியான, அசைக்க முடியாத நம்பிக்கை கொள்ள வைத்தது. இப்போது அவர் சத்தியத்தில் இருந்து பிரிக்கப்பட முடியாத ஒன்றாக சுதந்திரத்தைக் கண்டார். அதற்குப் பின், விமோசனமே இல்லாத பாவமாகவும் சாத்தானாகவும்கூட அவர் கருதிய ஆங்கிலப் பேரரசிடம் இருந்து இந்தியாவை விடுவிக்கும் தனது கடமையில் ஒருபோதும் தடுமாறவே இல்லை.

வரலாற்று ஆய்வாளர் ஏ.ஜே.பி. டெய்லர் அந்தப் படுகொலையை, 'பிரிட்டிஷ் ஆட்சியில் இருந்து இந்தியர்கள் தம்மை அந்நியப்படுத்திக் கொண்ட தீர்க்கமான தருணம்' என்று கூறினார். உலகில் சட்டம்-ஒழுங்கின் பெயரால் கொடுக்கப்பட்ட வேறு எந்த ஒரு 'தண்டனை'யும் இந்த அளவுக்கு மனித உயிர்களைக் காவு வாங்கியதில்லை: 'பீட்டர்லூ படுகொலை 11 உயிர்களை மட்டுமே பலி கொண்டது. அட்லாண்டிக் பிராந்தியம் முழுவதுமாக பாஸ்டன் குடிமக்கள் மீது பிரிட்டிஷ் ராணுவத்தினர் துப்பாக்கிச் சூடு நடத்தி ஐந்து பேரைக் கொன்று, திட்ட மிட்டுப் படுகொலை செய்த குற்றச்சாட்டுக்கு ஆளாயினர். டப்ளினில் 1916-ல் ஈஸ்டர் கலகம் என்ற சுய அறிவிப்புடன் எழுந்த போராட்டத்தில் 16 அயர்லாந்துக்காரர்களை பிரிட்டிஷார் கொலை செய்தனர்'. இந்திய உயிர்களை பிரிட்டிஷார் எந்த அளவுக்கு மதித்தனர் என்பதை ஜாலியன் வாலாபாக் சம்பவம் இந்த இடத்தில் உறுதி செய்கிறது.

அந்த சம்பவம் குறித்து விசாரணை நடத்த அரசுத் தரப்பில் ஹன்ட்டர் கமிஷன் அமைக்கப்பட்டது. அதற்கு முன்னால் ஆஜராகித் தனது அட்டூழியங்களை விவரித்த டையர் துளியளவு வருத்தத்தையோ குழப்பத்தையோ வெளிக்காட்டவில்லை. சலனமேயில்லாமல், 'அது ஒரு கலவரக் கூட்டம்' என்று கூறிய டையர், தனது அதிகாரத்தை எதிர்த்த அந்தச் செயல் தண்டிக்கப்பட வேண்டியதாக இருந்தது என்றார். 'அங்கு கூட்டத்தை கலைந்து போகச் செய்யும் கேள்விக்கே இடம் இருக்க வில்லை. ஆனால் இந்தியர்களின் கீழ்ப்படிதலை உறுதி செய்யும்வகையில் 'ஒழுங்கை' ஏற்படுத்துவதே முக்கியமாக இருந்தது' என்று தெரிவித்தார்.

'கூட்டத்தைக் கலைக்க வானத்தை நோக்கிச் சுடுவது மட்டும் போது மானதாக இருந்திருக்காது. ஏனென்றால், அந்தக் கூட்டம் திரும்பி வந்து என்னைப் பார்த்து சிரித்திருக்கும்' என்று விளக்கம் அளித்தார். துப்பாக்கித் தோட்டா மழையை தானே சுயமாக வாயில்புறங்களை நோக்கித் திருப்ப உத்தரவிட்டதாகக் கூறிய அவர், ஏனென்றால் அங்கேதான் மக்கள் அடர்த்தி அதிகமாக இருந்தது என்றார்: 'அவை மிக அருமையான

இலக்குகள்' என்று வெளிப்படையாகக் கூறினார். அந்தக் கொலை வெறியாட்டம் பத்து நிமிடங்கள் மட்டுமே நீடித்தது. ஆனால் சாவு எண்ணிக்கை அசாதாரணமானதாக இருந்தது.

அது முடிந்தபோது இறந்தவர்களும் படுகாயம் அடைந்தவர்களும் ரத்த வெள்ளத்தில் முனகிக்கொண்டே மண்ணில் புரள, அவர்களுக்கு எந்த உதவியும் செய்யவிடாமல் டையர் தனது ஆட்களை தடுத்தார். அடுத்து, அமிர்தசரஸில் அடுத்த 24 மணி நேரத்துக்கு யாரும் வீதிகளுக்கு வராமல் வீடுகளுக்குள்ளேயே முடங்க கட்டளையிட்டார். அதனால், காயம் அடைந்தவர்கள் வலியால் துடித்துக்கொண்டும், உதவி கேட்டும் மண்ணில் புரண்டு கொண்டிருக்க, அவர்களுடைய உறவினர்களோ நண்பர்களோ அவர்களுக்கு ஒரு சொட்டு தண்ணீர்கூடக் கொண்டு வந்து கொடுக்க முடியாமல் போனது.

காலனியில் அதைத் தொடர்ந்து பயங்கர ஆட்சி தோன்றியது. அந்த பெண் மதபோதகர் மீதான தாக்குதலுக்குப் பின், 'பலவீனமான ஆங்கில ரோஜாக்கள் காம வெறி பிடித்த கறுப்பர்களின் நிரந்தரமான பாலியல் வெறிக்கு ஆளாகும் அபாயத்தில் இருக்கின்றன' என்ற எண்ணம் ஜெனரல் டையரை அப்படி வெறித்தனமாக தாக்குதலில் ஈடுபட வைத்திருக்கக் கூடும் என்றுசல்மான் ருஷ்டி கூறியிருந்தார். அப்படியே இருந்து விட்டுப் போகட்டும். ஆனால், இந்தியன் ஒருவனுக்கு அந்தப் படுகொலை பற்றியும் அதன் விளைவுகள் குறித்தும் உணர்ச்சிவசப்படாமல் எழுதுவது சாத்தியம் இல்லை என்பதால் நான் மீண்டும் அமெரிக்காவின் வில் டுரான்ட் பக்கம் திரும்புகிறேன். அவர் விவரிக்கும் கொடுமையான நிஜங்கள் இதோ...

'பெண் மதபோதகர் தாக்கப்பட்ட அந்த வீதியைப் பயன்படுத்தும் இந்துகள், வயிற்றை மண்ணில் பதித்து ஊர்ந்து செல்லவேண்டும் என டையர் கட்டளையிட்டார். அவர்கள் கைகளை ஊன்றி நான்கு கால் விலங்குபோல் நடக்க முற்பட்டால் ராணுவ வீரர்களின் துப்பாக்கி அடிக்கட்டையால் குத்தப்பட்டனர். அவர் 500 பேராசிரியர்களையும், மாணவர்களையும் கைது செய்தார். மேலும், அவர்களுள் பலர் ஒவ்வொரு நாளும் 16 மைல்கள் நடக்க வேண்டியிருக்கும் என நன்றாக தெரிந்தும் அனைவரும் தினசரி வருகைப் பதிவுக்கு ஆஜராக வேண்டும் என வற்புறுத்தினார். எந்தக் குற்றமும் இல்லாத நூற்றுக் கணக்கான அப்பாவி குடிமக்கள் மற்றும் சில பள்ளிச் சிறுவர்களை பொது மைதானத்தில் நிறுத்தி சவுக்கால் அடித்தார். கைது செய்யப் பட்டவர்களை அடைப்பதற்காக அவர் ஒரு கூரையில்லாத கூண்டு ஒன்றை உருவாக்கி வெயிலில் காய வைத்தார்;

வேறு பல கைதிகளை அவர் ஒன்றாகக் கட்டி 15 மணி நேரத்துக்கு திறந்த டிரக் வண்டிகளில் நிற்கச் செய்தார். சாதுக்களை நிர்வாணமாக்கி, அவர்களுடைய உடலில் சுண்ணாம்புக் கரைசலை ஊற்றி பிறகு வெயிலில் உலர வைத்தார். அப்போது அவர்களுடைய உடலில் இருந்த

சுண்ணாம்பு இறுகி தோலில் வெடிப்புகளை உண்டாக்கியது. இந்தியர்களின் வீடுகளில் மின்சாரம் மற்றும் குடிநீர் இணைப்புகளைத் துண்டித்தார். மேலும் இந்தியர்கள் வைத்திருந்த மின் விசிறிகள் அனைத்தையும் தம்மிடம் ஒப்படைக்குமாறு ஆணையிட்ட அவர் அவற்றை பிரிட்டிஷாருக்கு தானம் செய்தார். உச்சக்கட்டமாக, வயல்வெளிகளில் வேலை செய்து கொண்டிருந்த ஆண்கள், பெண்கள் மீது வெடிகுண்டுகளை வீச விமானங்களை அனுப்பினார்'.

அரசு அமைத்த விசாரணை கமிஷன் டையரின் குற்றங்களை மூடி மறைத்தபோது, அந்த அட்டூழியம் பற்றி பொது விசாரணை ஒன்றை நடத்துவதற்காக காங்கிரஸ் கட்சி மோதிலால் நேருவை நியமித்தது. அவர் உண்மைகளைக் கண்டறிந்துவர தனது புதல்வர் ஜவாஹர்லால் நேருவை அமிர்தசரஸுக்கு அனுப்பினார். நேருவின் டைரி அவர் கண்டுபிடித்த நிஜங்களை மிகத் துல்லியமாகப் பதிவு செய்திருக்கிறது; சம்பவம் நடந்த இடத்தில் சுவரில் ஒரு குறிப்பிட்ட இடத்தில் அவர் 67 தோட்டா அடையாளங்களைக் கண்டார். இந்தியர்கள் வயிறால் ஊர்ந்து செல்லக் கட்டளையிடப்பட்ட தெருவுக்கும் சென்று பார்த்தார். பின்னர் பத்திரிகையாளர்களிடம் அது பற்றி கூறும்போது அவர், 'கைகளால், முழங்கால்களால்கூட அல்லாமல் தரையில் அப்படியே படுத்து பாம்பு களையும், புழுக்களையும்போல் ஊர்ந்து செல்ல வைக்கப் பட்டிருக்கிறார்கள்' என்று குறிப்பிட்டார்.

ரயிலில் அவர் டெல்லிக்குத் திரும்பி வரும்போது அவரது பெட்டியில் டையரும் சில பிரிட்டிஷ் ராணுவ அதிகாரிகளும் இருந்தனர். அப்போது டையர், 'மொத்த நகரமும் என்னுடைய தயவின் கீழ் இருந்தது. அந்தக் கலவர நகரத்தை நான் சாம்பல் குவியலாக்கவேண்டுமென்று தான் முதலில் நினைத்தேன். ஆனால் இரக்கம் கொண்டு அதிலிருந்து பின்வாங்கிவிட்டேன்' என்று கொக்கரித்ததாக எழுதிய நேரு, 'அவருடைய பேச்சைக் கேட்டும் அவரது குரூரத்தைப் பார்த்தும் மிகவும் அதிர்ந்து போனேன்' என்று குறிப்பிட்டார்.

ஒவ்வொரு காலகட்டத்திலும், ஒவ்வொரு ராணுவத்திலும் முளைக்கும் வக்கிர புத்திக்காரர்களுள் ஒருவர்தான் பிரிகேடியர் ஜெனரல் ரெஜினால்டு டையர்; பிரிட்டிஷ் பேரரசில் பொதுவாகப் பணியாற்றிய, காவல் சீருடை அணிந்த அறிவார்ந்த அலுவலர்களுக்கு அவர் முன்னுதாரணம் அல்ல; அவர் ஒரு விதிவிலக்கு என்றெல்லாம் சில நல்ல ஆங்கிலேயர்கள் கூறுவார்கள் என்பதில் ஐயம் இல்லை. இந்த சமாதானம் அந்தக் களங்கத்தை ஒருபோதும் துடைக்காது. தான்தோன்றித்தனமாகச் செயல் பட அவருக்கு முழு சுதந்திரம் வழங்கப்பட்டது மட்டுமல்ல, அவரது காட்டுமிராண்டித்தனம் குறித்த செய்தி 6 மாதங்கள்வரை பிரிட்டிஷாரால் இருட்டடிப்பு செய்யப்பட்டது. ஆனால், அவரது அத்துமீறல்கள் பற்றிய தகவல்கள் கசிந்து பொதுமக்களின் ஆத்திரம் அதிகமானபோது, ஹன்ட்டர் கமிஷன் எனும் விசாரணைக் குழுவை ஏற்படுத்தியதன் மூலம் அவரது பாவங்களை மூடி மறைக்க முயற்சி நடந்தது.

'பயங்கரமான தவறு' ஒன்றைச் செய்தவராக மட்டுமே அந்த கமிஷன் டையரைச் சொன்னது. இந்திய தேசிய காங்கிரஸ் அமைத்த புலனாய்வுக் குழுவினர் முழு ஆவணமாக அறிக்கை ஒன்றைத் தயாரித்து முடித்த போதுதான் பிரிட்டிஷார் நடந்ததை ஒப்புக்கொண்டனர். அடுத்து டையர் பணியில் இருந்து விடுவிக்கப்பட்டார். ஆங்கில நாடாளுமன்றத்தின் பொதுமக்கள் சபை அவருக்குக் கண்டனம் தெரிவித்தது. ஆனால், பிரபுக்கள் சபை உடனடியாக அவரை குற்றச்சாட்டுகளில் இருந்து விடுவித்து கணிசமான ஓய்வூதியத்துடன் ஓய்வு பெற அனுமதி அளித்தது. இலக்கியத்துக்கான நோபல் பரிசு பெற்றவரும், பிரிட்டிஷ் பேரரசின் கவித்துவக் குரலுக்குச் சொந்தக்காரரான ரட்யார்ட் கிப்ளிங், 'இந்தியாவைக் காப்பாற்றிய மனிதர்' என டையருக்கு வாழ்த்துப்பா வாசித்தார்.

இந்தியாவில் இருந்த சக பிரிட்டானியர்களுக்கு, கொத்துக் கொத்தாய்க் கொன்று குவித்த டையரின் உன்னதச் செயலுக்கு அதுவும்கூட போதுமான சன்மானமாகத் தோன்றவில்லை. எனவே அவருடைய குரூரத்தைக் கௌரவிக்கும் வகையில் நிதி திரட்டுவதற்காக பொது இயக்கம் ஒன்றை நடத்தினர். அதில் 26,317 பவுண்டு, 1 ஷில்லிங், 10 பென்னிகள் வசூலானது. அந்தக் காலத்தில் அது கற்பனைக்கெட்டாத அபார தொகை. இன்றைய பணமதிப்பில் இரண்டரை லட்சம் பவுண்டு! நவரத்தினங்கள் பதித்த ஆடம்பர வீர வாள் ஒன்றுடன் அந்த நிதி அவரிடம் வழங்கப் பட்டது. மாறாக, பல மாதங்கள் நீதி கேட்டு நடைபெற்ற போராட்டத்துக்குப் பின் அரசாங்கம் ஜாலியன் வாலாபாக் படுகொலையில் உயிரிழந்தோர் குடும்பங்களுக்கு ஓர் உயிருக்கு தலா 500 ரூபாய் என்ற கணக்கில் நஷ்ட ஈடு தந்தது. அன்றைய அந்நிய செலாவணி மாற்று மதிப்பில் அது தோராயமாக 37 பவுண்டு (இன்றைய மதிப்பில் சுமார் 1,450 பவுண்டு).

ஜாலியன் வாலாபாக் சம்பவத்தில் ஆங்கிலேயர் வெளிக்காட்டிய எதிர்வினையும் பகிரங்கமாக டையர் கொண்டாடப்பட்டதும் ஜவாஹர்லால் நேருவைப் பொறுத்தவரை அந்தப் படுகொலையை விட மிக மோசமாக இருந்தது. 'மூர்க்கத்தனமான இந்த அங்கீகாரம் எனக்குக் கடும் அதிர்ச்சி அளித்தது' என்று பின்னர் எழுதினார். மேலும், 'இது அப்பட்டமான ஒழுக்கக்கேடு; அசிங்கம்; இங்கிலாந்து பொதுப்பள்ளி பாஷையை பயன்படுத்திச் சொன்னால், மிக மோசமான வடிவத்தின் உச்சம். ஆங்கிலப் பேரரசு எவ்வளவு மிருகத்தனமானது, கீழ்த்தரமானது என்பதையும், அது எப்படி பிரிட்டிஷ் மேட்டுக்குடி மக்களின் ஆன்மாக்களை அரித்துவிட்டது என்பதையும் நான் முன் எப்போதும் இல்லாத அளவுக்குத் தெளிவாக உணர்ந்தேன்' என்று குறிப்பிட்டார்.

இந்தியாவில் இருந்த பிரிட்டிஷாரை டையர் பிரதிபலிக்கவில்லை என கூறிக்கொள்வது அதற்கு மேலும் சாத்தியம் இல்லாது போனது: ஏனென்றால், அவர்கள் அவரைத் தங்களில் ஒருவர் எனவும் தங்களுடைய ரட்சகர் என்றும் சொல்லிக்கொண்டார்கள்.

•

இந்தியாவில் இருந்த பிரிட்டிஷ் ஆட்சி ஏன் சர்வாதிகார வெறி கொண்டிருந்தது என்பதற்கும், அறிவார்ந்த தன்மை தவிர மற்ற எல்லாமே இருந்தது என்பதற்கும் இந்த மூன்றை உதாரணமாகக் கூறலாம்: பஞ்சம், கட்டாய இடப்பெயர்ச்சி, காட்டுமிராண்டித்தனம். ஆனால் இதைக் கண்டு ஒருவர் ஏன் வியப்படைய வேண்டும்? இங்கிலாந்து பிரதமர் ஸ்டான்லி பால்டுவின்னுடைய கன்சர்வேடிவ் அரசின் உள்துறை மந்திரியாக இருந்த சர் வில்லியம் ஹிக்ஸ் 1928-ல் இந்த விஷயத்தைப் பட்டவர்த்தனமாகப் போட்டு உடைத்தார்: 'இந்தியர்களின் வாழ்க்கைத் தரத்தை உயர்த்துவதற்காகவே நாம் இந்தியாவைக் கைப்பற்றினோம் என மத பிரசாரக் கூட்டங்களில் சொல்லப்படுவதை அறிவேன். கடவுளுக்கே அடுக்காத பொய் அது.

பிரிட்டனின் உற்பத்திப் பொருட்களுக்கு ஒரு வடிகாலாகத்தான் இந்தியாவை நாம் வென்றோம். வாள் மூலம் இந்தியாவைக் கைப்பற்றினோம். வாள் மூலமாகவே அதைப் பிடித்தும் வைத்திருக்கிறோம். இந்தியாவை நாம் இந்தியர்களுக்காகப் பிடித்துவைத்துக் கொண்டிருக்கிறோம் என்று சொல்லும் அளவுக்கு நான் நயவஞ்சகன் இல்லை. ஒரு கையில் உருளைத் தடியுடனும் மற்றொரு கையில் வாளுடனும் நாம் சென்றோம். வாளைக் கொண்டு தொடர்ந்து அவர்களை நிர்க்கதியாக நிற்க வைத்திருக்கிறோம். உருளைத் தடியை கொஞ்சம் கீழே இறக்கி அவர்களுடைய குரல்வளையை நசுக்குகிறோம்'.

டயர் விஷயத்தில் அந்த வாள் நவரத்தினங்களால் அலங்கரிக்கப்பட்டதாக இருந்தது; அந்த உருளைத் தடி பிரிட்டிஷ் கஜானாவில் இருந்த கணக்குப் புத்தகங்களை அளந்தது. ஆக, உயர்மட்ட பிரதிநிதிகளின் செயல்பாடுகளுக்காக ஒருவர் ஒருபோதும் ஓர் அரசாங்கத்தை வசை பாடக்கூடாது.

•

ஆறாம் அத்தியாயம்
பேரரசின் எச்சங்கள்

பிரிட்டிஷ் ஆதாயங்கள், இந்திய வரிகள் - தனியார் நிறுவனங்களும் பொது அபாயமும் - பிரிட்டன் அடைந்த பலன்கள் - இந்திய பயணிகளைச் சுரண்டுதல் - வேலை வாய்ப்பில் பாகுபாடு - பிரமாண்ட இந்திய ரயில்வே விநோதம் - ரயில்வே ஏற்படுத்திய பொருளாதாரச் சீர்குலைவுகள் - பிரிட்டிஷ் கல்விக்கொள்கை - இந்தியக் கல்வி முறை அழிப்பு - பாடசாலைகள், மதரசாக்கள், மாக்தபுகள் (முஸ்லிம் குழந்தைகளுக்கான ஆரம்பப் பள்ளிகள்) - கல்வியும் ஆங்கிலப் பயிற்று மொழியும் - கல்வி குறித்த மெக்காலேயின் அறிக்கை - மில்லின் பெரும்பான்மையினர் நலக்கொள்கை - கீழ்த்திசைவாதிகளும் ஆங்கிலிக்கவாதிகளும் - இந்திய பல்கலைக்கழகங்களின் எல்லைகள் - இந்திய தேசிய உணர்வுகளை வேரறுத்தல் - பாடத்திட்டத் திரிபுகள் - பிரிட்டன் வரலாறு - ஆங்கில இலக்கியம் - மேற்கத்தியக் கொள்கைகளின் மிகை செல்வாக்கு - சாதியும் கல்வியும் - இந்திய மனங்களை காலனிமயமாக்குதல் - உட்ஹவுஸ், காலனி ஆதிக்கவாதமும் ஆங்கில மொழியும் - இரக்கமில்லாத தேநீர் - தேயிலைத்தோட்டத் தொழிலாளர்களைச் சுரண்டுதல் - இந்தியர்களிடம் தேநீர் பரவுகிறது - இந்திய கிரிக்கெட் விளையாட்டு - கிரிக்கெட்டும் சமூக அந்தஸ்தும் - ரஞ்சி கிரிக்கெட்டும் தேசியவாதமும்

•

இந்திய பிரிட்டிஷ் ஏகாதிபத்தியத்துக்கு சாதகமான வாதமாக அப்புறம் என்னதான் மிஞ்சி இருக்கிறது? அலெக்ஸ் வான் டன்சல்மான் தனது ‘இண்டியன் சம்மர்’ என்ற நூலின் அறிவார்ந்த ஆரம்பத்தில் என்னுடைய கருத்தை மிக அழகாக எடுத்துரைக்கிறார்: ‘தொடக்கத்தில் இரண்டு நாடுகள் இருந்தன. ஒன்று மிகப் பெரிய, வலிமையான, கம்பீரமான பேரரசு. அது மிக அற்புதமாக ஒருங்கிணைக்கப்பட்டு, கலாசார ரீதியில் ஒன்றுபட்டிருந்தது. அது உலகின் பெரும்பகுதி நிலப்பரப்பில் ஆதிக்கம் செலுத்திக் கொண்டிருந்தது. மற்றொன்று, பின்தங்கிய, பாதி நிலப்பிரபுத்துவ பிராந்தியமாகவும், மதவாத உட்பிரிவினைகளால் சிதறுண்டு, எழுத்தறிவற்ற, நோயுற்ற மற்றும் நாறிக் கொண்டிருக்கும் மக்கள் கூட்டத்துக்கு உணவளிக்க முடியாமலும் இருந்தது. முதல் நாடு இந்தியா. இரண்டாவது இங்கிலாந்து’.

உண்மை இதுவாக இருக்க, பிரிட்டிஷ் ஆட்சி என்பது, ‘நவீனத்துவம், முன்னேற்றம், பாதுகாப்பு, விவசாய வளர்ச்சி, மொழி ஒருமைப்பாடு, இறுதியாக துணைக்கண்டத்தை (இந்தியா) ஜனநாயகத்துக்கு அழைத்துச்

சென்றது' என பிரிட்டிஷ் வரலாற்று ஆய்வாளர் ஆன்ட்ரூ ராபர்ட்ஸ் அதிர்ச்சி அளிக்கிறார். அரசியல் ஒருமைப்பாடு, ஜனநாயகம் ஆகியவற்றைப் பொறுத்தவரை பிரிட்டனுக்கு இந்தியா நன்றிக் கடன்பட்டிருக்கிறது என்ற இந்தக் கருத்து பற்றி நாம் ஏற்கனவே விவாதித்திருக்கிறோம்; நாட்டில் சட்டத்தின் ஆட்சியை அமல்படுத்துவதில் இருந்த மோசமான குறைபாடுகளையும் எடுத்துக்காட்டியுள்ளோம்; இந்தியாவில் நடந்த அப்பட்டமான பொருளாதாரச் சுரண்டலையும், அதன் நிலங்கள் கபளீகரம் செய்யப்பட்டதையும் விவரித்திருக்கிறோம். மேலும், இந்தியாவில் நடந்த பிரிட்டிஷ் சர்வாதிகார ஆட்சியில் அன்பும், அறிவும் இருந்தது என்ற கருத்தையும் நாம் புறந்தள்ளியிருக்கிறோம். இவை அனைத்தும் ராபர்ட்டின் 'நவீனத்துவம், முன்னேற்றம், விவசாய வளர்ச்சி' எனும் வாதத்தைப் பொய்யாக்குகின்றன; ஆனால், பிரிட்டிஷ் ஆட்சியின்றி இந்தியாவில் நவீனத்துவம் இடம் பெற்றிருக்கவே முடியாது என்ற கருத்து குறிப்பாக எரிச்சலூட்டுவதாக உள்ளது.

இந்தியா தன் வரலாறு முழுவதுமாகவே, அந்தந்தக் காலகட்டங்களில் மிக நவீனமாக இருந்த, உலகம் அறிந்திராத சில மிகப் பெரிய நாகரிகங்களை எல்லாம் உருவாக்கி இருக்கிறது. அப்படி இருக்கும் போது, சுதந்திரமாக, நிம்மதியாக இருக்க விடப்பட்டிருக்கும் பட்சத்தில் இன்றைய வளர்ந்த, முன்னேறிய நாடுகளின் அனைத்துத் தொழில்நுட்பங் களையும் அது ஏன் பெற்றிருக்க இயலாது? இந்த நூலின் தொடக்கத்தில் நான் சுட்டிக்காட்டி இருப்பதுபோல், இந்தியா தனது பல்லாயிரக்கணக் கான ஆண்டுகள் பழமை வாய்ந்த நாகரிக வரலாற்றின் பல்வேறு கால கட்டங்களில் பெரும் கல்வி நிலையங்கள், அக்கால உலகில் நகர்ப்புற வளர்ச்சி தோன்றுவதற்கு முன்பாகவே உருவான எழில் கொஞ்சும் நகரங்கள், முதல் கண்டுபிடிப்புகள், உலகத்தரம் வாய்ந்த உற்பத்தி மற்றும் தொழில் பிரிவுகள், முழுமையான உயர்ந்த வாழ்க்கைத்தரம், வளம் தந்த பொருளாதார கொள்கைகள் மற்றும் அபரிமிதமான செழிப்பு நிரம்பப் பெற்று வந்துள்ளது. சுருக்கமாகச் சொன்னால், இன்றைய 'நவீனத்துவத்தின்' அடையாளங்கள் அனைத்துமே விரவிக் கிடக்கின்றன.

இந்தியா தனது வளங்களை எல்லாம் தானே பயன்படுத்திக் கொள்ள முடியாமல் பிரிட்டிஷார் அவற்றை ஒட்டச் சுரண்டியதால்தான் நவீனத்துவம் மீண்டும் இடம் பெறவில்லை. இதைத் தவிர அதற்கு வேறு யதார்த்தமான காரணம் எதுவுமே இருக்க முடியாது. ஐரோப்பிய சமூக ஜனநாயக வாசகர்களுக்காக எழுதி வந்த ஓர் ஆங்கிலேயர் 1907-ல் இதைத் தெளிவாகக் குறிப்பிட்டார்: 'எங்கெல்லாம் சுதந்திர வெளிப்பாடுகளுக்கு அனுமதிக்கப்பட்டார்களோ அங்கெல்லாம் அவர்கள் (இந்தியர்கள்) தமது அதிகபட்ச திறமைகளை வெளிப்படுத்தி வந்துள்ளனர்;

இந்தியா போன்ற பெரிய தேசங்கள், சற்று பலவீனமான நாடுகளை எளிதில் நசுக்கி விடக்கூடிய அந்நியப் படையெடுப்புகளையும், இயற்கைப் பேரழிவுகளையும் சமாளித்து வந்திருக்கின்றன; ஆயிரக்கணக்கான

ஆண்டுகள் தமது நிர்வாகத்தைத் திறம்பட நடத்தி வந்திருக்கின்றன. அப்படியான நிலையில் அவை இரக்கமற்ற கையளவு அந்நியர்கள் வெளியேறியிருந்தாலோ விரட்டி அடிக்கப்பட்டிருந்தாலோ, தமது சொந்த விவகாரங்களை தாமே வெற்றிகரமாகக் கையாள முடியாமல் போயிருக்கும் என்று சொல்வது முட்டாள்தனமானது'.

காலனி ஆட்சி உருவாக்கிய ஆழமான சமூக-பொருளாதார படுகுழியில் இருந்து எழுந்து வரவேண்டிய நிர்பந்தம் இந்தியாவுக்கு இருந்தது. அதோடு சுதந்திரத்துக்குப் பின் வந்த ஆண்டுகளில் செய்த சொந்த தவறுகளும் சேர்ந்துவிட்டிருந்தன. இருந்தும் அவற்றையெல்லாம் தாண்டி பிரிட்டிஷார் வெளியேறி 70 ஆண்டுகளுக்குள்ளாக இந்தியா உலகின் மூன்றாவது பெரிய பொருளாதாரமாகவும் தற்போது அதிவேக வளர்ச்சி கண்டு வரும் நாடாகவும் உருவெடுத்துவிட்டது என்ற உண்மையில்தான் இந்த வாதத்துக்குத் தெளிவான சான்று உள்ளது; மேலும் 'நவீன உலக' சாதனைகளின் பட்டியலையும் இந்தியா தன் வசம் வைத்திருக்கிறது. இதில், முதல் முயற்சியிலேயே செவ்வாய் கிரகத்தின் சுற்றுப்பாதைக்கு வெற்றிகரமாக விண்கலத்தை அனுப்பிய முதல் நாடு என்ற பெருமையும் அடங்கும் (அது அமெரிக்காவாலும்கூட முடியாத அபார சாதனை. சீனாவும் ஜப்பானும் இந்த முயற்சியில் தோல்வி கண்டிருந்தன). பிரிட்டிஷ் ஏகாதிபத்தியம் எனும் வேதாளம் 200 ஆண்டுகளுக்கு நம் முதுகில் ஏறி உட்காராமல் இருந்திருந்தால் இந்தியா இன்னும் எவ்வளவு சாதனைகள் செய்திருக்கும்?

பிரிட்டிஷாருக்கு வக்காலத்து வாங்குபவர்கள் அவர்கள் இந்தியாவுக்கு விட்டுச் சென்ற மற்ற ஏராளமான பலன்களைச் சுட்டிக்காட்டுகின்றனர்: முதலில் ரயில் போக்குவரத்து; அடுத்து ஆங்கில மொழி, கல்வித் திட்டம் மற்றும் முறைப்படுத்திய விளையாட்டுக்கள் கூட... குறிப்பாக கிரிக்கெட். அண்மைக் காலத்தில் இந்தியர்கள் இரண்டு முறை உலக சாம்பியன் பட்டம் பெற்ற ஒரு விளையாட்டு இது. இவை எல்லாம் குறித்து இனி ஆராய்வோம்...

மகா இந்திய ரயில்வே விநோதம்

பிரிட்டிஷ் காலனி ஆட்சியால் இந்தத் துணைக்கண்டம் அடைந்த பலன்களில் இந்திய ரயில்வே நிர்மாணமும் ஒன்று என ஆங்கிலப் பேரரசு அபிமானிகள் அடிக்கடிச் சுட்டிக்காட்டுகின்றனர். இந்தியாபோல் காலனி ஆதிக்கத்துக்கு உட்பட்டு, அதன் தொல்லைகளை அனுபவித்து பெரிய விலை கொடுக்க நேர்ந்திராத பல நாடுகள் தங்கள் சொந்த ரயில்வே கட்டமைப்புகளை நிர்மாணித்துள்ளன என்ற உண்மையை அவர்கள் புறக்கணித்துவிடுகின்றனர். ஆனால், நடந்த உண்மைகள் இன்னும் கடுமையான விமர்சனங்களை முன்வைக்கின்றன.

ரயில் போக்குவரத்து வசதி பற்றி முதன் முதலில் யோசித்தது கிழக்கிந்திய கம்பெனிதான். எல்லாத் திட்டங்களையும் போலவே தன் சொந்த

நலன்களுக்காகவே அந்த வசதியையும் ஏற்படுத்த அது கணக்குப் போட்டது. 'வணிகம், அரச நிர்வாகம், ராணுவக் கட்டுப்பாடு' இவையெல்லாவற்றுக்கும் ரயில்வே மிகப் பயனுள்ளதாக இருக்கும் என கவர்னர் ஜெனரல் ஹார்டின்ஜ் பிரபு 1843-ல் தெரிவித்தார்.

பத்து ஆண்டுகள் கழித்து அவருடைய இடத்துக்கு வந்த டல்ஹௌசி பிரபு, 'பிரிட்டிஷ் உற்பத்தியாளர்களுக்கான சந்தையாகவும் விவசாய மூலப்பொருள்களின் ஆதாரமாகவும் இந்தியா முக்கிய பங்காற்ற முடியும்' என அந்த அம்சத்துக்குக் கூடுதல் அழுத்தம் கொடுத்தார். இந்தியாவின் பரந்து விரிந்த உட்பகுதிகளை உண்மையில் ஓர் சந்தையாக உருமாற்றவும், புதிய நிறுவனங்களுக்குத் தேவைப்படும் தொழிலாளர்களின் போக்குவரத்து வசதியை ஏற்படுத்தவும், இங்கிலாந்தின் ராட்சத ஆலைகளுக்குத் தீனி போடும் வகையில் இந்திய வயல்வெளிகளையும் சுரங்கங்களையும் சுரண்ட ரயில்வேயால் மட்டுமே முடியும் என அவர்கள் நினைத்தார்கள்.

ஆக, இந்திய ரயில்வேயின் அடிப்படை நோக்கம், கட்டுமானம் ஆகியவற்றின் ஆரம்ப கட்டத்திலேயே பிரிட்டனின் மிகப் பெரிய காலனி ஆதிக்க மோசடிதான் இருந்தது. பிரிட்டிஷ் பங்குதாரர்கள் ரயில்வேயில் முதலீடு செய்வதன் மூலம் கொள்ளை லாபம் சம்பாதித்தனர். அதாவது, முதலீட்டு வருவாயாக ஆண்டுக்கு 5 சதவிகித லாபத்துக்கு அரசாங்கம் உத்தரவாதம் அளித்திருந்தது. அந்தக் காலத்தில் அது அளவுக்கதிகமான ஆதாயமாக இருந்தது. வேறு எந்த ஒரு பாதுகாப்பான முதலீட்டிலும் இந்த அளவுக்கு வருமானம் வராது. இருந்தாலும் அது எப்படி சாத்தியமானது என்றால், இந்தியர்கள் (பிரிட்டிஷார் அல்ல) செலுத்திய வரிகளால் வந்த வருவாய் மூலம் அதில் ஏற்பட்ட பற்றாக்குறைகளை அரசாங்கம் சமாளித்தது. இது போன்ற கொள்ளை லாப உத்தரவாதங்கள் ரயில்வே நிர்மாணத்தில் தனியார் நிறுவனங்கள் எந்தவிதத்திலும் இறங்க முடியாமல் தடுத்தன.

அவர்களுடைய முதலீட்டுச் செலவினம் எந்த அளவுக்கு அதிகமாக இருந்ததோ, அந்த அளவுக்கு அதிகபட்ச, பாதுகாப்பான வட்டி விகிதத்தில் உத்தரவாதமான வருவாய் இருந்தது. அதன் விளைவாக, 1850 மற்றும் 1860-களில், இந்தியாவில் ஒவ்வொரு மைல் ரயில் பாதை அமைப்பதற்கும் 18,000 பவுண்டு செலவானது. அதே காலகட்டத்தில் அமெரிக்காவில் அதற்கு 2,000 பவுண்டுக்கு இணையான டாலர்கள்தான் செலவிடப்பட்டது. அந்தச் சூழலில், முதல் இருப்புப்பாதைகள் அவர்களுடைய முதலீட்டுச் செலவில் 5 சதவிகிதத்துக்கு சற்று அதிக வருவாய் அளிக்க சுமார் 20 ஆண்டுகள் ஆனது.

1880-களில் ரயில்வே நிர்மாணத்தை அரசாங்கமே ஏற்றுக் கொண்டது. ஆனால், அந்தப் பணிக்கான ஒப்பந்தங்கள் பேராசை பிடித்த பிரிட்டிஷ் தனியார் நிறுவனங்களுக்கு அளிக்கப்பட்டது. எனவே, இந்தியா

அளவுக்குக் கடினமான, ஆனால் குறைந்த மக்கள்தொகை கொண்ட நிலப்பகுதிகளான கனடா, ஆஸ்திரேலியா போன்ற நாடுகளில் ஒரு மைல் நீள தண்டவாளம் அமைக்க எவ்வளவு செலவானதோ, அதை விட இரண்டு மடங்குக்கும் அதிக பணம் இங்கு செலவானது.

வரி செலுத்தும் இந்தியனைத் தவிர மற்ற எல்லோருக்கும் அது அமோக வாழ்வாக இருந்தது. பாதுகாப்பான வருமானத்தைப் பொறுத்தவரை பிரிட்டிஷ் அரசின் சொந்தப் பங்குகளைவிட இந்திய ரயில்வேயின் பங்குகள் இரண்டு மடங்கு லாபம் தந்தன. இந்தியாவின் முதல் ரயில் பாதை 1853-ல் திறக்கப்பட்டது. 1870 வரையிலான சுமார் 20 ஆண்டுகளில் பிரிட்டிஷாரின் பங்கு முதலீட்டில் உத்தரவாதமான இந்திய ரயில்வே பங்குகள் 20 சதவிகிதம் வரை இடம் பெற்றிருந்தன. ஆனால், இந்தியர்களைப் பொறுத்தவரை அது ஒரு சதவிகித அளவுக்கே இருந்தது. ஆக, பிரிட்டிஷார் பணம் பார்த்தார்கள். அவர்களே தொழில்நுட்பங்களை நிர்வகித்தனர். மேலும் அனைத்து எந்திர சாதனங்களையும் அவர்களே சப்ளை செய்தனர். அதனால் லாபங்கள் அனைத்தும் மீண்டும் அவர்களுக்கே திருப்பி விடப்பட்டது. அப்படியாக, 'அரசாங்கச் செலவில் தனியாருக்கு லாபம் ஈட்டித் தரும் நிறுவனம்' என அத்திட்டம் வர்ணிக்கப்பட்டது. அதாவது, அதில் ஏற்படும் அனைத்து இழப்பு களையும் இந்திய மக்கள் ஏற்றுக் கொள்ள வேண்டியிருந்தது. ஆனால் ஆதாயங்களை எல்லாம் பிரிட்டிஷ் வியாபாரிகள் சுருட்டிக்கொண்டார் கள். ரயில் மூலம் இந்தியப் பொருளாதாரத்துக்குள் பிரிட்டிஷார் ஆழமாக ஊடுருவினர்.

இங்கிலாந்தில் இருந்த எஃகுத் தொழிற்சாலைகள் அவற்றின் அதிக விலை கொண்ட உருக்குத் தயாரிப்புகளுக்குச் சிறந்த விற்பனை மையமாக இந்தியாவைக் கருதின. ஏனென்றால் ரயில்வேக்குத் தேவை யான அனைத்து எஃகுப் பொருள்களும் அநேகமாக இங்கிலாந்தில் இருந்துதான் வந்தன. இந்த வகையில் தண்டவாளங்கள், இன்ஜின்கள், ரயில் பெட்டிகள், கருவிகள், எந்திரங்கள் போன்றவை ஏராளமாக வந்திறங்கின. எனவே இந்தியாவுக்கு பிரிட்டிஷார் நல்லது செய்தார்கள் என்ற கருத்துக்கு அப்பாற்பட்டு, தங்களுடைய பிரமாண்ட காலனியில் (இந்தியா) அவர்கள் கொடுத்ததைவிட எடுத்தது அதிகம் என்பதற்கு உண்மையில் ரயில்வேதான் சிறந்த உதாரணமாக இருக்கிறது.

இதில் கடைசியாக மிஞ்சிய கொஞ்ச நஞ்ச பலன்களும்கூட இந்தியர் களுக்கு கிடைக்கவில்லை. இங்கே சுரண்டப்பட்ட நிலக்கரி, இரும்புத்தாது, பருத்தி போன்ற வளங்களை எல்லாம் பிரிட்டிஷார் துறைமுகங்களுக்கு எடுத்துச் சென்று பின் தங்கள் தாயகத்தில் உள்ள தொழிற்சாலைகளுக்கு அவற்றை அனுப்புவதற்கே ரயில்வே பிரதான மாக செயல்பட்டது. மக்கள் போக்குவரத்து என்பது பிரிட்டிஷாரின் காலனி நலன்களுக்கு அப்பாற்பட்ட தளங்களில் வேறு வழியின்றிக் கிடைத்த துணை நன்மையாகவே இருந்தது.

ரயில்களில் மர பெஞ்சுகள் கொண்ட மூன்றாம் வகுப்பு பெட்டிகள் மொத்தத்தில் ஒரு வசதியும் இல்லாமல் இருந்தன. அவற்றில் ஆட்டு மந்தைபோல் இந்தியர்கள் அடைந்து கொண்டு செல்லப்பட்டனர். இவையெல்லாம் அந்தக் காலத்திலேயே பயங்கர விமர்சனங்களைக் கிளப்பின (பல் பிடுங்கிய பாம்புபோல் இருந்த ஆட்சி மன்றங்களிலும் அது பற்றிய கேள்விகள் எழுந்தன: 1921 முதல் 1941 வரை சட்டமன்றத்தில் அந்த விவகாரம் தொடர்பாக ஆண்டுக்கு 14 வினாக்கள் கேட்கப்பட்டன. மாநில கவுன்சிலில் வருடந்தோறும் மேலும் 18 கேள்விகள் எழுப்பப் பட்டன. நிலைமை மேலும் மோசமான நேரத்தில் கவலை இன்னும் அதிகரித்துக் கொண்டே சென்றது: அதனால் 1937 முதல் 1941 வரை கேள்விகளின் ஆண்டு சராசரி முறையே 16 மற்றும் 25 என்ற அளவில் இருந்தது. மகாத்மா காந்தி இந்தியாவுக்குத் திரும்பிய பிறகு அவரது முதல் போராட்டம் மூன்றாம் வகுப்பு ரயில் பயணி சார்பாகத்தான் நடந்தது).

என்றாலும் மூன்றாம் வகுப்பு பயணிகள் மூலம் ரயில்வேக்கு நல்ல வருமானம் கிடைக்கவே செய்தது. ஏனென்றால், இந்தியாவில் இருந்த பிரிட்டிஷ் வியாபாரிகளுக்கு மிக குறைந்த சரக்குப் போக்குவரத்து கட்டணங்களுக்கு உறுதி அளிக்கப்பட்டிருந்தது (உண்மையில் அது உலகிலேயே மிக குறைவாக இருந்தது). அதேவேளையில் மூன்றாம் வகுப்பு பயணக் கட்டணங்கள் ரயில்வே நிறுவனங்களின் முதன்மை லாப ஆதாரமாக இருந்தன. அதில், பொதுமக்கள் பயன்பாட்டுத் தேவை மற்றும் சப்ளை நிலவரங்களைக் கருத்தில் கொண்டு ரயில் பாதைகளை அமைக்க எந்த ஒரு முயற்சியும் மேற்கொள்ளப்படவில்லை.

மேலும், ரயில்களில் நிறவெறியும் தாண்டவமாடியது; பொருளாதார ரீதியாக லாபம் இல்லையென்பதால் 'வெள்ளையர்கள் மட்டும்' ரயில் பெட்டிகள் விரைவில் நீக்கப்பட்டுவிட்டன. என்றாலும்கூட தங்களுடைய எண்ணிக்கைக்குப் போதுமான இடம் கிடைக்கவில்லை என இந்தியர்கள் வருந்தவேண்டியிருந்தது. (சுதந்திரத்துக்குப் பிந்தைய அற்புதமான கேலிச்சித்திரம் ஒன்று அந்தச் சூழ்நிலையை மிக நேர்த்தியாகக் காட்டியது: கூட்டம் மொய்த்துக் கொண்டிருக்கும் ரயில் ஒன்றில் மக்கள் மூன்றாம் வகுப்புப் பெட்டிகளின் கதவுகளுக்கு வெளியே தொங்கிக் கொண்டும், ஜன்னல்களில் தொற்றிக்கொண்டும் இருக்கின்றனர். ரயில் கூரையிலும் சப்பணமிட்டு அமர்ந்திருக்கின்றனர். மூன்றாம் வகுப்பு பெட்டிகளில் அவர்கள் இப்படி வெளியே பிதுங்கிக்கொண்டு பயணித்த வேளையில், காலியாக இருக்கும் முதல் வகுப்பு பெட்டி ஒன்றில் 'சோலா' தொப்பி அணிந்த இரண்டு பிரிட்டானியர்கள் ஒருவருக் கொருவர், 'அன்பரே, இந்த ரயிலில் கூட்டமே இல்லையே...' என்று பேசிக் கொள்கிறார்கள்.)

டுரான்ட் சுட்டிக்காட்டியதுபோல், எல்லாவற்றுக்கும் மேலாக, 'பிரிட்டிஷாரின் ராணுவ, வர்த்தக நோக்கங்களுக்காகத்தான்' ரயில்வே நிர்மாணிக்கப் பட்டது. 'அவர்களுடைய மிகப் பெரிய வருவாய், அமெரிக்காவில்

இருப்பதுபோல் சரக்குப் போக்குவரத்தின் வாயிலாக இல்லாமல் (ஏனென்றால், பிரிட்டிஷ் வியாபாரிதான் அதற்கான கட்டணங்களை நிர்ணயம் செய்கிறார்) மூன்றாம் வகுப்பு பயணிகளான இந்துக்களிடம் இருந்துதான்வருகிறது. ஆனால் இந்தப் பயணிகள் இறைச்சிக்கூடங் களுக்குக் கொண்டு செல்லப்படும் விலங்குகளைப்போல் எந்த வசதியுமே இல்லாத பெட்டிகளில் அடைக்கப்பட்டனர். ரயில் பெட்டியின் ஒவ்வொரு அறையிலும் இருபது அல்லது அதற்கு மேற்பட்டவர்கள் திணிக்கப் பட்டனர்...'

அது மட்டுமல்ல. ரயில்வேயில் இந்தியர்களுக்கு வேலைவாய்ப்பு வழங்கப்படவில்லை. பிரிட்டிஷ் இந்திய ரயில்வேயின் ஆட்சேர்ப்பு முறைகள் பாரபட்சமான முறையிலேயே இருந்தன. முக்கிய தொழில் திறன்கள் அனைத்தும் இந்திய பணியாளர்களுக்கு உரியமுறையில் கிடைக்க வழி இருந்திருக்கவில்லை. அப்படி இருந்திருந்தால் ஏதேனும் சிறிய பலன் கிடைத்திருக்கும்.

'முதலீடுகளைப் பாதுகாக்கும்' வகையில் ரயில்வேயில் முழுக்க முழுக்க ஐரோப்பியர்களையே நியமிக்கவேண்டும் என்ற எண்ணம் அன்று நிலவியது. குறிப்பாக இருப்புப்பாதை சிக்னல் பணியாளர்கள் மற்றும் நீராவி இன்ஜின் ரயில்களை இயக்கி, பழுது நீக்குபவர்கள் விஷயத்தில் அது அப்பட்டமான நிஜமாக இருந்தது. ஆனால் அந்தக் கொள்கை பின்னர் மிகப் பெரிய அளவில் கண்மூடித்தனமாக விரிவுபடுத்தப்பட்டது. அதனால் இருபதாம் நூற்றாண்டின் தொடக்கத்தில்கூட ரயில்வேயின் முக்கிய அலுவலர்கள், ரயில்வே வாரிய இயக்குனர்கள் முதல் டிக்கெட் பரிசோதகர்கள் வரை அனைவருமே வெள்ளையர்களாக இருந்தனர். அவர்களுடைய சம்பளம் இந்திய அளவுகளில் இல்லாமல் ஐரோப்பிய அளவுகளில் இருந்தது. அவற்றில் பெரும்பகுதி இங்கிலாந்துக்கே சென்றது. மேலும், அந்தக் கொள்கை தளர்த்தப்பட்டு, அதிக சம்பளம் வாங்கும் ஐரோப்பிய பணியாளர்கள் குறைக்கப்பட்டபோது 'பிரிட்டிஷாரைப் போன்ற' இந்தியப் பணியாளர்களை அமர்த்தவே தொடர் தேடல் இருந்தது. ரயில்வே பணிகளுக்கும் ஆங்கிலோ-இந்தியர்களுக்கும் இடையிலான வலுவான பிணைப்பு அப்படித்தான் வந்தது.

ராணுவத்தில் சாதாரண பதவிகளில் இருந்த பிரிட்டிஷாருக்கும், உள்ளூர் இந்திய பெண்களுக்கும் இடையே ஏற்பட்ட தொடர்புகளால் பிறந்து, ராணுவ அநாதை விடுதிகளில் வளர்ந்து வந்த இந்த யூரேஷியர்களுக்குத் தான் (ஐரோப்பியர்களால் மட்டுமே முடியும் என முன்பு கருதப்பட்ட) ரயில்வே பணிகளில் முதலில் பயிற்சி அளிக்கப்பட்டது. (இன மேம்பாட்டியல் பற்றிய பிரிட்டிஷாரின் கருத்துகளுக்கு இணங்க, ஆங்கிலோ-இந்தியர்கள் அதிக எண்ணிக்கையில் இல்லாததால், வீர சீக்கியர்கள் மற்றும் வெளிறிய சருமம் கொண்ட பார்ஸிக்கள் அதே போன்று பணி அமர்த்தப்பட்டனர். என்றாலும் ரயில் பணிமனைகளில் இன்ஜின்களை இயக்குவதற்கும் அதிக போக்குவரத்து இல்லாத ரயில் நிலையங்களிலும் மட்டுமே அவர்கள் நியமிக்கப்பட்டனர்).

ரயில்வே விவகாரங்களில் பிரிட்டிஷாரின் நிறவெறிக் கொள்கைகள் தலைவிரித்தாடின: அவசர காலங்களில் செயல்படத் தேவையான 'முடிவெடுக்கும் ஆற்றலும், சமயோசித புத்தியும்' இந்தியர்களுக்கு கிடையாது என நம்பப்பட்டது. மேலும் ரயில்வே விதிமுறைகளில் கண்டிப்பான கீழ்ப்படிதலை நடைமுறைப்படுத்தத் தேவையான குணமும் அவர்களிடம் இல்லை எனக் கருதப்பட்டது. பொருளாதாரக் காரணங்களுக்காக 1870-களில் ரயில்வேயை இந்தியமயமாக்கும் முயற்சி நடந்தபோது அதன் அதிகாரிகள் ஒரு ஐரோப்பியர் செய்யும் வேலைக்கு மூன்று இந்தியர்கள் தேவைப்படுவார்கள் என எதிர்ப்பு தெரிவித்தார்கள். இந்தியப் பணியாளர்கள் விஷயத்தில் நிறவெறி சார்ந்த எதிர்ப்பு எந்த அளவுக்கு இருந்தது என்றால் ஒரு மூன்று ஆண்டுகள் சோதனை முயற்சிக்குப் பின், ரயில் ஓட்டுனர் பயிற்சித் திட்டம் கைவிடப்பட்டது. மேலும் அதுவரை பயிற்சி பெற்றிருந்த ஓட்டுனர்கள் அனைவரும் மீண்டும் பணிமனை வேலைகளில் மட்டுமே ஈடுபடுத்தப்பட்டனர்.

ஏற்கனவே விவரித்ததுபோல், இந்த விஷயத்திலும்கூட பிரிட்டிஷ் காலனி நீதி பரிபாலனத்தின் இரட்டை நிலைப்பாடு மிகத் தெளிவாக நிரூபணமானது. 1861-ல் கன்னாகர்-பாலி இடையே ஒரு பயணிகள் ரயிலும் சரக்கு ரயிலும் நேருக்கு நேர் மோதி விபத்து ஏற்பட்டபோது அது வெளிச்சத்துக்கு வந்தது. சரக்கு ரயிலின் ஐரோப்பிய ஓட்டுனரும், நடத்துனரும் (கார்டு) நன்றாகக் குடித்து விட்டு, கரி அள்ளிப் போடும் தொழிலாளியிடம் தங்கள் பொறுப்பை ஒப்படைத்து விட்டு தூங்கப் போய்விட்டனர். அந்தத் தொழிலாளி கர்ம சிரத்தையுடன் கரி அள்ளிப் போடுவதிலேயே கவனம் செலுத்த, எதிரே வந்த மற்றொரு ரயிலுடன் சரக்கு வண்டி மோதியது. அந்த விபத்து குறித்து விசாரணை நடந்தபோது, குடித்துவிட்டு சுய நினைவிழந்த ஐரோப்பியர்களை விடுத்து, வங்காள ஸ்டேஷன் மாஸ்டர் பணி நேரத்தில் அங்கு இல்லாததால்தான் விபத்து நடந்ததாகக் கடுமையாகக் குற்றம் சுமத்தப்பட்டது.

வேறு சில வழிகளிலும் இரட்டை நிலைப்பாடுகள் இருந்தன: கரி அள்ளிப் போடும் தொழிலாளிகளை ரயில் ஓட்டுனர் ஆக்குவது, சிறிய, கிராம ரயில் நிலையங்களின் ஸ்டேஷன் மாஸ்டர்களைப் பெரிய நிலையங்களுக்கு மாற்றுவது எனத் தகுதி அடிப்படையிலான பதவி உயர்வை உறுதி செய்யும் வழக்கம் பிரிட்டனில் பொதுவான நடைமுறையாக இருந்தது. அதேவேளையில் அது இந்தியாவில் இல்லை. ஏனென்றால், இந்த சிறிய பதவிகளில் மட்டுமே இருக்கும் இந்தியர்களுக்குப் பதவி உயர்வு கொடுத்தால் அது ஐரோப்பியர்களின் இடங்களைப் பிடிப்பதாக ஆகிவிடும் என்பதே இதற்குக் காரணமாகும்.

இன்று நாம் மனிதவள நிர்வாக விதிமுறைகள் என்று வர்ணிக்கும் சம்பளம், பதவி உயர்வு மற்றும் தகுதிப் பொருத்தம் பற்றிய நெறிமுறைகள் 1900 ஆண்டுவாக்கில் உருவாக்கப்பட்டபோது ரயில்வே பணியாளர்கள், 'ஐரோப்பியர், யூரேஷியர், தூய அல்லது கலப்பு நீக்ரோ

வம்சாவளியினர், இந்தியர் அல்லாத ஆசியர் அல்லது இந்தியர்' என பல்வேறு விதங்களில் பிரிக்கப்பட்டனர். அதற்குப் பின் ஒரு பணியாளர் தேர்வு செய்யப்படும்போது உள்ளூர் மருத்துவ அதிகாரி ஒருவர் அவருடைய இன, சாதி அடையாளங்களுக்குச் சான்று அளித்து, அவற்றை விவரக்குறிப்பில் எழுத வேண்டி இருந்தது. அதன் மூலம் அந்தப் பணியாளரின் எதிர்கால சம்பளம், விடுமுறை, இதர படிகள் மற்றும் சாத்தியமான பதவி உயர்வுகள் போன்றவற்றுடன் மீதமுள்ள பணிக்காலத்தில் ரயில்வேயில் அவருடைய படிநிலை என்ன என்பதும் தீர்மானிக்கப்பட்டது.

1872-ல் லண்டன் அருகே கூப்பர்ஸ் ஹில் பகுதியில் ராயல் இந்திய பொறியியல் கல்லூரி (The Royal Indian Engineering College) நிறுவப் பட்டது. அந்தக் கல்லூரியில் கணிதம், விஞ்ஞானம், லத்தீன், கிரேக்கம், ஜெர்மன், ஆங்கில இலக்கியம் மற்றும் வரலாறு ஆகிய பாடங்களில் தேர்ச்சி பெறும் மாணவர்கள் மட்டுமே அனுமதிக்கப்பட்டனர். இந்தியாவுக்குத் தேவையான பொறியாளர்களை உருவாக்கவேண்டும் என்ற நோக்கத்துடன் தொடங்கப்பட்ட ஒரு கல்லூரியில் இந்தியர்களின் பெரும்பான்மையை தவிர்க்க வேண்டும் என்ற ஒரே காரணத்துக்காக அப்படி ஓர் விதிமுறை உருவாக்கப்பட்டிருந்தது. அந்த விதி அவர்கள் விரும்பிய விளைவை தந்தது: 1886-ல் இந்திய பொதுப்பணித் துறைகளில் இருந்த 1,015 பொறியாளர்களில் 86 பேர் மட்டுமே இந்தியர்கள்!

இந்தியர்களின் செயல்திறன்களைக் குழி தோண்டிப் புதைக்கும் வகையில் பிரிட்டிஷ் பொருளாதார நோக்கங்களுடன் நிறவெறி இணைந்திருந்தது. 1862-ல் வங்காளத்தில் ஜமால்பூரிலும் ராஜபுதனத்தில் அஜ்மீரிலும் ரயில் பராமரிப்புக்காகப் பணிமனைகள் அமைக்கப்பட்டன. ஆனால் அங்கே இருந்த இந்திய மெக்கானிக்குகள் தமது தொழிலில் நிபுணத்துவம் பெற்ற நிலையில் தாமே சுயமாக லோகோமோடிவ் ரயில் இன்ஜின்களை வடிவமைத்து, நிர்மாணிக்கத் தொடங்கினர். இந்திய ரயில் இன்ஜின்கள் பிரிட்டிஷ் தயாரிப்புகளை விட அபாரமாகவும், விலை மிக குறைவாகவும் இருந்தன. அவர்களுடைய வெற்றி பிரிட்டிஷாரைத் தொடர்ந்து உஷார்படுத்திக் கொண்டே வந்தது. எனவே, 1912-ல் ஒரு சட்டம் இயற்றினர். இந்தியர்கள் தொடர்ந்து முப்பது ஆண்டுகள் வெற்றிகரமாகச் செய்து வந்த பணியைத் தொடர இந்திய தொழிற்சாலை களுக்கு அந்தச் சட்டம் தடை விதித்தது. அதனால் இந்திய பணிமனைகளில் லோகோமோடிவ் இன்ஜின்களை வடிவமைப்பதும், தயாரிப்பதும் முழுதாக சாத்தியமில்லாமல் போனது; மாறாக, பிரிட்டன் மற்றும் தொழில்மயமான பிற நாடுகளில் இருந்து இறக்குமதியான ரயில் இன்ஜின்களை பராமரிக்க மட்டுமே இந்தியர்கள் அனுமதிக்கப்பட்டனர்.

1854 மற்றும் 1947 ஆண்டுகளுக்கு இடையில் இங்கிலாந்தில் இருந்து இந்தியா சுமார் 14,400 ரயில் இன்ஜின்களை இறக்குமதி செய்தது. (பிரிட்டிஷாரின் மொத்த லோகோமோடிவ்கள் உற்பத்தியில் அது

ஏறக்குறைய 10 சதவிகிதமாக இருந்தது). அதே காலகட்டத்தில் கனடா, அமெரிக்கா மற்றும் ஜெர்மனியில் இருந்து மேலும் 3,000 இன்ஜின்கள் வந்தன. 1912-ஆம் ஆண்டுக்குப் பின் இந்தியாவில் ஒரு இன்ஜின்கூட தயாரிக்கப்படவில்லை. அதனால் சுதந்திரத்துக்குப் பிறகு, அதாவது 35 ஆண்டுகள் கழிந்த நிலையில் தனது பழைய தொழில்நுட்ப அறிவை இந்தியா முழுவதுமாக மறந்துவிட்டிருந்தது. எனவே, இந்திய ரயில்வே தன் சொந்த நாட்டில் லோகோமோடிவ் ரயில் இன்ஜின் தொழிற்சாலை ஒன்றை மறுபடியும் நிறுவும் விஷயத்தில் தனக்கு வழிகாட்டும்படிக் கேட்டு பிரிட்டனிடம் கைகட்டி நிற்கவேண்டிவந்தது.

எனினும் இந்த சரித்திரத்துக்குப் பொருத்தமான, மிக அழகான ஒரு பின்குறிப்பு இருக்கிறது. பிரிட்டிஷ் ரயில்வேயின் முதன்மை தொழில்நுட்ப ஆலோசகராக இருக்கும் லண்டனைச் சேர்ந்த ரென்டல் பால்மர் அண்டு டிரிட்டன் நிறுவனம் தனக்குத் தேவையான அனைத்து தொழில்நுட்ப நிபுணத்துவங்களுக்கும் இன்று அநேகமாக இந்தியாவையே சார்ந்துள்ளது. அதாவது இந்திய ரயில்வேயின் துணை நிறுவனமான 'ரைட்ஸ்'தான் (RITES) அதற்கு வேண்டிய தொழில்நுட்பங்களை இப்போது வழங்குகிறது.

21-ஆம் நூற்றாண்டு விமர்சகர் ஒருவரின் வசதியான கண்ணோட்டத்தில் இருந்து சொல்லப்படும் இந்தக் கூற்று கடந்து போன காலம் பற்றிய உண்மையான விமர்சனம் அல்ல. மாறாக, 19-ஆம் நூற்றாண்டு இந்தியர்கள், அந்த நேரத்தில் தங்கள் நாட்டில் நடந்த ஒட்டுமொத்த சுரண்டலில் ரயில்வேக்கு இருந்த அருவருக்கத்தக்க பங்களிப்பு பற்றிய முழு விழிப்புணர்வுடன் இருந்தார்கள். வங்காளச் செய்தித்தாளான 'சமாச்சார்' 1884 ஏப்ரல் 30 தேதியிட்ட இதழில் இந்தியாவைப் பொறுத்த வரை 'இரும்புப் பாதைகள் இரும்புச் சங்கிலிகளையே குறித்தது' என எழுதியது. 'வெளிநாட்டு சரக்குகள் இன்னும் எளிதாக வர முடிகிறது. அது உள்நாட்டுத் தொழில்களைக் கொன்று, இந்தியாவின் வறுமையை மேலும் அதிகரிக்கிறது' என்றும் அது சொன்னது.

பிறகு, 1890-களில் ஜி.வி.ஜோஷி, ஜி.எஸ். ஐயர், கோபால கிருஷ்ண கோகலே, தாதாபாய் நௌரோஜி போன்ற தேசியவாதிகளின் குரல்கள் பொதுவெளியில் எழுந்தன. ரயில்வேயால் இந்தியாவுக்கு எவ்வளவு குறைவான பலன்கள் கிடைக்கின்றன; அதன் லாபங்கள் எல்லாம் எப்படி வெளிநாடுகளில் வாழும் அந்நியர்களுக்குச் செல்கின்றன; இந்தியாவுக்கு அதனால் எவ்வளவு பெரிய நிதிச்சுமை ஏற்படுகிறது என்பவையெல்லாம் அப்போது சுட்டிக்காட்டப்பட்டன. மேலும், இங்கிலாந்துக்கு ஆண்டுதோறும் வட்டியாக அனுப்பப்படும் பணத்தை எவ்வாறு இந்திய தொழில்கள், நீர்ப்பாசனம் போன்ற உள்கட்டமைப்புப் பணிகளில் அல்லது உள்நாட்டுப் பொருளாதாரத்தை ஊக்குவிக்கும்வகையில் இந்தியாவி லேயே செலவு செய்திருக்கலாம் என்பதையும் அவர்கள் மறக்காமல் குறிப்பிட்டனர் (இதில், இந்திய விவசாயிக்கு உதவக்கூடிய நீர்ப்பாசனம்

குறிப்பாகச் சொல்லப்பட்டது. ஏனென்றால், ரயில்வேக்கு ஒதுக்கப்பட்ட அரசு நிதியில் ஒன்பதில் ஒரு பங்குதான் அதற்குக் கிடைத்தது).

‘ஆங்கிலேயரின் வர்த்தகம் மற்றும் பணக்கார வர்க்கத்தினரின் நலன்களுக்காக மேற்கொள்ளப்பட்டிருப்பதாக அதன் (ரயில்வே) நிர்மாணத்தை இந்திய மக்கள் உணர்கின்றனர். நமது வளங்களை இன்னும் அதிகமாக சுரண்டுவதற்கு அது உதவுகிறது’ என கோகலே குறிப்பிட்டார். பஞ்சத்தை எதிர்கொள்வதில் ரயில்வே ஒரு கருவியாகப் பயன்படும்; மக்களில் பொதுவான பொருளாதார நிலைமைகளை மேம்படுத்தும் என்ற வாதங்கள் எல்லாம் மோசடியானவை என்பதையும் அந்த சமயத்திலேயே இந்தியர்கள் சுட்டிக்காட்டினர்: உண்மையில், ரயில்கள் இருந்ததால்தான் பஞ்சங்கள் மிக மோசமாகின. ஏனென்றால், அவை உணவு தானியங்கள் மற்றும் பிற விவசாய விளைபொருள்களின் ஏற்றுமதிக்கு மட்டுமே வசதி செய்து கொடுத்தன. அதனால் தேசம் முழுவதுமான உபரி தானியங்கள் எல்லாம் முழுவதுமாக வெளியேற்றப் பட்டன. இல்லையென்றால் கொடிய பஞ்சங்களைச் சமாளிக்கும் கையிருப்பாக அவை இருந்திருக்கும்.

இன்னும் பல விமர்சனங்கள் உண்டு. ரயில்வே ‘புபோனிக்’ பிளேக் நோயை பரப்பியதாக காந்தி தன்னுடைய ‘சுயராஜ்ஜியம்’ (Swaraj) பத்திரிகையில் எழுதினார். தவிர, ரயில்வே நிர்மாணம் சுற்றுச்சூழலில் ஏற்படுத்திய கவலை அப்போதே எழுந்தது. உதாரணமாக, வங்காள கழிமுக (டெல்டா) பகுதியில் சாரா-சிராஜ்கன்ஜ் ரயில் பாதை அமைக்கப்பட்டபோது பாலம் கட்டும் செலவினத்தைத் தவிர்ப்பதற் காகவும், நிலத்தின் ஈரப்பதத்தைப் போக்கவும் மிகப் பெரிய அளவில் மண்மேடுகளை உருவாக்கி நீர்வழிகள் அடைக்கப்பட்டன. அப்படிச் செய்ததால் வடமேற்குப் பகுதி வரையிலான பெரிய விளைநிலத்தில் நீர் தேங்கி, விவசாய வளம் அழிந்தது. அது மட்டுமல்ல; 1918 பெரு வெள்ளத்தின்போது மேடான ரயில் பாதைகள் இயற்கையான நீர்வழிகளைத் தடுத்ததால் பேரழிவு ஏற்பட்டது.

ரயில் போக்குவரத்து வளர்ச்சியுடன் விளைபொருள் சந்தைகளிலும் குளறுபடிகள் நடந்தன. உதாரணமாக, அரிசி விலை கடுமையாக உயர ரயில்வேதான் காரணமாக இருந்தது. ரயில்வே வருவதற்கு முன்னால், மெதுவான நீர்வழிப் போக்குவரத்து வசதிகளின் மூலம் உபரி தானியங்கள் எடுத்துச் செல்லப்பட்டு மாவட்டங்களைச் சுற்றிலும் பரவலாக விநியோகிக்கப்பட்டுவந்தன. ஆனால், ரயில்வேயின் வருகையினால் உபரிகள் எல்லா மூலைகளில் இருந்தும் சுரண்டப்பட வழி பிறந்தது. எனவே, நெல் விளையும் பகுதிகளில் இருந்த விவசாயிகள் (முறைசாரா பொருளாதாரத்தில் இயங்கிவந்தவர்கள்) நகர்ப்புற இந்தியர்கள் மற்றும் அரிசி ஏற்றுமதியாளர்களுடன் போட்டியிட வேண்டிவந்தது. மீன் மார்க்கெட்டுகளிலும் இதுதான் நடந்தது.

ரயில்வே செயல்பாடுகளில் இந்தியர்கள் ஒருபோதும் ஒரு பொருட்டாகவே இருந்ததில்லை என்பதற்கு இன்னும் பல உதாரணங்கள் இருக்கின்றன: முதல் உலகப்போர் நேரத்தில் இந்தியாவின் ஏராளமான தண்டவாளங்கள் பிரித்து எடுக்கப்பட்டு மெசபடோமியாவில் நேச நாடுகளின் போர் நடவடிக்கைகளுக்கு உதவுவதற்காக கப்பலேற்றப்பட்டன.

ஆக மொத்தத்தில் புகழ் பெற்ற வரலாற்று ஆய்வாளர் பிபின் சந்திராவின் தீர்ப்புதான் இந்த இடத்தில் நிலைத்து நிற்கிறது. இந்தியாவில் ரயில்வேயை நிர்மாணித்ததில் பிரிட்டிஷாருக்கு இருந்த நோக்கங்கள், 'கீழ்த்தரமானது மற்றும் சுயநலமானது...' என்று எழுதிய அவர், 'பிரிட்டிஷ் வியாபாரிகள், உற்பத்தியாளர்கள் மற்றும் முதலீட்டாளர்களின் நலன்களுக்காக இந்தியாவின் வருமானத்தை செலவிட்டும் அபாயத்துக்கு உள்ளாக்கியும் அது உருவாக்கப்பட்டது' என்று குறிப்பிட்டார்; 'இந்தியாவின் இயற்கை வளங்களைச் சுரண்டுவதில் பிரிட்டிஷ் நிறுவனங்களுக்கு உதவுவதே அவர்களுடைய முக்கிய குறிக்கோள்' என்பதையும் சுட்டிக் காட்டினார்.

இப்படித்தான் அது நடத்தப்பட்டது.

கல்வியும் ஆங்கில மொழியும்

என்னுடைய ஆக்ஸ்ஃபோர்டு உரைக்கு எதிர்வினையாக ஒரு பிரிட்டிஷ் வலைதள எழுத்தாளர், 'சுதந்திரத்துக்கு தேவையான உபகரணங்களை இந்தியாவுக்கு பிரிட்டன்தான் வழங்கியது' என இந்திய இளைஞர் ஒருவரின் வலைதளம் ஒன்றில் எழுதினார். 'நவீன ஜனநாயகம், ஒற்றை அரசியலமைப்புடன் சுயாட்சி கொண்ட நாடு மற்றும் குடியுரிமைகளுக்கு உத்தரவாதம் ஆகிய கருத்துகள் வெளிநாடுகளில் கல்வி பெற்ற இந்தியர்களால்தான் இந்தியாவுக்கு வந்தது. இதற்கு மிகச் சிறந்த உதாரணமாக பாரிஸ்டர் மோகன்தாஸ் கரம்சந்த் காந்தியே திகழ்கிறார். சுதந்திரத்தில் அவருடைய பங்களிப்பு நிச்சயம் மிக முக்கியமானது. இந்த இடத்தில் ஆங்கில மொழியை மறந்துவிடக்கூடாது. அது இல்லாமல் நாடு தழுவிய அளவிலான போராட்டம், பின்னர் தகவல் தொடர்பு மற்றும் கலாசாரம் போன்றவை கற்பனைக்கு எட்டாதவையாக இருந்திருக்கும்' என்று அவர் கூறி இருந்தார்.

நல்ல நோக்கம் கொண்ட தனி மனிதர்கள் பலராலும் இந்த வாதம் அடிக்கடி முன்வைக்கப்படுகிறது. ஜனநாயகம் மற்றும் குடியுரிமைகள் பற்றிய மகாத்மா காந்தியின் கருத்துகள் எல்லாம் பிரிட்டிஷ் ஆட்சிக்கு எதிர்ப்பு தெரிவிக்க உருவானவை, அதை ஆதரிக்க அல்ல என்பதை இங்கு சுட்டிக்காட்ட வேண்டிய அவசியம் இருக்காது என எண்ணுகிறேன். என்றாலும், ஆங்கில மொழி தந்த வெகுமதியையும், அதன் கல்வி முறையையும் மறுக்கமுடியாது. ஏன்... நானே எழுதும்போது ஆங்கிலத்தைத்தான் பயன்படுத்துகிறேன். அத்துடன் ஆங்கிலக் கல்வி

முறையால் பயன் பெற்றவனாகவும் இருக்கிறேன். எனவே, இந்த இரண்டு அம்சங்களையும் ஆழமாக ஆராய்வோம்.

1947-ல் பிரிட்டிஷார் இந்தியாவை விட்டு வெளியேறியபோது, இந்தியாவில் எழுத்தறிவு விகிதம் 16 சதவிகிதமாகவும் மகளிர் எழுத்தறிவு விகிதம் 8 சதவிகிதமாகவும்தான் (அதாவது, 12 பெண்களில் ஒருவருக்கு மட்டுமே எழுதப் படிக்கத் தெரிந்திருந்தது) இருந்தது. இது ஓர் அபார சாதனை அல்ல. இந்தியர்களுக்கு கல்வி அறிவு தர வேண்டும் என்பது பிரிட்டிஷாரின் நோக்கமாக என்றுமே இருந்ததில்லை.

வில் டுரான்ட் சுட்டிக் காட்டியதுபோல், 'பிரிட்டிஷார் வந்த சமயத்தில் இந்தியா முழுவதுமாக கிராம சமூகங்களால் நடத்தப்பட்டு வந்த சமுதாயப் பள்ளிகள் முறை இருந்தது. கிழக்கிந்தியக் கம்பெனி ஏஜெண்டுகள் இந்த கிராம சமுதாயப் பள்ளிகளை அழித்தனர். அத்துடன் மாற்று ஏற்பாடுகளுக்கு எந்த முயற்சியும் செய்யவில்லை; இன்றும்கூட (1930)... நூறு ஆண்டுகளுக்கு முன் இருந்த எண்ணிக்கையில் அவை 66 சதவிகித அளவுக்கே உள்ளன. இந்தியாவில் இப்போது 7,30,000 கிராமங்கள் இருக்கின்றன. ஆனால் 1,62,015 ஆரம்பப் பள்ளிகள்தான் உள்ளன. ஆண் குழந்தைகளில் 7 சதவிகிதமும், பெண் குழந்தைகளில் 1 சதவிகிதமும்தான் பள்ளிக்கல்வியைப் பெறுகின்றனர். அதாவது மொத்த மக்களில் 4 சதவிகிதம் மட்டுமே. பிரிட்டிஷ் அரசாங்கம் உருவாக்கியதால் இவை எல்லாம் இலவசப் பள்ளிகள் இல்லை. கட்டணம் வசூலிக்கின்றன. பசி பட்டினியின் விளிம்பில் இருந்து கொண்டிருக்கும் குடும்பம் ஒன்றுக்கு அந்தக் கட்டணம் பூதாகரமாக இருக்கிறது'.

வேறுவிதமாகக் கூறினால், பிரிட்டன் தனது கல்விக் கொள்கையைத் தானே பாராட்டிக் கொள்ளவியலாமல் இருந்தது. விரிவான இந்தியக் கல்வி முறையை அது மாற்றியது மட்டுமல்லாமல், குழி தோண்டிப் புதைக்கவும் செய்தது: இந்தியாவில் குரு-சிஷ்ய பரம்பரை போன்ற பாரம்பரிய முறைகள் செழித்து வளர்ந்திருந்தது (அதில் மாணவர்கள் ஆசிரியர்களுடனேயே தங்கி அவர்களுடைய முழு சிந்தனா முறையையும் உள்வாங்கிக் கொண்டனர்). பல மடாயலக் கல்வி மையங்கள் தூர தேசங்களில் இருந்து, குறிப்பாக சீனா, துருக்கி போன்ற நாடுகளில் இருந்து ஏராளமான மாணவர்களை ஈர்த்து முக்கியக் கல்வி மையங்களாகத் திகழ்ந்தன. பொ.ச.8 மற்றும் 12-ஆம் நூற்றாண்டு களுக்கிடையே பாலா வம்ச காலத்தில், இன்று வங்காளமாகவும் பிஹாராகவும் இருக்கும் பகுதிகளில் ஏராளமான குருகுலங்கள் தோன்றின. அப்போது விக்கிரமஷீலா, நாலந்தா, சோமபுர மகாவிஹாரா, ஓடாந்தபுரி, ஜகதாலா ஆகிய ஐந்தும் முன்னணிக் கல்வி நிலையங்களாக இருந்தன. இந்திய மன்னர்களின் கீழ் அவை தமக்குள் நல்ல ஒருங்கிணைப்பை ஏற்படுத்திக் கொண்டிருந்தன.

ஆக்ஸ்ஃபோர்டு மற்றும் கேம்பிரிட்ஜ் பற்றி அந்தப் பல்கலைக் கழகங்களின் நிறுவனர்கள் கனவுகூட கண்டிராத அந்த

காலகட்டத்திலேயே நாலந்தா பல்கலைக்கழகம் உலகப்புகழ் பெற்றிருந்தது. நாலந்தாவின் அற்புத வளாகத்தில் 2,000 ஆசிரியர்கள் நியமிக்கப்பட்டிருந்தனர். 10,000 மாணவர்கள் பயின்றனர். அங்கு ஒன்பது தளங்களைக் கொண்ட பிரமாண்ட நூலகம் இருந்தது. அதில் இருந்த நூல்களையும் ஆவணங்களையும் பல துறவிகள் கையால் எழுதி பிரதி எடுப்பார்கள் என்று சொல்லப்படுகிறது. பின்னாளில் அவை சில தனி அறிஞர்களின் தனிப்பட்ட திரட்டுகளாக மாறின.

கிழக்கே கொரியா, ஜப்பான், சீனா, திபெத் மற்றும் இந்தோனேஷியா முதல் மேற்கே பாரசீகம் மற்றும் துருக்கி வரை பல்வேறு நாடுகளைச் சேர்ந்த மாணவர்களுக்கு அந்தப் பல்கலைக்கழகம் தன் கதவுகளைத் திறந்துவிட்டிருந்தது. அவர்கள் அங்கு பயின்ற பாடங்களில் நுண்கலைகள், மருத்துவம், கணிதம், வான சாஸ்திரம், அரசியல் மற்றும் போர்க்கலையும் அடங்கியிருந்தது. அவர்களுள் பல சீன அறிஞர்கள் இருந்தனர். நாலந்தாவில் அவர்கள் ஏழாம் நூற்றாண்டில் படித்தும், போதித்தும் வந்தனர். சீன டாங் வம்சத்தில் இருந்து வந்த அறிஞர் யுவான் சுவாங் அங்கே படித்தார். பிறகு ஐந்து ஆண்டுகள் அங்கேயே ஆசிரியராகவும் பணியாற்றினார். நாலந்தாவில் தான் தங்கியிருந்த காலம் பற்றி அவர் விரிவான குறிப்புகளை விட்டுச் சென்றுள்ளார்.

முஸ்லிம் மன்னர்களின் ஆட்சியில் முஸ்லிம்களுக்காக மட்டுமே நடைபெற்ற மதபோதனை பள்ளிகளான மதராஸாக்களுடன் மக்தபுகளும் நடந்துவந்தன. அவற்றில் இந்திய மாணவர்களுக்கு பாரசீக-இஸ்லாமிய கல்வி போதிக்கப்பட்டது. அரபு / பாரசீக அல்லது இரண்டு மொழிகளும் கற்பிக்கப்பட்டன என்றாலும் பொதுவாக உருது மொழியில்தான் கல்வி வழங்கப்பட்டது. பிரிட்டிஷார் கைப்பற்றுவதற்கு முன், முகலாயரின் அரசவை மொழி பாரசீக பாஷையாக இருக்க, பாரசீக, அராபிய மற்றும் சமஸ்கிருதத்தின் கலவையாக இருந்த உருது மொழியை குடிமக்களில் இருந்த முஸ்லிம் இனத்தவர் பயன்படுத்தினர். வட இந்தியாவில் இருந்த இந்துக்களில் பலரும்கூட உருது அல்லது பாரசீக மொழியில்தான் படித்தனர். (தென்னிந்தியாவைப் பொறுத்தவரை பல்வேறு பிராந்திய மொழிகள் புழங்கின).

1850-களுக்கு முன்னால் மகதபு என்பது ஓர் ஆரம்ப (சில இடங்களில் உயர்நிலை) பள்ளிக்கூடமாக, மதச்சார்பற்ற கல்வியை போதிப்பதற்காக நடந்து வந்தது: அதில் போதிக்கப்பட்ட பாடங்களுள் பொது நிர்வாகம், வர்த்தகம், செய்யுள் போன்ற அறிவு மற்றும் கலாசார பாடங்கள் இருந்தன. மேட்டுக்குடியைச் சேர்ந்த பிள்ளைகளுக்காக நடந்து வந்த அந்த மகதபுகளில் இந்துக்களும் முஸ்லிம்களும் கல்வி பெற்றனர் (சில இடங்களில் முஸ்லிம்களைக் காட்டிலும் இந்துக்களே அதிகமாக இருந்தனர்). 19-ஆம் நூற்றாண்டின் இடைப்பகுதியில் பல மக்தபுகள் மூடப்பட்டன. பள்ளி வாழ்க்கைக்குப் பின் தங்களுக்கு முன்னேற்றத்துக் கான மிகப் பெரிய வாய்ப்புகள் கிடைக்கும் என்ற நம்பிக்கையால்

மேட்டுக்குடி மாணவர்கள் காலனி பள்ளிக்கூடங்களுக்கு ஈர்க்கப்பட்டதே அதற்கு காரணம்.

நவீன முற்போக்கு சீர்திருத்தவாதி என ஆங்கிலேயராலேயே புகழப்பட்ட ராஜாராம் மோகன்ராய், பதினெட்டாம் நூற்றாண்டின் இறுதியிலும், பத்தொன்பதாம் நூற்றாண்டின் ஆரம்பத்திலும் ஒரு கிராமப் பள்ளிக் கூடத்தில் (அதாவது பாடசாலையில்) தனது முறையான கல்வியைத் தொடங்கினார். அதில் அவர் வங்க மொழி, கொஞ்சம் சமஸ்கிருதம் மற்றும் பாரசீக மொழிகளைக் கற்றார்; பின்னர் அவர் தனது ஒன்பதாவது வயதில் பாட்னாவில் உள்ள மதரசா ஒன்றில் பாரசீக, அராபிய மொழிகளைக் கற்றார். இரண்டு ஆண்டுகள் கழித்து பனாரஸுக்கு (காசி) சென்ற அவர் அங்கு சமஸ்கிருதத்தையும் இந்து வேதங்களையும் (குறிப்பாக நான்கு வேதங்கள் மற்றும் உபநிஷதங்கள்) பயின்றார். அப்போதுதான் அவர் ஆங்கிலம் கற்றார். இந்தியாவில் இருந்த பிரிட்டிஷ் கல்வி முறைக்கு ஏற்ப தன்னை மாற்றிக்கொண்ட அவர் அதில் நல்ல தேர்ச்சி பெற்றார். ஆனால், இது போன்று பாரம்பரிய இந்திய கல்வி, அதனைத் தொடர்ந்து ஆங்கிலம் என்று இருந்த கல்விமுறை அப்போதே அழியத் தொடங்கியிருந்தது.

குருகுலங்கள் மற்றும் முறையான கல்வி நிலையங்கள் அல்லாமல் முறைசாராத வகையில் பல பாடசாலைகளும் கல்வி முறைகளும் இந்தியாவில் செழித்து வளர்ந்திருந்தன.

இந்திய கலாசாரத்தில் வாய்மொழிக் கல்விக்கு பெருமைக்குரிய இடம் இருந்தது. பாடப்புத்தகம் முக்கியத்துவம் பெறத் தொடங்கியிருந்த காலகட்டத்தில் அதன் இடத்தில் வாய்மொழிக் கல்வியைக் கொண்டு வர பரிந்துரை செய்த காந்தி, 'பாடப்புத்தகங்கள் தேவை என நான் ஒருபோதும் நினைக்கவில்லை. ஒரு மாணவனின் உண்மையான பாடநூல் அவனுடைய ஆசிரியர்தான்' என்றார். அவ்வாறே அவர் தென்னாப்பிரிக்காவில் 'டால்ஸ்டாய் பண்ணை' என்ற பெயரில் சிறிய ஆசிரமம் ஒன்றை தொடங்கி, வழக்கமான எழுத்து வேலைகளை புறந்தள்ளிவிட்டு, தன்னுடைய கருத்துகளைப் பரப்ப வாய்வழி போதனை முறைகளையே கையாண்டார். வேதங்கள், ராமாயணம், மகாபாரதம் போன்ற பிற அடிப்படை இந்து புராணங்கள் பற்றிய அறிவு தலைமுறை தலைமுறையாக வாய்வழியாகவே பரிமாற்றம் செய்யப் பட்டு வந்திருந்ததை நன்கு அறிந்திருந்த காந்தி அதே வழிமுறைகளையே கையாள விரும்பினார். பல தலைமுறைகளாக நிலைத்திருந்த அந்தப் பாரம்பரியக் கல்வி முறை பழம்பெரும் அறிவாற்றலைச் செழிக்க வைத்திருந்தது.

ஆனால், இத்தகைய பாரம்பரியங்கள் இந்தியக் கல்வி முறைகளை நமது கலாசாரத்தில் ஆழமாக வேரூன்றச் செய்த நிலையில், நவீன இந்தியா பிரிட்டிஷ் ஆட்சியால் நிறைய இழந்திருக்கிறது என்ற உறுத்தும்

| 291 |

உண்மையை மறைக்க இயலாது. ஏனென்றால் 16 சதவிகித எழுத்தறிவுடன் மட்டுமே இந்தியா விடுதலை பெற்றது. மேலும், உலகமயமான 21-ஆம் நூற்றாண்டு உலகம் வழங்கும் வாய்ப்புகளைப் பெற்று, தன்னுடைய பெரிய மக்கள்தொகைக்குத் தேவையான கல்வியறிவு அளிக்க இப்போதும் போராடிக் கொண்டிருக்கிறது. நிச்சயமாக இந்தக் குற்றச்சாட்டில் பிரிட்டிஷார் அமல்படுத்திய கல்வி முறைக்குக் கொஞ்சம் பங்கு இருக்கிறது.

'மொத்த மக்களின் (கல்வி) தரத்தைக் கீழிறக்கும் ஒரு வழிமுறையைப் பின்பற்றுவதன் மூலம், நாம் கல்வியால் அந்தத் தரத்தை மேம்படுத்த மிக ஆர்வமாக இருப்பதாகப் போலியாகக் காட்டிக்கொள்கிறோம்' என மைசூர், மராட்டிய போர்களின் நாயகராக இருந்த, பிரபல மேஜர் ஜெனரல் சர் தாமஸ் மன்ரோ கூறினார். 'போலியாக' என்ற வார்த்தையின் உபயோகம் கிழக்கிந்தியக் கம்பெனியின் உள்நோக்கங்கள் பற்றி அவருக்கே இருந்த சந்தேகங்களை வெளிப்படுத்துவதாக இருந்தது.

இந்தியாவுக்கு பிரிட்டிஷார் கண்டிப்பாக ஆங்கில மொழியைத் தந்தனர். அதன் பலன்கள் இன்று வரை நீடித்துக் கொண்டிருக்கின்றன. அல்லது அந்தப் பெருமைக்கு அவர்கள் தகுதியானவர்கள்தானா?

ஆங்கில மொழியை இந்தியாவுக்கு அவர்கள் மனமுவந்து கொடுக்கவில்லை. வழக்கம்போல் காலனி ஆதிக்கத்தின் கருவியாகத்தான் அது இருந்தது. ஆங்கிலேயர் தமது காரியங்களைச் சாதித்துக் கொள்ள வசதியாகத்தான் இந்தியர்களுக்கு ஆங்கிலத்தை வழங்கினர். 1835-ல் மெக்காலே பிரபு கல்வித்திட்டம் தொடர்பான தனது 'பிரபல' பரிந்துரையில் மிக குறைந்த அளவு இந்தியர்களுக்கு ஆங்கிலத்தைப் போதிப்பதற்கு அற்புதக் காரணம் ஒன்றை அழகாகக் கற்பித்தார்: 'நமக்கும், நம்மால் ஆளப்படும் கோடிக்கணக்கான மக்களுக்கும் இடையே மொழி மாற்றித் தருபவர்களாக இருக்கும் வகையில் ஒரு குழுவை உருவாக்க நம்மால் முடிந்த அளவு முயற்சிக்க வேண்டும்; அந்தக் குழுவில் உள்ளவர்கள் ரத்தத்தாலும், நிறத்தாலும் இந்தியர்களாக இருக்க வேண்டும். ஆனால் ரசனை, அபிப்ராயங்கள், ஒழுக்கம் மற்றும் அறிவுத்திறனில் ஆங்கிலேயராக இருக்க வேண்டும்' என்று குறிப்பிட்டிருந்தார். ஆக, ஆண்டவர்களுக்கும், ஆளப்பட்டவர்களுக்கும் இடைத்தரகர்களாகப் பணியாற்றத்தான் அந்த மொழி கற்பிக்கப்பட்டது.

19-ஆம் நூற்றாண்டின் இறுதிப்பகுதியில் ஆர்.சி. தத், தின்ஷா வாச்சா மற்றும் தாதாபாய் நௌரோஜி போன்றோரும், 20-ஆம் நூற்றாண்டில் ஜவாஹர்லால் நேரு போன்றவர்களும் பிரிட்டிஷாருக்கு எதிராகத் தங்களுடைய தேசியவாத உணர்வுகளை வெளிப்படுத்த ஆங்கிலத்தைப் பயன்படுத்தினர். ஆக, இந்தியர்கள் அந்த மொழியைப் பற்றிக்கொண்டு, தமது சொந்த விடுதலைக்காக அதை ஒரு கருவியாக மாற்றியதற்கான பெருமை அவர்களையே சாரும். அது பிரிட்டிஷாரின் திட்டத்தால் விளைந்தது அல்ல.

கிழக்கிந்திய கம்பெனி இவாஞ்சலிக்கவாதியான சார்லஸ் கிராண்ட் 1792-ல் அறிக்கை ஒன்றை வெளியிட்டார். அதன் பிறகுதான் அந்த கம்பெனிக்கு இந்தியக் கல்வியில் ஆர்வம் பிறந்தது. 'மேல்நாட்டுக் கல்வி, கிறித்தவ மதத்தின் அறிமுகம் ஆகியவை ஒழுக்கக்கேடான சமுதாயம் ஒன்றை மாற்றியமைக்க உதவும்' என்ற நம்பிக்கை அதில் தெரிவிக்கப்பட்டிருந்தது. அடுத்து கிறித்தவ மிஷனரி பள்ளிக்கூடங்கள் உருவாக்கப்பட்டன. 1813 பட்டய சட்டத்தில் அவை சட்டபூர்வமாக்கப் பட்டன. அதன் பிறகு கிழக்கிந்திய கம்பெனியின் இயக்குனர்கள் குழு வங்காள அரசாங்கத்துக்கு அனுப்பிய கடிதத்தில் அந்தச் சட்டத்தை அமல்படுத்துவதற்கான வழிகாட்டு விதிகளை வழங்கி இருந்தது. மேலும், 'ஐரோப்பியர்களுக்கும் உள்நாட்டினருக்கும் இடையே தகவல் தொடர்பை ஆங்கிலம் மேம்படுத்தும்' என்றும், 'இந்தியாவில் பிரிட்டிஷ் பேரரசின் நிரந்தர நலன்களுக்குத் தேவையான மதிப்பு, மரியாதை போன்ற பரஸ்பர உணர்வுகளை உருவாக்கும்' என்றும் அதில் குறிப்பிடப் பட்டு இருந்தது. வேறு வார்த்தைகளில் கூறுவதானால், அது வெறும் கிறித்தவ மதப் பிரசாரம் தொடர்பான ஆர்வம் மட்டுமல்ல; கிழக்கிந்தியக் கம்பெனியின் நலன்கள் என்ற கோணத்தில் இருந்தும் அதனைப் பார்க்கவேண்டும். உள்நாட்டு மக்களின் தேவைகள் பிரிட்டிஷாரின் 'ஆட்சிப் பகுதிகளுக்கு சாதகமாக இருக்கும் நேரங்களில் மட்டும்' கருத்தில் கொள்ளப்பட்டன.

ஆங்கிலக் கல்வியை இந்து, முகமதிய கல்வி முறையின் தீய பாதிப்புகளை அகற்றக்கூடிய ஒரு வழியாக இவாஞ்சலிக்கர்கள் பார்த்த போது, தத்துவஞானி ஜேம்ஸ் மில்லும், அவருடைய சீடர்களும் பெரும் பயனீட்டுவாதக் கண்ணோட்டத்தில் மேலை விஞ்ஞானத்தையும் கற்றலையும் இந்தியாவில் வளர்க்க வேண்டும் என வலியுறுத்தினர். எனினும், அதை ஆங்கிலம்தான் செய்யும் என மில் கருதவில்லை; மாறாக, பாடப் புத்தகங்கள் பிராந்திய மொழிகளில் மொழிபெயர்க்கப் பட வேண்டும் என அவர் விரும்பினார். இந்த விஷயத்தில் 1813 அரசின் சட்டத்திலேயே தனது கருத்துக்கு ஆதரவு இருப்பதை அவர் கண்டார். அதில், 'இலக்கிய மறுமலர்ச்சிக்கும் முன்னேற்றத்துக்கும் இந்தியாவில் கல்வி அறிவு பெற்ற உள்நாட்டினரை ஊக்குவிப்பதற்கும்' இடமிருந்தது.

முரண்பாடான நோக்கங்களாகத் தோன்றும் இவை ஒன்றோடு ஒன்று சமரசம் ஆக இயலாது. எனினும் இந்திய விவகாரங்களைக் கவனிக்கும் பொறுப்பில் இருந்தவர்களுக்கு இவற்றுள் ஏதாவது ஒன்று நடக்க வேண்டும் என்பது கூடிய விரைவில் புலப்பட்டது. அதைத் தொடர்ந்து இந்த இரண்டு அணியினருக்கும் இடையே விவாதம் எழுந்தது. ஆனால் கிழக்கிந்திய கம்பெனியின் ஆதரவு எந்த அணிக்கு இருந்தது என்பதில் எவ்வித சந்தேகமும் இல்லை. இந்தியர்களுக்கு சமஸ்கிருதத்தையும், அராபிய மொழியையும் கற்பிப்பதில் கிழக்கிந்திய கம்பெனிக்கு நடைமுறையில் பெரிய பலன் எதுவும் கிடைக்கப் போவதில்லை.

ஆனால் ஆங்கிலம் பேசவும், எழுதவும் முடிந்த இந்தியர்களால், அவர்கள் எவ்வளவு மோசமாகப் பேசினாலும் கூட, பிரிட்டிஷாருக்கு மிகப் பெரிய ஆதாயம் இருந்தது.

பொதுக்கல்வி குழுவின் (Committee on Public Instruction) தலைவராக மெக்காலே பிரபு நியமிக்கப்பட்டிருந்தார். கீழ்த்திசைவாதிகளுக்கும் ஆங்கிலிக்கவாதிகளுக்கும் இடையிலான அந்த விவாதத்தில் ஆங்கிலிக்கவாதிகளின் கரம் ஓங்கியது. அதற்கு மெக்காலேதான் காரணம் என்று பொதுவாக நம்பப்படுகிறது. ஆனால், ஒரு சிலரோ 'இந்தியக் கல்வி முறையில் மெக்காலேயின் பங்களிப்பு குறித்து மிகைப்படுத்திக் கூறப்படுகிறது; அவர் இல்லாவிட்டாலும் ஆங்கிலிக்கவாதிகள் நிச்சயம் வெற்றிபெற்றிருப்பார்கள்' என்று சொல்கின்றனர்.

ஆங்கிலிக்கவாதிகளின் வெளிப்படையான ஆதரவாளராக கவர்னர் ஜெனரல் வில்லியம் பெண்டிங்க் இருந்தார். கிழக்கிந்திய கம்பெனியின் ஆளுகைக்கு உட்பட்டிருந்த இந்தியாவில் அவர் ஆங்கிலக் கல்விக் கொள்கையை அமல்படுத்தத் தொடங்கியிருந்தார். இந்த வகையில், மெக்காலே தானாகப் புதிதாக எதையும் உருவாக்கவில்லை. ஏற்கனவே நடைமுறையில் இருந்த ஒன்றுக்கு ஆதரவாக மட்டுமே நின்றதாக அவர்கள் சொல்கிறார்கள். ஆனால், ஆங்கில வழிக் கல்வி தொடர்பான மெக்காலேயின் வார்த்தைகளே, கல்வித்துறையில் காலனி நோக்கங்களின் தெள்ளத் தெளிவான மற்றும் விரிவான வாக்குமூலமாக நிலைபெற்றிருக்கிறது. வெளிப்படையான காழ்ப்புணர்வுடன் கீழை உலகக் கல்வி முறைகளை அகற்றி இருப்பதால் இந்தியாவில் கெடு புகழ் வாய்ந்த உரையாக அதுவே இருக்கிறது. ஆக, மொத்தத்தில் கல்வி தொடர்பாகப் பேசுபவர்கள் அனைவருமே சரியாகவும் தவறாகவும் மேற்கோள் காட்டும் வாக்கியங்களாக அதுவே இருக்கிறது (இங்கிலாந்து மோகம் இல்லாத விமர்சகர்களால் ஆங்கிலம் பேசும் இந்தியர்கள் இன்று வரை 'மெக்காலே புத்திரர்கள்' (Macaulayputras) என்றே இகழப்படுகிறார்கள். அதுவும் ஆங்கிலத்தில்தான்!).

மெக்காலே தனது மினிட் ஆன் எஜுகேஷன்* பரிந்துரையில் எவ்வித சமரசமும் இல்லாமல் (பலரும் அதனை 'ஆணவத்துடன்' என்றே சொல்லக்கூடும்) தன்னுடைய கலாசாரத்தை மட்டுமே மையமாகக் கொண்டு நிலைப்பாடு ஒன்றை எடுத்தார்.

'பொதுமக்களில் உயர்கல்வியைத் தொடர வசதி வாய்ப்புகள் இருக்கும் சில குழுக்களின் அறிவு வளர்ச்சியை மேம்படுத்த, தற்சமயம் அவர்கள்

---

* குறும்புக்கார இந்தியர் ஒருவர் 'மெக்காலேயின் முட்டாள்தனமான முடிவுகள்' என்ற பொருளில் அதை ஆங்கிலத்தில் ஒரு வித எதுகை-மோனை நலத்துடன் Macaulay's Moronic Minute என்று வர்ணித்தார்.

மத்தியில் புழங்காத ஒரு மொழியின் வாயிலாகவே முடியும்' என்ற மெக்காலேயின் கண்ணோட்டம் சீர்திருத்தவாதியான கவர்னர் ஜெனரலுக்கும் இருந்தது. மெக்காலே தனது தன்னம்பிக்கையை கீழை உலகம் பற்றிய அவருடைய அறியாமை குழி தோண்டிப் புதைக்க அனுமதிக்கவில்லை. 'ஐரோப்பிய நூலகம் ஒன்றில் ஒரே ஒரு அலமாரித் தட்டில் இருக்கும் நூல்கள் இந்தியா மற்றும் அரேபியாவின் ஒட்டுமொத்த இலக்கியங்களுக்குச் சமமானது' என அவர் கொக்கரித்தார். அதே நேரம் தான் புறக்கணிக்கும் இலக்கியங்களில் ஒன்றைக்கூடப் படித்ததில்லை என்றும் அவர் ஒப்புக்கொண்டார்.

'தற்சமயம், அவர்களுடைய தாய்மொழியில் படிப்பதன் மூலம் அறிவாளி களாக முடியாத ஒரு மக்கள் கூட்டத்துக்கு நாம் கல்வியறிவு வழங்க வேண்டியிருக்கிறது. வெளிநாட்டு மொழி மூலமே அவர்களை அறிவாளிகளாக்க முடியும். நமது சொந்த மொழியின் அருமை பெருமை களை சுருக்கமாக எடுத்துரைக்க வேண்டிய அவசியமேயில்லை. மேற்கத்திய மொழிகளுக்கு மத்தியிலும்கூட அது முன்னிலையில் நிற்கிறது'.

இந்தியாவில் ஆளும் வகுப்பினரால் பேசப்படும் மொழி ஆங்கிலம். அரசுப் பதவிகளில் அமர்ந்திருக்கும் உள்நாட்டு மேட்டுக்குடியினரும் அதைத்தான் பேசுகின்றனர்... அனைத்து அந்நிய மொழிகளைக் காட்டிலும் ஆங்கிலம்தான் நமது சொந்தக் குடிமக்களுக்கு மிகவும் பயனுள்ளதாக இருக்கும்... மூர் (பிரிட்டன் மன்னர் எட்டாம் ஹென்றி காலத்தைச் சேர்ந்த இலக்கியகர்த்தா தாமஸ் மூர்; 'உடோபியா' என்ற புகழ் பெற்ற நூலின் படைப்பாளி) மற்றும் ஆஸ்காமின் (Ascham - இங்கிலாந்தில் ராணி முதலாம் எலிசபெத் காலத்தில் வாழ்ந்த ஓர் ஆங்கில அறிஞர்) சமகால மக்களுக்கு கிரேக்கமும் லத்தீனும் எப்படியோ அப்படியே இந்தியர்களுக்கு நமது மொழி இருக்கிறது.

மேற்கு ஐரோப்பிய மொழிகள் ரஷ்யாவைச் செம்மைப்படுத்தின. ஆக, தார்த்தாரியர்களுக்கு (மங்கோலியர், துருக்கியர் உள்பட மத்திய ஆசியாவைச் சேர்ந்த ஒரு முரட்டு இனம்) அவை என்ன செய்ததோ அதையே இந்துக்களுக்கும் செய்யும் என்பதில் நான் எவ்வித சந்தேகமும் கொள்ளவில்லை...'

வெளிநாட்டு மக்கள் இனம் ஒன்றில் பெரும்பாலானோர் தமது சொந்த சட்ட திட்டங்களையும் சமூக பழக்கவழக்கங்களையும் பின்பற்றி வரும்போது அவர்களை ஆள்வதற்குத் தேவைப்படும் பொதுவான சட்டக்கூறுகள் என்ன? இந்த வகையில், இந்து சட்டத்தை பிரதானமாக சமஸ்கிருத நூல்களில் இருந்தும், முகமதிய சட்டத்தை அராபிய புத்தகங்களில் இருந்தும் அறிந்துகொள்ளவேண்டும் என அதிகமும் வலியுறுத்தப்பட்டு வந்திருக்கிறது. ஆனால் இந்தக் கேள்விக்கு பொருத்தமான பதிலை இது தரவில்லை என தோன்றுகிறது.

இந்திய சட்டதிட்டங்களைத் தெரிந்துகொள்ளவும் முறைப்படுத்தவும் நாடாளுமன்றம் நம்மைக் கேட்டுக்கொண்டிருக்கிறது. இந்த நோக்கத்துக்காக நமக்கு சட்ட ஆணையத்தின் உதவியும் அளிக்கப்பட்டு இருக்கிறது. ஆனால் புதிய, பிரிட்டிஷார் வகுத்தளிக்கும் சட்டம் நடைமுறைக்கு வரும்போது (இந்து சட்ட) சாஸ்திரங்களும் ஹிதயாவும் (இஸ்லாமிய நீதி பரிபாலனம் பற்றிய சட்ட நூல்) முன்சீபுக்கும் (நீதிபதி), சதர் அமீனுக்கும் (இரண்டாம் வகுப்பு உள்நாட்டு நீதிபதி) எந்த உபயோகமும் இல்லாமல் போய் விடும். மதரஸாவிலும் சமஸ்கிருத கல்லூரியிலும் தற்போது நுழைந்து கொண்டிருக்கும் மாணவர்கள் தங்கள் படிப்பை முடிப்பதற்கு முன் இந்த அரும்பணி நிறைவடைந்துவிடும் என நான் உறுதியாக நம்புகிறேன். இந்தச் சிறுவர்கள் வாலிப பருவத்தை அடைவதற்கு முன்பே நாம் மாற்றிவிட வாய்ப்புகள் உள்ள சங்கதிகளுக் காக, வளர்ந்து வரும் தலைமுறைக்கு மதரசாக்களிலும் சமஸ்கிருத கல்லூரிகளிலும் கல்வி அளிப்பது என்பது வெளிப்படையாகவே மூடத்தனமானது. *(பாரம்பரியக் கல்வி முறையின் அழிவை நியாயப் படுத்தும்விதமாக அமையும் இந்த வாதத்தில் ஒரு முரண்பாடு உண்டு: 1830-ல் மெக்காலே வகுத்த தண்டனைச் சட்ட முன்வடிவு, ஒரு தலைமுறை கழிந்த நிலையில் 1861-ல்தான் சட்டமாக இயற்றப்பட்டது).*

ஆங்கிலிக்கவாதிகள் பிராந்திய மொழிகளைப் பிடிவாதமாக வெறுத்து ஒதுக்கிவிடவில்லை. இது அவர்களுக்கு கொஞ்சம் பெருமை சேர்க்கும் அம்சமாகிறது. இடை நிலையில் உள்ள ஆங்கிலம் பேசும் மேல்தட்டு இந்தியக் குழு ஒன்றின் வாயிலாக ஐரோப்பிய விஞ்ஞான, இலக்கிய அறிவு மக்கள் கூட்டத்துக்குக் கடத்தப்பட வேண்டும் என்றே அவர்கள் விரும்பினார்கள்.

மெக்காலே, 'நமக்கு இருக்கும் குறைந்த வசதி வாய்ப்புகளைக் கொண்டு ஒட்டுமொத்த இந்தியர்களுக்கும் கல்வி அறிவூட்ட முயற்சிப்பது சாத்தியமே இல்லை' என ஏற்கனவே சுட்டிக்காட்டியிருந்தார். எனவே, 'மேல்நாட்டு கலைச்சொல் அகராதிகளிடம் கடன் வாங்கிய அறிவியல் வார்த்தைகளைவைத்து இந்த நாட்டின் பிராந்திய மொழிகளை செம்மைப்படுத்தி, வளப்படுத்தும் பொறுப்பை இந்திய மேட்டுக்குடி அறிஞர்களிடமே ஒப்படைத்துவிடலாம். இந்தப் பெரிய மக்கள் இனத்துக்குக் கல்வி அறிவூட்டுவதற்கு அவர்களே தகுதி படைத்தவர்கள் என்பதைக் குறிக்கும்விதமாக அவர்களுக்கு பட்டங்களும் வழங்கலாம்' என்று அவர் கூறினார்.

மற்றொரு ஆங்கிலிக்கவாதி, 'இந்தப் பெருங்குழுவுக்கு அவர்களுடைய சொந்த மொழிகளின் வாயிலாகவே அறிவூட்ட வேண்டும். மேலும் இந்த மொழிகளை வளப்படுத்தவும், மேம்படுத்தவும் அவர்களுக்கு அனைத்து வகையான சிந்தனை மற்றும் அறிவுக்களஞ்சியங்களையும் வழங்க வேண்டும்' என முழுதாக ஒப்புக்கொண்டார். ஆக, பெருவாரியா னோருக்கு ஆங்கிலக் கல்வி என்பது பிரிட்டிஷாரின் கொள்கை அல்ல.

அதுபோல் 'ஐரோப்பிய' விஞ்ஞான அறிவை இந்தியர்களுக்கு வழங்கவும் அவர்கள் விரும்பவில்லை; கல்வியறிவு பெற்ற கொஞ்சம் இந்தியர்கள் தங்களுடைய சொந்த மொழிகள் மூலம் அதைப் பார்த்துக் கொள்வார்கள் என்பதே பிரிட்டிஷாரின் செயல்திட்டமாக இருந்தது.

ஓரளவுக்கு அது அப்படியே நடந்தது. சிறிதளவு இதே போன்ற ஒரு கண்ணோட்டத்துடன் 1825-ல் டெல்லி கல்லூரி தொடங்கப்பட்டது: 1840-ல் அங்கு ஒரு 'பிராந்திய மொழிபெயர்ப்புக் கழகம்' அமைக்கப் பட்டது. அதில் வரலாறு, சட்டம், அறிவியல், மருத்துவம் தொடர்பான ஆங்கிலப் பாடநூல்களை உருதுவில் மொழிபெயர்க்க முயற்சி மேற்கொள்ளப்பட்டது. மேலை நாடுகளில் கல்வி பயின்ற இந்தியர்கள், பிற கல்லூரி அலுவலர்கள் ஆகியோரின் துணையுடன் அது நடந்தது. 'நவீன' பாடப்பிரிவுகள் தொடர்பாக உருவான சில ஆரம்ப பாடப் புத்தகங்கள் இவைதான். புதுப்பிக்கப்பட்ட மேல்நாட்டு பாடத் திட்டத்தை பரப்ப அவை எழுதப்பட்டன. 1840 மற்றும் 1850 ஆண்டுகளுக் கிடையில், வடமேற்கு பிரதேசங்களிலும் பஞ்சாபிலும் அவைதான் பிராந்திய மொழி பாடப்புத்தகங்களாக இருந்தன.

எப்படியிருப்பினும் இந்தியாவில் இத்தகைய கல்வி ஆங்கிலம் அளவுக்கு மிகப் பரவலாகச் சென்றடைந்ததா செல்வாக்கு பெற்றதா என்றெல்லாம் சொல்வது கடினம். ஏனென்றால் இந்த நாள் வரை ஆங்கிலம்தான் இந்திய சமுதாயத்தில் வெற்றிக்கும் செல்வாக்குக்கும் உரிய கடவுச் சீட்டாகக் கருதப்படுகிறது. ஆங்கிலத்தில் கல்வி பயின்ற பல இந்தியர்கள் அதைத் தங்கள் தொழில்களில் சுய முன்னேற்றம் அடையத்தான் பயன் படுத்தினார்களே தவிர கல்வித்துறை மொழிபெயர்ப்பாளர்களாகவோ மக்களுக்கு ஆசிரியர்களாகவோ பணியாற்றுவதற்காக அல்ல; மேலும் பிராந்திய மொழியில் போதிக்கும் பணி ஓர் அநாதைத் தொழிலாகத்தான் மிஞ்சி நின்றது. காலனிக்காரர்களின் மொழிப் புலமை தேவையாக இருந்த நிபுணத்துவத் தொழில்களுக்குத் தேவையான உயர் ஆங்கிலம் கைவராத துரதிருஷ்டசாலிகளுக்காக ஒதுக்கப்பட்டதாக அது இருந்தது. ஆக, ஆங்கிலிக்கவாதிகளின் நோக்கம் நிறைவேறவில்லை. ஆனால், அன்றைய சூழ்நிலைகளில் அது நிறைவேற ஏதேனும் வாய்ப்பு இருந்ததா என்ன?

பிரிட்டிஷாரின் காலத்தில் பல்கலைக்கழகங்கள் அனைத்தும் தேர்வு நடத்தும் மையங்களாகத்தான் பெரும்பாலும் இருந்தன. உண்மையான உயர்கல்வி அவற்றின் கீழ் செயல்பட்ட (affiliated) கல்லூரிகளில்தான் வழங்கப்பட்டது. உயர்நிலைப் பள்ளிப்படிப்புக்குப் பின் ஓராண்டு இடைநிலைக் கல்வியைத் தொடர்ந்து வந்த இரண்டு ஆண்டுகள் பி.ஏ. பட்டப்படிப்பை அந்தக் கல்லூரிகள் அளித்தன. இந்தியாவில் இருந்த பிரிட்டிஷ் பள்ளிக்கூடங்களைப்போல அவையும் குருட்டு மனனம் செய்யும் எந்திர பாணிக் கல்வியை வலியுறுத்தின. அப்படி மனனம் செய்து ஒப்பித்தவற்றைத்தான் தேர்வுகள் பரிசோதனை செய்தன. தேர்வுகளில்

தோல்வி சகஜமாக இருந்தது. எனவே பல இந்தியர்கள் தங்கள் பெயருக்குப் பின்னால் பி.ஏ. என்று போட்டு அடைப்புக்குறிக்குள் 'பெயில்' என்ற ஆங்கிலச் சொல்லைக் குறிக்கும் 'எஃப்' எழுத்தையும் ஒரு தகுதிபோல் பெருமையுடன் போட்டுக் கொண்டனர். படிப்பைப் பாதியில் நிறுத்தியவர்களின் எண்ணிக்கையோ ஏராளமாக இருந்தது. அந்த நிலையில், இளநிலைப் பட்டப்படிப்பை வெற்றிகரமாக முடிப்பது அரிய, பெரிய சாதனையாகப் பெரிதும் புகழப்பட்டது.

மாணவர்களின் ஆய்வுத்திறனையோ படைப்புச் சிந்தனையையோ பிரிட்டிஷ் உயர்கல்வி முறை ஊக்குவிக்கவில்லை. கற்றல் சுதந்திரம் அதில் நிச்சயமாக இல்லை. அடிப்படை ஆங்கில அறிவைவிட கொஞ்சம் மேலான கல்வி பெற்ற பட்டதாரி கும்பல் ஒன்றை அது உற்பத்தி செய்தது. ஆனாலும் 90 சதவிகிதத்தினரின் ஆங்கிலம் ஓர் ஆங்கிலேயருக்கு முன் தாக்குப்பிடிக்க முடியாத வண்ணம் இருந்தது. அதேவேளையில், அவர்களுடைய ஆங்கிலம் அரசுப் பணியின் கீழ் மட்டங்களில் ஒரு குமாஸ்தாவாக அரசுப் பள்ளியில் ஓர் ஆசிரியராக வேலைவாய்ப்பு பெறப் போதுமானதாக இருந்தது (மீதி பத்து சதவிகிதத்தினர் அக்காலக் கல்வி முறையின் குறுகிய எல்லைகளுக்கு மத்தியிலும் பிரகாசித்தனர். மேலும் பல்வேறு தனியார் அலுவலக பதவிகளில் தன்னிகரற்று விளங்கினர். அல்லது உயர்கல்விக்காக இங்கிலாந்து சென்றனர்). என்றாலும், அந்தோ பரிதாபம்... அவர்களில் ஒவ்வொருவரையும்-ஒவ்வொரு தனி பட்டதாரியையும், சொந்த கலாசார வேர்களில் இருந்து பிரித்து அது மேலைமயமாக்கிவிட்டது.

இப்படியான ஒரு முறையின் கீழ் இந்தியர்களுக்கு வழங்கப்பட்ட கல்வியறிவு குறித்து, 1913-ல் மூத்த அரசு அதிகாரி ஒருவர் கூறியபோது, 'இந்தியர்கள் ஒருவகை கலப்பினமாக உருவெடுத்தார்கள். அவர்களுடைய ஆங்கில ஆசான்களே அதற்குக் காரணம். ஒருவருக்குக் 'கல்வியறிவு' அளிக்க வேண்டுமானால் அவரை ஓர் ஆங்கிலேயரின் வார்ப்பாக மாற்றுவது ஒன்றே வழி என்ற எண்ணத்தில் அவர்கள் ஊறிப் போயிருந்தனர்' என்றார்.

பிரிட்டிஷ் ஆட்சி முழுவதுமாகவே இந்தப் பிரச்னை நீடித்தது. லண்டனில், இந்திய தேசியவாதக்குழுக்களில் ஒன்று 1915-ல் வெளியிட்ட ஒரு நூலில் இவ்வாறு அறிவித்தது:

இந்தியர்களின் எதிர்பார்ப்புகள், ஆளுமை எல்லாமே நசுக்கப்பட்டு விட்டன. இந்தியரின் மனம் சுயத்தன்மையே இல்லாத அளவுக்கு வெறுமையாக்கப்பட்டு, வேண்டுமென்றே அறியாமையில் வைக்கப் பட்டிருக்கிறது. பிரிட்டிஷ் கட்டுப்பாட்டுக்கு அடங்கிப் போகும் வகையில் மக்கள் ஒரு பிரமையின் கீழ் வைக்கப்பட்டுள்ளனர். மக்களின் மனப்பான்மை திட்டமிட்டுத் தரம் தாழ்த்தப்பட்டிருக்கிறது. அவர்களுடைய மனம் அந்நியமயமாக்கப்பட்டு இருக்கிறது.

அத்துடன், அதை நிரந்தர அறியாமையில் உழலச் செய்து, உலகில் இங்கிலாந்தின் மேன்மை மற்றும் 'கடமை' குறித்த கதைகள் அதில் புகுத்தப்படுகின்றன.

பங்கஜ் மிஸ்ரா இவ்வாறு கூறினார்:

ஆசியாவை அடிபணியச் செய்யும் ஐரோப்பாவின் திட்டம் வெறும் பொருளாதார, அரசியல் மற்றும் ராணுவ நோக்கங்கள் மட்டும் கொண்டதல்ல. அது அறிவு, ஒழுக்கம் மற்றும் மத நோக்கங்கள் கொண்டதாகவும் இருந்தது: எனவே அது முன் எப்போதும் இல்லாத, முழுக்க முழுக்க வித்தியாசமான வெற்றியாக இருந்தது. அதில் அடிமைப்பட்டவர்கள் தமது நாட்டைக் கைப்பற்றியவர்கள் மீது வெறுப்புணர்வு மட்டுமல்லாமல், பொறாமையும் கொண்டார்கள். இறுதியாக, அவர்களுடைய மந்திர சக்தி போன்ற ஒன்றுக்கு ஆட்பட்டு மயங்கவும் செய்தார்கள்.

இந்திய மனங்களை வெற்றிகரமாக காலனிமயமாக்கியதில் ஒரு கவர்ச்சிகரமான உதாரணம் உண்டு: விற்பனையில் சாதனை படைத்த 'அறியப்படாத ஓர் இந்தியனின் சுயசரிதை' (Autobiography of an Unknown Indian-1951) நூலின் ஆசிரியரும், வங்காள அறிவுஜீவியும் 'பிரபல' ஆங்கில அபிமானியுமான நீரத் சி.சௌத்ரி. அவர் இந்தியாவில் இருந்த பிரிட்டிஷ் ஏகாதிபத்தியத்துக்கு தனது நூலை சமர்ப்பணம் செய்திருந்தார். அந்த வாசகங்கள் வருமாறு:

நமக்கு குடிமைத் தகுதியை வழங்கி,
குடியுரிமையை மறுத்த
இந்தியாவின் பிரிட்டிஷ் ஏகாதிபத்தியத்துக்கு,
எனினும் நம்மில் ஒவ்வொருவரும் அதன் முன் வைத்த சவால்
'நான் ஒரு பிரிட்டிஷ் குடிமகன்' (Civis Britannicus sum)
ஏனென்றால், நமக்குள் இருக்கும் நன்மைகள் மற்றும் பிற அனைத்தும்
கருவாகி, உருவாகி, உடலாகி உயிராகி வந்தது
அதே பிரிட்டிஷ் பேரரசால்தான்

காலனி அடிப்படையின் மீதான மோகத்துடன் வெளிப்பட்ட ஒரு கறுப்பு (பழுப்பு) மனிதனின் இந்த விரும்பத்தகாத கண்ணோட்டம், தங்களுடைய சொந்த கலாசாரங்கள், சமுதாயங்களில் இருந்து அந்நியப்பட்டு, அவற்றை வெறுக்கவும் வைக்கும் 'உள்நாட்டு கையாள்களை' ஆங்கிலப் பேரரசு எவ்வாறு உருவாக்குகிறது என்பது தொடர்பான அறிவார்ந்த அலசல்களில் சௌத்ரியை பிரிட்டிஷ் அரசின் செல்லப்பிள்ளையாக மாற்றியது. திறந்தவெளிகளில் மலம் கழிப்பதில் இருந்து இந்தியர்களைத் தடுத்ததற்காக பாராட்டும் அளவுக்கு பிரிட்டிஷ் ஏகாதிபத்தியம் மீது சௌத்ரிக்குக் காதல் இருந்தது. பிரிட்டிஷாரால் பெரிய நகரங்களின் பொது இடங்களைத் தவிர மற்ற இடங்களில் அதைத் தடுக்கவோ குறைக்கவோகூட முடிந்திருக்கவில்லை என்பதுதான் உண்மை. சொந்த

சமுதாயத்தின் மீதான வெறுப்புக்கும் அந்நிய ஆட்சி ஒன்றின் மீதான ஏக்கத்துக்கும் இடையே ஒரு விநோதமான உறவு இருப்பதையே இது எடுத்துக்காட்டுகிறது.

அயான் அல்மாண்ட் என்ற அறிஞர் இது குறித்து கூறுகையில், ‘தன்னைத் தானே அந்நியப்படுத்திக் கொள்ளும் இந்த இரண்டு நடைமுறைகளும், ஆள்பவனுக்கும்-ஆளப்படுபவனுக்கும், பாபூவுக்கும்-உள்நாட்டுக் காரனுக்கும், மனதுக்கும்-உடலுக்கும் இடையே உள்ள பெரும் தூரத்தை அப்படியே பிரதிபலிக்கும் வகையில் இணைந்து செயலாற்றுகின்றன’ என்றார். காலனிக் கல்வி ஒன்று ஏற்படுத்திய மோசமான பின்விளைவு களில் ஒன்றுதான் சௌத்ரியின் தாய்நாட்டு துவேஷம். தான் ‘முன்னோர்களின் தவறான நாடோடித்தனமான நகர்வுகளினால் தவறான இடத்தில் (மில்லினிய ஆண்டுகள்) வாழ நேர்ந்த ஓர் ஐரோப்பியன்/ ஆரியன்’ என்ற கருத்தாக்கத்தில் இருந்தே இந்த எண்ணங்கள் முளைக்கின்றன. தன்னுடைய 73-வது வயதில் அவர் ஆக்ஸ்ஃபோர்டு நகரத்தில் குடி புகுந்தார். வயதில் சதம் அடித்த அவர் தன்னுடைய எஞ்சிய வாழ்நாளை அங்கேயே கழித்தார். ஆனால், மனதளவில் நிச்சயமாக எப்போதுமே அவர் அங்குதான் வாழ்ந்தார்.

கிரேக்க, லத்தீன் மொழி மேற்கோள்கள், செவ்விலக்கிய குறிப்புகளால் போர்த்தப்பட்ட சௌத்ரியின் ‘அறிவார்ந்த’ கருத்துகள் ‘சோலா தொப்பி’யுடன் விடைபெற்றுச் சென்றுவிட்டன. (சந்தேகமே இல்லாமல் மொழிபெயர்ப்பில் ஏதோ ஒன்று கை நழுவி விடுகிறது). இந்தியாவின் அனைத்து கலாசாரக் கோட்டைகள் மற்றும் நாகரிகத்தின் மீது குருட்டு லட்சிய வெறியில் அவர் நடத்திய தாக்குதலுக்கு ‘சூனியக்காரியின் கண்டம்’ (The Continent of Circe - 1965-ல் அவர் எழுதிய நூல்) என பெயரிடப்பட்டது இதற்கான முன்னுதாரணமாக அமைகிறது. அதாவது, அவருடைய முதன்மை உருவகத்துக்காகவும்கூட அவர் மேற்கத்தியப் புனைவுகள் பக்கம்தான் திரும்ப வேண்டியிருந்தது.

பெரும்பாலான பிரிட்டிஷ் இந்திய வரலாறுகளை ‘பேரரசின் துதிபாடல்’ என அவர் புறந்தள்ளிவிட்டாலும், கிளைவின் பேராசையிலும், கொள்ளையிலும்கூட பிரிட்டிஷ் பேரரசின் பிரம்மாண்ட திட்டத்தின் ‘சமப்படுத்தும் நடவடிக்கை’யைக் காணும் அளவுக்கு ஆங்கிலப் பேரரசால் வசியம் செய்யப்பட்டவராகவே இருந்தார். அறிஞர் டேவிட் லெலிவெல்டு எழுதிய மிதமான ஆய்வுக்கட்டுரை ஒன்றில், ‘நீரத் சௌத்ரி என்பவர் அதே பெயரைக் கொண்ட இந்திய எழுத்தாளர் ஒருவரால் உருவாக்கப்பட்ட கற்பனை - வங்காள பாபு எனும் விநோதமான, கோபமான, மாய மாற்றம் அடைந்த ஓர் ரெடிமேட் ஆங்கில இலக்கிய கதாபாத்திரம்’ என குறிப்பிட்டார். ஆனால், தன் காலனி எஜமானர்களை ‘காப்பி’ அடிக்கும் முயற்சிகளில் அரைகுறை வெற்றி கண்ட இந்த அசல் பாபுவைப் பார்த்து இந்தியாவில் இருந்த பிரிட்டிஷார் சிரித்த வேளையில், நீரத் பாபு, யாரும் தன்னைக் கண்டு நகைக்க முடியாத

வகையில், பேரரசு அந்தஸ்தை இழந்துவிட்ட பிரிட்டனை நடைமுறைப் படுத்த முனைந்தார். தூய வங்காள வேட்டி அணிந்து கொண்டு, ஆக்ஸ்ஃபோர்டைத் தலையில் தூக்கி வைத்து ஆடிக்கொண்டும், பிரிட்டிஷ் நாகரிகத்தின் வீழ்ச்சியைக் கண்டு வருந்திக் கொண்டும் இருந்த இந்த முதிய உருவத்தின் பார்வையில் பலவீனமான, நகைப்புக்கிடமான ஏதோ ஒன்று நிச்சயம் இருந்ததை அவர் உணர்ந்ததாகவே தெரியவில்லை.

ஆனால், அப்போதும் இந்த ஆங்கில தாசரின் நடவடிக்கைகளில் சில சமயம் அவரையும் மீறிய பிரிட்டிஷ் எதிர்ப்பு போக்கு ஒன்று இருந்தது. பிரிட்டிஷ் பேரரசின் வீழ்ச்சியில் அவர்களுடைய நிறவெறி, தரங்கெட்டதனம், அனைவரையும் அரவணைத்துச் செல்லாத தன்மை ('இந்தோ-ஆங்கில தனிப்பட்ட உறவுகளின் வேதனை நிறைந்த வரலாறு' என்று அவர் குறிப்பிட்டிருக்கிறார்) போன்றவற்றுக்குப் பெரும் பங்கு இருந்தது என நீரத் சௌத்ரியே ஒப்புக்கொள்ள வேண்டியிருந்தது.

இந்தியர்களிடம் பிரிட்டிஷார் நடந்து கொண்ட விதத்தைப் பார்த்து 'சகித்துக் கொள்ள முடியாத கொடுமை' மற்றும் 'தேசிய மற்றும் சுய சீரழிவு' என கசப்புணர்வுடன் எழுதினார். நிறவெறியை வெளிப்படுத்தும் வகையில் திரும்பத் திரும்ப நடந்த தனி நிகழ்வுகளில், 'இந்த அறிவுஜீவி இடைத்தரகர் தனது ஒப்பந்தத்தின் தெளிவான எல்லைகளைக் கண்டறிகிறார்' என அயான் அல்மாண்டு சுட்டிக்காட்டினார். தனது எழுத்துகளில் அவர் கற்பனையாகக் கொண்டாடிய பிரிட்டிஷ் பேரரசின் நல்லெண்ணங்கள் எல்லாம் யதார்த்தத்தில் இருந்த பிரிட்டிஷாரின் லத்தியையும் வெள்ளை மனிதனின் கோர முகத்தையும் எதிர்கொள்ள நேர்ந்தன.

பாடத்திட்ட தாக்குதல்

வங்காளத்தின் கல்விக்காக பிரிட்டிஷ் அரசாங்கம் 1859-60-ல் 10,32,021 ரூபாய் மட்டுமே கொடுத்தது. அந்த ஆண்டில் தனது ராணுவ குடியிருப்புகளை மறுநிர்மாணம் செய்வதற்குக்கூட அது ஏறக்குறைய அதே அளவு தொகையைச் செலவிட்டது. அப்படியாக பிரிட்டிஷ் ஆட்சிக் காலம் முழுவதுமாகவே கல்விக்கு நிதி ஒதுக்குவது என்பது குறைந்தபட்ச முன்னுரிமையாகத்தான் இருந்தது. இந்தியாவில் இருந்த பிரிட்டிஷ் அரசு, 'வரலாறு, இலக்கியம், சமூக பழக்கவழக்கங்கள் மற்றும் நீதிநெறிகளை ஆங்கிலத்தில் போதித்து, ஆங்கிலத்தைப் பயன்படுத்தும் பல்கலைக்கழகங்களுக்கு மட்டுமேதான் அந்த மிகக் குறைந்த கல்வி நிதியையும் வழங்க விரும்பியது.

அந்த நிலையில், இளைஞர்கள் (இந்தியர்கள்)... தங்களை அந்நியமய மாக்குவதையும், இந்திய விரோதிகளாக்குவதையும் குறிக்கோளாகக் கொண்டு, போலி ஆங்கிலேயர்களாக மாற்றும் இரக்கமற்ற நடைமுறை ஒன்றிலேயே தம்மை அனுமதித்துக்கொண்டிருப்பதாக உணர்ந்தனர்' என

1930-ல் வில் டுராண்ட் குறிப்பிட்டார். அதுவும் அது மிகக் குறைந்த நிதி ஆதாரங்களுடன்தான் நடந்தது: இந்தியாவில் (1930-ல்) கல்விக்காக செலவிடப்பட்ட மொத்த தொகையும் நியூயார்க் மாகாணம் ஒன்றின் கல்விச் செலவில் பாதி அளவுகூட இல்லை என டுரான்ட் குறிப்பிட்டிருக்கிறார். உலகம் முழுவதுமாக 1882 மற்றும் 1897-க்கு இடையிலான 15 ஆண்டு காலத்தில் பொதுக்கல்வித் திட்டத்தில் குறிப்பிடத்தக்க வளர்ச்சிப் பணிகள் நடைபெற்றன. பிரிட்டிஷ் இந்தியாவில் அப்போது கல்விக்கான நிதி எவ்வளவு உயர்த்தப்பட்டதோ அதைவிட 21.5 மடங்கு அதிகமாக ராணுவத்துக்கான நிதி உயர்த்தப்பட்டது. 'இந்தியாவை எழுத்தறிவற்ற நாடாக்கியதில் பிரிட்டிஷாரின் பங்கு கேள்விக்கு அப்பாற்பட்டது' என டுரான்ட் முடித்தார்.

எனினும், இந்தியக் கல்வி குறித்த பிரிட்டிஷாரின் அணுகுமுறையில் அவர்கள் நினைத்திராத பலன் ஒன்றும் இருந்தது. இந்தியர்களுக்குக் கல்வி அறிவூட்டுவது அவர்களுடைய பிரதான நோக்கமாக இல்லை என்பதால் மேல்தட்டு பிரிட்டானியர்களை அது ஈர்க்கவில்லை. எனவே, இருபதாம் நூற்றாண்டின் தொடக்கத்தில் இருந்து இந்திய முன்னேற்றத்துக்கான ஒரு தளமாக கல்வி மாறியது. 1890-களுக்குப் பின், ஒரு சிலரைத் தவிர, பிரதான பொது பல்கலைக்கழகங்களின் துணைவேந்தர்கள் எல்லோருமே இந்தியர்களாக இருந்தனர். தவிர்க்க இயலாமல் அவர்களில் பெரும்பாலானோர் பிரிட்டிஷ் பேரரசின் தீவிர ஆதரவாளர்களாக இருந்தனர் என்றாலும் அது நல்ல முன்னேற்றம்தான்.

பிரிட்டிஷ் இந்தியாவில் ஆங்கிலக் கல்வி ஆதிக்கம் செலுத்தும் அளவுக்கு வந்துவிட்ட நிலையில் பிரிட்டிஷாரின் அந்த அணுகுமுறை மற்ற பாடப் பிரிவுகளையும், குறிப்பாக வரலாறுகளை, சிறிய அளவிலான மேட்டுக் குடியினருக்கு மட்டுமே என்றாலும் கூட, ஆங்கிலத்தில் படிக்கும் வாய்ப்பை வழங்கியது. காலனிக்கு முந்தைய முகலாய சரித்திரத்தை வெறும் நிகழ்வுகளின் நீண்ட வர்ணனையாக, அதே சமயம் அர்த்தமோ, ஆய்வுத்திறனோ இல்லாத ஒன்றாக பிரிட்டிஷார் பார்த்தனர்; முகலாயருக்கு முந்தைய வரலாற்று ஏடுகளைப் பொறுத்தவரை, 'புராண வரலாறுகள்... வரலாற்றின் இடத்தில் நிற்கும் நீதிக்கதைகள்' என ஜான் ஸ்டூவர்ட் மில் புறக்கணித்தார். இந்த பழைய பதிவுகளை மாற்றும் நோக்கத்துடன் பிரிட்டிஷார் இந்திய வரலாறின் 'உண்மை குறிப்புகளை' மீண்டும் தொகுத்தனர். மேலும் அதிக பொருத்தமான பின்னணிகளுடன் இணைத்து ஐரோப்பிய பாணியில் நன்கு கட்டமைத்த ஒன்றாக அது இருந்தது. ஆனால், இந்தியாவில் பிரிட்டிஷ் ஆட்சியை நியாயப்படுத்தும் திட்டத்துக்கு உதவும் நோக்கம் அதில் இருந்தது.

நாம் முன்பே கண்டதுபோல், இந்தியாவின் ஆங்கில வரலாறுகளும், கோட்பாடுகளும், இந்தியாவின் கடந்த கால, மதம் சார்ந்த காலப் பிரிவினைகளை ஏற்படுத்தியதன் மூலம் பிரித்தாளும் கொள்கையை மட்டும் வளர்க்கவில்லை. ஆனால், பிரிட்டிஷ் ஆட்சியின் நவநாகரிக

வருகைக்காகக் காத்திருந்த ஒரு நாடுபோல் அவை இந்தியாவை சித்திரித்தன.

வரலாற்று ஏடுகள் ‘உண்மைகளின் அடிப்படையில் அமைந்து, மதச்சார்பற்ற பாடத்திட்டம் ஒன்றை வழங்கவேண்டும்’ என வாதாடியதன் மூலம், இந்தியாவின் காலத்தை வென்ற காப்பியங்களான இராமாயணம், மகாபாரதம் உள்பட சமய மற்றும் புராணக் கல்வியில் இருந்து அவர்கள் விலகிச் சென்றனர். பிரிட்டன் பள்ளிக்கூட வகுப்பறைகளில் ‘இலியட்’டும், ‘ஆடிஸி’யும் பிடித்த இடங்களை இவை எல்லாம் குறைந்தபட்சம் இந்திய பள்ளிக்கூடங்களில் மட்டுமாவது பிடித்திருக்கமுடியும். சுதந்திர இந்தியாவும் மதச்சார்பின்மை என்ற பெயரில் தனது இதிகாசங்களைத் தானே புறக்கணிக்கும் அதே பாரம்பரியத்தையே கடைப்பிடித்தது. புதிய, இந்துத்துவ சாவ்னிஸ்ட் அரசாங்கம் இந்திய குழந்தைகளின் அறிவு மற்றும் கலாசாரத்தை வேரறுத்ததற்கு பிரிட்டிஷாரையும் அவர்களுடைய இந்திய மெக்காலே புத்திரர்களையும் குற்றம் சாட்டுகிறது.

ஆக, வரலாறைப் போதிப்பதில் ஒரு கண்கூடான நோக்கம் நிறைவேறிய நிலையில், இலக்கியமும் அதே நோக்கத்தை இணையான வழிமுறையில் நிறைவேற்றியது. காலனி இந்தியாவில், 19-ஆம் நூற்றாண்டின் தொடக்கத்தில் இந்திய மேட்டுக்குடியினரை வார்த்தெடுத்ததில் ஆங்கில இலக்கியக் கல்வியின் பங்கு குறித்து பேராசிரியை கௌரி விஸ்வநாதன் முதன் முதலில் எழுதினார். இந்தியாவில் இருந்த பிரிட்டிஷார் உண்மையில் தங்கள் நலன்களைப் பெருக்கிக் கொள்ளவே ஆங்கில இலக்கியத்தை ஒரு பாடமாக்கும் திட்டத்தை முதலில் உருவாக்கியதாக அவர் சொன்னார்.

காலனிமயமாக்கப்பட்ட இந்தியர்களின் மனங்களிலும் இதயங்களிலும் பிரிட்டிஷ் நாகரிகம் மீது மதிப்பையும், பயம் கலந்த மரியாதையையும் ஏற்படுத்தும் உத்தியாக தங்கள் இலக்கியம் இருக்கும் என்று அவர்கள் நினைத்ததுமட்டுமே அதற்குக் காரணமில்லை; இந்திய இலக்கியத்தின் பல மகத்தான படைப்புகள் ‘பெரும் ஒழுக்கக்கேடுகளாலும், அசுத்தங்களாலும்’ நிறைந்திருப்பதாக அவர்கள் கருதியதும் ஒரு காரணமாக இருந்தது. அவர்கள் நிராகரித்த அந்த அற்புதப் படைப்புகளில் காளிதாசரின் ‘சகுந்தலா’வும் உண்டு. 19-ஆம் நூற்றாண்டின் தலைசிறந்த சமஸ்கிருத அறிஞரான ஹொரேஸ் வில்சன் அதனை இந்திய இலக்கியத்தின் பொன் ஆபரணம் என வர்ணித்தார். ஆனால், பிரிட்டிஷ் இந்தியாவின் பள்ளிக்கூடங்களிலும், கல்லூரிகளிலும் அது பாடமாக இடம் பெறத் தகுதியானது என்பதை அவரும் ஏற்கவில்லை.

இந்த வகையில், மெக்காலேயின் பாரபட்சமான கொள்கைகள் மற்றும் பாணியைத்தான் பிரிட்டிஷ் கல்வியாளர்கள் எதிரொலித்தனர். ஆங்கில இலக்கியத்தின் மேன்மை பற்றிய தமது ஆழமான நம்பிக்கைகளை

அவர்கள் கூச்சமின்றி எடுத்துரைத்தனர். '(ஆங்கிலத்தில்) இப்போது வாழும் இலக்கியம், உலகின் அனைத்து மொழிகளிலும் முந்நூறு ஆண்டுகளுக்கு முன் வாழ்ந்த மொத்த இலக்கியங்களையும்விட மேலானது... இங்கிலாந்தின் இலக்கியம் இப்போது பழம்பெரும் செவ்விலக்கியங்களை விட அதிக மதிப்பு வாய்ந்தது' என மெக்காலே தனது பரிந்துரையில் கூறி இருந்தார்.

சார்லஸ் டிரெவல்யான், 1838-ல், 'இந்திய மக்களின் கல்வி குறித்து...' (On the Education of the People of India) என்ற நூலில், 'ஆங்கிலம் வாயிலாக ஆங்கில இலக்கியத்தைப் பரப்புவதற்காக நடைபெறும் வாதங்கள் எல்லாமே எந்த ஒரு விஞ்ஞான எண்ணத்தின் அடிப்படையும் கொண்டதல்ல; கீழ்த்திசை ஞானத்தைவிட ஐரோப்பிய அறிவு உறுதியாக மேலானது எனும் மெக்காலேயின் சாதாரண விருப்பு-வெறுப்புகளின் பின்னணியில் அமைந்ததுதான் அது' என ஒப்புக்கொண்டார். என்றாலும், ஆங்கில இலக்கியத்தின் மூலம் இந்தியர்கள் சமூகமயமாகி, மேலும் அதிகமாக ஆங்கிலப் பிரியர்களாகி, பிரிட்டிஷ் ஆதிக்கத்துக்கு இணங்கி வாழ தாராளமாக முன் வந்ததால் ஆங்கில இலக்கியப் பரப்பலும் நன்றாகவே வேலை செய்தது.

வரலாற்றுக் கல்வி என்பது ஆங்கிலத்தை மையப்படுத்துவதாக மட்டும் இல்லை. அனைத்து பிரிட்டிஷ் விஷயங்களும் மேலானவை என்ற எண்ணத்தை மாணவர் மனங்களில் பதியச்செய்யவும், சூரியன் மறையாத உலகம் ஒன்றின் வரைபடம் முழுவதுமாக ரத்தக்கறை ஏற்படுத்திய, பரந்து விரிந்த பேரரசின் குடிமகனாக இருப்பதில் உள்ள அனுகூலத்தை உணர்த்தவும் அது திட்டமிட்டு வடிவமைக்கப்பட்டது. (பிரிட்டிஷ் பேரரசில் சூரியன் ஒருபோதும் மறையாது; ஏனென்றால் இருட்டில் கடவுள்கூட ஆங்கிலேயனை நம்ப மாட்டார் என இந்திய தேசியவாதி ஒருவர் பின்னாளில் நையாண்டி செய்தார்).

ஆங்கில இலக்கியக் கல்வியும் அதே போன்ற ஒரு நோக்கத்தையே நிறைவேற்றியது. அன்று அத்தியாவசியமாக இருந்த பாடப்புத்தகங்களில் ஆர்தர் ஸ்டான்லியின் ஆங்கில தேசபக்தி கவிதைகளின் தொகுப்பு ஒன்றும் இடம் பெற்றிருந்தது. கவிதைகளின் சிறப்பை புகழ்ந்து கல்கத்தா பிஷப் அந்த நூலுக்கு முன்னுரை எழுதியிருந்தார் ('ஏனென்றால், ஒரு பேரரசு ரொட்டியால் மட்டுமே உயிர் வாழ்வதில்லை' என சாத்விகமாகத் துதி பாடியிருந்தார்). 'ஒரு தேசத்தின் இதய நாளங்களை மீட்டும் பாடல்/ அது அதனளவில் ஓர் அருஞ்செயல்' என டென்னிஸனின் புகழ் பெற்ற வரிகளுடன் அது தொடங்கியது. அந்தக் கவிதைகள் அனைத்துமே நிச்சயமாக பிரிட்டிஷ் பேரரசின் பெருமைக்கு புகழ் பாடும் நோக்கம்தான் கொண்டிருந்தன.

கவிஞர் ஜி. பிளேவல் ஹேவார்டு அதைப் போற்றி எழுதும்போது, 'பெருவாழ்வு அல்லது மரணம், உண்மையான மற்றும் வீர

நெஞ்சங்களுக்கு / வாழ்வில் கௌரவம் அல்லது கல்லறையில் துயில்' என்றார். ஆங்கில 'நியாயச் செயல்பாடுகள்' பற்றிய உணர்வு நியோபால்ட்டின், 'ஆடுங்கள்! ஆடுங்கள்! விளையாடுங்கள்' என்ற வரியிலும், வெள்ளை மனிதனின் சுமை குறித்து பெருமிதத்துடன் கிப்ளிங் எழுதிய கவிதைகளிலும் நன்றாக வெளிப்படுகிறது. 'புறச்சமயத்தினரை காலனி பூட்ஸ் தடங்களுக்கு பொருத்தமாக நன்றி உணர்வு கொள்ளச் செய்தன என்பதில் சந்தேகமே இல்லை'. (கல்லூரியில் நான் அந்தக் கவிதையைக் கண்ட பிறகு, 'கிழக்கு கிழக்குதான். மேற்கு மேற்குதான் / பிரிட்டனின் காலடியில் நசுங்கிக் கிடந்தால் ஒழிய நிச்சயமாக இந்த இரண்டும் ஒருபோதும் சந்திக்காது' என கசப்புடன் எழுதினேன்).

தொலைக்காட்சி இல்லாத அந்தக் காலத்தில், ஆங்கிலக் கல்வி பெற்ற, ஆர்வம் நிறைந்த வாசகர்கள் காலனி ஆதிக்கத்தின் நன்மைகளால் தாக்கம் பெற பிரபல பிரிட்டிஷ் கற்பனைக் கதைகள் வழிவகுத்தன. விற்பனையில் சாதனை படைத்த ஜி.ஏ. ஹென்ட்டி, எச். ரைடர் ஹகார்டு மற்றும் கிப்ளிங் போன்றோரின் நூல்கள் ஆங்கிலப் பேரரசின் வீரதீர செயல்கள் பற்றிய கதைகளை அளந்துவிட்டன. அந்தக் கதைகளில் எல்லாம் அஞ்சாத ஆங்கிலேயன் எப்போதுமே கறுப்பு நிற, நம்பகத் தன்மையற்ற காட்டுமிரண்டிகளை வெற்றிகொண்டான். அவர்கள் ஆளும் புறச்சமயத்தினர் எவ்வளவுதான் நன்றி மறந்தவர்களாக இருந்த போதிலும் கிப்ளிங்கின் 'பிரபல' கவிதை வரி ஒன்று ஆங்கிலேயருக்கும் (பிலிப்பைன்ஸை வென்று கொண்டிருந்த அமெரிக்கர்களுக்கும்) இவ்வாறு எடுத்துரைத்தது: 'வெள்ளை மனிதனின் சுமையை ஏற்றுக் கொள்ளுங்கள், உங்களுடையதில் சிறந்ததை அனுப்புங்கள் / உங்களுடைய கைதிகளின் தேவைகளை நிறைவேற்றும் வகையில் உங்களுடைய புதல்வர்களை நாடு கடந்து செல்லச் செய்யுங்கள்' என்று சொன்னது; 'உங்களால் வாழ்பவர்களின் குற்றச்சாட்டுகள், உங்களால் பாதுகாக்கப் படுபவர்களின் வெறுப்பு போன்ற அவனது பழைய பரிசுகளுக்கு' மத்தியிலும் வெள்ளை மனிதன் தனது சுமையை தாங்கிக் கொள்ள வேண்டியிருந்தது. பாதி பேயும், பாதி சேயுமாக, வெறுப்புணர்வும், துர்க்குணமும் கொண்ட மக்களின் தேவைகளை அவன் பூர்த்தி செய்ய வேண்டியிருந்தது (லிபரல் கட்சி எம்.பி.யும், நாடக கலைஞருமான ஹென்றி லாபோஷியரிடம் இருந்து இவற்றுக்கெல்லாம் அப்போதே மிகச்சிறந்த எதிர்ப்பாட்டு ஒன்று 'கறுப்பு மனிதனின் சுமை' என்ற பெயரில் கிளம்பியது).

இருபதாம் நூற்றாண்டின் முதல் 25 ஆண்டுகளில் சிறுவர் இலக்கிய உலகில் மிக முக்கிய இடம் பெற்றிருந்த பில்லி பன்ட்டர் (Billy Bunter) தோன்றும் பிரபல சித்திரக் கதைகளில் இந்திய கதாபாத்திரம் ஒன்று இணைக்கப்பட்டது. அது ஒருவித படைப்பாற்றலுடன் காலனி மக்களை அடிமைத்தனத்துக்கு இணங்குவதாகக் காட்ட முனைந்தது. அப்படி இணைக்கப்பட்ட சிறுவன், வேறு யார்... மேட்டுக்குடியை சேர்ந்தவன்.

அவனுக்கு ‘ஹரி ஜாம்செட் ராம் சிங்’ என பெயர் சூட்டப்பட்டிருந்தது (புகழ் பெற்ற சக குடிமகனான ராஞ்சியைப் போல்) அவனுடைய அரச பூர்விகத்திலேயே அவனது கிரிக்கெட் விளையாட்டுத் திறமையும் ஒன்றியிருந்தது. அப்போதும், அவனுடைய ஆங்கில வகுப்புத் தோழர்கள் அவனை ‘கறுப்பன்’ என்று தெரிந்துகொண்டிருந்தனர். மேலும் சித்திரக் கதைகளில் அவர்களை விட அவன் பன்மடங்கு கறுப்பாகக் காட்டப் பட்டான்; அது மட்டுமல்லாமல், பண்டர் கதைகளில் பொதுவாக அவன் எப்போதுமே ஓரங்கட்டப்பட்டான். அந்தக் கதைகளின் உண்மை நாயகர்கள் ஆங்கிலச் சிறுவர்களாக இருந்தனர்.

‘வாய்த்துடுக்கான இளவரசர்கள், இருண்ட, இடை மெலிந்த கன்னியர், தெய்வீகமின்மை, தீ மற்றும் வாள் என கீழைத்தேயம் பற்றிய பிழையான சித்திரிப்புகள்’ குறித்து சல்மான் ருஷ்டி எழுதி இருக்கிறார். அதன் மூலம் எட்வர்ட் சையித்தின் புரட்சிகரமான ‘கீழ்த்திசைவாதம்’ (Orientalism) என்ற நூலின் முடிவை அவர் ஆமோதித்து இருந்தார்: ‘இத்தகைய தவறான சித்திரங்களின் நோக்கம் என்னவென்றால் பேரரசையும் அது ஆதரிக்கும் (ஆசியனை விட உயர்வு என்ற) ஐரோப்பியனின் இன மேன்மையையும் தார்மிக, கலாசார, கலை ரீதியில் நியாயப்படுத்துவதாகும்’. ருஷ்டியைப் பொறுத்தவரை இப்படிப்பட்ட சித்திரிப்புகள் கடந்த கால ஆங்கிலப் பேரரசைச் சேர்ந்தது மட்டுமல்ல; ‘அவை பிரிட்டிஷ் ராஜ் கால மலரும் நினைவுகளின் வளர்ச்சியைக் குறிக்கின்றன. ஏகாதிபத்திய காலம் தொடர்பான கற்பனைக் கதைகளுக்கு இன்றைய பிரிட்டனில் கிடைக்கும் பிரம்மாண்ட வரவேற்புகள், இன்றைய பிரிட்டனில் பெருகத் தொடங்கியிருக்கும் பிற்போக்கு கொள்கைகளின் கலைநயமிக்க பிரதிபலிப்பாகவே இருக்கின்றன’ எனக் கூறினார்.

கீழ்த்திசைவாதிகளின் முயற்சிகள் மற்றும் பிரிட்டிஷ் பேரரசைக் கவர்ச்சிகரமாக்கும் நடவடிக்கைகளுக்கு மத்தியில் ஒரு பிரச்னை இருந்தது: ஓர் இந்தியனுக்கு ஆங்கிலத்தில் எழுத, படிக்க மற்றும் புரிந்து கொள்ளக் கற்றுக் கொடுக்கத் தொடங்கிய அதேவேளையில், அது அவனுடைய மனதை எதை நோக்கி அழைத்துச் செல்லும் என்பதை உணரவும், அதை தடுக்கவும் முடியாமல் போனது. ‘உலகம் முன் எப்போதும் கண்டிராத அளவுக்கு பிரமிக்கத்தக்க ஓர் தார்மிகப் புரட்சியை ஏற்படுத்தாமல் ஆங்கிலத்தை பிராந்திய மொழியாக மாற்றுவது சாத்தியம் இல்லை. ஆங்கிலக் கருத்துகள், ஆங்கில ரசனைகள், ஆங்கில இலக்கியம் மற்றும் மதம் உலகம் முழுவதும் சென்று சேர்ந்தாகவேண்டும்...’ என 1839-ல் வில்லியம் ஹோவிட் ஒருவித தீர்க்கதரிசனத்துடன் எடுத்துரைத்தார். அத்துடன் (அவர் சொல்லவில்லை என்றாலும்கூட) கண்டிப்பாக ஆங்கில அரசியல் கொள்கைகளும் உலகம் முழுவதும் சென்று சேரவேண்டும் என்பதுதான் அவருடைய விருப்பம்.

1908-ஆம் ஆண்டுவாக்கில், ஆங்கிலப் பேரரசின் ‘பிரபல’ அனுதாபியான ஜே.டி.ரீஸ் இவ்வாறு கூறினார்: ‘நமது பள்ளிக்கூடங்களில் பிள்ளைகள்

தமது தினசரி பாடங்களுடன் கலக உணர்வுகளையும் சேர்த்தே கற்றுக்கொள்கின்றனர்: ஆக்ஸ்ஃபோர்டில்கூட சோஷலிஸத்துக்கும் யதார்த்தத்துக்கு முரணான கனவுகளுக்கும் மாணவர்களின் மனங்களை திருப்பி விடக்கூடிய சக்தி வாய்ந்த ரூஸோ, மெக்காலே மற்றும் தத்துவஞானிகளின் கொள்கைகள் புகட்டப்படுகின்றன. இந்தியாவிலோ இயல்பாகவே மீமெய்யியல் சிந்தனை கொண்ட, பொதுவாக அதிவேகத்தில் குருட்டு மனப்பாடம் செய்யும், பெரும்பாலும் ஏழையாக, சம்பாதிக்க வழியின்றி இருக்கும், அப்படியே இருந்தாலும் ஆட்சியாளர்களின் கீழ் சாதாரண குமாஸ்தா வேலையைத் தவிர வேறு எதையும் பெற முடியாதவர்களாக இருக்கும் இளைஞர்களின் மனதில் அவை மிகத் தீவிரமாக வேலை செய்கின்றன.

ஆட்சியாளர்களிடம் இருந்து சம்பளம் வாங்கிக் கொண்டிருந்தால் தவிர அதிகாரவர்க்கத்தினரை அடக்குமுறையாளர்கள் என நிந்திக்கத் தவறுவதில்லை. இந்தக் கல்விமுறையில் இருக்கும் விஷமக் கருத்துகள் இந்திய அரசாங்கத்தின் மீது மரியாதையையோ, பயத்தையோ ஏற்படுத்துவதில்லை. இது ஆச்சரியம் அளிக்கவும் இல்லை. ஏனென்றால், நமது பள்ளிகளில் அவர்கள் கற்றுவரும் இலக்கியம், அதிகாரத்தின் மீது அமைந்த எந்த ஓர் அரசாங்க அமைப்பையும் அழிக்கும் விமர்சனங்களால் நிரம்பப் பெற்றுள்ளது...' மேலும், 'அரைவேக்காட்டு பட்டதாரிகளையும் முழு நேரக் கலகக்காரர்களையும் உற்பத்தி செய்யும் இந்தக் கல்வி முறைக்கு நிதி உதவிகளை மறுப்பதில் கர்ஸன் பிரபுவின் துணிகர அணுகுமுறையைப் பின்பற்ற வேண்டும்' என ரீஸ் பிரிட்டிஷ் அரசை வற்புறுத்தினார்.

ஆங்கிலிக்க்வாதிகளுக்கு சாதகமான முடிவை நோக்கித் திரும்ப இயலாத வண்ணம் மிகவும் காலம் கடந்த ஒன்றாகவே நான் இதனைக் கருதுகிறேன். ஆனால், இந்தியக் கல்வி முறையில் ஹெர்பட் ஸ்பென்சருக்கு இவ்வளவு முதன்மையான இடம் கொடுத்தே ஆக வேண்டுமா? ஆக்ஸ்ஃபோர்டில் கூட, வீணான ஊகம் நிறைந்த கனவுகளையும், சோஷலிஸ விதண்டாவாதங்களையும் நோக்கி இழுத்துச் செல்லக்கூடியதாக விமர்சிக்கப்படும் தத்துவங்களை இந்திய மாணவர்களின் மனங்களில் நிரப்பவேண்டிய அவசியம் ஏதும் இருக்கிறதா என்ன?

19-ஆம் நூற்றாண்டின் இறுதிக்குள்ளாக உண்மையில் ஆங்கிலம் பேசும் இந்தியர் இனம் ஒன்றை ஆங்கிலக் கல்வி உருவாக்கியிருந்தது. அவர்கள் இலக்கியம், தத்துவம், பிரிட்டிஷாரின் அரசியல் கொள்கைகளில் தேர்ச்சி பெற்றவர்களாக இருந்தனர்; ஆனால், நாம் முன்பே கண்டதுபோல், அவர்கள் தமது உரிமைகளுக்காகவும், தங்களுடைய கல்வியால் தகுதி கிடைத்திருக்கிறது என்ற நம்பிக்கையின் பேரில் உரிய பதவிகளுக்காக வும் போராடத் தொடங்கியபோது அவர்கள் கடுமையான அடக்கு முறையை எதிர்கொள்ள வேண்டியிருந்தது.

உண்மையான தடைக்கல் இந்தியர்களின் மனப்பான்மைதான் என எப்போதுமே சிலர் வாதாடி வந்திருக்கிறார்கள். இதில் குறிப்பாக சாதி தொடர்பான விவகாரங்கள் இருந்தன. ஏனென்றால், வகுப்பறைகளில் பல்வேறு சாதிகளைச் சேர்ந்த மாணவர்கள் கலப்பதற்கான வாய்ப்புகள் இருந்தது பழமைவாதிகளை மிகவும் அச்சுறுத்தியது. பள்ளிக்கூடங்களில் சாதிக் கலப்பு இருக்கக் கூடாது என்ற வாதம் குறித்து டுரான்ட் கூறுகையில், ‘அவர்கள் ஏற்கனவே ரயில் கோச்சுகளிலும், டிராம் வண்டிகளிலும், தொழிற்சாலைகளிலும் வெகுவாகக் கலந்துவிட்டார்கள்’ எனக் குறிப்பிட்டார். அத்துடன், ‘பள்ளிக்கூடங்கள்தான் சாதிக் கொடுமையை வெல்வதற்கான சிறந்த வழி’ என்றும் அவர் கூறினார். ஆனால், பழமைவாதிகளின் கற்பித ஆட்சேபணைகளின் கீழ் பிரிட்டிஷார் தஞ்சம் புகுந்தனர். ஏனென்றால், கல்விக்காக அதிகம் செலவு செய்யக் கூடாது என்ற அவர்களுடைய நோக்கத்துடன் அது நன்கு பொருந்தியது.

அப்போதும்கூட மறக்க முடியாத சில விதிவிலக்குகள் இருக்கத்தான் செய்தன. ‘தாழ்ந்த’ தோட்டக்கார மற்றும் பூக்காரர்கள் சாதியில் பிறந்த முன்னோடி தலித் சீர்திருத்தவாதியான ஜோதிபா ஃபுலே இந்த வகையில் சிறந்த முன்மாதிரியாக இருந்தார். ஆங்கிலப் பள்ளி ஒன்றில் பிராமண மற்றும் பிற உயர்-சாதி நண்பர்களுடன் இணைந்து மற்றவர்களும் படிக்க முடியும்; உலக இலக்கியத்துடன் தனது அறிவை வளப்படுத்தவும் பலப்படுத்தவும் முடியும்; அதன் அடிப்படையில் தனது சமுதாயத்தை மாற்றியமைக்க முடியும் என்பதை அவர் நிரூபித்தார்.

பலராலும் மகாத்மா ஃபுலே என்று அழைக்கப்பட்ட அவர், தலித் அதிகாரம் மற்றும் பெண்கள் கல்விக்கு ஒரு முன்னோடியாக மட்டுமின்றி, சர்வதேச இயக்கங்கள் மற்றும் சமத்துவக் கொள்கைகளின் குரலாகவும் ஒலித்தார். அடிமைகளை விடுவித்த ‘நல்ல அமெரிக்க மக்களுக்காக’ தான் எழுதிய ‘குலாம்கிரி’ (‘அடிமைத்தளை’- 1873) நூலை அவர் சமர்ப்பணம் செய்தார். பல ஆண்டுகளுக்குப் பின் டாக்டர் அம்பேத்கர் (இந்தியாவில் பள்ளிப்படிப்பை முடித்த பிறகு உயர்கல்வி முழுவதையுமே பிரிட்டனிலும், அமெரிக்காவிலும் பெற்றிருந்தாலும்கூட) மகாத்மா ஃபுலேயின் வழிகளையே பின்பற்றினார்.

பிரிட்டிஷார் பாரபட்சம் காட்டவில்லை; குறைந்தபட்சம் கொள்கை அளவிலாவது, உயர் சாதியினர் மட்டுமல்லாமல் அனைத்து சாதியினரும் கல்வி பெறுவதை ஆதரித்தனர் என்றும் சொல்கிறார்கள். அதேவேளையில், இந்தியாவின் சொந்த தலைவர்கள்கூட நவீனக் கல்வி அனைவருக்கும் வழங்கப்பட வேண்டுமா என்பதில் கருத்து வேற்றுமை கொண்டிருந்தனர். மிதவாத காங்கிரஸ் தலைவரான கோபால கிருஷ்ண கோகலே, 1911-ல் தலைமை ஆளுனரின் சட்டக் கவுன்சில் முன் அனைவருக்கும் கட்டாய தொடக்கக் கல்வியை வலியுறுத்தும் மசோதா ஒன்றை முன்வைத்தார். 1916-ல் அதே போன்ற ஒரு மசோதாவை அதே கவுன்சில் முன் விதல்பாய் பட்டேல் கொண்டு வந்தார். ஆனால்

பிரிட்டிஷாராலும், அவர்கள் நியமித்திருந்த உறுப்பினர்களாலும் அந்த இரண்டுமே முறியடிக்கப்பட்டது. இரு பெரும் தேசியவாதிகளான மகாத்மா காந்தி, சுரேந்திரநாத் பானர்ஜி ஆகியோரின் சகாக்களே அந்த மசோதாக்களை எதிர்த்தது பலரும் அறியாத விஷயமாக இருக்கும்.

காந்தி தனது 'இந்து சுயராஜ்ஜியம்' நூலில் இவ்வாறு எழுதினார்: 'கல்வியின் சாதாரண பொருள் என்னவென்றால் எழுத்தறிவுதான். சிறுவர்களுக்கு வாசிக்கவும், எழுதவும், கணக்குப் போடவும் கற்றுத் தருவதே தொடக்கக் கல்வி எனப்படுகிறது. ஓர் உழவன் தன்னுடைய உணவை நேர்மையாக சம்பாதிக்கிறான். உலகம் பற்றிய பொதுவான அறிவு அவனுக்கு இருக்கிறது. ஆனால், அவனுக்கு தன்னுடைய பெயரையே எழுதத் தெரியாது. அவனுக்கு எழுத்தறிவை அளிப்பதன் மூலம் நீங்கள் என்ன செய்ய உத்தேசித்து இருக்கிறீர்கள்? அவனுடைய சந்தோஷத்தை உங்களால் ஓர் அங்குலம் கூட்ட முடியுமா? இந்தக் கல்வியைக் கட்டாயமாக்க வேண்டும் என்ற அவசியமே இல்லை. நமது பழம்பெரும் கல்வி முறையே போதுமானது. உங்களுடைய நவீன பள்ளியை நாங்கள் பயனற்றதாகவே கருதுகிறோம்'.

அதிர்ஷ்டவசமாக இந்த விஷயத்தில் சற்றே விநோதமான காந்திஜியின் கருத்துகள் எங்குமே செல்வாக்கு பெறவில்லை. ஆனால், உண்மையில் அவருடைய ஆட்சேபணை எழுத்தறிவுக்கும் கல்விக்கும் இருந்திருக்காது. குறிப்பாக 'பிரிட்டிஷ்' கல்வி முறைக்கு மட்டும் இருந்திருக்கக்கூடும். 1937-ல் எட்டு இடங்களில் காங்கிரஸ் அமைச்சரவைகள் அமைந்தன. முதல் முறையாக கல்வித்துறை மீதான கட்டுப்பாட்டு அதிகாரம் கிடைத்த அந்த சமயத்தில் கல்விக்கான வார்தா திட்டம் எனும் ஒன்றை காந்தி முன்மொழிந்தார். கிராமப்புற குழந்தைகளுக்கு ஏழு ஆண்டுகள் அடிப்படைக் கல்வியுடன் கிராம கைத்தொழில்களில் பயிற்சி அளிப்பது அதன் நோக்கமாகும். அந்தத் திட்டம் ஒருபோதும் முழுமையாக அமல் படுத்தப்படவில்லை. ஆனால், தாய்மொழியில் எழுத்தறிவு உள்பட கணிதம், விஞ்ஞானம், வரலாறு, உடற்கல்வி மற்றும் சுகாதாரத்தில் அடிப்படைக் கல்வியை அத்திட்டம் முன்வைத்தது. அத்துடன் கைத்தொழில்களும் கற்றுக் கொடுக்கப்படவேண்டும் என்று சொன்னது. ஆனால், அந்தத் திட்டம் முறையாக முன்னெடுத்துச் செல்லப்படாததால் ஊரக இந்தியாவில் குழந்தைகளுக்குக் கிடைத்த சொற்ப அளவிலான காலனி ஆட்சிக்கல்வியைவிட, வார்தா திட்டம் பெரும் முன்னேற்றத்தைக் கொண்டுவந்திருக்குமா இருக்காதா என்பதைப் பற்றி நாம் எதுவும் தீர்மானமாகச் சொல்லமுடியாத நிலையே இருக்கிறது.

நீரஜ் சௌத்ரி விவகாரத்தில் நாம் கண்டதுபோல், காலனிக் கல்வி ஏற்படுத்திய விளைவுகளுள் ஒன்று என்னவென்றால், நம்முடைய வாழ்க்கைமுறைகளில் மேல்நாட்டு மொழிகள், முன்மாதிரிகள் மற்றும் அறிவுசார் அமைப்புகள் புகுந்து இந்தியர்களின் மனங்கள் காலனிமய மானதுதான். அதாவது, இந்தியர்கள் பலவிதங்களில் தம்முடைய

சமுதாயங்களை மேற்கத்திய அறிவு மற்றும் அழகியல் தர நிர்ணயங்களின் படி சீர்தூக்கிப் பார்த்தனர் (மூன்றாம் உலகத்தினர் உருவாக்கிய 'மேற்கு அல்லாத' ஒன்று எப்படி மேற்கால் உருவாக்கப்பட்டதாகவே இருந்தது என்பது குறித்து ஆஷிஷ் நந்தி தெளிவாக எழுதியுள்ளார்). ஒரு நாட்டின் குடிமக்கள் தமது வரலாறு, கலாசாரம் என அடையாளப்படுத்திக்கொண்டு வந்ததை எல்லாம் காலனி ஆதிக்கம் அபகரித்து, மாற்றி அமைத்தது. இதற்கு எதிர்வினையாக தேசியவாதிகள் அனைவரும் தங்களுடைய சமுதாயத்தின் கலாசார அடையாளத்தை மீட்டெடுக்க முனைந்தனர். ஆனால் அதைத் தவிர்க்க முடியாதவகையில் அவர்கள் தமது காலனிக் கல்வித் தாக்கத்தின் அடிப்படையில்தான் செய்ய முடிந்தது.

இந்தியா சுதந்திரம் அடைந்து, காலனி ஆட்சி அரக்கனிடம் இருந்து விடுபட்ட பிறகுதான், ஆங்கிலப் பேரரசு எந்த அளவுக்கு நமது கலாசாரத்தின் சுய கண்ணோட்டங்களையும்கூடப் பலவிதங்களில் முறித்தும் திரித்தும் விட்டிருக்கிறது என்பதை இந்தியர்கள் உணர்ந்தனர். முன்னேற்றம் என்பது தமது அடையாளத்தை மீண்டும் உறுதி செய்யாமல் ஏற்படாது என்பதை இந்தியர்கள் புரிந்துகொண்டிருக்கும் நிலையில் இத்தனை ஆண்டுகளில் இந்த நிலை படிப்படியாக மாற்றம் கண்டு வந்திருக்கிறது: இதுதான் நாம், இதனால்தான் நாம் பெருமிதம் கொண்டிருக்கிறோம், நாம் இப்படித்தான் இருக்க விரும்புகிறோம் என்ற உறுதியே அது.

இந்த இடத்தில் இந்திய தேசியவாதியின் கடமை என்னவென்றால், காலனி ஆட்சி முடிந்து, தனது சமுதாயம் போராடிக் கொண்டிருக்கும் நிலையில், தன்னுடைய கலாசாரத்தை வெளிப்படுத்தத் தேவையான வழிகளைக் கண்டறிந்து, (பழைய முறைகளுக்கும் புத்துயிர் அளித்து), இனி எவ்வாறு இருப்பது, எவ்வாறு உருவெடுப்பது என்பதற்கான புதிய பாதைகளை வகுப்பதுதான்.

பிரிட்டிஷ் காலனிமயத்தாலோ இருபதாம் நூற்றாண்டு அமெரிக்க ஆதிக்கம் காரணமாகவோ அல்லாமல் தனது தனிச்சிறப்புகளால் ஆங்கிலம் இன்று உலக பொது மொழியாகிவிட்டது. அதன் பலன்கள் இந்தியாவுக்கும் வந்து சேர்ந்து கொண்டிருக்கின்றன. உலகளாவிய அளவில் ஆங்கிலமொழிக்குக் கிடைத்திருக்கும் வரவேற்பு, இந்தியா உள்பட அனைத்து நாடுகளிலும் ஆங்கிலம் பேசுவோர் மத்தியில் 'நிச்சயமாக கூடுதல் சர்வதேச பண்டமாற்றுகளுக்கும் வணிகப் பரிவர்த்தனை களுக்கும் வசதி ஏற்படுத்திக் கொடுத்திருக்கிறது'. என்றாலும், அட்ரியான் லெஸ்டர் கூறியதுபோல், 'ஆங்கிலம் பேசும் சர்வதேச கட்டமைப்புகள் வாயிலாக வரும் நன்மைகள் மற்றும் அரசியல் மூலதனத்தை அணுகவிடாமல் அது ஆங்கிலம் பேசாத பெரும்பாலான மக்கள், பெண்கள் ஆகியோரைத் தீவிரமாக விலக்கி வைக்கவே உதவியது'.

இந்திய மொழிகளைப் பயிற்றுமொழியாகக் கொண்ட பாரம்பரிய கல்வி முறைகள் நாட்டை எழுத்தறிவு மிக்கதாக மாற்றும் சவாலைச் சந்தித்து,

மற்ற உலக நாடுகளுடன் நமது போட்டித்திறனை வளர்க்க உதவியிருக்கும் என நான் கூறவில்லை. எனினும், தமது சொந்த தேசிய மொழிகளில் கற்பிக்கும் ஜப்பான் போன்ற கலாசாரங்களைப்போல் அவை நிச்சயமாக இந்தியாவுக்கு அடிப்படை போட்டித்திறனையும், தன்னம்பிக்கையையும் வழங்கியிருக்கும். மிகச் சிறந்த பள்ளிக்கூடங் களையும், நாலந்தா பாணியிலான கல்லூரிகளையும் நிறுவுவதற்கான அஸ்திவாரம் அமைத்து இருக்கும்; மேலும், காலனி ஆட்சியின் பெரும் சித்ரவதைகளுக்கு உட்படாது இந்தியா வளர்ந்து, செழித்திருந்தால், உலகமயமான ஓர் உலகில் சுயமாக தொடர்புகளை ஏற்படுத்தும் வகையில், எங்கெல்லாம் சிறந்த கல்வியாளர்கள், தொழில்நுட்ப வல்லுனர்கள் மற்றும் ஆங்கில ஆசிரியர்கள் உள்ளனரோ அங்கிருந்து அவர்களை எப்போதுமே இறக்குமதி செய்து வந்திருக்க முடியும். குறைந்தபட்சம், இரண்டு நூற்றாண்டுகள் நம்முடைய செல்வங்களை பிரிட்டிஷார் கொள்ளையடிக்காமல் இருந்திருந்தால் நமது வளங்களே அதைச் சாதித்திருக்கும்.

பிரிட்டிஷ் ஆட்சி ஏற்படுத்திய வருந்தத்தக்க விளைவுகளில் இன்னொன்று என்னவென்றால், இந்தியாவின் பாரம்பரிய விஞ்ஞானபூர்வத் தேடல்கள், அறிவுகள் புத்துயிர் பெறுவதற்கான ஒவ்வொரு வாய்ப்பையும் உதாசீனம் செய்தது அல்லது திட்டமிட்டு மறுத்ததுதான். ஜவுளி மற்றும் எஃகு தொழில்கள் எவ்வாறு அழிக்கப்பட்டன என்பதை ஏற்கனவே பார்த்தோம். ஆனால், பூஜ்யத்தைக் கண்டுபிடித்த ஆர்யபட்டாவையும் (கலிலியோ, கோபர்னிகஸ் மற்றும் கெப்ளருக்கு பல நூற்றாண்டுகளுக்கு முன்பே, அவர்களை விடத் துல்லியமாகவும்), நவீன அறுவை சிகிச்சையின் தந்தையான சுஸ்ருதாவையும் உற்பத்தி செய்த ஒரு நாகரிகம் (நல்லெண்ணம் மற்றும் நிலைத்தன்மை கொண்டதாக கூறப்படும் பிரிட்டானிய ஆட்சியின் கீழ் இருந்தும்) சொந்த அறிவியல் மற்றும் தொழில்நுட்பக் கண்டுபிடிப்புகள் ஏதுமின்றி இருந்தது என்பது மிக விநோதமானது. கணித மேதை ராமானுஜம் தனது அறிவாற்றல் அங்கீகரிக்கப்பட கேம்பிரிட்ஜுக்குப் பயணம்செய்யவேண்டி இருந்தது.

1930-ல் சி.வி. ராமன் இயற்பியலுக்கான நோபல் பரிசை வென்றார். 2013 நோபல் பரிசு எஸ்.என். போஸுக்குக் கிடைத்திருக்க வேண்டியது. ஆனால் வேறு இருவருக்கு அது சென்றுவிட்டது. ‘போஸான்’ என அவர் பெயராலேயே பின்னர் அழைக்கப்பட்ட அணுத்துகள் ஒன்றை அவர் கண்டுபிடித்தார். அவருடைய பெயர் கொண்டவரும், அவருடைய ஆலோசகருமாக இருந்த ஜெகதீஷ் சந்திரபோஸ் இயற்பியல், உயிரியல், உயிர் இயற்பியல், தாவரவியல் மற்றும் தொல்லியல் ஆகிய துறைகளில் நிபுணத்துவத்துடன் மகத்தான பாதை ஒன்றை வகுத்துக் கொடுத்தார். மேலும் விஞ்ஞானப் புனைகதைகளின் ஆரம்ப கால எழுத்தாளராகவும் இருந்தார். எனவே இரண்டு நூற்றாண்டுகள் பிரிட்டிஷ் காலனி ஆட்சியில் நமக்கு கிடைத்த விஞ்ஞானக் கொடைகள் என கொண்டாடுவதற்கு ஒன்றுமே இல்லை.

பத்தொன்பதாம் நூற்றாண்டிலும், இருபதாம் நூற்றாண்டின் தொடக்கத்திலும் இந்த துறைகளில் பிரிட்டிஷாரே நன்கு முன்னேறிக் கொண்டிருந்தனர். அதேவேளையில், இந்தியாவில் பெரும் அறிவியல் நிறுவனங்கள் உருவாக நிதி உதவி எதுவும் செய்யவில்லை. அத்துடன் அறிவியல் மற்றும் தொழில்நுட்பத்தில் ஜொலிக்க முடியாத வண்ணம் இந்திய மனங்களில் பொதிந்து கிடந்த பேராற்றலை உதாசீனம் செய்தனர். போதிய அளவு கட்டமைப்பு வசதிகள் இல்லாததால் விஞ்ஞானம் மற்றும் தொழில்நுட்ப துறைகளில் முன்னேற்றம் காண இந்தியாவுக்கு இன்னும் சிறிது காலம் ஆகும்.

தாய்நாட்டில் போதுமான வசதிகள் இல்லாதது இந்திய வல்லுனர்களின் வெளியேற்றத்துக்கு வழிவகுத்தது; பல இந்தியர்கள் வெளிநாட்டு நிறுவனங்களில் தலைசிறந்து விளங்கினார்கள். இந்த வகையில் அந்நியக் குடிமகனாக வெளிநாட்டுக் கொடிகளின் கீழ் மூன்று இந்தியர்கள் விஞ்ஞானத்துக்கான நோபல் பரிசை வென்றுள்ளனர். அதே நேரத்தில், இந்தியாவில் முடங்கிப்போன அல்லது முளைவிட்டுக் கொண்டிருக்கும் ஆராய்ச்சி நிலையங்கள் எல்லாம் இந்திய அறிவார்ந்த மனங்களில் அங்கீகாரம் பெறக் கடினமாகப் போராடிக் கொண்டிருக்கின்றன (என்றாலும், விண்வெளி மற்றும் ஏவுகணை தொழில்நுட்பங்களில் மகத்தான புதிய கண்டுபிடிப்புகளுடன், நாட்டில் விஞ்ஞானக் கல்வி நன்கு வளர்ந்து கொண்டிருப்பதற்கான அறிகுறிகள் தெரிகின்றன; காலனி ஆட்சிக் காலத்துக்கும் இதற்கும் எந்த சம்பந்தமும் இல்லை. இவையெல்லாம் இந்தியாவின் சொந்த முயற்சிகளால் உருவானவை).

என் போன்ற ஆங்கிலம் பேசும் இந்தியர்கள், இந்தியர்களுக்கு ஆங்கிலக் கல்வியை வழங்கியதற்காக ஆங்கிலத்திலேயே பிரிட்டிஷாரை வசை பாடுவதில் ஏதோ ஒரு நகைமுரண் இருப்பதை இப்போதும் நான் உணரத்தான் செய்கிறேன். ஆம். நகைமுரண்தான். ஆனால் அதுவும் ஒரு குறிப்பிட்ட எல்லை வரை மட்டுமே. நான் எனது ஆங்கிலப் பள்ளிக் கல்வியை இந்தியாவில்தான் பெற்றேன். அதே சமயம் என்னுடைய ஆங்கிலத்தை மதிப்பீடு செய்வதில் ஆங்கிலேயர் ஒருவரின் நிழல் என் மீது விழாமல்தான் அதனை கற்றேன். நாடு தழுவிய அளவிலான மொழியாக இருக்கும் நிலையில் ஆங்கிலம் என்ற மொழியை அதன் சொந்த பலம் கொண்டே நான் மகிழ்ந்து ஏற்றுக்கொண்டிருக்கிறேன். நிச்சயமாக காலனி அடக்குமுறையின் சின்னமாக அல்ல.

நான் உள்பட ஆங்கிலம் தெரிந்த பெரும்பாலான இந்தியர்கள் ஷேக்ஸ்பியரையும் பி.ஜி.உட்ஹவுஸையும் எந்த வகையிலும் புறந்தள்ளமாட்டார்கள்: ஆங்கில மொழி இல்லாமல் நாம் அவர்களுடைய உன்னதப் படைப்புகளை அனுபவித்திருக்க முடியாது என்பதை ஒப்புக்கொண்டே ஆகவேண்டும். ஆனால் ஆங்கிலத்தால் நாம் காலனிமயமாக்கப்படாமல், மொழிவாரி பிரிவுகளுக்கிடையில் ஹிந்தி, பாரசீகம் அல்லது உருது மொழியைத் தொடர்புக்காக வைத்திருந்தோம் என்றால், தடித்த, காலனி சகாப்த ராணுவ எஜமானர்களுக்குப் பதிலாக சுவாரஸ்யமான வெளிநாட்டுத் தன்னார்வ ஆசிரியர்களையே பிரிட்டன் எப்போதுமே

நமக்கு அனுப்பிவைத்திருக்கும். அப்போது ஒருவேளை உண்மையில் நாம் இப்போதைவிட நாம் இன்னும் நன்றாக அந்த மொழியைக் கற்றுக்கொண்டிருக்கமுடியும்.

என்னுடைய பிரிட்டிஷ் இந்திய நண்பர் ஒருவர் ஒரு சம்பவம் பற்றி என்னிடம் கூறினார். லண்டனில் 2015-ல் என்னுடைய ஆக்ஸ்ஃபோர்டு உரையின் சாதக, பாதக அம்சங்கள் மீது பொது விவாதம் ஒன்று நடை பெற்றிருக்கிறது. நான் இல்லாத அந்த இடத்தில் (அப்போது நான் இந்தியாவில் இருந்தேன்) ஒன்றுக்கு மேற்பட்ட பேச்சாளர்கள் என்னை மட்டம் தட்டிப் பேசியுள்ளனர். உட்ஹவுஸ் மற்றும் ஆங்கில மொழியின் ஊரறிந்த அடிமை நான்தான் என்ற அடிப்படையில் அவர்களுடைய உரை இருந்திருக் கிறது. உலகிலேயே முதல் முறையாக தனிச்சிறப்பு மிக்க புனித ஸ்டீபன் கல்லூரியின் உட்ஹவுஸ் கழகத்துக்குப் புத்துயிர் அளித்தது மட்டு மல்லாமல், லண்டனைத் தலைமையகமாகக்கொண்ட (சர்வதேச) உட்ஹவுஸ் கழகத்தின் புரவலராக இப்போதும் இருந்து வருவது நான்தான் என்றும் கூறி உள்ளனர். இதன் உள்ளர்த்தம் என்னவென்றால் ஒரே நேரத்தில் ஒருவர் பிரிட்டிஷ் காலனி ஆட்சியைக் கண்டிக்கவும், ஆங்கில நகைச்சுவைப் பிதாமகரைக் கொண்டாடவும் முடியாது என்பதுதான்.

என்னுடைய விமர்சகர்கள் இதைவிடப் பெரிய தவறு எதுவும் செய்ய முடியாது. ஆம். உட்ஹவுஸ் பெற்றுள்ள செல்வாக்கில் இந்தியாவில் இருந்த பழைய பிரிட்டிஷ் ஏகாதிபத்தியம் குறித்த ஏக்கம் நீடிப்பதைச் சிலர் கண்டிருக்கிறார்கள் என்பது உண்மைதான். இந்தியாவின் உட்ஹவுஸ் ரசிகர்கள் அனைவரும் 50 ஆண்டுகளுக்கு முந்தைய (அதாவது 1930-களின்) இங்கிலாந்தின் மீது தணியாத தாகம் கொண்டிருந்தவர்கள் என எண்ணுவதாக 1988-ல் பத்திரிகையாளர் ரிச்சர்ட் வெஸ்ட் எழுதினார்: 'ஆங்கிலேயர் தமது மொழியை காதலித்துக் கொண்டும், பொக்கிஷம் போலாக்கிக் கொண்டும் இருந்த காலம் அது. அப்போது ஷேக்ஸ்பியர், வேர்ட்ஸ்வொர்த், ஏன்... ரட்யார்டு கிப்ளிங்கையும்கூட பள்ளிக்குழந்தைகள் கற்றுக் கொண்டிருந்தனர்... இந்தியர்கள்தான் இப்போது கடைசி ஆங்கிலேயர்களாக உள்ளனர் என்று மால்கம் மகரிட்ஜ் குறிப்பிட்டார். ஆங்கில எழுத்தாளர்களை அவர்கள் இவ்வளவு விரும்புவதற்கு அதுவே காரணமாக இருக்கக்கூடும்'.

உட்ஹவுஸ் எழுதிய நகைச்சுவைகள் அனைத்தையும்விட இந்த வரிகள் நிச்சயமாக வேடிக்கையானவை. கிப்ளிங்கை அருவறுத்து, பிரிட்டிஷ் பேரரசின் அனைத்து நடவடிக்கைகளையும் வெறுத்த உட்ஹவுஸை இந்தியர்கள் நேசித்தனர். ஹாங்காங் வங்கி ஒன்றில் சில காலம் பணிபுரிந்ததைத் தவிர உண்மையில் காலனி ஆட்சியுடன் அவருக்கே எவ்விதத் தொடர்பும் இருக்கவில்லை. அது மட்டுமல்ல. அவருடைய நூல்களில் பெரும்பாலும் பிரிட்டிஷ் ராஜ்ஜியம் இடம் பெறவேயில்லை (இதில் குறிப்பிடத்தக்க விதிவிலக்கு ஒன்றை என்னால் நினைவுகூர முடிகிறது. 1935-ல் 'ஓர் ஆரஞ்சுப்பழத்தின் சாறு' (The Juice of an Orange) என்ற சிறுகதையில் அது இருந்தது: இந்தியாவில் ஏன் கொந்தளிப்பு

நிலவுகிறது? ஏனென்றால் அங்கு வசிப்பவர்கள் எப்போதாவது ஒரு பிடி சோறு மட்டுமே சாப்பிடுகின்றனர். மகாத்மா காந்தி எப்போது ஒரு நல்ல இறைச்சித் துண்டு, அதைத் தொடர்ந்து பெரிய புட்டிங், கொஞ்சம் பாலாடைக் கட்டியை உண்கிறாரோ அப்போது ஒத்துழையாமை என்ற இந்த மடத்தனம் முடிவுக்கு வருவதை நீங்கள் காணலாம்'). ஆனால் இந்தியர்கள் இந்தக் கிண்டலை பிரிட்டிஷ் ஆட்சிக்குச் சாதகமான ஒன்றாகக் கருதாமல் சிரிப்புக்காகக் கூறப்பட்டதாகவே எடுத்துக்கொண்டனர்.

(மகாத்மா காந்தியே ஒருமுறை நகைப்பூட்டும் குறும்புச் செயலில் ஈடுபட்டார். 1947-ல் அவர் இறைச்சித் துண்டுக்கு முன் அமர்வதற்குப் பதிலாக ஆங்கில மன்னரின் மாமன் மகனும், இந்தியாவின் கடைசி வைஸ்ராயுமான மௌண்ட்பேட்டன் பிரபுவுடன் உணவருந்தினார். அப்போது அவர் பெரிய கிண்ணம் ஒன்றில் வீட்டில் தயாரித்த ஆட்டுத் தயிரை சாப்பிடக் கொடுத்தார். அவர் அரை ஆடையுடன் ஆங்கில மன்னரைக் காண இங்கிலாந்துக்கு சென்றபோதும் ஒருவேளை அதே ஆடு மூலம் கிடைத்த தயிரைக் கொண்டு சென்றிருப்பார்! என்னுடைய 'மகா இந்திய நாவல்' (The Great Indian Novel) எனும் அங்கத நூலில் அந்தத் தருணத்தை மீண்டும் கொண்டு வந்தேன். ஆனால் அதில் தயிருக்குப் பதிலாக மாம்பழத்தை இடம் பெறச் செய்தேன்).

எப்படி இருந்தாலும் சரி. அரசியல் சரியின்மை பற்றிய அச்சம் எதுவுமின்றி இந்திய தேசியவாதிகளால் விரும்பப்பட்ட ஒரு பிரிட்டிஷ் எழுத்தாளராக உட்ஹவுஸ் இருந்தார். முன்னணி இந்திய தேசியவாத அரசியல்வாதி ஒருவரின் மகளான சரோஜ் முகர்ஜி, 1948-ல் மௌண்ட்பேட்டன் பிரபுவுக்கு உட்ஹவுஸின் படைப்புகளை அறிமுகம் செய்து வைத்ததை நினைவுகூர்கிறார்; 'முன்னுதாரண ஆங்கில' உட்ஹவுஸை அந்த பிரிட்டிஷ் பேரரசின் அடையாள முகம் (மௌண்ட்பேட்டன்) படித்ததே இல்லை; ஆனால் அந்த இந்திய சுதந்திரப் போராட்ட வீரர் படித்திருந்தார்!

உட்ஹவுஸின் எழுத்துகளில் அரசியலோ மற்ற சமூக, தத்துவ கருத்துகளோ இல்லை. அதனால்தான் 'ஆனந்த உலகம்' என ஆங்கில நாவலாசிரியர் வாஃஹ் (Waugh,1903-1966) அதை வர்ணித்ததற்கு உண்மையில் உட்ஹவுஸின் படைப்புகள் ஆங்கிலப் பண்புகளில் இருந்து பெரிதும் விலகி இருந்ததே காரணம். அதேவேளையில், மற்ற பிரிட்டிஷ் நாவலாசிரியர்கள் தங்களுடைய கதாபாத்திரங்களின் வாழ்க்கை மற்றும் சூழ்நிலைகள் பற்றிய விசேஷ சங்கதிகளைத் திணித்து தங்களுடைய வாசகர்களுக்கு சுமை ஏற்படுத்தினார்கள். இந்திய வாசகர்களைப் போலவே ஆங்கில வாசகர்களுக்கும் அநேகமாக கற்பனையாகவே தோன்றிய, ஒருபோதும் இருந்திராத ஓர் உலகில் உட்ஹவுஸ் வாழ்ந்தார். அதனால்தான் ஆங்கில விசுவாசம் குறித்த சஞ்சலம் எதுவுமின்றி உட்ஹவுஸை இந்திய வாசகர்களால் ருசிக்க முடிந்தது; லண்டன் ட்ரோன்ஸ் கிளப் முதல் மாட்சம் ஸ்கிராட்ச்சிங்ஸ் கிராமம்வரை அவர் படைத்த உலகம் நகைப்புக்கிடமான விநோத விஷயங்களைக் கொண்ட

கற்பனை உலகமாக இருந்தது. அந்த உலகுக்குச் செல்ல இந்தியர்களுக்கு அனுமதிச் சீட்டு எதுவும் தேவைப்படவில்லை. ஆனால், கண்டிப்பாக அவர்களுக்கு ஒரு கடவுச் சீட்டு தேவையாக இருந்தது. ஆங்கில மொழியே அந்த கடவுச் சீட்டு.

சந்தேகமில்லாமல் இந்தியாவுக்கு பிரிட்டன் அளித்த விலை மதிக்க முடியாத, என்றும் நீடித்து நிற்கக் கூடிய கொடை ஆங்கிலம். அத்துடன் படித்த இந்தியர்கள், பன்மொழிப் புலமை கொண்ட பிரபல மக்கள், அதன் சிறப்புகளுக்காக மட்டுமின்றி பல்வேறு வெற்றிகளுக்கு அழைத்துச் செல்லும் வழியாகவும் இருந்ததால், துரிதமாக அதனைக் கற்றுக்கொண்ட துடன், அதில் களிப்புறவும் செய்தனர். அந்த இலக்குகள் அரசியல் நோக்கமும் ஆனந்தமும் கொண்டதாக இருந்தது (அரசியல்: பேரரசு ஆதிக்க சக்திகளின் மொழியை தேசியவாத மொழியாக இந்தியர்கள் மாற்றினர். ஆனந்தம்: கருத்துக் களஞ்சியங்களும் மகிழ்ச்சிகளும் நிறைந்த பரந்த உலகம் ஒன்றினுள் நுழைவதற்கான கதவுகளை ஆங்கிலம் திறந்துவிட்டது).

உட்ஹவுஸ்போல் சிறந்த, பழம்பெரும் உதாரணங்களின் செழிப்பான கருவூலத்துக்குள் புகுந்து விளையாடும் மொழியைப் பயன்படுத்திய ஓர் எழுத்தாளரை இந்தியர்கள் ரசித்தது இயற்கையானதாகத்தான் இருந்தது. இந்தியர்களுக்கு காலனி ஆதிக்கம் பல கொள்கைகளைக் கற்பித்தது. மேலும் அவற்றை அவர்கள் மதித்து நடக்கவேண்டும் என்றும் எதிர்பார்த்தது. அந்தக் கொள்கைகளை எல்லாம் அவரது மொழி ஏளனத்துடன் புறக்கணித்தது (பிரிட்டிஷ் மேட்டுக்குடியின் சகோதரர்களால் அநாவசிய மாக இரண்டு நூற்றாண்டுகள் ஆளப்பட்ட ஒரு நாட்டில் ஒருவர் இது போன்ற வரிகளைத்தான் ரசிக்க முடியும்: '35 லட்சம் மீன் குஞ்சுகளுக்கு திடீரென தந்தையாகிட நேரும் காட்மீன், அவை அனைத்தையும் சந்தோஷமாக நேசிப்பது போலன்றி, தன்னுடைய குழந்தைகளைக் காமாலைக் கண்ணுடன் பார்க்கத்தான் பிரிட்டிஷ் மேட்டுக்குடி தகுதி படைத்ததாக இருக்கிறது').

மற்றபடி ஆங்கில மொழி எனக்கு அளித்த சந்தோஷங்களுக்காக நான் நன்றி உள்ளவனாக இருக்கிறேன். ஆனால், அதைக் கற்றுக்கொண்ட என் சக இந்தியர்களை சுரண்டல், திரித்தல், வேரறுத்தல் ஆகியவற்றுக்கு ஆளாக்கியதற்காக அல்ல.

இரக்கமற்ற தேநீர்

ஜனநாயகம், 'சட்டத்தின் ஆட்சி' மற்றும் ரயில்வே எல்லாம் பிரிட்டிஷார் நமக்குச் செய்த நன்மைகள் என்ற பிரிட்டிஷாரின் வாதத்தை இப்போது நாம் புறக்கணித்துவிட்ட நிலையில் வேறு இரண்டு பெரிய பிரிட்டிஷ் காலனி கொடைகள் பற்றியும் நாம் கொஞ்சம் பார்க்கலாம். அவை: தேநீர் மற்றும் கிரிக்கெட். இந்த இரண்டுக்குமே நான் அடிமை என்பதை

வெளிப்படையாக ஒப்புக்கொள்கிறேன். இது காலனி ஆட்சியின் இந்த கொடைகளுக்கு நான் தனிப்பட்ட முறையில் சூட்டும் புகழாரம்.

காலஞ்சென்ற பாரத பிரதமர் ராஜீவ் காந்தி, 1985-ல் அமெரிக்க நாடாளு மன்றத்தின் கூட்டுக் கூட்டம் ஒன்றில் உரையாற்றியபோது அமெரிக்க புரட்சிக்கும், இந்தியாவின் காலனி அனுபவத்துக்கும் இடையே இருந்த நெருங்கிய தொடர்புகள் பற்றி கண் சிமிட்டியபடி 'யார்க்டவுனில் சரணடைந்த காரன்வாலிஸ் பிறகு வங்காளத்தில் வென்றார்' என்று கூறினார். பிறகு அவர் குறும்பாக, 'இந்தியத் தேயிலை உங்களுடைய புரட்சி உணர்வுகளைத் தூண்டிவிட்டது' என்றார்.

அமெரிக்க உள்நாட்டுப் போரின் தொடக்கமாக அமைந்த 'பாஸ்டன் தேநீர் விருந்து' (Boston Tea Party) குறித்தே அப்படி மறைமுகமாக அவர் குறிப்பிட்டதால் அங்கு அப்போது பெரிய சிரிப்பலை எழுந்தது. ஆனால் அவர் கூறியது தவறு. 1773-ல் இந்தியத் தேயிலை என்று எதுவும் இல்லை. எந்தத் தேயிலை ரகமும் அப்போது இங்கு முறையாக சாகுபடியோ, ஏற்றுமதியோ செய்யப்படவில்லை. தேயிலை என்பது அப்போது சீனாவின் ஏகபோக உரிமையாக இருந்தது. எனவே, அமெரிக்காவில் காலனி குடிமக்கள் பாஸ்டன் துறைமுகத்தில் கடலுக்குள் வீசி எறிந்த, வரி விதிக்கப்பட்ட தேயிலைப் பெட்டிகள் எல்லாம் அமாயில் இருந்து வந்தவை; அசாமில் இருந்து வந்தவை அல்ல. அது இந்திய தேயிலையாக இருந்திருந்தால் அமெரிக்க புரட்சியாளர்கள் ஒருவேளை குறைவான இழப்பை ஏற்படுத்தக்கூடிய ஓர் எதிர் நடவடிக்கை குறித்து சிந்தித்து இருக்கக்கூடும்.

சாகுபடிக்கு ஏற்ற விளைபொருளாக இந்தியத் தேயிலையை வளர்த்தெடுத்தது பிரிட்டிஷார்தான். இந்தக் கதை மிக சுவாரஸ்யமானது. மேலும் மறுபடியும் அதில் வணிக நோக்கங்கள்தான் புகுந்து கொண்டிருந்தன. பிரிட்டிஷார் இந்தியாவைத்தான் ஆண்டனர். சீனாவை அல்ல: எனவே சீனாவின் பொருளுக்காக எதற்கு பெரும் பணம் செலவழிக்க வேண்டும்? இந்தியாவிலேயே ஏன் தேயிலையை பயிர் செய்யக்கூடாது என அவர்கள் யோசித்தனர். சீனத் தேயிலையைச் சார்ந்து இருப்பதை முடிவுக்கு கொண்டு வர வேண்டும் என விரும்பினர். அது ஒரு வித விவசாய திருட்டுக்கு வழி வகுத்தது.

ராபர்ட் ஃபார்ச்சூன் எனும் (அனர்த்தமான பெயர் கொண்ட) ரகசிய உளவாளி ஒருவர் 1840-களின் தொடக்கத்தில், ஒப்பியம் போர்கள் நடந்து கொண்டிருந்த அந்த குழப்பமான காலகட்டத்தில், சீனாவுக்குச் சென்றார். அங்கிருந்து தேயிலைச் செடிகளைக் கொண்டு வந்து இந்திய இமயமலைப் பகுதிகளில் பயிர் செய்வது நோக்கமாக இருந்தது. ஆனால், அவரால் பிரிட்டிஷ் இந்தியாவுக்கு அனுப்பப்பட்ட ஆயிரக்கணக்கான தேயிலைச்செடிகளில் பெரும்பாலானவை கருகிப் போனதால் கிழக்கிந்திய கம்பெனியின் இயக்குனர்கள் தலைமுடியைப் பிய்த்துக்கொண்டனர். அதற்கு ஒரு தீர்வு தற்செயலாக வந்தது. ஊர் சுற்றிக்கொண்டிருந்த பிரிட்டானியர் ஒருவர் அசாமில் ஓர் அலாதியான இந்திய வகைத்

தேயிலைச் செடி காடாக வளர்ந்திருப்பதைக் கண்டார். அதன் இலைகளைக் கொதிக்கும் நீரில் போட்டு சுவைத்துப் பார்த்தார். அதன் பிறகு தங்கப் புதையலே கிடைத்திருப்பதாக உணர்ந்தார்: ஆம். அவர் தேநீரைத் தயாரித்துவிட்டார்.

அது இந்தியாவில் பிரிட்டிஷாரின் சொந்த தேயிலை வர்த்தகத்துக்கு அடித்தளம் அமைத்தது. அசாம் தேயிலை சீன இறக்குமதித் தேயிலையை விடத் தரமானது என நிரூபணமானது. மேலும் பிரிட்டிஷ் இல்லத்தரசிகளுக்கு அதுவே அதிக சுவை கொண்டதாக இருந்தது. கிழக்கிந்திய கம்பெனி 1830-களில் ஓராண்டுக்கு ஏறக்குறைய 1.40 கோடி கிலோ சீன தேயிலையை வர்த்தகம் செய்தது; இன்று இந்தியா மட்டும் சுமார் 30 கோடி கிலோ தேயிலை உற்பத்தி செய்கிறது. ஆனால் அன்றைய காலனி ஆதிக்க சுரண்டலில் இருந்து தேயிலையும் தப்பிக்கவில்லை: தேயிலை தோட்டத் தொழிலாளிகள் பரிதாபகரமான சூழ்நிலைகளில் தினக்கூலிக்காக போராடிக் கொண்டிருக்க, எல்லா லாபங்களுமே முழுவதுமாக பிரிட்டிஷ் நிறுவனங்களுக்குத்தான் சென்றன.

'கிழக்கில் இருக்கும் கரும்புள்ளி' (The Black Spot in the East) என்ற நூல் இப்போது அச்சில் இல்லை. இருபதாம் நூற்றாண்டின் தொடக்கத்தில், அந்த நூலின் ஆசிரியரும், பிரிட்டிஷ் ஏகாதிபத்தியம் எதிர்ப்பாளருமான சர் வால்டர் ஸ்ட்ரிக்ட்லேண்ட் அதன் முன்னுரையில், 'தமது தாயகத்தில் இருந்துகொண்டு இதைப் படிக்கும் ஆங்கிலேயர்கள் அனைவரும், டானின் விஷத்தின் (tannin) தீங்கான வடிநீரை ருசிக்கும்போது... தாங்களும், தங்களுடைய நிலையில் மனித சதையையும் ரத்தத்தையும் விழுங்குபவர்களாகிறார்கள். தேநீரை மட்டுமல்ல. சிவந்த உயிரணுக்களையும், வலுவையும் இழந்த ஏழை அடிமைகளின் ரத்தத்தையும் அவர்கள் உறிஞ்சுகிறார்கள்' என கசப்புணர்வுடன் எழுதினார்.

இந்தியாவில் பிரிட்டிஷார் தங்களுக்காகவே தேயிலையை வளர்த்தார்கள். உள்நாட்டு மக்களுக்காக அல்ல: லேசான, நறுமணம் கொண்ட டார்ஜிலிங் தேயிலை, வளமான அசாம் தேயிலை, மயக்கும் நீலகிரித் தேயிலை எல்லாமே தமது பெயருக்குக் காரணமான மண், பருவநிலை மற்றும் அந்தந்த இந்தியப் பகுதிகளின் பூகோள அமைப்பைப் பிரதிபலித்தன. ஆனால், அவை எல்லாம் ஸ்காட்லாந்து முதலாளிகளால் பயிரிடப்பட்டன (அதேவேளையில், சொற்ப கூலி வாங்கும் ஏழை இந்திய தொழிலாளர்கள் இலைகளைப் பறித்தனர்). கிராக்கி அதிகமாக இருந்த ஸ்காட்லாந்துக்கு அவை அனுப்பப்பட்டன. இந்தியாவில் இருந்த பிரிட்டிஷாருக்காக மட்டும் கொஞ்சம் தேயிலை இங்கே இருப்பு வைக்கப்பட்டது; தேயிலையை உற்பத்தி செய்தாலும் தாங்களே தேநீர் குடிக்க முடியாமல்தான் இந்தியர்கள் இருந்தனர். 1930-ல் உலக பெருமந்தத்தின் போது இங்கிலாந்தில் நுகர்வு சரிந்த நிலையில் பிரிட்டிஷ் வியாபாரிகள் தங்கள் கையிருப்புகளைத் தள்ளிவிட வேறுவழி தேடினர். ஒரு நூற்றாண்டாக ஒதுக்கி வைத்திருந்த இந்தியர்களுக்குத் தங்கள் உற்பத்திப் பொருளை விற்பது குறித்து அப்போதுதான் யோசித்தனர். அந்த நிலையில் இந்திய மக்கள் கூட்டம்

சந்தோஷத்துடன் தேநீர் பக்கம் திரும்பியது. பெருமந்த காலம் தொடங்கி பெரும் போர் நடந்த ஆண்டுகள் வரை அதன் மீதான ரசனை பரவியது. இன்று இந்தியாவின் எந்த ஒரு குக்கிராமத்திலும்கூடத் தேநீரைக் காண முடியும். அது மட்டுமல்ல. ஒட்டுமொத்த உலகைவிட (கறுப்பு) தேநீரை இப்போது அதிகம் குடிப்பது இந்தியர்கள்தான்.

இதற்கான முழுப் பெருமையும் பிரிட்டிஷாருக்கே உரித்தாகும். காலனிமயம் இன்றியே இந்த அளவுக்குப் பரவலான தேயிலை சாகுபடியையும் அதற்கான பெரிய சந்தையையும் உருவாக்கி இருக்க முடியும் எனச் சொல்வது கடினம்: பிரிட்டிஷாருக்கு முன்னால் நிச்சயமாக இந்தியர்கள் இதைச் செய்திருக்கவில்லை. ஏன்... அந்தப் பெயரேகூட காலனி ஆட்சியின் கொடைதான். பெரும்பாலான ஐரோப்பிய மொழிகளில் 'டீ' எனும் பொதுவான சொல் இருக்கிறது. பிரிட்டனுக்குப் பெருமளவு தேயிலை ஏற்றுமதி செய்யப்பட்ட அமாய் வட்டார வழக்கில் இருந்துதான் அது வந்தது; ஆனால், போர்ச்சுக்கீசியர்களைப்போல் சீனாவின் கான்டனில் (Canton) இருந்து, இந்தியர்கள் மற்றும் அரேபியர்களைப்போல் நிலமார்க்கமாகத் தேயிலையை வாங்கியவர்கள் கான்டானிய மொழியில் உள்ளபடி 'சா' (cha) என்றே அழைக்கின்றனர். இன்று அநேகமாக ஒவ்வொரு இந்திய மொழியிலுமே 'சாய்' மற்றும் 'சாயா' என்ற வார்த்தைகள் உள்பட 'சா'யின் மாற்றுவடிவமான ஒரு சொல்லே புழக்கத்தில் இருக்கிறது; ஆங்கிலம் பேசும் இந்தியர்கள் மட்டுமே 'டீ' என்ற சொல்லைப் பயன்படுத்துகின்றனர்.

தேநீர் பற்றிய இந்தப் பகுதியை நான் முடிப்பதற்கு முன் ஒரு சிறிய திசை மாற்றம். தேயிலையை நமக்கு வழங்கி இருந்தாலும்கூட பிரிட்டிஷார் வேறு ஒன்றை அழித்துக் கொண்டிருந்தனர். லாபத்துக்காக அவர்கள் நிலங்களை ஈவு இரக்கமின்றி கண்மூடித்தனமாகச் சூறையாடினர். நிலங்களை அழித்தும் அது அடைக்கலம் கொடுத்திருந்த வன விலங்குகளை ஒழித்தும் அந்த வேலை நடைபெற்றது. காலனி ஆட்சியின் கீழ் இந்தியக் காடுகளையும், வன விலங்குகளையும் அழிப்பது மிகத் துரிதமாக நடந்தது. மூன்று முக்கிய காரணங்களுக்காக வனங்கள் அழிக்கப்பட்டன: நிலத்தை வர்த்தரீதியிலான பெருந்தோட்டங்களாக, குறிப்பாக தேயிலை சாகுபடிக்காக மாற்றுதல்; தண்டவாளத் தாங்கு கட்டைகளுக்காக; ஆங்கில வீடுகளையும், அறைகலன்களையும் (furniture) உருவாக்கத் தேவையான பலகைகளை இங்கிலாந்துக்கு அனுப்புதல்.

தேயிலையை வளர்ப்பதற்காக நீலகிரியிலும் அசாமிலும் பிரிட்டிஷார் காடுகளை வெட்டித் தள்ளினர். மேலும் காபி சாகுபடிக்காக கூர்க்குகளின் (Coorg) காடுகளை நிர்மூலமாக்கினர். நீலகிரியின் சுற்றுச்சூழல் நாசம் அடைந்ததில் தேயிலை மட்டுமே வில்லன் இல்லை; யூகலிப்டஸ், பைன் போன்ற வெளிநாட்டுத் தாவரங்களையும் விஸ்கோஸை உற்பத்தி செய்ய வாட்டில் செடியையும் கொண்டு வந்தனர். துணியாக நெய்வதற்காக விஸ்கோஸ் இங்கிலாந்துக்கு அனுப்பப்பட்டது. துரதிருஷ்டவசமாக யூகலிப்டஸ் போன்ற மரங்கள் தணியாத தாகத்துடன் நிலத்தடி நீரை

உறிஞ்சின. ஆக, ஒரு காலத்தில் பசுமை மாறா மழைக்காடுகளாக இருந்த நீலகிரியைத் தண்ணீர் தட்டுப்பாட்டுப் பிரதேசமாக பிரிட்டிஷாரின் மலைத்தோட்டங்கள் உருமாற்றின.

ஓப்பியம் தயாரிப்பதற்காக அபினிச் செடிகளை வளர்க்க இந்திய விவசாயிகளை பிரிட்டிஷார் நிர்ப்பந்தித்தபோது அதே காட்சி மீண்டும் அரங்கேறியது. அதற்காக சில வட இந்திய பகுதிகளில் இருந்த காடுகளின் பெரும்பகுதி வெட்டித் தள்ளப்பட்டது. உதாரணமாக, 19-ஆம் நூற்றாண்டின் இடைப்பகுதியில், அசாமில் ஏராளமான மரங்கள் வேரோடு சாய்க்கப்பட்டன. காரணம், அபினி செடிகள் பூக்கவும், காய்க்கவும் பெரிய மரங்களின் நிழல் இடையூறாக இருந்தது. அபினியைப் பாதுகாப்பதற்காக மரங்களைச் சாய்க்கும் பழக்கம் மறைமுகமாக இந்தியாவின் கம்பீரமான சில வனவிலங்குகளை அநேகமாக ஒழித்துக்கட்டியது.

வர்த்தகப் பயிர்களுக்காக அதிக நிலங்கள் பயன்படுத்தப்படவேண்டும் என பிரிட்டிஷார் விரும்பினர். அதனால், அவர்களுக்கு நல்ல வருமானம் கிடைக்கும். எனவே, ஒவ்வொரு வனவிலங்கின் தலையிலும் தாராளமாகக் கை வைத்தனர். அதனால் இந்தியாவின் பல பகுதிகளில் புலிகள், சிறுத்தைகள், சிங்கங்கள் மிக மோசமாக அழிக்கப்பட்டன. புலிகளும் சிறுத்தைகளும் மட்டுமே தப்பிப் பிழைத்தன (அதுவும் குறைந்த எண்ணிக்கையில்தான்). ஏனென்றால் அவை மிக அடர்ந்த வனப்பகுதிகளுக்குள் ஓடி ஒளிந்துகொண்டன. ஆனால், சிங்கங்களுக்குப் பரந்து விரிந்த திறந்தவெளிகள் தேவைப்பட்டது. எனவே, அவற்றால் உயிர் பிழைக்க முடியவில்லை. நாட்டின் ஒரு மூலையில், குஜராத் மாநிலத்தில், ஜுனகத் நவாப் எனும் இந்திய இளவரசர் சிங்கங்களுக்கான தனியார் சரணாலயம் ஒன்றைப் பராமரித்தார். அங்கே சில நேரங்களில் அவருடைய விருந்தினர்களுக்கு மட்டும் வேட்டையாட அனுமதி அளிக்கப்பட்டது. சிங்கங்களைப் பொறுத்தவரை அந்த ஒரு இடம் மட்டும்தான் விதிவிலக்காக இருந்தது. அதனால் ஆசிய சிங்கம் ஓரளவு காப்பாற்றப்பட்டது. ஆனால், பிரிட்டிஷார் இந்தியாவுக்கு வருவதற்கு முன் பல்லாயிரக்கணக்கில் இருந்த இந்த கம்பீர விலங்கினம் ஆங்கிலப் பேரரசு ஆட்சி முடிவுக்கு வந்த சமயத்தில் நூறு என்ற எண்ணிக்கைக்கும் கீழ் குறைந்து போயிருந்தது.

வனங்களை அழித்ததன் மூலம் இயற்கை வளங்களை நம்பிக் காடுகளில் வாழ்ந்து வந்த பழங்குடி மக்களின் வாழ்வாதாரங்களையும் உயிர்த்துடிப்பையும் பிரிட்டிஷார் வேரறுத்தனர். துரதிருஷ்டவசமாக அந்தப் பழங்குடி இனத்தவரின் நில உரிமை என்பது பத்திரப் பதிவுகளாக அல்லாமல் பாரம்பரிய பரம்பரை அடிப்படையிலேயே இருந்தது; எனவே பிரிட்டிஷார் அங்கீகரித்த நடைமுறையின்படி அவர்கள் உரிமை கோர முடியாததால் அவர்கள் உடமைகளை இழந்ததுடன், இடமாற்றத்துக்கும் ஆளாயினர். அந்த நிலையில் தங்களுடைய பூர்விக வேட்டை வாழ்க்கை முறையைத் தொடர முயற்சி செய்தால் வன விலங்கு திருடர்களாக நடத்தப்பட்டு, பின் குற்றவாளிகள் ஆக்கப்பட்டனர்.

அதே நேரத்தில், வன விலங்குகளைக் கொல்வதை பிரிட்டிஷார் பெரும் கௌரவ விளையாட்டாக உயர்த்தவும் செய்தனர். வெள்ளையர்களும் இந்திய மன்னர்கள், ஜமீன்தார்களும் அதில் ஈடுபட்டனர். ஆளும் பிரிட்டிஷ் வட்டங்களை இந்தியர்கள் அணுகுவதற்கான வசதி வாய்ப்புகளை அளித்ததால் (இன்று கோல்ஃப் விளையாட்டு இருப்பதுபோல்) அந்த வேட்டைகளின் கவர்ச்சி இன்னும் அதிகரித்தது . பிரிட்டிஷார் காலத்தில் வேட்டையாடுதல் ஓர் அசுர விளையாட்டாக உருவெடுத்தது; அதன் விளைவாக ஏராளமான விலங்குகள் கொன்று குவிக்கப்பட்டன. அதனால் பல பகுதிகளின் சுற்றுச்சூழல் மீட்க முடியாத அளவுக்கு உருக்குலைந்தது.

உதாரணமாக, ஒரு காலத்தில் மெட்ராஸ் புலிகளும் சிறுத்தைகளும் வாழும் இடம் என்ற பொருளில் புலியூர் என அழைக்கப்பட்டது. இந்தப் பகுதியில் இருந்த அனைத்து புலிகளையும் சிறுத்தைகளையும் பிரிட்டிஷார் கொன்றனர். அதன் விளைவாக மெட்ராஸிலோ தமிழ்நாட்டின் எந்த ஒரு பகுதியிலுமோ அநேகமாக ஒரு புலி, சிறுத்தை கூட மிஞ்சவில்லை. ஆக, புலியூர் என்ற வார்த்தை அதன் பொருளை இழந்துவிட்டதுடன் பெரும்பாலும் மறக்கப்பட்டும்விட்டது.

புலியூரில் இன்று புலிகள் இல்லாமல் போயிருக்கலாம். எனினும் அவை இந்த துணைக்கண்டத்தில் வேறு எங்காவது நிச்சயமற்ற நிலையில் ஊசலாடிக் கொண்டிருக்கின்றன. ஆனால் பிரிட்டிஷார் இன்னும் இந்திய தேநீரைத்தான் குடித்துக் கொண்டிருக்கிறார்கள். மதிப்பு மிக்க பிரிட்டிஷ் தேயிலை நிறுவனமான டெட்லிக்கு (Tetley) இந்திய வணிக சாம்ராஜ்ய மான டாட்டாதான் உரிமையாளராக இருக்கிறது. எனவே, நாட்டில் எங்கும் உலவும் 'சாய்' பற்றி எங்கும் நிறைந்திருக்கும் குறிப்புகளிலும், ஒவ்வொரு விருந்தாளியிடமும் நீட்டும் பால்-சர்க்கரை கலந்த தேநீர் கோப்பைகளிலும் இந்தக் காலனி கொடையை ஒருவேளை நாம்தான் தட்டிப் பறித்து நம்முடையதாக்கிக் கொண்டிருக்கிறோம்.

இந்தக் கதை இன்னும் கொஞ்சம் சிக்கலாகிக் கொண்டிருக்கிறது. மற்ற விளைபொருள்களைப் போலவே தேயிலையும் விலை வீழ்ச்சியால் பாதிக்கப்பட்டுள்ளது. அத்துடன் ஏற்றுமதியும் குறைந்துவருகிறது; தொழிலாளர்களின் கூலி உயர்வாலும் லாபச் சரிவாலும் பல தேயிலை தோட்டங்கள் பிரச்னைகளை எதிர்கொண்டு, மூடப்படும் அபாயத்துக்கும் ஆளாகியிருக்கின்றன. இந்தியாவின் மிக விலை உயர்ந்த தேயிலையான காஸில்டன் 1991-ல் கிலோ ஒன்று 6,000 ரூபாய்க்கு விற்றது. (அன்றைய அந்நியச் செலாவணி மாற்று மதிப்பில் 231 அமெரிக்க டாலர்); அந்தத் தேயிலையை ஜப்பானியர்கள் வாங்கினார்கள். 2012-ல் அதன் விலை 7,200 ரூபாயைத் தொட்டு புதிய சாதனை அளவை எட்டியது (ஆனால் ரூபாய் மதிப்பு சரிந்ததால் அது அப்போது 120 அமெரிக்க டாலராக குறைந்து போனது).

தேயிலைகளின் 'ஷாம்பெயின்' காஸில்டன்தான்: அதன் விலையுடன் ஒப்பிட்டால் மற்ற இந்திய தேயிலை ரகங்களின் விலை தூசிக்கு சமம். சர்வதேச ஏற்றுமதி சந்தைகளில் இந்திய தேயிலை அர்ஜென்டினா,

கென்யா மற்றும் மாலவி போன்ற எதிர்பாராத இடங்களில் இருந்து வரும் தரம் குறைந்த தேயிலை ரகங்களுடன் போட்டியிட்டுக் கொண்டிருக்கிறது. இந்த இடத்தில் மீண்டும் அதே கேள்வி-முதலில் பிரிட்டிஷாரின் காலனி ஆதிக்கத்துக்கு உட்படாமல் அர்ஜென்டினா சுயமாகத் தனது தேயிலையை வளர்க்க முடியும் என்றால் இந்தியாவும் ஏன் அவ்வாறு செய்திருக்கமுடியாது?

ரயில் நிலைய நடைமேடையில் டீ விற்ற தந்தைக்கு உதவியாக இளவயதில் சாய்வாலாவாக இருந்த முதல் இந்திய பிரதமரான நரேந்திர மோடி 2016-ல் அமெரிக்க காங்கிரஸ் முன் உரை நிகழ்த்தினார். அப்போது அவரும் நகைச்சுவை பொங்க பேசினார். ஆனால், 31 ஆண்டுகளுக்கு முன் அவருடைய முன்னவர் (ராஜீவ் காந்தி) செய்ததுபோல் அவர் செய்ய வில்லை. அதாவது, தேயிலை பற்றி மூச்சு விடவில்லை. ஏனென்றால் சர்வதேச விளைபொருள் சந்தைகள் சரிந்து, இந்திய தேயிலை உற்பத்தியாளர்கள் நிவாரணத்துக்காகக் குரல் எழுப்பிக் கொண்டிருக்கும் நேரத்தில் தேயிலை என்பது தமாஷான விஷயம் இல்லை என்பதை இந்திய பிரதமர் கண்டிப்பாக உணர்ந்திருக்கவேண்டும்.

கிரிக்கெட் எனும் இந்திய விளையாட்டு

உலகில் நிச்சயமாக கிரிக்கெட் மட்டுமே தேநீருக்காக இடைவேளை அளிக்கும் விளையாட்டாக இருக்கிறது (மேலும் பல அமெச்சூர் ஆட்டக்காரர்களுக்கு தேநீர்தான் அந்தப் போட்டியின் சிறப்பம்சமாக இருக்கிறது!). சமூகவியலாளர் ஆஷிஷ் நந்தியின் வார்த்தைகளில், பிரிட்டிஷாரால் தற்செயலாகக் கண்டுபிடிக்கப்பட்ட ஓர் இந்திய விளையாட்டுதான் கிரிக்கெட் என நான் அடிக்கடி நினைத்திருக்கிறேன். அதன் ஒவ்வொரு அம்சமும் இந்தியாவின் தேசிய குணத்துடன் நன்கு பொருந்துவதாகத் தோன்றுகிறது: அதன் செழிப்பான பன்முகத்தன்மை, எல்லையற்ற சாத்தியக் கூறுகள் மற்றும் ஒவ்வொரு பந்து வீச்சிலும் சாத்தியமாகும் மாறுபாடுகள், அவுட் ஆகப் பலவித வழிகள் இவையெல்லாமே இந்தியாவின் பாரம்பரிய இசையை ஒத்திருக்கிறது. அதில் அடிப்படை நோட்ஸ்கள் இருக்கின்றன. ஆனால், அந்த நோட்ஸ் போன்ற அற்ப சங்கதிகளையெல்லாம் பொருட்படுத்தாமல் பாடகர் தன் விருப்பம்போல் அதி அற்புதமாகப் பாடிக்கொண்டே செல்வார். ஆக, கிரிக்கெட்டின் உன்னத நிச்சயமின்மைகள் இந்தியாவின் பழங்கால சிந்தனையை எதிரொலிக்கிறது: நீங்கள் பந்தை நன்றாகப் பார்க்க முடிந்து, நீங்கள் அடிக்கும் ஃபோர்கள் எல்லாம் மட்டையின் மத்திய பகுதியில் பட்டு நீங்கள் விரும்பும் திசையில் பறக்கும்போதுகூட திடீரென்று ஏதோ ஒரு பந்தால் நீங்கள் அவுட்டாக்கப்படுவீர்கள் என்ற நிச்சயமற்ற தன்மையை விதியை நம்பும் இந்தியர்கள் தெளிவாகப் புரிந்துகொள்கிறார்கள். பொழுதுபோக்குக்காக ராணி விக்டோரியா கால ஒழுக்கநெறி நாடகம் ஒன்றின் பெயரில் பகவத் கீதை அரங்கேற்றப் படுவது போலத்தான் இது அநேகமாக இருக்கிறது.

இன்னும் ஜோதிடர்களைக் கலந்தாலோசித்து, கிரகங்களின் இட, மன மாற்றங்களை நம்பிக் கொண்டிருக்கும் பெரும்பாலான மக்களைக் கொண்ட ஒரு நாடு, நேரங்கெட்ட கனமழை, மோசமாக அமைக்கப்பட்ட பிட்ச், டாஸில் தோல்வி அல்லது ஃபீல்டரின் கண்களைக் கூச வைக்கும் சூரிய ஒளி போன்றவற்றால் முடிவே மாறி விடக்கூடிய ஒரு விளையாட்டை நன்கு போற்ற முடியும். பரபரப்பு, பரவசம், விறுவிறுப்பு, திருப்பங்கள், அரிதாக ஒரே இடத்தைச் சுற்றிச் சுற்றிவருதல் என நடக்கும் ஐந்து நாள் போட்டிகள் இத்தனை களேபரங்களுக்குப் பிறகும் இறுதியில் டிராவில் முடிவது இந்தியத் தத்துவத்தில் இருந்து வந்ததாகவே தெரிகிறது: அதாவது, வாழ்க்கையில் பயணம் என்பதும் சேருமிடம் அளவுக்கு முக்கியமானதே.

இந்தியாவை கிரிக்கெட் அளவுக்குக் கொள்ளை கொண்ட வேறு எந்த விளையாட்டும் இல்லை. கடவுள்களுக்கும் பாலிவுட் நட்சத்திரங் களுக்கும் நிகரான தேவலோகம் ஒன்றை நமது கிரிக்கெட் வீரர்கள் ஆக்கிரமித்து கொண்டிருக்கிறார்கள். நம் நாட்டில் ஓர் அரசியல் நெருக்கடியைவிட நமது கிரிக்கெட் ஹீரோக்களின் ஆட்டத்திறன் உணர்ச்சிகரமாக அலசி ஆராயப்படுகிறது; ஆனால் இதிலும் வேண்டியவர் களைத் தேர்வு செய்யும் அல்லது வேண்டாதவர்களைத் தவிர்க்கும் பிழைகள் (குறிப்பாக, இரண்டாவது) அந்தந்த மாநிலங்களையே முடக்கிவிடக்கூடும்.

வேறு எந்த நாட்டிலுமே முன்னணி செய்தித்தாள்களின் முதல் பக்கத்தில் கிரிக்கெட் அடிக்கடி இடம் பெறுவதில்லை என நான் தைரியமாகச் சொல்வேன். ஏன் அப்படி இருக்கக்கூடாது? திறமைவாய்ந்த ஒரு பேட்ஸ்மேனின் சிலிர்க்க வைக்கும் சாகசங்கள் அல்லது திறமையான சுழல் பந்து வீச்சாளரின் மாயஜால செப்படி வித்தைகளை விட எது அதிக முக்கியமாக இருக்க முடியும்? இருவரும் தத்தம் தர்மத்தைச் செய்கிறார்கள். குழு ஆட்டம் ஒன்றில் ஒரு தனிநபர் தன்னுடைய கடமையைச் செய்கிறார். நிஜவாழ்வில் ஒவ்வொரு இந்தியனும் ஒட்டுமொத்த விதிக்குள் தனது விதியை நிறைவு செய்வது போலத்தானே அது இருக்கிறது?

சோம்பேறித்தனமாக தங்களுடைய ஓய்வு நேரத்தைப் போக்கிக் கொண்டிருந்த நவநாகரிக ஆங்கில கனவான்கள் மூலமாக கிரிக்கெட் முதலில் இந்தியாவுக்கு வந்தது; மண்ணின் மைந்தர்கள் அந்த விளையாட்டைக் கற்றுக்கொள்ள ஏறக்குறைய ஒரு நூற்றாண்டு ஆனது. பிறகு அவர்கள் அதை மிகவும் ஆங்கில விரோதமான வழிகளில் ஆடத் தொடங்கினார்கள். பம்பாயில், 1963-ஆம் ஆண்டின் பிற்பகுதியில் முதல் முறையாக ஒரு டெஸ்ட் மேட்சுக்கு என் தந்தை என்னை அழைத்துச் சென்றது நினைவுக்கு வருகிறது. இன்றைய அணியைவிட மிக பலவீனமான ஆங்கில கிரிக்கெட் அணி ஒன்று சுற்றுப்பயணம் செய்து கொண்டிருந்தது. இந்தியாவின் ஓப்பனிங் பேட்ஸ்மேனும், விக்கெட் கீப்பருமான பு(த்)தி குந்தரென் (Budhi Kunderan) மிட்விக்கெட்டுக்கு மேலே பந்து பறந்து செல்லும்படி ஒரு சிக்ஸர் அடித்தார். அதைத் தொடர்ந்த மற்றொரு விளாசலில் பந்து எல்லைக் கோட்டுக்கு அருகில் விழுந்து ஃபவுண்டரியாக எல்லையைக் கடந்தது. அடுத்து விண்ணைச்

சென்று முட்டும் வகையில் மிட்ஆனுக்கு மேல் பந்தைத் தூக்கி அடித்ததைப் பார்த்து எனக்கு ஏற்பட்ட உற்சாகத்தை என்னால் ஒருபோதும் மறக்கவியலாது. பந்து மேலே பாய்ந்து சென்றபோது குந்தரென் ஓடத் தொடங்கினார்; பீல்டிங் செய்த ஓர் ஆங்கில ஆட்டக்காரர் கீழ்நோக்கி வந்த பந்தைப் பிடித்ததும், கோபத்தில் அவர் கிரிக்கெட் மட்டையை விண்ணில் விசிறியடித்தார். தொடர்ந்து ஓடிய அவர் மட்டை கீழே வந்தவுடன் லாவகமாக பிடித்தபடியே பெவிலியனுக்குள் ஓடிச்சென்றார். என் நினைவை விட்டு அகலா அற்புதக் காட்சி அது.

இந்தியா எப்போதுமே பல குந்தரென்களைப் பெற்று வந்திருக்கிறது. ஆனால் அதேநேரத்தில் மந்தமான, பொறுப்பற்ற, ஊக்கமற்ற, அடாவடி ஆட்டக்காரர்களையும் சேர்த்தே கொண்டு வந்துள்ளது: அனைத்து தரப்பு மக்களுக்கும் அவரவருக்கு உரிய இடம் உண்டு என்பதை அங்கீகரிக்கும் ஒரு சமுதாயம், தனது கிரிக்கெட் அணியிலும் பல்வேறு ரகங்களையும் (variety) சேர்த்து அங்கீகரிக்கிறது. கிரிக்கெட் இந்தியாவின் வேற்றுமை களைப் பிரதிபலிப்பதுடன் அதைக் கடந்தும் மேலே செல்கிறது: இந்திய கிரிக்கெட் அணி நாட்டின் பிரதான மதங்களான இந்துக்கள், முஸ்லிம்கள், பார்ஸிக்கள், கிறித்தவர்கள் மற்றும் ஒரு வண்ணமயமான சீக்கியர் என அனைத்து மத கேப்டன்களாலும் வழிநடத்தப்பட்டு வந்திருக்கிறது. மதம், இனம், குலம், நிறம், கலாசாரம், உணவு, உடை மற்றும் சமூகப் பழக்கவழக்கங்களால் பிரிந்திருக்கும் ஒரு மண் ஒரு பெரிய ஆழமான நம்பிக்கையால் ஒன்றுபடுத்தப்பட்டு இருக்கிறது: அதுதான் கிரிக்கெட்.

ஆம். பிரிட்டிஷார்தான் அதை இங்கே கொண்டுவந்தார்கள். அவர்களுடைய சொந்த விளையாட்டிலேயே ஒருநாள் நாம் அவர்களை வீழ்த்துவோம் என எதிர்பார்த்து அவர்கள் அவ்வாறு செய்யவில்லை. அல்லது, கற்பனையான 19-ஆம் நூற்றாண்டு மேட்ச் ஒன்றில் தங்களுடைய காலனி எஜமானர்களை ஜெயிக்கும் எழுத்தறிவற்ற கிராமவாசிகளின் கதம்பக் கூட்டம் ஒன்றைப் பற்றிய ஓர் நம்ப முடியாத கதைக்காக (லகான், 2003) நமது திரைப்படத் தயாரிப்பாளர்கள் ஆஸ்கார் விருதுக்கான போட்டியிலும் இறங்குவார்கள் என்றும் அவர்கள் எதிர்பார்த்திருக்க முடியாது. பிரிட்டிஷ் ஏகாதிபத்தியம் ஆட்சியில் விளையாட்டு ஒரு முக்கிய அங்கம் வகித்தது. ஏனென்றால், அது வீர கிறித்தவம் பற்றிய விக்டோரியா கால கருத்துகள், தொலைதூர நாடுகளில் வலிமையும் வீரமும் கொண்ட ஓர் இளம் சமுதாயம் இவற்றின் கலவையைக் குறித்தது. மேலும் ஈட்டன் (Eton) விளையாட்டு மைதானங்களில் கற்ற விதிகளைத் திணிப்பதன் வாயிலாக ஒழுங்கீனக் கிழக்குக்கு ஒழுங்கையும் நாகரிகத்தையும் கொண்டு வரும் மறைமுகப் பணியையும் அது அடையாளப்படுத்தியது. ஆங்கில ஏகாதிபத்தியம் ஒரு விளையாட்டுக் களம் என்றால் அந்த ஆட்டத்தின் விதிகளைக் கற்றுக் கொண்டு, தங்கள் எஜமானர்களை அவர்களுடைய சொந்த விளையாட்டி லேயே வீழ்த்த முயற்சிப்பது அடிமைப்படுத்தப்பட்ட காலனி மக்களின் தவிர்க்க முடியாத தேசிய உணர்வின் வெளிப்பாடாக மாறியது.

வங்காள சமுதாயத்தில் 1880 மற்றும் 1947 ஆண்டுகளுக்கிடையே கிரிக்கெட் வலுவான இடம் பிடித்தது. பல்வேறு காரணங்களுடன், ஆங்கிலேயரை அவர்தம் சொந்த விளையாட்டிலேயே வீழ்த்துவதன் மூலம் வங்காள ஆண்மைக்கு எதிரான அவமானத்தைப் போக்கும் ஒரு வழியாக கிரிக்கெட் இருந்ததும் ஒரு காரணம் என்பதை அறிஞர்கள் எடுத்துக்காட்டியுள்ளனர்.

காலனி எஜமானர்களிடம் அங்கீகாரம் பெறும் ஒரு வழிமுறையாகக் கருதி, கிரிக்கெட்டை வங்காள சமூக வாழ்வின் ஓர் அங்கமாக மாற்ற 'பத்ரலோக்' (bhadralok) என்ற படித்த வங்காள இனம் நட்டோர், கூச் பேஹர், மைமென்சிங் மற்றும் பிற உள்நாட்டு சமஸ்தானங்களின் மகாராஜாக்களுடன் இணைந்தது. அதேவேளையில் பிரிட்டிஷார் உலகை நாகரிகப்படுத்தும் அரும்பணியில் மிகப் பயனுள்ள ஓர் வழிமுறையாக கிரிக்கெட்டைப் பார்த்தனர். எனவே, கல்வி நிலையங்களில் அதை வளரச் செய்தனர். பம்பாயில் இருந்த பார்ஸி கிரிக்கெட் வீரர்கள் கொஞ்சம் வித்தியாசமான வழியில் காலனிய எல்லைகளுக்குள் சமுதாயத்தை அணி திரட்டும் நோக்கத்துக்காக கிரிக்கெட்டைக் கையில் எடுத்தனர். மகாராஜாக்கள், செல்வந்த வகுப்பினர் மற்றும் ஆங்கிலமயமான இந்தியர்கள் எல்லாம் 'சமூக அந்தஸ்தை அடையாளம் காட்டும் ஒன்றாகவும், ஆங்கிலப் பேரரசின் அதிகார மையத்தை அணுகும் வழியாகவும் கிரிக்கெட்டைக் கண்டனர். உண்மையில், இந்திய வாழ்க்கை நிலைமைகளைப் பொறுத்தவரை கிரிக்கெட் அதிக செலவு கொண்ட விளையாட்டு என்றாலும் இத்தகைய அம்சங்களை அது வலுப்படுத்தியது' என ஆஷிஷ் நந்தி கூறினார்.

நாடு முழுவதுமாக, பிரிட்டிஷ் மாகாணங்களில் மட்டுமல்லாமல் சமஸ்தானங்களிலும்கூட அதே பாணி பிரதிபலிக்கப்பட்டது. பல சமஸ்தானங்கள் மிகப் பெரிய கிரிக்கெட் அணிகளை உருவாக்கின. உள்நாட்டு ஆட்சியாளர்கள் அதற்கு பெரும் நிதி உதவி அளித்தனர். அது மட்டுமல்ல. அந்தப் பெருமக்களில் சிலர் குறிப்பிடத்தக்க அளவுக்குத் தாங்களே அதை விளையாடி மகிழ்ந்தனர்; 1895-ல் ஆஸ்திரேலியாவுக்கு எதிராக ஆட இங்கிலாந்து அணிக்கு கே.எஸ். ரஞ்சித்சிங்ஜி தேர்ந்தெடுக்கப் பட்டார் (அனைவராலும் 'ரஞ்சி' என அறியப்பட்டவர். மேலும் பொறாமை யுடன் Run-get-sin-ji என்றும் அழைக்கப்பட்டவர்). முதல் ஆட்டத்திலேயே அவர் சதம் அடித்தார். இந்தியர்களிடம் அது அவரை ஹீரோ ஆக்கியது. ஆஸ்கார் ஒயில்டு, பெஞ்சமின் டிஸ்ரேலியைப்போல் போதுமான ஆங்கிலத் தன்மை இல்லாத ரஞ்சி ஓர் ஆங்கில ஹீரோவாக உருவெடுத்தவிதம் பெரும் வியப்பூட்டுகிறது (இதை ஓர் ஆங்கில ரசிகர் நம்ப முடியாமல் 'தன்னுடைய வாழ்நாளில் அவர் ஒரு கிறித்தவ ஸ்ட்ரோக்கைக்கூட அடித்ததே இல்லை' என்று கூறினார்). ரஞ்சி தன்னைத்தானே 'ஓர் ஆங்கில கிரிக்கெட் வீரர் மற்றும் ஓர் இந்திய இளவரசர்' என வர்ணித்துக்கொண்டார். ஆனால் பரூமா கூறுவதுபோல், 'ஆங்கில கிரிக்கெட் வீரர் என்ற முறையில் அவர் ஓர் இந்திய இளவரசர்போல் நடந்துகொண்டார். இந்திய இளவரசர் என்ற முறையில் ஓர் ஆங்கில கிரிக்கெட் வீரர்போல் இருந்தார்'.

ரஞ்சி எனும் கிரிக்கெட் மேதை, பொறுப்பற்ற ஊதாரி, வெட்கங்கெட்ட ஆங்கில அபிமானி, ஒரு பெரிய மனிதன் மற்றும் இளவரசனுக்கு உரிய நிறை குறைகளின் ஓர் அசாதாரணக் கலப்படமாக இருந்தார். துளிர் விட்டுக்கொண்டிருக்கும் இந்திய டெஸ்ட் அணிக்காக ஆடாமல் எதிரணிக்குத் தங்கள் திறமைகளை ஏன் கொண்டு செல்ல வேண்டும் என அன்றைய இந்தியர்கள் கேள்வி எழுப்பினர். அதன் பிறகும் அவருடைய உறவினர் கே.எஸ். துல்தீப்சிங்ஜி, மற்றொரு இளவரசர் பட்டோடி நவாப் இருவரும் முறையே 1930 மற்றும் 1933-ஆம் ஆண்டுகளில் ரஞ்சியின் வழியில் நடந்தனர் (1946-ல் பட்டோடி இந்திய அணிக்காக ஆட முன் வந்தார். ஆனால் அப்போது அவர் தனது உச்சபட்ச திறனில் இருந்து இறங்கத் தொடங்கியிருந்தார்).

கிரிக்கெட் விளையாட்டில் இந்தியர்கள் தேர்ச்சி பெற்று, அவ்வப்போது வெற்றி காணத் தொடங்கிய நிலையில் பிரிட்டிஷார் அவர்களிடையே பிரிவினையை ஏற்படுத்த முற்பட்டனர். அவர்கள் ஏற்படுத்திய 'நான்குமுனைப்போட்டி' இந்து, முஸ்லிம், பார்ஸி, மற்றும் 'மற்றவர்கள்' அணிகளிடையே போட்டி, பொறாமைகளை உருவாக்கியது. மற்றவர்களும் ஒருவருக்கு ஒருவர் எதிராளி ஆனார்கள். எனவே, விளையாட்டு மைதானத்தில்கூட, காலனி ஆட்சியால் விடாது ஊக்குவிக்கப்பட்ட வேற்றுமைகள் இந்தியர்களுக்கு நினைவூட்டப்பட்டன.

பண்பாட்டுரீதியில் இந்திய தேசியவாதம் அயர்லாந்து தேசியவாதத்தை விடக் கொஞ்சம் குறைவான அடிப்படைவாதக் கண்ணோட்டமே கொண்டிருந்தது என சமூகவியலாளர் ரிச்சர்ட் கேஷ்மன் கூறுகிறார். அயர்லாந்தில் தேசியவாதிகளும், சுயாட்சி (Home Rule) கோரிய போராட்டக்காரர்களும் கிரிக்கெட்டையும் மற்ற ஆங்கில விளையாட்டுக் களையும் காலனி கலாசாரத்தின் ஆட்சேபணைக்குரிய அம்சங்கள் என சாடினர். அதற்குப் பதிலாக அவர்கள் தமது பாரம்பரிய 'காலிக்' (Gaelic) விளையாட்டுகளுக்குப் பெரும் ஆதரவு அளித்தனர். மறுபுறம் இந்திய தேசியவாதிகள் 'பிரிட்டிஷ் பேரரசின் அரசியல் மற்றும் பொருளாதார அம்சங்களைத் தாக்கினர். ஆனால் ஆங்கில கலாசாரத்தின் சில கூறுகளைத் தக்க வைத்தனர்'.

காலனி சகாப்தத்தில் கபடி போன்ற பாரம்பரிய இந்திய விளையாட்டுக் கள் நலிந்து போயின. மாறாக போலோ விளையாட்டு புத்துயிர் பெற்றது. பிரதானமாக பிரிட்டிஷாருக்கும் சிறிய அளவில் இந்திய மேட்டுக் குடியினருக்கும் உரிய விளையாட்டாக அது இருந்தது. அந்த நிலையில் ஆங்கிலேயருக்கு எதிராக இந்தியர்களும் சொந்தம் கொண்டாட முடிந்த ஒரு விளையாட்டாகவே கிரிக்கெட் பார்க்கப்பட்டது (ஏன் அயர்லாந்து இப்போதும்கூட ஓர் எளிய கிரிக்கெட் அணியையே பெற்றிருக்கிறது? இன்னும் அது 'டெஸ்ட்' தகுதி கூடப் பெறவில்லை. அதேவேளையில், 21-ஆம் நூற்றாண்டில் இந்த உலக மகா விளையாட்டின் ஜாம்பவான்களில் ஒன்றாக இந்தியா எப்படி உருவெடுத்தது என்பதற்கான பதில் இதுவாகவே இருக்கும்).

1910-களில் வங்காளத்தில் தேசியவாத இயக்கத்துடன் கிரிக்கெட் இணைக்கப்பட்டது. மாகாணக் கல்லூரியின் (Presidency College) விளையாட்டுத்துறை வரலாற்றில் இருந்து இது தெளிவாகத் தெரிகிறது. கல்கத்தாவில் இருந்த இந்தியர்களின் உயர்கல்விக்கான முதன்மை ஆங்கில மொழிக்கல்வி நிலையமாக அது இருந்தது. அங்கு ஜிம்னாஸ்டிக்ஸ், கிரிக்கெட் ஆகியவை கட்டாயக் கல்வியாக இருந்தன.

'ஆண்மை நிறைந்த' பிரிட்டானியர்கள், 'பெண்மைக் குணம் கொண்ட' வங்காளிகள் என்ற முத்திரை குத்தல்களுக்கு எதிர்வினையாக வங்காள மாணவர்களை உடல்ரீதியில் வலுப்படுத்துவது அதன் நோக்கமாக இருந்தது. வங்காளத்தில் தேசியவாத எதிர்ப்பலைகள் தீவிரம் அடைந்திருந்த காலகட்டத்தில், 1914-ல் நடந்த கிரிக்கெட் போட்டி ஒன்றில் லா மார்ட்டினியர் கல்லூரியைச் சேர்ந்த ஐரோப்பியர் மட்டுமே நிறைந்த அணி ஒன்றிடம் மாகாணக் கல்லூரி தோற்றது. லா மார்ட்டினியர் கல்லூரி ஒரு பச்சைக் காலனி கல்வி நிறுவனம். அதில், சார்னாக் மற்றும் மெக்காலே என்ற பெயரில் பல்வேறு குழுக்களாக (Houses) மாணவர்கள் பிரிந்திருந்தனர். அந்த காலனிய அணியிடம் வங்காள அணி தோற்றது மிகப் பெரிய புலம்பலுக்கும் சுய நிந்தனைக்கும் வழி வகுத்தது. வங்காள அணியின் ஆட்டக்காரர்கள் பகிரங்கமாக விமர்சிக்கப்பட்டனர்: 'லா மார்ட்டினியர் கல்லூரியிடம் நம் கல்லூரி அடைந்த படுதோல்வியை மன்னிக்கவே முடியாது' என மாகாணக் கல்லூரி மலர் அறிவித்தது.*

'இந்திய கிரிக்கெட்டின் பூர்விகத்தை விவரிக்கும்போது, காலனி ஆதிக்க சக்திகளை நகலெடுப்பதில் இருக்கும் ஆர்வமே இந்தியர்களை கிரிக்கெட்டை நோக்கி நகர்த்தியது என்று சொல்வது சரியான கூற்று அல்ல; வங்காளத்தில் அந்த விளையாட்டு எவ்வாறு ஆரம்பித்தது என்பதைக் கணக்கில் கொள்ளாமல் சொல்லப்படும் கருத்து அது' என ஓர் அறிஞர் எழுதுகிறார். ஆக, கிரிக்கெட்டும்கூட நிச்சயமாக தேசியவாத தொனிகளைக் கொண்டிருக்கிறது. எனவே, கிரிக்கெட்டை பிரிட்டிஷார் தான் நமக்கு கொடுத்தனர் என ஒருவர் ஒப்புக்கொள்ளும் அதேவேளையில், இன்று இதை விளையாடும் வேறு எவரையும்விட நமக்கு அதில் சொந்தம் கொண்டாடவும் தகுதி அதிகம் உண்டு என்பதைப் புரிந்துகொள்ள வேண்டும்.

•

---

* என்னுடைய புதல்வர் கனிஷ்க் ஒரு கால்பந்து வெறியர். காலனி ஆட்சிக்காலத்தில் பிரிட்டிஷாருக்கு எதிராக இந்திய விளையாட்டு வீரர்கள் வெற்றி வாகை சூடிய ஒரே ஒரு மகத்தான நிகழ்வை கால்பந்தில்தான் காணமுடியும்; கிரிக்கெட்டில் அல்ல என்று அவர் உறுதிபடக் கூறுகிறார்: ஐ.எஃப்.ஏ. கேடயத்தை வெல்ல 1911-ல் நடந்த கால்பந்து போட்டியில், கிழக்கு யார்க்ஷயர் அணியை மோஹன் பேகன் அணி வெறுங்காலுடன் ஆடி ஜெயித்தது.

ஏழாம் அத்தியாயம்

நிதி நிலை அறிக்கை – ஒரு பிற்சேர்க்கை

நிதி நிலை அறிக்கை - ஒரு பிறச்சேர்க்கை - சாதகங்களும் பாதகங்களும் - பேரரசின் பாசாங்குகள், காலனி ஆட்சியின் விளைவுகள் - சுரண்டலுக்கு எதிராக செயலாற்றல் மற்றும் அலட்சியம் - ஆங்கில ஆட்சியின்போதும் பின்னரும் இந்தியாவின் செயல்பாடு - பிரிட்டிஷ் முதலாளித்துவத்துக்கு இந்தியாவின் மறுப்பு - பிரிட்டிஷ் கொள்கைகளால் உருவான எதிர்பாரா நன்மைகள் - தார்மிகத் தடை - ஒப்பியம் பற்றிய பிரிட்டிஷாரின் கொள்கை - சமகால கண்டனக் குரல்கள் - பிரதானமாக இந்தியர்களால் நடைபெற்ற சமூக சீர்திருத்தம் - முஸ்லிம் ஆட்சியாளர்களைப்போல் இல்லாமல் அந்நியர்களாகவே ஆண்டு முடித்த பிரிட்டிஷார் - 'கறுப்பு மனிதனின் சுமை'

•

நான் எனது வாதங்களை முடித்துக்கொள்ள தயாராகி இருக்கும் இந்த நேரத்தில், இந்த அத்தியாயத்தில் சில முக்கிய விஷயங்களைச் சுருக்கமாக எடுத்துரைக்க விரும்புகிறேன். அதற்கு முன், இந்தியாவில் பிரிட்டிஷார் செய்த ஒவ்வொன்றையும் இகழ்வது என் நோக்கம் அல்ல என்பதைத் தெளிவுபடுத்த விரும்புகிறேன். மனிதனின் அனைத்து அமைப்புகளிலும் இருப்பதுபோல் காலனி ஆதிக்க அமைப்பும் சாதக பாதகங்களைக் கொண்டுவந்தது. இந்தியாவில் இருந்த எல்லா பிரிட்டிஷ் அதிகாரிகளுமே கிளைவ்போல் பேராசையையோ, மெக்காலேபோல் இனம்புரியாத காழ்ப்புணர்வோ, கர்ஸன்போல திமிர் பிடித்த பிரிவினைவாதமோ, டையர்போல் கொலைவெறியோ அல்லது சர்ச்சில்போல் நிறவெறியோ கொண்டிருக்கவில்லை. அந்தக் காலகட்டத்தின் விருப்பு, வெறுப்பு களைத் தாண்டி இந்தியர்கள் மீது அன்பு, இரக்கம் மற்றும் மரியாதை வைத்திருந்த நல்ல ஆங்கிலேயர்களும் இருந்தார்கள். நீண்ட கால நிறவெறி தடைகளைக் கடந்து அவர்கள் மத்தியில் மனிதாபிமானமுள்ள நீதிபதிகள், மனசாட்சி உள்ள அதிகாரிகள், இலட்சிய வைஸ்ராய்கள், ஆளுனர்கள் மற்றும் இந்தியர்களுடன் உண்மை நட்பு பாராட்டிய பிரிட்டானியர்கள் இருக்கத்தான் செய்தார்கள்.

பிரிட்டிஷ் ஆட்சி முழுவதுமாக இந்தியாவில் சேவை செய்வதற்காக தம் வாழ்நாள் முழுவதையும் அர்ப்பணித்தவர்களும் இருந்தனர். தங்கள் நாட்டுக்கும் காலனி நிறுவனங்களுக்கும்தான் சேவையாற்றினர் என்றாலும் தங்கள் பணிக்காலத்தில் சாதாரண மக்களின் வாழ்க்கைத் தரத்தை உயர்த்த அவர்கள் உதவிக்கரம் நீட்டினர். அவர்களால் தங்கள் வாழ்க்கையில் மாற்றங்களைக்கண்ட இந்தியர்கள் இன்றும்

அவர்களுடைய அரும்பணிகளை நினைவில் வைத்திருக்கின்றனர். உதாரணமாக சர் ஆர்தர் காட்டன்... அவர் கோதாவரி நதியின் குறுக்கே அணை ஒன்றைக் கட்டினார். முன்பு வறண்டு கிடந்த 15 லட்சம் ஏக்கர் தரிசு நிலத்துக்கு அதனால் பாசன வசதி கிடைத்தது. இரண்டு ஆந்திர மாவட்டங்களைச் சேர்ந்த நன்றியுள்ள விவசாயப் பெருமக்கள் அதற்காக அவருக்கு சுமார் 3,000 சிலைகள் வைத்து இப்போதும் அவரைக் கொண்டாடுகின்றனர். இன்றும் அவருடைய பிறந்தநாள் நினைவு அஞ்சலி நிகழ்ச்சிகளில் ஆந்திர மாநில முதல்வர்களும் பங்கேற்பதைக் காண முடிகிறது.

இப்படியான நபர்கள், சாதனைகள் இருந்தது உண்மையே; ஆனால், எந்த ஏகாதிபத்திய ராட்சத குற்றம் (பிரிட்டிஷார் தமது முரட்டு பூட்ஸ் கால்களால் மிதித்து மக்களை நசுக்கிய குற்றம்) அவர்களையும் வாழ அனுமதித்ததோ அதை அவர்களும் அவர்களுடைய சாதனைகளும் நியாயப்படுத்தவில்லை என்றாலும் நிச்சயம் அவற்றின் மீதான விமர்சனங்களைக் குறைத்திருக்கின்றன.

கர்ஸன் பிரபு கூறியதைப்போல், 'பிரிட்டிஷ் ஏகாதிபத்தியம் தேவனின் அருளால் உருவானது. உலகம் பார்த்து வியக்கும் நன்மை பயக்கும் கருவியாக அது இருந்தது' என சிலர் இன்னும் கூறுகின்றனர். 'வரலாற்றில் மிக தன்னலமற்ற பக்கம் அது... உலகில் நாங்கள் பெரும் கலகத்தைக் கண்டோம்; சட்டம்-ஒழுங்கை நிலை நாட்டினோம்' என்று அவர் எழுதினார் (அவரது கூற்றில் அது ஒரு பச்சைப் பொய், நகை முரண் என்பதற்கான சுவடே இல்லை.). 'பல கோடிக்கணக்கான மனிதர்களின் நிலையான நன்மைக்காக பிரிட்டன் இந்தியாவை ஆண்டது' என்றும் தெரிவித்தார்.

நன்மை செய்ததாகச் சிலர் சொல்லிக் கொண்டார்கள் என நான் கூறினேன். ஆனால் சிலர் நன்மைகளும் செய்தார்கள். ஃபெர்குஸன், லாரன்ஸ் ஜேம்ஸ் (அதிகம் அறியப்படாதவர், ஆனால் ஆச்சரியகரமாக வெற்றி பெற்றவர்) போன்றவர்கள் இப்போதும் பிரிட்டிஷ் பேரரசின் ஆதரவாளர்களாக இருக்கிறார்கள். 'தீங்கில்லா சர்வாதிகாரத்தில் அது ஓர் மகத்தான பணி. மேலும் தன்னலமற்ற சேவை ஒன்றின் பரிசோதனை' என லாரன்ஸ் ஜேம்ஸ் எழுதினார். தாராள வர்த்தகத்தால் சுயநலமில்லா ஆசிகளை இந்த மண்ணில் பொழிந்தும், நிர்வாகம் பற்றிய மேற்கத்திய கருத்துகளை (துப்பாக்கி முனையில்) புகுத்தியும், தன்னலமற்ற தொழில்நுட்ப வளர்ச்சியின் விதைகளை விதைத்தும் அவர்கள் ஆட்சி செய்தனர்' எனும் இந்த வீண் ஜம்பத்தை இன்று யாரேனும் நம்புவார்களென்றால் என்றால் அது உண்மைக்கு மாறான முட்டாள் தனமாகவே தோன்றுகிறது. இருண்டு போன இந்த புறச்சமய (பேகனிய) பூமியை பிரிட்டிஷார் உண்மையில் தங்கள் சொந்த நலன்களுக்காகவே ஆட்சி செய்தனர். ஆனால் விவரம் அறியா வெகுளிகளிடம் எதிர்வாதம் செய்யக்கூடிய கடந்த கால ஆராதகர்கள் இன்னும் இருக்கிறார்கள். இந்த

நூல் முழுவதும் நான் செய்திருப்பதுபோல் அத்தகைய வாதங்கள் அனைத்தும் கண்டிப்பாக மறுக்கப்பட வேண்டும்.

பேரரசின் பாசாங்குகள், காலனி ஆட்சியின் விளைவுகள்

'பின் காலனிய ஏக்கங்கள்' என கல்வியாளர் பால் கில்ராய் வர்ணித்தது போல், அண்மைக்காலங்களில் ஆங்கிலப் பேரரசின் பழம்பெருமை களுக்காக ஏங்கும் போக்கு அதிகரித்துள்ளது. 'பழைய காலனி ஆட்சி' (Old Colonial) என்ற பெயரில் ஒரு பர்கர், 'மலைத்தோட்டம்' (The Plantation) என்ற பெயரில் ஒரு லண்டன் மதுபான விடுதி மற்றும் 'காலனி ஆட்சியின் மறு வருகை' (Colonial Comeback) என்ற பெயரில் ஓர் ஆக்ஸ்ஃபோர்டு கதம்பக் கட்டுரை (நஷ்ட ஈடு தொடர்பான விவாதத்தில் நான் பேசிய போது விநியோகிக்கப்பட்டது) போன்ற பரவசமான நடவடிக்கைகளில் அந்த ஏக்கம் தெரிகிறது. 2014-ல் யூ-கவ் ஆய்வு நிறுவனம் நடத்திய கருத்து வாக்கெடுப்பில் பங்கேற்றோரில் 59 சதவிகிதத்தினர் பிரிட்டிஷ் ஏகாதிபத்தியம் 'கர்வம் கொள்ள வேண்டிய ஒன்று' எனத் தெரிவித் திருந்தனர். 19 சதவிகிதத்தினர் மட்டுமே அதன் தவறுகளுக்காக 'வெட்கப் படுவதாக' கூறியிருந்தார்கள். காலனி ஆதிக்கத்துக்கு உட்பட்டிருந்ததால் பல நாடுகள் நல்ல நிலைமைக்கு வந்ததாக அநேகமாக 50 சதவிகிதத்தினர் கருதி இருந்தார்கள். பிரமிக்கத்தக்க வகையில் 34 சதவீதத்தினர் 'இன்னும் பிரிட்டன் ஓர் காலனியப் பேரரசை வைத்திருப்பதை விரும்புவதாக' தெரிவித்திருந்தனர்.

'உலகில் உழைப்பு, மூலதனம் மற்றும் பொருள்களின் அதிகபட்ச உருவாக்கத்தை பிரிட்டன் பேரரசு வழங்கியது. 19-ஆம் நூற்றாண்டிலும், 20-ஆம் நூற்றாண்டின் தொடக்கத்திலும் பிரிட்டிஷ் பேரரசைத் தவிர வேறு எந்த ஓர் அமைப்பும் இந்த அளவுக்கு சரக்குகள், மூலதனம் மற்றும் உழைப்பின் தாராளப் போக்குவரத்துகளை ஊக்குவித்ததாக சரித்திரம் இல்லை. மேலும் உலகம் முழுவதும் மேற்கத்திய சட்டம், ஒழுங்கு மற்றும் நிர்வாக முறைகளைக் கொண்டு வர வேறு எந்த அமைப்பும் முயன்றதில்லை. முழுவதுமாக இல்லை என்றாலும், அதன் வரலாறின் பெரும் பகுதியில் ஊழல் இல்லாத ஓர் அரசாங்க முகமையாகச் செயல் பட்டு வந்திருக்கிறது. எனவே பிரிட்டிஷ் ஏகாதிபத்தியம் உலகத்தை மேம்படுத்தியது என்று கருதுவதற்கு வலுவான முகாந்திரம் இருப்பதாகவே தெரிகிறது. வேறு வார்த்தைகளில் கூறுவதானால்... அது ஓர் நல்ல விஷயம்' என ஃபெர்குஸன் சொல்வதை இதற்கு உதாரண மாகக் கூறலாம்.

21-ஆம் நூற்றாண்டின் தொடக்கத்தில் உச்சத்தை எட்டியிருந்த உலகமய மாக்கலின்போது இவ்வாறு அந்த 'நல்ல விஷயம்' அறிவிக்கப்பட்டது. மிகவும் போற்றப்படும் இந்த உலகமயப் பொருளாதார அமைப்புக்கு பிரிட்டிஷ் ஏகாதிபத்தியம்தான் முன்னோடி என்றும், அதன் நாடு பிடிக்கும் வேட்டைகளை வெளிநாட்டு முதலீடுகள் என்றும், அதன் பேராசைகளை

தாராள வர்த்தகம் என்றும் சித்திரிக்க முயன்ற ஃபெர்குஸனின் வாதத்துடன் அது மிகவும் பொருந்தியது (வெளிநாட்டு முதலீடும் தாராள வர்த்தகமும்தான் ஒவ்வொருவரின் வாழ்க்கைத் தரத்தையும் உயர்த்தும் அம்சங்கள் என உலகமயமாக்கல் ஆதரவாளர்கள் சொல்லும் அதே வாதங்கள்). நிச்சயமாக இந்த வாதம் கடுமையாக எதிர்க்கப்பட வேண்டியது. ஏனென்றால், ஃபெர்குஸன் பாராட்டும் அந்த வளங்களின் மிகச் சிறந்த, அனுகூலமான பகிர்வு என்பது காலனி மக்களின் நிலம் இழப்பு, வேலையின்மை, எழுத்தறிவின்மை, வறுமை, நோய், நாடு கடத்தல் மற்றும் அடிமைத்தளை போன்றவற்றையே குறித்தது.

ஆயிரக்கணக்கான ஆண்டுகள் இல்லை என்றாலும், பல நூற்றாண்டு களாக தரை மற்றும் கடல் மார்க்கமாக இந்தியர்கள் நடத்திக்கொண்டிருந்த தாராள வர்த்தகத்தை அழித்துக்கொண்டேதான் பிரிட்டிஷார் தாராள வர்த்தகத்தின் நன்மைகளைப் பறைசாற்றிக் கொண்டிருந்தனர். தாராள வர்த்தகம் என்பது நிச்சயமாக ஒரு தாரக மந்திரம்போல் பிரிட்டிஷாரின் தேவைகளுடன் நன்கு பொருந்தியது. ஏனென்றால், 19-ஆம் நூற்றாண்டின் தொடக்கத்தில் அதன் மூலம் அதிகபட்ச ஆதாயம் அடையத் தேவையான வசதிகள் அனைத்தையும் அவர்கள்தான் பெற்றிருந்தனர்.

உள்நாட்டு மக்கள் சிறு போட்டியை ஏற்படுத்த முயற்சி செய்த போதெல்லாம் பிரிட்டிஷாரின் சட்டங்களும் துப்பாக்கிகளும் அவர்களை ஒடுக்கின. சம வாய்ப்புகள் நிறைந்த ஓர் உலகமயமாக்கல் என்பது கண்டிப்பாகப் போற்றப்பட வேண்டிய ஒன்று. ஆனால் ஆங்கிலப் பேரரசின் உலகமயமாக்கல் என்பது காலனி ஆட்சியாளர்களால் அவர்களுக்காக நடத்தப்பட்டு வந்தது. காலனியக் குடிமக்களின் நன்மைக்காக அல்ல.

‘உலகமயமாகப்போகும் எதிர்கால உலகில் காலனிவாசிகளின் இறுதி வெற்றிக்குத் தேவையான அஸ்திவாரம் அமைத்ததன் மூலம் நீண்ட கால அடிப்படையில் பிரிட்டிஷ் பேரரசின் பலி ஆடுகளே அதன் இறுதிப் பயனாளிகளாக ஆகி இருப்பது நிரூபணமாகி உள்ளது’ என்று ஃபெர்குஸன் கூறுகிறார். ஆனால், மனிதர்கள் நீண்ட காலம் உயிர் வாழ்வதில்லை; அப்போது அவர்கள் வாழ்ந்தார்கள். துயரங்களை அனுபவித்தார்கள். பொருளாதார சுரண்டல், பல கோடி மக்களுக்கு சேதம், செழித்து வளர்ந்த தொழில்களின் அழிவு, போட்டியிடும் வாய்ப்புகள் நிராகரிப்பு, உள்நாட்டு நிர்வாக அமைப்புகள் ஒழிப்பு, நினைவுக்கெட்டாத காலத்தில் இருந்து செழித்து வந்த வாழ்க்கை முறைகள் மற்றும் அமைப்புகளின் சிதைவு, காலனி மக்களின் விலை மதிப்பற்ற உடமைகள், அவர்களுடைய அடையாளங்கள் மற்றும் சுயமரியாதை நிர்மூலம் போன்றவற்றையே காலனி ஆட்சி செய்தது.

இந்த வகையில் ஃபெர்குஸனின் விருப்பங்கள் எல்லாம் அவருக்கு முன் வாழ்ந்த காரல் மார்க்ஸின் கருத்துகளை விநோதமாக ஒத்திருக்கின்றன:

இந்திய சமுதாயத்துக்கு வரலாறு எதுவும் இல்லை. குறைந்தபட்சம் தெரிந்த வரலாறு என்று எதுவும் இல்லை. அமைதியான, எதிர்க்க முயலாத, என்றும் மாறாத அடிப்படைகளைக் கொண்ட ஒரு சமுதாயத்தின்மீது தொடர்ந்து படையெடுத்து தங்கள் சாம்ராஜ்யங் களை நிறுவிய அந்நியர்களின் வரலாறைத்தான் நாம் அதன் வரலாறு என அழைக்கிறோம். எனவே, இந்தியாவை கைப்பற்ற இங்கிலாந்துக்கு உரிமை இருக்கிறதா, இல்லையா என்பது கேள்வி அல்ல. பிரிட்டானியர்களுக்குப் பதிலாக இந்தியாவைக் கைப்பற்று வதில் பிற்போக்கான துருக்கியர்கள், பிற்போக்கான பாரசீகர்கள் அல்லது ரஷ்யர்களில் நாம் யாரை தேர்வு செய்வோம் என்பதே கேள்வி... இந்தியாவில் இரண்டு திட்டங்களை இங்கிலாந்து நிறைவேற்ற வேண்டி இருந்தது: ஒன்று, அழிப்பது. மற்றொன்று மறு உருவாக்கம் செய்வது. அதாவது பழம்பெரும் அந்த ஆசிய சமுதாயத்தை அழித்து, அங்கு மேலைச் சமூகத்துக்கான அஸ்திவாரங் களை அமைப்பது.

டெனிஸ் ஜட் என்பாரின் 'சிங்கமும், புலியும்' (The Lion and the Tiger) என்ற சிறு கட்டுரையில் இன்னும் கொஞ்சம் நடுநிலையான விளக்கம் இருப்பதைக் காண முடிகிறது. அது பிரிட்டிஷ் பேரரசின் மீது பெரும் பாலும் பரிவு காட்டியிருந்தது. ஆனாலும் அதன் சுரண்டல் தன்மையை மறைக்கவில்லை. 'நடந்தது அனைத்தும் நல்லதற்கா, கெட்டதற்கா என்பதைக் கூறுவது சாத்தியமே இல்லை' என அவர் முடித்திருந்தார். மீஜான் வில்சன் மிக அண்மையில், 'இந்தியா வெல்லப்பட்டது' (India Conquered) என்ற நூலில் ஆங்கில பேரரச நோக்கத்தின் பாசாங்குகளைப் பெரும்பாலும் ஏற்றுக்கொள்ளவே இல்லை. 'அதன் நடவடிக்கைகள் அனைத்தும் குறுகிய தன்னலம், ஆழமான ஆசைகள் ஆகியவற்றின் அடிப்படையில் இருந்தன' என்று சொல்லும் அவர், 'அதில் தன் சொந்த நலனுக்காக பிரிட்டிஷ் அரசு அமைப்புகளை இந்தியாவில் பராமரிப்பது மிக முக்கிய ஆசையாக இருந்தது' என்கிறார். வேறுவிதமாக கூறினால், தன்னைத்தானே நிரந்தரமாக்கிக் கொள்வதைத்தவிர வேறு பெரிய குறிக்கோள் எதுவும் ஆங்கிலப் பேரரசுக்கு இல்லை. எனவே அது இந்தியாவுக்கு சில நன்மைகளைச் செய்ததில் வியப்பேதும் இல்லை.

இரண்டு நூற்றாண்டுகள் காலனி ஆட்சியில் நாட்டுக்கு ஏற்பட்ட கதியை இந்தியர்கள் ஒருபோதும் மறக்க இயலாது. ஒரு காலத்தில் செல்வச் செழிப்பும் பெரும் தொழில் வளமும் நிறைந்த நாடுகளில் ஒன்றாக இருந்த இந்தியா, 1750-ல் சீனாவுடன் சேர்ந்து உலகத் தொழில் உற்பத்தியில் 75 சதவிகித பங்கினைப் பெற்றிருந்தது. ஆங்கில ஆட்சியின் நடவடிக்கைகளால், சுதந்திரம் அடைந்த 1947-ஆம் ஆண்டை நெருங்கும் போது உலகில் நம் நாடு எவ்வாறு மிக ஏழ்மையான, மிகப் பின்தங்கிய, எழுத்தறிவற்ற, நோயுற்ற சமுதாயங்களில் ஒன்றாக மாறியிருந்தது என்பதை நாம் பார்த்துவிட்டோம்.

1600-ல் கிழக்கிந்திய கம்பெனி உருவானபோது உலகின் மொத்த உற்பத்தியில் (ஜி.டீ.பி) பிரிட்டனின் பங்கு 1.8 சதவிகிதம் மட்டுமே இருந்தது. அந்த நேரத்தில் இந்தியாவின் பங்கு 23 சதவிகிதமாக இருந்தது. ஆனால், ஏறக்குறைய இரண்டு நூற்றாண்டுகளுக்குப் பின், 1940-ஆம் ஆண்டுவாக்கில் உலக உற்பத்தியில் பிரிட்டனின் பங்கு சுமார் 10 சதவிகிதத்தை எட்டியிருந்தது. அதேவேளையில் இந்தியா 'மூன்றாம் உலக நாடாக' தரம் தாழ்த்தப்பட்டு, பஞ்சம், பசி, பட்டினி மற்றும் வறுமையின் கோரப்பிடியில் சிக்கிய அநாதைக் குழந்தையாக மாறி இருந்தது. '1757 முதல் 1900 வரையிலான காலத்தில் பிரிட்டனின் தனிநபர் மொத்த உள்நாட்டு உற்பத்தி, 347 சதவிகிதம் அதிகரித்தபோது, இந்தியாவில் அது 14 சதவிகிதம் மட்டுமே உயர்ந்திருந்தது' என ஃபெர்குஸன் ஒப்புக்கொள்கிறார். ஆனால், இந்தப் புள்ளிவிவரமும்கூட தொடர்ந்து மோசமாகிக்கொண்டு வந்த பிரிட்டிஷ் ஆட்சியின் தீமைகளை மூடி மறைக்கவே முயல்கிறது.

1900 முதல் 1947 வரை இந்திய பொருளாதாரத்தின் வளர்ச்சி விகிதம் ஒரு சதவிகிதத்துக்கும் குறைவாக இருந்தது. அதே சமயம் மக்கள்தொகையோ நிலையாக 3.5 சதவிகிதத்துக்கு மேல் அதிகரித்து வந்துகொண்டிருந்தது. எனினும் பச்சிளம் குழந்தைகள் மற்றும் குழந்தைகள் இறப்பு விகிதம் மிக அதிகமாக இருந்ததால் நிகர அடிப்படையில் மக்கள்தொகை பெருக்கம் பொருளாதார வளர்ச்சி விகிதத்துக்கு நெருக்கமாக இருப்பதுபோல் தெரிந்தது. அப்படியாகவே, நிகர வளர்ச்சி விகிதத்தை ஒன்றுக்கு அருகில் கொண்டுவந்து நிறுத்தியிருந்தது.

பிரிட்டனிடம் இருந்து நாடு விடுதலை அடைந்த பிறகு இந்தப் புள்ளிவிவரங்கள் தலைகீழாக மாறின. 1900 மற்றும் 1950 ஆண்டுகளுக்கிடையில் நிகர தனிநபர் வருமான வளர்ச்சி பூஜ்யமாக இருந்தது (0.8 சதவிகித பொருளாதார வளர்ச்சி மைனஸ் அதே அளவிலான நிகர மக்கள்தொகை பெருக்கம்). ஆனால், 1950 முதல் 1980 வரையிலான காலத்தில் அது 1.3 சதவிகிதமாக உயர்ந்தது. (3.5 சதவிகித வளர்ச்சி விகிதம் மைனஸ் 2.2 சதவிகித மக்கள்தொகை பெருக்கம்). 1981-90 காலகட்டத்தில் நாட்டின் பொருளாதார வளர்ச்சி 3.5 சதவிகிதமாக அதிகரித்து, 1991-2000 ஆண்டுகளில் 4.4 சதவிகிதத்தை எட்டியது. அடுத்த பத்தாண்டுகளில் வளர்ச்சி வேகம் இன்னும் கூடி இரண்டு முறை 9 சதவிகிதத்தைத் தாண்டியது. எனவே2001 முதல் 2010 வரையிலான காலத்தில் சராசரியாக 7.8 சதவிகித வளர்ச்சி இருந்தது. மேலும், 200 ஆண்டுகள் நடந்த பிரிட்டிஷ் ஆட்சியுடன் ஒப்பிடும்போது, நாடு சுதந்திரம் அடைந்து 70 ஆண்டுகளுக்குள் (இதை எழுதிக் கொண்டிருந்த காலத்தின்படி) பிற முக்கிய பொருளாதாரக் குறியீடுகளும் அசாதாரண வளர்ச்சியைச் சுட்டிக்காட்டின.

பிரிட்டிஷார் விட்டுச் சென்ற சமுதாயத்தில் மொத்த எழுத்தறிவு விகிதம் 16 சதவிகித அளவுக்கே இருந்தது. அப்போது ஒரு இந்தியனின் சராசரி

ஆயுட்காலம் 27 ஆண்டுகள் மட்டுமே. உள்நாட்டில் எந்தத் தொழில்களுமே இல்லை. இன்று நாம் அழைக்கும் வறுமைக்கோடு என்பதற்குக் கீழே அப்போது 90 சதவிகிதத்துக்கும் அதிகமான மக்கள் இருந்தனர். இன்று எழுத்தறிவு விகிதம் 72 சதவிகிதமாக உயர்ந்திருக்கிறது. சராசரி ஆயுட்காலம் 70 ஆண்டுகளை நெருங்கி உள்ளது. 21-ஆம் நூற்றாண்டில் 28 கோடி மக்கள் ஏழ்மையில் இருந்து மீட்கப்பட்டுள்ளனர்.

எளிய உதாரணமாக, ஆங்கில ஆட்சியின் ஆசீர்வாதங்களில் ஒன்றாகக் கருதப்பட்ட மின்சாரத்தை எடுத்துக் கொள்வோம்: இந்தியாவில் 1890-களில் முதன் முதலாக மின்சாரம் வழங்கப்பட்டது. அதற்குப் பிறகு ஏறக்குறைய 50 ஆண்டுகள் பிரிட்டிஷார் நாட்டை ஆண்டனர். 1947 வரையிலான அந்த ஐம்பது ஆண்டுகளில் பிரிட்டன், மற்ற ஐரோப்பிய நாடுகள் மற்றும் அமெரிக்கா முழுவதுமாக மின்சார வசதி பெற்றிருந்தன. ஆனால், இந்தியாவின் 6,40,000 கிராமங்களில் 1,500 கிராமங்களுக்கு மட்டுமே மின்சாரம் கிடைத்தது. எனினும் சுதந்திரத்துக்குப் பிறகு, 1947 முதல் 1991 வரையிலான 44 ஆண்டுகளில், ஏறக்குறைய இதே கால அளவில் பிரிட்டிஷ் காலனி ஆட்சி செய்ததை விட, இந்திய அரசு சுமார் 320 மடங்கு அதிக கிராமங்களுக்கு மின்சார வசதி செய்து கொடுத்திருந்தது.

இதற்கான காரணங்கள் வெளிப்படையானவை. இந்திய மக்களின் நல்வாழ்வில் பிரிட்டிஷாருக்கு எந்த அக்கறையும் இருக்கவில்லை. அசெமோக்லு, ராபின்சன் ஆகிய அறிஞர்கள் தம் 'தேசங்கள் ஏன் தோல்வி அடைகின்றன?' (Why Nations Fail?) என்ற புரட்சிகரமான கட்டுரையில் கூறியதுபோல் இந்தியா ஓர் 'சுரண்டப்படும் காலனி'யாக இருந்தது. இந்தியாவில் இயற்கையான வளர்ச்சி இல்லாமல் போனதற்கு காரணம் பிரிட்டிஷ் ஏகாதிபத்தியம்தான். 16 மற்றும் 18-ஆம் நூற்றாண்டுகளுக்கு இடையே ஐரோப்பாவில் உருவானதுபோல் அறிவியல், தொழில்நுட்ப, தொழில் மற்றும் சமூக நல அமைப்புகள் இங்கே இடம் பெறாமல் போனதற்கும் அதுவே காரணம். மாறாக காலனி வளங்களைச் சுரண்டி யெடுக்கும் கொள்ளைதான் நடந்தது.

பிரிட்டிஷ் ஆட்சி முடிவதற்கு முன்னால் பல ஆண்டுகளாகவே அதன் களங்கமான வரலாறை உலகம் நன்கு தெரிந்து வைத்திருந்தது. இந்தியாவில் தனிநபர் வருமானம் எந்த முன்னேற்றமும் காணாமல் இருந்த அவலமான அரை நூற்றாண்டுக்குப் பிறகு அந்த ஆட்சி முடிவுக்கு வந்தது. கல்கத்தாவில் இருந்து வெளிவந்த 'இந்திய உலகம்' (Indian World) பத்திரிகையின் ஆசிரியர் 1906-ல் எழுதியதைச் சுட்டிக்காட்டி அமெரிக்க அரசியல் தலைவரான வில்லியம் ஜென்னிங்ஸ் பிரயான் கூறினார்:

'ஆங்கிலேயர் இந்தியாவுக்கு வந்தபோது அது ஆசிய நாகரிகத்தின் தலைவனாகவும், ஆசிய உலகின் மையத்தில் தன்னிகரற்ற ஒளிவிளக்காகவும் இருந்தது. அங்கே ஜப்பான் இல்லை. இப்போது, இந்த ஐம்பது ஆண்டுகளில், நவீனகால வளர்ச்சிக்கான தொழில்நுட்பங்களின் உதவியுடன் ஜப்பான் தனது வரலாறைப் புரட்சிகரமாக்கிவிட்டது.

ஆனால், 150 ஆண்டுகள் பிரிட்டிஷ் ஆட்சியுடன் இந்தியா இன்னும் அடிமைத்தளையில் கட்டுண்டு கிடக்கிறது'.

மெய்ஜி புரட்சிக்குப் பிறகு 40 ஆண்டுகளில் ஜப்பான் 90 சதவிகித எழுத்தறிவு விகிதத்தை எட்டி இருந்தது. அதே சமயம் 150 ஆண்டுகள் பிரிட்டிஷ் ஆட்சியின் கீழ் இந்தியா 10 சதவிகித எழுத்தறிவுடன் மிகவும் பின்தங்கி இருந்தது. அது மட்டுமல்லாமல் மற்ற ஒவ்வொரு சமூக-பொருளாதார குறியீடுகளுமே இந்தியாவின் சீரழிவைக் குறிப்பதாகத்தான் அமைந்திருந்தன.

பிரிட்டிஷ் ஏகாதிபத்தியம் உலகத்தைச் செழிக்கச் செய்வதற்குப் பதிலாக வறுமையில் தள்ளியது என ஜான் வில்சன் கூறுகிறார். 'மட்ட ரகமான கொள்கைகளால் பேரரசு நடத்தப்பட்டது. அவர்கள் ஆட்சி செய்த நாடுகளின் முன்னேற்றத்துக்காக முதலீடு செய்வதை விடுத்து, தங்கள் ஆட்சியை நிலைக்கச் செய்ய உள்நாட்டு முக்கியஸ்தர்களுடன் ஒப்பந்தம் செய்துகொண்டு பிழைப்பு நடத்தினர். இந்திய மாநிலமான பிஹாரில் இப்போது நிலப்பிரபுக்களால் கிராமவாசிகள் கூண்டோடு கொல்லப்படும் அவலம் பிரிட்டிஷாரின் நிலக்கொள்கையால்தான் உருவானது' என எழுதினார்.

பிரிட்டிஷ் ராஜ்ஜியத்தின் இந்த இழிவான நடவடிக்கைகளை லாரன்ஸ் ஜேம்ஸ் கொண்டாடுவதைப் பார்த்து நாம் அதிர்ச்சியடையாமல் இருக்கமுடியாது: 'உலக அரங்கில் தன் பெருமைமிகு கணங்களுக்கு பிரதிபலனாக பிரிட்டிஷ் முத்திரையின் கீழ் ஆங்கில அரசு இந்தியாவுக்கு மறுமலர்ச்சி அளித்திருந்தது. மொத்தத்தில் மனிதகுலத்துக்கு ஆற்ற வேண்டிய அரும்பணியாக அது எதை கருதியதோ அதன் மிக நேர்த்தியான வெளிப்பாடாகவே அது அமைந்திருந்தது. 18-ஆம் நூற்றாண்டின் இறுதியிலும், 19-ஆம் நூற்றாண்டின் தொடக்கத்திலும் எழுச்சி பெற்றிருந்த இவாஞ்சலிக்க அறிவொளி இயக்கத்தில் இருந்து அதன் வழிகாட்டு நெறிமுறைகள் முளைத்தன. கிறித்தவ மதத்தாலும், பகுத்தறிவாலும் இந்த உலகை உயர்த்த அவை கனவு கண்டன. இந்தியாவில் கிறித்தவம் ஓரளவு முன்னேற்றத்துக்கே வழி வகுத்தது. ஆனால், மேற்கத்திய கல்வி மற்றும் விஞ்ஞான பயன்பாடுகள் வடிவில் பகுத்தறிவு அதை நன்கு சாதித்தது' என்று அவர் கூறினார்.

வேதங்கள்-உபநிஷதங்கள் தோன்றிய மண்ணாகவும், அக்பரின் அரசவையில் அறிவார்ந்த சமய தர்க்கங்களை நடத்திய நாடாகவும், 'வாதம் புரியும் இந்தியனின்' தாயகமாகவும் இருந்த இந்தியாவுக்கு, பிரிட்டிஷ் காலனி ஆதிக்கம் தந்த 'பகுத்தறிவால்' மறுமலர்ச்சி அடைய வேண்டிய அவசியம் இருந்ததா? லாரன்ஸ் ஜேம்ஸின் இந்தப் பெருமைப் பீற்றலில் இருக்கும் முன்தீர்மானம் அதிர்ச்சியில் உறையச் செய்வதாகவே இருக்கிறது.

பொருளாதார பலன்கள் அனைத்தும் பிரிட்டிஷ் ராஜ்ஜியத்தில் இருந்து வந்தது என்ற ஃபெர்குஸனின் வாதத்துடன் இணைத்துப் பார்த்தால், இந்த பிரிட்டிஷ் ஆதரவாளர்கள் இந்தியர்கள் அறிவுப்பூர்வ கழைக் கூத்தாடிவித்தை (அந்தரத்தில் கட்டப்பட்ட மெல்லிய கயிறில் நடப்பது போல் சொந்த நாட்டுக்குள், சுய முயற்சியில் தாமே உயர்ந்து சென்றது) என்று வர்ணிக்கப்படத்தக்க ஒன்றின் வழியாக முன்னேற்றம் அடைந்திருப்பதைக் கவனத்தில் கொள்ளத் தவறிழைத்தவர்களாக இருக்கின்றனர்.

பேராசிரியர் ரிச்சர்டு போர்ட்டர் கேட்டதுபோல், 'பதினெட்டாம் நூற்றாண்டு இந்தியா, தாராள மேலை அரசியல் பொருளாதார வல்லுனர்களின் விதிமுறைகளுக்கு முரணாக இருந்தாலும்கூட, தன்னுடைய சொந்த அறிஞர்களின் கண்களுக்கு நல்லது என்று தெரியக்கூடிய மூலதனம், உழைப்பு மற்றும் உற்பத்திப் பொருள்களைப் பகிர்ந்தளித்து தன்னுடைய சொந்தப் பொருளாதாரப் பாதையை ஏன் வகுத்துக் கொண்டிருக்க முடியாது?'.

நவீனத்துவத்தை மேலை உலகின் வரப்பிரசாதமாகப் பார்ப்பவர்கள் கிளப்பிவிட்ட இந்தியாவின் 'பின்தங்கிய நிலை' பற்றிய கண்ணோட்டங் கள் குறித்து (வரலாற்றாசிரியர்கள் மற்றும் அறிஞர்களின் விரிவான விளக்கங்களைச் சுட்டிக்காட்டி) போர்ட்டர் வினா எழுப்பியிருக்கிறார்.

நிச்சயமாக ஒன்றை மறந்துவிடக்கூடாது. பிரிட்டிஷார் கால் பதித்த சமயத்தில் இந்தியா செல்வ வளமிக்க, செழித்து வளர்ந்து கொண்டிருந்த மற்றும் வணிகமயமாகிக் கொண்டிருந்த சமுதாயமாக இருந்தது: கிழக்கிந்திய கம்பெனி முதலில் இந்தியாவின் மீது ஆர்வம் கொண்டதற்கு அதுவே முக்கிய காரணம். தென்னாப்பிரிக்காவின் நன்னம்பிக்கை முனையை சுற்றி வந்து கோழிக்கோடுக்கு (Calicut) மார்க்கம் கண்ட போர்ச்சுக்கீசிய கடல் சாகச மாலுமி வாஸ்கோ ட காமா, இந்திய பெருநகரங்கள், பிரம்மாண்ட கட்டடங்கள், நீண்ட நதிகள், செல்வச் செழிப்புடன் முன்னேறும் மக்கள் கூட்டம் பற்றி போர்ச்சுக்கீசிய மன்னரிடம் மூச்சு விடாமல் பேசியிருக்கிறார்.

இந்திய நறுமணப் பொருட்கள், நவரத்தினங்கள், ஆபரணங்கள் மற்றும் தங்கச் சுரங்கங்கள் பற்றி அவர் மெய்மறந்து புகழ்ந்தார். ஆனால் இந்திய அரசருக்கு (கோழிக்கோடு குறுநில மன்னர்) வாஸ்கோ ட காமா வழங்கிய பரிசுகள் அனைத்தும் மிக அற்பமாகத் தெரிந்தன. உயர்தர பொருள் களையே பார்த்துப் பழகிப் போயிருந்த இந்திய வணிகர்களும், அரசவை அங்கத்தினர்களும் வாஸ்கோ ட காமா கொண்டு வந்த பொருள்களைப் பார்த்து வெளிப்படையாக எள்ளி நகையாடினர்.

ஏற்கனவே நாம் கண்டதுபோல், பின்தங்கிய அல்லது முன்னேற்றம் இல்லாத நிலையை அடைவதற்கு நீண்ட காலத்துக்கு முன் காலனி ஆதிக்கத்துக்கு முந்தைய இந்தியா பிரிட்டனின் நவநாகரிக சமுதாயம்

மிகவும் விரும்பிய உயர்தர உற்பத்திப் பொருட்களை ஏற்றுமதி செய்தது. பிரிட்டிஷ் மேட்டுக்குடியினர் இந்திய லினன் மற்றும் பட்டுத் துணிகளை விரும்பி அணிந்தனர். இந்தியாவின் பல வண்ண திரைச்சீலைகள் மற்றும் அலங்கார ஜவுளி ரகங்களால் தங்கள் வீட்டை அழகுபடுத்தினர். இந்திய நறுமணப் பொருள்களையும் சுவையூட்டிகளையும் மிகவும் விரும்பினர் (உண்மையில், 17-ஆம் நூற்றாண்டில் வாடிக்கையாளர்களைக் கவர்வதற்காக பிரிட்டிஷ் தொழில் அதிபர்கள் 'இந்திய தயாரிப்புகள்' என முத்திரை குத்தி தங்களுடைய தரம் குறைந்த போலிகளை விற்பனை செய்ய முயற்சித்ததாகவும் கதைகள் உண்டு).

முகலாய பேரரசர் ஔரங்கசீப்பின் (1618-1707) ஆண்டு வருமானம் அளப்பரியதாக இருந்தது. நான் இந்த நூலின் தொடக்கத்தில் கூறியது போல், உண்மையில் அப்போது அவரது மொத்த வருமானம், வரி வருவாய் நீங்கலாக, 45,00,00,000 பவுண்டை எட்டி இருந்தது. அது அவருடைய சமகால மன்னரான 14-ஆம் லூயியின் வருமானத்தை விட பத்து மடங்குக்கும் அதிகம்.

நன்கு நிறுவிய முகவர்கள் கட்டமைப்பு, தரகர்கள், இடையாட்கள் மற்றும் ஏற்றுமதி மற்றும் வணிக கடன்கள் அளிக்கும் திறன் போன்ற அதிநவீன நிதி கட்டமைப்பு வசதிகளுடன் இந்தியாவின் மிக முன்னேறிய வங்கித்தொழில் முறையும், வலுவான வணிக மூலதனமும் இருந்தது. அது, ஜகத் சேத்கள், தெற்கே செட்டியார்கள் மற்றும் மேற்கே குஜராத் பனியாக்களின் வட்டித்தொழில் கட்டமைப்புகளைக் கொண்டிருந்தது. அந்த வங்கித் தொழில் முறை மிகப் பெரியதாகவும், பரந்து விரிந்ததாகவும் இருந்ததுடன் பேங்க் ஆப் இங்கிலாந்து அளவுக்குப் பணப்பரிவர்த்தனைகளை மேற்கொண்டு வந்தது.

இத்தகைய நாடு பிரிட்டிஷார் கையில் சிக்கியதால் ஏழ்மை நிலைக்குத் தள்ளப்பட்டது. பிரிட்டிஷ் ஆட்சிக்கு இரையான சமயத்தில் இந்தியா ஏராளமான உபரி நிதியைக் கொண்டிருந்தது. திறமையான கைவினைக் கலைஞர்கள் இனத்தைப் பயன்படுத்தி உலகுக்குப் பெரிதும் தேவைப் பட்ட உயர்தரப் பொருள்களை ஏற்றுமதி செய்தது. ஏராளமான விளைநிலங்களுடன் செழித்தோங்கிய விவசாய அடிப்படைகளுடன் 10-15 கோடி மக்களுக்கு வாழ்வளித்தது. அங்கே வறுமையோ நிலமில்லா கொடுமையோ இல்லை. இவையனைத்தும் பிரிட்டிஷாரால் அழிக்கப் பட்டன. வில்சன் கூறியது போல், '1750-ல் பிரிட்டன் மக்களுக்கு இணையாக இந்தியர்களின் வாழ்க்கைத்தரம் இருந்தது. ஆனால், இப்போது, இந்தியனின் சராசரி வருவாய் பிரிட்டானியர் ஒருவரின் வாங்கும் சக்தி அடிப்படையில் பார்த்தால் பத்தில் ஒரு பங்கு அளவுக்கே இருக்கிறது. இடைப்பட்ட காலத்தில் நிலவிய 200 ஆண்டுக்கால பிரிட்டிஷ் ஆட்சியே இந்த இந்திய வீழ்ச்சிக்குக் காரணம்'.

இந்த நூல் முழுவதுமாகப் பல இடங்களில் நான் கூறி இருப்பது போல், தன்னைத் தானே ஆளவிடப்பட்டிருந்தால், 19 மற்றும் 20-ஆம்

நூற்றாண்டுகளில் இந்தியா மிகச் செழிப்பான, ஒன்றுபட்ட மற்றும் நவீனமயமாகும் சக்தியாக உருவெடுத்திருக்கும் என்பதை நம்புவதற்கு போதுமான காரணங்கள் உண்டு. ஆங்கில ஆட்சியின் கீழ் இந்தியா அடைந்த பொருளாதாரத் தோல்விக்கு பிரிட்டிஷாரின் கொடுமைகள் காரணம் அல்ல; தொழில்நுட்பரீதியில் பின்தங்கியதே காரணம் என பல பொருளியல் வல்லுனர்கள் குற்றம்சாட்டுகின்றனர். ஆனால், தொழில்நுட்பக்குறைவு இந்தியாவின் பொருளாதாரத் தோல்விக்கு ஒரே காரணமாக இருந்தாலும்கூட, ஜப்பான் செய்தது போல், சுதந்திர இந்தியா தனக்குத் தேவையான தொழில்நுட்பங்களை நிச்சயமாக இறக்குமதி செய்து வந்திருக்கிறது. இருபதாம் நூற்றாண்டு வரை அதற்கு பிரிட்டிஷார் அனுமதிக்கவில்லை என்பதே உண்மை. அத்தனை நூற்றாண்டுகளில் பாரசீகத்தில் இருந்து கலைஞர்கள்-வரலாற்று ஆய்வாளர்கள், மத்திய ஆசியாவில் இருந்து கட்டட-சிற்பக் கலைஞர்கள், கிழக்கு ஆப்பிரிக்காவில் இருந்து ராணுவ வீரர்கள் என தனக்குத் தேவையான அனைத்தையும் பெற்றுக் கொண்டுவந்த ஒரு நாடு, (இன்று சீனா செய்வதுபோல்) ரயில்வேயில் இருந்து தொழில்துறைகள்வரை ஐரோப்பாவின் நவீனத் தொழில்நுட்பங்களை இறக்குமதி செய்யாமல் போவதற்கு எவ்வித முகாந்திரமும் இல்லை.

வரலாறு முழுவதுமாகவே உயர்நிலையை நோக்கித்தான் இந்தியாவின் நாகரிக உள்ளுணர்வு இருந்தது. அந்த வளர்ச்சி பல்வேறு பின்னடைவுகளாலும், போராட்டங்களாலும் தடைபட்டுக் கொண்டே வந்தது என்பது உண்மைதான். ஆனால் எந்த நாடுதான் இதற்கு விதிவிலக்காக இருந்தது? ஆக்கிரமிப்புக்குப் பதிலாக வர்த்தகம் மட்டுமே நடந்திருந்தால் அப்போதும் இந்தியா செழிப்படையத்தான் செய்திருக்கும். பிரிட்டிஷ் ஆட்சியின் பயங்கரம் இல்லாமலேயே மெய்ஜி புரட்சி போன்ற ஒன்று இந்தியாவில் மிக எளிதாக நடந்திருக்க முடியும். இன்று இந்தியா செல்லும் முன்னேற்றப் பாதையை வந்தடைய இந்தியாவுக்கு பிரிட்டிஷ் ஏகாதிபத்தியம் ஏற்படுத்திய அடிமைத்தளையும் அவமானமும் தேவைப் பட்டது என்று கூற முடிவதுபோல், மிகச் சிறந்த நடைமுறைகளை உலகில் இருந்து கடனாகவும் காசு கொடுத்தும் பெற்று, அவற்றை தன்னுடைய தேவைகளுக்கு ஏற்ப மாற்றி இந்தியா நவீனமயமாகி இருக்க முடியும் என வாதாடுவதும் சாத்தியமானதுதானே.

புரட்சிகர சிந்தனை எதுவும் இல்லாத நாவலாசிரியர் ஜோசப் கான்ராட் கூட காலனி ஆதிக்கத்தை ‘பலவீனம், நடிப்பு, பேராசை மற்றும் இரக்கமற்ற முட்டாள்தனம் கொண்ட பார்வை பழுதான பேய்’ என வர்ணித்தார். 1902-ல் அவர் எழுதியதுபோல் ‘ஒரு நிலத்தை (தேசத்தை) வெற்றி கொள்வதென்பது, வேறு நிறம் கொண்ட அல்லது நம்மைவிட சற்றே தட்டையான மூக்குகளை உடையவர்களிடம் இருந்து அவர்களுடைய நிலத்தை எடுத்துக் கொள்வது என்ற அர்த்தத்தையே பெரும்பாலும் தருகிறது. ஆழமாக ஆராய்ந்தால் அது நல்ல விஷயம் அல்ல’.

1930-ல் நியூயார்க்கில் மேல்நாட்டு மக்கள் பங்கேற்ற நிகழ்ச்சி ஒன்றில் பேசிய ரவீந்திரநாத் தாகூர், 'உலகின் பெரும்பாலான பகுதிகள் உங்கள் நாகரிகத்தால் துயரங்களை அனுபவித்து வருகின்றன' என கண்ணியமாகக் குறிப்பிட்டார். மகாத்மா காந்தியிடம் மேலை நாகரிகம் பற்றிய அவரது எண்ணம் குறித்துக் கேட்டபோது, '(இனிமேல்தான் உருவாகப்போகிற) அது ஒரு நல்ல விஷயமாக இருக்கக்கூடும்' என இன்னும் அப்பட்டமாக கூறினார்.

ஆங்கிலப் பேரரசை ஆதரித்து எழுதும்போது நியால் ஃபெர்குஸன், 'பிரிட்டிஷ் ஆட்சி எந்த களங்கமும் இல்லாமல் இருந்ததா என்பது கேள்வி இல்லை. அது அப்படி இல்லை. ஆனால் நவீனத்துவத்தை நோக்கிய பயணத்தில் அதைவிட மிகக் குறைவாக ரத்தம் சிந்தக்கூடிய பாதை எதுவும் இருந்திருக்க முடியுமா என்பதே கேள்வி' என்று எழுதினார். முந்தைய அத்தியாயங்களில் உள்ள ஆங்கில ஆட்சியின் படுகொலைகள் மற்றும் காட்டுமிராண்டித்தனங்கள் குறித்த ரத்தக்களறிப் பதிவுகளில் நாம் பார்த்ததுபோல் இந்த கேள்விக்கு 'ஆம்' என்ற பதில் மட்டுமே இருக்க முடியும்.

பிரிட்டிஷார் விஷயத்தில் சந்தேகத்தின் பலனை அளிக்க விரும்பும் குருசரண் தாஸ், அவர்களுடைய கொள்கையில் திட்டமிட்ட கொடுமை எதையும் பார்க்கவில்லை. ஆனால், பிரிட்டிஷ் இந்தியாவின் தொழில் தோல்விக்கான காரணங்கள் பற்றிய அவருடைய ஆய்வு உண்மையில் பிரிட்டிஷ் காலனி ஆட்சியால் இந்திய பொருளாதாரத்துக்கு ஏற்பட்ட பேரழிவு பற்றிய அவலச் சித்திரத்தை அழுத்தமாக முன்வைப்பதாகவே இருக்கிறது: 'தொழிற்புரட்சி (இந்தியாவில்) நடைபெறவில்லை. ஏனென்றால், இந்திய விவசாயம் தேக்கம் கண்டிருந்தது முதல் காரணம். விவசாயம் கொழிக்காமல் உபரி பெருகாமல் அல்லது வேகமாகப் பெருகும் நகர மக்கள்தொகைக்கு உணவளிக்க வழி இல்லாமல் நீங்கள் தொழிற்புரட்சி ஏற்படுத்த முடியாது;

இரண்டாவது, முதல் உலகப்போரும் அதைத் தொடர்ந்து வந்த பெருமந்தமும் சர்வதேச வர்த்தகத்தை வளர்த்தெடுக்க முடியாமல் (ஆதிக்க சக்திகளின்) உள்நாட்டு நலனை முக்கியமாகக் கொண்டதாக ஆக்கியிருந்தது.

மூன்றாவது, காலனிய அரசாங்கம், ஜப்பான் நாட்டைப்போல் மக்களுக்கு கல்வியறிவு அளிக்கவில்லை;

இறுதியாக, இந்திய நடுத்தர வர்க்கத்தினரிடம் காலனி ஆட்சி ஏற்பு மனப்பான்மை ஊடுருவி இருந்தது. வலுவான, ஆற்றல் மிக்க தொழில் முனைவோரும்கூட அரசியல்ரீதியில் அடிமைப்படுத்தப்பட்டு இருக்கும் போது நம்பிக்கை இழக்கின்றனர்'.

குறிப்பிட்ட காலத்தில் இந்தியாவின் பின்தங்கிய நிலைமைக்குக் காரணமாக இருந்ததாக தாஸ் குறிப்பிடும் இந்த நான்கு அம்சங்களுள்

பிரிட்டிஷ் காலனி ஆட்சியின் விவசாய கொள்கை, அதன் கல்விக் கொள்கை மற்றும் நிறவெறியுடன் இந்தியர்களை அடிமைப்படுத்தியது ஆகிய மூன்று அம்சங்கள் முக்கிய பங்கு வகிக்கின்றன; நான்காவதாக, பெரும் போரும், அதன் விளைவுகளும் இந்தியாவை இந்த அளவுக்குக் கடுமையாகப் பாதித்ததற்கும் இந்தியா அப்போது பிரிட்டிஷாரின் ஆக்கிரமிப்பில் இருந்ததுதான் காரணம்.

பிரிட்டிஷார் செய்த பெருங்குற்றத்தை இன்னும் நடுநிலையுடன் புரிந்து கொள்ளமுடியும் என்றும் சிலர் வாதாடலாம். காலனி ஆட்சிக் காலத்தையும் மேலைத்தேய நவீனக் கருத்தாக்கத்தையும் இணைத்துப் பார்த்து குழப்பிக்கொள்கிறார்கள். ஏனென்றால், இந்தக் கூற்றில் இரண்டு வேறுபட்ட தனி இழைகளை நாம் பின்னிப் பிணைக்கிறோம்: நவீன அரசு எந்திரங்கள் (ராணுவம், மக்கள்தொகை கணக்கெடுப்புகள், அதிகாரவர்க்க அமைப்புகள், ரயில் பாதைகள், மருத்துவமனைகள், தந்தி கம்பிகள், கல்வி மற்றும் அறிவியல் நிலையங்கள் போன்றவை) முதல் இழையில் அடங்கி உள்ளன. இரண்டாவது இழையில், தாராள நடைமுறைகள் (தனிமனித உரிமைகள்; சிந்தனை, பேச்சு, கலை மற்றும் அரசியல் கருத்து சுதந்திரம்; சட்டத்தின் முன் அனைவரும் சமம்; மற்றும் அரசியல் ஜனநாயகம்) வருகின்றன. ஒன்று நடந்தால் இன்னொன்றும் நடந்ததாக நிச்சயமாக நாம் சொல்லிவிடமுடியாது (ஏன், இன்றைய சீனாவைப் பாருங்கள்... இரண்டாவது இல்லாமலேயே அங்கு முதலாவது செழித்து வளர்கிறது).

காலனி ஆட்சிக்கு முந்தைய இந்திய அரசர்களிடம் இருந்து பிரிட்டிஷாரை எது பிரிக்கிறது? இந்திய அரசர்களைவிட அவர்கள் அதிகப் பேராசை அல்லது ஒழுங்கீனம் கொண்டிருந்தார்கள் என்பது அல்ல. நாட்டை நிர்மாணிப்பதில் அபாரமான ஆற்றல் பெற்றவர்களாகவும் அதே நேரத்தில் தாராள மதிப்பீடுகளைப் பின்பற்றுவதில் அக்கறை அற்றவர் களாகவும் இருந்தனர் என்பதுதான். ஆனால், தாராளமய அறிவொளி பாரம்பரியத்தின் கோட்டையாக பிரிட்டன் இருந்தது. அவர்கள் உருவாக்கிய 'நாட்டை' அதன் அடிப்படையில்தான் அளவிடுகிறோம். ஆனால், பிரிட்டிஷார் எதிர்கொண்ட மராட்டியர்கள் மற்றும் இந்திய சமஸ்தானங்களுடன், சரிந்து கொண்டிருந்த பிற்கால முகலாய அரசுடன்கூட அதனை பொருத்திப் பார்க்க முடியுமா? இது ஒரு ஏற்கத்தக்க வாதம்தானா? மராட்டிய பேஷ்வாக்களை மில் மற்றும் பிட்டு ஆகியோருடன் யாரேனும் ஒப்பிடுவார்களா என்ன?

இது ஒரு சுவையான வாதம். ஆனால் இறுதியாக யாரையும் வசியப் படுத்தக் கூடியது அல்ல. நான் இங்கே எடுத்துக் காட்டியிருப்பதுபோல் இந்தியாவில் பிரிட்டிஷ் அரசு உண்மையில் முழுக்க, முழுக்க ஒழுங்கீனமும் பேராசையும் கொண்ட எந்திரமாக இருந்தது. லாப நோக்கத்துக்காக அது இந்தியர்களின் அடிமைத்தளையின் மேல் நிலைபெற்றிருந்தது. நடுநிலையுடன் கூடிய ஆற்றல் மிக்க அரசாக அது இல்லை. அது மனித

உரிமைகளை பொருட்படுத்தவே இல்லை. இந்தியாவின் அடிமைத்தனை கடைசியில் அதன் செல்வங்கள் எல்லாம் பறிக்கப்பட்டு இங்கிலாந்துக்குக் கொண்டு போய் சேர்ப்பதில் முடிந்தது. அதனால், இயற்கையான வளர்ச்சி மற்றும் பொருளாதார முன்னேற்றத்துக்கு வழிவகுத்திருக்கக் கூடிய வளங்கள் எல்லாம் நாட்டில் தீர்ந்து போயின.

காலனி ஆதிக்கத்துக்கு முந்தைய இந்தியாவில் பஞ்சங்களும், கொள்ளை நோய்களும் இருந்திருக்கலாம். என்றாலும் அவற்றை எல்லாம் சமாளித்து மீண்டு வருவதற்கான வழிமுறைகளை இந்தியர் பெற்றிருந்தனர். ஆனால் பிரிட்டிஷ் ஆட்சியின் கீழ் அவ்வாறு எதுவுமே செய்ய முடியாமல் போனது. ஏனென்றால், பிரிட்டிஷார் அவர்களை வறுமையில் தள்ளினர். எவ்வித பிழைப்புக்கும் வழியின்றி தங்கள் நிலத்தில் வெறுமனே அடிமையாக இருப்பதுதவிர அவர்களுடைய மற்ற அனைத்து வாழ்வாதாரங்களையும் அழித்தனர். அத்துடன், ‘கண்மூடித்தனமான’ தான தர்மங்களுக்குக் கிளம்பிய விக்டோரியா காலத்து பிரிட்டனின் கொள்கை சார்ந்த எதிர்ப்பும் சேர்ந்து கொண்டது. அதனால் பல கோடிக்கணக்கான இந்தியர்களுக்கு நிவாரண உதவிகள் மறுக்கப்பட்டன. இல்லையென்றால் அவர்களுடைய வாழ்க்கை நிச்சயம் காப்பாற்றப்பட்டிருக்கும்.

பிரிட்டிஷ் ஆட்சி பற்றிய என்னுடைய பாராட்டுகளை கிரிக்கெட், தேநீர் மற்றும் ஆங்கில மொழியுடன் மட்டும் அடக்கிவிடுவது மேலோட்டமான தீர்மானமாகத் தோன்றக்கூடும். அந்த ஆட்சியால் கிடைத்த மற்ற நன்மைகளை நான் விலக்கவில்லை. பிரிட்டிஷாரின் வணிக ஆர்வங்களால் இந்தியாவில் நடைபெற்ற சுரண்டல் மற்றும் கொள்ளையை விவரிக்கும் அதேவேளையில், தங்கள் ஆட்சியில் அவர்கள் இந்தியாவுக்குக் கூட்டுப்பங்கு நிறுவனம், வணிக நடைமுறைகள், சர்வதேச வர்த்தகத்தின் நீண்ட கால அனுபவம், மும்பையில் ஆசியாவின் மிகப் பழமையான பங்குச்சந்தை (1875) போன்றவற்றை வழங்கியதையும் ஒப்புக்கொள்ளவேண்டும்.

சர்வதேச வர்த்தகம் மற்றும் பங்குச்சந்தையுடன் இருந்த பரிச்சயம் இன்றைய உலகமய சூழ்நிலையில் இந்தியாவுக்கு விசேஷ அனுகூலத்தை அளித்திருக்கிறது; இந்தியா தனது தொழில் மூலதனம் மற்றும் நிர்வாகத் திறன்களால் இன்றைய முன்னேறிய மேலை உலகின் நவநாகரிக நிதிச்சந்தைகளில் தன் உடமைகளை நன்கு கட்டுப்படுத்தவும் நிர்வகிக்கவும் முடிகிறது. டாட்டா நிறுவனத்தினர் பிரிட்டனில் ஜகுவார் சொகுசு கார் கம்பெனியைக் கையகப்படுத்தி, பல ஆண்டுகளுக்குப் பின் முதல் முறையாக அதை லாபப் பாதைக்குக் கொண்டு வந்ததை இதற்கு உதாரணமாகக் கூறலாம். இன்றைய தாராள உலகமய சூழலில், 21-ஆம் நூற்றாண்டு பொருளாதாரத்தில் செயல்படத் தேவையான அனைத்துக் கட்டமைப்புகளுக்கும் இந்திய தொழில் அதிபர்களும் நிர்வாகிகளும் நன்கு அறிமுகமாகி இருக்கிறார்கள்.

திறமையும், அனுபவமும் வாய்ந்த, ஆங்கிலம் சரளமாக பேசக்கூடிய திறனுடன் உலக பொருளாதாரத்தையே தங்கள் கட்டுப்பாட்டுக்குள் கொண்டுவர பாடுபட்டுக் கொண்டிருக்கும் தொழில் அதிபர்களுடன் இந்தியா இன்று இந்த பூமியில் வீறுநடை போட்டுக் கொண்டிருப் பதற்குக் காரணம் பிரிட்டிஷ் காலனி ஆட்சிதான் என்ற இந்த நல்லெண்ண நம்பிக்கை மிகுந்த பாராட்டை கொஞ்சம் சீர்தூக்கிப் பார்க்கவும் வேண்டும். உண்மை என்னவென்றால், காலனி ஆட்சியின் வணிக சுரண்டலுக்கு இந்தியா காட்டிய ஆரம்ப எதிர்வினையானது, வெளிப்படையானஎதிர்ப்புமட்டுமே - பிரிட்டிஷ் பாணியின் பிரதிபலிப்பு அல்ல; நிராகரிப்பு.

காலனி ஆட்சியில் இருந்து விடுதலை பெற எழுந்த போராட்டம் என்பது அந்நிய ஆட்சியாளர்கள் மற்றும் வெளிநாட்டு முதலாளிகளை (இரண்டு தரப்புக்கும் இடையே உள்ள வித்தியாசத்தை எடுத்துரைக்கக்கூடிய தேசியவாதிகள் சிலர் இருந்தனர் என்றாலும்) வெளியேற்றுவதை உள்ளடக்கியே இருந்தது. இந்திய தேசியவாதத்தை முழங்கிய பெருந்தலைவர்கள் அனைவரும் முதலாளித்துவத்தை அடிமைத்தளை யுடன் இணைத்துப் பார்த்தனர் என்றால் அதற்குக் காரணம் காலனி ஆட்சிதான். வர்த்தகம் நடத்தும் நோக்கத்துடன் இந்தியாவுக்கு வந்த கிழக்கிந்திய கம்பெனிதான் பின்னாளில் ஆட்சிக்கட்டிலில் அமர்ந்தது என்ற நிஜம், பணப்பெட்டியுடன் வரும் ஒவ்வொரு வெளிநாட்டு நபரையும், நவ காலனிய ஏகாதிபத்திய ஈட்டியின் கூர்முனைபோல், நமது தேசியவாத தலைவர்களை சந்தேகக்கண்ணுடன் பார்க்கவைக்கிறது.

எனவே, காலனி ஆதிக்கத்துக்குப் பிந்தைய காலத்தில் சிங்கப்பூர் போன்ற சில நாடுகள் ஆற்றலுடன் எழுந்தது போலன்றி, உலக முதலாளித்துவ அமைப்புக்குள் இந்தியாவை ஒருங்கிணைப்பதற்குப் பதிலாக, பொருளாதார சுதந்திரம் வாயிலாகத்தான் அரசியல் சுதந்திரத்துக்கு உத்தரவாதம் கிடைக்கும் என இந்திய தலைவர்கள் நினைத்தார்கள். அதனால்தான் சுதேசி என்பது தாரக மந்திரம்போல் ஆனது. உள்நாட்டுத் தொழில் களுக்கான பாதுகாப்பு அரண்கள் வெகு உயரத்துக்கு எழுப்பப்பட்டன.

இந்தியா பிறகு பொருளாதாரத்தை வழிநடத்தும் உயர்மட்டங்களில் வர்த்தக நிபுணர்களை நியமிக்காமல் அதிகாரவர்க்கத்தினரை அமர்த்தி 45 ஆண்டுகளைச் செலவிட்டது. உற்பத்தியின்மைக்கு ஊக்கத் தொகைகள், தொடர்கதையான தேக்கநிலை மற்றும் ஏழ்மையை பரவலாக்கும் முயற்சி போன்றவை அந்த 45 ஆண்டுகளில் நடந்தன. பிரிட்டிஷ் ஆட்சிக்கு எதிர்வினையாக இந்தியர்கள் தமக்குத் தாமே தேர்ந்தெடுத்துக்கொண்ட இந்த விஷயங்களுக்காக யாரும் பிரிட்டிஷாரைக் குறை கூற முடியாது. ஆனால், 'வரலாறு சில சமயங்களில் தவறான பாடங்களைக் கற்பிக்கிறது' என்பதும்தான் அது கற்றுக் கொடுக்கும் பாடங்களில் ஒன்று என்பதை நிரூபிக்கிறது. பிரிட்டிஷ் காலனி ஆட்சி மற்றும் அதன் வழிமுறைகள் பற்றி ஆழ்மனதில் எழுந்த ஆரம்ப நிராகரிப்பு

உணர்வுகளுக்குப் பிறகு நாம் செய்த புதிய தேர்வுகளின் விளைவுதான் நமது தற்போதைய பொருளாதார வளர்ச்சியும் உலக கண்ணோட்டமும் ஆகும்.

தங்களுடைய சொந்த நலன்களுக்காக இந்தியாவில் பிரிட்டிஷார் தொடங்கி நடத்தி வந்த நிறுவனங்களால் இந்தியர்களுக்கு சாதகமான உப விளைவுகள் ஏதேனும் உருவாகியிருக்கும் பட்சத்தில் அதை ஏற்றுக் கொள்வதில் நான் மகிழ்ச்சி அடைகிறேன். ஆனால் உப விளைவாக மட்டுமே அவற்றை ஏற்க முடியும். ஏனென்றால் அவை இந்தியர்கள் ஆதாயம் அடைய வேண்டும் என்ற நோக்கத்தால் உருவாக்கப்பட்டவை அல்ல.

கட்டுமானத்தில் இருந்து செயலாக்கம்வரை முழுக்க முழுக்க பிரிட்டிஷாரின் சுய லாபத்துக்காகவே ரயில்வே உருவாக்கப்பட்டது. ஆனால் இன்று அது இல்லாமல் இந்தியர்களால் வாழ முடியாது; பிரிட்டிஷ் கொள்கைகளை இந்திய அதிகாரிகள் தலைகீழாக மாற்றினர். எனவே, இப்போது பொது மக்களின் பயணத்துக்காகவே ரயில்வே பிரதானமாகப் பயன்படுத்தப் படுகிறது. குடிமக்களின் பயணச் செலவைக் குறைக்க சரக்குப் போக்குவரத்துகள் இன்று அதிக கட்டண சுமையை ஏற்றுக்கொள்கின்றன (பிரிட்டிஷ் நடைமுறைகளுக்கு அப்படியே நேர்மாறானது இது).

இதே போன்று பிரிட்டிஷார் மேற்கொண்ட நீர்ப்பாசன பணிகள் போதிய அளவுக்கு இல்லாதிருந்ததால் இந்திய தேசியவாதிகளால் விமர்சிக்கப் படுகின்றன. ரயில்வேக்காக அவர்கள் செலவிட்ட தொகையில் ஒன்பதில் ஒரு பங்கு மட்டுமே நீர்ப்பாசன வசதிகளுக்காகச் செலவிடப்பட்டது. அமெரிக்க அரசியல் தலைவர் வில்லியம் ஜென்னிங்ஸ் பிரையன், 'ராணுவத்துக்கான மொத்தச் செலவினத்தில் பத்து சதவிகிதத்தை மட்டும் நீர்ப்பாசனத்துக்காகப் பயன்படுத்தினால் ஐந்து ஆண்டுகளுக்குள் அந்தத் திட்டம் முழுமையாக நிறைவேறிவிடும். ஆனால் ராணுவச் செலவினங் களைக் குறைப்பதற்கு பதிலாக அதற்கான நிதி ஒதுக்கீடு அதிகரிக்கப் பட்டது' என சுட்டிக்காட்டினார். எனினும், பிரிட்டிஷாரின் நீர்ப்பாசனத் திட்டங்களால் இந்தியாவில் பயிர் சாகுபடிக்கு உகந்த நிலத்துடன் மேலும் சுமார் 20 லட்சம் ஏக்கர் (ஃபிரான்ஸ் நாட்டின் மொத்த நிலப்பரப்புக்கு இணையானது) இணைந்தது (அந்தோ... அநேகமாக அது முழுவதுமே இன்று பாகிஸ்தானில் இருக்கிறது). அதேவேளையில் இதுபோன்ற பணிகளால் எந்த நன்மையுமே ஏற்படவில்லை என நடிப்பது சிறுபிள்ளைத்தனமாக இருக்கும். ஆனால் மொத்தமாகக் கூட்டிக் கழித்துப் பார்த்தால் இறுதியில் கிடைக்கும் விடை (பதில்) காலனி ஆதிக்கவாதிகளுக்கு மிக எதிராக இருக்கிறது.

இந்திய ராணுவம் பிரிட்டிஷ் அரசின் விலை மதிப்பற்ற கொடை என சில சமயங்களில் சுட்டிக்காட்டப்படுகிறது. ஒற்றுமை உணர்வு மற்றும் வீரத்தின் வலுவான பாரம்பரியங்கள் கொண்டிருந்த ஒரு தொழில்முறைப்

போர்ப்படையான அது கௌரவச் சின்னமாக மிஞ்சி, அரசியலுக்கு வெளியே நின்றுவிட்டது. இந்த இறுதிக் கொடைக்கான பெருமையில் பிரிட்டிஷாருக்கு எவ்வளவு பங்கு இருக்கிறது என்பதும் விவாதத்துக்கு உரியது: அதே காலனி ஆட்சியின் கொடையை பாகிஸ்தான் ராணுவமும் பெற்றது. ஆனால் அது மூன்று முறை அந்நாட்டு அரசாங்கத்தைக் கைப்பற்றியது. மேலும், மக்கள் தேர்ந்தெடுத்த அரசுகள் ஆட்சி பீடத்தில் அமர்ந்திருந்தாலும்கூட அதன் கடிவாளத்தை தானே இறுகப் பிடித்திருக்கிறது.

இதில் கவனிக்கப்பட வேண்டியது என்னவென்றால், இங்கும், வெளிநாடுகளிலும் இந்தியாவின் நலனுக்காக அல்லாமல் பிரிட்டிஷாரின் நலனுக்காகவே இந்திய ராணுவம் உருவாக்கப்பட்டது. இந்திய ராணுவ வீரர் ஒருவர் சாதாரண கீழ்ப்படியும் கருவியாக இருந்தார்: 'சாந்தம், மரியாதை, பொறுமை, பணிவு மற்றும் விசுவாசம் மிக்க மனிதன்' என சமகாலத்தைச் சேர்ந்த ஒருவரால் இந்திய சிப்பாய் வர்ணிக்கப்படுகிறார். 1857-ல் உருவான சிப்பாய் புரட்சியுடன் இந்த சாந்த நிலை முடிவுக்கு வந்தது. ஆனால், பிரிட்டிஷார் அதைச் சமாளித்துத் தங்கள் கட்டுப்பாட்டை மீட்டனர். அதற்குப் பின் அடுத்த 90 ஆண்டுகள் வரை விசுவாசம் மற்றும் கௌரவம் ஆகிய கருத்துருக்களின் மீது பிரிட்டிஷ் இந்திய ராணுவம் தன்னைத் தானே மறுநிர்மாணம் செய்துகொண்டது.

பிறகு தேசப்பிரிவினை மூலம் பிரிட்டிஷார் அதை பிரித்தனர். ஒரு பிரிவு பாகிஸ்தானுக்கு செல்ல வேண்டியிருந்தது. அவர்களை வழியனுப்பும் விதமாக டெல்லி ராணுவ உணவு விடுதியில் நடந்த இரவு விருந்து ஒன்றில் இந்து, முஸ்லிம் அதிகாரிகள் புகழ் பெற்ற பிரிவு உபசார பாடலை (Auld Lang Syne) துக்கத்துடன் பாடிய உருக்கமான கதையை அது கூறியது. அவர்கள் மீது திணிக்கப்பட்ட விசுவாசத்தின் பெயரிலும், அவர்கள் விரும்பாத அரசியல் காரணத்துக்காகவும், அவர்களில் பல அதிகாரிகளின் பல்லாண்டு தோழமை மீட்க முடியாத அளவுக்கு அப்போது தொலைந்து போனது.

பிரிட்டிஷ் இந்திய ராணுவம் பற்றிய எந்த விமர்சனமும் முன்வைக்காத, உண்மையில் ரொமாண்டிஸ பாணிக் குறிப்பு, 20 கோடி மக்கள் வாழும் துணைக்கண்டத்தை சில ஆயிரம் பேரை மட்டுமே கொண்ட பிரிட்டிஷ் படைகள் வீழ்த்தியவிதம் ஆகியவைபற்றி பிலிப் மேசன் எழுதியிருக்கிறார்: விக்டோரியா காலத்து அரசு நிர்வாகி ஒருவரை மேற்கோள் காட்டி அவர் கூறியதாவது: 'நமது படை பெரும்பாலும் தனது சொந்த பலத்தில் இயங்கவில்லை. ஆனால் அப்படி ஒரு பிம்பத்தை ஏற்படுத்திக் கொண்டிருக்கிறது'.

இன்றைய இந்திய ராணுவத்தில் பத்து லட்சம் வீரர்கள் உள்ளனர். பிரிட்டிஷ் ராணுவ பாரம்பரியங்களின் மிகச் சிறந்த பண்புகளை அது சுவீகரித்துக் கொண்டிருக்கிறது. அதேவேளையில், பாகிஸ்தான் மற்றும் வங்காளதேச ராணுவங்களை வீழ்த்திய பல பலவீனங்களை விலக்கி இருக்கிறது. இந்தப் பெருமை நிச்சயம் அதன் சொந்த அதிகாரிகளையும்,

| 345 |

வீரர்களையுமே சாரும். அத்துடன் அனைவரையும் அரவணைக்கும் பன்முகத்தன்மை கொண்ட இந்திய மக்களாட்சி தத்துவத்துக்கும் அந்தப் பெருமை உரித்தாகிறது.

கண்கூடான சான்றுகளால் பிரிட்டிஷார் இன்னும் இங்கே நிலைத்திருப்பதைச் சிலர் சுட்டிக்காட்டுகின்றனர். பிரிட்டிஷ் ஆட்சியின் நீடித்த பங்களிப்பின் சாட்சியங்களாக கட்டடங்கள், துறைமுகங்கள், ரயில்கள் மற்றும் நிறுவனங்கள் இருப்பதாக அவர்கள் கூறுகின்றனர். ஆனால், அதிகச் சுரண்டலுக்கும் கலகங்களில் இறங்கிவிடாமல் உள்நாட்டு மக்களைக் கட்டுக்குள் வைக்கவும் தேவையான குறைந்த அளவு முதலீட்டை மட்டுமே செய்தனர் என்பதே உண்மை. இதில் சில கட்டமைப்புகள் எந்த சமுதாயத்துக்குமே அடிப்படையானவை; இந்தியாவிலும் சரி, இங்கிலாந்திலும் சரி பெரும்பாலான வசதிகள் பிரிட்டிஷாரின் நன்மைக்காகவே ஏற்படுத்தப்பட்டன.

அவர்களுக்காக உருவாக்கிகொண்ட ஆடம்பர மாளிகைகள், ஒப்பந்தத் தொழிலாளர்களின் பயணத்துக்காகக் கட்டிய கப்பல்கள் போன்ற 'உபயோகமான கட்டமைப்புகளை பிரிட்டிஷார் உருவாக்கினர்; இந்தியர்களோ வெளிப்படையான மிகை நுகர்வின் மூலம் தமது வளங்களை எல்லாம் தொலைத்தனர்' என்று நியால் ஃபெர்குஸன் கூறுகிறார். ஏற்றுமதிக்கு உகந்த மஸ்லின் துணி உற்பத்தி செய்ததா? சர்வதேசத் தரத்துக்கு நிகரான 'வூட்ஸ்' எஃகு உருவாக்கியதா? பிரமாண்ட நகரங்கள் மற்றும் ஆலயங்கள் நிர்மாணமா? எதை நமது குறை என்கிறார்? அல்லது தாஜ்மகால் ஒரு பிரமாண்ட, அப்பட்டமான அலங்கோலம் என ஃபெர்குஸன் ஒருவேளை எண்ணுகிறாரா?

என்னால் குறிப்பாக ஆதாரத்தைக் காட்ட இயலவில்லை. என்றாலும் இப்படி ஒரு கதை இருக்கிறது - பிற்காலத்தில் எட்டாம் எட்வர்டு மன்னராக உருவெடுத்த வேல்ஸ் இளவரசர் 1921-ல் இந்தியாவுக்கு வருகை தந்தார். சில கம்பீரமான கட்டடங்கள், கார்கள் மற்றும் மின் கட்டமைப்புகளைப் பார்த்து வியந்த அவர், தனக்கு துணையாக வந்திருந்த இந்தியர் ஒருவரிடம், 'இந்தியாவில் நாங்கள் அனைத்தையுமே வழங்கி இருக்கிறோம். பிறகு உங்களுக்கு என்னதான் கிடைக்கவில்லை?' என்று கேட்டாராம். அந்தப் பணிவான இந்தியர் கண்ணியமாக பதில் அளித்தார்: 'சுயமரியாதை ஐயா'.

காலனி ஆதிக்கத்தில் அதுவும் பறித்துச் செல்லப்பட்டிருந்தது: உன்னுடைய தலைவிதிக்கு நீதான் எஜமான் என்ற அறிவில் இருந்து கிளம்பும் சுயமரியாதை, உன்னுடைய பிரச்னைகள் எல்லாம் உன்னுடைய சொந்த தவறு; அதற்கான தீர்வு முக்கியமாக உன்னிடமே இருக்கிறது; தொலைவில் உள்ள ஒரு நாட்டில் வாழும் ஒருவரிடம் அல்ல என்பதை உணர்த்துகிறது. சுதந்திரம் ஏற்படுத்திய மிகப் பெரிய வித்தியாசம் இதில்தான் இருக்கிறது: ஜனநாயக உரிமைகளை நிலைநாட்டியது,

அதிகாரம் பெற்ற குடியுரிமை பற்றிய கருத்துப் பகிர்வு, அதில் ஒவ்வொரு குடிமகனுக்கும் அல்லது உப தேசிய குழுவுக்கும் தன் சொந்த உரிமைகளை வரையறுக்கும் உரிமையுடன், தங்களுடைய குரல்களுக்கு செவிசாய்க்கப்படுகிறது என்ற உறுதி. காலனி குடிமக்களாகவே இந்தியர்கள் இருக்கவேண்டும் என விரும்பிய பிரிட்டிஷாரால் இவையனைத்தும் எப்போதுமே விலக்கி வைக்கப்பட்டிருந்தன.

தார்மிகத் தடை

பிரிட்டிஷ் இந்தியா ஒரு பண்ணை வீடு போல் இருப்பதாகவும், அதில், மேட்டுக்குடியினரான பிரிட்டிஷார் மிகச் சிறந்த பகுதிகளில் வாழ, தொழுவத்தில் இந்தியர்கள் வசிப்பதாகவும் ஜவாஹர்லால் நேரு ஒரு முறை வர்ணித்தார்: 'ஒவ்வொரு பண்ணைவீட்டிலும் கீழ்மட்டங்களில் தலைமை வேலைக்காரர், வீடு பராமரிப்பவர், சமையல்காரர், உதவியாளர், பணிப்பெண், அந்தரங்க காரியதரிசி போன்ற நிரந்தர படிநிலைகள் இருந்தது. மேலும் அந்த மேல்கீழ் படிநிலைகள் கறாராகக் கடைப்பிடிக்கப்பட்டன. அந்த வீட்டின் மேல் மற்றும் கீழ் மட்டங்களுக்கு இடையே சமூகரீதியாகவும் அரசியல்ரீதியாகவும் எளிதில் கடக்க முடியாத தடை இருந்தது'.

அது வெறும் சமுதாய அல்லது நிற வெறி சார்ந்த தடை மட்டுமல்ல: உள் நோக்கமும் சுய நலனும் மிகுந்த தார்மிகத் தடையாகவும் இருந்தது. பிரிட்டிஷ் ஆட்சியாளர்கள் தங்களுடைய நலனை விட்டுக் கொடுத்து இந்தியர் ஒருவருடைய நலனைக் கருத்தில் கொண்டார்கள் என்றோ, தமது வணிக லாபங்களைக் கணக்கில் கொள்ளாமல் துயருறும் இந்திய பெண் ஒருத்திக்கு உதவினார்கள் என்றோ ஒரு உதாரணத்தைக்கூட உறுதியுடன் முன்வைக்க இயலாது. ஆனால் அதற்கு எதிராக ஏராளமான நிகழ்வுகள் இருக்கின்றன. உதாரணமாக ஓப்பியம் சாகுபடி மற்றும் விற்பனையைக் கூறலாம். சீனாவில், கொள்ளை லாபம் ஈட்டும் நோக்கத்துடன் மக்களை போதை மயக்கத்தில் தள்ளும் சுயநலம் இரண்டு (ஓப்பியம்) போர்களுக்கே வழிவகுத்தது; இந்தியாவிலோ அது ஏராளமான மக்களைச் சூறையாடும் சுரண்டலின் மற்றொரு வடிவமாக உருவெடுத்தது.

ஓப்பியம் வளர்ப்பு மற்றும் விற்பனை என்பது பிரிட்டிஷ் அரசாங்கத்தின் ஏகபோக உரிமைகள் என்பதை கிழக்கிந்திய கம்பெனி உறுதி செய்தது. 1838-ஆம் ஆண்டு குறிப்பு ஒன்று இது பற்றிய உண்மைகளை எடுத்துரைக்கிறது:

> 'கம்பெனியின் அதிகார வரம்புக்கு உட்பட்டிருந்த அனைத்து பகுதிகளிலும் ஓப்பியம் சாகுபடி, போதை மருந்து தயாரித்தல், அதற்குண்டான போக்குவரத்துகள் எல்லாம் கடுமையான ஏகபோக வணிகக் கொள்கையின் கீழ் இருக்கின்றன... விவசாயிகள் தரப்பில் ஓப்பியம் வளர்ப்பு கட்டாயமாக்கப்பட்டுள்ளது. அதற்கான முன்பணங் களை அரசாங்கம் தன் சொந்த ஊழியர்களை வைத்தே கொடுக்கிறது.

பணத்தை வாங்க ஒரு விவசாயி மறுக்கும் சமயங்களில், 'அவனது வீட்டுக்குள் பணத்தை தூக்கி எறியும் மிக எளிதான உத்தி கையாளப் படுகிறது; அவன் தலைமறைவாக முயற்சித்தால் அடியாட்கள் அவனைப் பிடித்து, பணத்தை அவன் உடையில் கட்டி, வீட்டுக்குள் அவனைத் தள்ளுகின்றனர். இந்த தொழில் நன்கு காலூன்றி விட்டநிலையில், வேறு விமோசனம் ஏதும் இல்லாததால் ஒப்பந்தத்தை நிறைவேற்றும் வகையில் அவன் இதில் தன்னை ஈடுபடுத்திக் கொள்கிறான்.'* இந்தியாவில் நமது சக குடிமக்களுக்கு ஒப்பியம் சாகுபடியால் உருவான தீமைகள் ஓரளவு பாட்னா, பனாரஸ் ஆகிய ஒப்பியம் மாவட்டங்களைச் சேர்ந்த விவசாயிகளிடம் இருந்து வருகிறது. ஓப்பியம் உற்பத்திக்காக அவர்கள் தங்கள் விளைநிலங்களின் சில பகுதிகளை நிலையாக ஒதுக்க நிர்ப்பந்தம் செய்யப்படுகின்றனர்.

ஒப்பியத்தை சீனர்கள் உதறிவிட்ட பிறகும்கூட இங்கு அது நன்றாகவே வளர்ந்து கொண்டிருந்தது. ஒரு கட்டத்தில் பொதுமக்களிடம் உருவான கொந்தளிப்புக்குப் பின் 1895-ல் இது பற்றி ஆராய அரச ஆணையம் ஒன்று நியமிக்கப்பட்டது. ஓப்பியத்தின் பயங்கரங்களைப் பூசி மெழுகிய அந்த ஆணையம் அதனால் பொதுமக்களிடம் ஏற்பட்டிருக்கும் பீதியும் கவலையும் மிகைப்படுத்தப்பட்டு இருப்பதாகத் தெரிவித்தது (அப்போது ஓய்வு பெற்றிருந்த 'பஞ்சப் புகழ்' சர் ரிச்சர்டு டெம்ப்பிள் அந்த ஆணையத்தின் முன் ஒப்பியம் கொள்கைக்கு வக்காலத்து வாங்கினார்).

இந்தியாவில், 1930-ல் 7,000 ஒப்பியம் கடைகள் இருந்ததை டுரான்ட் கண்டறிந்தார். அவை அனைத்துமே பிரிட்டிஷ் அரசுக்கு சொந்தமாக இருந்ததும், ஒவ்வொரு இந்திய தேசிய இயக்கம் மற்றும் சமூக சேவைக் குழுக்களின் எதிர்ப்புகளுக்கு மத்தியில் அந்தத் தொழிலை பிரிட்டிஷார் நடத்திவந்ததும் அவருக்குத் தெரிந்தது. சுமார் 4,00,000 ஏக்கர் செழிப்பான விவசாய நிலம் ஒப்பியம் பயிருக்காகத் தாரை வார்க்கப்பட்டிருந்தது. போதிய உணவும் ஊட்டமும் இன்றி இருந்த இந்தியர்களுக்குத் தேவையான மொத்த உணவையுமே இந்த நிலங்கள் உற்பத்தி செய்திருக்க முடியும். வலுவற்ற மத்திய சட்டமன்றத்தின் தேர்ந்தெடுக்கப்பட்ட உறுப்பினர்கள், 1921-ல், இந்தியாவில் ஒப்பியம் வளர்ப்பு மற்றும் விற்பனையைத் தடை செய்யும்விதமாகத் தங்கள் சகாக்களை ஒரு மசோதா கொண்டுவரச் செய்தார்கள். ஆனால் அரசாங்கம் அதன்படி நடக்க சர்வ சாதாரணமாக மறுத்தது. அரசாங்கத்தின் ஆண்டு வருமானத்தில்

* மேற்கோளுக்கு உள்ளே வரும் மேற்கோளை, 1837 பிப்ரவரி மாத சீன ஆவணக் காப்பகம் ஒன்றில் கண்ட 'ஒப்பியம் சாகுபடி' (The Cultivation of Poppy) என்ற கட்டுரையில் இருந்து எடுத்ததாக இந்த குறிப்பைத் தரும் ஆசிரியர் வில்லியம் ஹோவிட் கூறுகிறார்.

ஒன்பதில் ஒரு பங்கு போதை மருந்தால் கிடைத்து வந்ததுதான் அதற்கு காரணம் என்பதில் சந்தேகமே இல்லை. மகாத்மா காந்தி ஒப்பியத்துக்கு எதிராக அசாமில் போராட்டம் நடத்தி, அதன் பயன்பாட்டை பாதியாகக் குறைப்பதில் வெற்றி கண்டபோது எதிர்வினையாக அவரையும் அவரது தொண்டர்கள் 44 பேரையும் பிரிட்டிஷ் அரசு சிறையில் தள்ளியது.

இந்த ஆபத்தான போதைப் பொருளை ஒழிக்கக் கோரி உலகில் பல ஒப்பியம் கருத்தரங்குகள் நடந்தன. ஆனால், அவை கொடுத்த அழுத்தங்களுக்கு பிரிட்டன் அடிபணிய மறுத்தது; எனினும் உலகின் கோபத்தைத் தணிப்பதற்காக ஒப்பியம் ஏற்றுமதியை ஆண்டுக்கு 10 சதவீதம் குறைக்க சம்மதித்தது. ஆனால், இந்தியாவில் ஒப்பியம் உற்பத்தி மற்றும் விற்பனையைக் கட்டுப்படுத்த அல்லது குறைக்க மறுத்துவிட்டது (உண்மையில், பொருளாதார நடவடிக்கைகளை ஆய்வு செய்து வந்த ஓர் அரசு ஆட்குறைப்பு ஆணையம், 'ஒரு முக்கிய வருவாய் ஆதாரமாக இருப்பதால் ஒப்பியம் விற்பனையைப் பாதுகாக்க வேண்டியதன் முக்கியத்துவத்தை' அடிக்கோடிட்டு காட்டியது.' மேலும் குறைப்பு தேவையில்லை' என்றும் பரிந்துரை செய்தது).

அதன் விளைவு என்னவென்றால், பெருந்திரளான மக்கள் கூட்டத்தின் விருப்பமாக ஒப்பியம் உருவாகி, நல்லது, கெட்டது தெரியாத நிலையில் கண்மூடித்தனமாகப் பயன்படுத்தப்பட்டது; கட்டட வேலையில் சொற்ப தினக்கூலிக்காக உழைக்கும் தாய்மார்கள் வேலை நேரங்களில் தங்கள் குழந்தைகளின் இடையூறு இருக்கக்கூடாது என்பதற்காக அவர்களுக்கு ஒப்பியம் கொடுத்துப் பகல்களில் தூங்கச் செய்தனர்!

பிரிட்டிஷாரின் ஒப்பியம் கொள்கை அந்த காலகட்டத்தின் நடைமுறை களைத்தான் பிரதிபலித்தது என மன்னிக்கப்பட வேண்டுமா? இன்றைய கண்ணோட்டத்தில் அதற்குக் கண்டனம் தெரிவிப்பது தவறா? இல்லை: ஒப்பியம் கொள்கை செயல்படுத்தப்பட்ட நேரத்தில் அனைத்து சமகால இந்திய தேசியவாதக் குழுக்கள், (சர்வதேச கருத்தரங்குகளில்) ஒரு டஜன் அயல்நாட்டு பிரதிநிதிகள், வெளிநாட்டு சிந்தனையாளர்கள், டுராண்ட் போன்ற ஆவேச ஆய்வாளர்கள் என பல்வேறு தரப்பினரும் பிரிட்டிஷாரைச் சுற்றிச் சுற்றி விமர்சனம் செய்தனர். இதில் விநோதமாக, ஒப்பியத்துக்கு எதிராக மிகக் கடுமையான விமர்சனம் மெக்காலே பிரபுவிடம் இருந்து தான் வந்தது. 1833-ல் ஆங்கில நாடாளுமன்றத்தின் பொதுமக்கள் சபையில் அவர் ஆற்றிய உரை:

> 'மதிப்புக்குரிய இந்தியர் ஒருவருக்கு தினமும் ஒரு முறை போதைப் பொருள் ஒன்றைக் கொடுத்து அழிப்பது இந்தியாவில் இருக்கும் கொடுங்கோலர்களின் வழக்கமாக இருந்தது... அடுத்த சில மாதங்களில் அது அவருடைய உடல் மற்றும் மன வலிமைகளை எல்லாம் சிதைத்து நிர்க்கதியான மூடன் ஆக்கிவிடும். படுகொலையைவிடப் பாதகமான அந்த இழிவான பொருள், அப்படியான கொடூரங்களைச்

செய்பவர்களுக்கே தகுதியானது. அது ஆங்கில தேசத்துக்கு முன்மாதிரி அல்ல. அதை (ஓப்பியம்) மொத்த இனத்துக்கும் புகட்டி பெரும் மக்கள் கூட்டம் ஒன்றை முட்டாளாக்கி, முடமாக்க நாம் அனுமதிக்கக்கூடாது'.

இப்படி அவர் பேசி ஒரு நூற்றாண்டுக்கும் மேல் பிரிட்டிஷ் அரசாங்கமே அவருடைய வார்த்தைகளைப் பொய்யாக்கிக் கொண்டிருந்தது. அதாவது, எதை எதிர்த்து அவர் குரல் கொடுத்தாரோ அதையே அது செய்தது. ஆனால் அதை அவர் அநேகமாக உணரவில்லை.

பிரிட்டிஷ் அரசாங்கத்தின் கொள்கைகள் இந்திய சமுதாயத்தை அளவிட முடியாத அளவுக்கு உருமாற்றியும், சிதைத்தும் வந்தபோது, ஓப்பியம் விற்பனையை நிறுத்த மறுத்தது நிச்சயம் இந்த சமுதாயத்தில் எந்த ஒரு சீர்திருத்தத்தையும் மேற்கொள்ளக்கூடாது என்ற பிரிட்டிஷாரின் அரசுமுறை விருப்பத்தின் ஓர் அங்கமாகவே இருந்தது. அதே நேரம், உள்நாட்டுப் பழக்கவழக்கங்கள் மற்றும் பாரம்பரியங்களின் மீதான மரியாதை காரணமாக இவ்வாறு இருப்பதாக பிரிட்டிஷ் அரசு நியாயம் கற்பித்தது. ஆனால் நிச்சயமாக அதன் பெருங்கவலை என்னவென்றால், சீர்திருத்தங்கள் செலவினங்களை ஏற்படுத்தி, தொல்லைகளை உருவாக்கும்; அத்துடன் உரிய தீர்வு காண அதிக காலமும், பணமும் தேவைப்படும் என்பதே.

இதன் விளைவாக, சாதி பேதங்கள், முஸ்லிம் மதத்தில் மௌலானாக்கள் மற்றும் அடிப்படை மதவாதிகளின் மேலாதிக்கம், குழந்தை மணம் (பால்ய விவாகம்), தீண்டாமை கொடுமை மற்றும் பல சமூக தீமைகளை பிரிட்டிஷ் ஆட்சி ஆழமாக ஊன்றச் செய்தது. பொதுவாக, இவற்றை எல்லாம் இடையூறு செய்து சிக்கல் ஏற்படுத்திக் கொள்வதைக் காட்டிலும் சற்றுத் தொலைவில் நிறுத்தி வைக்கவே பிரிட்டிஷார் விரும்பினர். ஆனால் தமக்கு தேவைப்படும் நேரங்களில் மட்டும் சமுதாய பழக்கவழக்கங்களில் அவர்கள் தலையிட்டனர். ஆக, உலகமயத்தின் தாராள கொள்கைகளுக்கும், காலனி ஆட்சியின் உண்மை நீதி பரிபாலனத்துக்கும் இடையே மிகப் பெரிய இடைவெளி இருந்தது.

இந்தியாவில் கண்டிப்பாக சீர்திருத்தங்கள் நடந்தன. ஆனால் அவையனைத்துமே இந்திய சமூக சீர்திருத்தவாதிகளால் நடத்தப் பட்டவையே. சீர்திருத்தங்களை தாமே முன்னெடுக்கவில்லை என்றாலும் பிரிட்டிஷார் அவர்களுக்கு ஒத்துழைப்பு கொடுத்தனர் ('தக்கி' (Thuggee) முறையை ஒழித்தது இதில் விதிவிலக்காக அமைந்தது. கொலை, கொள்ளைகளில் ஈடுபட்ட காளி பக்தர்களான 'தக்கு'களின் (Thugs) அந்தக் குற்றச்செயல்களை மதம் சார்ந்த ஒன்றாகக் கருதாமல் சட்டம்-ஒழுங்கு பிரச்னையாகக் கையாண்டனர்). சதி வழக்கத்தை ஒழிக்க முதன் முதலாக ராஜாராம் மோகன்ராய் குரல் கொடுத்தார். பின்னர் பென்டிங்க் அதை சட்டமாக்கினார். காட்டுமிராண்டித்தனமான உள்நாட்டு சமூக பழக்கம் ஒன்றின் மீது பிரிட்டிஷ் விருப்பத்தை திணிக்கும் செயலாக அது இல்லை. மாறாக சரியாக சிந்திக்கும் இந்தியர்களின் ஆதரவு தனக்கு இருப்பதை உணர்ந்து அவர் அதைச் செய்தார்.

பிரிட்டிஷ் ராஜ்ஜியத்தில் திருமண வயது வரம்பை (பெண்களுக்கு 14-ஆகவும், ஆண்களுக்கு 18-ஆகவும்) ஓரளவு உயர்த்த நடவடிக்கை எடுக்கப்பட்டது. இந்த விஷயத்தில் பிரிட்டிஷ் அதிகாரிகளுக்கு எதிராக நாடாளுமன்றத்தில் இந்தியர்கள் ஓட்டுப் போட்டனர். பின்னர் பிரிட்டிஷார் அதை ஏற்றுக்கொண்டனர். விதவைகளைக் கொடுமைப் படுத்துவது, கேவலமான தீண்டாமை பழக்கம், சமய சடங்குகளில் பலி கொடுத்தல் போன்ற சமூக தீமைகளுக்கு எதிரான இயக்கம் முதலில் ஈஷ்வர் சந்திர வித்யாசாகர் போன்ற இந்திய சீர்திருத்தவாதிகளாலும், பிரம்ம சமாஜம், ஆரிய சமாஜம் போன்ற அமைப்புகளாலும் தொடங்கப் பட்டது; பிரிட்டிஷாரின் அலட்சியப் பார்வையின் கீழ் இந்தக் கொடுமைகள் எல்லாம் தங்கு தடையின்றித் தொடர்ந்து கொண்டிருந்தன.

பிரிட்டிஷ் ஆளுனர், செயலாளர் அல்லது உயர் அதிகாரி போன்ற பதவிகளில் ஒரு பெண்கூட இல்லாதிருந்த சகாப்தம் ஒன்றில் இந்திய தேசிய காங்கிரஸை மூன்று திறமையான பெண்கள் தலைமை ஏற்று நடத்தினர். பிரிடிட்ஷ் ஆட்சியில் பிரிட்டிஷ் பெண் வைஸ்ராய்க்குக்கூட வாய்ப்பில்லை என்பது மட்டுமல்ல, ஒரு பிரிட்டிஷ் பெண் அதிகாரி என்ற எண்ணமே பிரிட்டிஷாருடைய சிந்தனைக்கு அப்பாற்பட்டதாகவே இருந்தது. அன்றைய ஆட்சியாளர்கள் என்ற முறையில், சட்டமாக்கி, அமல்படுத்தப் பட வேண்டிய மாற்றங்களுக்கு அனுமதி அளிக்கும் அதிகாரம் இருந்தது என்றாலும் மிக அரிதாகவே பிரிட்டிஷார் அதைச் செய்தனர்.

'ஸ்டாலினின் ரஷ்யா போலன்றி, பிரிட்டிஷ் ஏகாதிபத்தியம் எப்போதுமே ஒரு திறந்த சமுதாயமாக இருந்தது' என லாரன்ஸ் ஜேம்ஸ் பெருமை பேசினார். ஒரு பிரிட்டிஷ் ஆதரவாளருக்கே இந்த ஒப்பீடு நகைப்பை உருவாக்கும் என்றாலும் இதில் இருக்கும் உண்மையையும் நாம் அலசிப் பார்ப்போம். பிரிட்டிஷ் ஏகாதிபத்தியம் யாருக்குத் திறந்த சமுதாயமாக இருந்தது? நாம் ஏற்கனவே கண்டதுபோல் நிச்சயமாக வெள்ளையர் அல்லாதவர்களுக்கு அல்ல; எந்த ஒரு இனத்தை சார்ந்த பெண்களுக் காகவும் அல்ல; நிச்சயமாக இந்தியர்களுக்கு இல்லவே இல்லை.

ஏனென்றால், நான் திரும்பத் திரும்ப சுட்டிக் காட்டியிருப்பதைப்போல், ஒவ்வொன்றுக்குப் பின்னாலும் தப்பிக்கவே முடியாத நிஜம் ஒன்று இருந்தது: இந்தியாவைக் கைப்பற்றிய மற்ற அந்நியர்கள் போலன்றி (அவ்வப்போது படையெடுத்து, நாட்டைக் கொள்ளையடித்துச் சென்ற கஜினி முகம்மது, தைமூர், நாதிர் ஷா போன்றவர்கள் தவிர), இங்கு தங்கி ஆட்சி புரியத் தொடங்கிய மற்ற ஒவ்வொரு வெளிநாட்டு சக்தியும் போலன்றி பிரிட்டிஷாருக்கு இந்த மண்ணுடன் ஐக்கியமாகும் எண்ணம் ஒருபோதும் இல்லை. அந்நிய பிரதேசங்களை ஆண்ட ஃபிரெஞ்சுக் காரர்கள் அவற்றை எல்லாம் ஃபிரான்ஸ் நாட்டின் அங்கமாக மாற்றி, அங்கு வாழ்ந்தவர்களை ஃபிரெஞ்சுக் குடிகளாகவே ஈர்த்துக்கொண்டனர்; போர்ச்சுக்கீசியர்கள் தங்கள் குடியேற்றங்களில் குடியமர்ந்து உள்ளூர் மக்களுடன் திருமண பந்தங்களும் ஏற்படுத்திக்கொண்டனர்; ஆனால் பிரிட்டிஷார் வெளிநாட்டு ஆர்வங்களும் விசுவாசங்களும் கொண்ட ஓர் அந்நிய சக்தியாக எப்போதும் தனித்தும் விலகியுமே நின்றனர்.

டெல்லி சுல்தான்களும் முகலாயர்களும் வேறு நாடுகளில் இருந்து வந்தவர்களாக இருக்கலாம். அவர்களுடைய மூதாதையர்கள் தொடக்கத்தில் தங்கள் தாயகம் என்ற பாசத்துடன் ஃபெர்கானா பள்ளத்தாக்கில் இருந்த தொலைதூர நகரங்களை நினைவுகூர்ந்திருக்கலாம். ஆனால் பின்னாளில் அவர்கள் இந்தியாவில் நிரந்தரமாகக் குடியேறினர். அதன் பின்னர் அவர்கள் தங்கள் தாயக விசுவாசத்தைத் தொடரவில்லை. இந்திய பெண்களை அவர்கள் திருமணம் செய்துகொண்டனர். ஒரு சில தலைமுறைகளிலேயே வெளிநாட்டு இனம் என்ற அடையாளமே இல்லாத அளவுக்கு இந்தியாவில் அவர்களுடைய ரத்தத்தைக் கலந்தனர்.

அக்பரின் மகன் ஜஹாங்கீர் பாதி ராஜபுத்திரனாக இருந்தார்; ஜஹாங்கீரின் புதல்வர் ஷாஜகான் இந்திய பெண்ணுக்கு பிறந்தவர். ஔரங்கசீப் மட்டுமே கொஞ்சம் இந்தியர் அல்லாதவர். ஃபெர்கானாவுடன் தங்களுக்கு இருந்த பூர்விகத் தொடர்புகளை முகலாய பேரரசர்கள் நிச்சயமாக நன்கு உணர்ந்து இருந்தனர்; அங்கிருந்து வரும் தூதுவர்களிடம் செங்கிஸ்கான் வம்சாவளியினரான தங்கள் முன்னோர்களின் நினைவுச்சின்னங்களின் நிலைமை குறித்து அக்கறையுடன் விசாரித்தனர். அவற்றைப் பராமரிக்க நன்கொடைகளும் வழங்கினர். முகலாய அடையாளம் என்பது கடந்த காலத்தின் ஓர் அங்கமாக மட்டுமே அவர்களுக்கு இருந்தது. ஆனால் நிகழ்காலத்திலும், எதிர்காலத்திலும் அவர்களுடைய எண்ணங்கள் அனைத்தும் இங்கே ஆழமாக வேரூன்றி, இந்தியர்களுடன் இரண்டறக் கலந்துவிட்டிருந்தன. இதற்கு மாறாக பிரிட்டிஷார் ஒருவித இனத் தூய்மையைக் கடைப்பிடித்தனர். இந்தியர்களுக்கு எதிரான பாகுபாடுகளை வளர்த்தனர். இனக்கலப்பை எள்ளி நகையாடினர்.

ஆம். முகலாயப் பேரரசர்களும் இந்தியக் குடிமக்களுக்கு வரிச்சுமைகளை ஏற்படுத்தினர். தங்களுக்கு கீழ் இருந்த இளவரசர்களைக் கப்பம் கட்டச் செய்தனர். போர்களில் வெற்றி பெற்ற நேரங்களில் அந்த நாட்டு கஜானாக்களை கொள்ளையடித்தனர். இவை எல்லாமே பிரிட்டிஷார் போலத்தான். ஆனால் முகலாயர்கள் இந்தியாவில் சம்பாதித்ததை சேமித்தனர் அல்லது இங்கேயே செலவு செய்தனர். இந்திய சம்பாத்தியங்களை பிரிட்டிஷார் லண்டனுக்கு திருப்பிவிட்டதுபோல் அவர்கள் அதை சாமர்கந்துவுக்கோ, புகாரோவுக்கோ அனுப்பவில்லை. இந்திய வளங்களை அவர்களும் எடுத்தார்கள். ஆனால் அவற்றை இந்தியாவின் வளர்ச்சிக்காகப் பயன்படுத்தினர். இந்திய தொழில்களுக்கும் கைவினைப் பொருள்களுக்கும் அவர்கள் ஆதரவு அளித்தனர். வெளிநாடுகளில் இருந்து அவர்களும் ஓவியர்கள், சிற்பக் கலைஞர்கள், கட்டடக்கலை வல்லுனர்களை வரவழைத்தனர். அவர்களைத் தமது அரசவைகளில் சேர்த்துக்கொண்டு, புதிய பூமியின் (இந்தியா) கலை மற்றும் கலாசாரப் பாரம்பரியங்களை அலங்கரிக்க ஊக்கம் அளித்தனர்.

இதுபோன்ற காரியங்களை பிரிட்டிஷார் துளியும் செய்யவில்லை. அவர்கள் இந்தியாவில் சூரியனின் கீழ் குளிர் காய்ந்துகொண்டு,

தங்களுடைய குளிர்ந்த, பனி படர்ந்த தாயகத்தை எண்ணி ஏங்கிக் கொண்டிருந்தனர்; இந்தியத் தொழிலாளியின் வியர்வையில் இருந்து வந்த பணத்தை அவர்கள் இங்கிலாந்துக்கு அனுப்பினர்; இந்தியாவுக்கு எப்போதாவது, ஏதேனும் நல்லது செய்தபோதெல்லாம் அதற்கு இந்தியா அதைவிட அதிகமாகத் திருப்பிக் கொடுக்குமா என்பதை உறுதி செய்து கொண்ட பிறகே செய்தனர். எல்லாம் முடிந்த பிறகு இறுதியில் ஓய்வுக்கால வாழ்க்கையை அனுபவிப்பதற்காகத் தங்கள் தாயகம் திரும்பி, இந்திய பெயர்கள் கொண்ட, பனி சூழ்ந்த சிறு குடில்களில் (காட்டேஜ்) அடைக் கலமானார்கள். இந்திய வரிகள் மூலம் வந்த தாராள ஓய்வூதியத்தில் அவர்களுடைய வெளிநாட்டு ஓய்வு மிக சொகுசாக அமைந்தது.

பிரிட்டிஷ் ஏகாதிபத்தியம் ஆட்சிக்கு வக்காலத்து வாங்குபவர்கள், 'அதனால் யார் உண்மையில் பலன் அடைந்தது?' என்ற கேள்வியை ஒருபோதும் நேர்மையுடன் எதிர்கொண்டதில்லை. இதற்கு பதில், சந்தேகமேயில்லாமல், 'பிரிட்டன்' என்பதுதான்.*

இறுதியாக இந்தப் புள்ளிவிவரங்களை சற்றே விரிவாகப் பார்ப்போம்: வரலாறு முழுவதுமாக உலகின் மொத்த உற்பத்தியில் (ஜி.டீ.பி) பல்வேறு நாடுகளின் பங்கு பற்றிய ஒப்பீட்டு அட்டவணை மிக சுவாரஸ்யமாக இருக்கிறது. கிறித்தவ மதம் உண்மையில் துணிகளில் பொதிந்த குழந்தையாக இருந்த பொ.ச. 1-ல் சர்வதேசப் பொருளாதாரத்தில் இந்தியாவின் பங்கு 33 சதவிகிதமாக இருந்தது. அதே நேரம், இங்கிலாந்து, ஃபிரான்ஸ், ஜெர்மனி ஆகிய நாடுகள் ஒட்டுமொத்த அளவில் 3 சதவிகிதப் பங்கினையே கொண்டிருந்தன. 1700-ஆம் ஆண்டை நெருங்கும்போது இந்தியாவின் பங்கு 25 சதவிகிதமாகவும், இந்த மூன்று நாடுகளின் பங்கு 11 சதவிகிதமாகவும் மாறியது; ஆங்கிலப் பேரரசு எழுச்சி பெற்றிருந்த 1870-ல் இந்தியாவின் பங்கு 12.5 சதவிகிதமாக குறைய, மற்ற மூன்று ஐரோப்பிய நாடுகளின் பங்கு 22 சதவிகிதமாக உயர்ந்திருந்தது.

1913-ல், மேலும் ஏழ்மை அதிகமாகிவிட, இந்தியாவின் பங்கு 9 சதவிகிதமாக சரிந்தது. மற்ற நாடுகளின் பங்கு 22.5 சதவிகிதமாக அதிகரித்தது. பிரிட்டிஷார் வெளியேறிய பின், 1950-ல், சர்வதேசப் பொருளாதாரத்தில் நமது பங்கு 4 சதவிகிதம் மட்டுமே. 2008-ல் இது 7 சதவிகிதத்துக்கு மேலாகி, மேலும் உயர்ந்து கொண்டிருந்தது. 1950-ல் இங்கிலாந்து, ஃபிரான்ஸ், ஜெர்மனி ஆகிய நாடுகளின் ஒட்டுமொத்த பங்கு 16 சதவிகிதமாகக் குறைந்தது. இன்று 9 சதவிகிதம் என்ற அளவில் இருக்கிறது. 2014 நிலவரப்படி உலக பொருளாதாரத்தில் இங்கிலாந்தின்

* இந்த நூல் அச்சுக்கு சென்ற அதே நேரத்தில் இதே விஷயத்தை அதிகம் விவரிக்கும் புதிய புத்தகம் ஒன்று வெளிவந்தது: ஜான் வில்சன் எழுதிய 'இந்தியா வெல்லப்பட்டது: பிரிட்டனின் ராஜ்ஜியமும் பேரரசின் பெரும் குழப்பங்களும்' (India Conquered: Britain's Raj and the Chaos of Empire), லண்டன்: சைமன் அண்டு ஷஸ்டர், 2016.

பங்கு 2.4 சதவிகிதமாகும். 25 ஆண்டுகளுக்கு முன்னால் அது 6 சதவிகிதமாக இருந்தது. வரலாறு தன்னுடைய தவறுகளைத் தானே திருத்திக் கொள்கிறது என்பதே இதில் கவனிக்கப்படவேண்டிய முக்கிய விஷயம்.

பிரிட்டிஷ் அபிமானிகள் மூடி மறைக்க விரும்பும் நிஜம் இதுதான். ஃபெர்குஸனின் பிரிட்டிஷ் ஆதரவு எழுத்துகளை ஆய்வு செய்த ஒருவர் இவ்வாறு கூறினார்: 'ஃபெர்குஸன் கூறும் 'வரலாறு' இந்தக் காலத்தில் ஒரு தேவதைக் கதை போலவே இருக்கிறது. அது வெள்ளை மனிதனையும் அவனது சுமையையும் வீரச்செயலின் மையத்தில் மீண்டும் வைக்கிறது. காலனி ஆட்சி என்பது அடிமைத்தளை, கொள்ளை, போர், ஊழல், நில அபகரிப்பு, இனப்படுகொலைகள், கட்டாய மறுகுடியேற்றம் போன்ற கொடுமைகளின் கதை. ஆனால், அது ஒரு நல்லெண்ண முன்னேற்ற இயக்கம் என்றும் ஒரு சில விபத்துகள், அத்துமீறல்கள் மட்டுமே அதில் இருந்தது என்றும் அது திரித்து எழுதப்பட்டிருக்கிறது'.

'வெள்ளை மனிதனின் சுமை' (The White Man's Burden) என்ற தலைப்பில் கிப்ளிங் இனவாத கவிதை ஒன்றை எழுதியபோது, நான் குறிப்பிட்டு இருப்பது போல், சமகாலத்தவரான ஹென்றி லாபோஷியர் உடனடியாக 'கறுப்பு மனிதனின் சுமை' (The Brown Man's Burden) என்ற பெயரில் பதில் கவிதை ஒன்றை வெளியிட்டார். பிரிட்டிஷாருடையதாக அல்லது வேறு யாருடையதாக இருந்தாலும் பேரரசு கொள்கையில் என்னென்ன தவறுகள் இருக்கின்றன என்பதை அந்தக் கவிதை எடுத்துரைத்தது (அமெரிக்கர்கள் அப்போது பிலிப்பைன்ஸ் நாட்டை கைப்பற்றும் நடவடிக்கையைத் தொடங்கி இருந்தனர்).

அத்தனை அட்டூழியங்கள், அநியாயங்கள் நடந்திருந்தாலும் பிரிட்டிஷார் வெளியேறியபோது இந்தியர்கள் அவர்களை உடனடியாக மன்னித்து, அவர்களுடன் 'விசேஷ உறவு' ஒன்றைத் தொடர்ந்தனர். அவர்கள் மீதான அன்பிலும், அக்கறையிலும் இது அடிக்கடி வெளிப்படுகிறது. பிரிட்டிஷ் ராஜ்ஜியத்தால் கிடைத்ததாகக் கருதப்படும் பலன்களைவிட இந்தியாவைப் பற்றியே அது அதிகமாகக் கூறுகிறது.

ஜவாஹர்லால் நேரு பற்றி இப்படி ஒரு செய்தி உண்டு (ஒருவேளை அது ஆதாரமற்ற செவிவழிச் செய்தியாகக்கூட இருக்கலாம்). 1922 முதல் 1945 வரை ஒட்டுமொத்த அளவில் 3,262 நாட்களை (ஏறக்குறைய பத்து வருடங்கள்) பிரிட்டிஷ் சிறைகளில் கழித்த நேருவிடம் ஒருமுறை தீவிர ஏகாதிபத்தியவாதியான வின்ஸ்டன் சர்ச்சில், 'சிறை அதிகாரிகள் மற்றும் சித்ரவதை செய்பவர்கள் மீது எப்படி இவ்வாறு எவ்வித காழ்ப்புணர்வும் இன்றி இருக்கிறீர்கள்?' என்று கேட்டாராம். அதற்கு நேரு, சமீபத்தில் படுகொலை செய்யப்பட்ட மகாத்மா காந்தியைக் குறிக்கும் விதமாக, 'மாமனிதர் ஒருவரால் 'யாரையும் ஒருபோதும் வெறுக்காதே- யாருக்கும் ஒருபோதும் அஞ்சாதே' என போதிக்கப்பட்டேன்' என பதில் அளித்ததாகச் சொல்லப்படுகிறது.

•

எட்டாம் அத்தியாயம்

காலனி ஆதிக்கத்துக்குப் பின் உருவான குழப்ப வாழ்க்கை

ஏகாதிபத்தியத்தின் பின்விளைவுகள் - அரசு அம்னீஷியா - இன்றைய உலகில் ஏகாதிபத்தியத்தின் எதிரொலிகள் - பேரரசு பற்றி ஃபெர்குஸனின் நியாயங்கள் - பிராயச்சித்தம் - மணிமுடிக்கு திரும்பி வந்த வைரம் - காலனி ஆதிக்கத்தைத் தடுத்தல்; காந்தியவாதத்தின் குரல் - நவீன வன்முறையின்முன் வலுவிழக்கும் காந்தியவாதம் - கவிழும் நீண்ட நிழல்: காலனி ஆதிக்கத்தின் எஞ்சிய சிக்கல்கள்

•

இந்தியாவில் பிரிட்டிஷ் காலனி ஆட்சிக்கு எதிராக இந்த வாதத்தை முன் வைக்கும்போது நான் இறுதியாக ஒன்றை சொல்லிக்கொள்ள விரும்புகிறேன். என்னுடைய நாட்டில் நான் இன்று காணும் ஒவ்வொரு தவறுக்கும் பிரிட்டிஷார் மீது பழி போட விரும்பவில்லை. அல்லது இந்தியாவை இன்னும் தாக்கிக் கொண்டிருக்கும் தோல்விகள், குறைபாடு களை நியாயப்படுத்த விரும்பவில்லை. காலனி ஆட்சியின் தவறுகள் மீது சட்டரீதியான தீர்வுகள் எடுக்க எல்லைகள் இருக்கின்றன. ஆனால் மனித நினைவுகளில் அப்படி ஒன்றும் இல்லை. குறிப்பாக வாழும் மனிதர்களின் நினைவுகளில் இல்லை. ஏனென்றால் நான் ஏற்கனவே சுட்டிக்காட்டி இருக்கிறேன். பிரிட்டிஷ் ஏகாதிபத்தியம் இந்தியாவுக்கு இழைத்த கொடுமைகளை, அட்டூழியங்களை நன்றாக நினைவில் வைத்திருக்கும் கோடிக்கணக்கான இந்தியர்கள் இன்னும் உயிர் வாழ்கிறார்கள். வரலாறு கடந்த காலத்தைச் சேர்ந்தது. ஆனால், அதனைப் புரிந்துகொள்ளுதல் நிகழ்காலத்தின் கடமை.

அரசு அம்னீஷியா

ஒவ்வொரு தேசிய துரதிருஷ்டத்துக்கும் பழி போடும்விதமாக காலனி ஆட்சியின் தீமைகள் மீது குற்றம் சுமத்துவது இன்றைய வளர்ச்சி அடைந்த உலகின் பெரும்பாலான பகுதிகளில் நாகரிகமாகக் கருதப்பட வில்லை. சர்வதேச அளவில், காலனி ஆட்சி என்ற கருத்துரு காலாவதியாகிவிட்டது. ஏனென்றால், காலனி ஆட்சி நீக்கத்தின் அவசியம் குறித்து தற்காலத்தில் அதிகம் விவாதிக்கப்படுவதில்லை. மேலும் காலனி ஆட்சி இப்போது அதிக சச்சரவுகளை உருவாக்குவ தில்லை (தன்னை நிலைநிறுத்துதல் அல்லது வெளியேறுவதால் பெரும் போரை தூண்டக்கூடிய வகையிலான பேரரசு எதுவுமே தற்போது உலகில்

இல்லை). ஆனால், பேரரசின் குடிமக்களுக்கே எவ்வளவு விரைவில் மறதி வந்துவிடுகிறது என்பது மிக வியப்புக்குரியது.

பிரிட்டனில், 1997-ல் கால்அப் நிறுவனம் நடத்திய கருத்துக் கணிப்பு இந்த உண்மையை வெளிப்படுத்தியது: எந்த நாட்டுடன் ராபர்ட் கிளைவ் அல்லது ஜேம்ஸ் உல்ஃப் தொடர்பு வைத்திருந்தனர் என்பது 65 சதவிகிதத்தினருக்கு தெரியவில்லை. செஸில் ரோட்ஸ் யார் என்று 77 சதவிகிதத்தினருக்குத் தெரியவில்லை. ரட்யார்ட் கிப்ளிங் எழுதியிருந்த பிரபல கவிதையை 79 சதவிகிதத்தினர் அறிந்திருக்கவில்லை. ஆஸ்திரேலியா இன்னும் ஒரு காலனிதான் என 47 சதவிகிதத்தினர் நினைத்துக் கொண்டிருந்தனர். 50 சதவிகிதத்துக்கும் அதிகமானோருக்கு அமெரிக்கா ஒரு காலத்தில் பிரிட்டிஷ் பேரரசின் அங்கமாக இருந்தது தெரியவில்லை.

எனினும் உலக விவகாரங்களைத் தவறாமல் பின்தொடர்ந்து கொண்டிருப்பவர்கள் வரலாறு எனும் பழைய குப்பைக் கூடைக்குள் காலனி ஆட்சியைச் சுலபமாக அனுப்பிவிடும் அளவுக்கு அஞ்ஞானி களாக இருக்கமாட்டார்கள். சொல்லப் போனால் இப்போது நாம் வாழும் உலகின் பிரச்னைகள் மற்றும் அபாயங்களைப் புரிந்து கொள்வதில் அது ஒரு பொருத்தமான காரணியாக இருக்கிறது. 'வரலாறு காணாத அளவுக்குப் பொருளாதார, பௌதிக மற்றும் கலாசார அதிகாரத்தின் சர்வதேசப் படிநிலை ஒன்றை உருவாக்குவதில்' பிரிட்டிஷ் ஏகாதிபத்தியமும் அதன் ஐரோப்பியப் பங்காளிகளும் தன்னிகரற்று இருந்தனர்; அதனால் தான் அவற்றின் தாக்கம் மிகப் பெரிய அளவில் இன்னும் நிலைத்திருக்கிறது.

ஒரு விமர்சகர் கூறுவது போல், 'காசபிளாங்காவில் இருந்து ஜகார்த்தா வரை, ஐரோப்பிய பேரரசின் நினைவு (சாத்தியக்கூறு) இன்றும் அச்ச மூட்டும் ஓர் அரசியல் அம்சமாகவே இருக்கிறது. மேலும் டெஹ்ரானுடன் ஒருவர் அணுசக்தி பற்றியோ, சீனர்களுடன் அந்நாட்டு கரன்சியான 'ரென்மினிபி'யின் எதிர்காலம் குறித்தோ பேசிக் கொண்டிருக்கும்போது அந்நாட்டு ராஜதந்திரிகள் அதைப் பொருட்படுத்தவில்லை என்றால் அவர்களுக்குப் பெரும் இழப்பே ஏற்படும்'.

நியால் ஃபெர்குஸன் நிச்சயமாக இதைத்தான் செய்கிறார். நாம் ஏற்கனவே கண்டது போல், இந்த உலகில் நாம் காணும் நல்ல விஷயங்களில் பெரும்பாலானவற்றுக்கு ஆங்கிலப் பேரரசுதான் காரணம் என அவர் கூறுகிறார். இதில் குறிப்பாக சரக்குகள், மூலதனம் மற்றும் தொழிலாளர்களின் தாராள போக்குவரத்து, மேற்கத்திய சட்டம்-ஒழுங்கு, நிர்வாக விதிமுறைகளை நடைமுறைப்படுத்தியது ஆகியவற்றைச் சுட்டிக்காட்டுகிறார். உலகம் முழுவதும் பிரிட்டிஷ் ஆட்சி பரவி இருக்கவில்லை என்றால் இன்று பல நாடுகளின் பொருளாதாரத்தில் தாராள முதலாளித்துவம் கண்டிருக்கும் வெற்றி சாத்தியமே இல்லாது போயிருக்கும் என்கிறார்.

வாதத்துக்கு ஏற்ற தற்காப்புரையாக இது இருந்தாலும் கூட, ஃபெர்குஸன் கூறுவதுபோல் இது மிக அவசியமான 'நல்ல விஷயம்' அன்று. அவர் கொண்டாடுவதற்கு ஏற்ப, காலனி ஆட்சிக்குப் பிந்தைய உலகின் பெரும் பகுதி அன்றைய ஏகாதிபத்திய சக்திகளைப் பொருளாதாரரீதியில் சார்ந்து இயங்குவதன் மூலம் பிரிட்டிஷ் பேரரசுடன் இன்றும் நீடித்துவருகின்றன. இந்த சமகால யதார்த்தம் காலனி ஆட்சியாளர்களுக்கு பெருமை சேர்ப்பதாக இல்லை. பிரிட்டிஷ் ஏகாதிபத்தியம் மறைந்திருக்கலாம். ஆனால் வளர்ந்து வரும் நாடுகளில் விட்டுச் சென்ற ஆங்கில பாணி ஆட்சியாளர்கள் மூலம் இன்னும் அது நிலைத்திருக்கிறது.

நைபாலின் வார்த்தைகளில் கூறுவதானால், 'இந்த மிமிக்ரி ஆசாமிகளை' அப்போது எவ்வாறு இருக்க அந்தப் பேரரசு அனுமதிக்கவில்லையோ அப்படியே இருக்க அவர்கள் கடுமையாக முயற்சி செய்துவருகிறார்கள். அதேவேளையில், பிரதானமாக பெருநகரங்களையே சார்ந்திருக்கும் கார்ப்பரேட் நிறுவனங்களின் நீடித்த ஆதிக்கத்துக்குத் தங்களையும், தமது சமுதாயங்களையும் உட்படுத்துகிறார்கள். கிழக்கிந்திய கம்பெனி வீழ்ந்துவிட்டது. ஆனால் பிரிட்டிஷ் பேரரசின் முந்தைய காலனிகளில் இருக்கும் அதன் தற்கால வாரிசுகள் முதலாளித்துவத்தின் முதன்மைக் கருவிகளாக இன்று மாறி இருப்பதை உலகமயமாக்கல் உறுதி செய்திருக்கிறது.

இந்த விஷயத்தில் இந்தியா ஓரளவு விதிவிலக்கு என்று கூறலாம். அதற்குக் காரணம் பல ஆண்டுகளாகவே நாடு பொருளாதார தன்னிறைவு பெற்றிருந்ததுதான்; ஆனால், பங்கஜ் மிஸ்ரா கூறுவது போல், தாராள முதலாளித்துவ ஆசிய எழுச்சியின் ஒரு சமகால அவதாரமாக இருக்கும் இந்தியாவும் 'மேலை நவீனத்துவம் கண்ட உலகளாவிய வெற்றியின் கசப்பான விளைவாகவே' இருக்கிறது. இதனால் கீழை உலகின் பழி தீர்த்தல் என்பது கொஞ்சம் அவலமான ஐயப்பாட்டுக்கு உரியதாகி இருக்கிறது'.

பங்கஜ் மிஸ்ராவுக்கும் மற்ற இடதுசாரி விமர்சகர்களுக்கும் அது ஆசியாவின் ஆன்மிக வெற்றியை அல்லாது பொருள்முதல்வாத முதலாளித்துவத்தின் வெற்றியையே குறிக்கிறது; இந்தவகையில் இந்தியாவும் வெளித்தோற்றத்தில் நன்றாக இருக்கிறது; ஆனால் உள்ளே அப்படி இல்லை. இடதுசாரி பிரிட்டிஷ் பத்திரிகையாளர் ரிச்சர்ட் கோட் தயவு தாட்சண்யமின்றி தன் நாட்டு பேரரசு ஆட்சிக்கு கண்டனம் தெரிவிக்கிறார்: 'ராணுவ வெற்றி, சர்வாதிகாரம், பூண்டோடு அழித்தல், இனப்படுகொலை, ராணுவ ஆட்சி, 'சிறப்பு நீதிமன்றங்கள்', அடிமைத்தளை, கட்டாய உழைப்பு, சித்ரவதை கூடங்கள், மக்களை நாடு கடத்துவது போன்ற கொடுமைகள் அடங்கிய மிகப் பெரிய ஹிட்லர் ஆட்சியாகத்தான் பிரிட்டிஷ் ஏகாதிபத்தியம் நிச்சயம் இருந்தது'.

அவர் கூறியது மிகச் சரி என்றாலும் இன்னும் சிக்கலான மதிப்பீடு ஒன்றும் மிச்சம் இருக்கிறது. பிரிட்டிஷ் ஆட்சியின் கொடைகளை ஆய்வு செய்யும்

அதேவேளையில் அது உடைத்து, உருமாற்றிய சமுதாயங்களிலும், நாடு கடத்தி, அழித்து, மனிதர்களை மாற்றி, புதிதாய் உருவாக்கிய மனிதர் களிடமும் அதனால் ஏற்பட்ட பாதிப்புகளைப் பார்க்க வேண்டியதும் அவசியமாகிறது; பிரிட்டன் முதலாளிகள் லாபம் தேட முனைந்த இடங்களில் வணிகம் மற்றும் இனக்கலப்பின் செழிப்பான உறவாக அது இருந்தது.

மக்களை இடம் பெயரச் செய்ததன் மூலம் பாரம்பரிய கட்டுப்பாடுகளை எல்லாம் தகர்த்து மக்கள் மத்தியில் பரஸ்பர ஊடுருவல் நடைபெற்றது; அதனால் இந்தியாவுக்குள் புதியவர்கள் தோன்றினார்கள்; அதன் விளைவாக மொழி மற்றும் கலாசாரக் கலப்பு ஏற்பட்டது. குடும்பம், இனம், மதம், நாடு மற்றும் பேரரசு விஷயத்தில் முரண்படும் விசுவாசங்கள் தோன்றி இழுபறி நிலை உருவானது. எல்லாவற்றுக்கும் மேலாக, காலனி ஆட்சியின் மிக ஆழமான உந்துசக்தியாக கட்டுக்கடங்கா பணத்தாசை உருவானது. அது, இந்தப் புத்தகத்தின் எல்லைக்கு அப்பாற் பட்ட மிகப்பெரிய விஷயம்.

ஃபெர்குஸனின் புத்தகத்துக்குப் பின்னால் இன்னும் துரதிருஷ்டவசமான திட்டம் ஒன்று இருந்தது: புதிய அமெரிக்கப் பேரரசை உருவாக்குவதற் கான தளம் ஒன்றை அமைக்கும் வகையில் பிரிட்டிஷ் பேரரசின் வரலாறைப் பயன்படுத்துவதே அது. அவர் விரும்பிய பேரரசு உதயமாகிக் கொண்டிருந்தது. மத்திய கிழக்கு பிராந்தியத்தை மறுநிர்மாணம் செய்யும் நோக்கத்துடன் (இறுதியில் தோல்வியில் முடிந்த) இராக் நடவடிக்கை களை அமெரிக்கா தொடங்கியிருந்த சமயத்தில், 2003-ல் ஃபெர்குஸன் வாதாடினார்: ‘உலக சக்தியான பிரிட்டனுடைய கடைசி வாரிசு (தயக்கத்துடன்தான்) மோசமான கீழைப் பேரரசுகளுள் ஒன்று அல்ல; அமோக வெற்றி கண்ட முன்னாள் பிரிட்டன் காலனியே’.

பிரிட்டிஷ் பேரரசின் கடந்த காலத்தில் அமெரிக்கப் பேரரசின் எதிர்காலத்தைப் பார்க்கிறார் ஃபெர்குஸன். அத்துடன், உலக அமைதி மற்றும் வளத்தின் ஈடு இணையற்ற காலம் ஒன்றை பாக்ஸ் பிரிட்டானிக்கா துவக்கியதுபோல், 21-ஆம் நூற்றாண்டில் பாக்ஸ் அமெரிக்கானா உலகை மறுமலர்ச்சி அடையச் செய்யும் என்ற கருத்தை நியாயப்படுத்தும் விதமாக அவருடைய பேரரசு வரலாறை மிகத் தெளிவாகப் பயன்படுத்த விரும்புகிறார் (சர்வதேச ஆதிக்க சக்தியாக ஆங்கிலப் பேரரசு உருவெடுத்தபோது, ஐரோப்பாவில், *1815-1914* காலகட்டத்தில் ‘பிரிட்டிஷ் அமைதி’ எனப் பொருள்படும் பாக்ஸ் பிரிட்டானிக்கா திட்டம் இருந்தது. அப்போது அந்தப் பேரரசு உலக காவலனாகவே மாறிக்கொண்டது). இது போன்ற கவர்ச்சியான, ஆனால் எந்த மதிப்பும் இல்லாத விளக்கத்தால் வரலாறு திரிக்கப்படுகிறது. ஃபெர்குஸனின் நூல் வெளியானதில் இருந்து பல ஆண்டுகளாக குழப்பம், அராஜகம், சாக்காடு மற்றும் உள் அமைப்புகளின் ஒழிப்பு போன்றவை இராக்கில் (லிபியா மற்றும் சிரியாவிலும் கூட) தொடர்ந்து வந்திருக்கின்றன. இது அவருடைய வாதங்களுக்கு சிறிய அங்கீகாரம் தந்திருப்பது போலவே தோன்றுகிறது.

இந்தவகையில் பொருள், ஒழுக்கம் மற்றும் அறிவுசார் அடிப்படைகளில் ஐரோப்பிய பேரரசுக்கு மட்டுமே சாதகமாக இருந்த ஏகாதிபத்தியச் செயல்திட்டத்தின் எதிர்பார்ப்புகளையே ஃபெர்குஸன் எதிரொலிக்கிறார். உலகில் மேலாதிக்கம் செலுத்தும் அளவுக்கு ஐரோப்பிய மனிதநேய கருத்துருக்களை பேரரசாட்சி உயர்த்தியது. அதில், அறிவொளி சித்தாந்தத்தின் உச்சமாக வெள்ளைக்கார ஆண்தான் முன்னிலைப் படுத்தப்பட்டான். அரசாணை மற்றும் ராணுவ பலத்தால் அது சாதித்துக் காட்டப்பட்டது. இந்த நடைமுறையில், பேரரசின் வரலாற்றாசிரியர்கள் தமது சொந்தப் பேரரசை நியாயப்படுத்தியும், அதன் நோக்கத்தை மேன்மைப்படுத்தியும் தங்கள் குடிமக்களின் 'வரலாறை' எழுதினார்கள். தன்னுடைய சொந்த மக்களையும், அவர்களுடைய நலன்களையும் நிலையான மற்றும் முதலும் முடிவுமான மையப்புள்ளியாக கொண்டு உலக வரலாறை எழுதும் நெடுங்கால காலனி பாரம்பரியத்தையே சிறுபிள்ளைத்தனமாக ஃபெர்குஸனும் தொடர்கிறார்.* உலகைச் சுற்றி பல கோடிக்கணக்கான மக்களுக்கு பிரிட்டிஷ் ஆட்சி தந்த அனுபவத்தின் தன்மை மற்றும் பாதிப்புகளின் உறுதியான வாக்குமூலமாக அவரது படைப்பைப் பார்ப்பதைவிட, 21-ஆம் நூற்றாண்டின் தொடக்கத்தில் துளியளவு உயிர்த்தெழுந்த ஏகாதிபத்திய ஆணவத்தின் பிரதிபலிப்பாகக் காண்பதே நல்லது.

மணிமுடிக்கு திரும்பி வந்த வைரம்

ஆக, காலனி ஆட்சியை புரிந்துகொள்வதைத் தவிர நாம் அது தொடர்பாக என்ன செய்யமுடியும்? இந்த நூலின் முகவுரையில் நான் விவரித்திருப்பது போல் இழப்பீட்டு விவகாரம் மிகைப்படுத்தப்பட்டுள்ளது: இந்த

---

* ஏகாதிபத்தியத் திட்டத்தில் இருந்து பெற வேண்டிய அறிவுசார் சுதந்திரத்தை ஆணித்தரமாகக் கூறிய சிலரும் இருந்தார்கள்: நவீனத்தை ஆதரித்தோ, நவீனத்துக்கு எதிராகவோ, மார்க்சிஸ்ட்டோ, புரட்சியாளரோ, காலனி ஆதரவோ, (கண்டிப்பாக) எதிர்ப்போ இல்லாத வாழ்க்கை கண்ணாட்டம் ஒன்றை உருவாக்கிய சிந்தனையாளர்கள் அவர்கள். மேலை ஆதிக்கம் தொடர்பான இத்தகைய சில போற்றப்படாத அறிவார்ந்த எதிர்வினைகள் 19-ஆம் நூற்றாண்டின் இறுதியிலும், 20-ஆம் நூற்றாண்டின் தொடக்கத்திலும் இருந்ததை, 'பேரரசின் அழிவுகளில் இருந்து: மேல்நாடுகளுக்கு எதிரான புரட்சி மற்றும் ஆசிய மறுநிர்மாணம்' (From the Ruins of the Empire: The Revolt against the West and the Remaking of Asia, Allen Lane, 2012), என்ற நூலில் பங்கஜ் மிஸ்ரா கண்டார். 'காட்டுமிராண்டிகளாக இல்லையென்றாலும், கர்வம் மிகுந்தவர்களாக நீண்ட காலம் கருதப்பட்டு வந்த கீழ்த்திசை மக்கள் மேல்நாட்டு மக்களால் அடிமைப்படுத்தப்பட்டதை' அவர் வலியுடன் ஒப்புக் கொள்கிறார். (பக்கம் 3).

விஷயத்தில் எந்த துல்லியமான தொகையும் வழங்கப்படக் கூடியதல்ல. எந்தக் கணக்கும் நம்பகமானதும் அல்ல. ஓர் அடையாளமாக ஆண்டுக்கு ஒரு பவுண்டு எனும் எனது யோசனைகூட சம்பந்தப்பட்ட நிதி அமைச்சகங்களுக்கு சாத்தியமில்லாததாக இருக்கலாம். ஒரு மன்னிப்பு - 'கோமகதா மாரு' சம்பவத்துக்காக ட்ரூடோ செய்தது போல், ஜாலியன் வாலாபாக்கில் ஓர் உண்மையான வருத்தம் தெரிவிப்பது பிராயச் சித்தத்துக்கான முக்கியமான சமிக்ஞையாக இருக்கக் கூடும். மேலும், ஆங்கிலப் பேரரசு பற்றி இங்கிலாந்து பள்ளிகளில் பாடம் நடத்த ஒரு தீர்மானம்... தங்களுடைய முன்னோர்கள் நிகழ்த்திய பயங்கரங்களைக் காட்ட ஜெர்மன் நாட்டுக் குழந்தைகளை சித்ரவதைக் கண்காட்சி முகாம் களுக்கு அழைத்துச் செல்வதுபோல் பிரிட்டிஷ் பள்ளிக் குழந்தைகளுக்கு அவர்களுடைய தாயகத்தை எது நிர்மாணித்தது என போதிப்பது போதுமானதாக இருக்கும்.

மற்றொன்று, காலனி ஆட்சியின்போது இந்தியாவில் கொள்ளையடிக்கப் பட்ட சில பொக்கிஷங்களை நிச்சயமாக திருப்பித் தர வேண்டும். வரிகளாகவும் சுரண்டிய வளங்களாகவும் பறிக்கப்பட்ட பணத்தை ஏற்கனவே செலவழித்தாகிவிட்டது. எனவே, அதைத் திரும்பக் கோருவதில் எவ்வித நடைமுறை யதார்த்தமும் இருக்க இயலாது. ஆனால், பிரிட்டிஷ் அருங்காட்சியகங்களில் சட்டப்பூர்வமாக அமர்ந்திருக்கும் சில தனிப்பட்ட பொக்கிஷங்களை, வேறு எதற்காகவும் அல்லாமல் அவற்றின் அடையாள மதிப்புக்காக மட்டுமாவது, திருப்பிக் கொடுக்கமுடியும். நாஜி சகாப்தத்தின் போது கொள்ளையடிக்கப்பட்ட கலைப்பொருள்கள் அனைத்தும் பல்வேறு மேலை நாடுகளில் இருக்கும் அவற்றின் உண்மையான உரிமையாளர்களிடம் இன்று திருப்பிக் கொடுக்கப்பட்டு வரும்போது காலனிகளில் அடித்த கொள்ளைகள் மட்டும் விதிவிலக்காக இருப்பது ஏன்?

இந்த இடத்தில், மகாராணியின் மணிமுடியில் இருக்கும் கோஹினூர் வைரம் குறித்த நீண்ட நாள் சர்ச்சைக்கு நான் தவிர்க்க முடியாமல் வருகிறேன். ஒரு காலத்தில் உலகின் மிகப்பெரிய வைரக்கற்களுள் ஒன்றாக கோஹினூர் வைரம் இருந்தது. ஆந்திர மாநிலத்தில், காகத்திய வம்சத்தால், 13-ஆம் நூற்றாண்டில் குண்டூர் அருகே முதன் முதலில் தோண்டி எடுக்கப்பட்டபோது அதன் எடை 793 கேரட் (அல்லது 158.6 கிராம். அதற்குப் பின் இத்தனை நூற்றாண்டுகளில் ஏறக்குறைய 100 கேரட் என்ற அளவுக்குக் குறைக்கப்பட்டிருக்கிறது). காகத்திய வம்சத்தினர் கோஹினூர் வைரத்தை ஒரு கோவிலில் வைத்தனர். டெல்லி சுல்தான் அலாவுதீன் கில்ஜி கோவிலுக்குள் படையெடுத்து அந்த வைரத்தைக் கொள்ளையடித்து, மற்ற பொக்கிஷங்களுடன் அவருடைய தலைநகருக்கு எடுத்துச் சென்றார். 16-ஆம் நூற்றாண்டில் டெல்லியில் முகலாய சாம்ராஜ்யம் நிறுவப்பட்டபோது அது அவர்கள் வசம் சென்றது. 1739-ல் பெர்ஷிய படையெடுப்பாளர் நாதிர் ஷாவின் கைகளுக்கு

மாறியது. டெல்லியைச் சூறையாடி, அங்கு வாழ்ந்த குடிமக்களைக் கொன்று குவித்து அவர் கொள்ளையடித்த பொக்கிஷங்களுள் விலை மதிக்க முடியாத மயில் சிம்மாசனமும் கோஹினூர் வைரமும் இருந்தது.

தொல்கதை ஒன்றின்படி நாதிர் ஷா கோஹினூர் வைரத்துக்கு 'ஒளி மலை' (Mountain of Light) எனப் பெயர் சூட்டி இருந்ததாகத் தெரிகிறது. பதினெட்டாம் நூற்றாண்டைச் சேர்ந்த ஆப்கானிஸ்தான் ராணி ஒருவர், 'வலிமையான மனிதன் ஒருவன் நான்கு கற்களை எடுத்து ஒன்றை வடக்கிலும், ஒன்றை தெற்கிலும், மற்றொன்றை கிழக்கிலும், இன்னொன்றை மேற்கிலும் எறிந்து விட்டு, ஐந்தாவதாக ஒரு கல்லை விண்ணை நோக்கி எறிந்த பின், அந்த ஐந்து கற்களுக்கும் இடைப்பட்ட பகுதியை முழுவதும் தங்கத்தால் நிரப்பினாலும் கோஹினூர் வைரத்தின் மதிப்புக்கு இணையாகமுடியாது' என மறக்க முடியாத, அழகான வர்ணனை ஒன்றை தந்தார்.

நாதிர் ஷா இறந்த பிறகு அந்த வைரம் அவரது தளபதிகளுள் ஒருவரான அகமது ஷா துரானியின் கைகளுக்குச் சென்றது. பின்னர் அவர் ஆப்கானிஸ்தான் அமீர் ஆனார். அவரது வாரிசுகளுள் ஒருவர் 1809-ல் பஞ்சாபில் வலிமையான சீக்கிய மகாராஜாவாக இருந்த ரஞ்சித் சிங்குக்கு அதை கப்பமாகச் செலுத்தினார். ஆனால் ரஞ்சித் சிங் வாரிசுகளால் அவரது ராஜ்ஜியத்தைக் கட்டிக் காக்க இயலவில்லை. இரண்டு போர்களில் சீக்கியர்கள் பிரிட்டிஷாரால் தோற்கடிக்கப்பட்டனர். அதன் விளைவாக, 1849-ல் சீக்கியர் ஆண்ட பகுதிகள் அனைத்தும் பிரிட்டிஷ் பேரரசுடன் இணைக்கப்பட்டன. அப்போதுதான் கோஹினூர் வைரம் பிரிட்டிஷாரிடம் சிக்கியது.

இந்திய அரசின் தலைமை வழக்கறிஞரிடமிருந்து (சொலிசிட்டர் ஜெனரலிடமிருந்து) 2016-ஆம் ஆண்டின் தொடக்கத்தில் திகைப்பூட்டும் அறிவிப்பு ஒன்று வந்தது. கோஹினூர் வைரம் பிரிட்டிஷாருக்கு வெகுமதியாக வழங்கப்பட்டது என்றும், அதைத் திருப்பிக் கேட்கக்கூடாது என்றும் கூறினார். நாட்டில் அது மிக உணர்ச்சிகரமான விவாதங்களைக் கட்டவிழ்த்துவிட்டது. அதன் தொடர்ச்சியாக அகில இந்திய மனித உரிமைகள் மற்றும் சமூக நீதி முன்னணி எனும் அரசுசாரா அமைப்பு ஒன்று புகழ் பெற்ற அந்த வைரத்தைத் திருப்பித் தருமாறு இந்திய அரசாங்கம் கோர வேண்டும் எனக் கூறி நீதிமன்றத்தில் வழக்கு தொடுத்தது.

சொலிசிட்டர் ஜெனரல், அதற்கு பதில் அளிக்கும் விதமாக, பஞ்சாபில் அன்று இருந்த சீக்கிய அரசு 1840-களில் நடந்த ஆங்கிலோ-சீக்கிய போர்களில் ஏற்பட்ட செலவினத்துக்கு 'நஷ்ட ஈடாக' கோஹினூர் வைரத்தை பிரிட்டிஷாருக்குக் கொடுத்தது என்று கூறினார். 'பிரிட்டிஷார் அந்த வைரத்தைத் திருடவோ, பறித்துச் செல்லவோ இல்லை' என்பதால் இந்திய அரசாங்கம் திருப்பித் தருமாறு கேட்பதற்கு எவ்வித அடிப்படையும் இல்லை என அவர் கூறினார்.

அதனால் பெரும் கொந்தளிப்பு ஏற்பட்டது. அரசு வழக்கறிஞருக்குக் கடும் கண்டனங்கள் எழுந்தன. சொலிசிட்டர் ஜெனரலின் வாதம் அதிகாரப்பூர்வ இறுதிக் கருத்து அல்ல என்றும், கண்டிப்பாக உரிமை கோரி வழக்கு தொடுக்கப்படவேண்டும் என்றும் எதிர்ப்புக் கிளம்பியது.

இந்த உலக மகா அதிசய வைரத்தைப் பொறுத்தவரை இந்தியர்கள் தம் தார்மிக உரிமையை விட்டுக் கொடுக்கமாட்டார்கள். சீக்கியர்களை முறியடிக்கும் நடவடிக்கையில் பிரிட்டிஷாருக்கு ஏற்பட்ட செலவுக்காக கோஹினூர் வைரம் நஷ்ட ஈடாக வழங்கப்பட்டது எனக் கூறுவது கேலிக்கூத்தானது. ஏனென்றால், ஒரு போரில் தோல்வி கண்டவர்கள் வெற்றியாளர்களுக்கு வழங்கும் எதுவுமே பொதுவாக கப்பமாகத்தான் கருதப்படுகிறது. இந்த விஷயத்தில் வேறு வழி எதுவும் இல்லாத நிலையில்தான் குழந்தையாக இருந்த சீக்கிய வாரிசு மகாராஜா துலீப் சிங் அந்த வைரத்தை விக்டோரியா மகாராணியிடம் ஒப்படைத்தார். இது தொடர்பாக நடந்த இந்திய அரசியல் விவாதத்தில் நான் சுட்டிக்காட்டி யிருப்பதுபோல், நீங்கள் என்னுடைய தலையில் துப்பாக்கியை வைத்தால், நான் ஒருவேளை என் பணப்பையை உங்களுக்கு 'பரிசாக' அளிப்பேன் - ஆனால் அதன் பொருள், உங்களுடைய துப்பாக்கி அகலும் போது என் பணத்தை நான் திரும்பப் பெற விரும்பமாட்டேன் என்பதல்ல.

தங்களுடைய மண்ணில் அடித்த கொள்ளைக்காக இழப்பீடு தர வேண்டிய கடமை பிரிட்டனுக்கு உள்ளது என்றுதான் உண்மையில் முன்னாள் காலனிகள் கருதுகின்றன. இந்த வகையில் ஆங்கில ஆதிக்கத்தின் உச்சத்தில் திருடப்பட்ட விலைமதிப்பற்ற கலைப்பொக்கிஷங்களைத் திரும்ப ஒப்படைப்பது ஓர் நல்ல தொடக்கமாக அமையும். ஆனால், லண்டன் கோபுரமையத்தில் (Tower of London) மணிமுடி ஆபரணங்களின் ஓர் அங்கமாகக் காட்சிக்கு வைக்கப்பட்டிருக்கும் கோஹினூர் வித்தியாச மான பிரச்னை ஒன்றை முன்வைக்கிறது.

இந்திய மண்ணின் மேல் அல்லது அடியில் தன் வாழ்நாளின் பெரும் பகுதியைக் கழித்த அந்த வைரத்தின் மீது உரிமை கோருவதற்கு இந்தியாவுக்கு இருக்கும் உரிமையானது கேள்விகளுக்கும் சந்தேகங் களுக்கும் அப்பாற்பட்டது என இந்தியர்கள் கருதும் அதேவேளையில், வேறு சிலரும் உரிமை கோரியிருக்கிறார்கள். நாதிர் ஷா அதை தங்களிட மிருந்து திருடியதாக இரானியர்கள் கூறுகின்றனர்; சீக்கியர்களிடம் ஒப்படைக்குமாறு நிர்பந்திக்கப்படும்வரை தாம் வைத்திருந்ததாக ஆப்கானியர்கள் சொல்கின்றனர். கோஹினூருக்குச் சொந்தம் கொண்டாட இப்போது புதிதாகக் களம் இறங்கியிருப்பது பாகிஸ்தான். பிரிட்டிஷாருக்கு முன், எவ்வித எதிர்ப்பும் இல்லாத கடைசி ஆட்சியாளர் களாக இருந்த சீக்கியர்களின் தலைநகர் தற்போது பாகிஸ்தானில் உள்ள லாகூரில் இருந்தது எனும் சற்றே பலவீனமான அடிப்படையில் அது உரிமை பாராட்டுகிறது (பாகிஸ்தானில் பல ஆண்டுகளாக சிறுபான்மை யினரை வெளியேற்றும் வகையில் நடந்த மதவெறி நடவடிக்கைகளின்

விளைவாக அங்கு இப்போது சீக்கியர்கள் யாரும் எஞ்சி இருக்கவில்லை என்ற கசப்பான நிஜம் அவர்கள் கோரும் உரிமையை மறுக்கிறது).

போட்டி போட்டுக்கொண்டு தற்போது எழுந்து வரும் இப்படியான உரிமைகோரல்கள் பிரிட்டனுக்கு ஒரு பெரிய ஆசுவாசத்தைத் தருவதை மறுக்க இயலாது. ஏனென்றால், தொலைதூர தேசங்களில் இரண்டு நூற்றாண்டுகளுக்கும் மேலாக வளங்களைச் சுரண்டியதன் மூலம் இழைத்த அநீதிகளை ஒன்றுமில்லாமல் ஆக்க அணிவகுத்து வரும் இந்தக் கோரிக்கைகளைப் பாதுகாப்பு அரணாக்கிக் கொள்ள அது விரும்புகிறது. பார்த்தீன பளிங்கில் இருந்து கோஹினூர் வரை பிற நாடுகளின் பாரம்பரிய ஆபரணங்களை பிரிட்டிஷார் அபகரித்தது ஒரு தனியான போராட்டத்தின் மையப்புள்ளியாக அமைகிறது. ஆனால் ஒரு பொருளை திருப்பிக் கொடுத்தால் அது பான்டோராவின் பேழையை (Pandora's Box - கிரேக்க புராணக்கதை ஒன்றின்படி அந்தப் பேழையை திறந்தால் நாட்டை தொடர் துரதிருஷ்டங்கள் சூழ்ந்துவிடுமாம்) திறந்துவிடுவது போலாகிவிடும் என பிரிட்டிஷார் அஞ்சுகின்றனர்.

2010 ஜூலை மாதம் இந்தியாவுக்கு வந்த முன்னாள் இங்கிலாந்து பிரதமர் டேவிட் கேமரூன் ஒப்புக்கொண்டதுபோல், 'ஒன்றைத் தர நாங்கள் சம்மதித்தால், பிறகு பிரிட்டிஷ் அருங்காட்சியகமே காலியாகிவிடுவதை காண நேரிடும். எனவே, அது (கோஹினூர் வைரம்) அப்படியே வைத்திருக்கப்படவேண்டும் என்று தான் சொல்லவேண்டியிருக்கிறது'.

மேலும் சட்டப்படியான ஆட்சேபணை ஒன்றும் இருக்கிறது. 1972 தொல்பொருள்கள் மற்றும் கலைப்பொக்கிஷங்கள் சட்டத்தின்படி (Antiquities and Art Treasures Act of 1972), இந்தியா சுதந்திரம் பெற்ற 1947-ஆம் ஆண்டுக்கு முன் நாட்டை விட்டு வெளியேறிய எந்த ஒரு கலைப்பொருளையும், எந்த சூழ்நிலையிலும் திருப்பித் தருமாறு கோர அரசாங்கத்துக்கு அனுமதியில்லை என சொலிசிட்டர் ஜெனரல் ஆணித்தரமாகக் கூறினார். ஆக, சுதந்திரம் பெறுவதற்கு ஒரு நூற்றாண்டுக்கு முன்பாகவே கோஹினூர் வைரத்தை நாடு இழந்து விட்டதால் சுதந்திர இந்தியா அதை திருப்பித் தரக் கோருவதற்கு எந்த முகாந்திரமும் இல்லை (கண்டிப்பாக அந்தச் சட்டத்தில் திருத்தம் கொண்டு வர முடியும்தான். குறிப்பாக நாடாளுமன்றத்தில் அனைத்து உறுப்பினர்களும் இப்படி ஒரு திருத்தத்துக்கு ஆதரவாக வாக்களித்து அதைச் செய்யலாம். ஆனால் நமது அரசாங்கத்தில் அப்படி ஒன்று நடக்கும் என்று தோன்றவில்லை. இரு நாடுகளுக்கிடையிலான பரஸ்பர உறவைத் தகர்க்கும்விதமாக அது இருக்கும் என்ற அச்சமே இதற்குக் காரணம் என்பதைப் புரிந்துகொள்ளலாம். சட்ட விரோதமாக அபகரிக்கப் பட்ட பிற நாடுகளின் கலாசார சொத்துக்களை அந்த நாடுகளிடமே திரும்ப ஒப்படைக்கும் குறிக்கோளுக்காக இயங்கும் ஐ.நா. அமைப்பு ஒன்றை இந்தியா நாடாததும் இதே காரணத்துக்காகத்தான்).

சில நூற்றாண்டுகள் நிலவிய பிரிட்டிஷாரின் அடக்குமுறை மற்றும் கொள்ளைக்காக வருத்தம் தெரிவிக்கும் வகையில் கலாசார முக்கியத்துவம் வாய்ந்த அரிய பொருள்கள் இந்தியாவுக்குத் திரும்ப வருவதை விரும்பும் என் போன்ற தேசியவாதிகளின் எதிர்ப்புகளை சொலிசிட்டர் ஜெனரலின் வாதம் முறியடித்துவிட்டதுபோல் தோன்றுகிறது.

லண்டன் கோபுரத்தில், மகாராணியின் மணிமுடியில் ஓர் அவமானச் சின்னமாக காட்சி அளித்துக்கொண்டிருக்கும் கோஹினூர் அப்போதும் கூட முன்னாள் பிரிட்டிஷ் ஏகாதிபத்தியம் இழைத்த அநீதிகளை அப்பட்டமாக நினைவூட்டிக்கொண்டுதான் இருக்கிறது. குறைந்தபட்சம் பிராயச்சித்தத்துக்கான ஓர் சமிக்ஞையாகத் திரும்ப ஒப்படைக்கப்படும் வரை உண்மையில் கொள்ளை, அட்டூழியம், சுரண்டலின் மறுஉருவமாக இருந்த காலனி ஆதிக்கத்தின் சான்றாகத்தான் அது எஞ்சி நிற்கும். கண்டிப்பாக பிரிட்டிஷாருக்குச் சொந்தமில்லாத கோஹினூர் வைரத்தை அவர்களுடையே கரங்களிலேயே விட்டு வைக்கலாம் என்போருக்கு ஒருவேளை இதுவே மிகச் சிறந்த பதிலாக இருக்கக்கூடும்.

காலனி ஆதிக்கத்துக்கு எதிர்ப்பு; காந்தியவாதத்தின் கவர்ச்சி

காலனி ஆதிக்கத்தை எதிர்க்கப் பிரயோகிக்கப்பட்ட வழிமுறைகள் உலகளாவிய வகையில் ஏற்படுத்திய தாக்கமும் நிச்சயம் அது வழங்கிய கொடைகளின் ஓர் அங்கமாக இருக்கிறது. இந்தவகையில், பிரிட்டிஷார் இந்தியாவைவிட்டு வெளியேறிய பிறகு, மகாத்மா காந்தியின் கொள்கை சர்வதேச அளவில் எந்த அளவுக்குப் பொருத்தமாக இருக்கும்? இந்தக் கேள்விக்கு பதில் கிடைக்க வேண்டுமானால், அவருடைய அஹிம்சை தத்துவம், உலக அளவில் மக்களிடமும் தலைவர்களிடமும் அந்தத் தத்துவம் செலுத்திய செல்வாக்கு ஆகியவற்றைக் கணக்கில் எடுத்துக் கொண்டு பார்க்கவேண்டும்.

காந்தியத்தால் செல்வாக்கு பெற்றவர்களில் சிறந்த உதாரணமாக இருந்தவர் இளைய மார்ட்டின் லூதர் கிங். காந்தியின் சொற்பொழிவை ஒருமுறை கேட்ட அவர், காந்தி தொடர்பான புத்தகங்களை வாங்கிப் படித்தார். பின் சத்தியாகிரகத்தை ஒரு கொள்கையாகவும் வழிமுறை யாகவும் கடைப்பிடித்தார். அமெரிக்காவின் தெற்கு மாகாணங்களில் நிலவிய நிறவெறிப் பாகுபாட்டை வேரறுப்பதில், இந்தியாவுக்கு வெளியே, மற்றவர்களைவிட மிக ஆற்றலுடன் அஹிம்சை தத்துவத்தைப் பயன்படுத்தியவர் அவர்தான்.

'வெறுப்பு வெறுப்பையே பெற்றெடுக்கிறது. வன்முறை வன்முறையையே பெற்றெடுக்கிறது' என காந்தியை பிரதிபலிப்பதில் அவர் மறக்க முடியாத அறிவிப்பு ஒன்றை வெளியிட்டார்: 'வெறுக்கும் சக்திகளை நாம் ஆன்மிக சக்திகளால் எதிர்கொள்ளவேண்டும்'. 'காந்தியின் அஹிம்சா வழி எதிர்ப்பு எமது இயக்கத்தின் வழிகாட்டும் விளக்காக மாறியது' என அவர்

பின்னாளில் முழங்கினார். 'கிறிஸ்து உணர்வையும், ஊக்கத்தையும் அளித்தார். காந்தி வழிமுறையை வழங்கினார்' என்று அவர் குறிப்பிட்டார்.

எனவே, அமெரிக்காவில் நிரந்தரமாகப் பெரும் மாற்றத்தை ஏற்படுத்துவதற்கு காந்தியவாதம் நிச்சயமாக உதவியது. ஆனால், கௌதமாலாவில் ரிகோபெர்ட்டா மென்ச்சு முதல் அர்ஜென்டினாவில் அடால்ஃபோ பெரஸ் எஸ்குயிவெல் வரை, தம்மை காந்தியவாதிகளாக அறிவித்துக் கொண்ட பலருக்கும் வரிசையாக அமைதிக்கான நோபல் பரிசுகள் கிடைத்திருந்தாலும், அஹிம்சையின் ஆற்றலை வெளிப்படுத்திய வேறு உதாரணங்களைக் காண்பது கடினமாக இருக்கிறது (காந்தியே அமைதிக்கான நோபல் பரிசைப் பெறவில்லை).

காலனி ஆதிக்கத்தின் முடிவு தொடங்கியதை இந்திய சுதந்திரம் குறித்தது. ஆனால் அப்போதும் பல நாடுகள் ரத்தம் சிந்திய வன்முறை போராட்டங் களுக்குப் பிறகுதான் விடுதலை அடைந்தன. படையெடுத்து வந்த ராணுவங்களின் பூட்ஸ் கால்களில் மிதிபட்டு, உடைமைகளை இழந்து, பீதியில் சொந்த மண்ணை விட்டு தப்பியோடி மற்ற நாட்டு மக்கள் எல்லாம் அவதிப்பட்டிருந்தனர். அஹிம்சா தத்துவம் அவர்களுக்கு எந்தத் தீர்வையும் வழங்கவில்லை. தார்மிக பலம் அழிவதால் பாதிக்கப்படக் கூடிய எதிரிகள், உலக மற்றும் உள்நாட்டு மக்களின் அபிப்ராயங்கள் குறித்து கவலைப்படும் அரசுகள், செய்த தவறுகளுக்குக் குற்ற உணர்ச்சி கொண்டு தோல்வியை ஒப்புக்கொள்ளத் தயாராக இருக்கும் ஆட்சியாளர்கள் மத்தியில் மட்டுமே அஹிம்சை தத்துவம் நல்ல பலனைத் தரமுடியும். ஊடக சுதந்திரத்தை ஆதரிக்கும் ஜனநாயகமும், தனது சர்வதேச பிம்பம் பற்றிய விழிப்புணர்வும் கொண்ட பிரிட்டிஷார் இத்தகைய குற்ற உணர்வுகளுக்கு ஆளாகும் விதத்தில்தான் இருந்தனர். ஆனால், ஹிட்லரின் ஜெர்மனியில், போர் செய்திகளுக்கு ஆலாய்ப் பறந்த பத்திரிகையாளர்களின் கேமரா ஒளிகளுக்கு அப்பால், எவ்வித எதிர்ப்பும் காட்டாமல் விஷ வாயு சிறைகளுக்குள் சென்று மறைந்த யூதர்களுக்கு மகாத்மா காந்தியின் அஹிம்சை தத்துவம் அவர் வாழ்ந்த காலத்திலேயே எதுவும் செய்யவில்லை. இந்த இடத்தில், மகாத்மா காந்தியைப்போல் ஓர் எதிரியை எதிர்கொண்டதும், அவரை வெற்றி பெற அனுமதித்ததும் விநோதமாக பிரிட்டிஷ் ஆட்சிக்குப் பெருமை சேர்க்கிறது.

'நீ தவறு செய்கிறாய் என்பதை உனக்கு காட்ட என்னை நானே தண்டித்துக் கொள்கிறேன்' என்று கூற முடிவதில்தான் அஹிம்சையின் சக்தியே இருக்கிறது. ஆனால் தாங்கள் தவறிழைக்கிறோமா என்பதையே தெரிந்து கொள்ள ஆர்வம் இல்லாத, அவர்களுடன் ஒத்துப்போனாலும், இல்லை யென்றாலும் எப்போதுமே உன்னைத் தண்டிக்க விரும்புபவர்களிடம் அது எவ்வித தாக்கத்தையும் ஏற்படுத்துவதில்லை. அவர்களைப் பொறுத்தவரை தண்டனையை ஏற்கும் உன் விருப்பமே அவர்களுடைய வெற்றிக்கான மிக எளிய வழியாகும். 'காந்தி எப்போதுமே ஒரு மகத்தான உந்துசக்தியாக இருந்து வந்திருக்கிறார்' என்று எழுதிய நெல்சன்

மண்டேலா, 'ஈவு இரக்கமற்ற இனவெறி ஆட்சிக்கு எதிரான தனது போராட்டத்தில் அஹிம்சை தத்துவம் எந்தப் பயனும் அளிக்கவில்லை' என பட்டவர்த்தனமாக அறிவித்ததில் வியப்பேதும் இல்லை.

இந்த விஷயத்தில் காந்தி அச்சுறுத்தும்விதமாக யதார்த்தத்துக்கு முரணாகத் தோன்றுகிறார்: 'தானாக முன்வந்து அப்பாவிகள் செய்யும் தியாகம்தான் இதுவரை கடவுள் அல்லது மனிதனால் கருத்துரு பெற்ற கொடுங்கோன்மைக்கு சக்தி வாய்ந்த பதிலாக இருக்கிறது. சட்டத்துக்குக் கீழ்ப்படியாமை என்பது உண்மையானதாக, மரியாதை நிறைந்ததாக, கட்டுப்பாடு நிறைந்ததாக இருக்கவேண்டும். ஒருபோதும் அதன் பின்னால் கெட்ட நோக்கமோ, வெறுப்போ இருக்கக்கூடாது. அதுபோல், கீழ்ப்படியாமையில் உணர்ச்சிவசப்படுவதும் கலகங்களில் ஈடுபடுவதும் கூடாது. மவுனமாக வலிகளைத் தாங்கிக் கொள்வதற்கான முன் தயாரிப்பாக இருக்கவேண்டும்'.

உலகம் முழுவதுமாக அநீதியால் ஏற்படும் பல்வேறு துயரங்களுக்கு ஆன்மிகம் அல்லது ஆண்மையின்மைதான் மருந்து என பரிந்துரை செய்வதுபோல் இது இருக்கிறது. அமைதியாக துன்பங்களை அனுபவிப்பது என்பது ஓர் ஒழுக்க நெறியாக மிக நன்றாகத்தான் உள்ளது. ஆனால், அது மிக அரிதாகத்தான் அர்த்தமுள்ள மாற்றத்தை ஏற்படுத்தி யிருக்கிறது. கசப்பான உண்மை என்னவென்றால், அஹிம்சையின் ஆற்றலைவிட அமைப்புசார்ந்த வன்முறையின் நிலையான சக்தி அநேகமாக எப்போதுமே பெரிதாக உள்ளது. பிரிட்டிஷாரை காந்தியால் தர்மசங்கடத்துக்கு மட்டுமே ஆளாக்க முடியும். அவர்களை அப்புறப் படுத்த அவரால் முடியாது (அவரால் அவர்கள் அப்புறப்படுத்தப்பட வில்லை) என்பது போன்ற வாதங்கள் அதிகரித்து வருகின்றன.

பிரிட்டன் மணிமுடிக்கு விசுவாச பிரமாணம் செய்திருந்த ராணுவ வீரர்கள் இரண்டாம் உலகப்போர் சமயத்தில் கிளர்ந்து எழுந்தபோதும், 1945-ல் இந்திய கடற்படையினர் கலகம் செய்து பிரிட்டிஷ் துறைமுக கட்டமைப்புகளில் பீரங்கித் தாக்குதல் நடத்தியபோதும் பிரிட்டிஷார் எல்லாம் ஒரு முடிவுக்கு வந்துவிட்டதை உணர்ந்தனர். வயது முதிர்ந்த ஒருவரை (காந்தி) சிறையில் தள்ளவும், அவரை உண்ணாவிரதம் இருக்க அனுமதிக்கவும் பிரிட்டிஷாரால் முடிந்தது. ஆனால் 32 கோடி மக்களின் பின்புலம் கொண்ட ஆயுதக் கிளர்ச்சியை அவர்களால் ஒடுக்க இயலவில்லை. இன்றைய வார்த்தை ஜாலத்தின்படி 'மென் ஆற்றல்' யுத்தத்தில் காந்தி தார்மிக வெற்றி பெற்றார்; ஆனால் ஒரு ராணுவ வெற்றி இல்லாமலேயே சீருடை அணிந்த கிளர்ச்சியாளர்களும் கலகக்காரர்களும் 'வன் ஆற்றல்' யுத்தத்தில் வென்றனர்.

மேலும், எது சரி, எது தவறு என்பது தெளிவாகத் தெரியாத நிலையில்தான் காந்தியவாதம் தட்டுத் தடுமாறிக்கொண்டே முன்னேறுகிறது. தனது புகழ்

உச்சத்தை எட்டியிருந்த நிலையில் இந்தியப் பிரிவினையை (அவர் அதை தார்மிக அடிப்படையில் 'தவறு' எனக் கருதினாலும்) அவரால் தடுக்க முடியவில்லை. பொறுமை, இரக்கம் மற்றும் சுய தண்டனை மூலம் எதிரியை தவறில் இருந்து விடுவிப்பதில் அவர் நம்பிக்கை கொண்டிருந்தார். ஆனால் எதிரியும் தன்னுடைய நோக்கத்தில் நியாயம் இருப்பதாக நம்பினால் அல்லது தனது ஒழுங்கீனத்தை நன்கறிந்து அது பற்றிக் கவலைப்படாத பட்சத்தில், அவன் தனது தவறை ஒப்புக்கொள்வது கடினம். மேலும், அந்நிய ஆட்சியில் இருந்து விடுதலை என்ற எப்போதும் வெல்லக்கூடிய விதியின் சுலபமான மற்றும் ஆழமான சேவையில்தான் காந்தியம் சாத்தியமாகிறது. ஆனால், இன்னும் சிக்கலான சூழ்நிலை களில் அது முடியாது. பொட்டில் அடித்தாற்போல் சொல்ல வேண்டு மானால் 'அது வேலை செய்யாது'.

புதிய இந்தியாவை நிர்மாணித்த பிதாமகர்களிடம் காந்தியின் கொள்கை கள் பெரிய அளவில் அறிவுத் தாக்கம் ஏற்படுத்தி இருக்கின்றன. அரசுக் கொள்கையின் வழிகாட்டு நெறிமுறைகளில் அவரது பல நம்பிக்கை களை அவர்கள் புகுத்தினர். எனினும், மதச் சண்டையில் இருந்து தலித்துகள் அவமதிப்பு வரை அவரே எதிர்த்துப் போராடிய பல கொடுமை களுக்கு காந்தியவாதம் தீர்வுகள் வழங்கவில்லை. மாறாக, அற்பமான சாதிக் குறிக்கோள்கள் கொண்ட பலரால் இன்று அவரது வழிமுறைகள் (குறிப்பாக உண்ணாவிரதம், ஹர்த்தால் அல்லது கடையடைப்பு மற்றும் வேண்டுமென்றே கைதாவது) தவறாகப் பயன்படுத்தப்பட்டும், களங்கப் படுத்தப்பட்டும் வருகின்றன.

இந்தியாவுக்கு வெளியிலும்கூட பயங்கரவாதிகள், வெடிகுண்டு வீசுபவர்கள் போன்ற குற்றவாளிகள் தண்டிக்கப்படும் சமயங்களில் உண்ணாவிரதப் போராட்டங்களை அறிவித்து காந்திய உத்திகளைக் கொச்சைப்படுத்தி இருக்கின்றனர். தார்மிக பலமற்ற காந்தியவாதம் பாட்டாளி மக்கள் இல்லாத மார்க்ஸியம் போன்றது. என்றாலும், அவரது வழியைப் பின்பற்ற விரும்பும் சிலரிடம் (மட்டுமே) அவருடைய சுய ஒருமைப்பாடு மற்றும் ஒழுக்க ஆளுமை இருக்கிறது.

சர்வதேச அளவில் யாருமே மறுக்க முடியாத உன்னதக் கருத்துகளை மகாத்மா எடுத்துரைத்தார்: ஐக்கிய நாடுகள் சபையின் சாசனத்தில், பலப்பிரயோகத்தை அங்கீகரிக்கும் விதிமுறைகள் கொண்ட அத்தியாயம் 7 தவிர அனைத்தையும் நிச்சயமாக அவரே எழுதியிருக்க முடியும். ஆனால், ஒன்றோடு ஒன்று மோதிக்கொண்டே இருக்கும் நாடுகளின் இறையாண்மைகளில் இருந்து யாரும் தப்பிக்க முடியாது என்பதையே அவருடைய மரணத்துக்குப் பின் வந்த காலங்கள் உறுதி செய்தன.

அவர் மறைந்ததில் இருந்து போர்கள் மற்றும் கிளர்ச்சிகளால் ஏறக்குறைய 3 கோடி பேர் தங்கள் இன்னுயிரை இழந்திருக்கின்றனர். அவருடைய சொந்த தேசம் உள்பட ஏராளமான நாடுகளில் சுகாதாரம் மற்றும் கல்விக்கு ஒட்டுமொத்த அளவில் செலவிடப்படும் தொகையை

விட ராணுவத்துக்காகச் செலவிடப்படும் தொகை அதிகம். அவரை மிக வருத்திய ஹிரோஷிமா அழிவுக்குக் காரணமான அணுகுண்டைவிட இன்று உலகில் குவிக்கப்பட்டுள்ள அணு ஆயுதங்கள் பத்து லட்சம் மடங்குக்கும் அதிக சக்தி கொண்டவை. ஆக, சத்தியத்தின் மையமாக காந்தி கருதிய உலக சமாதானம் என்பது எப்போதும்போல் வெறும் மாயையாகவே தெரிகிறது.

அரசாங்கங்கள் போட்டி போட்டுக்கொண்டிருக்கும் அதேவேளையில் மதங்களும் அவ்வாறே செய்கின்றன. 'நான் ஒரு இந்து, ஒரு முஸ்லிம், ஒரு கிறித்தவன், ஒரு செளராஷ்டிரன், ஒரு யூதன்' என முழங்கிய மகாத்மா காந்தி உலகம் முழுவதும் இன்று பல்வேறு மதங்களும், சமயக் குழுக்களும் புத்துயிர் பெற்று எழுந்து வருவதை ஜீரணிக்க முடியாமல் தவித்திருப்பார். அவருடைய அணுகுமுறை உலகின் மற்ற பகுதிகள் அனைத்துக்குமே பொருத்தமற்றதாகத்தான் இருந்தது. அவருடைய முஸ்லிம் எதிரி முகம்மது அலி ஜின்னா மத நம்பிக்கை குறித்த காந்தியின் கூற்றுக்கு பதில் அளித்ததுபோல் - 'ஓர் இந்து மட்டுமே அவ்வாறு கூறமுடியும்'.

இறுதியாக, ராட்டைச் சக்கரம் மற்றும் திருப்தியடைந்த கிராம குடியாட்சிகளின் தற்சார்புடைய குடும்பங்களின் உலகம் என்பது, காந்தி அது பற்றி முதன் முதலில் தன் 'இந்து சுயராஜ்ஜியம்' (Hind Swaraj) நூலில் எழுதிய சமயத்தில் இருந்ததைவிட இன்று இன்னும் வெகு தூரத்துக்குத் தள்ளிப் போய்விட்டது. இடைநிலைத் தொழில்நுட்பம் மற்றும் 'சிறியதே அழகு' (small is beautiful) கோட்பாடு ஓரளவுதான் செல்வாக்கு பெற்றன என்றாலும், உலக நாடுகள் முழுவதும் ஒன்றுக்கொன்று சார்ந்து இயங்கும் இன்றைய நிலையில் இத்தகைய கருத்துகளுக்கு இடமிருப்பதாகத் தோன்றவில்லை. வளர்ந்து வரும் நாடுகளில் தற்சார்பு (self-reliance) என்பது பெரும்பாலும் ஒரு பாதுகாப்பு கவசமாகவும், திறமையின்மைக்கு கூரையாகவும்தான் இருக்கிறது.

நூற்பு ராட்டைகளைத் தாண்டி சிலிக்கன் சில்லுகள் மீது கவனம் செலுத்த முடிந்த நாடுகளும், அற்பமான பழைய பல்லவிகளில் இருந்து விடுபட்டு, வாழ்க்கையின் எல்லைகளை விரிவுபடுத்த உதவும் தொழில்நுட்ப வளர்ச்சியின் பலன்களைத் தம் குடிமக்களுக்கு அளித்த நாடுகளும்தான் வெற்றி கண்ட மற்றும் வளம் கொழிக்கும் நாடுகளாக இருக்கின்றன. ஆனால் இன்றைய நகர்மய இந்தியா அவர் கனவு கண்ட இலட்சிய மற்றும் தற்சார்பு கிராம குடியாட்சிகளில் இருந்து வெகு தூரம் விலகி நிற்கிறது. மேலும் இன்றைய இந்தியா தொழில்நுட்பங்களை ஆரத்தழுவிக் கொண்டவிதம் தேசம் தன் ஆன்மாவை விற்றுவிட்டதாகவே மகாத்மாவை உணர வைத்திருக்கும்.

காந்தி படுகொலைக்குப் பின் வந்த ஆண்டுகளில் காந்தியவாதத்தின் எல்லைகள் அம்பலப்பட்டு இருக்கக்கூடும். எனினும் மகாத்மாவின் மேன்மையை யாரும் மறுக்க முடியாது. பாசிசம், வன்முறை மற்றும்

போர்களில் உலகமே சிதறுண்டு கொண்டிருந்தவேளையில் அவர் சத்தியம், அஹிம்சை மற்றும் அமைதியின் மேன்மைகள் பற்றி போதித்தார். வன்முறைக்கு எதிரான கொள்கையின் மூலம் அவர் காலனித்துவத்தின் நம்பகத்தன்மையை அழித்தார். சொந்த நம்பிக்கை மற்றும் ஊக்கத்தின் படி விதிகளை வகுத்து அவற்றைச் சாதித்தார். ஒரு சிலருக்கு மட்டுமே அவை பொருந்தும். தனது தொண்டர்களின் பலவீனங்களால் சிறைப்படுத்த இயலாத அரிய தலைவராக அவர் இருந்தார்.

ஆக, காலனி ஆட்சியின் எதிர்ப்புச் சின்னமாக மகாத்மா காந்தி திகழ்கிறார். தன்னுடைய காலத்தை வெற்றிகரமாகக் கடந்துவந்துவிட்ட அந்தக் கால உருவமாகவும் விளங்குகிறார். பிரிட்டிஷ் பேரரசுக்கு செலுத்தப்படும் உச்சபட்ச புகழஞ்சலி, அதை எதிர்த்த 'மகாத்மா'வின் (Great Soul) மேன்மையில்தான் ஒருவேளை இருக்க இயலும்.

காலனி ஆதிக்கத்தின் எஞ்சிய சிக்கல்கள்

காலனி சகாப்தம் முடிந்தது. என்றாலும் அதன் முடிவில் இருந்து, பொதுவாக காலனி சக்திகளின் குழப்பமான வெளியேற்றத்தின் விளைவாக உருவானவை தீர்வு காணமுடியாமல் அபாயகரமாக இன்றும் நீடித்துவருகின்றன. இந்த வகையில், நீண்ட காலமாக இந்தியாவுக்கும் பாகிஸ்தானுக்கும் இடையே புரையோடிப் போயிருக்கும் வெறுப் புணர்வு, இரு நாடுகளுக்கிடையே நடந்த நான்கு போர்கள் மற்றும் இந்தியாவுக்கு எதிரான பாகிஸ்தானிய உத்தியாக மீண்டும் மீண்டும் அரங்கேற்றப்படும் எல்லை தாண்டிய பயங்கரவாதம் ஒரு கண்கூடான உதாரணம். இன்னும் நிறைய இருக்கின்றன.

1999-ல் கிழக்கு தைமூரில் நடந்த பரபரப்பு சம்பவங்கள் சுதந்திர போராட்ட இயக்கம் ஒன்றிடம் இறுதியான அதிகார மாற்றத்துக்கு வழிவகுத்தன. எனினும், மேற்கு சகாரா அல்லது பழைய உதாரணங்களான சைப்ரஸ் மற்றும் பாலஸ்தீனத்தில் இருப்பது போலன்றி ஐரோப்பிய காலனி ஆதிக்கத்தின் அனைத்து குழப்பக் கொடைகளுக்கும் குறைந்த பட்சம் அங்கே முடிவு ஏற்பட்டது. ஆனால், காலனிய சகாப்தத்துத் தீப்பொறிகளை எல்லாம் மீண்டும் பற்ற வைக்க முடியும். அப்படித்தான் நடந்து வந்திருக்கிறது. அனைவருக்கும் வியப்பூட்டும் விதமாக ஆப்பிரிக்காவின் வடகிழக்கு தீபகற்பத்தில் (Horn of Africa), ஒரு காலனி எல்லை தொடர்பாக எத்தியோப்பியாவுக்கும் எரித்திரியாவுக்கும் இடையே போர் வெடித்தபோது, அதைத் தெளிவாக வரையறை செய்ய முடியாமல் முந்தைய இத்தாலிய ஆட்சியாளர்கள் தோல்வி அடைந்தனர். அதன் விளைவாக இன்றும் நிச்சயமற்ற சூழ்நிலையில் அந்தப் பகுதிகளில் அமைதி அல்லாடிக் கொண்டிருக்கிறது.

1916-ல் ஆங்கிலேயரும் ஃபிரெஞ்சுக்காரர்களும் சைக்கஸ்-பைகாட் ஒப்பந்தம் மூலம் முன்னாள் உதுமானிய பிரதேச எல்லைகளை தமக்குள் வகுத்துக் கொள்ளச் சம்மதித்தனர். அதன் விளைவாக சுதந்திர சிரியா

மற்றும் இராக்குக்கு இடையே எல்லைகள் ஏற்படுத்தப்பட்டன. இது இன்றும் அச்சுறுத்திக் கொண்டிருக்கும் காலனி வரலாற்றின் இன்னொரு நினைவுச் சின்னம். ஏனென்றால், அந்த நாடுகளில் ஒருகட்டத்தில் ஐ.எஸ்.ஐ.எஸ். வெறித்தனமாக முன்னேறியபோது அந்த ஒப்பந்தத்தின் அநியாயங்களை எதிர்த்ததுடன், அதன் கொடையைத் தலைகீழாகப் புரட்டிப் போட தீவிரமாக முயன்றது. அது பேரரசு சகாப்தம் இன்று மீண்டும் ஒருமுறை அவதரிக்கும் அபாயத்தை ஏற்படுத்தியது.

காலனி ஆதிக்கத்தின் நேரடி விளைவுகள் மட்டும் தற்காலத்துடன் பொருந்துவதாகக் கூற முடியாது. மிகப் பொருத்தமான மறைமுக விளைவுகளும் இருக்கின்றன. காலனி ஆட்சியின் அறிவுசார் வரலாற்றில் அண்மைக் கால சச்சரவுகளுக்கான காரணங்கள் மலிந்து கிடக்கின்றன. அதில் ஒன்று, மிக எளிய, மிக அலட்சியமான மானுடவியல்: ருவாண்டாவிலும், புருண்டியிலும் ஹுட்டுகள் மற்றும் டுட்சி இனங்களுக்கிடையே பெல்ஜியம் ஏற்படுத்திய பாகுபாடு அதற்கு முன் அங்கு இல்லாத பேதங்களை கடுமையாக்கியது. ஆப்பிரிக்காவின் க்ரேட் லேக்ஸ் பகுதியில் அவை தொடர்ந்து அச்சுறுத்திக் கொண்டிருக்கின்றன.

இது போன்ற மற்றொரு பிரச்னை எதுவென்றால் உள்நோக்கம் கொண்ட சமூகவியல். இது தொடர்பாகவும் உலகம் எவ்வளவோ ரத்தம் சிந்த நேர்ந்திருக்கிறது. உதாரணமாக, இந்தியாவில் பிரிட்டிஷார் உண்டாக்கிய ‘போராளி இனங்கள்’ (martial races) ஆயுதப்படைகளுக்குள் திடுமென திசை திருப்பி விடப்பட்டன. சில இனங்களின் மேல் கடும் ராணுவச்சுமை ஏற்றப்பட்டது. பழைய காலனி நிர்வாகப் பழக்கமான பிரித்தாளும் சூழ்ச்சி (divide and rule) 1857-க்குப் பிறகு இந்திய துணைக்கண்டத்தில் உயிர் பெற்றதை ஒருபோதும் மறந்துவிட இயலாது. அதற்குப்பின் இந்து, முஸ்லிம்களுக்கிடையே அரசியல் பிளவுகள் திட்டமிட்டு வளர்க்கப் பட்டன. இறுதியில் அது எந்தவிதத்திலும் தடுக்க இயலாத தேசப் பிரிவினை எனும் அவலத்தில் வந்து முடிந்தது.

இத்தகைய காலனி சகாப்த பிரிவினைகள் எல்லாம் கொடுமையாக இருந்தது மட்டும் இல்லை; அவற்றுடன் நாட்டின் வளங்களை எல்லாம் காலனி சமுதாயத்துக்குள்ளேயே பாரபட்சத்துடன் விநியோகிப்பதும் அடிக்கடி நடந்தது. பெல்ஜிய காலனி ஆட்சியாளர்கள் டுட்சிகளுக்கு சலுகை அளித்தனர். எனவே ஹுட்டுகள் அவர்களை அந்நிய ஊடுருவல் காரர்கள் என நிராகரித்தனர்; இலங்கையில் காலனி ஆட்சியின்போது தமிழர்கள் அனுபவித்த உரிமைகளால் சிங்களர்களுக்கு ஏற்பட்ட வெறுப்பு சுதந்திரத்துக்குப் பின் பாரபட்ச கொள்கைகளுக்கு வழிவகுத்தது. அதன் எதிரொலியாக தமிழர் புரட்சி வெடித்தது.

உள்நாட்டுக் கொடையாக அமைந்த பிரித்தாளும் சூழ்ச்சியின் கீழ்தான் இந்தியா இன்னும் வாழ்ந்து வருகிறது. இங்குள்ள முஸ்லிம்களின் எண்ணிக்கை ஏறக்குறைய பாகிஸ்தான் மக்கள்தொகை அளவுக்குப்

பெரிதாக இருக்கிறது. ஆனால், இந்தியாவில் அவர்கள் தமக்கென ஓர் இடத்தைப் பிடிக்கப் போராடும் சிறுபான்மையினராக இருக்க வேண்டியிருப்பதை உணர்ந்து இருக்கின்றனர்.

நவீன தேசம் ஒன்றுடன் காலனி வரலாற்றைக் கலப்பது ஆபத்து நிறைந்தது. ஒரு நாடு கடந்த காலத்தில் ஒன்றுக்கு மேற்பட்ட காலனி ஆட்சிகளைப் பெற்றிருந்தால் அதன் எதிர்காலம் எளிதில் பாதிப்புகளுக்கு இலக்காகக் கூடியது. பிரிவினைவாதம் என்பது சரித்திர, பூகோள, கலாசாரக் காரணிகளால் தூண்டப்படலாம். அதுபோல் 'இனவாத' காரணமும் இருக்கலாம். எத்தியோப்பியாவில் இருந்து எரித்திரியாவும், சோமாலியாவில் இருந்து 'சோமாலிய குடியரசும்' உருவாகும் பிரிவினைகளில் இனம் அல்லது மொழி ஓர் காரணியாக இருப்பது மிக அரிது என்றே தோன்றுகிறது (ஒன்று அங்கீகரிக்கப்பட்டுள்ளது. மற்றொன்று அங்கீகரிக்கப்படவில்லை).

எரித்திரியாவில் இத்தாலி ஆட்சியும் சோமாலிலாந்தில் பிரிட்டிஷ் ஆட்சியுமாக காலனி அனுபவம் அங்கு வித்தியாசமானதாக இருந்தது. அது குறைந்தபட்சம் அவர்களுடைய சொந்தக் கண்ணோட்டங்களின் படி, மற்ற பூர்விக சக குடிகளிடமிருந்து அவர்களை விலக்கி வைத்தது.

இது போன்ற ஓர் காட்சியை நாம் முன்னாள் யூகோஸ்லாவியாவிடமும் காண முடியும். ஆஸ்திரிய-ஹங்கேரிய ஆட்சியின் கீழ் 800 ஆண்டுகள் இருந்த அந்நாட்டின் சில பகுதிகள், உதுமானிய நிலப்பிரபுத்துவ ஆட்சியின் கீழ் ஏறக்குறைய அதே அளவு காலத்தைக் கழித்திருந்த பகுதிகளுடன் இணைக்கப்பட்டன. 1991-ல் மூண்ட போர் ஜெர்மன் பேரரசுகள் ஆண்டு கொண்டிருந்த அந்த யூகோஸ்லாவிய பகுதிகளை சர்ச்சையில் கொண்டு வந்து நிறுத்தியது. அந்தப் பகுதிகள் அந்தப் பேரரசுகளுக்கு எதிராக இத்தகைய காலனிமயமாக்கலைத் தடுத்திருந்தன.

காலனி ஆட்சிக்காலத்தில் வகுக்கப்பட்ட எல்லைகள், சுதந்திரத்துக்குப் பிறகும்கூட மாறாமல், தேசத்தின் ஒருமைப்பாட்டுக்கு இன்னும் ஏராளமான சிக்கல்களை ஏற்படுத்திக் கொண்டிருக்கின்றன. உதுமானிய பேரரசின் அழிவுகளில் இருந்து தோன்றி, பல்வேறு முரண்பட்ட பகுதிகளை ஒருங்கிணைத்து ஒரே நாடாக உருவாக்கப்பட்ட இராக் விஷயத்தில் நாம் இது குறித்து நினைவூட்டப்பட்டு இருக்கிறோம். ஆப்பிரிக்காவில் இந்த விவகாரம் இன்னும் கண்கூடாகக் காட்சி அளிக்கிறது.

காலனி ஆதிக்கத்தில் வரையறுக்கப்பட்ட எல்லைகளுக்குள் தேசத்தை நிர்மாணிக்க வேண்டும் என்ற சவாலை எதிர்கொள்ள முடியாதபோது இன அல்லது பிராந்திய அடிப்படையில் அங்கே உள்நாட்டு கலகங்கள் உருவாகிறது. காலனி ஆட்சியாளர்களுடைய பேனாவின் தான்தோன்றித் தனத்தின் மூலம் எங்கெல்லாம் முரண்பட்ட மக்கள் கூட்டங்களை காலனி கட்டமைப்புகள் நிர்ப்பந்திக்கின்றனவோ அங்கெல்லாம் தேசியவாதம் எட்டாக்கனியாகிவிடுகிறது. ஆப்பிரிக்காவில் உள்ள பழங்குடியினரும்,

| 373 |

குல விசுவாசிகளும் காலனி தத்துவத்தின் கீழ் உருவாக்கப்பட்ட நாடுகளுக்காக பெர்லின் போன்ற தொலைதூர நகரங்களில் இருந்து வரையப்பட்ட எல்லைக்கோடுகளால் நசுக்கப்பட்டனர். ஏனென்றால் சுதந்திரத்துக்குப் பிறகு அந்த நாடுகளின் தலைவர்கள் அனைவரும் மொத்த நிலப்பரப்பில் இருந்து புதிய பாரம்பரியங்களையும், தேசிய அடையாளங்களையும் கண்டுபிடிக்க வேண்டியிருந்தது. அதன் விளைவாக, ஏற்றுக்கொள்ளவே முடியாத, அவர்களுடைய கற்பனை நாடுகளைப் போலவே செயற்கையான அரசியல் கட்டுக்கதைகள் அவிழ்த்துவிடப்பட்டன.

தலைவர்கள் ஒன்றுபடுத்த விரும்பும் குடிமக்களிடம் உண்மையான, தேசப்பற்று மிக்க பிணைப்பை ஏற்படுத்த அந்தக் கதைகளால் முடியாமல் போகிறது. தேசத் தலைவர் ஒருவரின் தேசியவாதம் நாடு தழுவிய அளவில் அதிர்வலைகளை உருவாக்க இயலாமல் தோல்வியடையும் போது அவருக்கு சவால் விடும் வகையில் உள்நாட்டுப் போர் ஒன்றை ஏற்படுத்துவது உள்ளூர் தலைவர்களுக்கு மிக எளிதாகிவிடுகிறது. இத்தகைய தேசத் தலைவருக்கு எதிரான கிளர்ச்சி என்பது 'ஹிஸ் ஸ்டோரி'க்கு மேல் ஹிஸ்டரி தன் கதையை மீண்டும் ஆணித்தரமாக எழுதுகிறது என்பதைத் தவிர வேறு ஒன்றுமில்லை.

காலனி ஆதிக்கத்துக்குப் பின் அந்த நாடுகள் சந்தித்த தோல்வியானது சர்ச்சையின் மற்றொரு தெளிவான ஆதாரமாக இருக்கிறது. நிர்வாகத்தைப் பொறுத்தவரை எவ்வித ஆயத்தமும் இல்லாத, புதிதாக விடுதலை பெற்ற நாட்டின் இயலாமையில் கிடைத்த உப பொருள் அந்தத் தோல்வி எனலாம். பல ஆப்பிரிக்க நாடுகளில் ஏற்பட்டிருக்கும் நிர்வாக நெருக்கடி ஓர் உண்மையான மற்றும் இன்றைய உலக விவகாரங்களில் கவலை ஏற்படுத்தும் காரணியாக இருக்கிறது. சக்தி வாய்ந்த மைய அரசுகளின் வீழ்ச்சி, தார்ஃபர், தெற்கு சூடான் மற்றும் கிழக்கு காங்கோவில் இன்று, சியரா லியோனி, லைபீரியா மற்றும் சோமாலியாவில் நேற்று (நாளை எதுவென யாருக்குத் தெரியும்?) நிகழ்ந்தது போல், அபாயங்களைக் கட்டவிழ்த்துவிடுவதற்கான சாத்தியங்கள் உண்டு: பலவீனமான பல நாடுகள், குறிப்பாக ஆப்பிரிக்க தேசங்கள், புற்றீசல்போல் கிளம்பும் போராட்டங்களால் சிதைந்து சின்னாபின்னமாகிவிடும்போல் தெரிகிறது.

காலனி ஆதிக்கத்துக்குப் பிந்தைய சமுதாயங்களில் பின்தங்கியநிலை காணப்படுகிறது. போராட்டத்துக்கு அதுவேகூட முக்கிய காரணமாக அமைந்துவிடுகிறது. ஏழை நாடு ஒன்றின் உள்கட்டமைப்பு வசதிகளில் காணப்படும் ஏற்றத்தாழ்வுகள் காலனி ஆட்சியாளர்கள் பயன் அடைவதற்காக திசை திருப்பிய முன்னுரிமைகளின் விளைவாக இருக்கிறது. சாலைகள், பாலங்கள், கால்வாய்கள், ரயில் பாதைகள், மின்சாரம் மற்றும் தொலைத் தொடர்பு வசதிகள் நிறைந்த பகுதிகளுக்கும், அவை இல்லாமல் 'புறக்கணிக்கப்பட்ட பகுதிகளுக்கும்' இடையே

சமச்சீரற்ற முறையில் வளங்களைப் பகிர்ந்தளிக்கவே அது வழி வகுக்கும்.

தெற்கில் உள்ள பல நாடுகளில் தேக்கநிலை தீவிரமடைந்து வருகிறது. தங்களுடைய நம்பிக்கையற்ற போராட்டத்தில் அந்த நாடுகள் செயல்திறன் இன்றித் தடுமாறுகின்றன. அதனால் உலக முதலாளித்துவம் என்ற விளையாட்டில் அவை ஓரங்கட்டப்படாமல் இருக்க கடுமையாகப் போராடவேண்டிய நிலையில் இருக்கின்றன. இதன் விளைவாக, பலவீனமடைந்து வரும் ஆட்சி அமைப்புகளால் கட்டுப்படுத்த இயலாத அளவுக்குப் பரிதாபகரமான ஏழ்மை, சுற்றுச்சூழல் சிதைவு, வேலை யில்லாத மக்கள் போன்ற அவல நிலைமைகள் உருவாகிவிட்டன. 'வந்து கொண்டிருக்கும் அராஜகம்' (The Coming Anarchy) என்ற நூலில் ராபர்ட் கப்லான் இந்த காட்சிகளைத் தெளிவாகச் சித்திரித்துள்ளார். நமது உலக எல்லைகளின் மீது நிரந்தர வன்முறையின் உண்மையான அபாயம் இருப்பதை அது எடுத்துரைக்கிறது.

21-ஆம் நூற்றாண்டில் நாம் பயணித்துக் கொண்டிருக்கும் வேளையில், தெளிவான ஓர் முரண்பாடாக, எதிர்கால அராஜகம் இன்னும் பாக்கி இருப்பது போலவே தோன்றுகிறது. கடந்த காலத்தில் காலனி ஆட்சியாளர்கள் ஏற்படுத்த முயன்ற சீர்குலைவுகளுக்கு எந்தவிதத்திலும் அது சளைத்ததாக இருக்காது. காலனி ஆட்சிக்குப் பிந்தைய நாடுகளில், போதிய திறமைகள் இல்லாத அரசியல்வாதிகள், நிகழ்காலத்தில் தங்களுடைய தோல்விகளுக்கான காரணத்தை கடந்த காலத்தில் கண்டுபிடித்து சமாதானம் அடைய வேண்டும் என்று கூறுவதில் எனக்கு விருப்ப மில்லை. ஆனால், நம்மை உருவாக்கிய (ஏறக்குறைய உருத்தெரியாமல் ஆக்கிய) சக்திகளைப் புரிந்துகொள்ள முயலும்போதும், புதிய நூற்றாண்டில் போராட்டத்துக்கு வழி வகுக்கக்கூடிய எதிர்கால மூலங்களைக் கண்டறிய விரும்பும்போதும், சில நேரங்களில் அது பற்றி நன்றாக ஆருடம் கூறும் மந்திரக் கண்ணாடி பின்னோக்கு கண்ணாடிதான் (ரியர் வியூ) என்பதைப் புரிந்துகொள்ளவேண்டியிருக்கிறது.

•

நன்றியுரை

இந்தப் புத்தகத்தை நான் எழுதியபோது பல அற்புதமான மனிதர்கள் எனக்கு உறுதுணையாக இருந்தனர். முதலில் எனது நண்பரும் பதிப்பாளருமான டேவிட் தாவிதார் பற்றிக் கூற வேண்டும். இந்தப் புத்தகத்தை எழுதும்படி என்னைச் சம்மதிக்கவைத்தது அவர்தான். இதில் எவ்வளவு பணிச்சுமை இருக்கும் என்பதை முழுதாக உணராமலேயே நான் மிக அவசரமாக சம்மதித்தேன். முதல்கட்டப் பிரதி முதல் தற்போது உங்கள் கரங்களில் இருக்கும் இந்த வடிவம் வரை அவர் எனக்குப் பெரிதும் வழிகாட்டினார். அடுத்து இந்த நூலை எடிட் செய்யும் பணி தொடர்பாக சைமர் புனீத் எடுத்துக்கொண்ட சிரமங்கள் மற்றும் அக்கறையுடன் கூடிய ஒத்துழைப்பு சிறப்பான பாராட்டுக்குரியது.

'இந்தியாவின் இருண்ட காலம்' நூலுக்கு இந்தியாவில் இருந்த பிரிட்டிஷ் ராஜ் குறித்த அசாதாரணமான ஆராய்ச்சியும் படிப்பும் தேவைப்பட்டது (பல சமயங்களில் மறுவாசிப்பும் அவசியமாக இருந்தது). இந்த அரும்பணியில், 18 மற்றும் 19-ஆம் நூற்றாண்டுகளின் மூல ஆவணங்கள் மற்றும் புத்தகங்களின் மின்னணுப் பதிப்புகளைத் தோண்டித் துருவிக் கொண்டு வந்து கொடுத்தும், என்னுடைய ஆய்வுப் பொருள் தொடர்பான மிக அண்மைக் கால நூல்கள், பத்திரிகை கட்டுரைகள் ஆகியவற்றை எடுத்துக் கொடுத்தும் பேராசிரியர் ஷீபா தட்டில் செய்த உதவிகள் விலை மதிப்பற்றவை.

என்னுடைய இரண்டு அயராத ஆராய்ச்சியாளர்களில் ஒருவரான அபிமன்யு டாடு பணிப்பளுவை முழுமையாகச் சுமந்தார். முதல்கட்டப் பிரதி தயாராகும்போது, பல குறிப்புகள் மற்றும் மேற்கோள்களை குறுக்குப் பரிசோதனை செய்தது உள்பட அவர் முழு ஈடுபாட்டுடன் உழைத்தார். மற்றொருவர் பென் லாங்லி விலை மதிப்பில்லாத கண்ணோட்டங்களை வெளிப்படுத்தியதுடன், அவற்றை மிக கவனத்துடன் உறுதிப்படுத்தவும் செய்தார். இதற்காக இவர்களுக்கு நான் மிக நன்றி உள்ளவனாக இருக்கிறேன்.

என்னுடைய சில நெருங்கிய நண்பர்கள் முதல்கட்டப் பிரதியைப் படித்து சில பயனுள்ள கருத்துகளைத் தெரிவித்தனர்: என்னைவிட நல்ல வரலாற்று ஆய்வாளரும் எழுத்தாளருமான என்னுடைய புதல்வர்

கனிஷ்க் தரூர்; என் நெருங்கிய உதவியாளரும், குறிப்பிட்ட அந்தக் காலகட்டத்தின் அருமையான வரலாறு ஒன்றின் ஆசிரியராகவும் இருக்கும் மனு பிள்ளை; எனது நண்பரும் சில சமயங்களில் கூட்டாளியு மான எழுத்தாளர் மற்றும் மேதை கீர்த்திக் சசிதரன்; என்னுடைய உடன்பிறவா சகோதரியும், வரலாற்று ஆசிரியருமான டாக்டர் நந்திதா கிருஷ்ணா ஆகியோர் இந்த வகையில் குறிப்பிடத்தக்கவர்கள்.

எனது பள்ளித்தோழரும், தற்போதைய நாடாளுமன்ற சகாவும் ஆன முன்னணி ஹார்வர்டு வரலாற்று ஆய்வாளர் மற்றும் பேராசிரியர் சுகாதா போஸ் இந்த நூலின் பிந்தையகட்டப் பிரதி ஒன்றை படித்துப் பார்த்து அவரது ஆழ்ந்த ஞானத்தின் பலன்களை எனக்கு வழங்கினார். மேற்கண்ட அனைவரின் சிந்தனைகளும் ஆலோசனைகளும் மிக மதிப்பு மிக்கவை. அதேவேளையில் இந்த நூலின் உள்ளடக்கம் மற்றும் தீர்மானங்கள் அனைத்துக்கும் நானே முழுப்பொறுப்பு என்பதைத் தெரிவித்துக் கொள்கிறேன்.

எல்லாவற்றுக்கும் மேலாக மேன்மை தங்கிய பூட்டான் மன்னர் ஜிக்மே கேஸர் நாம்கயல் வாங்சக் அவர்களுக்கு என் மனமார்ந்த நன்றியை உரித்தாக்குகிறேன். அவரது அபரிமிதமான உபசரிப்பும் உதவிகளும் இன்றி நான் இந்த நூலை எழுதியிருக்கவோ குறித்த காலத்துக்குள் முடித்திருக்கவோ இயலாது. அவரது எழில் கொஞ்சும் தேசத்தின் மலைகளுக்குள் தப்பிச் சென்று, இடையூறுகளும், தொல்லைகளும், தொலைபேசி அழைப்புகளும், பார்வையாளர்களும் இன்றி, கணிசமான வேகத்தில் இந்த நூலை எழுத முடிந்ததற்கு அவரது அன்பும் ஆதரவுமே காரணம். அதற்காக அவருக்கு நன்றி. என்னுடைய முயற்சியில் பணிவும் பண்பும் தவறாமல் உதவி புரிந்த மேன்மை தங்கிய மன்னரின் அந்தரங்க காரியதரிசி டேஷோ ஸிம்பப்ன் உக்யென் நாம்கயல், கேப்டன் ஜட்டு ஷெரிங், செடன் டோர்ஜி ஆகியோருக்கும் கண்டிப்பாக நன்றி சொல்ல வேண்டும்.

இந்த நூலை எழுதும் காலம் முழுவதுமாக எனது அலுவலக பணியாளர்கள் நூற்றுக்கணக்கான வழிகளில் எனக்கு ஒத்துழைப்பு தந்தனர். அவர்களுள் நாராயண் சிங்கின் உதவிகள் மற்ற அனைவரின் பங்களிப்பைக் காட்டிலும் மிக மேலானது.

இன்னும் ஒரு விசேஷ நண்பர் உண்டு. அவர் என்னை நிம்மதியாக எழுத விட்டார். ஆனால், தினமும் ஆதரவும் ஊக்கமும் அளித்தார். அவருக்கு நன்றி சொல்ல வார்த்தைகள் தேவையில்லை. அதற்கு வார்த்தைகளும் போதாது.

சசி தரூர்

பாரோ, பூட்டான்

2016 ஆகஸ்டு

•

Bibliography

Acemoglu, Daron and Robinson, James, *Why Nations Fail*, New York: Crown Business, 2012.

Akbar, M. J., *Nehru*, New Delhi: Viking, 1988.

Ali, Abeerah, 'The Role of the British Colonial/Imperial Rule in the Introduction of Representative Institutions in India (1857-1947)', *Journal of European Studies, 29*, 2013.

Allen, Charles, *Plain Tales from the Raj*, London: Abacus, 1988.

Almond, Ian, *The Thought of Nirad C. Chaudhuri: Islam, Empire and Loss,* Cambridge: Cambridge University Press, 2015.

Anderson, Benedict, *Imagined Communities: Reflections on the Origin and Spread of Nationalism*, 2nd edn, London: Verso, 1991.

Anderson, Clare, *Convicts in the Indian Ocean*, London: Palgrave Macmillan, 2000.

Azad, Maulana Abul Kalam, *India Wins Freedom*, New Delhi: Orient Blackswan, 2004.

Bailkin, Jordanna, 'The Boot and the Spleen: When Was Murder Possible in British India?', *Comparative Studies in Society and History, 48 (2)*, 2006.

Barrier, Norman G. (ed.), *The Census in British India: New Perspectives*, New Delhi: Manohar Publishers, 1981.

Bayly, Christopher A., *Recovering Liberties: Indian Thought in the Age of Liberalism and Empire*, Cambridge: Cambridge University Press, 2011.

— — —, *The Birth of the Modern World, 1780–1914: Global Connections and Comparisons*, London: Wiley-Blackwell, 2004.

Bhargava, M. B. L., *India's Services in the War*, Mukat Bihari Lal Bharagava, 1919.

Bhatia, H. S. (ed.), *Military History of British India, 1607-1947*, New Delhi: Deep & Deep Publications, 1977.

Bolts, William, *Considerations on Indian Affairs: Particularly Respecting the Present State of Bengal and its Dependencies*, London: Printed for J. Almon, 1772.

Bose, Sugata, 'Starvation amidst Plenty: The Making of Famine in Bengal, Honan and Tonkin', 1942–45, *Modern Asian Studies, 24*, 1990.

— — —, *His Majesty's Opponent: Subhash Chandra Bose and India's Struggle Against Empire*, Cambridge, MA: Harvard University Press, 2011.

Brecher, Michael, *Nehru: A Political Biography*, London: Beacon Press, 1962.

Breckenridge, Carol A. and van der Veer, Peter (eds.), *Orientalism and the Postcolonial Predicament*, Philadelphia: University of Pennsylvania Press, 1993.

Burton, Antoinette, *Empire in Question: Reading, Writing, and Teaching British Imperialism*, Durham and London: Duke University Press, 2011.

Campbell-Johnson, Alan, *Mission with Mountbatten*, London: Macmillan, 1985.

Cannadine, David, *Ornamentalism: How the British saw their Empire,* London: Allen Lane, 2001.

Cashman, Richard, *Patrons, Players, and the Crowd: The Phenomenon of Indian Cricket*, London: Orient Longman, 1980.

Chandra, Bipan, *India's Struggle for Independence*, New Delhi: Viking, 1988.

— — —, *The Rise and Growth of Economic Nationalism in India: Economic Policies of Indian National Leadership, 1880–1905*, New Delhi: Har-Anand Publications, 2010.

Chatterjee, Partha, and Pandey, Gyanendra (eds.), *Subaltern Studies VII*, Delhi: Oxford University Press, 1992.

Chatterjee, Partha, *Lineages of Political Society: Studies in Postcolonial Democracy*, New York: Columbia University Press, 2011.

— — —, *The Nation and its Fragments: Colonial and Postcolonial Histories,* Princeton: Princeton University Press, 1993.

Chaudhuri, K. N., *The Trading World of Asia and the English East India Company, 1660–1760,* Cambridge: Cambridge University Press, 2006.

Chaudhuri, Nirad C., *Autobiography of an Unknown Indian*, London: Macmillan, 1951.

— — —, *A Passage to England*, London: St. Martin's Press, 1960.

Chaudhury, Sushil, *The Prelude to Empire: Plassey Revolution of 1757*, New Delhi: Manohar Publishers, 2000.

Cohn, Bernard S., *An Anthropologist Among The Historians and Other Essays,* Oxford: Oxford University Press, 1987.

Collingham, E. M., *Imperial Bodies: The Physical Experience of the Raj, 1800–1947*, Oxford: Polity Press, 2001.

Collins, Larry and Lapierre, Dominique, *Mountbatten and the Partition of India*, New Delhi: Vikas, 1975.

Corfield, Penelope J. (ed.), *Language, History and Class*, London: Blackwell, 1991.

Dalrymple, William, *White Mughals*, London: Harper Perennial, 2002.

Darwin, John, *The Empire Project: The Rise and Fall of the British World-System*, 1830–1970, Cambridge: Cambridge University Press, 2009.

Darwin, John, *Unfinished Empire: The Global Expansion of Britain*, London: Allen Lane, 2013.

Das, Durga, *India: From Curzon to Nehru and After*, New Delhi: Rupa Publications, 1967.

Das, Sudipta, 'British Reactions to the French Bugbear in India, 1763-83', *European History Quarterly*, 22 (1), 1992.

Davis, Mike, *Late Victorian Holocausts: El Niño Famines and the Making of the Third World*, London; New York: Verso Books, 2001.

de Courcy, Anne, *The Fishing-Fleet: Husband-Hunting In the Raj*, London: Weidenfeld & Nicolson, 2012.

Dhulipala, Venkat, *Creating a New Medina*, Cambridge: Cambridge University Press, 2016.

Digby, William, *Indian Problems for English Consideration, published for the National Liberal Federation*, London, 1881.

— — —, *'Prosperous' British India: A Revelation from Official Records*, London: T. Fisher Unwin, 1901.

Dirks, Nicholas B., *Castes of Mind: Colonialism and the Making of Modern India,* Princeton: Princeton University Press, 2001.

Durant, Will, *The Case for India*, New York: Simon & Schuster, 1930, reissued in a limited edition by Strand Book Stall, Mumbai, 2015.

Dutt, Romesh Chunder, *The Economic History of India under Early British Rule: From the Rise of the British Power in 1757 to the Accession of Queen Victoria in 1837*, New Delhi: Routledge, 1950, reprinted by the Government of India, 1963.
Eck, Diana, *India: A Sacred Geography*, New York: Harmony Books, 2012.
Falkiner, Caesar Litton, *Illustrations of Irish history and topography, mainly of the 17th century*, London: Longmans, Green, & Co., 1904.
Ferguson, Niall, *Colossus: The Price of America's Empire*, New York: Penguin, 2004.
———, *Empire: The Rise and Demise of the British World Order and the Lessons for Global Power*, New York: Basic Books, 2003.
Fielding-Hall, H., *Passing of the Empire*, London: Hurst & Blackett, 1913.
Fischer, Louis, *The Life of Mahatma Gandhi*, New York: Harper Collins, 1997.
Forrest, George, *The Life of Lord Clive: Volume 2*, London: Frank Cassell, 1918.
Forster, E. M., *A Passage to India*, London: Penguin/Allen Lane, 1924.
Freitag, Sandria, *Collective Action and Community: Public Arenas and the Emergence of Communalism in North India*, Berkeley: University of California Press, 1989.
Gadgil, Madhav, and Guha, Ramachandra, *Ecology and Equity: The Use and Abuse of Nature in Contemporary India*, New Delhi: Routledge, 1995.
Geddes, J. C., *Administrative Experience Recorded Former Famines*, Calcutta, 1874.
Ghosh, Amitav, *Sea of Poppies*, New York: Farrar, Straus & Giroux, 2011.
Gilmour, David, *Curzon: Imperial Statesman*, New York: Farrar, Straus & Giroux, 2003.
———, *The Ruling Caste: Imperial Lives in the Victorian Raj*, New York: Farrar, Straus & Giroux, 2006.
Gopal, Sarvepalli, *Jawaharlal Nehru, Volumes I & II*, New Delhi: Vintage, 2005.
Goradia, Nayana, *Lord Curzon: The Last of the British Moguls*, Oxford: Oxford University Press, 1993.
Gordon, Leonard, *Brothers Against the Raj*, New York: Columbia University Press, 1990.
Gottschalk, Peter, *Religion, Science and Empire: Classifying Hinduism and Islam in British India*, London: Oxford University Press, 2012.
Guha, Ranajit, *Dominance without Hegemony: History and Power in Colonial India*, Cambridge, MA: Harvard University Press, 1998.
Hajari, Nisid, *Midnight's Furies*, Boston: Houghton Mifflin Harcourt, 2015.
Harris, Jonathan Gil, *The First Firangis*, New Delhi: Aleph Book Company, 2015.
Hiltebeitel, Alf, *Criminal Gods and Demon Devotees: Essays on the Guardians of Popular Hinduism*, Binghamton NY: SUNY Press, 1989.
Hobsbawm, Eric, *The Age of Empire*, London: George Weidenfeld and Nicolson, 1987.
Hobson, J. M., *The Eastern Origins of Western Civilisation*, Cambridge: Cambridge University Press, 2004.
Hodson, H. V., *The Great Divide*, Oxford: Oxford University Press, 1997.
Holzman, James, *The Nabobs in England: A Study of the Returned Anglo-Indian, 1760–1785*, New York: Columbia University Press, 1926.
Howitt, William, *The English in India*, London: Longman, Orme, Brown, Green, and Longmans, 1839.
Indian National Party, *British Rule in India: Condemned by the British Themselves*, issued by the Indian National Party, London, 1915.

James, Lawrence, *Raj: The Making and Unmaking of British India*, New York: St Martin's Griffin, 1997.

Judd, Denis, *The Lion and the Tiger: The Rise and Fall of the British Raj, 1600–1947*, Oxford: Oxford University Press, 2005.

Khan, Yasmin, *The Great Partition*, New Haven: Yale University Press, 2008.

Kipling, Rudyard, 'Naboth' in *Life's Handicap* (1891), republished by Echo Books, London, 2007.

— — —, *Kim*, New York: Oxford University Press, 2008.

Kishwar, Madhu, *Zealous Reformers, Deadly Laws*, New Delhi: SAGE Publications, 2008.

Kramer, Martin (ed.), *Shi'ism, Resistance, and Revolution*, Boulder, CO: Westview Press, 1987.

Kurtzer, M. Daphne, *Empire's Children: Empire and Imperialism in Classic British Children's Books*, London: Routledge, 2002.

Levine, Philippa (ed.), *Gender and Empire*, Oxford History of the British Empire Companion Series, Oxford: Oxford University Press, 2004.

Lipset, Seymour Martin, Seong, Kyoung-Ryung and Torres, John Charles, 'A Comparative Analysis of the Social Requisites of Democracy', *International Social Science Journal*, 45, 1993.

Macaulay, Thomas Babington, *Historical Essays of Macaulay: William Pitt, Earl of Chatham, Lord Clive, Warren Hastings*, ed. by Samuel Thurber, Boston: Allyn and Bacon, 1894.

MacMillan, Margaret, *Women of the Raj: The Mothers, Wives, and Daughters of the British Empire in India*, New York: Random House, 2007.

Maddison, Angus, *Class Structure and Economic Growth: India & Pakistan since the Moghuls*, London: Routledge, 2013.

— — —, *The World Economy*, Development Centre of the Organisation for Economic Co-operation and Development, 2006.

Majeed, Javed, *Ungoverned Imaginings: James Mill's The History of British India and Orientalism*, Oxford: Clarendon Press, 1992.

Majumdar, R. C., *The History and Culture of the Indian People: The Maratha Supremacy*, Bombay: Bharatiya Vidya Bhavan, 1977.

Mansergh, Nicholas, *The Transfer of Power 1942-47*, London: HM Stationery Office, 1983.

Marshall, Peter J., *The Impeachment of Warren Hastings*, Oxford: Oxford University Press, 1965.

Mason, Philip, *A Matter of Honour: An Account of the Indian Army, its Officers and Men*, London: Penguin, 1974.

— — —, *Kipling: The Glass, the Shadow and the Fire*, New York: Holt, Rinehart & Wilson, 1975.

— — —, *Men Who Ruled India*, New Delhi: Rupa Publications, 1992.

Metcalfe, Thomas, *Ideologies of the Raj*, Cambridge: Cambridge University Press, 1995.

Mishra, Pankaj, *From the Ruins of Empire: The Revolt against the West and the Remaking of Asia*, London: Allen Lane, 2012.

Moon, Penderel, *The British Conquest and Dominion of India*, India Research Press, 1989.

Moon, Penderel, Tully, Mark and Raychaudhuri, Tapan, *Divide and Quit*, Oxford: Oxford University Press, 1998.

Moorhouse, Geoffrey, *India Brittanica*, New York: Harper & Row, 1983.

Morris, Jan, *Farewell the Trumpets: An Imperial Retreat*, London: Faber & Faber, 1978.

Mount, Ferdinand, *Tears of the Rajas*, London: Simon and Schuster, 2015.

Mukerjee, Madhusree, *Churchill's Secret War: The British Empire and the Ravaging of India During World War II*, New York: Basic Books 2010.

Naipaul, V. S., *An Area of Darkness*, London: André Deutsch, 1964.

———, *India: A Wounded Civilization*, London: André Deutsch, 1976.

Nandy, Ashis, *The Tao of Cricket: On Games of Destiny and the Destiny of Games*, Oxford: Oxford University Press, 2000.

Naoroji, Dadabhai, *Poverty and Un-British Rule in India*, London: Swan Sonnenschein, 1901.

Nasson, Bill, *Britannia's Empire: Making a British World*, Stroud, Gloucestershire: Tempus Publishing, 2004.

Nechtman, Tillman W., 'A Jewel in the Crown? Indian Wealth in Domestic Britain in the Late Eighteenth Century', *Eighteenth-Century Studies*, 41 (1), 2007.

Nehru, Jawaharlal, *Glimpses of World History*, New Delhi: Oxford University Press, 1989.

———, *Jawaharlal Nehru: An Autobiography*, New Delhi: Oxford University Press, 1989.

———, *The Discovery of India*, New Delhi: Oxford University Press, 1989.

Nevinson, Henry W., *The New Spirit in India*, London: Harper & Brothers, 1908.

Ó Gráda, Cormac, *Eating People is Wrong, and Other Essays on Famine, its Past, and its Future*, Princeton, NJ: Princeton University Press, 2015.

Ozbudun, E. and Weiner, M. (eds.), *Competitive Elections in Developing Countries*, Durham, NC: Duke University, 1987.

Pandey, Gyanendra, *The Construction of Communalism in Colonial North India*, New Delhi: Oxford University Press, 1990.

Parkinson, C. Northcote, *Parkinson's Law: The Pursuit of Progress*, London, John Murray, 1958.

Peers, D. M. and Gooptu, N. (eds.), *India and the British Empire*, Oxford: Oxford University Press, 2012.

Pernau, Margrit (ed.), *Delhi College: Traditional Elites, the Colonial State and Education before 1857*, New Delhi: Oxford University Press, 2006.

Pillai, Manu, *The Ivory Throne*, New Delhi: Harper Collins, 2015.

Prasad, Amba, *Indian Railways: A Study in Public Utility Administration*, Bombay: Asia Publishing House, 1960.

Qureshi, Ishtiaq Husain, *The Struggle for Pakistan*, University of Karachi, 1969.

Rai, Lala Lajpat, *Unhappy India*, Calcutta: Banna Publishing Company, 1928.

Rangarajan, Mahesh, *India's Wildlife History*, New Delhi: Permanent Black, 2001.

Ray, Indrajit, 'Shipbuilding in Bengal under Colonial Rule: A Case of 'De-Industrialisation', *The Journal of Transport History*, 16 (1), 1995.

Raychaudhuri, Tapan, *Europe Reconsidered: Perceptions of the West in 19th Century Bengal*, Oxford: Oxford University Press, 1988.

Rees, J. D., *The Real India*, London: Methuen, 1908.

Scott, Paul, *The Jewel in the Crown*, London: Heinemann, 1966.

———, *The Day of the Scorpion*, London: Heinemann, 1968.

— — —, *The Towers of Silence*, London: Heinemann, 1971.

— — —, *A Division of the Spoils*, London: Heinemann, 1975.

Sen, Amartya, *Poverty and Famines: An Essay on Entitlements and Deprivation*, Oxford: Oxford University Press, 1983.

— — —, *The Argumentative Indian*, New York: Farrar, Straus & Giroux, 2005.

Sinha, Mrinalini, *Colonial Masculinity: The 'Manly Englishman' and the 'Effeminate Bengali' in the Late Nineteenth Century*, Manchester: Manchester University Press, 1995.

Srinivas, M. N., *Social Change in Modern India*, Hyderabad: Orient Longman India, 1972.

Sullivan, Zohreh T., *Narratives of Empire: The Fictions of Rudyard Kipling*, Cambridge: Cambridge University Press, 1993.

Sunderland, J. T., *India in Bondage: Her Right to Freedom And a Place Among the Great Nations*, New York: Lewis Copeland Company, 1929.

Tagore, Rabindranath, *Crisis in Civilization (1941)*, in *The Essential Tagore*,

Cambridge, MA: Harvard University Press, 2011.

Talbot, Phillips, *An American Witness to India's Partition*, New Delhi: SAGE Publications, 2007.

Taylor, A. J. P., *English History 1914-45*, Oxford: Oxford University Press, 1965.

Telford, Judith, *British Foreign Policy, 1870–1914*, Glasgow: Blackie, 1978.

Tharoor, Shashi, *Nehru: The Invention of India*, New York: Arcade Books, 2003.

Trevelyan, C. E., *On the Education of the People of India*, London: Longman, Orme, Brown, Green & Longmans, 1838.

Viswanathan, Gauri, *Masks of Conquest: Literary Study and British Rule in India*, New York: Columbia University Press, 1989.

Wan-ling, C. J. Wee, *Culture, Empire, and the Question of Being Modern*, New York: Lexington Books, 2003.

Ward, Stuart (ed.), *British Culture and the End of Empire*, Manchester: Manchester University Press, 2001.

Wavell, Lord Archibald, *Viceroy's Journal* (ed.), Penderel Moon, Oxford: Oxford University Press, 1973.

Weiner, M. and Ozbudun, E. (eds.), *Competitive Elections in Developing Countries*, Durham, NC: Duke University Press, 1987.

Wiener, Martin, *Men of Blood: Violence, Manliness and Criminal Justice in Victorian England*, Cambridge: Cambridge University Press, 2004.

Wilson, Jon, *India Conquered*, London: Simon & Schuster, 2016.

Wilson, Kathleen (ed.), *A New Imperial History: Culture, Identity and Modernity in Britain and the Empire 1660–1840*, Cambridge: Cambridge University Press, 2004.

Wolpert, Stanley, *Nehru: A Tryst with Destiny*, New York: Oxford University Press, 1995.

Zastoupil, L., and Moir, M. (eds.), *The Great Indian Education Debate: Documents Relating to the Orientalist-Anglicist Controversy, 1781–1843*, Richmond: Curzon Press, 1999.

Zubrzycki, John, *The Last Nizam*, New Delhi: Picador India, 2007.